'सुरेख, स्वप्नाळू लेखन आणि कठोर प्रामाणिकपणा!'

– ऑस्ट्रेलियन विमेन्स साप्ताहिक

'उत्कृष्ट वाचनीय पुस्तक. कठोर सत्य, उत्कट, धैर्यवान आणि गमतीदार; पूर्ण वाचून होईपर्यंत, मी ते खाली ठेवूच शकले नाही.'

– मॅगी टॅब्बेर

'जेव्हा माणसं दुःख, व्याधी आणि जीवनाची अशाश्वतता यांच्याशी झगडतात, तेव्हा काय घडतं, याचं डंकनने निर्भयपणे आणि बारकाईनं केलेलं वर्णन हेच या पुस्तकाचं सामर्थ्य आहे. वन्यजीवन, कुत्रे, अन्न, मित्र, व्याधी आणि मृत्यू यांची तिने केलेली वर्णनं आपल्याही मनात त्यांच्याशी संबंधित आठवणी जागृत करतात. ती वर्णनं प्रामाणिक आणि क्रूर विनोद करणारी आहेत. त्याच वेळेस, कमकुवत माणसांना केलेल्या मदतीच्या तिच्या गोष्टी, आतडी पिळवटून टाकतात.'

– 'द ऑस्ट्रेलियन'

'विनोदाने, प्रामाणिकपणे आणि विलक्षण बुद्धिमत्तेने कथन केलेले भाष्य अवश्य वाचा'.

– विमेन्स डे

'डंकन ही अशी संवेदनशील लेखिका आहे; जी अतिशय हिमतीने आणि सुंदरतेने तिचा भोवताल आपल्यासमोर जिवंत करते.'

– संडे टेलिग्राफ

'प्रेरणादायक, प्रामाणिक आणि खरंखुरं अगदी लेखिकेसारखंच'

– विल्यम मॅक्लन्नेस
'ए मॅन्स गॉट टू हॅव अ हॉबी' या पुस्तकाचा लेखक

राष्ट्रीय स्तरावरील सर्वाधिक खपाचे आणि
नील्सन बुक डाटा-२००७ बुकसेलर्सचे 'चॉईस ॲवॉर्ड' विजेते पुस्तक

आपल्या स्नेहीजनांना पुस्तके भेट द्या

जिद्दीच्या जोरावर स्वत:चे कॅन्सरग्रस्त आयुष्य सुखी करणाऱ्या
सुसान डंकनची कथा!

साल्व्हेशन क्रीक

एक अनपेक्षित जीवन

लेखक
सुसान डंकन

अनुवाद
वसु भगत

मेहता पब्लिशिंग हाऊस

Mehta Publishing House, Pune 411030.
✆ +91 020-24476924 / 24460313 / Mob. No. 9545000513
Email : production@mehtapublishinghouse.com
Website : www.mehtapublishinghouse.com

SALVATION CREEK by SUSAN DUNCAN

First Published Random House Australia Pty Limited,
This Edition Published by Arrangemnet With Random House Australia.

साल्व्हेशन क्रीक / अनुवादित अनुभवकथन

अनुवाद : वसु भगत

Email : author@mehtapublishinghouse.com

मराठी अनुवादाचे व प्रकाशनाचे हक्क : मेहता पब्लिशिंग हाऊस, पुणे

प्रकाशक : सुनील अनिल मेहता, मेहता पब्लिशिंग हाऊस,
१९४१, सदाशिव पेठ, माडीवाले कॉलनी, पुणे ४११०३०.

मुद्रक : पार्कसन्स ग्राफिक्स

मुखपृष्ठ : चंद्रमोहन कुलकर्णी

प्रथमावृत्ती : फेब्रुवारी, २०१२

किंमत : ₹ ३९५

P Book ISBN 9788184983418

माझा भाऊ जॉन याच्यासाठी....

उपोद्घात

तो बंगला उंच टेकडीवर आहे. तिथनं लव्हेटच्या खाडीचं हिरवं पाणी दिसतं. बंगल्याला फिकट पिवळा रंग आहे. तसंच त्याला तीन धुराडी आहेत. लाल कौलांच्या छपरावर दगडफुलांचे पुंजके जागोजाग दिसत आहेत. बंगल्याच्या दिमाखदार ओसरीचे खांब भव्य आहेत. लाकडी जमिनीला इथपासून तिथपर्यंत पॉलिश केलेलं आहे. उन्हाळ्यातल्या एखाद्या निवांत संध्याकाळी तिथं बसून, मावळणारा प्रकाश आणि घरट्याकडं परतणारे पक्षी पाहत जेवणं, हा एक अद्भुत अनुभव आहे.

या बंगल्यापर्यंत जाण्यासाठी पायऱ्यांचा वळणदार रस्ता आहे. तो खाडीच्या किनाऱ्यापासून सुरू होऊन वळणं घेतघेत दिशाहीन भटकत जातोय, असं वाटतं. कधीकधी भल्या पहाटे किंवा उतरत्या दुपारी अंग ओले झालेले वॉलबी झुडपातून वाटेत येतात आणि आपल्या मोठाल्या गोंधळलेल्या डोळ्यांनी टकमक टकमक पाहत राहतात. मग, एकदम दचकून झुडपात पळून जातात. उन्हाळ्यात रस्त्यावर जागोजागी पुदिन्याच्या रंगाचं शेवाळं दिसू लागतं. त्याच्या रंगाची छटा आकाशात चांदवा उभारणाऱ्या 'स्पॉटेड गम' या वृक्षाच्या गुळगुळीत खोडांवर पडलेल्या ठिपक्यांसारखीच असते. ही रहस्यमय वाट कदाचित थेट स्वर्गाकडेच जात असावी, असं वाटतं. ही चढण उभीच्या उभी आहे. पण, आपण हळूहळू चढलो आणि वाटेत अधूनमधून लव्हेटची खाडी पाहायला थांबलो, तर दमछाक होत नाही.

खाडीत खूप बोटी नांगरून पडल्या आहेत. काही मोठ्या असून त्यांची काळजीपूर्वक देखभाल केल्याचं दिसून येतं. त्यांच्या उंच डोलकाठीवर बसून सीगल किंवा कारमोरँट पाण्यातल्या भक्ष्याचा वेध घेत असतात. अनेक बोटी मोडलेल्या स्वप्नांसारख्या आहेत. कदाचित, कुणाला त्यांच्यात सौंदर्याचं दर्शन होत असावं. त्या बोटींना पूर्वीचं वैभव मिळवून द्यावं, असंही कुणाला वाटत असेल. पण, त्यांतील अनेक नादुरुस्त नौका वर्षानुवर्षं तिथंच पडल्या होत्या

आणि त्यांच्याकडं कुणी लक्ष देत असल्याचं मला कधीच आढळून आलं नाही. मध्येच कधीतरी तटरक्षक आपल्या नारिंगीपांढऱ्या मोटरबोटीतून पाहणी करायचे आणि अगदीच गंजलेल्या दोनेक बोटी भंगारात न्यायचे किंवा समुद्रात बुडवून टाकायचे.

मी या पायऱ्या चढायला सुरुवात केली, त्याला आत सहा वर्षांहून अधिक काळ लोटला आहे. पण, अजूनही शिखरावर गेल्यानंतर कुठल्या वाटेनं जावं, हे मला ठरवता येत नाही. उजवीकडील वाट ही उंच चढणीची आहे. ती एका मोठ्या मऊसूत हिरवळीवर पोहोचते. पहारेकऱ्यांसारखे ताठ उभे असलेले स्पॉटेड गम आणि बंगला यांच्यामध्ये पाचूच्या सरोवरासारखी हिरवळ पसरली आहे. तिथंच कुठंकुठं काटेरी झाडंझुडुपंही वेडीवाकडी वाढली आहेत. ती युद्धात जखमी झालेल्या घोड्यांसारखी दिसतात. दुसऱ्या वाटेला असलेला चढ फारसा कठीण नाही. पण, ती वाट लांबची आहे. त्या वाटेनं जायचं म्हटलं, तर पोटऱ्या भरून येतात आणि धाप लागते. पण, याच सरळ रस्त्यानं जायचा मोह होतो. हलकासा चढ असणारा रस्ता हा दोन्ही रस्त्यांतला सोयीचा रस्ता आहे. तो एका जुनाट खोपटाकडं जातो. त्या खोपटाला मुख्य बंगल्याची भव्यता नाही. तरीसुद्धा याच मार्गानं जाणं हा अधिक चांगला पर्याय आहे, असं मला वाटतं.

या बंगल्याचं नाव 'तरंगवा' आहे. हा अतिप्राचीन आदिवासी भाषेतील शब्द असून त्याचा अर्थ 'उंच, खडबडीत टेकडी' असल्याचं मला सांगण्यात आलं. पण, आदिवासी शब्दांच्या कोणत्याही कोशांत मला हा शब्द आढळला नाही. डोरोथी मॅककेलर या बाईनं बंगल्याला हे नाव दिलं होतं. डोरोथी ही प्रसिद्ध ऑस्ट्रेलियन कवयित्री होती. ती १९६८ मध्येच मृत्यू पावली. त्यामुळं या नावाबद्दल मी तिला काही विचारू शकत नाही. कदाचित एखाद्या रात्री, सुंदर सजवलेल्या बैठकीच्या खोलीत जेवणाच्या टेबलाजवळ ती आपल्या पाहुण्यांसोबत बसली असेल आणि बंगल्यासाठी एखादं छानसं नाव शोधण्याचा खेळ ती खेळली असेल. ते काहीही असो! ते नाव खरंच खूप छान होतं. आणि तीही तशीच नावाप्रमाणंच महान.

शोफर चालववीत असलेल्या पिवळ्या रोल्सराईसमधून ती चर्च पॉइन्टला यायची. तिथं तिचा संरक्षक लाँच घेऊन तिची वाट पाहात असायचा. म्हणजे असं बघा... 'लव्हेट बे'ला फक्त बोटीनंच जाता येतं. एरवी तुम्हाला पाच किलोमीटर उभी उतरण उतरून कु-रिंग-गै चेस नॅशनल पार्कच्या दरीत जावं लागतं. हे दीड-एक तासांचं पायी चालणं तसं थरारक असलं, तरी काही ठिकाणी रस्ता खूप कठीण आणि खडकाळ आहे. तिथं तुमचा तोल सहज जाऊ शकतो. उलट बोटीचा प्रवास अगदी पाच मिनिटात आनंदात पार पडतो. आधी

मॅक्कर्स क्रीक ओलांडायची, मग एल्विना बे आणि मग पश्चिमेकडे वळून लव्हेटमध्ये अंगावर छान वारा घेत आणि फुप्फुसांत खारं वारं भरून घेत मजेत जायचं.

१९२५ साली म्हणजे जेव्हा डोरोथी मॅक्केलरसाठी हा बंगला बांधला गेला, तेव्हा ती श्रीमंत होती, एकटी होती. तिचं वय चाळीस वर्षं होतं आणि तिला ब्रँडीच्या बाटलीची चांगलीच चटक लागली होती. मी जेव्हा 'लव्हेट बेला' आले आणि या बंगल्याला भेट दिली, तेव्हा अर्थातच मला यातलं काहीही माहिती नव्हतं. तेव्हा मी अगदीच विस्कटलेली होते, चिडचिडी होते. माझं वय अठ्ठेचाळीस वर्षं होतं आणि माझी म्हणता येईल, अशी जागा मी शोधत होते. माझ्या आयुष्यातील दोन अत्यंत महत्त्वाची माणसं तीळ-तीळ झिजत मरताना मी पाहिली होती. त्या भयानक अनुभवानं माझ्या आयुष्यातला सारा खेळकरपणा संपला होता. माझ्या व्यावसायिक आयुष्यक्रमात मी स्वत:ला इतकं गुंतवून घेतलं होतं की, मला काळाचंही भान राहिलं नव्हतं. प्रत्येक दिवस म्हणजे ऑफिसातलं राजकारण आणि दडपणं यांनी व्यापलेला धूसर प्रवास झाला होता. दिवसादिवसाला त्या वातावरणापासून मी तुटत चालल्याचं मला जाणवत होतं. माझ्या आयुष्याला नवीन उमेद देण्यासाठी, नवी उद्दिष्टं देण्यासाठी, मला काय हवं होतं, तेच मला कळत नव्हतं. हे काहीतरी अनाकलनीय, झपाटलेलं जेव्हा मला मिळेल; तेव्हाच माझी तडफड, माझी अस्वस्थता नाहीशी होईल. मी नवीन आयुष्य सुरू करू शकेन.

मी जेव्हा एका पत्र्याच्या, पाणी झिरपणाऱ्या होडग्यातून लव्हेट बे ला घर पाहायला निघाले, तेव्हा मला माहीत नव्हतं की, माझा प्रवास सुरू झाला होता. फिकट पिवळा रंग असलेल्या, भक्कम खांब आणि प्रशस्त व्हरांडा असलेल्या उंच खडबडीत टेकडीवरच्या त्या 'तरंगवा' बंगल्यात माझ्या नव्या आयुष्याची पहाट होणार होती.

१

एक दिवस सकाळी मला अंथरुणातून उठताच येईना. खरं म्हणजे असं व्हायला काही कारण नव्हतं. ते मेलबर्नमधल्या ऐन हिवाळ्याचे दिवस होते. आकाश घाणेरड्या तपकिरी रंगाचं झालं होतं. खाली झाडं नागवी उभी होती. काही सुकलेली पानं झोंबऱ्या वाऱ्यावर भिरभिरत होती. घड्याळाचा गजर होऊन तासभर लोटला होता. कुत्र्याला अजून फिरायला न्यायचं राहिलं होतं. माझी अंघोळ झाली नव्हती. कपडे करून ऑफिसलाही जायचं होतं. पण, पांघरूण फेकून अंथरुणातून बाहेर पडायची कल्पनाच मनाचा थरकाप उडवत होती. मी डोळे घट्ट मिटून तशीच पडून राहिले. हळूहळू हलके-हलके अंधाऱ्या डोहात बुडत राहिले. मला हेच हवं होतं. मला सगळं विसरायचं होतं. इतकं की, त्याखेरीज दुसरा कसलाच विचार माझ्या मनात येत नव्हता.

मी पुन्हा घड्याळ पाहिलं, तेव्हा दोन तास उलटून गेले होते. मग, मी डॉक्टरांनाच फोन केला.

"मला अंथरुणातून बाहेर पडायची इच्छाच होत नाहीये, डॉक्टर."

"मग, झोपून राहा. तुला हवं तितका वेळ तशीच पडून राहा. तू आजारी आहेस."

मी फोन ठेवून माझ्या शयनगृहावर नजर टाकली. ही जागा भाड्याची होती. तिला कसलाच चेहरामोहरा नव्हता. कपाटाच्या दारांना लावलेल्या आरशात मला एका निस्तेज, खप्पड, वयस्क बाईचं प्रतिबिंब दिसत होतं. मी पटकन वळले. खिडकीकडे तोंड करून उभी राहिले. मग, मी हाताच्या बोटांवर आकडे मोजू लागले. अठरा! माझा भाऊ जॉन आणि माझा नवरा पॉल या दोघांच्या मृत्यूला अठरा महिने झाले होते. क्षणभर मी भविष्यात डोकावून पाहिलं. तो अफाट रिक्तपणा असह्य होता.

मला रडूच कोसळलं. मी मुक्यानं रडू लागले. उशा आणि कपडे अश्रूंनी

भिजू लागले. मी सारा दिवस तशीच रडत होते. रडून रडून डोळे इतके सुजले, की त्यांच्या फक्त फटीच दिसू लागल्या. माझी कुत्री स्वीटी आयुष्यात पहिल्यांदाच माझ्या अंथरुणात येऊन, आपलं काळं उबदार शरीर मला चिकटवून बसली. या प्रचंड आवर्तातून दोन दिवसांनी बाहेर पडले, तेव्हा काहीच बदललं नव्हतं. माझा भाऊ मरण पावलेला होता आणि नवराही!

माझ्या भावानं पाच वर्षं कॅन्सरशी संघर्ष केला. ते म्हणतात की, तो हृदयविकाराचा झटका येऊन मरण पावला. खरं म्हणजे तो अतिशय शिणल्यामुळे असं झालं होतं. तो गेला, त्याच्या आदल्या रात्री मी त्याच्या पांढऱ्याफेक खोलीत पांढऱ्या जाजमावरच्या पांढऱ्या खुर्चीत त्याच्याजवळ बसले होते. तो शुभ्र पांढरी चादर पांघरूण त्याच्या पांढऱ्या बिछान्यावर झोपला होता. त्या वेळी तो अत्यंत कृश, अशक्त आणि पांढरा फटफटीत दिसत होता. तो खरं म्हणजे नावालाच जिवंत होता. तो धापा टाकत होता. त्याच्या फुप्फुसातल्या गाठी त्याच्या मुठीपेक्षा मोठ्या झाल्या होत्या. त्या चोळल्या की, जुनाट झुलत्या दरवाजाच्या आवाजासारखा आवाज होत होता. त्याच्या वेदना किंचित कमी व्हाव्या, म्हणून मी आधी तसे चोळत असे. त्या रात्री त्याने आपली बोटं हलवली. 'चोळू नकोस. आभारी आहे.' त्याचा एक डोळा उघडा होता. एक बंद होता. तो जवळजवळ मेल्यातच जमा होता.

''मी तुझा हात हातात घेऊ का?''

पुन्हा त्याची बोटं हलली. ''नको.''

माझ्या भावानं मनातलं भय कधीच बाहेर दिसू दिलं नाही. त्याचं सारं आयुष्य शर्यतीच्या मैदानावर गेलं होतं. तिथंच तो आपल्या भावना आवरून धरायला शिकला होता. हार?... जीत?

त्याला काहीच फरक पडत नव्हता. खूप मोठा विजय मिळाला की, फार-फार तर गाल अधिक गुलाबी होत. खूप मोठी हार झाली, तर चेहरा अधिक कठोर व्हायचा. फक्त एकदाच मी त्याच्या चेहऱ्यावर भयाची छटा पाहिली होती. त्या वेळी आम्ही टी.व्ही.वर शर्यत पाहात होतो. तो त्याच्या रुग्णशय्येवर होता. मी बाजूलाच उशांना टेकून बसले होते. या शर्यतीवर तो खूप मोठा जुगार खेळला होता. त्या वेळी माझ्यावर प्रचंड ताण आला होता.

''मी पटकन चहा घेऊन येते.'' मी उठत म्हणाले.

''थांब.'' तो म्हणाला, ''एवढ्यातच बाहेर जाऊ नकोस.''

मी थांबले. बसून राहिले. आयुष्यात पहिल्यांदाच अशी भयभीत झाले होते. माझा भाऊ खूप दिवसांपासून आजारी होता. तो फक्त तसा आजारीच राहील, असं मला वाटत होतं. हा माझा मूर्खपणाच होता. तो मृत्यू पावेल, हे मानायला

मी तयारच नव्हते. माझा देखणा, सुंदर फिकट सोनेरी केसांचा, निळ्या डोळ्यांचा भाऊ! मित्रांसोबत नीटनेटके छान-छान कपडे घालून जाताना हट्ट करणाऱ्या लहान बहिणीला ढकलगाडीत बसवून ओढत नेणारा माझा भाऊ! कपड्यांबद्दल आईच्या कल्पना फारच गबाळ्या असल्यामुळे आपल्या मैत्रिणींना आपल्या बहिणीचे कपडे शिवायला सांगणारा भाऊ! मी ज्याच्यावर नि:शंक प्रेम केलं, असा माझा भाऊ! उनाड, जुगारी, उत्तम पोशाख घालणारा, उदार मनाचा, सांभाळून घेणारा आणि मदत करणारा भाऊ! माझा मोठा अजिंक्य भाऊ!

तो माझ्याहून जवळजवळ पाच वर्षांनी मोठा होता. लहान वयातसुद्धा तो शहाणा आणि प्रेमळ होता. माझ्या आईवडिलांच्या विवाहित आयुष्यातील उलथापालथीचा प्रभाव त्याने माझ्यावर फारसा पडू दिला नाही. पुढच्या आयुष्यातही त्यानं मला सतत आपल्याबरोबर ठेवलं. आईवडिलांची कधीकधी खूप मोठी भांडणं व्हायची. आम्ही घाबरून थरथर कापत उभे असायचो. अशा वेळी ते आम्हाला त्यांच्यापैकी कुणातरी एकाची निवड करायला सांगायचे.

''कोणाचंच नाव घेऊ नकोस.'' माझा भाऊ हळूच माझ्या कानांत पुटपुटायचा. त्याचा हात आश्वस्तपणे माझ्या खांद्यावर असायचा.

''पण, मला ममी हवीय.''

''कोणाचंही नाव घेऊ नकोस. मग, त्यांना एकत्र राहाणं भाग पडेल.''

भावनांचं सामर्थ्य त्यानं खूप आधी ओळखलं होतं. पैशाची ताकदही पटकन त्याला कळली होती. तो जेमतेम दहा वर्षांचा असताना त्यानं स्थानिक टेनिस क्लबमध्ये सॉफ्टड्रिंक्सचं दुकानही सुरू केलं होतं. किडेकीटकांचा त्रास आणि झळझळीत उन्हं असणाऱ्या दिवशी त्याचा रगड फायदा व्हायचा. जेव्हा, पायाखाली बर्फ फुटायला लागायचं आणि शाळेच्या बसची वाट पाहाताना हात थंडीने काळेनिळे व्हायचे, तेव्हा तो गावातलं भंगार साफ करून तिथल्या रिकाम्या बाटल्या गोळा करायचा आणि त्या घोड्याच्या पाठीमागे बांधलेल्या ढकलगाडीतून आणायचा. त्या बाटल्या तो प्रत्येकी तीन पेनी भावाने विकायचा. त्यासाठी तो कचरापेटी पूर्णपणे स्वच्छ होईपर्यंत फेऱ्या मारायचा. यातून डगमगत्या पायांवर उभा असलेला एक स्टिरिओ त्यानं विकत घेतला होता. तो आमच्या उदासवाण्या दिवाणखान्यात दिमाखानं स्थानापन्न झाला होता. आणि सर्द हिवाळी रात्री त्यावर आम्ही 'साऊथ पॅसिफिक' अगदी रेकॉर्ड झिजून जाईपर्यंत ऐकलं होतं.

एकदा आमच्या आईनं त्याला मारलं होतं. ती गोठवणारी सर्द सकाळ मला अजून आठवते. दादा रंगीबेरंगी फुलांच्या झुडपासमोरच्या रस्त्यावर अनवाणी फिरत होता. तेव्हा बाबांच्या पट्ट्यानं तिनं त्याच्या पायावर मारलं होतं.

"जोडे घातल्याशिवाय तू शाळेत जायचं नाही." ती त्याच्यावर ओरडली.

"मी सांगितलंय गं तुला. सापडत नाहीत ते."

"घरात जा. पुन्हा शोध."

"नाही."

सप्प! त्याच्या गोऱ्या पायावर चरचरीत लालभडक वळ उमटला. आई मग अचानक तिथंच फरशीवर बसून रडू लागली. आपल्या वागण्याचा तिला धक्का बसला होता. पश्चात्तापही होत होता. तिनं याआधी आम्हा दोघांपैकी कुणावरही कधीही हात उचलला नव्हता.

जॉन तिच्याजवळ उकिडवा बसला. त्यानं आपल्या इवल्याशा छातीवर तिचं डोकं दाबून धरलं. ती शांत होईपर्यंत त्यानं तिला तसंच कवळून ठेवलं. "आई, पुन्हा मला असं मारू नकोस गं. अगं, त्यामुळे तुलाच किती त्रास होतो!" त्यानंतर त्यानं कधीच मार खाल्ला नाही.

माझ्या दादासारखंच माझ्या पतीचं आजारपणही अचानकच सुरू झालं. त्याच्या शिंकांमुळे मला पहाटे दोन वाजता जाग आली.

"एऽ, मला जरा टिश्यू दे गं."

त्याला शिंका येतच राहिल्या. मी गोंधळून गेले. मी दिवे लावले. त्याचे डोळे उघडे होते. पण, त्यात नजर नव्हती. देवा... परमेश्वरा... नको. माझी दोन्ही माणसं... नको... मी ज्याच्यावर कधी विश्वास ठेवला नव्हता, त्या परमेश्वराला आयुष्यभर दंडवत घालीन, असा नवस बोलले. माझा पॉल सुखरूप राहावा म्हणून!

त्या लोकांनी त्याला रुग्णवाहिकेत ठेवलं, तेव्हा पॉलचा श्वासोच्छ्वास चालू होता. त्याला राहून-राहून कळा येत होत्या. मी त्याच रुग्णवाहिकेत ड्रायव्हरजवळ बसले. ड्रायव्हर एक प्रसन्न चेहऱ्याची तरुणी होती.

"हे जरा विचित्र वाटेल..." मी माझी भीती लपविण्यासाठी घाईघाईने म्हणाले. त्या वेळी माझा स्वर गहिवरला होता.

"तू बोलून टाक."

पंधरवड्यापूर्वी पॉलला एक स्वप्न पडलं. त्यात त्याचा मरण पावलेला मित्र टेरी त्याला दिसला. टेरी विमानानं आला होता आणि पॉलला सहलीसाठी चलण्याचा खूप आग्रह करत होता. त्यानंतर बरोबर एका आठवड्यानं पॉलला स्वप्नात त्याची आई दिसली. ती तर टेरीच्याही आधी वारली होती. पॉलनं पाहिलं की, ती त्याचे केस विंचरत होती आणि त्याला आपल्या मागं यायला सांगत होती.

ड्रायव्हर काहीच बोलली नाही. रामप्रहरी मोकळ्या असलेल्या रस्त्यांवर ती

गाडी चालवत राहिली.

"मला वाटतं... म्हणजे मला असं जाणून घ्यायचं आहे... नाही म्हणजे मला असं विचारायचं आहे... माझ्या नवऱ्याचं मरण तर...."

"त्याची अवस्था फारशी बरी नाही." ती हळुवारपणे म्हणाली.

ती ड्रायव्हर मुलगी अनेक अर्थांनी बहाद्दर मुलगी होती. मला खरं काय ते सांगायचं धैर्य तिच्यात होतं. ती सहज खोटं बोलू शकली असती. ते तिला अधिक सोपं झालं असतं.

काही तासांनंतर शरीरात गेलेल्या औषधांचा परिणाम होऊन कळा थांबल्या. त्याचे डोळे जिवंत झाले. त्यात नजर आली, ओळख आली. तेव्हा, एका डॉक्टरनं त्याला विचारलं, "ऑस्ट्रेलियाची राणी कोण आहे?"

"मला वाटतं, तू त्या साल्या एलिझाबेथबद्दल बोलतो आहेस."

मनावरचा भार उतरून मी हसले. मला चांगला माहीत असलेला पॉल हाच होता. उद्धट, हेकट, मर्मभेदक! त्याच्या आयरिश राजकीय परंपरेला ठामपणे प्रामाणिक राहाणारा. खरं म्हणजे आपल्या पूर्वजांच्या त्या मऊशार हिरव्या भूमीवर त्यानं कधी पाऊलही ठेवलं नव्हतं. आभार परमेश्वरा! मी तुझं देणं लागतेय!

काही दिवसांनंतर खूपशा चाचण्या झाल्यानंतर एका नीटनेटक्या, तुळतुळीत दाढी केलेल्या आणि डोक्यावरचे केस विरळ झालेल्या न्यूरोसर्जनने पॉलच्या बिछान्याभोवती झिरझिरीत पडदा बांधला. "तुझ्या मेंदूला पुढच्या भागाला एक गाठ आहे. एका लहानशा सफरचंदाएवढी."

पॉल हसला. जणू हे त्याला आधीपासूनच माहीत होतं. तो एकूणच बेफिकीर आणि तटस्थ वाटला. पण, मला मात्र मी बेशुद्ध पडेन, असं वाटलं. क्षणभर सगळी खोली माझ्याभोवती गर्रकन फिरली. स्थिर झाली, तेव्हा झाकण निघून सारं रक्त वाहून गेल्यासारखा माझा चेहरा फटफटीत झाला.

आपल्याच तंद्रीत हरवलेला पॉल स्वत:शीच हसत होता. त्यामुळे, डॉक्टरांशी मलाच बोलावं लागलं. "ऑपरेशन करता येईल... होय ना?" मी विचारलं.

"करावंच लागेल. त्या गाठीचा मेंदूवर दाब पडतोय."

"सगळं काही ठीक होईल... होईल नं?"

"बायॉप्सी केल्याशिवाय काही सांगता येणार नाही."

"तरी काही अंदाज?"

"मला वाटतं आपण वाट पाहू या."

तिसऱ्या दिवशी ती वाईटातली वाईट बातमी. ग्लोब्लास्टोमा! झपाट्यानं वाढणारा, पसरणारा हलकट रोग. त्याला थांबवता येत नाही. मृत्यूची शिक्षा!

आता मी त्या परमेश्वराचं काही काही देणं लागत नाही.

दादा जेव्हा पहिल्यांदा आजारी झाला, तेव्हा अलौकिक औषधालयांबद्दल मी ऐकलं होतं. त्या चमत्कार घडवून आणणाऱ्या दवाखान्यांच्या शोधात मी मेक्सिकोतले धुळीनं माखलेले रस्ते तुडवले होते. दारिद्र्यानं गांजलेल्या त्या खेड्यांतून, खड्ड्यांनी भरलेल्या रस्त्यांवरून जाताना माझी टॅक्सी बिघडली. टकिला पिऊन ड्रायव्हर इतका झिंगला होता, की तो गाडीचं बॉनेटही उघडू शकत नव्हता. शेवटी, तर त्यानं गाडीच्या सावलीतच बसकण मारली आणि म्हणाला, ''चालत जा. शेवटी तिथं पोचशीलच.'' तासाभरानं मी लटपटतच त्या दवाखान्यात पोहोचले. तो दवाखाना १९५० सालातल्या पोपडे निघालेल्या, लालभडक जाजम अंथरलेल्या एका मोटेलमध्ये होता. तिथल्या खुर्च्या प्लॅस्टिकच्या होत्या. खाटा वाकलेल्या होत्या. कधीकाळी त्या मोटेलचा स्वागतकक्ष असलेल्या खिडकीसमोर लोकांची रांग लागली होती. मोठी आशा मनात ठेवून ते आपल्याजवळचे असले नसलेले पैसे उधळत होते.

अगदी घायकुतीला आलेला एक उंच हाडकुळा माणूस काचेच्या पलीकडे असलेल्या व्यक्तीला पुन्हापुन्हा सांगत होता, ''अहो, पैसे येतील नंतर. मी माझं घर गहाण टाकायची व्यवस्था केली आहे. माझ्यावर औषधोपचार करा हो.''

त्याला त्या दिवशी त्याच्या गोळ्या मिळाल्या नाहीत. तो तरुण इंग्रज बहुधा मेक्सिकोतच मरेल. ते काहीही असलं, तरी मी दादाला तिथं घेऊन गेलेच. कुणी सांगेल, ते करून पाहायचं; असाच माझा दृष्टिकोन होता. गमावण्यासारखं काहीच नव्हतं. पण, जॉन तो प्रकार पाहून परत फिरला.

मी युरोप, ऑस्ट्रेलिया, अमेरिकेतील अशाच काही गूढ दवाखान्यांशी संपर्क साधला. तिथनं अगदी जिव्हाळ्याच्या स्वरात वैद्यकीय तपशील विचारण्यात आला, तेव्हा मला खूप आशा वाटू लागली. पण, पुढच्याच क्षणी मोबदल्याचा प्रचंड आकडा अंगावर आदळला. हा सगळा एक बाजार होता. इथं धडधाकट माणसांत अपराधीपणाची भावना निर्माण केली जात होती. निराश झालेल्यांना आशेची भावना विकली जात होती. हे माझ्या कधी लक्षात आलं, ते आठवत नाही. कॅलिफोर्नियाच्या उपचारकेंद्रानं कुठला आजार झालाय, हे विचारण्याआधी मालमत्तेचा तपशील फॅक्स करायला सांगितलं होतं. कदाचित, तेव्हाच हे उमगलं असावं. पॉलला घेऊन त्या मार्गानं जायचं नाही, असा मी पटकन निर्णय घेऊन टाकला.

ट्यूमरनं अधाशासारखं सगळं भराभर खाऊन टाकलं – त्याची तेजस्वी बुद्धिमत्ता, नर्मविनोदी स्वभाव आणि पात्यासारखी तीक्ष्ण कल्पकता! एके काळी अधाशासारखा वाचन करणारा पॉल आता हातात पुस्तक घेऊन अंथरुणात

पहुडलेला असायचा. त्याचं मन अजून जागं होतं, असा भास निर्माण व्हायचा. पण, तो पुस्तकाचं पान क्वचितच उलटायचा. तेव्हा,मी एका स्त्रीविषयक राष्ट्रीय नियतकालिकाची संपादिका होते. ऑफिसला जाताना रोज सकाळी मी त्याच्या विश्रामधामात थांबायची. संध्याकाळी परतताना मी माझ्या दादाला भेटायला जायची. मग, दोन उपनगरं गाडी चालवत पुन्हा पॉलला भेटायला जायची. तो झोपेपर्यंत त्याच्या बिछान्याजवळ बसून राहायची. अर्थातच, घरी खूप उशीरा पोहोचायची. अशात कपड्यांचा ढिगारा कधी धुवायचा! घराची साफसफाई कधी करायची! या धावपळीत मुद्दाम तासाभराचा वेळ काढून गरम पाण्यानं अंघोळ करणंही स्वार्थीपणाचं आणि बेजबाबदारपणाचं वाटायचं. उद्याच्या कामासाठी पुरेशी ताकद मिळेल आणि ऊर्जा कायम राहील की नाही, याविषयी शंका वाटायची. हे म्हणजे शर्यतीची गाडी चालवत असल्यासारखं व्हायचं. कधी वेळच पुरत नव्हता. कुठलंही काम धड करता येत नव्हतं.

कधीकधी पॉल अचानक स्पष्टपणे विचारायचा, ''या आठवड्यांत मॅगझीनच्या कव्हरवर काय आहे?'' मला एकदम आशा वाटायला लागायची. वाटायचं, ही सगळी तज्ज्ञ मंडळी चूक आहेत. तो या संकटावर मात करणार आहे. एका अर्थानं हे सारं खूप जीवघेणं असायचं.

मी उत्तर देत असताना मध्येच तो एका अपरिचित दुनियेत हरवून जायचा. त्याच्या विचारांचा गुंता व्हायचा. अनेक मित्रांच्या आठवणी जाग्या व्हायच्या. त्यातले काही तर कधीचेच मरण पावलेले असायचे. ''पुढच्या वेळी हाँगकाँगमध्ये डॉनला भेटलंच पाहिजे.''

''होय नं! छान कल्पना आहे.'' पण, हा डॉन तर दारूच्या व्यसनामुळे दहा वर्षांपूर्वीच मरण पावला होता!

बुधवारी सूर्योदय होत असताना माझा दादा वारला. त्याची पत्नी जान – तिला आम्ही डॉली म्हणतो. तिचे केस ज्वालेच्या रंगाचे होते. तिची जीभ अतिशय तिखट होती. ती अत्यंत खंबीरपणे त्याच्या बाजूला बसली होती. साऱ्या आयुष्यभर अशाच खंबीरपणे तिने त्याला साथ दिली होती. शनिवारची सकाळ मी त्याच्यावर छानसा, गुणवर्णनपर लेख लिहिण्यासाठी राखून ठेवली होती. नेमक्या त्याच वेळी फोन वाजला. त्या व्यत्ययाने मला प्रचंड संताप आला.

''काय?''

''हे विश्रामधाम आहे. तू पॉलला भेटायला येशील?''

मला 'नाही' म्हणून किंचाळावंसं वाटलं. मला प्रत्येकाला ओरडून सांगावंसं वाटलं, 'बाबांनो, मला जरा मोकळं सोडा. क्षणभर तरी. म्हणजे मला माझ्या

दादाच्या आयुष्यावर त्याला न्याय देणारा लेख लिहिता येईल.'

"काय झालंय काय?"

"नाही. तसं विशेष नाही. म्हणजे तो जरासा पडला. तू येशील इथं? लवकर? तो तुझी आठवण काढतोय."

त्याच्या खोलीतून मेलबर्नच्या उपनगराची काळयापांढऱ्या रंगांच्या वेगळ्यावेगळ्या छटा असणारी दृश्यं दिसत होती. पॉल जमिनीवर अंथरलेल्या गादीवर पडलेला होता. त्याच्या बाजूलाच आणखी एक रिकामी गादी अंथरली होती. त्यावरून त्याचं मरण जवळ आल्याचं माझ्या लक्षात आलं. ती रिकामी गादी माझ्यासाठी होती. मरण जवळ आलं की, कुटुंबीयांसाठी असं एक रिकामं अंथरूण अंथरलं जातं. म्हणजे जवळच्या माणसांना अगदी जवळ राहून जाणाऱ्याला अखेरच्या क्षणी घट्ट कुशीत घेता येतं. एका रात्री मी पॉलजवळ बसले असताना नर्सनं मला हे सांगितलं होतं. मी हळूच त्या अंथरुणांत शिरून त्याचं डोकं माझ्या कुशीत घेतलं. "जगात इतर कुणापेक्षाही मी तुझ्यावर जास्त प्रेम करते." मी कुजबुजत्या स्वरांत बोलले.

सुरेख लांब बोटं असलेला आपला हात त्यानं उचलला. त्याची बोटं एखाद्या सर्जनसारखी आहेत, असं त्याची आई अभिमानानं म्हणायची. तो हात उचलून त्यानं आपल्या हळूहळू बंद पडत चाललेल्या हृदयाचा निर्देश केला.

"त्याहूनही जास्त." तो प्रसन्न स्मित करत म्हणाला.

त्याला हृदयविकाराचा झटका आल्यामुळे तो पडल्याचं माझ्या लक्षात आलं. त्या झटक्यामुळंच त्याचा मृत्यू झाला, कॅन्सरच्या गाठीमुळे नाही. एकूण, एका आठवड्यात दोन अंत्ययात्रा आम्हाला काढाव्या लागल्या. दादाची मेलबर्नला आणि पॉलची त्याचं घर असलेल्या सिडनीला!

पॉलच्या मृत्यूनंतर काही दिवसांतच पुन्हा जेव्हा सोमवार उजाडला, तेव्हा मी चेहऱ्यावर उत्साहाचा मुखवटा चढवला, पायात उंच टाचांच्या चपला सरकवल्या आणि माझ्या टेबलावर बसायला ऑफिसात परत गेले. माझं दुःख मी मागं सारलं. त्याच्याभोवती भक्कम तटबंदी उभारून टाकली. आमच्या मेलबर्न पब्लिक स्कूलनं आमच्यावर ठोकून-ठोकून पक्के संस्कार केले होते. एखाद्या प्रश्नातून सुटायचं असेल, तर त्याला दूर सारून पुढं चला. मी एखाद्या सैनिकासारखी ताठ पावलं टाकत पुढं निघाले. अगदी मला अंथरुणातून उठता आलं नाही, त्या दिवसापर्यंत!

२

मी पांघरूण घेऊन पिवळया भिंतींकडे पाहात पाच दिवस नुसतीच पडून होते. अंगातला निळ्या चौकडीचा सुती पायजमा मळला होता. दिवस आहे की रात्र आहे, ते मला कळत नव्हतं. मला वाटतं, मी कुत्र्याला खाऊ घातलं असावं. कुठंतरी फोन वाजत असल्याची अंधूक आठवण मला आहे. मी टोमॅटो सूपचा डबा उघडून लोणी लावलेल्या टोस्टबरोबर खाल्ल्याचंही मला आठवलं. मी लहान असताना माझं पोट बिघडलं होतं, तेव्हा आईने मला ते दिलं होतं – टोमॅटो सूप किंवा राईस पुडिंग. पण, माझ्याकडे राईस पुडिंग नव्हतंच.

शेवटी सहाव्या दिवशी मी उठले. कुत्र्याला फिरवून आणलं. अंघोळ करून कपडे केले आणि मोटार सुरू करून ऐन गर्दीच्या रहदारीत शिरले. कोपऱ्यावरच्या दुकानातून कॉफी घेतली. ऑफिसच्या दारामागे माझा कोट लटकवला आणि माझ्या प्रचंड अस्ताव्यस्त टेबलामागे जाऊन बसले. तिथून पश्चिम मेलबर्नचं उदासवाणं दृश्य दिसत होतं. मी साऱ्या नामवंतांच्या नावानं कडकडा बोटं मोडली. त्यांना आणि त्यांच्या रडकथांना म्हटलं, ''जा खड्ड्यांत!''

सहकाऱ्यांनी माझ्याकडे प्रश्नार्थक पाहिलं की, मी हसायची.

''बरी आहेस ना?'' ते विचारायचे.

''हो. व्हायरस किंवा तसंच काहीतरी. आता मधल्या काळातलं सांग मला काय-काय करायचं राहिलंय?''

कव्हर्स निवडायचे होते, स्टोरीज मिळवायच्या होत्या, कर्मचाऱ्यांना कह्यांत ठेवायचं होतं, सारखं रडायला यायचं. हे रडू वाचकाच्या हृदयस्पर्शी कथेनं आलं, असं नाटक मी करायची. पण, माझं मला ठाऊक होतं. वाचकांच्या असल्या भरताडाला अलीकडे मी काहीच महत्त्व देत नव्हते.

कधीकधी जेव्हा कव्हर्सचा मजकूर नीट जमत नसे, तेव्हा मी मेल्याच्या आभासात बुडून जाई. त्यामुळे, साऱ्या दुःखापासून एका दमात दूर पळता येत असे.

मग, मला माझ्या दादाचे शब्द ऐकू यायचे, ''आत्मघात करून घेणारी सगळी माणसं आणि मी इथं एकएक मिनिट जगण्यासाठी संघर्ष करीत आहोत.''

पॉल म्हणायचा, ''सुखाचे क्षण पाऱ्यासारखे असतात. त्यांना ओळख, अनुभव घे. ते अतिशय मोलाचे आणि दुर्मीळ असतात. त्या क्षणांसाठी जग.''

पण, मी खूप आधीपासून सुखाचा शोध घ्यायचं थांबवलं होतं. मला फक्त स्वास्थ्य हवं होतं, शांती हवी होती. दर शुक्रवारी सकाळी येणारं, हिरमोड करणारी आकडेवारी असलेलं खपाचं पाकीट नको होतं. घटणाऱ्या खर्चाचं अंदाजपत्रक नको होतं. विरोधकांची कुरघोडी नको होती. ताणतणाव नको होते. माझ्या घरापलीकडल्या जबाबदाऱ्या नको होत्या. मृत्यू हा अटळ आहे आणि तो केव्हा येईल, एवढाच जर सरळसाधा प्रश्न असेल; तर काम, करियर, माध्यमं हा सगळाच एक वेडा खेळ ठरतो.

त्या दोघांच्या मृत्यूनंतरच्या काही महिन्यांत मी आणि माझी सावत्र मुलगी सूझी आम्ही नेमानं भेटत होतो. दर शुक्रवारी रात्री सेंट किल्डातल्या एका लहानशा आणि साध्या उपाहारगृहात आम्ही एकत्र जेवत होतो. सूझी अभिनेत्री होती. ती सडसडीत होती. तिचे डोळे मोठे होते. ती त्या वेळच्या फॅशननुसार किनारीवर मुद्दाम उसवलेले अद्ययावत पोशाख करायची. तिचे वडील वारले, तेव्हा ती तिथं हजर होती. ती पॉलजवळ रोज दुपारी येऊन बसायची. तिचं त्याच्यावर निरपेक्ष प्रेम होतं. पॉलचं असंच असायचं. रोज रात्रीच्या भोजनभेटीत मी तिच्या आईवडिलांच्या मृत्यूचं दुःख हलकं करायचा प्रयत्न करत होते, असं मला वाटायचं. पण, मी तिला जेवढं दिलं, त्याहून तिनं मला खूप काही दिलं. ती फक्त ऐकत राहायची. फक्त तिच्यासमोरच माझा मुखवटा गळून पडायचा.

दर शुक्रवारी मी तिला साडेसहाच्या सुमारास फोन करायची, ''अगं, लवकर भेटू या. मी खूपच वैतागलेय.''

''ग्रेट! मी आत्ताच ट्रॅम पकडते. भेटू या तिथं.'' तिचा अभिनेत्री म्हणून कमावलेला आवाज फोनमधून यायचा.

आम्ही आमचा हा नित्यक्रम कधीच बदलला नाही. मी दर आठवड्याला तेच जेवण मागवायचे. सूझीही तेच करायची. माझ्यासाठी लँब आणि तिच्यासाठी स्टिक. सोबतची वाईनही तीच असायची. मी नेहमी त्याच टेबलाची मागणी करायचे. ते मोकळं नसलं की, एकदम माझ्या मनात भय दाटून यायचं. वाटायचं की, कसलीच तयारी न करता मी कुठल्यातरी अनोळखी जागेत उडी घेतेय. मृत्यूमुळे स्वतःवर ताबा ठेवण्याची माझी ताकदच हिरावली गेली होती. ठरलेल्या चाकोरीतच मला सुरक्षित वाटत होतं.

मांडीवर सफाईदारपणे पसरवलेले रुमाल, वाईन्स आणायला सांगितलेलं,

पेस्ट्री भाजण्याचा पसरलेला सुगंध, माणसांच्या लहरी आणि हातातल्या तबकांचा तोल सारख्याच कौशल्याने सावरणारे काळ्या गणवेशातले वेटर्स हे सारं आम्हाला आमच्या नेहमीच्या जगापासून दूर नेत होतं. हे वेटर्स आम्हाला काय हवं ते बघत. सूझी आणि मी रडायला लागलो की, ते दुर्लक्ष करीत. एक अक्षर न बोलता पाण्याचे पेले आणून ठेवत किंवा एखादी पेस्ट्री. त्या अनोळखी माणसांनी दाखवलेल्या या सहानुभूतीनं मन भरून यायचं.

एकदा जवळजवळ मध्यरात्र झाली होती. मी पिऊन झिंगले होते. सारं जग आमच्या टेबलपुरतंच सीमित झालं होतं. माझ्या उरल्यासुरल्या भावनाही दारूत बुडून गेल्या होत्या.

"तुला सांगू सूझी, तू म्हणजे दैवी देणगी आहेस. माझ्या आयुष्याला मिळालेलं वरदान आहेस. मला तुझ्यासारखी मुलगी असायला हवी होती."

तिनं खांदे उडवले. जणू हे काही फारसं महत्त्वाचं नव्हतंच. "मी आहे ना तुला?" ती म्हणाली.

त्या क्षणी मला कुठंतरी आधार मिळाला, असं वाटलं. पण, खरं म्हणजे ती माझी आयुष्यभराची सवय होती. माझी नेमकी जागा कुठली, हे मला नेहमी इतरांनी सांगायला लागायचं. पण, मी स्वत:ला आवर घातला. सूझीचा आधार घ्यायची भावना मनातून काढून टाकली. हे आधार आतूनच यायला हवे असतात. तसे नसले, तर ते आपोआप निखळून पडतात, दूर निघून जातात किंवा विश्वास ठेवण्यालायक राहात नाहीत.

माझ्या आयुष्यात कधीकधी असेही क्षण येतात. मला धाप लागते. दादाच्या नावासारखा एखादा शब्द किंवा रुग्णवाहिकेचा भोंगा कानावर पडला की, मला विलक्षण भय वाटू लागतं. मला दचकायला होतं. पळून जावंसं वाटतं किंवा मळमळून उलटी होते. ॲम्ब्युलन्स नुसती दिसली, तरी मी हादरून जाऊन भ्रमिष्टासारखी होते. मला जगणं कठीण होतं.

इथून पुढं माझं आयुष्य सरळसोपं राहाणार नाही, हे मला लवकरच कळून चुकलं होतं. असे अनेक साधेसरळ क्षण मोठ्या अरिष्टांत बदलले होते. रात्री नेहमीसारखी झोपले. जाग आली, तर नवऱ्याच्या मेंदूत गाठ आलेली. दादाला साधं खोकताना ऐकलं; मग फोन आला की, हा क्वचितच आढळून येणारा कॅन्सरचा प्रकार आहे. लहानसहान फालतू घटनांचेही भयंकर परिणाम होतील, असं मी गृहीतच धरायला लागले होते. सूझीला उशीर झाला की, त्याचं कारण रस्त्यातली गर्दी नसून अपघातच असेलसं वाटायचं. रात्री उशीरा फोन आला की, तो एखाद्या मित्राचा असावा, असं वाटण्याऐवजी; ती कोणाच्या मरणाची बातमी असावी, असं वाटायचं. आता सरळसाधं काही राहिलंच नव्हतं.

ऑफिसातही मी कधीकधी शून्यात नजर लावून बसायचे. मनाचे खेळ चाललेले असायचे. मी मलाच एकामागून एक प्रश्न विचारत राहायचे. खरं म्हणजे हे सारे प्रश्न तेच ते असायचे. एकच प्रश्न मी वेगवेगळ्या पद्धतीने विचारायचे. 'उद्या मी मरण पावले, तर कोण माझी आठवण काढील? मी गेल्याचं कुणाला दु:ख होईल? आयुष्यात काही करायचं राहून गेलं, याची आपल्याला खंत वाटेल का?'

यातल्या खंत वाटण्यासंबंधीच्या प्रश्नाचं उत्तर देणं सोपं आहे. मी व्हाईट हाउसमध्ये कडक गणवेशातल्या उंच आणि देखण्या सैनिकांबरोबर नृत्य केलं. गाडीच्या टपावर मशीनगन्स घेऊन बसलेल्या माणसांबरोबर साऱ्या सोमालियात फिरून आले. डेमी मूरबरोबर कॉफी पिताना सेक्सवर चर्चा केली. आपल्या ताटलीतल्या चॉकलेटच्या चार लहान तुकड्यांतील एक तुकडा अर्धवट खाऊन तिनं ताटली दूर सारली होती. आपल्या खाण्यापिण्याबाबत ती एवढ्या कटाक्षानं निर्बंध पाळत होती. न्यूफाउन्ड लँडमध्ये दांडक्याने केली जाणारी छोट्या सील माशांची शिकार, त्या पिल्लांच्या आयांचं केविलवाणं रडणं, रक्तानं लाल झालेला पांढराशुभ्र हिमप्रदेश यांचं छायाचित्रण करायला मी बर्फाच्या वाहत्या प्रवाहांवरून उड्या मारल्या होत्या.

आर्क्टिक खंडातल्या भल्यामोठ्या पांढऱ्या अस्वलाच्या श्वासाच्या उग्र भपकाऱ्यानं मला उडवूनच लावलं होतं. कॅनडातल्या चर्चिल नावाच्या खेड्यातून त्याला विमानानं कुठल्या तरी दूरच्या निर्जन, बर्फाळ ठिकाणी नेण्यात येत होतं; जिथे भीती दाखवायला माणसं आणि धुंडाळायला कचऱ्याचे डबे नव्हते. मी फिलीपाईन्समधल्या मालाकनांग प्रासादात, ईमेल्डा मार्कोसच्या खचाखच भरलेल्या प्रचंड फडताळातून, तिची पादत्राणं आणि फरच्या कोटांची गणती करीत फिरले होते. केपटाऊनपासून विंडहॉकपर्यंत मिळेल त्या गाडीतून प्रवास केला होता. या प्रवासात अनेकदा दिवसातून एखादीच मोटार जाईल, अशा ओसाड रस्त्याच्या कडेला रात्र काढली होती. मृदू स्वभावाच्या रीचर्ड बर्टनच्या चित्रपटातलं नेपथ्य असावं, असं सजवलेल्या ट्रेलरमध्ये अख्खी दुपार त्याच्यासोबत घालविली होती. त्याच्या भारून टाकणाऱ्या आवाजानं आणि चतुर बोलण्यानं मला नि:शब्द करून टाकलं होतं. ढीगभर कामं, मैलोगणती प्रवास... तोही बहुधा इतरांच्या खर्चानं केलेला. खूप फायदेशीर सवलती... पत्रकारांचं लहरी, बेबंद आयुष्य.

कुठलीच रुखरुख नाही... अजून काही करायचं शिल्लक राहिलंय, अशी रुखरुख मरताना माझ्या मनात राहाणार नाही. पण, तो दुसरा प्रश्न... तोच... कुणाला माझी उणीव भासेल? त्या प्रश्नाला सामोरं जाणं मला अवघड वाटायचं. कारण, तसं कुणीच नव्हतं. कुणी आठवण केलीच, तर ती फार फार पळभरासाठी.

माझ्यासारखं चंचल आयुष्य अनेक स्तरांवर फिरत असतं. पण, त्याचा सखोल ठसा कुठंच उमटत नाही. म्हणूनच, माझ्या वरच्या ओठावर जेव्हा कॅन्सरच्या खुणा दिसू लागल्या, तेव्हा मी फक्त खांदे उडविले.

"ओठाचा किती भाग जाईल?" मी डॉक्टरांना विचारलं.

"जवळजवळ सगळाच."

त्यानं माझ्या हाताला स्पर्श करायचा प्रयत्न केला. पण, मी दूर सरकले. त्यानं दाखविलेल्या सहानुभूतीकडं मी लक्षच दिलं नाही.

"चालेल. चालेल मला. सगळं आयुष्य पुढं पडलंय, असं माझं वय नाही."

पण, मला वेगळंच म्हणायचं होतं. आयुष्याचा अंत जर मृत्यूच असेल, तर मग वरचा ओठ असला काय किंवा नसला काय? काय फरक पडतो?

"हे कधी करायचंय?" मी विचारलं.

माझ्या बेपर्वा वागण्यानं तो गोंधळून गेला होता. एखाद्या समीकरणाचा कुठलातरी भाग सापडू नये, तसं त्याचं झालं होतं.

"मी तुझी एखाद्या इस्पितळात व्यवस्था करू शकेन किंवा तुला हे क्लिनिकमध्येही करता येईल." तो म्हणाला.

"तुला काय वाटतं?"

"म्हणजे हे जर क्लिनिकमध्ये केलं, तर मी स्वत: तुझा ओठ नीट करेन. इस्पितळात तुला हव्या असलेल्या प्लास्टिक सर्जनकडून हे करून घेता येईल. तुला विचार करायचाय....?"

"क्लिनिकमध्ये चालेल. थँक्स."

त्या रात्री मी नेहमीसारखी डॉली वहिनीकडं गेले. आठवड्यातून निदान दोनदा तरी मी तिच्याकडे जात असे. ते आम्हा दोघींच्याही सोयीचं होतं. ती स्वयंपाक करायची. मी जेवायचे. ती आधीही दोघांसाठी रांधायची. आताही त्यात बदल नव्हता. शिवाय एकाच माणसाचं जेवण करायचं, म्हणजे किती करायचं, असा प्रश्नच पडत असे. दुसऱ्या दिवशी सकाळी ती भांडी घासायची आणि मी ऑफिसात पळायचे. मी जेव्हा तिला माझ्या ओठांवरच्या शस्त्रक्रियेबद्दल सांगितलं, तेव्हा ती कांदे चिरत होती.

"मी गाडी घेऊन येईन तुझ्याबरोबर."

"नको. मी टॅक्सीनं जाईन ना. त्यात काही मोठंसं नाही."

तिनं नजर रोखून माझ्याकडे पाहिलं. मग, विषय बदलला. "तुला ठाऊक आहे? लोक आपल्याला 'ब्लॅक विडोज' म्हणतात." ती म्हणाली.

"थट्टा करतेयंस?"

"हे जरा ग्लॅमरस वाटतंय नाही?"

आम्हा दोघींच्या नवऱ्यांच्या मृत्यूनंतर काही दिवस आम्ही जरा बालिशपणेच वागत होतो. काही मित्रांना त्यामुळं धक्का बसला, तर काहींनी सुटकेचा निःश्वास टाकला. पण, नवऱ्याच्या मृत्यूनं खचून न जाता त्याचं जाणं आम्ही स्वीकारलंय, असा दिलासा आमच्या त्या वागण्यानं आम्हाला मिळत होता.

''जीझस! तुला पॉलचा अंत्यसंस्कार आठवतोय डॉली? कीथ आपल्याकडं येत होता. आपण खोलीत शेतातल्या दोन कावळ्यांसारख्या उभ्या होतो. तेव्हा तू कीथला म्हणाली होतीस, 'फार जवळ नको उभा राहूस. आम्ही सध्या टिंगल उडवण्याच्या मनःस्थितीत आहोत.''

डॉली जोरात हसली. तिनं कांदे कढईत टाकले आणि डोळ्यांतलं पाणी पुसलं. कांद्यानं आलं होतं का ते पाणी? आम्ही आमच्या पेल्यात आणखी वाईन ओतली.

''गरीब बिच्चारा! सशासारखा धूम पळाला. आता वाटतं, तो काही फारसा छान दिसत नव्हता. नाही का?''

''आणि तरोंगा झूचं काय?'' तिने विचारलं. ती अजून हसतच होती.

पॉल गेल्यानंतरच्या काळातली गोष्ट. मी खूप प्यायले होते. त्यातच रात्री जेवताना आणखी प्यायले. त्यामुळं डोकं प्रचंड दुखत होतं. पोटात आग पडली होती. खूप मळमळत होतं. मद्यानं अगदी गलितगात्र होऊन गेले होते. निवांत पडून राहावं, असं वाटत होतं.

मेलबर्नचं विमान सुटायला अजून वेळ होता. हा वेळ घालवायला म्हणून डॉलीनं आणि दादाच्या मित्रानं – जेम्सनं तरोंगा प्राणीसंग्रहालय पाहून यायचं ठरवलं. मीही यावं, म्हणून डॉलीनं आग्रहच धरला.

फेरीतून जाताना मी स्वतःला कसंबसं सावरून धरलं. पोटात मळमळ सुरूच होती. फेरीतून उतरल्यावर धक्क्यापासून चक्राकार, अरुंद आणि भोवळ आणणाऱ्या पायवाटेनं केबलकार पकडायला चढण चढलो. पोहोचल्यावर पाहिलं, तर आमच्या मागे खूप दूरपर्यंत उत्साही पर्यटकांची रांग सापासारखी पसरली होती. आपला नंबर यायची वाट पाहात होती. आम्ही केबलकारमध्ये बसणार, एवढ्यात माझ्या पोटात प्रचंड ढवळून आलं. तिथं दूर जायला किंवा आडोसा घ्यायला जागाच नव्हती.

शेवटी मी तिथंच कुंपणावर ओणवले आणि शेकडो माणसांसमोर भडभडून ओकले.

''पण, त्यामुळं आपल्याला अनायसेच आख्खी केबलकार राखीव असल्यासारखी मिळाली. उरलेल्या तीन सीटस चक्क रिकाम्या!'' डॉली खुदूखुदू हसत म्हणाली.

आम्ही पुन्हा वाईन घेतली. डॉलीनं टेबलवर ताटं घेतली. मोठ्ठं स्टीक,

त्यासोबत मश्रूम आणि कांद्याचं सॉस, हिरवं ताजं सलाड, त्यात खूपशी ओव्याची चिरलेली पानं. तिची आई जसं करायची, अगदी तसंच. शिवाय दुधापेक्षा लोणीच जास्त असलेले कुस्करलेले बटाटेही.

"तर मी तुला सोमवारी क्लिनिकमध्ये घेऊन जायचंय ना?" जेवायला बसत तिनं पुन्हा विचारलं.

"नको गं. टॅक्सीनं जाणं अधिक सोपं पडेल."

"ठीक आहे. मग, तुला परत आणायला येऊ मी?"

"नको. मी टॅक्सीनं येईन."

डॉलीनं माझ्याकडे तीक्ष्ण नजरेनं पाहिलं. त्यात आदर होता आणि काळजीही होती.

"जमेल गं सगळं. एकटं जाणंच अधिक बरं. म्हणजे दुसऱ्या कोणाला ताटकळत ठेवल्याबद्दल मला रुखरुख वाटणार नाही."

"आणखी एक बाटली उघडू?" तिनं विचारलं.

आम्ही अजून दादाच्या तळघरातलं मद्य पीत होतो. त्यानं ते डॉलीला भविष्यात उपयोगी पडावं, म्हणून साठवून ठेवलं होतं. त्या वाईन्सबरोबर त्यानं एक पत्रही लिहून ठेवलं होतं. कुठली वाईन विकायची आणि पांढरी वाईन कधी प्यायची, याविषयी त्यानं सविस्तर सूचना त्या पत्रांत लिहून ठेवल्या होत्या. आपल्या थडग्यातूनही तो तिची काळजी घेत होता.

"हो. उघड ना. आज शनिवार आहे."

३

पुढच्याच सोमवारी मी क्लिनिकला जायला टॅक्सी मागविली. मी वेळेवर पोहोचले. त्या पिवळ्या खोलीत बव्हंशी प्रौढ माणसं चिंतातुर चेहऱ्याने बसली होती. खूप वेळ लागेल, असं मला तिथल्या स्वागतकानं सांगितलं. एकामागून एक माणसांना बोलावलं जात होतं. ती माणसं आत जात आणि थोड्या वेळाने परत येत. त्या वेळी, त्यांचे डोळे लाल झालेले आणि कानाला, हाताला, नाकाला, डोक्याला बँडेज बांधलेलं असायचं. ते लढाईत जायबंदी झालेल्या माणसांसारखे, दुःखी चेहऱ्याने आपल्या रोगाच्या निदानाची आणि घरी जायच्या परवानगीची वाट पाहात बसायचे.

मग, माझी पाळी आली. मी दंतवैद्याकडे असते, तसल्या खुर्चीत मनात वेगळ्याच जगाचे विचार करीत बसून राहिले. मी कल्पना केली की, मी माईन इथं आहे. तिथं शरद ऋतू आहे. सारं शेत भोपळ्यांनी भरून गेलं आहे. संध्याकाळच्या प्रकाशात ते भोपळे सोनेरी दिसत आहेत. झाडांना लाल, नारिंगी, पिवळा रंग आला आहे. आकाश जांभळं झालंय आणि ते हिवाळ्यात दक्षिणेला जाणाऱ्या हंसपक्षांच्या शिस्तबद्ध रांगांनी भरून गेलंय.

त्या माझ्या कल्पनेतल्या शेतातले भोपळे मोजायला मी सुरुवात केली. ऱ्होडस् आयलंडला न्यूपोर्टवरून परत येताना मी असं शेत पाहिलं होतं. त्या वेळी मला अनावर झोप आल्यानं मी हमरस्ता सोडून एका बारकुड्या कच्च्या रस्त्यावर गाडी थांबवली होती. ही अमेरिकेच्या कपच्या वार्तांकनाच्या वेळेची गोष्ट. ॲलन बाँड जिंकला तेव्हाची नव्हे. त्या विजयानं ऑस्ट्रेलियाला केवढा अभिमान वाटला होता. ही १९८०पूर्वीची गोष्ट. ती शेतं इतकी देखणी होती की, त्यांची आठवण मला नेहमीच यायची. विशेषतः तापदायक क्षण टाळायचे असले म्हणजे. कॅन्सरने आपला वरचा ओठ जवळजवळ अख्खा कापून काढावा लागला, याची आठवण होत राहाणं, हे फारच तापदायक होतं.

सुरीनं कापताना एक नाजूक हिसका बसल्यासारखं मला वाटलं. क्षणात

माझ्या वरच्या ओठाचा बहुतांश भाग स्टीलच्या भांड्यात जाऊन पडला. माझ्या जखमेवर बँडेजच्या घड्या दाबून धरण्यात आल्या. रक्ताचा वास खोलीत पसरला. काही वेळानं रक्त वाहायचं थांबलं. कॅन्सरची लागण झालेला सर्व भाग काढून टाकल्याचा प्रयोगशाळेचा अहवाल आला. त्यानंतर तज्ज्ञांनी माझ्या ओठाची पुनर्रचना करायला सुरुवात केली. त्यासाठी त्यांनी माझ्या तोंडातलं मांस घेऊन कापलेल्या ओठावर ओढून बसवलं. हे सारं होत असताना डॉक्टर सतत गुणगुणत होता आणि त्याला हवी असलेली हत्यारं देणाऱ्या नर्सेस, सुटीत काय करायचं याविषयी आपसांत गप्पा मारत होत्या.

मग, तो माझ्याकडे झुकला. त्या वेळी खूप दिवसांनंतर मानवी शरीराशी असा निकटचा संपर्क मी अनुभवला. या आधी नवऱ्याच्या मृत्यूच्या वेळी मी त्याच्याजवळ गेले होते, तेव्हा तो अनुभवला होता. हा एक चमत्कारिक अनुभव होता. मी ओठ गमावून, वेदना सहन करून, माझ्या स्वतःच्या रक्ताचा वास घेऊनही अलिप्त राहिले आणि तरीही दुसऱ्या माणसाच्या सहज झालेल्या स्पर्शानेही सैल होऊन गेले.

आठ तासांनंतर मी क्लिनिकमधून बाहेर पडले. माझ्या नाजूक नवीन ओठांवर बँडेज होतं. ते एखाद्या आदिम आदिवासीच्या सौंदर्यप्रसाधनासारखं वाटत होतं. गरम अन्न टाळायचा, पिताना स्ट्रॉ वापरायचा आणि निवांत पडून राहायचा सल्ला मला देण्यात आला होता.

घरी आई वाट पाहात होती. सर्व प्रकारचे द्रवआहार तिनं स्वयंपाकघरात ओळीनं मांडून ठेवले होते. ब्लू माऊंटनच्या पायथ्याशी ती राहात होती. तिथून इथं माझ्या घरापर्यंत येण्याचा त्रास घेऊ नकोस, म्हणून मी तिला परोपरीने सांगितलं होतं. पण, तिची भेट कितीही नाही म्हटलं, तरी सुखद होती. ती मला एखाद्या लहान मुलीसारखी वागवत होती. या गोष्टीचा बाऊ करणं तिनं निदान काही काळापुरतं तरी टाळलं होतं.

माझी तब्येत बरी व्हायला किमान एक आठवडा तरी लागणार होता. पण, दोन दिवसांनीच मी ऑफिसला गेले आणि चुपचाप माझ्या टेबलवर जाऊन बसले. नसत्या चौकशा टाळाव्यात, असाच माझा चुपचाप जाण्यामागे हेतू होता. मी विचित्र दिसत होते. पण, ऑफिसच्या कामांचा एक नित्यक्रम होता. म्हणून मी त्यालाच जीवनाधार असल्यासारखं धरून ठेवलं. घरी खूप रिकामपण असायचं. डोक्यात नाही नाही ते विचार यायचे. छातीत सारखं आवळल्यासारखं दुखायचं. मला हृदयविकाराचा झटका येतोय की काय, असं वाटायचं. वाटायचं, आपण हळूहळू वेडेच होतोय. अर्थात, मी या गोष्टींची पर्वाच करीत नसे; ही गोष्ट वेगळी होती.

मी माझ्या तब्येतीकडे दुर्लक्ष करतेय, हे सूझीच्या लक्षात आलं होतं. ती एखाद्या मानसोपचार तज्ज्ञाकडे जायचा सारखा आग्रह करत होती. मला मानसोपचाराची गरज होती, असं सूझीला वाटावं, याचीच मला लाज वाटत होती. तरीही ठरल्या वेळेत मी त्याच्याकडे जातच होते. मानसोपचारिकेच्या अंधाऱ्या खोलीत मी जरा विचित्रच वागायची. म्हणजे कॉकटेल पार्टीत सहज गप्पागोष्टी कराव्या तसं. मी तिची मुलाखत घेतली. माझ्या गुळगुळीत चामडी खुर्चीजवळच्या टेबलावरचा टिश्यूजचा खोका दूर सरकवला. सगळं काही आलबेल असून मी तशी कणखर आहे, हे दाखवायचे प्रयत्न मी करीत होते. तिथं बसले असताना मला असं वाटलं की, दुबळ्या आणि भ्याड व्यक्तींनाच या मानसोपचारकांची गरज असते.

"मला वाटलं, तुमच्याकडे नुसती खुर्चीच नाहीतर कोच किंवा तसलं काहीतरी असेल."

"ते फक्त सिनेमात असतं."

"खरंय."

"तर आता मला सांग, तुला काय होतंय?"

"तीन दिवसांच्या अंतरानं माझा दादा आणि नवरा मरण पावले. त्याला आता एकोणीस महिने झाले. पण, मला अजून अधूनमधून त्याचं दुःख होत राहातं. तर त्या शोकातून बाहेर पडायला मला एखादा मार्ग हवाय. तर तुम्ही मला असा मार्ग दाखवा. पुढचं सगळं मी बघून घेईन."

त्या मायाळू आणि हुशार मानसोपचारिकेनं आपल्या चष्म्यावरून माझ्याकडे बघितलं. मी सारं अगदी सुरुवातीपासून म्हणजे – दोघं जण आजारी नव्हते, तेव्हापासून सांगावं, असं तिनं सुचवलं. दुःखाच्या पुनःपुन्हा येणाऱ्या झटक्यांवरचे उपाय नंतर बघू, असं तिचं म्हणणं होतं.

मी तिला थंडपणे अलिप्त स्वरांत दादाबद्दल आणि नवऱ्याबद्दल सांगितलं. मला तिच्याकडून पटकन माझ्या दुःखापासून मुक्तीची गुरुकिल्ली हवी होती. मी जेव्हाजेव्हा यातनादायक गोष्टी सांगायचं टाळायचे, तेव्हातेव्हा ती मला प्रश्न विचारून पुन्हा पूर्वपदावर आणून ठेवायची. तिसऱ्या सत्रापर्यंत तिला ठाऊक नव्हतं, असं काही उरलेलं नव्हतं. या सत्रात मी माझा स्वतःचा टिश्यूचा खोका आणला होता.

बहुतेकांना आपण अजून जिवंत असल्याबद्दल अपराधी वाटतं, असं तिचं म्हणणं होतं. क्षुल्लक प्रसंगांपेक्षा आनंदाच्या क्षणांवर लक्ष केंद्रित करावं, असं तिनं मला सांगितलं. तिनं मला असंही समजावलं की, दुःखाचा प्रभाव खूप वेळ राहातो. कदाचित नेहमीसाठीही राहतो. पण, दुःखासाठी जगण्यापेक्षा त्याच्याबरोबर जगणं सहज शक्य आहे.

नंतर एक दिवस तिनं मला उपचार पूर्ण झाल्याचं सांगितले. तेव्हाच मी एका निर्णायक वळणावर येऊन पोहोचले होते. कामाचा ताण असह्य होता. छातीत सारखं दुखत होतं. आपल्याला काय हवंय, हे नक्की ठरल्याशिवाय ऑफिसात बसून महत्त्वाचे निर्णय घेण्याचा आपल्याला काही अधिकार नाही, ही भावना बळावत होती. मला माझं काम नकोसं झालं होतं. आणि त्यासाठी मिळणारा भला मोठा पगार माझ्या जखमांवर फुंकर घालू शकत नाही, हे माझ्या लक्षात, आलं होतं.

कित्येक दिवसांत मी माझ्या बाथरूमात बाथटबमध्ये बसून व्हाईटवाईनचा ग्लास आणि ताटलीभर चीज, बिस्किटं घेऊन मनसोक्त गायले नव्हते. फोन वाजला की, मनात अशुभाची शंका न येता मी तो उचलला आहे, असं घडलं नव्हतं. सकाळी झोपेतून जागं होऊन उत्साहानं नव्या दिवसाला सामोरं गेल्याचं मला आठवत नव्हतं.

आपलं करियर सोडून शून्यात उडी घ्यायची कल्पना भयंकरच होती. मी कुठं पोचणार आहे, हे नक्की माहिती असल्याशिवाय मी आयुष्यात कधीही झेपावले नाही. आधी नोकरी, मग बाकीचं, असंच मी सतत जगले. आता मी चक्र उलट फिरवते आहे. आयुष्याचा विचार आधी! हे केवढं भीतिदायक आहे. या वाटेनं जायचं म्हणजे पुन्हा भावभावनांना सामोरं जाणं, असुरक्षित होणं, भावनात्मक जोखीम उचलणं, दुखावलं जाणं. पण, एक आहे. दुखावलं जाण्यानं तुम्ही जिवंत असल्याची जाणीव तुम्हाला होते. हे कळण्यातच तुमचा विजय असतो. आणि काळ नेहमीसाठी थांबत नसतो, हे सर्वापेक्षा मलाच अधिक चांगलं माहीत आहे.

त्या दोघांचा मृत्यू होऊन दोन वर्षं होण्याआधीच मी बेकारांच्या रांगेत जाऊन बसले. आमचं एनएसडब्लूमधलं नेपियन नदीच्या काठावरलं ते भलंमोठं घर मी विकून टाकलं. खरं म्हणजे आम्ही तिथे फारसं राहातच नव्हतो. आम्हाला वारंवार लॉसएंजल्सला जावं लागायचं, तेव्हा येताजाता नव्वद मिनिटांचा मोटारीचा आणि रेल्वेचा प्रवास करताना फारच दमायला व्हायचं. म्हणून तिथे आम्ही भाड्याच्या घरात राहात होतो. आणि मधल्या काळात सुटीच्या दिवशी घरी परतत होतो.

साधारणत: वर्षभर आधी मी मेलबर्नला गुंतवणूक म्हणून एक घर घेऊन ठेवलं होतं. त्याच्या भाड्यातून नियमित उत्पन्न येईल आणि मी थोडी काळजी

घेतली, तर मला आयुष्यभर नीटपणे जगता येईल, असा त्यामागं हेतू होता. आता मला ग्रामीण भागात नवं, स्वस्त घर घ्यायचं होतं. तिथं नव्या ओळखी करून घ्यायच्या होत्या आणि एखादं आपल्यालायक काम मिळवायचं होतं. मला आता सारं दु:ख विसरायचं होतं आणि माझा स्वत:चा नव्यानं शोध घ्यायचा होता.

माझ्या भल्या मोठ्या घराच्या नवीन मालकाला अजून तीन महिन्यांनी ताबा द्यायचा होता. नवीन घर शोधायला वेळ फारच थोडा होता. मी घर शोधायला ताबडतोब सुरुवात केली.

हवं तसं आणि हवं तिथं भटकता येणारी कंपनीची आरामशीर मोटार आता कंपनीला परत द्यावी लागली होती. माझ्याजवळ आता मोठ्या चाकांची, खडखडाट करणारी जुनी गाडी होती. ती जशी नदीचं पात्र पार करायची, तशीच पहाडही चढून जायची. तिचं नाव 'फियरलेस फ्रेड' होतं. माझ्या कुत्रीला – स्वीटीला म्हातारपणामुळं उडी मारून त्या गाडीत बसता येत नव्हतं. ती सामान ठेवायच्या जागेवर पुढचे दोन पाय ठेवून उभी राहिली आणि मग मी तिला उचलून आत ढकललं. तिथं एक आइसबॉक्स होता. त्यात डॉग फूड, चहा, दूध आणि बिस्किटं होती. स्वीटी त्या बॉक्सजवळ हुंगत आणि अंग खाजवत बसून राहिली. जणू काही आयुष्यभर ती त्याच गाडीत बसत होती, असा तिचा थाट होता.

"चल गं म्हातारे," गाडीचं मागचं दार धाडकन लावत मी म्हणाले. फ्रेड आरामात सुरू झाली. ग्रामीण जग मला एखाद्या चांगल्या पुस्तकाच्या पानासारखं खुणावत होतं. कदाचित तो प्रदेश माहीत होता, म्हणून मी दक्षिण दिशेनं निघाले.

पहिल्या रात्री स्वीटीला माझ्याबरोबर आत येऊ द्यायला मोटेलवाला तयार नव्हता. तेव्हा मी धाडकन एका दुकानात गेले. तिथं मी फोमची गादी आणि स्लीपिंग बॅग विकत घेतली आणि गाडीत स्वीटीजवळ टाकली. पुढं काही किलोमीटर अंतरावर मी हायवे सोडून कच्च्या रस्त्यावर गम वृक्षाखाली गाडी थांबविली.

अजून सूर्य मावळायचा होता. कुत्रीला फिरायला मोकळं सोडलं. मग, आम्ही दोघींनी मस्त वनभोजन केलं. मी मीटलोफ सँडविच खाल्लं. स्वीटीनं डॉगफूडचा डबा फस्त केला. अंधार पडल्यावर मी तिला उचलून गाडीत तिच्या जागेवर ठेवलं आणि मी एखाद्या भटक्या माणसासारखी उघड्यावर माझा नव्या गादीवर तिच्या शेजारी झोपले. तिचा स्पर्श उबदार होता. तिच्या अंगाला ताज्या भाजलेल्या ब्रेडसारखा सुगंध होता. मला तिच्याजवळ खूपच सुरक्षित वाटलं.

रात्री केव्हातरी तिच्या कर्कश घोरण्यानं मला जाग आली. पाहिलं तर, मी

कडेशी चेपली गेले होते आणि ही आरामात ऐसपैस पसरली होती.

"अगं ए महाराणी! सरक जरा तिकडं."

तिनं डोळे किलकिले करून पाहिलं. एक मोठा उसासा सोडला. पण, ती इंचभरसुद्धा सरकली नाही.

तो छानसा शांत प्राणी आणि मी... आम्ही दोघी एखादी बेकरीसुद्धा नसलेल्या लहानलहान खेड्यांतून फिरलो. काही गावात मोटारींची देखभाल करणाऱ्या टपरीतच चहापाण्याची दुकानं होती. काही गावातल्या हॉटेलात फक्त तेलात परतलेलं, तळलेलं किंवा डबाबंद खाणं मिळायचं. काही ठिकाणी बेकन आणि अंडी, हॅम्बर्गर्स, स्टीक सँडविचेस, चिप्स, कॅलॅमरी, पोटॅटो स्कॅलॉप्स किंवा चिकन नगेटस, बेक्डबीन्स, स्पॅगेटी किंवा टोस्टवर घातलेले टोमॅटो. काही गावं मोठी होती. म्हणजे तिथे कॉफी शॉप्स होती. निदान एक तरी औषधांचं दुकान होतं. मी आइसबॉक्समध्ये फळफळावळ भरून घेतलं आणि सफरचंद खात-खात मी मजेत निघाले. जसं काही माझं नवीन घर आपणहूनच अकस्मात माझ्यासमोर येऊन उभं राहणार होतं. मला घर सापडणं, म्हणजे मॅगीला ख्रिस्त भेटला, त्या प्रसंगासारखंच होतं. आणि मी जे काही केलं, ते सर्वोत्तमच होतं, असं समजून मला पुढं जायचं होतं, अशी माझी कल्पना होती.

भडक जाहिराती केलेली घरं पाहण्यासाठी खूप पायपीट केल्यानंतर मला त्यातली मेख कळून आली. जाहिरातीत 'चार्मिंग कंट्री कॉटेज' असं वर्णन असलं, म्हणजे ते वाळवीनं खाल्लेलं आणि खचलेली ओसरी असणार. 'सुंदर परिसर असलेला भूखंड' असं वर्णन असलं, म्हणजे गवताचं पातंही उगवणार नाही, अशी जमीन असणार. घराचा फोटो नसेल, तर ते घर पाहायलाही जाऊ नये.

"ही माणसं या जागा का विकताहेत?" मी प्रत्येक एजंटाला विचारायची.

सगळ्यांच्या उत्तरात एक केविलवाणा सारखेपणा असायचा. "हे सांभाळणं जड जातंय मालकांना!"

यावरून एक गोष्ट माझ्या लक्षात आली. उगाच स्वप्नाळू आणि भ्रामक कल्पना मनात ठेवून नवं घर शोधणं योग्य नाही. त्याऐवजी मी वेगळ्या पद्धतीनं विचार करायला पाहिजे. या अनोळखी गावात मला कोण स्नेहीमंडळी भेटतील? माझा कुणाशी संपर्क येईल? मी इथं दिवसभर काय करेन? इथं घर घेण्याआधी या गावाविषयी आणि इथल्या माणसांविषयी मला माहिती कशी मिळू शकेल? हे गाव सुखदायक आहे की तापदायक आहे, हे इथल्या लोकांचे चेहरे पाहून किंवा त्यांचं बोलणं ऐकून मला कळेल का? इथं मला संवाद साधता येईल अशी एकतरी व्यक्ती भेटेल का?

एक आयुष्यक्रम दूर सारून दुसरा नव्यानं सुरू करण्यात केवढ्या प्रचंड अडचणी असतात, हे मला आता कळू लागलं होतं. तरीही माझी धडपड चालूच होती. कधी ना कधी नशीब उघडेल, अशी आशा वाटत होती. कुठल्या तरी वास्तूची कुठली तरी गोष्ट मला अचानक आवडून जाईल आणि मी ती वास्तू घेऊन टाकीन, असं वाटत होतं. मी विटांची घरं पाहिली... लाकडी, लोखंडी, दगडी घरं पाहिली. एक गवतानं शाकारलेलं आणि झाडझाडोरा असलेलं घर तर मला जवळजवळ आवडूनही गेलं होतं. पण, ते ज्या प्रदेशात होतं, तिथं विलक्षण थंडी होती आणि हिवाळ्यात तास-दोन तासांपेक्षा जास्त वेळ सूर्यदर्शन होत नव्हतं.

त्यामुळं, तिथं राहण्यानं सुख मिळण्याऐवजी निराश आणि उदासच वाटेल, हे माझ्या लक्षात आलं. या साऱ्या भटकंतीत स्वीटी... माझी इमानदार, धीराची, दयाळू, विश्वासू स्वीटी... माझ्यापासून कधीच दूर गेली नाही. ती जगातली सर्वांत चांगली कुत्री होती.

अशी भटकंती करत करत मी वांगराटाला माझ्या चुलत बहिणीकडं पोहोचले. तिथं फ्रँककाका आणि एडवर्ड जिजू यांच्या रसाळ आणि गोड पीचच्या बागा आहेत. मी आणि स्वीटी तिच्याकडं पोहोचलो, तेव्हा खूप रात्र झाली होती. हवेत अतिशय उष्मा होता. मग, आम्ही घराजवळच असलेल्या पीचच्या झाडाखाली गाडी थांबवली आणि रात्रभर तिथंच गाढ झोपलो. भल्या पहाटे जेननं आमची गाडी पाहिली. ती माझ्यापेक्षा फक्त एक महिन्यांनी मोठी होती. आपल्या बागेत कुणी मुक्काम ठोकलाय, याचं तिला नवल वाटलं. कुणीतरी भटके लोक काम शोधत आले असतील, असा तिचा समज झाला. तिनं गाडीत डोकावून पाहिलं आणि ती जोराने किंचाळली, "अग, तू?"

"अग, रात्री खूप उशीर झाला मला."

"मग, हाक मारायची ना! घनचक्करच आहेस. सभ्य लोकांसारखं घरात झोपता आलं असतं चांगलं."

"सध्या असं उघड्यावर झोपायची सवय झालीय मला. तीनातल्या दोन रात्री मी असंच करते. खरं म्हणजे मला आवडतं असं. स्वतंत्र असल्यासारखं वाटतं."

"मूर्ख! अगदी बेअक्कल आहेस. आता उठ. चल आत. नाश्त्याची वेळ झालीय. आम्ही सध्या खूप कामात आहोत. फळं उतरवायचा मोसम आहे हा!"

ती घरात जायला निघाली. मधेच थांबली. मग, वळून हसत म्हणाली, "आणि हो, झाडावरच्या फळांना हात लावू नको."

भरगच्च भरलेल्या सोनेरी फळांनी आवतीभोवतीच्या फांद्या वाकल्या होत्या.

या खाजगी मालकीच्या बागा होत्या. इथं फळं पिकेपर्यंत झाडावरच राहू दिली जात. मी हात वर करून एक फळ तोडलं. लव असलेलं ते फळ मी नाकाजवळ नेलं. त्याचा वास घेतला. त्याला मंद गंध होता. मी त्याचा तुकडा तोडला. फळातला रस माझ्या हनुवटीवर ओघळला. ते संपल्यावर मी दुसरं फळ तोडलं.

जेन आणि मी आम्ही लहान असताना तिच्या घराच्या आसपासची नाजूक स्पायडरची ऑर्किड शोधत तासन्‌तास घालवत होतो. त्याचं सुंदर, लखलखीत लाल हिरव्या रंगांचं फूल मी तोडू लागले, तर ती रागावत असे. कारण, ती अतिशय दुर्लभ आणि मौल्यवान असतात. पुढल्या वर्षी ती पुन्हा फुलावीत, म्हणून ती तशीच राहू द्यायला हवी असतात. तो परिसर आता घरांनी आणि रस्त्यांनी व्यापून टाकला आहे.

माझ्या मनात येणारे दु:खाचे उमाळे कधी थांबले, हे मला कळलंच नाही. मी एका चांदण्या रात्री जेनच्या घराच्या देवडीत काकांबरोबर थंडगार बिअर पीत बसले होते. हवेत ऊब होती. दूर पीचची झाडं... त्यांचा कस्तुरीसारखा सुगंध पसरलेला... भव्य व्हिक्टोरियन आल्प्सवर एखाद्या सैन्यदलासारखी ती दूरवर दिसत होती. बहुधा त्याच अद्‌भुत क्षणी हे घडलं असावं.

"फ्रँक, बेल्ले वारली, त्या प्रसंगाला तू कसं तोंड दिलंस?"

"सुरुवातीसुरुवातीला माझी अवस्था वाईट होती."

फ्रँकची पत्नी अतिशय सुंदर आणि कामसू होती. ताबा सुटून तिची कार झाडावर आदळली, तेव्हा ती जेमतेम मध्यम वयाची होती.

"खूप निराश झाला होतास?"

"हो. मी मग खूप दारू प्यायला लागलो होतो. प्यायल्यानंतर काही वेळ बरं वाटायचं. पण, पुढेपुढे दारूनं परिस्थिती आणखीनच वाईट झाली. ते मग माझ्या लक्षात आलं."

"म्हणजे तू दारू पिणं बंद केलंस?"

"हो. ते तेवढंसं सोपं नव्हतं. तुमच्यातला व्यसनी माणूस फार त्रास देतो. तुम्हाला सतत सावध राहावं लागतं. नाहीतर तो व्यसनी माणूस तुम्हाला वाईट मार्गानं न्यायला टपलेलाच असतो. सारखं वाटतं, फक्त एकच प्याला. त्यानं बरं वाटेल. पण, तसं कधीच होत नाही. मला माझ्यातल्या त्या व्यसनी माणसाशी फार झगडावं लागलं."

"फ्रँक?"

"बोल बेटा!"

"मी अजून मला सावरू शकत नाहीये. मला काही आधारच मिळत नाहीय."

"यातनादायकच असतं सारं. पण, तू यातून नक्की बाहेर येशील."

मग, आम्ही मुक्यानंच बसून राहिलो. माझ्या मनात दोघांच्याही आठवणी दाटून आल्या. त्या टाळण्याऐवजी मी त्यांना तसंच भरकटू दिलं. मी केवढी नशीबवान होते. त्या दोन छान माणसांशी माझं नातं होतं. खरं म्हणजे माझ्या नवऱ्याला छान म्हणणं जरा तऱ्हेवाईकपणाचंच होईल. आम्ही भांडलो. संतापलो. एकमेकांना दुखवलं. बहुधा आपलं आपलं म्हणणंच खरं केलं. तो हट्टी होता. तो चंचल आणि भुरळ पाडणारा होता. प्रचंड उत्साही आणि संताप आणणारा होता. तो कधी म्हणजे कधीच स्वस्थ बसत नव्हता. तो निळ्या डोळ्यांचा आणि कुरळ्या, भुऱ्या केसांचा वळू होता. पण कोण जाणे कसे, अगदी वाईटातल्या वाईट क्षणांतसुद्धा आम्हाला परस्परांविषयी माया वाटायची, हे आम्ही विसरत नव्हतो.

साधारणत: आठवडाभर त्या विभागात घराचा शोध घेत दलालांबरोबर भटकल्यानंतर, मी आणि स्वीटी आम्ही दोघीही नेपियन नदीकाठच्या आमच्या त्या प्रचंड वाड्याकडं परत आलो. वेळ खूपच कमी उरला होता. माझी घर सोडण्याची आणि नवीन मालकाच्या गृहप्रवेशाची वेळ अगदी जवळ आली होती. माझं स्वप्नांतलं घर सापडेपर्यंत काहीतरी आधार हवा, म्हणून मी नाइलाजानं मेलबर्नच्या अपार्टमेंटमध्ये तात्पुरता मुक्काम ठोकायचं ठरवलं. तात्पुरता एवढ्यासाठीच की, मला त्या घरापासून मिळणाऱ्या भाड्याची गरज होती. नाहीतर मला राखून ठेवलेल्या पैशांनाच हात घालावा लागला असता. ते मला टाळायचं होतं. राखून ठेवलेल्या पुंजीला हात लावायला माझ्या वडिलांचा प्रचंड विरोध असे. मी पाच वर्षांची असताना, माझ्या खाऊच्या जमवलेल्या पैशांतून दोन पाऊंडाचा शेअर घेतला होता. तेव्हापासून ते मला हेच सतत सांगत आले होते. खरं म्हणजे आजीकडून दर वाढदिवसाला आणि नाताळला नेमानं दहा शिलिंग मला भेट म्हणून मिळायचे. ते मी काहीशा नाखुशीनेच जमा करून ठेवले होते. हे पैसे नेहमी टपालानंच यायचे. ते कशिदा काढलेल्या पांढऱ्या शुभ्र रुमालात नीट गुंडाळलेले असायचे. त्यांच्यासोबत फुलांचं चित्र असलेलं आणि लव्हेंडरचा सुगंध येत असलेलं शुभेच्छापत्र असायचं.

अपार्टमेंटमध्ये राहून मला लहानशी जागा शोधायची होती. तिथं मी लिंबाचं झाड लावणार होते. औषधी वनस्पतींची एक बाग करणार होते. लिंबाचं झाड मला माझ्या वडिलांसाठी लावायचं होतं. कुठलीही वास्तू ही लिंबाचं झाड असल्याशिवाय घर होत नाही, अशी त्यांची श्रद्धा होती. औषधी वनस्पतींबाबत मात्र ते तेवढेसे आग्रही नव्हते. त्यांना मटनभज्यात ओवा टाकलेला आवडायचा किंवा कोकराच्या तंगडीबरोबर पांढरं सॉस आवडायचं. पण, बहुधा ते मीठ

आणि मिरपुडीवरच भागवायचे. मला मात्र औषधी वनस्पतींच्या बागेत शांत वाटतं. त्या बागेत सुगंध दरवळत असतो. त्या वनस्पतींत आजार बरे करण्याची शक्ती असते. शिवाय आपल्या श्रमानं उगवलेल्या फळभाज्यांचा आस्वाद घेण्याचा आनंद उपभोगणं ही माणसाची सहज प्रवृत्तीच असते.

विकलेल्या घरात आवराआवर करायची दुःखद वेळ आली होती. काम संपलं की, त्याची सगळी कागदपत्रे आम्ही दोघे... म्हणजे मी आणि पॉल या घरात आणून टाकत होतो. त्यामुळं, पुढच्या प्रवासात आमच्याजवळ फारसं ओझं राहत नसे. सगळं जग कोसळलं, तरी आश्रयाला येता येईल, असं आमचं हे 'घर' आम्ही जपलं होतं.

आमच्या गैरशिस्त आयुष्याच्या रंगीबेरंगी खुणांनी हे घर गच्च भरलेलं होतं. वाढदिवसाचे निरुपयोगी नजराणे, पुस्तकांचे ढिगारे, न होणारे किंवा फॅशनमधून कधीच बाद झालेले कपडे, हजारो छायाचित्रं, येत्या एकदोन वर्षांत उपयोगी पडतील, अशी वृत्तपत्रांची कात्रणं – यातलं काय ठेवायचं आणि काय काढून टाकायचं, हे ठरवणं अवघड होतं.

मध्येच केव्हातरी पॉलच्या वह्यांचा गठ्ठा हाती यायचा. त्या वह्या गिचमिड हस्ताक्षरांनी भरलेल्या होत्या. त्या वाचताना त्याला समजून घेता येईल, असं आधी वाटलं होतं. पण, मग संकोच वाटला. दुसऱ्याची पत्रं उघडून वाचावी, दुसऱ्याच्या खाजगी आयुष्यात दखल द्यावी, तसं वाटू लागलं. मी त्या वह्या बाजूला ठेवल्या. त्या कचऱ्यात टाकून द्यायचा मला धीर झाला नाही. कालांतरानं मी त्या पुन्हा बाहेर काढून वाचल्या. माझ्या ऑफिसच्या कामांपेक्षा त्याच्याकडं थोडं जास्त लक्ष दिलं असतं, तर त्याच्या आजाराची लक्षणं माझ्या लवकर लक्षात आली असती का, हे मला समजून घ्यायचं होतं. पण, त्याचं लेखन स्पष्ट होतं. त्याची टिपणं नेमकी आणि समंजसपणे लिहिलेली होती. त्याच्या शरीरयंत्रणेत काही बिघाड होत असल्याचं काहीएक लक्षण दिसत नव्हतं. गोंधळाची एकही खूण नव्हती.

त्याच्या कपड्यांच्या कपाटाची दारं मी उघडली आणि तशीच पटकन बंद केली. इतर कुठल्याही जागेपेक्षा इथं पॉलचं अस्तित्व जास्तच जाणवत होतं. त्याच्या कॉर्ड्रॉयच्या ट्राऊझर्स सौम्य रंगांच्या होत्या. सुती कापडाचे सदरे हलक्या गुलाबी, निळ्या आणि क्रीम रंगाचे होते. जोडे एखाद्या होडीसारखे भलेमोठे होते. लोकरी ब्लेझरवर झिगझॅग वेलबुट्टी होती. जाकीट नेव्ही ब्लू रंगाचं होतं आणि स्वेटर क्रीम रंगाचं लोकरीनं विणलेलं होतं. पॉल आत्ता येऊन आपल्यात शिरेल, याची ते कपडे वाटच पाहात होते. आणि एका भावविवश क्षणी मलाही वाटलं की, खरंच तो असा नेहमीसारखा बाथरूममधून ओल्या अंगानं नुसता

टॉवेल गुंडाळून बाहेर येईल आणि नेहमीसारखा म्हणेल, "बबडे, माझे कपडे कुठायंत?"...शेवटी मी त्याच्या कपड्यांचं बोचकं बांधलं आणि माझ्याबरोबर घेतलं. मी असं का केलं हे मला आजतागायत उमगलेलं नाही.

सामान घेऊन जाणारे ट्रेलर घेऊन आले. त्यात राहता येईल, एवढा तो मोठा होता. त्या अंधाऱ्या जागेत अठरा वर्षांच्या आठवणी कोंबलेल्या होत्या. आमचं गतायुष्य त्यात बंद करून टाकलं होतं. मी माझी गवत कापायची गाडी घेतली होती. कोण जाणे, मी कुठे राहायला जाईन ते? गाडीत स्वीटी, माझा म्हातारा बर्मी बोका – बनाना, झाडू, पोतेरी, कुंड्या, सूटकेसेस हे सामान खच्चून भरलं होतं. घर रिकामं झालं होतं. नव्या माणसांसाठी मोकळं झालं होतं.

पॅट दारात उभी होती. ती माझ्या आईची मैत्रिण होती. मी आणि पॉल जगभर फिरत असताना सहा वर्षं तिनंच आमचं घर आणि प्राणी सांभाळले होते. तिच्याजवळ आई उभी होती. ती तर पार हरवून गेल्यासारखी झाली होती. तिचं दादाच्या बायकोबरोबर पटलं नाही. म्हणून, ती १९८९ मधेच मेलबर्न सोडून माझ्याजवळ ब्ल्यू माऊंटच्या पायथ्याशी राहायला आली होती. आता तिचा मुलगा मरण पावला होता आणि मुलगी दूर चालली होती. पॉलच्या मृत्यूनं आम्हा दोघींचंही आयुष्य बदलून टाकलं होतं.

मी गाडीत बसले. बोक्याला व्हॅलिअम दिलं होतं. तो माझ्या मांडीवर झोपला होता. आपल्या नेहमी बसायच्या जागेत इतकं सामान कोंबलेलं पाहून स्वीटी पार गोंधळून गेली होती. हवेत प्रचंड उष्मा होता. उष्णतेमुळे रस्त्यावरचं डांबर चमकत होतं. त्याचा वास येत होता. मी मागं वळून पाहिलं नाही. मला शक्यच नव्हतं. गावातले रस्ते ओलांडून आम्ही हायवेवर आलो, तेव्हा भर दुपार झाली होती. बधीर करून टाकणारा लांब प्रवास सुरू होत होता. मेलबर्नला पोहोचून घराचं दार उघडायला पहाटच उजाडेल.

अर्ध्या वाटेवर तारकुट्टा इथं व्हॅलिअमचा परिणाम कमी होऊन बोका जागा झाला. तो माझ्या मांडीवरच मुतला. मग, एखाद्या दारुड्यासारखा धडपडत तो माझ्या मांडीवरून उतरला. आंधळ्यासारखा ड्रायव्हरच्या सीटजवळ ठेवलेल्या कुंड्यातली झाडं ओरबाडू लागला. तो पुन्हा मुतला. मी जेवायला आणि कॉफी प्यायला थांबले, तेव्हा माझ्या अंगाला सार्वजनिक मुतारीसारखा वास येत होता. आणि बोका सताड जागा झाला होता.

मी गाडीत पेट्रोल भरलं. कुत्रीसाठी कोल्ड सॉसेज आणि माझ्यासाठी स्टेक सँडविच मागवलं.

"असं कर, दोन स्टेक सँडविचेस आण. एक कुत्री खाईल."

गल्ल्यावर बसलेल्या मुलीनं खिडकीतनं स्वीटीकडे पाहिलं. स्वीटी, मी ज्या

दारातनं आत शिरले, त्या दाराकडे अपेक्षेने एकटक पाहात ताठ बसली होती.

"हो. आणि थोडं कच्चं मांस बोक्यासाठी. तो गाडीतच बसलाय."

तिनं रुंद हसत मान हलवली आणि एक महाकाय फ्रीज उघडला. परतली, तेव्हा तिला हसू आवरत नव्हतं. तिच्या डोक्यावरची बल्लवाचार्याची टोपी गदागदा हलत होती.

"काय झालं?"

"मांजराच्या मुताचा वास कुठून येतोय, ते आता मला कळलं."

तिनं कच्चं मटण नीट बांधून पांढऱ्या कागदी पिशवीत ठेवलं आणि ती पिशवी माझ्याकडं सरकवली.

"हे, घे. आमच्यातर्फे. गुड लक."

नशीबानंच माझ्यावर कृपादृष्टी टाकावी, असा माझा अवतार झालाय की काय? ते काहीही असो. अनोळखी माणसाचा स्नेहभाव सुखदच वाटतो.

पहाटे तीनच्या सुमारास आम्ही सेमूरच्या शीवेजवळून हळूहळू जात होतो. प्राणी थकले होते. मी तर पार गळाठूनच गेले होते. मांजर खिडक्या ओरबाडत वेड्यासारखं ओरडत होतं. त्याला या आधी फक्त एकदाच असं घराबाहेर नेलं होतं. तेव्हा, तो कपड्याच्या उंच कपाटावर चार दिवस अडकून पडला होता. तो त्याच्या दृष्टीनं एक महाभयानक अनुभव होता. स्वीटीही माझ्याकडे तक्रारीच्या नजरेनं पाहात होती. तिला लांब भटकायचं होतं. ठिकठिकाणी हुंगून पाहायचं होतं. पण, मुक्कामावर पोहोचायला आम्हाला अजून निदान तीन तास तरी लागणार होते. म्हणून, तिला फक्त शू करण्यापुरती गाडी थांबवली.

मी गाडीत पेट्रोल भरून पैसे द्यायला काउन्टरवर गेले. तिथे निऑनच्या प्रकाशात एक प्रौढ स्त्री उभी होती. अर्धी रात्र उलटून गेली होती. अशा वेळी जिवावर उदार झालेली माणसंच फक्त रस्त्यावरून फिरत असतात. म्हणून, तिनं माझ्याकडे आधी काही वेळ संशयाने पाहिलं. मग, तिनं स्मित केलं.

"अग, तुझी अगदीच दशादशा झालेली दिसतेय."

"जवळपास तशीच झालीय खरी."

"तुझ्यामागं बघ, कॉफी! त्यासाठी पैसे द्यायची गरज पडणार नाही." तिच्या बोलण्यांत सहजता होती. उत्स्फूर्त करुणा होती.

"आभारी आहे बाई... खूप खूप आभारी आहे."

अनोळखी माणसांच्या सहृदयतेनं मला खूप बरं वाटलं. त्याच नादात वेगानं गाडी चालवत हायवेचा शेवटचा टप्पा ओलांडला आणि माझ्या तात्पुरत्या घराच्या दारात गाडी आणून उभी केली. स्वीटीला फिरवून आणलं. मांजराला खाऊ घातलं. मग, मी जमिनीवरच पथारी पसरून गाढ झोपले ते सकाळी दहा

वाजेपर्यंत!

मी पाऊल तर उचललंय. पुढे काय व्हायचं ते होईल. दिवसाची आखणी करावी, असं काम नाही. दखल घ्यावी, असं कुणी नाही. आहे ती फक्त मी. मला काय हवं, ते मी करू शकते. मी स्वतंत्र झालेय, असं मला वाटेल, असा माझा समज होता. पण, आता तर एखाद्या अंधाऱ्या बोगद्यात शिरल्यासारखं वाटतंय. आणि ऑफिस सोडून मला आताशी फक्त तीनच महिने झाले आहेत.

४

आमचं अपार्टमेंट म्हणजे एका अद्ययावत प्रसिद्ध उपनगरातल्या मोठ्या भूखंडावर, १९३० साली विटांनी बांधलेल्या दोन भकास इमारतींपैकी एक इमारत होती. तळमजल्यावर तीन शय्यागृहं, दोन न्हाणीघरं, स्वयंपाकघर आणि जेवायला आणि उठबस करायला एक मोठी खोली होती. शय्यागृहांच्या आणि उठबस करायच्या खोल्यांना फ्रेंच डोअर्स होती. पलीकडे गुजगोष्टी करण्यासाठी साधीसुधी बाग होती. सगळं अगदी मस्त, आलिशान होतं. पण, तिथं राहायचं, म्हणजे एखाद्या सुसज्ज तुरुंगात राहिल्यासारखं वाटायचं. कारण, काही कामच नव्हतं. अंघोळ, कपडे केल्यानंतर कुठं जायचं नव्हतं. काही उद्दिष्ट नव्हतं. सारे दिवस रिकामे, निष्क्रिय होते.

अंगणातल्या काही झाडांमुळे सूर्यप्रकाश अडवला जात होता. त्यामुळं खूप उदास वाटायचं. म्हणून महिनाभरानं मी ती झाडं खणून काढली. झाडं चांगली मोठी असल्यामुळं ती खणायला खूप वेळ लागला. पण, मला प्रचंड उत्साह वाटत होता. मी काही सुधारणा करत होते. सुधारणा केल्यानंतर मी जास्त भाडं मागू शकणार होते. "हुशार मुलगी!" ती झाडं खणल्यावर मी ट्रकभर माती मागवली. हे काम तीन दिवस चाललं होतं. रात्री शारीरिक श्रमानं मी झोपी जायची. झोपेत मला रंगीबेरंगी फुलांची आणि बागेच्या भरपूर सूर्यप्रकाश मिळणाऱ्या भिंतींवर, विपुल फळभारामुळं ओथंबलेल्या पीचच्या झाडाची स्वप्नं दिसायची.

अंगणाची नीट आखणी होऊन झाडं लावली गेली. त्याला फारसा वेळ लागला नाही. कारण अंगण लहान होतं आणि माझ्याकडे वेळ भरपूर होता. हे काम संपल्यावर मी बेडरूमच्या भिंती रंगवायच्या आणि नवीन पडदे लावायचं ठरवलं. घरातलं सामान मी वाटेल तसं, जशी मर्जी होईल, तसं फिरवत होते. इथून तिथं. तिथून इथं. नक्की... नक्की काहीतरी ठरवायला हवंय. ठामपणे निर्णय घ्यायला हवेत.

घराच्या प्रत्येक खोलीच्या पोकळ भिंतीत दडलेल्या शेकोट्या मला आढळल्या.

त्या एकूण चार होत्या. हे छानच झालं. कारण घरात फक्त एकच गॅसहीटर होता. आणि उबेसाठी एखादी मध्यवर्ती यंत्रणा बसवण्याकरता फरसबंदीखाली पुरेशी जागाच नव्हती. 'व्यवहारचतुर बनायलाच हवं आता!' एक शेकोटी मी बेडरूममध्ये, एक उठबस करायच्या खोलीत. मागे कोठीजवळच्या सरपणाच्या खोलीत खुरट्या निलगिरीची पीळ असलेली मुळं साठवायची. पीळ असल्यामुळं ती खूप वेळ जळत राहतील आणि हिवाळ्यात घर उबदार ठेवता येईल. 'मी 'विधायक' विचार करायला लागलेय! या शेकोट्यांच्या दोन्ही बाजूला पुस्तकांसाठी अगदी छतापर्यंत उंच कपाट बनवायला कारागीर शोधेपर्यंत तीन महिने गेलेत. छान! असंच कामात गुंतून राहायला हवं.'

आता पुढं? आता शनिवारच्या पेपरात पुन्हा घरांच्या जाहिराती पाहायच्या. भेटीच्या वेळा ठरवायच्या. ग्रामीण भागात भटकायचं. माझं स्वप्नातलं घर, माझं जीवन कुठंतरी अस्तित्वात असलंच पाहिजे.

निवृत्त होणं इतकं सोपं काम नाही. कामांचा, धावपळीचा, आखलेला माझा आयुष्यक्रम अचानक अर्थहीन झालाय. खरं म्हणजे माझ्या दैनंदिन अस्तित्वाचा तो आधार होता. त्याला काही अर्थच उरला नाही. आपल्याला आपलं काम आवडत नसलं, ते अगदी नकोसं झालं असलं, तरी ते आपल्याला दिवसभर गुंतवून ठेवतं. मलाही माझं काम आवडत नव्हतं. पण, आता मला माझा स्वतःचा विचार करण्यापलीकडं दुसरं काही कामच नाही. यामुळं माझं दुःख कमी होईल, मन हलकं होईल, असं मला वाटलं होतं. पण, तसं काहीच झालं नाही. अधूनमधून निराशेचे झटके यायचे. झटके खूप गंभीर असायचे, असं नाही. अशा वेळी आपण फालतू, कवडीमोलाचे आहोत, असं वाटतं. मनात फक्त दुःख, निराशाच दाटून येते. मग, माझ्या मनानं खुळचटासारखे खेळ खेळायला सुरुवात केली. आज मी जर तीन चांगली कामं केलीत, तर उद्याचा दिवस चांगला जाईल. चांगली कामं म्हणजे आईला फोन करणं, सूझीला रात्री जेवायला नेणं, एखाद्या म्हातारीला मदत करणं. सुसानच्या नावाचा कुठल्याही प्रकारे दोनदा आभास झाला, तर भविष्य उज्ज्वल असेल असं वाटायचं. पण, हे खेळ निरर्थक होते. मी एक चव्वेचाळीस वर्षं वयाची लठ्ठंभारती होते. मला माझ्या केशभूषेच्या वेळाही नीट ठरवता येत नव्हत्या. तेवढाही आत्मविश्वास माझ्यात उरला नव्हता. ही दारुण वस्तुस्थिती होती.

मला स्वच्छतेचं वेड जडलं. पांढऱ्या गालिच्यावर अगदी एवढासासुद्धा कचरा दिसला, तरी मी साफसफाई करणाऱ्याला बोलवत असे. स्वयंपाकघरातला ओटा अगदी लखख चमकेपर्यंत मी घासून काढायचे. कपाटं पुन्हापुन्हा लावायचे. आणि कपड्यांना चापूनचोपून इस्त्री करायचे. विजेची बटणं चकचकीत पांढरी

होईपर्यंत स्पंजाने पुसत राहायचे आणि अगदी रंग उडेपर्यंत भिंतींच्या कडा धुवून काढायचे. व्यवस्थित साफसफाई करायला वेळ काढणं म्हणजे ऐशारामाची बाब आहे, अशी मी स्वत:ची समजूत काढायचे. पण, खरं म्हणजे अशी धू-पूस करतानाच आपण खूप कामात असल्याच्या कल्पनेत मी गुंगून जायचे.

दर शुक्रवारी सूझीबरोबर... माझ्या सावत्र मुलीबरोबर जेवायचा माझा क्रम सुरूच होता. कधीकधी रविवारी दुपारीसुद्धा मी तिच्याकडं जात असे. त्या वेळी तिच्या मित्रमंडळींबरोबर आम्ही गाण्याचा कार्यक्रम असलेल्या एखाद्या पबमध्ये जाऊन गाणं ऐकायचो. ते गाणं दुसऱ्या कुठल्यातरी ग्रहावरून ऐकू येतंय असं वाटायचं. मी तिथं चिक्कार प्यायचे आणि लोक जेव्हा कामावर जायला निघायचे, तेव्हा घरी परत यायचे. असं वागायचं माझं वय नव्हतं, हे मला कळत होतं. मद्यपानानं मला खूप त्रासही होत होता. पण, आपलं वय होत चाललंय, हे मान्य करायची माझी तयारी नव्हती. एवढंसं करियर आणि बँकेत असलेले थोडेसे पैसे याखेरीज माझ्याकडे सांगण्यासारखं काही नव्हतं, हेही मला आठवायचं नव्हतं. आणखीही काहीतरी असायला हवंय. कुठंतरी एखादं गुप्त दार असलं पाहिजे आणि ते उघडायची किल्ली मला सापडली पाहिजे. कुठल्यातरी अंधाऱ्या पोकळीत मला पडलेल्या कोड्याचं उत्तर अचानक सापडून आयुष्यातली सगळी स्वप्नं, साऱ्या इच्छा आकांक्षा अचानक पूर्ण व्हायला हव्यात.

पण, ही स्वप्नं तरी काय आहेत? रोज संध्याकाळी मनाला सलत राहाणारी ही हुरहुर कसली आहे? रोज संध्याकाळी मी शेकोटीजवळ बसलेली असते. पायाजवळ कुत्री असते. माझ्या हातात वाईनचा पेला असतो, समोरच्या कॉफी टेबलावर पुस्तक पालथं पडलेलं असतं. आणि मनात समोरचं पेंटिंग वर लागलंय का खाली लागलंय, याचे विचार असतात. खरंच, संपलंय का सगळं? आपण जे काम करतो, त्याच्याशी आपण किती जोडलेले असतो? ते काम करायचं बंद केल्याबरोबर आपण व्यक्तिश: किंवा व्यावहारिक दृष्टीनं काहीही करायला लायक राहात नाही का? ते सगळे दिवस आपण असेच वाया घालवले असतात का? वेगवेगळ्या पाच ठिकाणी स्वयंसेवक होण्यासाठी फोन केलेत. पण, प्रत्येकाने नकारघंटा वाजविली. कॅन्सर फाउन्डेशननं पाकीट चिकटवायचं कामसुद्धा दिलं नाही. फाउन्डेशनमध्ये या कामाला खूप माणसं असली पाहिजेत. माझ्यातल्या दोषांना काही अंत नाही, असं वाटायला लागलंय.

आयुष्याचा जोडीदार शोधायच्या कल्पनेला मी थाराच देत नव्हते. कधी क्षणभर जरी तसले विचार मनात आले, तरी मी ते झटकून टाकत असे. म्हणायचे, "मी खूप जाड झालेय. खूप वयस्क, खूप स्वतंत्र विचारांची व खूपच कठोर झालेय." आता असं लक्षात येतंय की, मी खूपच घाबरले होते. अठरा

वर्षं एकाबरोबर एकनिष्ठ राहिल्यानंतर दुसऱ्या कोणाबरोबर शरीरसंबंध ठेवण्याची कल्पनाच करवत नव्हती. कुणातरी नव्या माणसासमोर विवस्त्र होण्याची कल्पनाच भयानक होती. हा खेळ कसा खेळला जातो, हेही मी विसरले होते. आणि अगदी प्रामाणिकपणे सांगायचं, म्हणजे माझ्या निर्णयांवर माझाच विश्वास उरलेला नव्हता. चुकून एखाद्या रात्री मी कुणा खुनी गुन्हेगारालाच घरी घेऊन आले तर? मला काय म्हणायचंय, ते तुमच्या लक्षात आलंच असेल.

एका सकाळी शेकोटीजवळ ठेवलेल्या आपल्या खोक्यातून बोका उडी मारून आला आणि खाली मरून पडला. कसरीनं खाल्लेल्या फरकॉलरच्या ढिगाऱ्यासारखा तो दिसत होता. ते दृश्य पाहून मी अगदी सैरभैर होऊन गेले. तास-दोन तास मी तशीच त्याच्या देहाजवळ जमिनीवर बसून राहिले. दुःखाचा भर ओसरल्यावर मी जेम्सला फोन केला. जेम्स माझ्या भावाचा मित्र होता. तो मला भावासारखा होता. बोक्याला पुरायला त्याच्या अंगणात जागा मिळेल का, असं मी त्याला दुःखी स्वरात विचारलं. माझ्या अंगणात त्यासाठी अजिबात जागा नव्हती. शिवाय बनानाला – म्हणजे बोक्याला खुल्या विस्तीर्ण जागा फार आवडायच्या.

"खूप मोकळी जागा आहे." जेम्स म्हणाला, "आपण त्याच्यासाठी छानशी जागा शोधू या."

"थँक्स. दुपारी येईन मी."

"अशा गोष्टी तू फार मनावर घेतेस नाही?"

"सॉरी, मी जरा जास्तच भावनावश झाले होते. क्लिफी कसाय?" क्लिफी त्याचा कुत्रा होता. स्वीटीसारखाच रुबाबदार.

"बरा आहे तो. तू आताच बनानाला घेऊन इकडं ये. मग, बघू आपण काय ते."

मी त्याच्याकडे जायला निघाले. बास्केटमध्ये बोक्याचा ताठ झालेला देह पडला होता. आणखी एक मृत्यू! मनाचा आणखी एक कोपरा रिकामा झाला. मी चुंबकासारखी मृत्यूला आपल्याकडं ओढून तर घेत नाही ना?

दोन तासानं मी जेम्सकडं पोहोचले. त्याची सहकारी असलेल्या पॉलीनं माझं स्वागत केलं.

"जेम्स शेतात ट्रॅक्टर चालवतोय. तोवर आपण जिन आणि टॉनिक घेऊ या. मग, आपण बनानाला पुरायला कुठं खड्डा खणायचा ते ठरवू."

दुसऱ्या जिननंतर मी बरळायला लागण्याइतकी झिंगले होते. आम्ही अर्धी बाटली संपवली, तेव्हा मी मांजराला पार विसरून गेले होते. शुद्धीत असताना अजिबात विनोदी वाटणार नाहीत, असल्या फालतू गोष्टींवर आम्ही खदाखदा हसत होतो. किचनमध्ये जेम्सची चाहूल लागली, तेव्हा त्याच्याकडे अपराधीपणाच्या

भावनेनं वळून पाहिलं.
"तर तुझ्या बनानाला कुठं ठेवलंयंस तू?" पायमोजे तसेच ठेवून तो पाय घासत आमच्याकडे आला आणि शेकोटीजवळच्या त्याच्या आवडत्या खुर्चीत बसला. तिथं जवळच दादाचा फोटो होता.

पॉली आणि मी – आम्ही घाबरून एकमेकींकडे पाहिलं.

"अरे देवा, तो बोका! आम्ही त्याला विसरूनच गेलो."

मी धडपडत बाहेर गेले. गाडीच्या खिडकीतून येणाऱ्या उन्हानं तो दुपारभरात चांगलाच भाजून निघाला होता. मी सारखी त्याची क्षमा मागत होते. जणू काही माझं बोलणं त्याला ऐकू जाणार होतं आणि त्यातला प्रत्येक शब्द त्याला समजणार होता. पण, तो काही हलला नाही. मरण हे कायमचंच असतं.

"त्याला दफन केल्यावर त्या जागी लावायला माझ्याजवळ एक झाड आहे." हातात कुंडी आणि कुदळ घेऊन पॉली म्हणाली. ती मांजराच्या कलेवराकडं पाहात होती. ते पाहून तिला काहीच वाटत नव्हतं. शेतकऱ्यांना मरण पाहायची सवय असते.

जेम्स आपल्या अधू असलेल्या डाव्या पायात बूट घालायची धडपड करत होता. दुसऱ्या पायात मात्र त्यानं सहजपणे बूट घातला आणि तो आमच्यासोबत यायला निघाला.

"दे ते इकडं."

त्यानं पॉलीच्या हातून कुदळ घेतली आणि वाळत घातलेले कपडे खाली वाकून चुकवत तो समोरच्या हिरवळीकडे लंगडत लंगडत बदकासारखा चालू लागला. आम्ही त्याच्यामागं एका ओळीत बदकांच्या पिलांसारखं जाऊ लागलो.

"तुझं काय मत आहे, पॉली?"

वीस ठिकाणी झाड ठेवून पाहिल्यानंतर अखेर अर्ध्या तासानं निर्णय झाला. जेम्सनं मला आत जायला सांगितलं. तो स्वत: मोटारीत असलेला बनानाचा देह घेऊन आला. त्याला तीन फूट खोल खड्डा करून त्यात पुरलं आणि त्याची खूण म्हणून ओक वृक्षाचं रोप तिथं लावलं.

मेलबर्नला येऊन थोडेच दिवस झाले होते. एकदा रात्री दहा वाजता पॅटचा फोन आला. "अग, तुझी आई अतिदक्षता विभागात भरती झालेय." तिनं शांतपणे सांगितलं.

"काय झालंय?"

"हार्ट ॲटॅक. आत्ता तासाभरापूर्वीच ॲब्युलन्स घेऊन गेली तिला."

तो पॅटचा फोन होता, म्हणून मी इतर चौकशी केली नाही. गोंधळलेल्या कुत्रीला गाडीत टाकलं आणि रात्रभर प्रवास करत सिडनीला पोहोचले.

आईबरोबर असलेले माझे संबंध नेहेमी संभ्रमाचेच राहिले आहेत. आमचं परस्परांवर प्रेम आहेच. पण, कधीकधी मला तिचा गळा आवळावासा वाटतो. तिचंही तेच. कदाचित तिचा आपल्या मुलीबद्दल लवकरच भ्रमनिरास झाला असावा. तिरळ्या डोळ्यांची, चेहऱ्यावर खड्डे असलेली, आखूड हनुवटीची अशी ही मुलगी. तिचं शानदार लग्न होणं शक्यच नव्हतं.

शस्त्रक्रियेनं डोळ्यांचं तिरळेपण गेलं. चेहऱ्यावरचे खड्डे गर्भाशयातल्या दाबामुळं पडले होते. ते पुढे कालांतराने आपोआप गेले. पण, तेवढ्यानं मी काही सुंदर झाले नाही. पुढं माझ्या चेहऱ्यावर फिकट लालसर डाग पडले. मी माझ्या वडिलांसारखीच उंच होईन, अशी लक्षणं दिसू लागली. त्यांची उंची सहा फूट पाच इंच होती. ज्या काळात ठेंगणंठुसकं असणं, हे सुंदरतेचं लक्षण समजलं जायचं, त्या काळात थोराड मुलीचं निभावणं कठीणच होतं. मोठा गाजावाजा करत माझं लग्न होण्याची शक्यताच नव्हती. आणि त्यामुळं श्रमिक वर्गाच्या बंधनातून मुक्त होऊन, चमकदमक असणाऱ्या उच्च वर्गात जाऊन बसण्याचं तिचं स्वप्नंही पुरं होणार नव्हतं.

माझ्या स्वभावाचाही प्रश्न होताच. माझ्या वाढत्या वयात मी हट्टी आणि घमेंडखोर होते. त्यातच मला दारूचा भयंकर तिटकारा होता. माझ्या वागण्यानं आयुष्यात जरा ताणच निर्माण झाला होता. कारण, अल्बरी... बोडोंगा सीमेवर असलेल्या बोनेजिला स्थलांतरितांच्या शिबिरात माझे बाबा नोकरी करत होते. तिथून निवृत्त झाल्यानंतर त्यांनी एक दारूचा गुत्ता विकत घेतला होता.

बारा तासांनी मी इस्पितळात पोहोचले. माझी आई तिथं मृत्युशय्येवर पडली असल्याचं मला सांगण्यात आलं होतं. मी तिथल्या गच्च भरलेल्या कारपार्कला तीन फेऱ्या मारल्या. शेवटी, उद्वेगानं पार्किंगला मनाई असलेल्या जागेतच गाडी उभी केली. मी माझ्या कुत्रीइतकीच प्रचंड दमले होते. मन सारखं हेलकावत होतं. एकदा म्हणायचे, "बरी असेल ती!" एकदा म्हणायचे, "देवा, नको रे आता काही वाईट घडू देऊस."

भल्यामोठ्या रिकाम्या जागेत इस्पितळाचा स्वागतकक्ष होता. तिथं बसलेल्या बाईला माझ्या आईचं नाव अतिदक्षता विभागात शोधूनशोधूनही आढळलं नाही. आई मरण पावली असावी, असं त्या घुसमटणाऱ्या क्षणांत वाटून गेलं.

"ओह! सापडलं."

मी सुटकेचा मोठा निःश्वास सोडला. "कुठल्या वॉर्डात आहे ती?"

"वॉर्ड सी. रूम १४".

"नाही, म्हणजे तो कार्डिॲक वॉर्ड आहे का?"

"छट्, अहो, ज्यांचं काही निदान होत नाही ना, अशा लोकांना ठेवतात तिथे."

आईच्या स्वार्थीपणाचा आणि माझ्या मूर्खपणाचा मला भयंकर संताप आला. तिच्याकडे दुर्लक्ष झालं, म्हणून आजाराचं नाटक? ते जितकं गंभीर दाखवता येईल तितकं बरं? आईला धोपटून काढावं, असाही विचार लिफ्टमधून जाताना मनात येऊन गेला. मरायला टेकल्याची, निदान लकवा तरी होण्याची शक्यता असलेले आजार झाल्याची तिची नाटकं आयुष्यभर सुरूच होती. निदान मला तरी हे लक्षात यायला हवं होतं.

मी तिच्या खोलीत गेले, तेव्हा ती टुकटुकीत दिसत होती आणि मिजाशीत बिछान्यावर बसून चॉकलेटस खात होती.

"अग, तुला काल हार्टअ‍ॅटॅक आला होता ना? दिसतेस तर चांगली ठणठणीत?"

अजिबात विचलित न होता तिनं सरळ माझ्या डोळ्यांत पाहिलं. "आज सकाळी आणखी तीन झटके आले होते. दोन लहान आणि एक मोठा होता."

ती इतक्या ठामपणे बोलली की, क्षणभर माझा विश्वासच बसला. पण, तिनं भरतकाम केलेली निळसर नाईटी घातली होती. कुठं नळ्या लागल्या नव्हत्या. होतं ते फक्त मनगटावरचं ओळखीचं लेबल. ती चांगली ठणठणीत, चपळ आणि निरोगी दिसत होती. मग, मला असं बनवल्याबद्दल आलेला राग शांत झाला. ती माझी आई होती. माझ्या दादाच्या, तिच्या लाडक्या लेकाच्या मृत्यूच्या दुःखानं ती सैरभैर झाली होती. कदाचित, अशा पद्धतीनं ती आपल्या दुःखाची तीव्रता कमी करत असेल. मी वळले. तिथून बाहेर पडले.

नर्सेसच्या म्हणण्याप्रमाणे तिला काहीच होत नव्हतं. पण, तिला वेदना होत असल्याचं वरकरणी तरी दिसत होतं. मग, मी त्यांना आधीच्या हार्टअ‍ॅटॅकसंबंधी सांगितलं. त्या वेळी, मी तज्ज्ञ डॉक्टरांना बोलावलं होतं. त्यांच्या म्हणण्याप्रमाणे हे निराशेचे झटके होते. मी त्यांना म्हणाले, "हे निराशेचे झटके नाहीत. तिच्याकडं पुरेसं लक्ष न दिल्यामुळं तिला असं झालंय. बहुधा, ही दोन्ही कारणं खरी असावीत."

पुढं काही वर्षांनी तिनं कबूल केलं होतं की, तिचा हार्टअ‍ॅटॅक म्हणजे वास्तवात मूळव्याधीचं दुखणं होतं.

"हार्टअ‍ॅटॅक आलाय, असं तू सगळ्यांना का सांगितलंस?"

"मूळव्याध झालेय, असं कुणीच सांगत नाही."

"मग, तू फ्लू झालाय, असं का नाही सांगितलंस?"

तिनं उडवून लावलं."फ्लूसाठी तुम्हाला कुणी इस्पितळात ठेवत नाहीत हल्ली."

"मग, तुझ्या मूळव्याधीवर उपाययोजना करून घेतलीस की नाही?"

"मी त्यांना असं सांगणं कसं शक्य होतं? आता तुला म्हणून सांगितलं."

"अग, पण मी रात्रभर जागून प्रवास केला. अपघात होऊन मेले असते तर?"

"चल! तुमच्या दोघांच्या जन्मानंतर वर्षांनुवर्ष मला रात्री नीट झोपता आलं नाही."

मी हार मानून गप्प बसले. आई आहे तशी आहे. एका अर्थाने तिचं दुबळेपण ही माझी शक्ती ठरेल. मी कधी लाड करून घेतले नाहीत. कधी सहानुभूतीची अपेक्षा बाळगली नाही. आईकडून सहानुभूतीची अपेक्षा करणं म्हणजे खरडपट्टीला निमंत्रण देणं आहे, हे माझ्या खूप लवकर लक्षात आलं होतं. "सावर स्वत:ला," ती म्हणायची. "असा गाढवपणा करू नकोस. निदान चारचौघांत तरी नाही." तो काळच वेगळा होता. ती पिढी वेगळी होती. संकटाच्या वेळी ती स्वत:ही अशीच कणखर राहात असे.

तिचं वय ऐंशी वर्षांच्या घरात होतं. तेव्हा, ती एकदा पडली. तिचं मनगट मोडलं. पण त्या त्रासाकडे लक्ष न देता तिनं आपलं आपण सावरलं. मी कधी तिला विचारलं की, येतेस का चार दिवस राहायला, तर ती म्हणाली, "फुकटचा त्रास. दुसरं काही नाही. बरी आहे मी इथंच. माझं म्हाताऱ्या कुत्र्यासारखं आहे. बरं होईपर्यंत आपण आपल्या हक्काच्या कोपऱ्यात पडून राहायचं."

तिनं आपली ब्रेसियर कशी बांधली असेल? सीलबंद डबे कसे उघडले असतील? आपल्या शर्टाची बटणं कशी लावली असतील? हे आणि असलं काही विचारायचंही मी मनात आणलं नाही.

मनगट दुरुस्त झाल्यावर एकदा ती जिन्यावरून डोक्याच्या भागावर पडली. ती हसली आणि विनोदाने म्हणाली, "या एवढ्या मोठ्या स्तनांचा शेवटी उपयोग झाला म्हणायचा. त्यांनी भार झेलला नसता, तर माझ्या बरगड्याच मोडल्या असत्या." तिच्या डोळ्यांत पाण्याचं एक टिपूसही नव्हतं. तिला खूप वेदना होत असल्या पाहिजेत. अशा वेळी, नाही म्हटलं तरी, तिचा अभिमान वाटल्याशिवाय राहात नाही.

बनानाचं दफन केल्याला दोन आठवडे झाले होते. मी व्हिक्टोरियाच्या अतिथंड भागात छान पन्हळ असलेलं एक घर घ्यायच्या विचारात होते. तिथला जुनाट पडका निळ्या दगडांचा गोठा मला आवडला होता. पण, नवजात मूल असलेल्या जोडप्यानं माझ्यापेक्षा जास्त किंमत देऊन ते विकत घेतलं. त्यांचं आयुष्य नुकतंच सुरू होत होतं. एका अर्थानं झालं ते बरंच झालं. जिथं मी कुणालाच ओळखत नव्हते, तिथं मी काय केलं असतं? त्या गोठ्याचीही मला काही गरज नव्हती.

५

जुलै महिन्यातली सकाळ होती. मी माझ्या मेलबर्नच्या अपार्टमेंटमध्ये वेळ घालवायला काही काम शोधत होते. थंडीत पाय गोठल्यागत झाले होते. कुत्री संधिवाताच्या वेदनांमुळे कण्हत होती. थंडी कडकडून झोंबत होती, नकोशी वाटत होती. उष्णकटिबंधातल्या उन्हात न्हात मस्त डायकिरी पीत पडून राहावं, असं वाटत होतं. पण, मी अशा सुट्या क्वचितच घेतल्या होत्या. साऱ्या जगभर दुसऱ्याच्या पैशानं फिरणाऱ्यांना अशा सुट्या घेणं म्हणजे पैशाचा अपव्यय करणं वाटत असतं.

फोन वाजला. "अगं, फ्लुरीचा वाढदिवस आहे. या वीकएण्डला पिटवॉटरला ये."

"स्टुअर्ट, कसा आहेस? काय करतोयंस?"

मी स्टुअर्टला पंचवीस किंवा त्याहूनही अधिक वर्षांपासून ओळखत होते. आम्ही एकाच वेळी मॅनहॅटनच्या गल्ल्या तुडवल्या होत्या. आम्ही त्या वेळी आम्हाला विदेशी पत्रकार म्हणवत होतो. आम्ही कामाच्या निमित्ताने बारमध्ये, ऑस्ट्रेलियन कार्यक्रमात कुठेकुठे भेटत होतो. माझा नवरा आणि स्टुअर्ट यांचीही खूप चांगली मैत्री होती. त्यांच्याबरोबर फिरता फिरता स्टुअर्ट माझाही चांगला मित्र झाला.

"छान! मी मजेत आहे. येतीयंस ना तू?"

"कधी?"

"तेवीस जुलै."

मी थोडी घोटाळले.

"अगं, तुझी इथं स्वयंपाकात खूप मदत होईल. येताना तुला सोफियालाही आणता येईल."

ही अगदी गळाला लागण्यासारखी गोष्ट होती. माझी तिथं गरज होती. मी 'नाही' म्हणणं शक्यच नव्हतं. विशेषत: स्वयंपाकाच्या बाबतीत! कुणास ठाऊक

का, पण रांधणं मला खूप आवडायचं. एकटी असले, तरी एखाद्या शेफसारखी, मी जेवण बनवायचे. चांदीच्या आणि बिलोरी काचेच्या भांड्यांनी टेबल सजवायचे. छान रुमाल ठेवायचे. वाईनचा पेला तर आठवणीने ठेवायचा. माझ्या आईनं मला एकदा सांगितलं होतं; चकाकत्या काचेच्या भांड्यांनी भरलेलं कपाट उघडलं, की तिला खूप श्रीमंत असल्यासारखं वाटायचं. तोच अनुभव मला अशा साग्रसंगीत भोजनानं यायचा. मग, जेवायला एकटी असो की, वीस जण असोत. त्यानं काही फरक पडत नसे.

स्टुअर्ट अजून माझ्या उत्तराची वाट पहात होता. "तुम्ही दोघी येणार, हे कुणालाच माहीत नाही. सर्वांना आश्चर्याचा धक्काच बसेल."

माझा अजून निर्णय होत नव्हता. एक मन म्हणत होतं की, घरातच सुरक्षित राहा. दुसरं मन आयुष्याला सामोरी जायचा आग्रह करत होतं. "ग्रेट! मी येतेय. सोफियाला सांग मला फोन करायला."

"फ्लुरीला यातला एक शब्द कळू देऊ नकोस."

मी याआधी सोफियाला कधी भेटले नव्हते. स्टुअर्ट आणि फ्लुरीची मैत्रीण म्हणून ती मला माहीत होती. ती मेलबर्नच्या वर्तमानपत्रांत स्तंभ लिहायची. ती बौद्ध होती. विनोदी स्वभावाची आणि खूप हुशारदेखील होती.

त्या रात्री झोपण्यापूर्वी मी माझे कपडे काढले. आरशात पाहिलं. त्यातलं दृश्य धक्कादायक होतं. कित्येक दिवसांत मी मला असं विवस्त्र पाहिलं नव्हतं. शंभर वर्षं तरी नक्कीच झाली असतील. वयात येण्याच्या दिवसांत मी सर्व काही खात होते आणि तरीही एखाद्या पेन्सिलीसारखी सडसडीत होते. त्या वेळी वाटत होतं की, माझं वजन कधीच वाढणार नाही. पण, ते एक स्वप्नच ठरलं. स्टुअर्टकडे जाणं रद्द करावं असं मनात आलं. कचेरीत लठ्ठंभारती वरिष्ठ असणं ठीक आहे. पण, आता मी एकटी, बेकार, चाळीशी उलटून गेलेली गलेलठ्ठ बाई दिसत होते. मला माझीच लाज वाटत होती.

मी पटकन कपडे घातले. बिछान्यात शिरून दिवा मालवला. शेकोटीत आग पेटली होती. नारिंगी भुतांच्या छाया भिंतींवर नाचत होत्या. झोपण्याच्या खोलीत धगधगती शेकोटी असण्याची कल्पना छानच होती. पण, झोपल्या अवस्थेत मी तिथल्या ज्वाला पाहू शकत नव्हते. इतक्या लवकर झोपही येत नव्हती. मग, मी पुन्हा दिवा लावला. मी उठून बसले. वाचायला पुस्तक घेतलं. कुठल्यातरी भावविवश प्रेरणेनं मी माझ्या नवऱ्याला आवडणारी कवितांची पुस्तकं माझ्या बिछान्याशेजारी ठेवली. मी हातातली रद्दड कादंबरी बाजूला ठेवली आणि एमिली डिकन्सचा कवितासंग्रह उचलला. फोन वाजला, तेव्हा सुटकेच्या भावनेनं मी चांगलीच दचकले. मला कवितेत रस कधीच नव्हता.

“सुसान?” फोनवरचा स्वर गंभीर भरलेला होता.

“येस?” मी चाचरतच बोलले. कारण, तो आवाज माझ्या ओळखीचा नव्हता.

“मी सो... फि... या”

या नावाची माझ्या ओळखीची कोण बाई आहे, हे आठवण्याचा मी प्रयत्न केला. पण, काही आठवेना.

“तू मला तुझ्या गाडीतनं पिटवॉटरला घेऊन जाणार आहेस, असं स्टुअर्टनं सांगितलं.” तिनं प्रत्येक शब्द काळजीपूर्वक आणि स्पष्ट उच्चारला होता. जणू काही माझं इंग्रजी चांगलं नव्हतं. किंवा मला नीट ऐकू येत नव्हतं.

“अगं सोफिया, बरं झालं तू फोन केलास ते!”

“तुला सोयीचं होईल नं?”

“अगं हो. नक्कीच. गाडी चालवताना सोबत होईल तुझी. तुला युटस्‌मधून प्रवास करायला चालेल का?”

“आनंदानं. अगं, चालेल मला.” तिच्या स्वरातला ताण आता पार निघून गेला होता. “फ्लुरीच्या वाढदिवसाला तू काय घेणार आहेस तिच्यासाठी?”

“कोणास ठाऊक. तिच्याजवळ सगळं काही आहे.”

“होय नं! कठीणच आहे. तुला काही छानशी कल्पना सुचली, तर दणकून सांग.”

दोन आठवड्यांनी एका थंडगार, सर्द सकाळी आम्ही दोघी पहिल्यांदा भेटलो. तिनं आपली जुनी नारिंगी रंगाची व्होल्वो अपार्टमेंटच्या मागे रस्त्याच्या कडेला उभी केली. मग, प्रत्येक दाराचं हँडल ओढून पहात गाडीला कुलूप लागल्याची खात्री करून घेतली.

“अंधार पडायच्या आधी पोचणार नाही आपण तिथं.” निघायला उशीर झाल्यामुळं मला काळजी वाटत होती.

सोफियानं माझं म्हणणं पार उडवून लावलं. “पोचू गं! आपण सिडनीला जास्तीत जास्त दुपारच्या जेवणाच्या वेळेपर्यंत नक्की पोहोचू.”

“अकरा तासांचा प्रवास आहे. आता नऊ वाजत आलेत.”

“तू एका दिवसांत एवढा प्रवास करायचं म्हणतेस की काय?” तिनं घाबरून विचारलं. तिनं निळा काश्मिरी लोकरीचा स्वेटर, नारिंगी ट्राऊझर आणि विंडचीटर घातलं होतं. तिचे शुभ्र केस वाऱ्यावर उडत होते.

“मी हा प्रवास नेहमी एका दिवसांतच करत असते.”

ती जरा वैतागलेली दिसली. “एका दिवसात सहा तासांपेक्षा जास्त वेळ गाडी चालवणं सुरक्षित नसतं. तुम्ही दर दोन तासांनंतर दहा मिनिटं विश्रांती

घेतली तरीही!'' तिचा स्वर मास्तरणीसारखा होता.

''कुणी सांगितलं तुला हे?''

''ड्रायव्हिंग सेफ्टी मॅन्युअल.''

''ड्रायव्हिंग सेफ्टी मॅन्युअल? मी उभ्या आयुष्यात ते पाहिलं नाहीये.''

''ड्रायव्हर्स लायसन्स मिळवण्याच्या परीक्षेला आपण जातो ना, तेव्हा देतात ही मॅन्युअल्स.''

''सोफिया, अग मी लायसन्स काढून जवळजवळ तीस वर्षं झालीत.''

''मला परवाना मिळून फक्त एक वर्ष झालंय. मी वाचलंय ते.''

''ठीक आहे. तुला वाटेत दमल्यासारखं वाटलं, तर थांबू या कुठंतरी. पण, आपण दोघीही बऱ्या असलो, तर जाऊ तसंच पुढं. चालेल?''

तिनं सुटकेचा निःश्वास टाकला.

माझ्या शेजारी मिशनरी राहायचे. त्यांच्याकडे मी घराच्या किल्ल्या देऊन ठेवल्या. ते स्वीटीची काळजी घेणार होते. मी तिला मिठी मारून सांगितलं, ''मी दोनेक दिवसांत परत येतेय, स्वीटी. अगं, त्या स्टुअर्टच्या कुत्र्याला दुसरी कुत्री आलेली आवडत नाही. सॉरी!''

तिने माझ्याकडे केविलवाण्या नजरेने पाहिलं. कोण म्हणतं, कुत्र्यांना बोलता येत नाही म्हणून?

मी आणि सोफियाने प्रवास सुरू केला, तेव्हा आभाळ भरून आलं होतं. एकमेकींच्या चौकशा करत आमच्या गप्पा चालू होत्या. ती आनंदी आणि गमतीदार होती. तिनं भरपूर वाचन केलं होतं. तिला खूप माहिती होती. ती स्पष्टवक्ती होती. आणि मला आयुष्यात भेटलेली पहिली बौद्ध होती.

''बौद्धच का झालीस?''

''त्याच एका तत्त्वज्ञानात माझ्या दृष्टीने काही अर्थ आहे.''

''तू चर्च ऑफ इंग्लंडची अनुयायी होतीस?''

''नाही. कॅथलिक होते.''

''जीझस! कुठून कुठं गेलीस. मध्येच काही वेगळी, चुकीची वाट....?''

''गेले होते. पण, फार काळ नाही.''

आमचा प्रवास चालू असताना आकाश काळ्याचं कबरं आणि कबऱ्याचं निळंभोर झालं होतं. हायवेच्या बाजूने उमललेल्या मऊसूत सोनेरी फुलांमुळे वसंत ऋतू आल्यासारखं वाटत होतं. गप्पा मारताना आम्हा दोघींचाही जन्म एकाच इस्पितळात झाल्याचं आम्हाला कळलं. हे इस्पितळ व्हिक्टोरिया आणि न्यू साऊथ वेल्सच्या सीमेवरच्या एका खेडेगावात होतं. आमचे आईवडील कदाचित एकमेकांना ओळखतही असतील.

"तुझा भाऊ वारल्याचं कळलं. तसंच तुझा नवराही...."

"होय."

"माझी आई आणि बहीणही वारली. सहा महिन्यांच्या अंतराने त्यांचा मृत्यू झाला. दोघींचंही मलाच करायला लागलं."

"अवघड असतं नाही?"

"तुझं काय? कसं चाललंय तुझं?"

"ठीक आहे. म्हणजे चांगलं चाललंय." मी खोटं बोलले. "खरं म्हणजे हे मृत्यूचं गौडबंगाल मला काही कळत नाही. काय अर्थ आहे या सगळ्याला?"

"बौद्धांना हे कळलं आहे. फक्त त्यांनाच हे कळलंय."

"त्यांचं काय म्हणणं आहे याबाबत?"

"काही वर्षांपूर्वी, मी हिप्पी असतानाच्या काळात माझे वडील वारले. मला कळलं, तेव्हा मी काठमांडूला होते. आमचे संबंध तसे चांगले नव्हते. तरी त्या बातमीने मी उद्ध्वस्तच झाले. हा मृत्यू का? त्यांचाच का? त्या विवक्षित वेळेलाच का? मी एका भिक्खूला भेटायला बुद्धविहारात गेले. तो काय म्हणाला, ठाऊक आहे तुला?"

मी नकारार्थी मान हलवली.

"जे-जे जन्माला येतं, त्याचा मृत्यू होतच असतो."

"जन्माला येणारा प्रत्येक जण हा मरतोच. केवढं सोपं. अटळ आहे. स्वीकार करा."

"एकदा तुला हे समजलं की, मग तुझ्या नवऱ्याच्या आणि भावाच्या मृत्यूमुळे तुझा काय फायदा झाला, याचा तू शोध घे."

"फायदा? वेड लागलंय का तुला? आपलं अर्धं कुटुंब मरण पावण्यात कसला फायदा आलाय?"

तिनं काहीही उत्तर दिलं नाही. ती फक्त संतुष्टपणे हसली. हायवे आता बहुमार्गी राहिला नव्हता. एकमार्गी झाला होता. त्यामुळं, गाडीच्या वेगावर बंधन आलं होतं. आम्ही दोघीही मरू नयेत, म्हणून मला गाडी चालवण्याकडे लक्ष केंद्रित करणं आवश्यक होतं. अर्ध्याएक तासानं माझा राग शांत झाला. आणि एव्हाना हायवेही बहुमार्गी झाला होता.

"मग? तुझ्या आईच्या आणि बहिणीच्या मरणानं तुझा काय फायदा झाला?" मी आक्रमकपणे विचारलं. मला तिची जागा तिला दाखवून द्यायची होती.

"अग, सोप्पं आहे." ती म्हणाली. "मला बोध झालाय. कुणालाही कुठंही केव्हाही काहीही होऊ शकतं. त्यामुळे, येणारा प्रत्येक दिवस आपण जमेल तितक्या चांगल्या पद्धतीनं जगायला हवा."

"काहीतरी चांगलं कार्य करावं. असंच ना?"

"हो. म्हणजे तुम्ही चांगल्यात चांगलं झालं पाहिजे. मृत्यूकडे बघण्याचा स्वच्छ दृष्टिकोन लवकर शहाणपण शिकवून जातो."

आम्ही थोड्या वेळासाठी पुन्हा गप्प बसलो.

"तू तुझ्या नावाचा उच्चार कसा करतेस?" मी सहजपणे विचारलं.

"कुणास ठाऊक! मला कधीच ते नीट उच्चारता आलं नाही."

"ते सो...फि...या आहे की, सो...फि...आ आहे?"

"तुम्ही कुठल्या शाळेत शिकलात, त्यावर ते अवलंबून आहे."

आम्हा दोघींनाही जोराचं हसू फुटलं. आम्ही दोघी ज्या शाळांत शिकलो, तिथं शिष्टपणाला ऊत आला होता. आणि आम्ही त्याविषयी तुच्छताही व्यक्त केली होती. आम्ही पब चालवणारे. आर्थिक परिस्थिती सारखी वरखाली होत असायची. असला शिष्टपणा दाखवण्यासारखी श्रीमंती आमच्या घरी कधीच आली नाही. शाळेची फी द्यायची वेळ आली की, कित्येकदा आम्हाला काकाकडे पैसे मागावे लागत. तो आधी आपल्या बुटात साठवलेल्या पैशावर जमा झालेली घाण काढायचा. मग, थोड्याशा पौंडाच्या नोटा काढून द्यायचा. हा काका आमच्याकडं सुट्या घालवायला आला आणि मग एकोणीस वर्षं म्हणजे मरेपर्यंत इथंच राहिला. तो आपले पैसे बुटाच्या कप्प्यांत लपवून ठेवायचा आणि गरज लागेल, तितकेच पैसे द्यायचा. त्या नोटांना मेलेल्या उंदराचा वास यायचा. पण, तरीही सगळे ते पैसे घेत.

दुपारच्या सुमारास आम्ही मुरुंबिगी नदीवरचा पूल ओलांडला. नदीचा प्रवाह शांत होता आणि हिवाळ्याचा तीव्र प्रकाश पडला होता. आजूबाजूला पसरलेल्या कुरणांत धष्टपुष्ट जनावरं चरत होती. एव्हाना आमची चांगली घट्ट मैत्री झाली होती. आम्ही गुंदगाई इथं गर्दीची वाट सोडून आडरस्त्यानं गाडी घेतली आणि दक्षिण पठारावरच्या टेकड्या पार केल्या. या टेकड्यांवर एकही झाड नव्हतं. पठाराचा रंग तपकिरी करडा होता. तासाभरानं आम्ही यास नदी ओलांडली. जुनाट इमारती असलेल्या एका रुंद रस्त्यावर पोहोचलो. इथं एके काळी लोकरीचा व्यापार होत होता आणि धडपडणारे कास्तकार क्षणात लक्षाधीश बनत होते.

मला अजून पुढं जायचं होतं. इतक्या जवळ आलो होतो. अजून थोडं पुढे. तीन तास, फार-फार तर चार तास. पण, सोफिया ठाम होती. ती पुढं जायला तयार नव्हती.

"अगं, इथं सगळी लफड्यांची मोटेल्स असतील."

ती मजेने लांबरुंद हसली. मी हार पत्करली.

"आपण एक स्वस्तातलं मोटेल शोधू. रात्री झोपायचंच आहे आपल्याला.

अंधारात ही सगळी मोटेल्स सारखीच दिसतात.'' ती म्हणाली.

सगळी मोटेल्स एकसारखीच दिसत होती. विटांच्या बैठ्या इमारती. खोल्या उपलब्ध असल्याची माहिती निऑनच्या प्रकाशात ठळकपणे दिसत होती. आम्ही तिथल्या एका चायनीज रेस्तराँत जेवायचं ठरवलं. तिथून जवळच असलेल्या भिकार मोटेलमध्ये उतरलो. तिथं अंथरुणावर कशिद्यासाठी वापरतात, तसल्या धाग्यांची, नारिंगी रंगाची विटलेली आच्छादनं होती. खोलीत वापर झाल्यानंतर येतो, तसा शिळा वास कोंदला होता. खिडकीला मळकट घाणेरडा पडदा होता. खालचा तपकिरी जाजम दाराशी विरलेला होता. इतरांनी वापरून चुरगळलेल्या चादरी पाहून मला धक्काच बसला. मी अस्वस्थ झाले. सोफिया व्यवहारी होती. तिनं आपल्या पिशवीतून चंदनी अगरबत्ती काढली. तिच्या सुवासात बाथरूमातल्या फालतू एअरफ्रेशनरचा वाससुद्धा बुडून गेला.

"अगं, एखादी घाणेरडी बाईसुद्धा राहणार नाही, अशा जागेत मी राहिलेय.''

"अच्छा?''

"भारतात!''

"बरं.''

"त्या जागेच्या तुलनेत ही फाईव्हस्टार व्यवस्था आहे. तू त्या मोठ्या बिछान्यावर झोप. मी इथं लहान गादीवर झोपते.''

मी माझ्या गाडीतून आमचं सामान घेऊन आले. त्या बॅगा जाजमावर ठेवल्या. जेवायला जायची वेळ होईपर्यंत आमचे पायजमे, पुस्तकं शोधत उगाचंच वेळ काढला.

"ओह शिट्! मी माझा नवीन शर्ट घरीच विसरून आलेय. पार्टीसाठी मुद्दाम घेतला होता. सगळंच मुसळ केरात.''

"दुसरं काहीच नाही तुझ्याकडे?''

"आहे गं. पण, हे आपले छान सैलसर कपडे होते. शरीरावरल्या लोंबणाऱ्या घड्या लपवायला बरे होते.''

"दिसू देत नं.''

बौद्ध तत्त्वज्ञानात अभिमान आणि अहंकार या अगदी त्याज्य गोष्टी आहेत. फक्त फुशारक्या मात्र मारता येतात!

आम्ही जेवायला गेलो. दोन-दोन बिअर घेतल्या. जेवणाला गोडसर चव होती. बीफवर चिकट लेप होता. आम्ही एक-एक घास हळूहळू चावत रेंगाळत जेवत होतो. त्या मोटेलमध्ये जायला जितका उशीर करता येईल, तितका आम्हाला करायचा होता.

"उद्या काय करायचं ठरवलंय?'' सोफियाने विचारलं.

"उठायचं आणि निघायचं. पण, आपल्याला फ्लुरीसाठी भेटपण शोधायची आहे. फुलं चालतील? ढीगभर फुलं. घाऊक बाजारातून विकत घेऊ. सिडनीला जाताना वाटेतच लागतो फूलबाजार."

"फुलांनी तिचं सगळं घर भरून टाकू."

"पार्टीसारख्या समारंभाला अगदी योग्य ठरेल."

आम्ही एकमेकींकडे पाहून खुशीत हसलो. आम्ही मोटेलमध्ये परतलो. सोफियाने पायजमा घातला. काही प्रार्थना म्हटल्या. त्या फाटक्या जाजमावर अनेक दंडवत घातले.

"तू प्रार्थनेसाठी आसन किंवा तसलं काही जवळ ठेवायला हवंस. नाही का?" तिला त्या घाणीत कसली तरी संसर्गबाधा होईल, याची भीती वाटत होती.

ती काहीच बोलली नाही. दहा मिनिटांनंतर तिनं ते नारिंगी पांघरूण घेतलं. दिवा मालवला आणि ती झोपी गेली.

मी सताड जागी. माझ्या हातात पुस्तक घेऊन बिछान्यात बसून होते. पांघरूण स्वच्छ होतं. पण, चादरीला साबणाऐवजी दुसऱ्या माणसांचा वास होता. माझ्याजवळ गादी असती, कुत्री असती आणि बाहेर दोन डिग्री तापमान नसतं, तर मी माझ्या गाडीत माझा स्वत:चाच सुवास अनुभवत आरामात झोपले असते. लांबच्या प्रवासानं जड झालेलं डोकं हलकं व्हावं, म्हणून त्या मंद प्रकाशात वाचायचा प्रयत्न करत होते. पण, माझं एकचित्त होत नव्हतं. पार्टीसाठी तयार करायच्या पदार्थांच्या कृतींनी माझं डोकं भणाणून सोडलं होतं. 'खूप लोक यायचे आहेत. काहीतरी साधं सोपं करू या. फक्त एकच मुख्य पदार्थ, चघळायला भरपूर अचरबचर आणि नंतर खूप मोठं गोड. जे व्यवहार्य असेल, ते करायचं. व्यक्तिगत आवडीनिवडीचा विचार करायचा नाही.'

मी माझा दिवा बंद केला. येण्याची शक्यता असलेल्या पाहुण्यांची यादी एकदा मनातल्या मनात फिरवली. खूप जुने मित्र भेटणार होते. माझा लठ्ठपणा त्यांच्या लक्षात येईल? मी पिटवॉटरला जातेय, यावर माझा विश्वासच बसत नाहीय. तिथं यावं, म्हणून फ्लुरी वर्षानुवर्षं माझ्या मागं लागलीय. घरातल्या दोघांच्या मृत्यूनंतर तर तिनं आणखीच आग्रह करायला सुरुवात केली होती.

"घराच्या परसूत पाहुण्यांसाठी टुमदार झोपडी आहे." पॉलच्या अंत्ययात्रेनंतर तिनं मला सांगितलं होतं. "तिथं राहा." तुम्ही स्टार व्हा की बेवडेबाज व्हा, फ्लुरी तुमच्याबरोबर असलेलं नातं नेहमीच कायम ठेवत असे.

"मी तुझ्या म्हणण्याचा विचार करेन."

पण, मी तो कधीच केला नाही.

सकाळी थंडीनं नाकातून पाणी वाहात होतं. खोलीतली उबेची व्यवस्था फारशी उपयोगाची नव्हती. आम्ही पटकन चहा घेतला. चहाची पिशवी आणि किटलीजवळ प्लॅस्टिकच्या तबकात ठेवलेली दोन बिस्किटं खाल्ली. ही बिस्किटं मोटेलनं चहाबरोबर मोफत दिली होती. तीच आमची न्याहारी होती. आम्ही दोघीही गप्प होतो. थँक्स गॉड!

गाडीच्या विंडस्क्रीनवरचं दव गोठलं होतं. त्यावर पाणी टाकल्यानं ते तडकलं आणि वितळलं. आता इंजीन सुरू करायचं. हीटरची कळ दाबायची. थंडीचा पहिला झणकारा टाळायचा. इंजीन लवकर गरम व्हावं, म्हणून मी मनातल्या मनात प्रार्थना करत होते. स्टिअरिंग व्हीलवर असलेले माझे हात थंडीने काळेनिळे पडले होते. श्वास सोडला की, वाफेचा ढग तयार होत होता.

सोफियानं काळजीपूर्वक पट्टा बांधला. मांडीवर हात ठेवले. दिमाखानं माझ्याकडे पाहून आपण निघायला तयार असल्याची मानेनेच खूण केली. मी गाडी गियरमध्ये टाकली. आम्ही मोटेलच्या बाहेर पडलो.

"आपल्याला बाजार मिळेल, असं मला वाटत नाही. कारण, आठ वाजण्याच्या सुमारास तो बंद होतो. आपण तिथं पोहोचायला नऊ तरी वाजतील." मी म्हटलं.

"जाऊन तर बघू."

"आपण बरोबर जातो आहोत ना? जरा नकाशात पाहून खात्री करून घे. या भागाची मला काही माहिती नाही. तुला रस्ते नीट माहिती आहेत ना?"

"हो, गं. अगदी चांगले माहिती आहेत." "ग्रेट! मी जेव्हा-जेव्हा वाट दाखवायचा प्रयत्न केला, तेव्हा-तेव्हा माझं लग्न जवळपास मोडलंच होतं."

गाडीतल्या रेडिओवर सिनिक बातम्या सुरू होत्या. जनावरांच्या किमती एवढ्या भराभर सांगितल्या गेल्या की, जणू काही लिलावच सुरू होता, असं वाटावं. कोकरांच्या किमती उतरल्या होत्या. हवामानविषयक अंदाजानुसार कडाक्याची थंडी पडणार होती. जनावरांविषयी सावधगिरीच्या सूचना होत्या. आपल्याजवळ नवजात कोकरांचा कळप आहे आणि त्याला काही धोका आहे; अशा थाटात सोफिया या बातम्या ऐकत होती. खेड्यातली मुलगी जन्मभर खेडवळच राहाते.

सूर्यकिरणांनी खिडक्यांवर धडक द्यायला सुरुवात केली, तेव्हा गाडीतला हीटर जरा मंद केला. पण, खिडक्यांच्या काचा अजूनही थंडगार होत्या. आम्ही निळ्या टेकड्यांच्या घड्यांतून वाट काढत चाललो होतो. राजमार्गाच्या दोन्ही बाजूला वेड्यावाकड्या सिल्व्हर गमची झाडं होती. रस्ता संपता-संपत नव्हता. कुठलं रेडिओ स्टेशन लावावं, हे रस्त्यावरच्या खुणा आम्हाला सांगत होत्या. वाटेत एक पांढरा ट्रक विकायला म्हणून ठेवला होता. मध्येच हलकासा पाऊस

पडला. आम्ही इतक्या वेगात जात होतो की, पाण्याचे थेंब विंडस्क्रीनवर लहानशा बेडकासारखे उड्या मारत असल्यासारखे वाटत होते. आम्ही ह्यूम हायवेवरून फ्लेमिंग्टन मार्केटला जायला वळलो.

तेव्हा जवळजवळ दहा वाजले होते. सारा बाजार रिकामा होता. गुलाबी ट्युलिपच्या थोडयाशा टोपल्या घेऊन एक जण बसलेला सोडला, तर सगळंच सामसूम होतं. आम्ही धावतपळत त्याच्याकडे गेलो. भावाविषयी घासाघीस करायला सुरुवात केली. पण, आम्हाला तेवढा एक पर्यायच होता आणि त्याला ते पक्कं माहीत होतं. त्यामुळे, त्याने किंमत काही फारशी कमी केली नाही. भारत आणि नेपाळमध्ये अनेक वर्षं भटकंती केल्यामुळे सोफिया घासाघीस करण्यात तरबेज झाली होती. तिनं त्याच भावात फुलं ठेवायला टोपल्याही मागितल्या. पण, तो बधला नाही.

"बास्टर्ड!" ती पुटपुटली. हरायची तिला सवय नव्हती.

"अग, बौद्धांना शोभत नाही असली शिवीगाळ."

तिनं नुसतीच हसली.

ट्युलिपच्या मुलायम गुलाबी रंगाच्या नाजूक कळ्यांचा भारा आम्ही हलकेच मागच्या सीटवर ठेवला. त्या कळ्या पाहून मला बॅलेतल्या मान झुकवून पायाच्या बोटांनी स्पर्श करणाऱ्या नर्तिकांची आठवण झाली. मी गाडीतला हीटर बंद केला. मुक्कामाला पोहोचण्यापूर्वी त्या कळ्या उमलायला नको होत्या.

सोफियाने रस्त्यांची माहिती देणारी पुस्तिका उघडली. "तर आता सांग, स्टुअर्ट आपल्याला कुठे भेटणार आहे?"

"सरे हिल्सच्या जवळपास कुठंतरी. तो फोन करणाराय आपल्याला."

कुठलीही दुर्घटना न होऊ देता सोफियाने मार्केटमधून गाडी बाहेर काढून हायवेला आणायचा निर्देश दिला. आपण मानलं तिला! मला नकाशे पाहताच येत नाहीत. अगदी उलटे धरले तरीही!

गावातल्या भयंकर रहदारीतून आम्ही वाट काढत होतो. सिडनीत रस्त्यांचा काही उपयोग नसतो. दोन चाकी गाड्यांच्या चाकोऱ्या आणि शिक्षा भोगत असलेल्या कैद्यांच्या वस्त्या यातूनच हे शहर उभं राहिलं आहे. हे कैदी एक ना एक दिवस आपण इंग्लंडला परत जाऊ, असं स्वप्न पाहणारे! मग, अशा तात्पुरत्या गुन्हेगार वसाहतीला शिस्त आणि नियोजनाची गरजच काय? स्टुअर्टचा फोन आला, तेव्हा आम्ही शहराच्या मध्यवर्ती भागापासून निदान वीस मिनिटांच्या अंतरावर होतो.

"कुठं आहात तुम्ही?"

मी माझा मोबाईल सोफियाला दिला. त्यानं तिलाही तोच प्रश्न केला. तिनं

माझ्याकडे वळून विचारलं, "कुठं आहोत आपण?"

"अंदाजे अर्ध्या तासाच्या अंतरावर."

"स्टुअर्ट, अर्ध्या तासात पोहोचतो आम्ही." तिनं ओरडून सांगितलं. मग, वाचत असलेल्या कादंबरीच्या आतल्या पानावर पत्ता आणि तिथं कसं पोहोचायचं, ते खरडलं. "ठीक आहे." तिनं त्याला सांगितलं, ती माझ्याकडे वळली. मोबाईल दाखवून म्हणाली, "आता याचं काय करू? हा कसा बंद करू?"

तिच्या शिस्तबद्ध आयुष्याशी मोबाईलचा काही संबंधच नव्हता. तिनं तो कधी घेतलाही नव्हता. मी तिच्या हातून तो हिसकावून घेतला आणि तो बंद करायला कुठलं बटण दाबायचं, ते दाखवलं. हे करताना माझी नजर रस्त्यावर होती. तिनं रोलर कोस्टरचा दांडा धरून ठेवावा, तसा डॅशबोर्ड घट्ट धरून ठेवला होता.

"प्लीज, तू रस्त्यावर लक्ष ठेव गं बाई!"

सरे हिल्स विभागातल्या आपल्या ऑफिससमोर स्टुअर्ट गाडीत बसून आमची वाट पाहत होता. त्याच्याबरोबर त्याचा भयंकर घाबरलेला कुत्रा – गस समोरच्या सीटवर बसला होता. तो जर्मन शेफर्ड आणि गावठी कुत्रा यांचा संकर होता.

स्टुअर्टला पाहून आम्ही जोरजोराने हात हलवले. गाडीच्या खिडकीतून डोकं बाहेर काढून आनंदाने जोरात ओरडलो, "पोचलो आम्ही!"

"माझ्या मागंमागं या." त्यानं ओरडून सांगितलं आणि आमच्या पुढं आपली गाडी काढली.

चहुकडे ओळखीच्या खुणा होत्या. तिथं मी आणि पॉल एकतर एकत्र जेवलो होतो किंवा प्यालो होतो. पॉलच्या आवडत्या पबसमोरून गाडी गेली, तेव्हा मनाला वाटून गेलं की, तृप्त चेहऱ्याचा पॉल डगमगती पावलं टाकत कोणत्याही क्षणी पबमधून बाहेर येईल. पॉलला आपल्या सहकाऱ्यांसोबत मैफल भरवायला फार आवडायचं. दर शुक्रवारी दुपारी तो बारमध्ये आवडत्या कोपऱ्यात आपली मैफल भरवायचा. तिथं गप्पा चालायच्या. जुन्या बातम्या, आयुष्यातले संस्मरणीय क्षण यांची उजळणी व्हायची. हॅमिंग्वे, फिट्झेराल्ड आणि वॉनेट यांच्या लेखनावर चर्चा, वादविवाद व्हायचे. तो इतरांना मोहून टाकायचा, गुंगवून टाकायचा. त्यांना प्रेरणा द्यायचा आणि प्रक्षुब्धही करायचा. त्याचं मन पाऱ्यासारखं चंचल होतं. कुठल्याच गोष्टीत त्याचं मन फार वेळ गुंतून राहात नसे.

आम्ही न्यूयॉर्कमध्ये भेटलो, तेव्हा मी सव्वीस वर्षांची होते. तो एकोणचाळीस

वर्षांचा होता. निदान त्यानं तरी तसंच सांगितलं होतं. तीन वर्षांनंतर... त्या वेळीही तो त्याचा एकोणचाळीसावा वाढदिवस साजरा करत होता. मी त्याला स्पष्टपणे विचारलं. त्याने डब्ल्यू.सी. फील्डसारखंच मजेत उत्तर दिलं. तो सदैव एकोणचाळीस वर्षांचाच राहू इच्छित होता. आम्ही भेटलो, तेव्हा तो एकेचाळीस किंवा कदाचित बेचाळीस वर्षांचाही असावा. पुढं त्याच्या आयुष्यानं जे वळण घेतलं, त्यानं त्याचा प्रचंड अपेक्षाभंग झाला असावा, असं आता वाटतं. तरुणपणी सगळं कसं सहज चालत यायचं त्याच्याकडे. नशीबाची साथ सुटली... तशी वेळ अधूनमधून येतेच... तेव्हा, मात्र त्याला सावरता आलं नाही. कदाचित पत्रकारितेच्या गलिच्छ बाजूनं माझ्याप्रमाणे त्याची महत्त्वाकांक्षा उद्ध्वस्त करून टाकली असण्याचीही शक्यता आहे.

घाणेरडे रस्ते, जीर्ण भुयारी मार्ग, मोकाट सुटलेले वेडे यांचं आकर्षण ओसरल्यावर काही वर्षांनी जेव्हा न्यूयॉर्क सोडून ऑस्ट्रेलियाला परत आलो; तेव्हा आम्ही आमचं पहिलं घर सिडनीत घेतलं होतं. माझी आई नेहमी त्याला 'कोअलून झोपडी' म्हणायची. ते घर खूपच लहान होतं. जेमतेम अकरा फूट रुंद. वर नव्यानं दुरुस्त केलेली गच्ची. त्या गल्लीत खचलेली आणि झुरळांचा बुजबजाट झालेली घरं होती आणि घरामागं कचऱ्यांनी भरलेली अंगणं होती. पण, त्या घरानं आमच्या गरजा भागत होत्या. फारशी उधारउसनवारी न करता आम्ही राहू शकत होतो. तिथून शहरात सहजपणे चालत जाता येईल, इतकं जवळ होतं. जिथं पत्रकार रेंगाळत असत, अशी पब्ज जवळपासच होती. आणि न्यूयॉर्कच्या तुलनेत इथले शेजारी गरीब आणि माणसाळलेले होते.

पुढे तीन वर्षांनी या विभागात डार्लिंग बंदर बांधायचं जाहीर झालं, तेव्हा आम्ही ही जागा तिप्पट किमतीला विकली. तेव्हाच आम्ही तो नेपियन नदीकाठचा 'पांढरा हत्ती' विकत घेतला. तिथं राहून पुस्तकं व चित्रपटांच्या पटकथा लिहायचं पॉलनं ठरवलं होतं.

''उत्तम पत्रकार व्हायला तुम्हाला सतत कुतूहल वाटलं पाहिजे. ते आता मला वाटत नाही.'' त्यानं मला सांगितलं होतं. त्याच्यासाठी पत्रकारिता म्हणजे त्याच त्या गोष्टींची कंटाळवाणी पुनरावृत्ती झाली होती. काही काळानंतर तुमच्या मनातली तुच्छता तुम्हाला लपवता येत नाही.

आमची गाडी गेली, तेव्हा त्याच्या आवडत्या पबचं दार बंद होतं. आम्ही गर्दीच्या रस्त्यावरून कसंबसं पुढं सरकत होतो. आम्हाला हार्बर ब्रिजच्या गुंतागुंतीच्या मार्गिका पार करून बोटीतून उपनगरात जायचं होतं.

मोनाबेलच्या सुपरमार्केटच्या खुल्या कारपार्कमध्ये गाडी थांबवून स्टुअर्ट खाली उतरला, तेव्हा तो कुत्र्याच्या केसांनी माखला होता. तो कुत्र्याचं अंगचटीला

येणं सहन करत होता, त्याच वेळी 'गप्प बस' म्हणून त्याला दमही देत होता. गस सतत भुंकत होता. आमच्यासारखाच तोही उतावीळ झाला होता.

सोफियाने मान तिरपी करून स्अुअर्टकडं पाहिलं. मंद स्मित करत ती म्हणाली, "हॅलो ऽऽऽ स्टुअर्ट." तिनं त्याच्या गालाचा मुका घेतला. मग, आम्ही खरेदीच्या मोहिमेवर निघालो. आम्ही पूर्वी भेटलो होतो, त्या तुलनेत आता जास्त जाडे झालो होतो. चेहऱ्यावरचं तेज आणि चालण्याची गती मंदावली होती. केसही अधिकच पांढरे झाले होते.

"आम्ही इथं असल्याचं फ्लुरीला ठाऊक आहे?" सोफियाने विचारलं.

"नाही. अजून ते गुपितच आहे."

"ती पिटवॉटरला कधी येणाराय?"

पार्टी शनिवारी दुपारी होती. आज गुरुवार होता.

"उद्या रात्री."

"अरे, पण मग गुपिताचा फज्जा उडेल ना! शनिवारी दुपारच्या जेवणापर्यंत तू तिला शहरातचं थांबायला सांगू शकत नाही का?"

स्टुअर्टची मसाल्याची खरेदी म्हणजे डोक्याला ताप होता. "नाही. फ्लुरीला असं असं कर, असं कोणीही सांगू शकत नाही. तुला काय वाटतं? तिखट इंग्लिश आणि फ्रेंच? एवढा पुरे होईल?

सोफियाच्या मते तिखट इंग्लिश मसालाच पुरे होता.

मला दोन्ही हवे होते. शिवाय आंबवलेली मोहरीही हवी होती. आणि हनी मस्टर्ड तर उत्तमच.

आम्ही बीफपासून कोंबडीपर्यंत सर्व पदार्थांनी तीन ट्रॉलीज भरल्या. तिखट इंग्लिश मस्टर्ड आणि आंबवलेली मोहरी घ्यायचं ठरलं. स्टुअर्टनं बिल दिलं. एखाद्या सैन्याला आठवडाभर पुरेल, एवढी रसद आम्ही घेऊन ठेवली होती. आम्ही सगळं सामान स्टुअर्टच्या कुत्र्याच्या केसांनी भरलेल्या गाडीत ठेवलं आणि त्याच्यामागून चर्च पॉइन्टकडे निघालो.

वेगानं जाताना आम्हाला श्रीमंत वस्तीतील प्रासादतुल्य घरं लागली. अद्याप बांधकाम व्यावसायिकांच्या ताब्यात न गेलेल्या ऐशारामाच्या जागा लागल्या. तोऱ्यात उभी असलेली दोन नौकाविहाराची खास बंदरं लागली. तिथं समुद्र रस्त्याला गुदगुल्या करत होता. पानथळीतली वनस्पती घरांना बिलगली होती. त्यापलीकडे लहान-लहान होड्या सौम्य लाटांवर हेलकावत होत्या. खाडीतल्या यॉटसमुळे ती तरंगत्या कारपार्कसारखी दिसत होती. शॉर्टस आणि टी-शर्टस

घातलेली माणसं समुद्रकिनाऱ्यावर भटकत होती. कोणासोबत जीभ लोंबत असलेली आणि सतत शेपटी हलवणारी कुत्री होती, तर कोणासोबत खास केशरचना केलेलं कुत्रं होतं. तो समुद्रकिनाऱ्यावरचा एक प्रसन्न, उबदार दिवस होता. मेलबर्नच्या औदासिन्याचा तिथं पाहता पाहता विसर पडला.

साधंसुधं जनरल स्टोअर, होड्यांचा धक्का, मोटेल आणि ज्याने कधी काळी सुखासमाधानाचे दिवस पहिले असतील, असं एक उपाहारगृह ओलांडल्यावर स्टुअर्ट मिचेलच्या धक्क्याकडे वळला. तो आपली बोट तिथंच नांगरून ठेवत असे. आम्ही जिथं जाणार होतो, तिथं जायला 'जलमार्ग' हा एकच पर्याय होता. तिथं लांब, नाजूक आरामदायी बोटींपासून ते उघड्याबोडक्या इतस्तत: पळापळ करणाऱ्या बोटींपर्यंत सर्व प्रकारच्या बोटी आढळून येत होत्या. जेटीच्या टोकाला एक तीन मजली मोटरबोट उभी होती. गणवेशातला मुलगा त्या बोटीत पेट्रोल भरत होता. तिचा कॅप्टन पांढराशुभ्र पोशाख घालून राजासारखा खुर्चीत बसला होता.

"त्या बोटीची काय किंमत असेल?" मी स्टुअर्टला विचारलं.

त्यानं तिकडे नजर वळवून पाहिलं. "काही दशलक्ष".

"जीझस!"

"यातली वाईट गोष्ट काय आहे, ठाऊक आहे? यातल्या बहुतांश बोटी वापरल्याच जात नाहीत. त्या इथं निष्क्रिय पडून गंजत राहातात."

जेटीपासून जवळच स्टुअर्टची झगझगीत पिवळ्या रंगाची प्रवासी बोट उभी होती. अगोदर आणलेल्या मद्याच्या सहा पेट्या तिच्यात ठेवलेल्या होत्या. मात्र, त्यांच्यावर कुणीही रखवाली करत नव्हतं.

"तुझं सामान चोरीला जाईल, याचं भय नाही वाटत तुला?" मी विचारलं. वाईनच्या बाटल्या अशा उघड्यावर ठेवूनही कोणी त्या चोरत नाही, यावर माझा विश्वासच बसत नव्हता.

"अधूनमधून चोरी होते. पण, चोरी कुणी केली, हे सगळ्यांनाच माहीत असतं. बातमी पसरते ना सगळीकडे."

प्रवासी बोट ही 'रोल्स राईस' कंपनीनं बांधलेली असून, तिचं टोपणनाव 'यलो पेरिल' आहे, असं मला नंतर सांगण्यात आलं. तिच्यात बसायला गुबगुबीत खुर्च्या होत्या. पावसापासून बचाव व्हावा, म्हणून वर छत होतं. सुकाणूच्या दांड्याऐवजी चाक होतं. ती किल्लीनं सुरू होत होती. हे असलं, तरी मला ती लहान आणि डगमगणारी अशीच वाटली. खरं म्हणजे या बोटी बुडायला हव्यात. त्यांना तरंगतं ठेवणाऱ्या पदार्थविज्ञानाचं मला नेहमीच आश्चर्य वाटत आलंय!

काही न सांगता, गसनं तोल न जाऊ देता सहजपणे बोटीत उडी मारली

आणि तो पुढच्या सीटवर जाऊन बसला.

''वा! छान! गुणी कुत्रा आहेस रे!'' स्टुअर्टनं त्याला शाबासकी दिली.

गसने आपलं लांब ठिपकेदार नाक वळवलं आणि तो समोर पाहू लागला. त्यानं आपले पुढचे पाय अगदी दक्ष स्थितीत ठेवले होते. जसं काही तो महत्त्वाची जबाबदारी पार पाडण्यासाठी नौदलाच्या जहाजाच्या ब्रिजवरच उभा होता. आवतीभोवतीच्या परिसरात ती दोघं जनरल आणि त्याचा विश्वासू लेफ्टनंट म्हणूनच प्रसिद्ध असल्याचं आम्हा दोघींना नंतर कळलं.

गसच्या मागोमाग स्टुअर्ट बोटीवर आला. आम्ही त्याच्याजवळ खरेदी केलेल्या सामानाची खोकी एकामागून एक देत गेलो. मग, आमचं सामान दिलं. त्यानंतर फुलं दिली. आम्ही दोघी धडपडतच आमच्या जागेवर बसलो. त्या लहानशा आणि सतत हलणाऱ्या जागेत आमचा गोंधळच उडाला होता. आम्हा दोघींनाही नाहीतरी बोटी फारशा आवडतच नव्हत्या. त्यांच्याबद्दलची चमत्कारिक कल्पनारम्यता आवडायची, एवढंच! स्टुअर्ट गसला मागे पाठवायला तयार होता. पण, ती दोघं इतकी समाधानाने आणि आरामात बसली होती, की त्यांना त्रास द्यावा असं आम्हाला वाटलं नाही.

''तर हे आहे पिटवॉटर!'' मी उद्गारले.

''हो. जागांचे भाव वाढायच्या आधी तस्कर, गुन्हेगार, कोळी, शेतकरी, धाडसी व्यापारी, चकल्यांचे मालक, कलाकार, लेखक आणि आर्थिक अडचणीत असलेली माणसं इथं राहायची.'' स्टुअर्टनं सांगितलं.

सोफियाने डोळे मिटून आपला चेहरा सूर्याकडे वळवला. तिच्या ओठांवर हलकंसं स्मित तरळून गेलं.

''असं म्हणतात, की दोन वर्षं तुम्ही इथं राहिलात, तर तुम्ही कायमचे इथलेच होता.'' स्टुअर्टनं पुस्ती जोडली.

''एखाद्या जागी रुळायला दोन वर्षं म्हणजे खूपच होतात.''

''हां ऽ! इथला समुद्र आणि स्वच्छ सूर्यप्रकाशानं भारून जाऊ नकोस. इथं कायमचं राहायला अंगात धमक लागते.''

स्टुअर्टने चावी फिरवली आणि इंजीन गुरगुरू लागलं. अवतीभोवती दोरांनी बांधून ठेवलेल्या असंख्य बोटी हेलकावत होत्या. त्यांच्या डोलकाठ्या वाऱ्याच्या दिशेनं वळल्या होत्या. काही बोटी लांब होत्या. काही तुकतुकीत होत्या. लहान, लठ्ठ, ओबडधोबड, नव्यानं रंगविलेल्या किंवा वापरात नसल्यामुळं चिखलानं माखून हिरव्या पडलेल्या बोटींच्या त्या चक्रव्यूहातून; आम्ही अगदी गोगलगायीच्या गतीनं पुढंपुढं सरकत होतो. आम्हाला आजूबाजूचा परिसर दाखविण्याची ही स्टुअर्टची पद्धत असेल, असं मला वाटलं.

"नाही. या बांधलेल्या बोटींच्या जंजाळातून वेगानं जाता येत नाही." मी त्याचे टूअरबद्दल आभार मानले, तेव्हा त्यानं स्पष्ट केलं. "ते कायद्याच्या विरुद्ध आहे. वेगामुळे अपघात होऊन खूप मुलं आणि काही माणसंसुद्धा बोटीतून खाली पडली आहेत.

नांगरलेल्या बोटींच्या गर्दीतून बाहेर आल्यानंतर मात्र मार्ग मोकळा होता. स्टुअर्टनं वेग वाढवला. त्याबरोबर ट्यूलिपची फुलं इतस्ततः विखुरली गेली. सोफिया आणि मी आम्ही दोघींनीही ती फुलं गोळा करायला ताडकन झडप घातली. त्यामुळे, बोट डळमळली आणि आमचा तोल जाऊन आम्ही धाडकन खाली आपटलो.

"जरा हळू चालव, स्टुअर्ट!" सोफियाने ओरडून सांगितलं.

तिचं ओरडणं त्याच्या कानापर्यंत पोहोचलंच नाही. आम्ही दोघींनी एकमेकींकडे पाहिलं आणि खो-खो हसत आमच्या जागेवर जाऊन बसलो. ट्युलिपची काही फुलं समुद्राला वाहिली जात होती. ती तशीच जाऊ दिली. बोटीच्या पाठीमागे पांढराशुभ्र फेस उसळत होता. आम्हाला तसंच मोकाट, अनिर्बंध झाल्यासारखं वाटत होतं. जणू काही सुटी मिळालेली शाळकरी मुलंच!

"ही मजाच आहे गं!" सोफिया उद्गारली. "भन्नाट मजा!"

आम्ही पाण्याच्या काठावर असलेलं एक शुभ्रसुंदर लाकडी घर मागे टाकलं. पुढं एक मनोऱ्यावर बांधलेलं घर पाण्यात डोकावून पाहात होतं. तिथंच एका साध्या कबऱ्या बोटहाउसच्या पलीकडं वाऱ्यानं खडबडीत झालेला जमिनीचा चिंचोळा तुकडा होता. त्याला 'वुडी पॉइन्ट' म्हणतात, असं स्टुअर्टनं आम्हाला सांगितलं.

"हा टॉवलर्स बे," स्टुअर्टनं ओरडून सांगितलं. वुडी पॉइन्टजवळच्या उथळ पाण्याच्या खुणेपाशी बोट वळवत तो म्हणाला," आपण पोहोचलोच घरी."

मी स्टुअर्टच्या खांद्याला स्पर्श करून त्याचं लक्ष वेधून घेत विचारलं, "ते काय आहे?"

ज्या शहरात मी एका दशकाहून अधिक काळ व्यतीत केला होता, तिथंच मी आता पर्यटकासारखं वागत होते.

"सागरी गरुड!"

तो गरुड तरंगत तरंगत पाण्याच्या काठावर असलेल्या झाडावर जाऊन बसला. स्टुअर्टनं त्याच्या दिशेनं बोट वळवली.

"हा पक्षी इतक्या जवळून पाहण्याची संधी क्वचितच मिळते." तो म्हणाला. गसनं शांत राहावं, म्हणून त्यानं आपला एक हात गसवर ठेवला होता.

आम्ही पक्षापासून वीसेक फुटांवर आलो. स्टुअर्टनं बोटीचं इंजीन बंद केलं. त्या गरुडाची छाती पांढरीशुभ्र होती. पंखांचा रंग चांदीसारखा करडा होता. त्याची चोच बाकदार होती. तो बेफिकीरीनं समोर पाहात होता. त्या वेळी, तो कसा निर्मळ आणि राजस दिसत होता. खरं म्हणजे तो निसर्गत: शिकारी आहे. तसंच लाटांनी किनाऱ्यावर आणून टाकलेलं सडकं-कुजकं मांस शोधत फिरणारा सफाई कामगारही आहे.

"बहुधा ते जोडीनं फिरतात." हलक्या आवाजात स्टुअर्टनं सांगितलं. "नर आणि मादी. आत्ता मादी कुठं आसपास दिसत नाही. घरट्यातच बसली असणार."

आश्चर्यकारकरीत्या हलक्या वाऱ्यामुळंही आमची बोट गरुडापासून दूर वाहात गेली. स्टुअर्टने इंजीन सुरू केलं. आम्ही पुढच्या प्रवासाला निघालो. धक्के असलेली घरं आणि बोटशेड्स यांची छानदार सरमिसळ खाडीच्या दक्षिण किनाऱ्यावर झाली होती. काही घरं भव्य होती. त्यांची छतं कमानदार असून, काचेचा खूप मोठ्या प्रमाणावर वापर तिथं करण्यात आला होता. काही घरं साधी होती. त्यांच्या भिंती लाकडाच्या होत्या. वरचे मजले मोडकळीस आलेले होते. उत्तरेकडच्या किनाऱ्यावर मात्र झुडपांचं गर्द रान माजलं होतं. तिथल्या खोल उतरणींवर गेरूच्या रंगाचे आणि माणसांसारखे आकार असलेलं प्रचंड खडक वाऱ्यावर तोल सावरत उभे होते. तिथंच पुढे अर्धचंद्राकृती सुंदर किनारा होता. त्याच्यामागे घनदाट असं पर्जन्यवन होतं. दमट घळणीतून मोठमोठे वृक्ष डोकावत होते. स्टुअर्टचं घर टॉवलर्स बेच्या टोकाला होतं. तिथल्या घळणीतून स्वच्छ पाणी वाहात होतं. त्याच्या वाटेत लहान लहान धबधबे होते. तिथून पाणी खाली पडलं की, त्याचा स्वच्छ निळा रंग जाऊन तो मातकट होत होता. ती जागा उष्ण कटिबंधातल्या स्वर्गासारखी होती.

स्टुअर्टनं आपल्या धक्क्यावर बोट लावली. गस इतका उतावीळ झाला होता की, त्यानं आम्हा दोघींना उद्धटपणे धक्के देत बोट थांबायच्या आधीच बाहेर पाण्यात झेप घेतली.

"या गसला काही मॅनर्सच नाहीत रे स्टुअर्ट!"

स्टुअर्ट काहीच बोलला नाही. त्याच्या मते, गसमध्ये कुठलाच दुर्गुण नव्हता.

"आता आम्ही काय करायचंय?" सोफियाने विचारलं. बोटीत काही शिष्टाचार पाळायचे असतात का, असं तिला विचारायचं होतं. काही नियम असतील किंवा वागण्याच्या काही खास पद्धती असतील, तर त्या तिला समजून घ्यायच्या होत्या.

"उड्या मारा." स्टुअर्ट उत्तरला.

आम्ही दोघींनी एकमेकींकडे पाहिलं. माना हलवल्या. आम्ही नक्कीच उड्या मारू शकतो!

स्टुअर्टनं कितानातून हात घालून बोट पुलाला बांधलेल्या तराफ्याशी घट्ट लावून धरली. आम्ही दोघी मोठ्या मेटाकुटीनं वर चढलो.

स्टुअर्ट माझ्याकडे दोर फेकत म्हणाला, "घट्ट धरून ठेव. अजिबात सुटू देऊ नकोस."

त्यानं आणि सोफियाने मिळून अत्यंत काळजीपूर्वक सामान उतरवलं. तिथं एखादी वस्तू खाली पडली, तर ती थेट पाण्याच्या तळालाच जाऊन पोहोचायची. काही वेळातच तो तराफा उकिरड्यासारखा दिसू लागला. तराफ्यावर खोके आणि पिशव्या इतस्तत: पडल्या होत्या. खाण्यापिण्याचा प्रचंड साठा झाला होता. तिथं पार्टी व्हायचीय, हे मला माहीत होतं. तरीसुद्धा गरजेपेक्षा जास्तीच सामान आणलेलं दिसत होतं.

"एकदा इथं आलो की, संपलंच सगळं", स्टुअर्टनं स्पष्ट केलं. "एखादी वस्तू संपली, तर इथं काहीही करता येत नाही. पटकन कोपऱ्यावरच्या दुकानात जाऊन वस्तू आणायची, हे इथं शक्य नसतं. म्हणून आम्ही आधीच जास्तीचा साठा करून ठेवतो. म्हणजे ऐन वेळी गोंधळ होत नाही."

मी धक्क्यावरच्या जीर्ण पायऱ्यांकडे पाहिलं. या पायऱ्या थेट विटकरी रंगाच्या लाकडी घराकडं जात होत्या. घराच्या डेकवर तणवेलींचं रान माजलं होतं.

"हे सामान तिथपर्यंत कसं न्यायचं स्टुअर्ट?"

"आपणच घेऊन जायचं." त्यानं सांगितलं.

"बाप रे!"

दारूची सहा खोकी, वाणसामानाच्या चाळीसेक पिशव्या आणि आमचं सामान! क्षणभर माझा सुटीचा उत्साह मावळला. प्रत्येकाला निदान पाच फेऱ्या तरी कराव्याच लागणार होत्या.

स्टुअर्टनं माझ्या हातून दोर घेऊन बोट नीट बांधून टाकली व मद्याची दोन खोकी उचलून तो चालू लागला. सोफियाने मोठा उसासा सोडला आणि वाणसामानाच्या दोन मोठ्या पिशव्या उचलल्या. मी आइसक्रीम, दूध, लोणी, क्रीम वगैरे सामान उचलून त्या पुढाऱ्यांच्या मागून निघाले. वरच्या पायरीवर पोचेस्तोवर मी अक्षरश: घामाघूम झाले. मी माझा स्वेटर काढून टाकला. सोफिया एव्हाना स्वयंपाकघरात जाऊन घटाघटा पाणी पीत होती. स्टुअर्टसुद्धा आपला ग्लास भरत होता.

"हा नक्की हिवाळाच आहे नं?" हातांनी तोंड पुसत मी विचारलं.

"यप्!" त्यानं उत्तर दिलं आणि तो आणखी सामान आणायला निघाला.

"तू इथंच थांब." मी सोफियाला सांगितलं. "आम्ही खालून आणलेलं सामान नीट ठेवायला इथं कुणीतरी हवंच."

काही वर्षांपूर्वी झालेल्या एका अपघातात तिचा एक हात दुखावला होता. मी नेहमीच एखाद्या रेड्यासारखी ताकदवान होते. माझ्याविषयी कुणी कधी विचारलं, तर मी नेहमी सांगत असे, "अरे, माझी तब्येत म्हशीसारखी ठणठणीत आहे."

खालचं सगळं सामान आणायला आम्हाला चार खेपा घालाव्या लागल्या. एव्हाना फ्रीज तुडुंब भरला होता. खराब न होणाऱ्या सामानानं कपड्यांची खोली भरली होती. एकूण व्यवस्थेवर आमचे आम्हीच खूश होतो. तो आनंद साजरा करायला मग आम्ही बिअरच्या थंडगार बाटल्या उघडल्या. खरं म्हणजे अजून सहा वाजले नव्हते. ती खरी बाटली उघडायची वेळ असते. अरे, पण हे पिटवॉटर आहे. इथं सुशेगात जगायचं असतं. आणि कुठल्याही पार्टीचा मुख्य भाग म्हणजे मद्यपानच असतं. खरंय नं?

सोफिया आणि मी डेकवर बसून सभोवतालची दृश्यं न्याहाळत होतो. स्टुअर्ट आपला वाईनचा साठा ठेवण्यासाठी फडताळाची जुळवाजुळव करत होता. त्यातला प्रत्येक तुकडा तो अगदी निरखून पाहात होता. शेवटी, त्यानं मोठा नि:श्वास सोडला आणि स्वयंपाकघरातल्या ओट्यावर असलेल्या फोनकडं मोर्चा वळवला.

"कोल? स्टुअर्ट! तुझी मदत हवीय मित्रा. येतोस?" मग, फोन बंद करून त्यानं आम्हाला सांगितलं, "येतोय तो."

"म्हणजे इतकं सोपं आहे इथं? आपल्याला हवं तेव्हा दुकानदार बोट घेऊन आपल्या दारात येतो?"

"कोल त्याचा मित्र आहे गं."

जसं काही तेवढं म्हटल्यानं सगळं काही स्पष्ट होतं.

आम्ही बिअरची दुसरी बाटली उघडली, तेवढ्यात त्याच्या बोटीचा, हळूहळू टाळ्या वाजवाव्या तसा तालबद्ध आवाज ऐकू आला.

कोलनं आम्हा दोघींना नमस्कार केला. मी मान हलवली. सोफियाने अगदी दिसेल न दिसेल, अशी मान कलती केली. तो छान उंच आणि देखणा होता. त्याच्या निळ्या डोळ्यांत खट्याळ चमक होती. कुठलाही शिष्टाचार न सोडता आनंद कसा लुटावा, हे त्याला माहीत असल्याचं त्याच्या डोळ्यांवरून कळत होतं.

"बरं झालं तू आलास." स्टुअर्ट म्हणाला. "चल, जरा मदत कर."

दोघंही आत निघून गेले. आम्ही कोलकडं पाहातच राहिलो. त्याची सगळी हालचाल लाटांसारखी संथ होती. त्यानं बघता बघता वाईनच्या फडताळाचे भाग

जोडले. ते काम त्यानं वेणी घालण्याइतकं सोपं करून टाकलं होतं. फडताळं जोडून झाल्यावर त्यानं त्या बाटल्या नीट आणि व्यवस्थितपणे, जिथं पाहिजेत, तिथं ठेवून दिल्या. कसली गडबड नाही की गोंधळ नाही. माझ्या नवऱ्यानं या कामासाठी दोन महागडी पुस्तकं आणली असती. त्यांचा निदान दोन आठवडे अभ्यास केला असता. एक आठवडाभर तो त्या फडताळाकडं पाहात राहिला असता आणि मग त्यानं सुताराला बोलावलं असतं.

"बिअर?" स्टुअर्टनं कोलला विचारलं.

"चालेल. नाही म्हणणार नाही." कोलच्या बोलण्याला गाण्यासारखी लय होती. वाक्याचा शेवट तो नेहमी वरच्या स्वरात करत असे. तो संथपणे बिअर घेत म्हणाला, "फक्त चेरला जरा फोन करून सांग, मला उशीर होईल म्हणून."

त्याच्या बायकोनं दाणकन फोन आपटल्याचा आवाज साऱ्या खोलीभर घुमला. आश्चर्यचकित होऊन त्यानं आमच्याकडे पाहिलं.

"चेरला आवडलंसं दिसत नाही." तो म्हणाला.

"तसं असलं, तर मग इथंच जेव तू." स्टुअर्टनं सुचवलं.

"नको. जातोच मी."

त्यानं आणखी एक बिअर संपवली. घरापर्यंतच्या वाटेत गरज लागलीच, तर असू द्यावी, म्हणून एक बाटली घेतली. इथं या पिटवॉटरमध्ये कुणालाच काही घाई असल्याचं दिसत नव्हतं.

तो गेल्यानंतर लवकरच हलक्या पावलांनी रात्र आली. अंधार पडला. स्टुअर्टनं शेगडी पेटवली. खोलीतला उष्मा वाढला. बाहेर वातावरण स्वच्छ होतं. तारे झगमगत होते. काही वेळानं क्षितिजावर भला मोठा चंद्र उगवला आणि त्यानं सारा बे चांदीसारख्या प्रकाशानं न्हाऊन काढला. चांगले मित्र आणि उत्तम वाईनच्या संगतीत रात्र रंगली होती. रात्रीच्या जेवणासाठी स्टुअर्टनं त्याचा खास रस्सा केला होता. साऱ्या घरभर दरवळणाऱ्या मसाल्याच्या वासानं तोंडाला पाणी सुटलं होतं.

बागेखालच्या किनाऱ्यावर हलकेहलके आणि अलगद लाटा आदळत होत्या. त्यांची उसाशासारखी वाटणारी मंद सळसळ ऐकण्यासाठी मी कितीतरी वेळा डेकवर जात-येत होते. मध्येच केव्हातरी घुबडाचा घुत्कार ऐकू यायचा. पानांची सळसळ कानांवर पडत होती. गुलाबी नाकाचा कांगारू आपलं खाद्य शोधत डेकच्या कठड्याजवळ येऊन फिरत होता. माझ्याकडं पाहाताना एकाच वेळी त्याच्या डोळ्यांत संशय असायचा आणि याचनाही असायची. मी आत जाऊन त्याच्यासाठी एक सफरचंद कापलं. पण, तेवढयात गसनं त्या पोसमला पाहिलं. तसा तो अनावर होऊन त्याला हुसकावून द्यायला लागला. पोसमनं जाताना

तिथलं झाड उपटून टाकलं. तो परत आलाच, तर त्याच्यासाठी थोडा गर राखून ठेवत, मीच ते सफरचंद खाऊन टाकलं.

तो सारा काळ आनंदाचा होता. मी माझं दुःख बाजूला ठेवून दिलं होतं.

शुक्रवारी तयारीची गडबड होती. सॅलडच्या भाज्या ताज्या राहाव्यात, म्हणून त्या धुवून, प्लास्टिक डब्यामध्ये ठेवल्या होत्या. स्टुअर्टनं आदल्या दिवशी पहाटेच सिडनीच्या मच्छीबाजारात जाऊन भला मोठा सामन मासा आणला होता. त्याची पाकक्रिया पाहण्यासाठी आम्ही सारे पाकशास्त्राच्या पुस्तकांत डोकी खुपसून बसलो होतो.

"मी याआधी सामन कधीच बनवला नाही." मी स्टुअर्टला सांगितलं.

"मी बनवलाय. पण, एवढा मोठा नव्हता तो."

"हे करण्यासाठी लागणाऱ्या वजन-वेळ यांचा तक्ता असायलाच हवा, या पुस्तकात कुठंतरी!"

सोफिया शाकाहारी होती. तिनं ओठातल्या ओठात कसली तरी प्रार्थना म्हणत त्या 'गरीब बिचाऱ्या प्राण्याच्या डोक्यावर थोपटलं' आणि ती परत अळिवाचा एक-एक छडा धुण्याच्या कामाकडं वळली.

सामन तयार करण्याची कुठलीच पद्धती पाकशास्त्राच्या पुस्तकात सापडली नाही. तेव्हा आम्ही त्या सामन माशाच्या पातेल्यांत व्हाईटवाईनच्या सहा बाटल्या ओतल्या. थोडा तेजपत्ता टाकला. थोडे कांदे, गाजर आणि सेलरी टाकली. आणि झाकण बंद केलं. फ्रेंच पाकशास्त्राची ही मूलभूत पद्धत कधीच चुकत नाही.

"हा मासा आपण सर्वांत मांसल भागापासून कापू. नंतर पंचवीसेक मिनिटांनी त्याची चव घेऊ. त्याला शिजायला फार वेळ लागणार नाही." मी म्हणाले.

आम्ही बीफच्या तुकड्याला खूप लसूण लावला. तो चांगला मुरावा, म्हणून रात्रभर थाईमच्या पानांत लपेटून ठेवला. दुपारपर्यंत बहुतेक सगळी तयारी झाली होती आणि आम्ही स्वतःला हुशार व कार्यक्षम समजत इकडंतिकडं भटकत होतो.

फोन वाजला, तेव्हा स्टुअर्ट अंघोळ करत होता. त्यानं तिथनं ओरडूनच आम्हाला फोन घ्यायला सांगितलं. तो बँजो वाजवणाऱ्यांच्या फोनची वाट पाहात होता. ते पार्टीला केव्हा येणार, हे त्याला विचारायचं होतं. का कुणास ठाऊक, पण फ्लुरीला बँजो खूपच आवडायचा.

“हाय... फ्लुरी!” विचार न करताच मी ओरडले... आयला!

सोफियाने माझ्याकडे पाहिलं. मनातल्या मनात तिनं कपाळाला हात लावला. तेवढ्यात टॉवेल गुंडाळून आलेल्या स्टुअर्टनं फोन घेतला. साऱ्या खेळाचा खेळखंडोबा झाला होता.

फ्लुरी शुक्रवारी दुपार कलताना आली. आता चकित करण्यासारखं काही राहिलं नसूनही, आम्ही ‘सरप्राईज’ म्हणून आरडाओरडा केला. मग, सारे जेवणाच्या टेबलाभोवती जाऊन बसलो. रात्री जेवताना आम्ही आता आमच्यात नसलेल्या मित्रांच्या आणि नातेवाइकांच्या आठवणी काढल्या. त्या आठवणींनी डोळ्यांत उभे राहिलेले अश्रू पुसले. आपणही आता त्यांच्याच दिशेने वाटचाल करत आहोत, याची त्या वेळी प्रकर्षानं जाणीव झाली. हे मनात घोळवतच आम्ही अंथरुणात आडवे झालो.

शनिवारी सकाळी आम्ही कुणी उठायच्या आधीच भुरूभुरू पाऊस सुरू झाला. सकाळच्या न्याहारीसाठी सारे जमेपर्यंत सगळं वातावरण पावसाळी होऊन गेलं होतं.

“लवकर मोकळं होईल हे आभाळ.” स्टुअर्ट म्हणाला.

पण, दुपारपर्यंत पाऊस थांबण्याऐवजी त्याचा जोर वाढला होता. तो थांबायची काही लक्षणंही दिसत नव्हती. म्हणून डेकवरची टेबलं आत आणली. अन्न गरम राहावं, म्हणून पुन्हा शेगडी पेटवण्यात आली. सिडनीच्या त्या खास ढगाळ वातावरणातही आम्ही घराची दारं-खिडक्या उघडीच ठेवली होती. भिजलेल्या मातीचा आणि निलगिरीचा गंध घरात दरवळत होता.

स्थानिक पिंकवॉटर टॅक्सीतून पाहुणे यायला सुरुवात झाली. किनाऱ्यापासून घरात येईपर्यंत त्यांनी पावसापासून वाचायला छत्र्या उघडल्या होत्या. त्यांच्या भिजलेल्या लोकरीच्या कपड्यांचा व चामड्याच्या बुटांचा वास पसरला होता. या गडबडीत मी त्याला आधी पाहिलंच नाही... तो अगदी बैठकीच्या खोलीत येईपर्यंत. तो दिसायला देखणा होता. माझं मन त्याच्याकडं ओढलं गेलं. हे कुठल्यातरी सहज अंत:प्रेरणेनं घडलं होतं.

स्वयंपाकघरात सगळा गोंधळच होता. सामन मासा खूपच मोठा होता. रस्सा उकळता उकळत नव्हता. कढई खूपच लहान होती. त्यात बीफ भाजता येत नव्हतं. भाजल्याशिवाय ते ओव्हनमध्ये टाकता येत नव्हतं. सगळा सावळा

गोंधळ झाला होता. मला तर रडायलाच येत होतं. मी व्हाईट वाईनचे काही पेले रिचवले आणि त्या बँजो वाजवणाऱ्याला शिव्याशाप द्यायला सुरुवात केली.

इतर सारे मजेत होते. स्वयंपाकघरात काय चाललंय, याची त्यांना चिंताच नव्हती. मी आणखी दोनेक पेले रिचवल्यानंतर मलाही ती वाटेनाशी झाली.

बोलताना सोफियाने सिडनीला येताना घडलेल्या कुठल्या तरी प्रसंगासंबंधी काही तरी सांगितल्याचं आठवलं. मी नशेत होते. माझं मन तिथेच अडकलं. मी त्या गर्दीत तिला शोधून बाहेर ओढून नेलं. ती लोकांशी बोलत होती. पण, मला त्या क्षणी त्याची पर्वा नव्हती.

"एक विचारायचंय."

"विचार ना."

"मी मिळालेली भेटवस्तू शोधावी, असं तू म्हणाली होतीस. आठवतं?"

मी काय म्हणतेय, ते सोफियाला कळत नव्हतं.

"भेट. मरणामुळं मिळालेली भेट. मुलांनी आपल्यासाठी मागं ठेवलेली गिफ्ट."

"हां. हां. आठवलं. आठवलं."

"असं?"

"ती भेट म्हणजे... वर्तमानात जगायला शिकणं. जेव्हा तुम्ही बदलत्या परिस्थितीशी संघर्ष करत असता, तेव्हा आयुष्य वादळासारखं तुमच्यासमोरून निघून जाऊ देऊ नका. बरोबर आहे ना?"

"या विषयावर आपण उद्या बोललं, तर चालणार नाही का?"

"ठीक आहे. चालेल. पण, मला कळलंय ते."

तिनं मला थोपटलं आणि ती तिथून निघून गेली.

बँजो वाजवणारा गेला. त्याआधी काही क्षणच मी लाकडी चमचा त्याच्या टाळक्यावर हाणणार होते. संगीत बंद झालं. मी गुपचूप झोपून गेले. सगळी धावपळ फारच वेगाने झाली होती.

६

दुसऱ्या दिवशी सगळ्यांची पांगापांग व्हायला सुरुवात झाली. सोफिया विमानतळाकडं रवाना झाली. प्रत्येक जण आपापल्या वस्तीकडं परत निघाला होता.

"पुन्हा त्या वैतागवाण्या मेलबर्नला परत जायचं!" मी कुरकुरले. "मरणाची थंडी आणि अंधारला दिवस."

पिटवॉटरला त्या वेळी ऊन पडलं होतं. सारा आसमंत निळाईनं चमचमत होता.

"तू अजून थोडे दिवस इथं का राहात नाहीस?"

पुढल्या आठवड्यात पुन्हा भरून आणण्यासाठी फ्लुरी तिथल्या वाणसामानातली एक बॅग रिकामी करत होती.

"नको गं! परत जायला हवं."

"कशासाठी?"

मी थबकलेच. मनात विचार आला. 'खरंच, एवढ्या तातडीनं परत जाण्यासारखं काय आहे तिथं? ती एक कुत्री आहे. पण, शेजारी तिची काळजीनं आणि प्रेमानं देखभाल करताहेत. स्वीटी त्यांना आवडते.'

"तसं राहायला काही हरकत नाही... तुमची अडचण होणार नाही नं?"

"ग्रेट! राहा. मजा कर. पिटवॉटर त्यासाठीच प्रसिद्ध आहे."

"थोड्याच काळासाठी हे हवामान बदलेपर्यंत...."

ते दुसऱ्या दिवशी बदलेल, असा माझा अंदाज होता. पण, ते बदलायला दोन आठवडे लागले. कारण, त्या रात्री मी त्या घरात अगदी एकटी असताना फोनची घंटी वाजली.

"आपण एकत्र जेवू या. आवडेल तुला?" त्यानं विचारलं.

"केव्हा?"

"आज?"

"चालेल. पण, इथली मला काहीच माहिती नाही. त्यापेक्षा, तूच ये. पार्टीतलं बरंच वाणसामान उरलंय. मी स्वयंपाक करेन."

त्या रात्री डेकवर बसून आम्ही वाईनच्या काही बाटल्या संपवल्या. चांदण्यांमुळे डेकवर झुडपांच्या सावल्यांची नक्षी रेखली जात होती. चंद्र तर पृथ्वीपेक्षाही मोठा दिसत होता. "चल. झोपायला जाऊ या." तो म्हणाला आणि मी सहजपणे होकार दिला.

आपल्या इच्छापूर्तीसाठी मनातला संकोच थोडा वेळ दूर सारणं ही काही फार मोठी बाब नाही.

'फक्त एकच तर रात्र! त्यानं काही नुकसान होणार नाही. उद्या तर मला जायचंच आहे. मग, काय हरकत आहे? आपल्या दोघांशिवाय कुणाला कळणारसुद्धा नाही.' मी विचार केला.

पण, त्यानं धरणाचे दरवाजे उघडावे, तसं झालं. व्हायचं ते नुकसान झालंच. ते केवळ वासनाशमन नव्हतं. शरीराचा शरीराला झालेला हळुवार स्पर्श होता. उत्तररात्री कानात कुजबुजलेले शब्द होते. डोळे वाचता येत नाहीत, अशा गडद अंधारात होणारी उत्कट जवळीक होती. अर्धवट झोपेत अनुभवलेली दुसऱ्या शरीराची ऊब होती. दीर्घकाळापासून मृतावस्थेत असणाऱ्या माझ्या मनाच्या कोपऱ्याला आलेली ती हळुवार जाग होती.

तो रामप्रहरी शहरात परत जायला निघाला, तेव्हा मला माझा पुनर्जन्म झाला, असं वाटत होतं. पिटवॉटरनं मला मोहून टाकलं होतं. दोन आठवड्यांच्या उत्कट अनुभवानंतर मी सामानाची बांधाबांध करायला मेलबर्नला परतले. मी मेलबर्नचं घर भाड्यानं देऊन पिटवॉटरला भाड्याचं घर घ्यायचं ठरवलं. पिटवॉटरचा समुद्र व सूर्यप्रकाश यांच्या मी प्रेमात पडले होते, असं मी स्वत:ला बजावून सांगत होते. मी कायमची स्थिरावू शकेन, अशी जागा मला सापडली होती, असंही मी स्वत:ला सांगत होते. पिटवॉटर हा स्वर्ग आहे व मी जे जे समजते आहे, ते ते सगळं अगदी खरं असल्याचंही मी स्वत:ला सांगत होते.

या माझ्या प्रकरणानं किंवा बेबंद वागण्यानं मला एका निरर्थक, कंटाळवाण्या आणि फरफटत चाललेल्या आयुष्यातून बाहेर काढलं होतं. ही गंमत होती, आनंद होता. उदासिनतेच्या कठोर भिंती त्यामुळे विरघळून गेल्या होत्या. जुन्या जगण्यातून नवीन आयुष्यात प्रवेश करणं, त्यामुळे सहज शक्य झालं होतं. पिटवॉटरच्या दैनंदिन अडचणींकडे दुर्लक्ष करणं सोपं झालं होतं. बेबंद आणि बेधुंद होणं सर्वांत सोपं झालं होतं.

मेलबर्नच्या अपार्टमेंटमधल्या सामानाची बांधाबांध करून ते गराजमध्ये भरून ठेवायला दोन आठवडेसुद्धा लागले नाहीत. एजंटनं पटकन भाडेकरू शोधून दिला. मी पिटवॉटरच्या सहलीला जायला सज्ज झाले. तिथं देखण्या परिसरात एखादं सुंदर घर घ्यायचं आणि तिथल्या सांस्कृतिक जीवनात अलगद मिसळून जायचं, अशा खूप योजना माझ्या डोक्यात येत होत्या. काही दिवस राहायला फ्लुरीनं आपलं टॉवलर बेचं घर मला देऊ केलं होतं. मला घर सापडेपर्यंत स्वीटीला आईकडं ठेवलं होतं.

सकाळी झोपून उठावं आणि आपण कुठल्यातरी दुसऱ्याच ग्रहावर असल्याचं आपल्याला दिसावं, तसं पिटवॉटरला आल्यानंतर झालं. सूर्य आणि भरती-ओहोटीच्या तालावर इथला जीवनक्रम ठरत असतो. सकाळ झाली की उठावं. भरती आली की नौकाविहार करावा. भूक लागली की जेवावं. अंधार झाला की झोपावं. इथं मोटारी नव्हत्या. रस्त्यावर दिवे नव्हते. बसेस नव्हत्या. आगगाड्या नव्हत्या. गर्दी नव्हती. फूटपाथ नव्हते. आणि सरत्या सायंकाळी वातावरणात धुराचे कणही नव्हते.

इथं परसदारी गच्च झुडपे व उभी ढलान असलेलं कुरिंगा राष्ट्रीय उद्यान होतं. समोरच्या अंगणात समुद्र होता. त्यात स्टिंगरे अवकाशयानासारखे संथपणे तरंगत होते. आकाशासारखे निळे आणि जांभळ्या पट्टेदार पायांच्या खेकड्याचे थवे अगदी लष्करी थाटात फिरत होते.

माझी अपेक्षा होती, तसंच माझं प्रेमप्रकरण चालू होतं. माझ्या शरीरातील ग्रंथींचे स्राव विस्मृतीतच जमा झाले होते. ते आता प्रचंड वेगानं उसळी मारून क्रियाशील झाले होते. पहिल्याच भेटीत मला अगदी षोडशा झाल्यासारखं वाटत होतं फरक एवढाच होता की, या वेळी आमची संकेतस्थळं म्हणजे महागडी उपाहारगृहं आणि पंचतारांकित हॉटेलं होती. पण, आमच्या या बेकायदेशीर वागण्याला व्यभिचाराचं स्वरूप होतं. कारण, तो विवाहित होता.

सुरुवातीला हा विचार मनाच्या कुठल्यातरी अंधाऱ्या कोपऱ्यात ढकलून देणं मला सोपं गेलं. कारण, मी त्याच्या बायकोला कधीच भेटले नव्हते. माझ्या मते, मी कुणालाही दुखवत नव्हते. मी करत होते, तो अविचार होता आणि लवकरच तो कमीकमी होत जाईल, याची मला जाणीव होती. ही चाळीशीतील स्त्रीची निराशा नव्हती, तर तो माझ्या एकूण विचारांचाच महत्त्वाचा भाग होता. एका अर्थानं हे युद्धक्षेत्रात राहाण्यासारखं होतं. तिथं कोणत्याही क्षणी सगळं नष्ट होऊ शकतं. आपल्या आयुष्यात उद्याचा दिवस उजाडणार नाही, या कल्पनेनं आपण बेपर्वा आणि बेसावध होत असतो.

वर्षानुवर्षांच्या कामानंतर, दुःख भोगल्यानंतर, एकाकीपणानंतर अकस्मात

मी एका वेगळ्या जगात फेकले गेले. या जगात फक्त सुखोपभोगच होते. इथं कसली बांधिलकी नव्हती, अपेक्षा नव्हत्या, मागण्या नव्हत्या. इथं, आपल्या आयुष्यात पुन्हा कधीच येणार नाही, असं वाटत असताना आलेला बेबंद प्रणय होता. अशी संधी कुठलीही स्त्री नाकारू शकत नाही.

माझ्या प्रियकराच्या आणि माझ्या आयुष्यात खूपच साम्य होतं. तो कंट्री पबमध्येच लहानाचा मोठा झाला. माझंही तसंच होतं. तो जातिवंत शर्यतप्रेमी होता. अश्वशर्यती या तर माझ्या दादाचा श्वासच होत्या. माझा प्रियकर वृत्तपत्रकार म्हणून जगभर भटकला होता. आणि मीही लंडन, न्यूयॉर्क, केपटाऊन किंवा इतर कुठेही त्याच व्यवसायासाठी जगभ्रमण केलं होतं. या प्रवासात आमची भेट कशी झाली नाही, याचंच आम्हाला नवल वाटत होतं. तशी आमची एकदा भेट झाली होती – न्यूयॉर्कमध्ये पत्रकारांच्या मद्यालयात. त्या वेळीच आम्हाला परस्परांचं आकर्षण का वाटलं नाही? त्यासाठी ती वेळ योग्य नव्हती, यावर आम्हा दोघांचंही एकमत झालं. तो विवाहित होता आणि अजूनही योग्य वेळ आलेली नव्हती, ही वस्तुस्थिती आम्ही सोयीस्कर रीतीनं नजरेआड केली होती.

हा माणूस कायमच्या सहवासाला योग्य नाही, असं मला अगदी पहिल्यापासून वाटत होतं. म्हणून काही काळ मी त्याला भेटणं थांबवलंही होतं. पण, हे तात्पुरतं प्रेमप्रकरण नसून जिव्हाळ्याचं नातं होतं, असं त्यानं मला एक दिवस सांगितलं. तेव्हा, मी हे संबंध न तोडता सहजपणे त्याच्या प्रियतमेची भूमिका स्वीकारली. काही काळ मला स्थैर्य आल्यासारखं वाटलं. पण, त्यात काही समाधान नव्हतं, मनाला सतत चिंता कुरतडत असायची. कारण, तो रोज रात्री माझ्याकडे येत नसे. तो चंचल होता. खूप स्त्रिया त्याच्याकडे आकर्षित होत असत. त्यांना तो टाळत असेल, यावर माझा विश्वास नव्हता. कारण, तो पक्का बाईलवेडा असल्याच्या खुणा वारंवार आढळून यायच्या. एखाद्या म्हातारीसारखी मी मला जे हवं होतं, तेवढं ऐकत आणि पाहात होते. हा माणूस आपल्या प्रेयसीशीसुद्धा प्रामाणिक राहणं शक्य नाही, याच्या पुराव्यांकडं मी अगदी ठरवून कानाडोळा करत असे.

ज्या दिवशी त्याला भेटायला मी शहरात जात नसे, त्या दिवशी एकटीच कुरिंगा चेस नॅशनल पार्कमध्ये लांब फेरफटका मारत असे. मनात सतत उड्या मारत राहणाऱ्या माकडाला थांबवण्याचा माझा प्रयत्न चालूच असायचा. 'आज तो फोन करेल का? उद्या आमची भेट होईल का? आमचे संबंध संपलेत का? मला संबंध संपल्याचं कसं ठाऊक नाही?' मनाचे असले खेळ करत भर उन्हात डोक्यावर हॅट न घालता मी फिरत राहायची. मला सडसडीत आणि धडधाकट व्हायचं होतं. समुद्रकिनारा ते ढलान यांच्यात मी इतक्या येरझारा घालायचे, की

गरमीनं आणि थकव्यानं बेशुद्ध पडायचीच पाळी यायची.

कधीतरी तो आपल्या घरातल्या भांडणाविषयी सांगायचा. त्या वेळी माझ्या मनात आशेच्या फुलझड्या फुलायच्या. खरं म्हणजे मी त्याची फक्त प्रियतमा होते आणि मला कसलाही कायदेशीर आणि भावनात्मक अधिकार नव्हता.असं असूनही वाटत राहायचं... चला! आता याचं लग्न मोडणार. पण, वस्तुस्थिती तशी नव्हती. मनाच्या कुठल्याही कोपऱ्यात या विचारानं डोकं वर काढलं की, त्याच्या संतापलेल्या आणि दुखावलेल्या मुलांचे चेहरे डोळ्यासमोर यायचे. मग, मी तो विचार दडपून टाकत असे. आपण ज्याच्यावर प्रेम करतो, त्याच्याबरोबर राहायची आणि त्याच्या आयुष्याचा एक भाग व्हायची इच्छा ही नैसर्गिकच असते. पण, मी मिळेल, त्यावरच समाधान मानत होते. त्यातच धन्यता आणि कृतार्थता मानत होते. पण, हे खरं नव्हतं.

मी खूप वेळ आणि खूप लांबलांबपर्यंत फिरत राहायची. त्यामुळे, माझं वजन खूप कमी झालं. वाटेत भेटलेल्या एखाद्या मित्राला मी 'हॅलो' म्हटलं की, तो क्षणभर माझ्याकडे पाहातच राहायचा. हिला आपण कुठं बरं पाहिलंय, याचा काही काळ त्याला उमगच पडत नसे.

मी नीटनेटकी राहायचे. मला माझा हा नवीन अवतार आवडायचा. कारण, त्यामुळे माझ्यासारख्या एका लठ्ठंभारती आणि नालायक व्यक्तीची दयनीयता व असुरक्षितता दबली जायची. माझे जुने कपडे मी चर्च पॉइन्टला असलेल्या दानपेटीत टाकून दिले. नवीन कपडे आधुनिक पद्धतीचे आणि उत्तेजक होते. आखूड स्कर्टस, तंग ट्राऊझर्स आणि ताणले जाणारे कपडे अचानक मला आवडायला लागले. मी उत्तम लोकरीच्या घट्ट बसणाऱ्या स्वेटर्सवर मुक्त हस्ताने खर्च करत होते. लोकांचं लक्ष वेधून घेण्यासाठीच माझा आटापिटा चालला होता. आवाज करणारी उत्तमोत्तम पादत्राणं मी विकत घेतली आणि पायाच्या बोटांची नखंही रंगवून घेतली. मी पायाला नियमितपणे वॅक्सिंग करू लागले. माझ्या केसांचा रंगही मी बदलून घेतला. खरं म्हणजे मी स्वत:चा पुन्हा नव्यानं शोध घेत होते. पण, खूप काळपर्यंत हे माझ्या लक्षातच आलं नव्हतं. माझा आत्मविश्वास वाढत होता. आयुष्यात पहिल्यांदा माझी मलाच मी सुंदर, चतुर वाटू लागले होते. कारण, लोक माझ्याशी वेगळ्या पद्धतीनं वागू लागले होते. आणि त्यामुळं मला येत असलेल्या आत्मभानाला नवे धुमारे फुटू लागले होते.

"तुझ्यात एवढा बदल कशानं घडला गं?" लोक चकित होऊन विचारायचे.

मला माझ्या प्रियकराचा उल्लेख करता येणं शक्य नव्हतं. मी तो करतही नसे. त्याऐवजी मी त्यांना माझ्या व्यायामाबद्दल सांगत असे. पण, अर्थातच त्या झाडाझुडपातील रखरखीत वाटांवर भटकंती करताना, अंगातून वाहाणाऱ्या घामात माझे अश्रूही मिसळत असल्याचं मी त्यांना कधीच सांगत नसे. त्या ढलानीच्या टोकावर उभं राहिलं की, सगळं जग विशुद्ध भासायचं. प्रत्येक क्षणाला माझ्यावर अधिराज्य गाजवणाऱ्या या प्रेमप्रकरणातून काहीही निष्पन्न होणार नाही, हे मला तिथं उमजायचं. आठवड्याच्या शेवटच्या दिवसांत किंवा भर दुपारच्या त्या चोरट्या क्षणांमागं खोटेपण होतं, फसवणूक होती. मी अशा तऱ्हेने जीवन जगेन, असं मला कधी स्वप्नातही वाटलं नव्हतं. आयुष्य असंच जगायचं असतं, असं मी स्वत:ला सांगत होते. पण, ती फसवणूकच होती.

पायपीट करत असताना कधीकधी मी रागानं हात पसरून जगाला विचारायची, 'योग्य म्हणजे काय? अयोग्य म्हणजे काय? भविष्यात काय दडलंय?' पण, आसमंत गप्प राहायचा. एकाकीपण आणखीच गहिरं व्हायचं. प्राचीन प्रस्तरांवर उगवलेली, तेवढीच पुरातन काटेरी झुडपं सांत्वन करत नव्हती किंवा जीवाला शांतीही देत नव्हती.

टॉवलर बे पासून निघणारी पायवाट जिथं नॅशनल पार्कमध्ये शिरते, तिथं एक गुहा होती. एक प्रचंड खडक झुकल्यामुळं ती गुहा निर्माण झाली होती. दर तिसऱ्या दिवशी तिथं कुणीतरी ताजी फुलं आणून ठेवत असे. ती फुलं पायवाटेनं जाता जाता तोडली जाऊ शकतील, अशी त्या रानातली नव्हती. कधी गुलाबाची फुलं असायची, तर कधी ग्लॅडिओला असायची, तर कधी लिलीची असायची. मी तिथनं जाताना ती बघायची. कुणातरी तरुण प्रेमिकांच्या मीलनाचा हा संकेत असावा, असं मला वाटायचं. कधी ती मला भुरळ घालत तर कधी भयप्रद वाटत..मग, अचानक तिथं ताजी फुलं ठेवायचं बंद झालं. शेवटी ठेवली गेलेली पिवळी लिलीची फुलं तिथं तशीच सुकून मातीत मिसळून गेली. त्या प्रेमिकातलं कुणी मृत्यू पावलं, की ते प्रेमप्रकरणच संपून गेलं, हे मला कधीच कळलं नाही. ते फुलाचं रहस्यच राहिलं.

बहुधा, मी एकटीच फिरत असे. सोबतीला डोक्यातही कंटाळवाणी पिटपिट चालू असायची. त्या वेळी, भूतकाळात विलीन झालेल्या प्राचीन पिढ्यांचे डोळे माझ्या पाठीवर रोखले होते, असा मला भास व्हायचा. मी अनेकदा थबकून मागं वळून पाहायची.

पूर्वी कोणे एके काळी इथं आईच्या कुशीत झोपलेल्या मुलांच्या खांद्यावर हळूच थापटी मारली जायची. सुमारे बारा वर्षांच्या त्या मुलांना त्यांच्या वडीलधाऱ्यांच्या पाठोपाठ, चांदण्या रात्री खुरट्या झाडाझुडपांतून या ढलानींच्या, उंचउंच कड्यांवर

आणलं जायचं. इथं त्यांना, त्यांचा दात उपटून पौरुषाची दीक्षा दिली जायची. या दहा हजार वर्षांपूर्वीच्या प्राचीन पवित्र भूमीवर फिरताना मी इथं कधीही माणसांची वर्दळ पाहिली नाही. कदाचित या स्थळाला भव्यतम वास्तूची किंवा सोन्याच्या खजिन्याची जादू नव्हती, म्हणून असं होत असावं.

या स्थळात प्रचंड परमार्थभाव भरलेला आहे. प्रागैतिहासिक काळातील माणसांनी चित्रं कोरण्यासाठी इथं जमिनीतून वर आलेल्या वालुकामय खडकांचा वापर केला. त्यावर त्यांनी मासे, व्हेल, दंतविहीन साप, मोठाले सरडे, इमू आणि झुडपातले कांगारू कोरले. काळाच्या ओघात झिजलेल्या या आकृत्या साध्या, उद्‌बोधक आहेत. त्या रंगीबेरंगी तुकड्यांनी तयार झालेल्या खडकांवर करड्या रंगांनी काढलेल्या आहेत. रिमझिम पाऊस पडू लागला की, लहान लहान ओघळ ओढे ऊत आल्यासारखे इथल्या खोबण्यांमधून वाहू लागतात. त्या वेळी, हे कोरीव मासे पाण्यात पोहत असल्याचा भास होतो. त्या वेळी, माशांच्या या आकृत्या समुद्राच्या पाण्यापासून इतक्या उंचावर का कोरल्या गेल्या असाव्यात, याचं गूढ अचानक उलगडून जातं.

एका ठिकाणी अर्धा मानव आणि अर्धा पशू असलेली आकृती कोरलेली आहे. इतिहासपूर्व काळातील लोक तिला 'दारामुलान' म्हणत असत. गॅरिगल जमातीनं ही मूर्ती कोरलेली असून, त्यामुळेच तज्ज्ञांना तिच्या महत्त्वाविषयी अंदाज बांधता येतात. गॅरिगल ही आदिवासी जमात या प्रदेशात हजारो वर्षं सुखासमाधानानं राहात होती. पण, युरोपातून इथं वास्तव्यासाठी आलेल्या लोकांनी आपल्याबरोबर आणलेल्या देवी आणि गुप्तरोगांनी ती संपूर्णपणे नामशेष करून टाकली.

उन्हाळ्यात इथं झुडपांच्या आवाजाला किड्याकिटकांची साथ मिळते. अशा वेळी भटकताना कधीकधी माझ्या डोक्यात सुखशांतीचा मंत्र उमटू लागतो. नेमक्या त्याच वेळी काकाकुव्याच्या कर्कश आवाजानं सगळी शांतता विस्कटून जाते. या प्रचंड आकाराच्या पक्ष्याला काही दिमाख नाही, रुबाब नाही. त्याच्या आवाजानं कानठळ्या बसू लागतात, तेव्हा समजावं की, कुठंतरी दूर दृष्टिआड तो शिकार करतो आहे.

इथली ही ढलान मला माझ्या खाजगी आर्ट गॅलरीसारखी वाटते. इथल्या भिंतींना टोकेरी झुडपं, चहाची झाडं, खुरटी सफरचंदाची झाडं यांचं आवरण आहे. इतस्तत: वाढलेली चांदीसारख्या खोडाची गमवृक्षाची झाडं निळ्याजर्द आकाशाच्या पार्श्वभूमीवर झळाळून दिसतात. इथं हिरव्या रंगाच्या अनंत छटा पाहायला मिळतात. त्यांना निलगिरीची लाल पानं छेद देत असतात. इथली पानं काटेरी, तीक्ष्ण, करवतीसारखी कोन असलेली, निमुळती, झुबकेदार, गोल

आणि दिमाखदार असतात. या साऱ्यांवर आकाशाचा घुमट, क्षणोक्षणी बदलणाऱ्या पृष्ठभागासारखा पसरलेला असतो आणि त्यामुळं सर्व आसमंताला तरल आणि शाश्वत सौंदर्याच्या गॅलरीचं स्वरूप प्राप्त होतं.

एखाद्या धुक्यानं दाटलेल्या दिवशी भुरूभुरू पाऊसही येतो. हळुवार उसाशासारखा तो निमिषमात्र हवेतच थबकून मग अलगद जमिनीवर उतरतो आहे, असं वाटतं. १९९४ सालच्या वणव्यात जळून काळ्या झालेल्या झाडांच्या ओल्या बुंध्यांचा दुखरा गंध वातावरणात पसरलेला असतो. त्या गंधानं मनातली अबोध हुरहुर कमालीची तीव्र होते आणि मी चालण्याऐवजी धावत सुटते. या ढलानीवर माझं खोटेपण माझ्याच मनावर शिशासारखं बसतं. माझं प्रेमप्रकरण माझी वाताहत लावतंय, हे मला कळतं. भोवताली पसरलेल्या जळक्या बुंध्यासारखीच मी खुरटून जाणार आहे.

"चौऱ्याण्णव साली लागलेल्या वणव्याच्या वेळी तू होतास इथं?" एका शुक्रवारी स्टुअर्टला विचारलं. त्या वेळी, मी नुकतीच टॉवलर बेच्या घरात राहायला आले होते. आणि माझ्यासाठी भाड्याचं घर शोधत होते.

"हो. इथंच होतो आम्ही."

"जीझस!" फ्लुरी म्हणाली. "तो प्रसंग मी कधीच विसरणार नाही. आम्ही तेव्हा नुकतंच हे घर घेतलं होतं."

"ते उन्हाळ्याचे दिवस होते. त्या आठवड्यांत पश्चिमेकडून येणाऱ्या वाऱ्यानं हवेतला सारा ओलावा गिळून टाकला होता. सारं वातावरण ठासून भरलेल्या बारुदासारखं स्फोटक झालं होतं. फक्त एका आगकाडीचीच गरज होती."

"आम्ही नुकतेच युएसवरून ऑस्ट्रेलियात आलो होतो. जवळचं सारं किडुकमिडुक खर्च झालं होतं." स्टुअर्ट सांगत होता. 'तेव्हा एक माथाडी जे म्हणाला ते मी कधीच विसरु शकत नाही. तो म्हणाला, "ज्ञान खूप भारी असतं मित्रा; खूप भारी असतं." तो पुस्तक उचलून आणत होता. पुस्तकांची खोकीच्या खोकी भरलेली होती. अगदी वरच्या पायरीपर्यंत. ती सगळी भयंकर जड होती. एखाद्या कवीसारखं बोलला तो.'

त्यांनी शेवटचं खोकं उघडल्यावर दोनच दिवसांनी त्यांच्या सभोवताली आग भडकली. त्या गोंधळात महत्त्वाचं काय आहे व काय वाचवायचं, हे त्या कुटुंबाला कळत नव्हतं. पेंटिंग्ज वाचवावीत, की फर्निचर सुखरूप ठेवावं? कपडे वाचवावेत, की आणखी काही? हे ठरवणं त्यांच्यासाठी खूपच अवघड झालं

होतं. त्यांनी सामानाचा विमाही काढला नव्हता. ते सतत रेडिओजवळ बसून नशीबाची साथ मिळते की नाही, याचा अंदाज घेत होते. जेव्हा, घर सोडायची वेळ आली, तेव्हा मात्र त्यांनी सर्वांत आधी आपल्या कुटुंबाचा फोटो अल्बम बोटीत ठेवला.

"आपल्या कुटुंबाचा इतिहास सोडल्यास बाकी सारं पुन्हा मिळवता येतं." फ्लुरी म्हणाली.

"वणव्याची व्याप्ती जसजशी वाढू लागली, तसतसे अग्निशामक दल व पोलीस सरसावले. त्यांनी आम्हाला इथून हाकलूनच काढलं." स्टुअर्ट म्हणाला. "ज्यांची जायची तयारी नव्हती, त्यांना हातकड्या घालण्यात आल्या."

स्टुअर्टनं फ्लुरी आणि दोन मुलींना सुरक्षित स्थळी हलवलं. मग, तो बोट घेऊन समुद्रात परत आला. त्या वेळी, त्यांच्या घराच्या मागचं दार आगीच्या भक्षस्थानी पडत होतं. आपलं घर वाचेल, असं त्याला वाटत नव्हतं. पण, नेमकी त्याच वेळी वाऱ्याची दिशा बदलली आणि आगीचा लोळ नैर्ऋत्येला वळला. चुटकी वाजवावी, तेवढ्या वेळात घर वाचलं. स्टुअर्टचं नशीब जोरावर होतं.

"पुन्हा असा वणवा पेटेल, असं भय नाही वाटत तुला?"

"त्याची भीती नसते. पण, पुन्हा तसं घडू शकेल, याचं भान असतं." स्टुअर्टनं उत्तर दिलं.

७

नाताळ उलटून गेला, तरी मला घर मिळालं नव्हतं. उन्हाळ्यात तर ते शक्यच नव्हतं. उन्हाळ्यात इथली गर्दी वाढते. भाडी वाढतात. वर्षभर रिकामी राहिलेली घरं एकदम गजबजू लागतात. स्टुअर्टच्या सौजन्याचा आणखी फायदा घेणं मला योग्य वाटत नव्हतं. शिवाय इथं यायला माझा प्रियकर नेहमीच नकार देत असे. शहरात होणाऱ्या आमच्या भेटीगाठींचा कधीतरी कुणालातरी सुगावा लागेल, अशी मला नेहमीच भीती वाटत होती. मला माझी स्वतःची जागा हवी होती. शेवटी, पिटवॉटरचं सौंदर्य प्रेमीजीवांची ओढ कमी करू शकलं नाही आणि तिथलं वास्तव्य तेव्हापुरतं तरी तात्पुरतंच ठरलं.

सिडनीला मी घर शोधायला सुरुवात केली. माझी जुनी मैत्रिण पिया आणि माझी सावत्र मुलगी लुलू या दोघींसह मी त्या घरात राहाणार होते. लुलू विशीतील होती, तर पियाचा घटस्फोट झाला असून, मी विधवा होते आणि लुलू ही माझी सावत्र मुलगी होती, असं मी घर शोधणाऱ्या एजंटाला सांगत होते आणि का कुणास ठाऊक, मी माझ्या राहणीमानाबद्दलही दक्ष होते.

आम्हा तिघींचं एकत्र येणं त्यांना कदाचित विचित्र वाटेल, याचं मला भय वाटत होतं. पण, ते लोक मात्र त्याहून काहीतरी वेगळंच समजत होते. एखादं वेश्यागृह वगैरे चालवायचा आमचा बेत आहे की काय, अशी शंका त्यांच्या मनात निर्माण झाली होती. एरवी, तीन सुट्यासुट्या बायांना सहा शय्यागृहांचं भलं मोठं घर कशाला हवंय, असं त्यांना वाटत होतं. खरं म्हणजे मला आणि पियाला असं भागीदारीत राहायची सवय नव्हती. त्यामुळं, आम्हाला आमचं खाजगीपण जपायला वेगवेगळ्या खोल्या हव्या होत्या. लुलूला मात्र डोक्यावर छप्पर असणं पुरेसं होतं. ती नुकतीच तिच्या मित्रापासून वेगळी झाली होती. अखेर, आम्हाला हवं तसं तीन खणांचं घर मिळालं आणि जरा सावधपणे आम्ही तिथं राहायला गेलो.

आम्हा तिघींचंही सर्वस्व हिरावलं गेलं होतं. पण, आम्ही मजेत एकत्र राहात होतो. आमचं एक प्रकारचं कुटुंबच झालं होतं. लुलू कामावर जायला निघाली

की, मी आणि पिया तिला निरोप देत होतो. मग, आम्ही दोघी न्याहारीला बसत होतो. चहा आणि टोस्टचा समाचार घेत घेत आम्ही वर्तमानपत्रातलं आमचं राशीभविष्य वाचत होतो. मग, पिया मला, पांढरे कपडे पांढरे कसे ठेवावे, हे सांगत होती आणि मी तिला हायड्रेन्जियाची मशागत कशी करावी, हे शिकवत होते. मला स्वयंपाक करायला आवडायचं आणि तिला त्या पदार्थांची भावुक होऊन तारीफ करायला आवडायचं. मी लॉनवरचं गवत कापायची. ती स्वयंपाकघर घासून-पुसून स्वच्छ करायची. संसार करताना असावं लागतं, तसं आमचं नातं होतं. अहंकार नसलेलं! आम्ही दारूच्या खूप पार्ट्या देत होतो. पण, हे करताना आमच्या खिशाकडे मात्र कटाक्षानं लक्ष देत होतो. जेवणासाठी परातभर मैद्याच्या भाकऱ्या आणि बादलीभर बोलोग्नीज स्पॅगेटी केली की, काम भागायचं. लुलू आमच्यासोबत असली, तरी रात्री आपल्या खोलीत जाऊन खूप वेळपर्यंत टेलिव्हिजन पाहात बसायची.

शनिवार-रविवारी पिया आणि मी एका जुन्या मित्राकडे- टोनीकडे जायचो. टोनी नाट्य आणि साहित्यक्षेत्रातला एजंट होता. तो खूपच चतुर होता. रॉयल नॅशनल पार्कमध्ये गैरी बीचवर त्याची 'शॅक' होती. ही झोपडी म्हणजे मंदीच्या काळातली अवशेष होती. तिथं मूलभूत गरजा भागवण्याचीही सोय नव्हती. तिथं पाणी नव्हतं, वीज नव्हती, मोरी नव्हती आणि संडासही नव्हता. या गरजा भागवायला घराबाहेर एका खोक्यात एक प्लॅस्टिकची बादली ठेवली होती. बाहेर टेकडीवर खड्डा खणून त्यात ही बादली रिकामी करणं, हे खरं म्हणजे टोनीचं काम होतं. पण, या बाबतीत तो नेहमीच आळस करत असे. अशा वेळी मी फावडं घेऊन टेकडीवर जात असे. तसंच, मी झाडांमागं जाऊन शू करायलाही शिकले.

आम्ही जेव्हा त्याच्याकडे जायचो, तेव्हा खाण्यापिण्याचं खूप सामान घेऊन जायचो. सूप भरलेले थर्मास, कोंकराच्या शिजवलेल्या तंगड्या, रश्श्याच्या बरण्या, सॉसेजेस, केक्स असं खूप काही सोबत घ्यायचो. हे ओझं उचलून माझ्या पाठीवर ठेवायला दोन माणसं लागायची. टोनी आपल्या शेजाऱ्यांना माझी ओळख करून देताना सांगायचा, "ही माझा ओझ्याचा घोडा."

साठीला पोहोचलेला टोनी दिवसाकाठी निदान साठेक सिगारेटी ओढायचा. साहजिकच, तो फारसं वजन उचलू शकत नसे. त्यातून तो दारूही प्यायचा. त्याच्याकडे बघून त्याची खरी अवस्था कळायची नाही. तसा तो सडसडीत आणि धडधाकट दिसायचा. लोकांनी वळून पाहावं, इतका देखणाही होता. माकडाच्या पितळी मूर्तीला पटवून मी त्या मूर्तीचा अंडकोशही काढून घेऊ शकतो, असं तो नेहमी अभिमानानं सांगायचा.

सामान उचलायला, पियाचा शक्य होईल तितका हातभार लागत असे.

पण, तिला पाठीचं दुखणं होतं, म्हणून जपावं लागायचं. "मी बैलासारखी ताकदवान व म्हशीसारखी मजबूत आहे," असं मी लोकांना मोठ्या दिमाखानं सांगत असे. मोटार ठेवण्याच्या जागेपासून गैरी बीच दोनेक किलोमीटरवर होता. तिथवर जायला एक खडबडीत पायवाट होती. पायवाट जिथं संपत होती, तिथं दोन फुटांचा खड्डा होता. खड्ड्यातला खडक पाचूसारखा हिरवा होता. चाळीस किलो वजन पाठीवर घेऊन त्या खडकावर उतरणं अत्यंत अवघड होतं. भरतीच्या वेळी तर जीवावर बेतण्यासारखं धोकादायक होतं.

त्या दिवशी समुद्र खवळलेला होता. पाऊस पडत होता. त्यामुळं टोनी घरी पोहोचायला उतावीळ झाला होता. तो झपाझप दोन फुटी खड्डा पार करून किनाऱ्यावर सुरक्षित जागी जाऊन आमची वाट पाहात होता. तिथूनच ओरडून तो घाई करत होता. "चल उतर. काही होणार नाही तुला." "ठीकाय. येतोय." आम्ही ओरडूनच सांगितलं.

पण, मी पुढं टाकलेला पाय मागं घेतला. अंत:प्रेरणेनंच मला थांबवून ठेवलं होतं. पिया माझ्या बाजूलाच उभी होती. तीही सावध होती.

"जाऊ या आपण?" तिनं विचारलं.

"नको. जरा थांबू."

पुढच्याच क्षणी एक प्रचंड लाट वेगानं येऊन आमच्या पायाजवळच आदळली. आम्ही खाली उतरलो असतो, तर त्या लाटेनं आम्हाला ओढून समुद्रातच नेलं असतं. आमची हाडं मोडली असती, नाहीतर आम्ही मेलोच असतो. सुदैवाने आम्ही सुखरूप होतो.

आम्ही दोघींनी एकमेकींकडे पाहिलं आणि आम्हाला हसूच फुटलं. "जीझस!"

"अजून काळजीचं कारण नाही." पिया म्हणाली आणि आम्ही वेड्यासारख्या हसतच सुटलो.

थोड्या वेळानं आम्ही टोनीजवळ पोहोचलो, तेव्हा त्याच्या हातातली सिगारेट थरथर कापत होती. "ख्राईस्ट!" तो उद्गारला.

"टोनी, तुझ्या मैत्रिणी जवळजवळ गेल्यातच जमा होत्या."

आमच्या खिदळण्याने तो शांत झाला. म्हणाला, "तुम्हाला ड्रिंक पाहिजे असेल, असं वाटत नाही.

"हो तर!"

आम्ही त्याच्या मागं-मागं टेकडीवरच्या त्या अव्यवस्थित झोपडीकडं गेलो. तिच्या रंगाचे पोपडे उडाले होते. खिडक्या वाकड्या झाल्या होत्या आणि दाराला भोकं पडली होती. आम्हाला अजून हसू आवरत नव्हतं. तेवढ्यात, तिथं रानटी हरणांचा कळप आला. त्याला आम्ही हाकलून लावलं. मग, आम्ही घराची

किल्ली शोधायला सुरुवात केली. बहुधा, जीवावरच्या संकटातून सुटल्यामुळे आनंदातही होतो आम्ही.

आम्ही गेलो की, टोनीची ठरावीक कामं सुरू व्हायची होती. आधी तो त्याचा जुना केरोसिनवर लागणारा फ्रीज सुरू करायचा. त्यात वस्तू नीट थंड व्हायला साधारणपणे सहा तास लागत. मग, तो बर्फासाठी डीप फ्रीजरमध्ये पाण्याचे ट्रे घालून ठेवायचा. कारण, त्याला सकाळी जिन आणि टॉनिक घ्यायला बर्फ लागायचा. त्यानंतर, 'बार' मांडायची (म्हणजे रम, जिन, व्हिस्की, वाईन इत्यादी.) तयारी सुरू व्हायची.

त्याच्या शॅकमध्ये १९५० सालची केरोसिनवर चालणारी शेगडी होती. जमिनीवर फाटकं लिनोलियम होतं. इतरांनी निरुपयोगी म्हणून फेकून दिलेलं सामान भरलेलं होतं. वेगवेगळ्या रंगाच्या कपबशा व चिनी मातीची भांडी, विजोड चाकू-सुऱ्या-चमचे, गदागदा हलणारं स्वयंपाकाचं टेबल आणि भोजनाचं चकचकीत टेबल. ह्या टेबलजवळ बसलं, की फेसाळ लाटांचं सुखद दृश्य दिसायचं. हे पाहून मला माझ्या लहानपणची आठवण आली. सुट्ट्यांत असल्याच शॅक्समध्ये लोक राहायचे. त्या शॅक्सची छतं गळत असायची आणि वाऱ्याच्या झुळकीनं भिंती हलायच्या. तिथं तुम्ही कितीही धिंगाणा घातला आणि मोडतोड केली, तरी कुणी ओरडत नसे.

बैठकीच्या खोलीचा भाग असलेल्या एका लहानशा खोलीत मी आणि पिया झोपत होतो. या खोलीच्या दाराला फक्त मण्यांच्या माळांचा पडदा होता. खोलीत एकावर एक रचलेल्या फळ्याचे दोन बिछाने होते. त्यावर लखलखीत रंगांची क्रोशाची विणलेली अफगाणी कांबळी अंथरलेली होती. टोनी बैठकीच्या खोलीत भडक नारिंगी रंगाच्या दिवाणावर झोपायचा. तो दिवाणही पन्नास साली कोणीतरी टाकून दिलेला होता. टोनी रात्रभर प्रचंड उबळ येऊन खोकत राहायचा. त्याची उबळ थांबली की आम्ही दोघी, तो जिवंत आहे की नाही, हे पाहायला जोरात हाक मारायचो. तेव्हा, तो खूप खूप चिडायचा.

"झोपेतून का उठवलंत मला?" तो तक्रार करायचा.

दुसऱ्या दिवशी सकाळी आम्ही त्याला सिगारेट सोडायचा खूप आग्रह करायचो.

"का? कशासाठी?"

"कारण, तू रात्रभर खोकत असतोस."

"हा काय फालतूपणा?" तो म्हणायचा.

त्या तीन खणी घरात आम्ही सुखानं राहात होतो. पण, वर्षभराच्या आतच घराच्या मालकिणीनं ते घर सोडायला लावलं. कारण, तिला स्वत:ला तिथं राहायचं होतं. मग, आम्ही मुख्य रस्त्यावरच्या एका मोठ्या पांढऱ्या रंगाच्या घरात राहायला गेलो. तिथून समोरची बाग दिसत होती. पण, इथं आम्हाला आधीच्या घरातल्यासारखं स्वतंत्रपणे राहाता येत नव्हतं. इथं सर्वांसाठी एकच बाथरूम होतं. इथं राहण्याचा मला त्रास होत होता. मी गोंधळूनही गेले होते. माझं मूळ कुठं रुजलेलं नाही. मला माझी म्हणावी, अशी जागा नाही. या गोष्टीची मला इथं प्रकर्षानं आठवण होत होती. मी अजून हवेतच निरुद्देश तरंगते आहे, याची जाणीव पूर्वीपेक्षा अधिकच भीतिदायक होती.

माझ्या प्रेमप्रकरणातील थरारकता कधीच संपली होती. आपल्याकडे लक्ष वेधावं म्हणून आपल्याला रांगेच्या शेवटी उभं राहावं लागतं, हे जितकं संतापजनक होतं, तितकंच व्यथित करणारंही होतं. हल्लीहल्ली तर उन्मादाबरोबर निराशाही यायला लागली होती. इतरांच्या दु:खाविषयी बेफिकिरीनं वागलं, तर त्यातून आणखी वेगळं काय अनुभवाला येणार होतं? पण, ज्या ज्या वेळी हे सगळं थांबवायचं मनात येई, त्या त्या वेळी कसंतरी गोळा करून ठेवलेल्या धैर्यावर एकाकीपणाचा काळोख पसरायचा आणि एकाकीपणाचं भूत मानेवर बसायचं. आणि मी सगळं सुरूच ठेवायचे.

पियाला माझं प्रेमप्रकरण माहीत होतं. माझ्या अत्यंत टोकाच्या वागण्यावर तिचा विश्वासच बसत नव्हता. "नात्यांच्या बाबतीत तू नेहमी अशीच वागतेस?" एका रात्री जेवताना तिनं विचारलं होतं. मी अन्न चिवडत बसले होते. अपार उत्कंठेनं पोटात कसंसंच होत होतं.

"कधीच नाही." मी उत्तर दिलं.

आणि ते खरंही होतं. प्रेमभावनेचा झालेला तो उत्कट उद्रेक होता. प्रत्येक जणच आयुष्यात त्या अनुभवासाठी झुरत असतो. हे स्वप्न पाहाणं, हा आपला अधिकार असतो, असं प्रत्येकाला वाटत असतं.

पुढं खूप वर्षांनंतर एका बाईनं मला सांगितलं होतं. तिचे विवाहबाह्य संबंध होते. तिला कधीकधी वाटायचं की, आपला नवरा आणि मुलगा मेले तर बरं, आपण स्वतंत्र होऊ. तो शुद्ध वेडेपणा होता. पण, तरीही मनात विचार रेंगाळत असायचाच. वासना कधीच समंजस असत नाही आणि तिच्यामुळं क्षणिक समाधानापलीकडं काहीही साधलं जात नाही.

मी इतर पुरुषांबरोबरही संबंध ठेवायला सुरुवात केली. पण, हा सगळ्यात मोठा दुतोंडीपणा होता. इतकंच नव्हे, तर त्यामुळं माझ्या जुन्या मित्राचा माझ्याविषयी

फारच गैरसमज होऊन तो दुखावला गेला. या निरर्थक आणि बेफिकीर आयुष्याचा विसर पडावा, म्हणून पार्ट्यांत मी अधिकाधिक रमू लागले.

मी एकदा निवृत्ती घेतल्यानंतर दोन वर्षांनी पुन्हा मला नोकरी मिळाली. मी अक्षरशः झडप घालावी, तशी ती स्वीकारली. पंचवीस वर्षं एका नोकरीने मला जशी स्थिरता दिली होती, तशीच स्थिरता या नोकरीमुळेही मिळेल, असं मला वाटलं. कामाचं स्वरूपही स्वप्नवतच होतं. स्त्रियांच्या राष्ट्रीय नियतकालिकाची प्रवासी संपादिका! या नोकरीच्या काळात मी क्वीन एलिझाबेथ-२ या विलासी जहाजातून विहार केला. तिथं बोटीवरल्या 'पगारी सहचरा'वरून एकमेकींचा मत्सर करणाऱ्या फॅशनेबल म्हाताऱ्या पाहिल्या. नृत्यात साथ देण्यासाठी हे 'सहचर' नेमलेले होते. आपल्या मनातून प्रणयलालसा कधीच नष्ट होत नाही काय? त्यामुळे, आपण किती मूर्ख दिसतो हेही कळू नये?

फिजीमधल्या प्रवाळाच्या समृद्ध खडकातून मी जॅक कॉस्तच्या मुलाबरोबर प्राणवायूची नळी लावून जलविहार केला. मला टाळून पुढं जाणाऱ्या कासवाला क्षणभर का होईना, स्पर्श केला. फ्रिंक जॉर्ज नॅशनल पार्कमध्ये उघड्यावर झोपले. जाग आली, तेव्हा दवानं भिजून चिंब झाले होते. समोर माझ्यावर हल्ला करायच्या बेतात असलेला कांगारू होता. मी त्याच्या हद्दीत घुसले, म्हणून मला लाथ घालावी की काय, अशाच काहीशा विचारात एकटक माझ्याकडे रोखून पाहात होता. पहाटेच्या प्रकाशात या पार्कमधील दरी अक्षरशः आग लागल्यासारखी दिसत होती. ही नोकरी खास होती आणि तिच्यामुळे उपभोगायला मिळणाऱ्या सुखसोयीही खास होत्या. पण, हे सारं मी झोपेत असल्यासारखं उपभोगत होते. कारण, मनोमनी आतल्या आत मी खचत चालले होते आणि ते मला कळत होतं.

मी सर्वस्वानं, हातचं काहीही राखून न ठेवता माझ्या प्रियकराच्या स्वाधीन झाले होते. त्या वेळी, माझ्या डोक्यात माझ्या आईचे शब्द घुमत होते, ते आजीनं तिला ऐकवले होते. त्या दिवशी पाऊस पडत होता. हवेत गारठा होता. आम्ही आमच्या आजोळी मातीच्या घरात शेगडीजवळ शेकत बसलो होतो. आजीच्या स्वयंपाकघरात नेहमीच राख, सातूचा केक, घासलेटची चिमणी आणि चहाच्या पत्तीचा वास भरलेला असायचा. जमीन झाडल्यावर आजी नेहमी जमिनीवर चहाची पत्ती टाकायची.

तर त्या वेळी ती आईला म्हणाली होती, "बघ, एस्थरजेन, तू अशी वागलीस, तर तुझ्यावर कोणीही प्रेम करणार नाही."

आईनं दुसरं लग्न केलं, तेव्हा तिला पहिल्या पतीपासून झालेली मुलं होती. रोज रात्री घरी उशीरा येणं आणि येताना दारू पिऊन येणं या पुरुषांच्या सवयीबद्दल तिला राग यायचा. पण, पश्चात्ताप होईल असं बोललं जाऊ नये, म्हणून ती तिथून निघून जायची.

आजीनं मला आणि दादाला एका नाताळात बायबल भेट म्हणून दिलं होतं. चांगलं आयुष्य कसं जगावं, याविषयी त्यात उपयुक्त सूचना दिल्यामुळं ते आम्ही वाचलं पाहिजे, असं तिनं सांगितलं होतं. ती नेहमी म्हणायची, "करावं तसं भरावं." कितीतरी वर्षं, तिच्या बोलण्याचा अर्थ मला अजिबात कळला नव्हता.

वसंत ऋतू संपत आला होता. मी ऑफिसला जायला निघाले होते. वाटेवरच्या गर्दीतली माणसं माना खाली घालून स्पीकरवर बोलत किंवा कानाला सेलफोन चिकटवून बोलत होती. ती माणसं मनातल्या मनात धुसफुसत होती. त्यांच्याकडं पाहतापाहता माझ्या मनात भलंथोरलं प्रश्नचिन्ह उभं राहिलं. 'मी पुन्हा या रहाटगाडग्याच्या कंटाळवाण्या चक्रात का गुरफटले आहे?' कुठलंही सुखसमाधान न देणाऱ्या दैवावर मी अधिकाधिक अवलंबून राहू लागले होते. दादा व पती या दोघांच्या मृत्यूच्या वेळी आकांक्षा, यश, भौतिक सुख यांच्यामुळं काडीचाही फरक पडला नव्हता. आता तो फरक पडेल, असं समजणंही व्यर्थच होतं.

गाडीतल्या रेडिओवर नेहमीसारख्या वाईट बातम्या येत होत्या. माझ्या दृष्टीनं त्या निरर्थकही होत्या. मी वर्षभर बातम्या ऐकल्या नाहीत, वर्तमानपत्रं वाचली नाहीत किंवा टेलिव्हिजनवरची वार्तापत्रं पाहिली नाहीत, तर काय फरक पडणार होता? काय राहून जाणार होतं माझ्या आयुष्यातलं?

मी मलाच कोडं घातलं. मला माझ्या मर्जीत असेल, ते करायला मिळालं, तर मी काय करेन?

माझ्या मनानं ताडकन उत्तर दिलं, 'मी पिटवॉटरला परत जाईन.'

ती कल्पना मनात सारखा पिंगा घालू लागली. खरं म्हणजे अनेक कारणांनी मी तिथं परत जायला नको होतं. कामावर जाताना फेरीबोटीनं आणि नंतर कारनं प्रवास करावा लागणार होता. बोटींविषयी मला काहीच ज्ञान नव्हतं. समजा, मी एखादी बोट विकत घेतली, तरी रात्रीबेरात्री कामावरून परतताना ती चालवणं मला शक्य नव्हतं. वाणसामान आणायचाही प्रश्न होताच. घरी पोहचेपर्यंत सामानाच्या प्रत्येक खोक्याची पाच वेळा चढउतार करावी लागायची. दुकानातून कारमध्ये, कारमधून धक्क्यापर्यंत, धक्क्यावरून बोटीत, बोटीतून पुन्हा पलीकडच्या

धक्क्यावर आणि तिथून घरापर्यंत! संध्याकाळी कामाहून परतताना सगळेच अतिशय थकलेले असतात. माझ्यात तर असल्या कसरती करायला काडीचंही त्राण राहात नसे.

माझ्या प्रियकराच्या दृष्टीनंही माझं तिथं जाणं गैरसोयीचं ठरलं असतं. पिटवॉटरचा निवांतपणा त्याला कळत नव्हता, उपभोगताही येत नव्हता. त्यापेक्षा, घोड्यांच्या शर्यतीची मैदानं त्याला जास्त प्रिय होती.

रेडिओसारखा एका सुरात ठणाणा करत होता. एम-४ क्रमांकाच्या महामार्गावरील भीषण अपघाताची बातमी ज्या सुरात सांगितली, त्याच सुरात हवामानाविषयीची बातमीही सांगत होता. न्यू साऊथ हेड रोडचं ट्रॅफिक ठप्प झालं होतं. तिथेच उभं राहून मोटारीच्या नागमोडी रांगा प्रचंड धूर सोडत उभ्या होत्या. कुणी बीएमडब्ल्यूत बसला असो की, तीस वर्षांच्या जुन्या भंगार गाडीत. सारेच त्या प्रदूषित हवेत वेळ काढत बसले होते. माणूस वाहतुकीत अडकला की अडकलाच!

पिटवॉटरला बिऱ्हाड हलवावं का? तसं केल्यानं प्रियकरापासून मोकळं होता येईल का? शक्य आहे. निदान तशी आशा करायला काय हरकत आहे?

आमचा सिडनीतील घराचा भाडेपट्टा संपत आला होता. पुन्हा एकत्र राहायचं की, आपापल्या वाटेनं जायचं, याचा आम्ही विचार करत होतो. आमच्या या घराला 'कुमारिकांचं विश्रामधाम' असं गमतीदार नाव टोनीनं दिलं होतं. इथं आम्ही सलग दोन वर्षं राहात होतो. त्यामुळं, तशीही आमच्यात चिडचिड व्हायला लागली होती. आमच्या संबंधांत निर्माण होणारे दुरावे नाहीसे करायची गरजही आम्हाला भासत नव्हती. आज कुणी झाडायचं आणि कुणी भांडी घासायची, यांसारख्या साध्या क्षुल्लक गोष्टींवरून आम्ही वाद घालू लागलो होतो. खरं म्हणजे सुरुवातीला हीच कामं आम्ही स्वत:हून मोठ्या आनंदाने करत होतो.

शेवटी, मी एकदाची ऑफिसला पोहोचले. लोक अर्धवट गुंगीत यांत्रिकपणे येत्या दिवसातल्या कामासाठी तयार होत होते. निदान त्या वेळी मला तरी तसं वाटत होतं. काही नमस्कार-रामराम झाले. मग, मी माझ्या जागेवर जाऊन बसले. भाजलेला बनानाब्रेड खात आणि एकदम कडक कॉफी पीत तनमनाला उभारी मिळवण्याचे प्रयत्न करू लागले. थकवा हाडापर्यंत भिनला होता. त्यामुळे, माझी हाडं झिजूनझिजून ठिसूळ झाल्यासारखी वाटत होती.

पत्रकारितेच्या काळात गोळा केलेल्या फोननंबरनी भरलेली नोंदवही समोर टेबलावर पडली होती. मी सहज तिची पानं चाळतचाळत 'आर' या वर्णाक्षरापर्यंत पोहोचले. चर्च पॉइन्टच्या एजंटाचा नंबर अजून त्या नोंदवहीत होता. तो दोन वर्षांपूर्वी मी लाल शाईनं लिहून ठेवला होता. डोक्यात आणखी काही विचार

येण्यापूर्वीच मी आकडे दाबायला सुरुवात केली. फोन दुसऱ्याच कुठल्यातरी एजंटाने घेतला. त्या बाईला मी कधीच भेटले नव्हते.

"या भागाची तुला माहिती आहे का?" त्या अनोळखी एजंट बाईनं विचारलं.

"आहे थोडीफार! टॉवलर्स बेला मी काही दिवस राहिलेय."

"म्हणजे इथं पाण्यातूनच घरी जावं लागतं. त्यासाठी फेरीनं किंवा बोटीतून जावं लागतं, हे तुला माहिती आहे?"

"होय."

"नाही... म्हणजे, मला हे असं विचारणं भाग आहे. बहुतेकांना इथल्या आयुष्याची कल्पना नसते. समुद्रकिनाऱ्यावरचं घर पाहायचं, म्हणून सारे आनंदाने उड्या मारत येतात. मग, घरी बोटीनं जावं लागतं, हे पाहिल्यावर सगळंच रद्द होतं. नुसता वेळ वाया जातो गं त्यात."

"कल्पना आहे मला. तर, तुझ्याकडं मला दाखवण्यासारखं काही आहे?"

"एक अप्रतिम घर आहे. आज सकाळीच ते विकायचं ठरलंय. तू ज्या प्रकारचं घर शोधते आहेस, तसंच हे आहे, असं मला वाटतं....."

मी शांतच होते. ती सगळी मंडळी असंच सांगत असतात.

"किनाऱ्यालगत?"

"हो."

"अगदी म्हणजे अगदी लागून?"

"हो."

"स्कॉटलंड – आयलंड?"

"ओह!"

अगदी पाण्यालगत घर.... म्हणजे छानच! ओहोटी असतानासुद्धा अगदी घरापर्यंत बोट नेता येते. पण, मला स्कॉटलँड बेटावर राहायचं नव्हतं. कारण, पिटवॉटरच्या अगदी पहिल्या मुक्कामात मी तिथली घरं पाहिली होती. एखाद्या उपनगरासारखं ते गर्दीनं गच्च भरलेलं होतं. तिथं चौथ्या, पाचव्या दशकांत भंगारातून बांधलेल्या हॉलिडे शॅक्स होत्या. सहाव्या, सातव्या दशकातील, वासना चाळवणाऱ्या भिंती आणि घाणेरड्या मुताऱ्या असणारी 'हिप्पी हाउसेस' होती. ऐंशीच्या दशकातील बांधलेली, केवळ मूलभूत कौटुंबिक गरजा भागवणारी घरं होती. कारण, त्या वेळी तिथं जमिनी तुलनेनं स्वस्त होत्या आणि जलमार्गानं रोज जाणं-येणं आनंदाची गोष्ट नसून त्रासदायक मानलं जायचं. खरं म्हणजे तिथं काही प्रशस्त, राजेशाही, देखणी, आखीवरेखीव बागा आणि पोहण्याचे तलाव असलेली घरही होती. पण, अशी घरं फारशी कुणी भाड्यानं देत नसत आणि

दिली, तरी त्यांची भाडी माझ्या आवाक्या बाहेरचीच होती.

मग, त्या वेळी मी एक ठरवलं. गर्दीगोंधळाने होणाऱ्या त्रासाची भरपाई नुसत्या सुंदर देखाव्यांनी होणार नाही. मला सर्वांत जास्त गरज होती, ती निवांतपणाची, आरामाची. अर्थात ही गोष्ट दोन वर्षांपूर्वीची.

"अग, तू येऊन बघ तरी." हाउसिंग एजंट म्हणाली, "नाही आवडलं तुला, तर नको घेऊस."

मला तिथं काय पाहायला मिळेल, याचा अंदाज करणं अशक्य होतं. पण, एक गोष्ट नक्की. ते घर किनाऱ्यापासून खूप आतवर नव्हतं, हे बरं होतं. कारण, ज्या प्रकारे माझं दारू पिणं चाललं होतं, त्याचा विचार करता, सामान आणि शरीर ओढत नेण्याचं अंतर जितकं कमी राहील, तितकं सोयीचं होतं.

"आज दुपारीच येते मी. साधारणतः साडेचार वाजता भेटेन तुला. चालेल?"

"ग्रेट."

मी फोन खाली ठेवला. मग, पुढच्याच क्षणी माझी बॅग उचलली. बाहेर जाऊन गाडीत बसले. आणि ताबडतोब चर्च पॉइन्टला जायला निघाले. ऑफिसचं काम तसंच राहिलं होतं. आलेल्या फोन्सची उत्तरं दिली नव्हती. इतकंच काय, पण मी कुठं जातेय, हेही कोणाला सांगितलं नव्हतं. बरोबर पंचेचाळीस मिनिटांनी मी त्या हाउसिंग एजंटाच्या ऑफिससमोर उभी होते. ऑफिसच्या भिंतीवर पिटवॉटरचा नकाशा टांगलेला होता. खरं म्हणजे मला नक्की काय हवं होतं, हेच कळत नव्हतं.

"मी स्कॉटलंड आयलंडमधलं घर बघायला आलेय."

"पण, तू दुपारी येणार होतीस!"

"ते खरंय. पण... काही अडचण आहे का?"

एजंटानं भराभर फोन केले. या वेळी यायला मालकाची हरकत नसल्याची खात्री करून घेतली. मग तिने घरासंबंधीची फाईल बखोटीला मारली.

"चाव्या?" मी सुचवलं. तिला मदत व्हावी, एवढाच हेतू होता.

"नाही. चाव्यांची गरज नाही."

"घराला कुलूप नाही. उघडंच आहे?"

"होय. पण, इथल्या लोकांना त्याची काळजी वाटत नाही. इथं सहसा चोऱ्या होत नाहीत. पण, एखाद वेळी एखादी वस्तू जागेवर नसली, तर ती कुठं आहे आणि ती कुणी नेलीय, हे सर्वांना ठाऊक असतं."

मी नोटीसबोर्डावरची विकाऊ घरांची यादी नजरेखाली घालत असतानाच तिनं गुलाबी वॉटरटॅक्सी मागवली. टॉवलर्स बेला राहाताना मी वॉटर टॅक्सीचा फारसा वापर केला नव्हता. एकदा मात्र फेरी पकडायला मला हॉल्स व्हॉर्फपर्यंत

जावं लागलं होतं. मी मोटारीच्या चाव्या विसरले होते तेव्हा. एकदाच! पण, वॉटरटॅक्सीचा गुलाबी रंग मला अगदी खुळचटपणाचाच वाटायचा. का कुणास ठाऊक, पण, त्या समुद्रात फिरताना दिसल्या की, मला हसायलाच यायचं. त्या तिथं अस्थानी वाटायच्या. हास्यास्पद वाटायच्या. हड्ट्याकट्ट्या वाटण्याऐवजी बायकी वाटायच्या.

"निघू या आपण?"

"ते बघ. ते घर. त्या तिथं." चर्च पॉइन्टच्या फेरीव्हार्फच्या टोकावरून तिनं मला ते घर दाखवलं.

चांगलं वाटलं. उतरत्या पात्याचं लाकडी घर किनारपट्टी रेषेवर झुकल्यासारखं दिसत होतं. इथपर्यंत तर ठीक होतं.

"सलाम." वॉटर टॅक्सीच्या वाहकानं विचारलं, "कुठं जायचंय?"

"मोटलेज हाउस."

"चला."

इथं रस्त्यांना नंबर्स नव्हते.

वॉटर टॅक्सीनं आम्हाला जेटीवर सोडलं. जेटी सरळ घराच्या दारापर्यंत जात होती. सामानाची ने-आण करायला सोपा समतल रस्ता म्हणजे पिटवॉटरचा नजराणाच! मला त्याचा मोह वाटू लागला होता.

"भरतीच्या वेळी पाणी घरात शिरत नाही ना?" मी काहीसं गमतीनं आणि काहीसं गंभीरपणाने विचारलं.

हाउसिंग एजंट हसली. "मोठ्ठी भरती आली, तर तुला तुझी जाजमं गुंडाळून ठेवावी लागतील."

ते घर हातपाय पसरून बसलेल्या अस्ताव्यस्त बोटशेडसारखं वाटत होतं. तसं ते झोपडीवजा आणि साधंच होतं. पण, नुसतं जोडकाम नसून नीटनेटकं बांधलेलं होतं. एका मोठ्या इंग्रजी टीच्या आकाराच्या खोलीतच बैठकीची जागा, जेवणाची जागा होती. तिथंच एका कोपऱ्यांत स्वयंपाकघर होतं. तिथं पॉलिश केलेला बेंच होता. त्यावर स्टोव्ह होता. त्याच खोलीतून घरात शिरता येत होतं. पलिकडच्या 'स्टडी'तून चर्च पॉइन्टचं दृश्य दिसत होतं. मुख्य शय्यागृह, जे पूर्वी बोटीवरची खोली होतं, ते पोर्चनं घराला जोडलेलं होतं. घराला फ्रेंच डोअर्स होते. ते उघडले की, समोरच्या डेकवर जाता येत होतं. उन्हाळ्यातल्या एखाद्या रात्री गरमीनं जीवाची काहिली होत असताना, मी अंथरुणातून उठून सरळ पाण्यात उडी मारतेय, असं एक चित्र माझ्या डोळ्यांसमोर तरळून गेलं. घराचं तोंड पश्चिमेला होतं. म्हणजे घरात दुपारी ऊन येणार, ही गोष्ट हिवाळ्यात खूप सोयीची ठरणार होती. उन्हाळ्यात मात्र ती गैरसोयीची होती. त्या वेळी

चांगलंच भाजून निघालं असतं. पण, घराला सगळीकडे दारंखिडक्या असल्यामुळे समुद्रावरचं वारं सतत खेळतं राहणार होतं. ही जमेची बाजू होती.

घराला खूप कानेकोपरे होते. छताला जोड लावलेले होते. झोपण्याच्या खोल्या जहाजाच्या केबिनसारख्या समुद्रापासून उंचीवर म्हणजे माड्यांवर होत्या. वेड्यावाकड्या भिंतीवर मालकानं सुंदर बार्क ड्रॉईंग्ज चिकटवलेले होते. तो सोलोमन बेटांवर गेला असताना तिथून त्याने ही चित्रं आणली होती. स्वत: मालकानंच मला असं सांगितलं होतं. घर पाहिल्यानंतर दोनेक आठवड्यांनी भाड्याविषयी वाटाघाटी करायला मी त्याच्याकडे गेले.

"इथं सगळेच नाविक आहेत का?" मी त्याला विचारलं.

त्यानं माझ्याकडे रोखून पाहिलं. "अर्थात. तसं नसतं, तर आम्हाला इथं पाण्याची गरजच भासली नसती."

काय निर्बुद्ध बाई आहे ही, असेच भाव त्या वेळी त्याच्या चेहऱ्यावर होते.

"का पाण्याकडे नुसतं पाहात राहायला मजा वाटत नाही?"

"अं? फार काळ नाही." दोन आठवड्यानंतर मी या घरात राहायला यावं, असं आमचं ठरलं.

"या सौद्याचा तुला कधी पश्चात्ताप होणार नाही." एजंटानं मला खात्री दिली.

मित्रमंडळींचं मत मात्र खूप वेगळं होतं. "ही जागा घेऊ नकोस." ते पुन्हापुन्हा आग्रहाने सांगत होते. "अगं, हे वीकएंडला वगैरे ठीक आहे. पण, इथं नेहमी राहणं अशक्य आहे. तुला मोकळेपणानं जगायचं असेल, तर इथं राहू नकोस."

त्या लोकांचं आयुष्य धावपळीचं होतं. सतत मिटिंग्ज, राजकारण, छळणूक, ताणतणाव आणि 'रॅट रेस' यांनीच ते भरलेलं होतं.

"सौदा पक्का झालाय. करारावर सह्या झाल्या आहेत. चेकही दिला गेलाय." मी शांतपणे त्यांना उत्तर दिलं.

त्यांनी हताशपणे माना हलवल्या. त्यांना माझ्याविषयी काळजी वाटत होती. मी अविवेकी आणि मूर्ख होते, याबद्दल त्यांची खात्री पटली होती. मला माझ्या या लहरी वागण्याचा पश्चात्ताप झाल्याशिवाय राहणार नाही, असंही त्यांना वाटत होतं.

पण, त्यांना एक गोष्ट कळत नव्हती. चाकोरी सोडून बदल स्वीकारायला खूप धैर्य लागतं. हे धैर्य दाखवलं नाही, धोका पत्करला नाही, तर प्रगती कशी होणार? माझ्या जीवनातल्या आजच्या अवस्थेत मला भौतिक प्रगतीची गरज नव्हती. बँकेत पैसे असले की आपल्याला हिंमत करता येते. समोरच्या अनेक विकल्पांचा विचार करता येतो, हे सगळं मला माहीत आहे. पण या गोष्टी

सुखाची शाश्वती देत नाहीत. जेव्हा मी पैसे मिळविण्यात सार्थक मानत होते, त्या वेळीच हे माझ्या लक्षात आलं असतं, तर किती बरं झालं असतं. कदाचित काळाबरोबर आपला दृष्टिकोन बदलत असावा आणि एका विशिष्ट वयात जे अनिवार्य वाटत असतं, तेच नेमकं नंतर निरर्थक वाटू लागतं.

मला आता मन आणि आत्मा यांविषयी जाणून घ्यावंसं वाटतंय. काही माणसं रोज सकाळी उत्साहानं उठतात, तर काही प्रचंड ओझं घेऊन उठतात. काहींना कोणत्याही दुर्घटनेत काहीतरी चांगलं आढळून येतं, तर काहींना चांगल्या घटनेतही वाईटच दिसू लागतं. का काही माणसं उमलत्या वयातच मृत्युमुखी पडतात? काहींना कसं फारसं काही न करता यश मिळतं? काही खूप धडपड करूनही आहे तिथंच राहातात? यश मिळवणारे तेवढे गुणी आणि बाकी आपण सारे अवगुणी आहोत, असं समजायचं का? हे अचूक संधी साधणं आहे की नशीब आहे? काही माणसं विमानात बसतात आणि नेमकं तेच विमान कोसळतं. त्या विमानात जागा न मिळालेले बाकी प्रवासी वाट पाहणाऱ्यांच्या रांगेत सुखरूप उभे असतात. असं का? कामातून गेलीय, म्हणून माझे मित्र मला मोडीत काढतील. पण, मी ठाम आहे. मी मला आयुष्य बदलायची एक संधी देतेय. आयुष्याला मी कधीतरी सापडेन, या आशेवर जगत राहाण्याऐवजी, मीच आयुष्याचा पाठलाग करतेय. मला दुसरं कुणीतरी येऊन सुख देईल, याची वाट पाहण्याऐवजी मीच माझ्या सुखाचा शोध घेते आहे.

नागरी जीवनापासून मोकळं होणं सोपं होतं. मी मोठा 'गराज सेल' मांडला. जवळजवळ दोन तृतियांश सामान लिलावात विकून टाकलं. त्यात ती गवत कापण्याची भयंकर गाडीही होती. बाकीचं सामान एका माणसाला देऊन टाकलं. आपण मरुबा बॉय स्काऊटकडून आलोय, असं त्यानं मला सांगितलं होतं. पण, तो बहुधा एखादा दुकानदार असावा. कारण, एका जुनाट स्टेशनवॅगनमधून ते सामान भरून नेताना त्याचा चेहरा खूपच खुलून आला होता.

माझी कुत्री स्वीटी, पलंगासारखं थोडं फर्निचर आणि जुन्या आठवणी जागवणारं काही सामान सोडलं; तर रविवारी रात्रीपर्यंत ते भाड्याचं घर रिकामं झालं होतं. पिया आणि लुलू आधीच शहरातल्या दुसऱ्या भाड्याच्या घरात राहायला गेल्या होत्या. स्कॉटलंड बेट हे खूप लांब आणि त्रासदायक आहे, असं त्यांना वाटत होतं. पण, माझ्या मनात वेगळीच शंका होती. मी आयुष्यातली एक चांगली आणि योग्य संधी गमावतेय, असं त्यांना वाटत असावं.

८

घर सोडायचा दिवस उजाडला. वातावरण स्वच्छ होतं. छानसं ऊन पडलं होतं. पण, मला मात्र मरगळ आली होती. कसलाच उत्साह वाटत नव्हता. कुठल्याही बदलाच्या कल्पनेनं माझे डोळे चमकायचे. नवीन क्षितिजं ज्ञान व प्रगतीच्या दिशेनं नेतात, असं मला वाटायचं. त्याला किती वर्षं झाली असतील. निदान शंभरेक तरी...! आज मात्र मला अगदी छिन्नविच्छिन्न झाल्यासारखं वाटतंय. नव्यानं आयुष्य सुरू करायच्या अनेक संधी मी वाया घालवल्या होत्या. आज जागा बदलल्यानं त्याहून काही वेगळं घडेल हे मानणं कठीणच होतं. घरातून दिसणारं दृश्य चांगलं होतं, एवढंच खरं होतं.

सगळ्या लहान वस्तू बदामी रंगाच्या पुठ्ठ्याच्या खोक्यात बांधल्या होत्या. प्रत्येक खोक्यातील वस्तूंची नीट यादी करून, त्या याद्या सर्व खोक्यांवर नीट चिकटवलेल्या होत्या. चहाची भांडी, दूध, बिअर, वाईन, लोणी, ब्रेड, काळजीपूर्वक निवडलेलं कोल्डमीट व चीज या सर्व ताबडतोब लागणाऱ्या वस्तू दोन वेगळ्या पिशव्यांमध्ये ठेवल्या होत्या. त्या मी कारमधून सोबत नेणार होते. बाकी सामान ट्रकनं यायचं होतं. आता मी जागा बदलण्यात वाकबगार झाले होते.

परसदारी स्वीटी आपल्या केनलमध्ये रेंगाळत होती.

"चल गं म्हातारे, निघायची वेळ झालीय."

तिनं आपलं सुरेख डोकं आपल्या पुढच्या पंजावर ठेवलं होतं. माझा आवाज ऐकून तिनं माझ्याकडे पाहिलं. पण, डोकं मात्र उचललं नाही.

"काय गं, बरी आहेस नं?" मी खाली वाकले आणि तिच्या केसातून हात फिरवला. "चल स्वीटी. आज दुसरीकडं राहायला जायचंय. चल ऊठ."

तिनं नजर फिरवून कण्हल्यासारखा आवाज काढला. ती तेरा वर्षांची होती. तिची जननक्षमता संपून चार वर्षं झाली होती, असं पशुवैद्याचं म्हणणं होतं. माझ्या मनात अस्वस्थ करणारे वाईट विचार येऊ लागले. पण, तरीही मी स्वयंपाकघरात जाऊन अत्यावश्यक सामान ठेवलेल्या पिशवीतून मटणाचा एक

तुकडा काढला. स्वीटीचं पोट बिघडलं असावं आणि हा प्रकार फारसा गंभीर नसावा, अशीही आशा मनाच्या कोपऱ्यात लुकलुकत होती. पण, तेवढंच! ती आणखी कुठलीच हालचाल करत नव्हती. मग, तिनं अत्यंत करुण नजरेनं माझ्याकडं पाहिलं. जणू काही मीच तिला वाचवू शकणार होते. आम्ही मैत्रिणी होतो. खराय ना? मी सगळं व्यवस्थित जमवू शकते, खरंय ना? तिचे एकेकाळी चकचकीत काळे असलेले केस आता विटकरी आणि फिकट झाले होते. जन्माला येणारी प्रत्येक गोष्ट मरणारच असते. खरंय ना? हो... हो... आयला! सालं सगळं खरं आहे!

सामान घेऊन जाणारे आले. त्यांच्या मदतीनं मी स्वीटीला गाडीत ठेवलं आणि तिला पशुवैद्याकडे घेऊन गेले. त्यानं तिला तपासलं. तिच्या पोटात गाठ झाली होती. त्या गाठीनं तिची पाणथरी फाटली होती.

"तुला हवं असलं, तर आणखी काही तपासण्या करून रोगाबद्दल खात्री करून घेता येईल." डॉक्टरनं हळुवारपणे सुचवलं.

"त्यानं काही फायदा होणार आहे का?"

"बहुतेक नाही... नाहीच."

"आपल्याला आणखी काही करता येईल का?"

"ती आणखी चारदोन दिवसांपेक्षा जास्त जगेल, असं वाटत नाही. एखादं वेदनाशामक औषध देऊन तिच्या वेदना कमी करता येतील. फक्त एवढंच आपण करू शकतो."

"तुझ्या कुत्रीची अशी अवस्था झाली, तर तू काय करशील?"

"मी तिला शांतपणे मरू देईन."

मी माझ्या विश्वासू कुत्रीजवळ जमिनीवरच बसले. तिचं मस्तक मी माझ्या कुशीत घेऊन तिला थोपटू लागले. भविष्यात काय वाढलंय, याची तिला जाणीव होती. प्राण्यांत नेहमीच ती जाणीव असते. इंजेक्शन सुई डॉक्टरांनी तिच्या मांडीत टोचली, तेव्हा तिनं थोडी धडपड केली. तिचे डोळे मात्र शेवटपर्यंत माझ्यावरच खिळले होते.

"स्वीटी... स्वीटी... केवढी महान होतीस गं तू... केवढी चांगली होतीस!"

ती मरण पावली होती.

तिच्यावर अंत्यसंस्कार करायला माझ्याजवळ जागाच नव्हती. जवळपास फार्महाउस असलेला एखादा मित्र नव्हता. तिच्यापुरती जागा असणारं परसूपण नव्हतं.

"उकिरड्यावर नाही टाकणार मी तिला." मी डॉक्टरांना म्हटलं. "मला शंभर मैल जावं लागलं, तरी चालेल. पण, तिचं दफन मी इतमामानेच करेन."

“तिला जाळताही येईल. तिची राख इथं माझ्याकडं येईल. ती तू केव्हाही घेऊन जाऊ शकतेस.”

माझ्या तोंडून शब्द फुटत नव्हता. मी मान हलवली. डॉक्टरांनी स्वीटीला उचललं आणि ती कायमची गेली.

मला माझं आयुष्य काढता येईल, असं घर मिळाल्यानंतर स्वीटीच्या रक्षेचं इतमामानं दफन करायचं मी मनोमन ठरवून टाकलं होतं. तोपर्यंत ही रक्षा मी जपून माझ्यासोबतच ठेवणार होते. मला कितीदा जागा बदलाव्या लागल्या आणि माझी स्वतःची जागा मिळायला कितीही दिवस लागले, तरी स्वीटीची रक्षा माझ्याजवळ राहाणार होती.

मी भाड्याची बाकी चुकवली आणि बाहेर पडले. माझ्या मनातल्या दुःखाची जागा बघता बघता रागानं घेतली. जीवनाचा आणखी एक अंश हरवला होता. जन्माला येणारी प्रत्येक गोष्ट मरणारच असते, हे विधान माझ्या मनात अहोरात्र पिंगा घालत राहातं. आणि त्यातल्या सत्यानं माझ्या जीवाचा संताप संताप होतोय.

त्या रागाच्या भरातच मी झटक्यानं गाडी गिअरमध्ये टाकली. ट्रॅफिक सिग्नलवर आरामात रस्ता ओलांडणाऱ्या बाईवर जोरात ओरडले, “तुला काय वाटतं, तू पिकनिकला आली आहेस?”

माझ्या ओरडण्यावर तिनं मला अंगठा दाखवला. मला तिचं थोबाड फोडावंसं वाटलं. तेवढ्यात, दिव्यांचा रंग बदलला. मी बेपर्वाईने गाडी तिथून बाहेर काढली.

मी नव्या घरी पोहोचले, तेव्हा सामानाची गाडी भरून उभी होती. कामगार आदेशाची वाट पाहात होते. आणखी एक बदल, आणखी एक घर, आणखी एक प्रवास... हे सगळं मला कुठं घेऊन जाणार आहे? गेल्या दहा वर्षांत बदललेल्या जागा मी मनातल्या मनात मोजायला सुरुवात केली आणि सतराव्या अंकानंतर मोजणं थांबवलं. नवीन घरं, नवीन नोकऱ्या, नवे देश, नवे कपडे या गोष्टीतली जादू आता ओसरली होती. उलट, त्या दुःखदच वाटत होत्या.

मी निघाले, तेवढ्यात प्रियकराचा फोन आला. मी स्वीटीविषयी त्याला काही सांगितलं नाही. हा माणूस कुणाच्या दुःखात सहभागी होणारा नव्हता. म्हणून, मी उसना सहजपणा आणला.

“कसं चाललंय?”

“आम्ही पिटवॉटरच्या वाटेवर आहोत.”

“ते घर पाहायला मी कधी येऊ?”

‘कधीच येऊ नकोस;’ असं म्हणावंसं वाटलं. पण, म्हणाले, “कधीही ये.

तुला हवं तेव्हा.''

खरं म्हणजे ज्या ओझ्याची मी आधीच विल्हेवाट लावून टाकायला हवी होती, ते ओझं अलगदपणे माझ्या सामानात सामील होऊन गेलं.

कार्गो व्हार्फवर तीन तरुण आणि एक कुत्रा वाट पाहात उभे होते. तिघांतले दोघं भाऊ असल्याचं स्पष्टपणे दिसत होतं. दोघंही सडसडीत आणि काटक होते. त्यांचे केस काळे कुळकुळीत होते. सतत उघड्यावर काम करणाऱ्यांसारखेच त्यांचेही चेहरे रापलेले होते. वसंत ऋतू संपत आला असला, तरी त्यांनी अर्ध्या चड्ड्या आणि टी शर्टस घातले होते. दोघंही अनवाणी होते. तिसरा माणूस मात्र उंच, काहीसा लठ्ठ होता. त्याचे केस कुरळे होते. थंडीमुळे चेहरा फिकट पडला होता. त्यानं जीन-टी शर्ट घातले होते. त्याच्या फ्लॅनेलच्या चौकडीच्या शर्टाखालचा टीशर्ट दिसत होता. त्याच्या पायात मोजे आणि बूट होते. तो नव्यानंच आला असावा, असं मला वाटलं.

कुत्रा देखणा होता. तो काळा कुळकुळीत लॅब्रॅडोर होता. ऐन तारुण्याच्या भरात होता. मी एकदम भानावर आले. कामाकडे लक्ष द्यायला मी स्वत:ला बजावलं. स्वीटीचा विचार मनातून काढून टाकणं महत्त्वाचं आणि गरजेचं होतं.

दोन ट्रक मावतील, एवढं मोठं कार्गो व्हार्फ होतं. मी माझी मोटार व्हार्फच्या अगदी टोकापर्यंत घेऊन गेले. खिडकीची काच खाली करून त्या कामगारांना अभिवादन केलं.

ती तिघं उठून उभी राहिली आणि हसतहसत आपल्या बार्जवरून उड्या मारून धक्क्यावर आली.

''म्हणजे तू सुसान आहेस. हो ना?''

''होय. स्कॉटलंड आयलंडला जायचंय. मोटेल्सच्या जुन्या घरी....''

''हां ऽ! म्हणजे जॉर्जची जागा ना? आम्हाला ठाऊक आहे ती. मी अँड्र्यू. हा माझा भाऊ क्रिस. हा पॉल....''

''या कुत्र्याचं नाव काय आहे?''

''बोसन!''

''छान आहे.''

''हं! चांगला कुत्रा आहे तो.''

''ट्रक अजून आला नाही?''

''नाही. अजून आला नाहीय.''

"कुठं गेले ते कुणास ठाऊक. मी तर त्यांच्यानंतर अर्ध्या तासानं निघाले."

"वाट चुकले असतील."

मला काही तसं वाटत नव्हतं. कामाच्या वेळा शक्य होईल, तितक्या लांबवण्याचा त्यांचा उद्देश असावा; असा माझा अंदाज होता. "शक्य आहे." एवढंच मी म्हणाले. मग, क्षणभरानंच मी त्यांना विचारलं,

"तुम्ही सर्व सामान या बार्जवरून नेता?"

"हं."

तो बार्ज मोठा होता. पण, सपाट होता. डेकला अधूनमधून भोकं पडली होती; त्यामुळे तो जास्त भाजलेल्या बिस्किटासारखा दिसत होता. बार्जच्या बाजूला कठडेही नव्हते. घरं गळणारं सामान अडवायलाही काहीच नव्हतं.

"अरे, पण यावर सामान राहातंच कसं?"

अँड्र्यू हसला. "काळजी करू नका. आजवर यावरची एकही वस्तू समुद्रात पडली नाही."

"चांगलंय!"

दुपारची जेवायची वेळ झाली होती. ट्रकचा अद्याप पत्ता नव्हता.

"मी गाडी पार्क करून सँडविच घेऊन येते. या गाडीतलं सामान काढून तुमच्याजवळ ठेवलं, तर चालेल?"

"बिनधास्त जाऊन या तुम्ही."

"तुम्हाला खायला काही हवंय?"

त्यांनी फक्त माना हलवून नकार दर्शवला.

"त्या माणसांना कुठं यायचं, हे नेमकं माहीत आहे ना?" अँड्र्यूनं घड्याळाकडे पाहात विचारलं.

"होय तर! मी त्यांना साऱ्या खाणाखुणा सविस्तरपणे सांगितल्या आहेत. इतकंच नाही, तर नकाशापण काढून दिलाय.

"नाही, म्हणजे विशेष काही नाही. पण, भरतीओहोटीची जरा काळजी वाटते. उशीर झाला, तर आपण तिथं पोहचेपर्यंत ओहोटी सुरू होईल आणि काम कठीण होऊन बसेल."

"किती वेळ आहे आपल्याजवळ?"

"अर्धा तास."

"समजा, त्यांना उशीर झाला, तरीही सामान बार्जवर चढवता येईल आपल्याला. होय नं?"

'आईशप्पथ! ही माणसं गेली तरी कुठं?'

अर्ध्या तासानंतर ते आरामात रमतगमत मालधक्क्यावर येऊन पोहोचले.

त्यांच्या हातात सँडविचेस होती. त्यांनी आल्याआल्या ट्रकची दारं उघडली आणि पिटवॉटरची माणसं कसं काम करतात, ते पाहात आरामात सँडविचेस खायला सुरुवात केली.

अँड्रयूनं खांदे झटकले. ट्रकमध्ये अलगद उडी मारून काम सुरू केलं. त्याचं वागणं सरळ, सभ्य होतं. त्यात नाटकीपणा नव्हता. ते पाहून शहरी कामगारांना स्वत:चीच लाज वाटली. त्यांनी भराभर हातातली सँडविचेस खाऊन संपवली आणि कामाला हात घातला.

सोफ्यापासून पुस्तकांपर्यंत आणि पेंटिंग्जपासून ते चादरी, टॉवेल्सपर्यंत साऱ्या वस्तू बार्जवर जमा झाल्या. माझ्या सामानात स्वयंपाकघरात लागणाऱ्या वस्तू गरजेपेक्षा जरा जास्तच होत्या. पण, काही गोष्टी कधीच बदलत नाहीत. त्या गर्दीत माझी कुत्री नव्हती. तिचं केनलही नव्हतं. मी तात्काळ स्वत:ला आवरलं. ही वेळ भावनाविवश व्हायची नव्हती. डोळे पाण्यानं भरण्याची नव्हती.

बार्जवर सामानाचा ढीग पडला होता. तो घरंगळणार नाही, यावर विश्वास ठेवणं कठीण होतं. त्या हेलकावणाऱ्या बार्जवर अँड्र्यू आणि त्याची माणसं घोडेस्वारासारखी उड्या मारून बसली.

"तुम्ही मला तुमच्याबरोबर घरापर्यंत घेऊन चलाल?"

"हो. नक्कीच. या... बार्जवर या...."

"बार्जला इंजीन कुठाय? तुम्ही हा चालवणार कसा?"

त्यानं एका पुरातन, पोचे आलेल्या ॲल्युमिनियमच्या होडीकडे बोट दाखवलं. ती बार्जला एका टोकाला घट्ट बांधलेली होती. तिला या भागात 'टिन्नी' म्हणतात. अँड्रयूनं अलगदपणे, एखाद्या नर्तकाच्या सफाईनं त्या होडीत उडी मारली. इतक्या सफाईनं की, ती नाव जराही हलली नाही.

"ही होडी बार्जला ओढत नेते."

त्यानं इंजीनचा पट्टा ओढला. चारदोनदा खोक्ऽखोक्ऽ केल्यावर इंजीन सुरू झालं. सिडनीहून ट्रक घेऊन आलेली माणसं पायाची अढी घालून ट्रकला टेकून आरामात बार्जकडं पाहात उभी होती. बार्जवर काहीतरी उत्पात घडेल, याची त्यांना खात्री होती. तो घडण्याची ते बहुधा वाट पाहात होते.

आम्ही हळूहळू मालधक्का सोडून पुढे निघालो. पंचवीस अश्वशक्तीची डबल स्ट्रोक मोटार असलेली ती टिन्नी आम्हाला काळजीपूर्वक स्कॉटलंड आयलंडच्या वाटेनं घेऊन चालली होती. आजूबाजूनं जाणाऱ्या बोटींमुळे निर्माण होणाऱ्या लहरींवर आम्ही हेलकावत होतो. पण सामानातली एकही वस्तू जागेवरून हलली नव्हती. हेलकाव्यामुळं अधूनमधून बार्जवर येणाऱ्या पाण्यानं एका सोफ्यावरच्या आच्छादनाच्या कडा तेवढ्या किंचितशा ओल्या झाल्या होत्या. 'झाल्या तर होऊ

देत. त्याची काळजी कशाला करायची?'

"इथं प्रवासाचा अधिक चांगला मार्ग असू शकेल का?"

पॉल हसला. म्हणाला, "मी इथं राहायला येऊन फार दिवस झाले नाहीत. पण, मी हे सोडून कुठे जाईन, असं मला वाटत नाही."

घराच्या दारापासून अवघ्या पाच फुटांवर आमचा बार्ज येऊन थांबला.

"आपण भरतीची वेळ नेमकी साधली असती, तर खूप सोयीचं झालं असतं. बार्ज थोडा तिरका केला, की सगळं सामान घराच्या डेकवर व तिथून घरात गेलं असतं."

आत्ता या क्षणी मात्र धक्का आणि डेक यात निदान दोन फुटांचं अंतर होतं. म्हणायला हे तसं फारसं नाही पण, डळमळत्या बार्जवरून जड सामान उचलताना या गोष्टीचं महत्त्व कळतं.

"च्या ऽ मारी!"

तो हसून म्हणाला,"अजून फारसं काही बिघडलं नाही. आणखी तासभर उशीर झाला असता, तर मात्र फारच अवघड झालं असतं."

इथं कुणी कुरकुर करत आपली रडगाणी गात नाही का?

त्या रिकाम्या घराला लाकडाचा आणि पॉलिशचा गंध होता. समुद्राचा सुगंध होता. उन्हाच्या खापऱ्यात धुळीचे कण खेळत होते. कशालाच कुलपं लावलेली नव्हती. मला किल्ल्या दिल्या होत्या. पण, इथं त्यांची काहीच गरज नव्हती. मी सगळ्या दारं-खिडक्या उघडून टाकल्या. एल्विना बेच्या पल्याड मॅक्कार्सची खाडी पसरली होती. चर्च पॉइन्ट पोहत जाण्याच्या अंतरावर होतं. टिन्नी, केबिन असलेले क्रूझर्स, भल्यामोठ्या काठाची हॅट घातलेला माणूस बसलेली नवीकोरी देखणी होडी, हलक्या झुळकीवर अलगद पुढं सरकणारी नि:शब्द शिडाची होडी याची अखंड वाहतूक सुरू होती.

माझ्या मनावर पडलेला काळजीचा ताण काहीसा सैल झाला. 'हे सगळं सुंदर होतं, आनंददायी होतं. स्वीटीला हे आवडलं असतं. चुकीची वेळ साधलीस बाई! पण, मरणवेळ ही चांगली कधी असते?'

"या कुंड्या कुठे ठेवू?"

पॉल रोझमेरीची कुंडी घेऊन उभा होता. भोवती पाहिलं. फक्त डेकवर जागा मोकळी होती. म्हणजे हे खरंखुरं समुद्रकिनाऱ्यावरचं घर होतं.

"तिथं बेडरूमच्या बाजूला ठेव. लखख ऊन येतंय तिथं."

"तुला काय वाटतं? रोझमेरी ही सर्वांत चांगली वनस्पती आहे, असं वाटतं का? त्याऐवजी तिथं तुळशीचं झाड ठेवलं तर?"

माझ्याकडं रोझमेरी आहे, म्हणून पॉलला माझा हेवा वाटत होता. त्याला

स्वयंपाक करायला खूप आवडतं, असं त्यानं मला सांगितलं. तो राहतो तिथं, रोझमेरी लावण्यासाठी पुरेसं ऊन पडत नाही. तो एल्विना बेच्या उत्तरेला एका बोटीच्या शेडमध्ये राहात होता.

"रोझमेरीचं कसं असतं," तो मला सांगत होता. "ती एकतर नाजूक असते किंवा मग एकदम बळकट. ती ताजी असो की वाळवलेली, तिचा स्वाद कायम छानच असतो. रोझमेरीशिवाय कोकराच्या तंगडीला काही चवच येत नाही. एकदम बेचव. शिवाय रोझमेरी बारमाही उगवते. तुळस मात्र उन्हाळ्यातच."

"असंच काही नाही. तुळस उन्हाळी पीक असलं, तरी ते गोठवून नंतर सॉसेजमध्ये किंवा स्ट्यूत किंवा रश्श्यांत वापरता येतं."

"माझ्या मते बोटीवर असताना करी सर्वांत उत्तम." सोफा नेमक्या जागी ठेवत अँड्र्यू म्हणाला. क्रिसनं इतर सगळी खोकी खोलीच्या मध्यभागी आणून ठेवली होती.

दोघंही भाऊ जवळजवळ उभे होते. त्यांचं तराफ्याकडे लक्ष होतं. ओहोटी सुरू झाली होती. "आता घाई करायला हवी. नाहीतर तो तराफा अगदी जमिनीलाच टेकेल."

ती दोघंही चपळाईनं दाराबाहेर पडली.

"अरे, करी म्हणजे वनस्पती नव्हे. ती वेगवेगळे खूप मसाले एकत्र करून बनवलेली असते." पॉलनं त्यांना ओरडून सांगितलं.

शिल्लक राहिलेली खोकी आणि पलंग जेट्टीच्या काठापासून पायऱ्या चढून आणावे लागले. कुणी सांगावं, याच जेटीवर एक दिवस माझीही टिन्नी असेल. माझी लहानशी बोट. अर्थात जर मी ती खरेदी केली तर... जर मी इथं राहिले तर... सगळंच जर... तर....

सगळं सामान आत आणून झालं. आता शनिवार-रविवार ही खोकी उघडण्यात आणि सामान लावण्यात जाणार. छान! सुखाचे दिवस! हो की नाही?....

"मी फ्रीजमध्ये बिअर ठेवलीय. चालेल?"

"काही हरकत नाही. चालेल."

ती पोरं जेट्टीवर पाय सोडून बसली. त्यांचे पाय पाण्यापासून काही फुटांवर होते. सूर्यास्ताचा गुलाबी रंग समुद्रावर पसरला होता. सगळं कसं मोकळं मोकळं शांत वाटत होतं.

"तर तुम्ही नेहमी हीच कामं करता?"

"नाही." सगळे एका सुरात ओरडले.

अँड्र्यू आणि क्रिसला बोटीनं लांबचे प्रवास करायला आवडतात.

"ती... तिथं... ती काळी बोट दिसतेय? दोन डोलकाठ्या असलेलं गलबत

दिसलं?'' अँड्रयूनं त्या दिशेनं बोट दाखवत विचारलं.

मी वळून पाहिलं. गलबत म्हणजे काय, ते मला कळत नव्हतं. पण, तिथं एकच काळी बोट होती. मी उत्तर दिलं, ''हो. दिसलं.''

''मी ती पुन्हा वापरात आणणार आहे.'' त्याच्या चेहऱ्यावर मावळत्या सूर्याची किरणं सांडत होती. ''तिच्यात बसून मी प्रवासाला निघेन. या बेटाभोवती फिरेन. कदाचित, पुढं कधीतरी साऱ्या जगाला फेरी मारेन.''

क्रिसचंही हेच स्वप्न होतं.

''सामानाची ने-आण करून आम्ही पैसे गोळा करतोय.''

पॉल हा वॉटरटॅक्सीचा, फेरीचा, शिडाच्या बोटीचा प्रशिक्षित कॅप्टन होता. ''काय करायचंय, ते अजून नक्की ठरत नाहीय माझं. बघतोय असंच काहीतरी.'' मग त्यानं मला विचारलं,''तुला इथं का यावंसं वाटलं?''

''आयुष्यात काहीतरी बदल हवा होता.''

''हा असला बदल?''

''होय. असलाच बदल. आयुष्यात कधीतरी आपल्याला हे असलेच बदल हवे असतात. सगळं काही सुरळीत झालं तर, कदाचित मी इथं घर विकतही... पण, नक्की काहीच नाही. बघू, काय होतंय ते!''

''तू इथं दोन वर्षं राहू शकलीस, तर मग सगळं आयुष्य इथं घालवणं सहज शक्य होईल तुला.'' अँड्रयू म्हणाला.

''हा इथला परवलीचा शब्द दिसतोय. होय ना? याच्या आधीही कुणीतरी मला हेच म्हणालं होतं.''

''मी लोकांना इथं आणतो. इथून बाहेर नेतो. काहींचं पहिल्या दिवसापासूनच बिनसतं. इथल्या बोटी, हवा, वादळी खडतर दिवस त्यांना झेपत नाहीत. काहींचं सुरळीतपणे जुळून जातं. त्यांच्यावर बॉंब वगैरे टाकले, तरच ते इथली जागा सोडायचा विचार करतील.'' अँड्रयूनं बिअर संपवली. तो उठला.

''आणखी थोडी बिअर?''

''नकोय. निघायला हवं आता.''

''इथं शेवटपर्यंत राहतील, अशी माणसं तू ओळखू शकतोस?''

''बहुतांशी.''

''मी इथं बराच काळ राहाणार आहे. तसं ठरवलंय.''

''राहायचं आणि काय घडतं, ते पाहायचं.''

क्रिसनं त्याच्या भावाच्याच म्हणण्याची री ओढली. ''भविष्यात काय कसं घडतं, ते आपल्याला ठाऊक नसतं. आपण वाट पाहायची.''

पॉलला आणखी एक बिअर घ्यायची होती. थोडं घोटाळून त्यानं अखेर

नकार दिला. तो इथंच अडकून बसला असता किंवा बेल्स व्हार्फपासून त्याला फेरी घ्यावी लागली असती.

ते जेटी उतरून जात होते. मी त्यांच्याकडं पाहत होते. अँड्र्यूनं शिट्टी मारून बोसनला बोलावलं. तो कुत्रा कुठूनतरी धावत आला आणि अँड्र्यूभोवती उड्या मारू लागला. त्याचा चेहरा आनंदाने खुलला होता. त्यांनी तराफ्याची दोरी सोडली. ते परतीच्या प्रवासाला निघाले. क्रिसनं तराफ्याला पायानं ढकलून पाण्यात लोटलं आणि चपळाईनं उडी मारून तो त्यावर चढला. त्याची उडी चुकायची शक्यताच नव्हती. तो तिथं अशा सहजतेने उभा होता की पाणी, तराफा आणि माणूस यांना परस्परांत गुंफवणारं एखादं अदृश्य वस्त्र विणलं जातंय, असं वाटत होतं.

घरातले दिवे उजळण्याइतपत काळोख पडला होता. पण, दिवे उजळायची मनाची तयारी होत नव्हती. कारण, बाहेरचा देखणा प्रकाश विस्कटून टाकायची मला इच्छा नव्हती. ती कोवळीक, ती तलम गुलाबी मृदुता यांमुळं सारा दिवस सुखद झाला होता. निदान, आधी वाटला, तेवढा भयप्रद वाटत नव्हता.

त्या पहिल्या रात्री मी माझ्या शयनगृहाची दारं सताड उघडी ठेवली. भरतीच्या वेळी समुद्राचं पाणी आणि शयनगृहाची जमीन यांत केवळ काही इंचाचं अंतर राहात होतं. बिछान्यावर पडल्यापडल्या मला ताऱ्यांनी लखलखणारं आकाश दिसत होतं. मॅक्कार्स क्रीकमधील कुठल्या कुठल्या घरातले विझवायचे राहून गेलेले पोर्चमधले दिवे नजरेस पडत होते.

सर्वत्र अद्‌भुत सजग शांतता पसरली होती. तरीही मला झोप येत नव्हती. आकाशातले तारे पुन्हापुन्हा मोजूनही काही उपयोग नव्हता. मी अंगावरचं पांघरूण दूर केलं. चांदीसारख्या भासणाऱ्या डेकच्या कडेवर जाऊन उभी राहिले. डेकला कठडा नव्हता. ओहोटीमुळं खाली आठ फुटांवर किनारा उघडा पडला होता. तिथं टोकदार खडक आणि धारदार शिंपले होते. 'खात्री करून घेतल्याशिवाय पाण्यात उतरू नकोस.' आतल्या आवाजानं मला सावध केलं.

वातावरणात गारवा होता. पण, हवा स्वच्छ होती, म्हणून मी जेटीच्या खालच्या पायऱ्यांवर जाऊन बसले. ओहोटीनं तळाच्या पायऱ्याही दिसत होत्या. त्यावर शेवाळं जमलं होतं. *पुन्हा आतल्या आवाजानं बजावून सांगितलं, 'सांभाळून राहा. ते निसरडं असतं. घसरलीस तर डोकंच फुटेल.'*

'मी काय शोधतेय?' मी स्वत:लाच विचारलं. 'आताचा हा बदल, आधीच्या

बदलांपेक्षा वेगळा व्हावा, यासाठी मी काय करू? माझ्या डोक्यातलं माकड किंवा अंकल फ्रँक म्हणत, तो 'मूर्ख माणूस' शांत कसा करता येईल?'

'तू आणि बदल? शक्यच नाही. बदलून उपयोग तरी काय? मृत्यू अटळ आहे. आता काही वेगळं करायला खूपच उशीर झालाय. वय झालंय तुझं. पार दमून गेली आहेस तू!'

थंडी जेव्हा अगदीच असह्य झाली, तेव्हा मी परत अंथरुणात जाऊन पडले. माझ्या कपड्यांना समुद्रासारखाच मिठाचा वास येत होता. खूप वेळ मी जागीच होते. मन स्वीटीच्या आठवणींनी भरून आलं होतं. मला अचानक सैल चपला फटफट वाजाव्यात, तसा पाण्याच्या लहरींचा आवाज ऐकू आला. भरती सुरू झाली होती.

समुद्राचा दमटपणा सर्वत्र पसरला होता. अंथरूण-पांघरूण-उशा, टेबल या साऱ्यांवर घामाचा थर जमावा; तसा दमटपणाचा लेप जमा झाला होता. नंतर कधीतरी दिशा उजळण्यापूर्वी पाणी टेबलासारखं सपाट झालं असताना मी झोपी गेले.

दार ठोठावण्याच्या आवाजानं मला जाग आली. बाहेर चकचकीत ऊन पसरलं होतं.

"सुसान, होय नं?"

मी वर पाहिलं. समोर एक प्रसन्न चेहऱ्याची स्त्री उभी होती. तिचे भुरे केस खांद्यापर्यंत लोंबत होते. दोन लहान मुलं दोन्ही बाजूला तिच्या स्कर्टला ओठंगून उभी होती. ती सगळी माझ्या बेडरूमला लागून असणाऱ्या डेकवर उभी होती. चेहऱ्यावर प्रसन्न स्मित होतं. तशी ती सभ्यपणानं बेडरूममध्ये डोकावून पाहात नसली, तरी त्यांना सगळं दिसतंच होतं.

"ही सार्वजनिक जागा आहे, हे तुला ठाऊक आहे ना? त्यामुळं तिचा सार्वजनिक वापर होतच राहणार."

मी झोप झटकून भानावर यायचा प्रयत्न करत होते. मी अंथरुणात होते. एका अनोळखी व्यक्तीशी बोलत होते. त्या व्यक्तीला माझं नाव माहीत होतं.

"आमच्या घरून बेल्स व्हॉर्फला फेरीबोट घ्यायला जायची एवढी एकच वाट आहे."

"अस्सं!"

"बरं येते. थँक्स."

मी परत उशीवर डोकं टेकवलं. हा सार्वजनिक रस्ता होता. याचा अर्थ?

आखखं स्कॉटलंड आयलंड माझ्या बेडरूमच्या दारासमोरून हवं तेव्हा हिंडू फिरू शकतं! एजंट म्हणाली होती, फ्रेंच डोअर्स, बहुतेक काचेचे... हरामखोर! हलकट. ही खासियत या पिटवॉटर्सची... नेहमीच असा काहीतरी वाकडा तिढा!... याचा अर्थ असा की, रोजच्या रोज अंथरूण नीटनेटकं करावं लागणार!

मी उठलेच. उठून कोकचा डबा उघडला. मग, खोके उघडायला सुरुवात केली. 'स्वयंपाकघरातील अत्यावश्यक वस्तू' अशी चिठ्ठी डकवलेला डबा शोधला. त्यातून काटे, सुऱ्या, प्लेटस, पॅन, ऑलिव्ह ऑईल, टोस्टर, चहापूड, किटली या आणि अशा वस्तू काढल्या. तुम्ही सतत जागा बदलत राहिलात की, अशी बांधाबांध करण्यात तुम्ही तज्ज्ञ होऊन जाता. माझ्या सामानात प्रत्येक गोष्ट दुहेरी असते. दोन काटे, दोन चमचे, दोन ताटल्या, दोन मग्ज.... जुनी सवय म्हणून की आशा म्हणून? मी शेगडीवर किटली ठेवली. टोस्टरमध्ये ब्रेड टाकला. फ्रीजमधून लोणी काढलं. आता मला घरात असल्यासारखं वाटायला लागलं.

जेवणाची वेळ झाली, तरी मी अजून पायजम्यातच होते. सगळं घर लावून झालं होतं. घरात मला एक भलं थोरलं कपाट सापडलं होतं. ते एवढं मोठं होतं की त्यात मला माझं ऑफिससुद्धा सुरू करता आलं असतं. बोटीसारखे त्याला मोठमोठे खण होते. कुणास ठाऊक, मी कदाचित एक नवं काम सुरू करेनही... पुस्तक लिहायचं!

घरात अरुंद पलंग असलेला एक पोटमाळा होता. एजंटनं त्याचा 'तिसरं शयनगृह' म्हणून उल्लेख केल्याचं मला अंधूकसं आठवतं. त्या खोलीत जा-ये करायला भिंतीतच ओबडधोबड पायऱ्या खणल्या होत्या. त्याचा उपयोग खरं म्हणजे बारा वर्षांचा मुलगा किंवा ओरँगउटँगलाच करता आला असता.

समुद्रातील बोटींची ये-जा पाहता येईल, अशा जागी मी इस्त्रीचं टेबल ठेवलं. आपण आत असलो आणि बाकी सारे बाहेर असले की, कसं अदृश्य असल्यासारखं वाटतं! तसं मला वाटत होतं. पण, ते खरं नव्हतं. कारण, मध्येच कुणीतरी डिंगीतून जाणारा हात हलवून अभिवादन करायचा आणि मीही त्याला तसंच उत्तर देत होते. मी मत्स्यालयात ठेवलेला मासा आहे, असं मला वाटू लागलं होतं. एकूण निष्कर्ष असा होता की, वरच्या बेडरूमशिवाय मला कुठेही एकान्त मिळणार नव्हता.

निळी जीन आणि जुना पांढरा शर्ट घातलेला एक माणूस होडी वल्हवत इकडंच येत होता. घराजवळ पोहोचताच त्यानं डेकचा कठडा पकडला आणि हात हलवून मला नमस्कार केला. त्याच्यात आणि माझ्यात फारतर आठ फुटांचं अंतर होतं. मी खिडकी उघडली. कारण, मला अंगावरच्या पायजम्यात डेकवर जायचं नव्हतं.

"तू इथं राहायला आलीस, म्हणून कळलं." त्याची हॅट तिरपी झाली होती. त्याचे करडे केस वाऱ्यावर भुरभुरत होते. टॉवलर्स बेच्या पार्ट्यांच्या वेळी आमची ओळख झाली होती.

"हो. कालच आले. तुझं कसं चाललंय?"

"तुला इस्त्री करताना पाहिलं." त्यानं बोट भरकटू नये, म्हणून अजून डेकचा काठ धरून ठेवला होता.

"हं!"

"छान वाटलं. एक स्त्री इस्त्री करतेय. माझं मन मला भूतकाळात घेऊन गेलं. हल्ली असं काही बघायला मिळत नाही."

तो अगदी मजेत होता. जणू काही आपली होडी थांबवून इस्त्री करणाऱ्या बाईबरोबर गप्पा मारणं, ही जगातली अगदी नैसर्गिक गोष्ट आहे, असंच तो समजत होता. त्याला जायची काही घाई नव्हती. तो निवांत होता.

"चहा घेणार?"

"चहाबरोबर बिस्किटही चालेल."

तो बोटीतच थांबला. मी खिडकीतूनच त्याला चहा आणि थोडा जाम लावून टोस्ट दिला.

"बिस्किटं नाहीयेत. टोस्ट चालेल ना?"

"वंडरफूल!"

छान उबदार सूर्यप्रकाश पसरला होता. त्यानं आपली हॅट काढली आणि सूर्याकडे चेहरा वळवून डोळे मिटून घेतले. इथं खूप लोकांना तसं करताना पाहिलंय. जणू काही त्यातून त्यांना जगण्याची ऊर्जा मिळत असावी.

मग, आम्ही थोडा वेळ सी-ईगल्स, मासेमारी अशा सटरफटर गोष्टींवर गप्पा मारत बसलो. सारा दिवस भरल्यासारखा वाटला.

१

स्कॉटलंड आयलंडवरच्या माझ्या पहिल्या सोमवार सकाळचं वर्णन कसं करू? सकाळी उठून समुद्राच्या काठाकाठानं जाणारी वेडीवाकडी वाट धरली. समुद्राच्या खाऱ्या पाण्यामुळं हवेत उग्र वास पसरला होता. ओल्या रेतीचा मंद गंधही त्यात मिसळला होता. टेकड्यांवरच्या गमच्या झाडांची हिरवी पानं धुक्यानं झाकली होती. लहानसा स्ऽस्ऽ असा आवाज करणारा समुद्र प्रसन्न वाटत होता. मी बेल्स व्हार्फवर एका लाकडी निवाऱ्याखाली फेरीची वाट पाहात उभी राहिले. हळूहळू साऱ्या आसमंताला कुरवाळत सूर्यप्रकाश पसरला. त्या प्रकाशात परिसर स्वच्छ दिसू लागला. सारं एखाद्या प्रार्थनेसारखं वाटत होतं.

आठवडाभरात माझा नित्यक्रम ठरून गेला. सकाळी सव्वासहा वाजता उठायचं. चहा करायचा. चहाबरोबर टोस्ट. मग, अंघोळ आटोपून तयारी करायची. बेल्स व्हार्फला चालत जायचं. तिथून निघणाऱ्या दोन फेरींपैकी कर्ल्यू नावाची फेरीबोट घ्यायची. कर्ल्यू तिथून सहा वाजून पन्नास मिनिटांनी सुटायची.

भरतीच्या वेळी बेल्स व्हॉर्फला जाणाऱ्या पायरीवर पाणी यायचं. तेव्हा, मी रबरी बूट वापरायचे. पुढे ऑफिसात वापरायच्या पादत्राणांचा एक जोड मोटारीत ठेवायला मी अनुभवानं शिकले.

जेट्टीला कुत्र्यांसाठी एक दार होतं. हे दार नेहमी काळजीपूर्वक घट्ट बंद करून घ्यायचं असतं, असं मला सांगण्यात आलं होतं. कुत्र्यांना फेरीबोटी फार आवडतात, असं मला कोणीतरी म्हणालं. जमलं, तर ते दिवसभर त्यात प्रवास करत राहातील. एखादा चुकून समुद्रात पडला, तर विचारायलाच नको. म्हणजे असं की, तुमचं काम संपल्यावर तुम्हाला जाऊन आणावं लागतं त्यांना.

तरीसुद्धा रोज सकाळी अनेक आशाळभूत कुत्री शेपट्या हलवत त्यांच्या मालकाजवळ घुटमळत असतात.

"नाही. तुला येता येणार नाही. दोस्ता, निदान आज तरी. अरे, ऑफिस आहे मला आज." कुत्र्यांचे मालक त्यांना सांगत. पण, तरीही कुत्री त्यांची पाठ

सोडत नसत. त्यांना मालकाबरोबर फिरायची सवय झाली होती.

"फारच चिवट असतात ते. नाही?" एक माणूस म्हणाला. सोमवारपासून शुक्रवारपर्यंत रोज सकाळी त्याला आपल्या कसऱ्या रंगाच्या मठ्ठ कुत्रीला हाकलून लावावं लागत होतं. "तिला वाटतं, एखाद्या दिवशी मी चुकून तिला येऊ देईन."

मला हसू आलं.

"त्यांच्या केविलवाण्या डोळ्यांकडे पाहून दया वाटते." तो म्हणाला, "तेव्हा, तिला वाटतं, ते खरंही होऊ शकतं."

लेनी हा भल्या पहाटे निघणाऱ्या फेरीचा ड्रायव्हर होता. प्रवाशांना तो आपल्या कुटुंबातलाच वाटायचा, हे बघून मला आधी आश्चर्यच वाटलं. कारण तो खूप अबोल होता. फारच झालं तर 'नमस्कार' एवढंच म्हणायचा. मात्र नेहमी येणारा एखादा प्रवासी दिसला नाही की, लेनी त्याच्या वाटेवर दूरपर्यंत नजर टाकायचा. तो प्रवासी बॉब किंवा बिल, मॉड किंवा माक्सि येताना दिसला, तर फेरी थांबवून ठेवायचा. हा असा उशीर रस्त्यांवर धावणाऱ्या मोटारींच्या ड्रायव्हरांच्या तोंडाला फेस आणत असला, तरी इथं जलप्रवासात फारसा त्रासदायक ठरत नाही.

'कर्ल्यू' ही निळ्या-पांढऱ्या रंगाची लाकडी देखणी फेरी १९२० साली बांधली होती. तिचा सर्वोच्च अधिकारी म्हणून लेनी गेली तीस वर्षं काम पाहात होता. तो लहान चणीचा माणूस असला, तरी त्याचे हात मोठे आणि कष्टानं घट्टे पडलेले होते. वाऱ्यापावसाने त्याचा चेहरा रापलेला होता. कित्येकदा तो सुजल्यासारखाही वाटायचा. पण, तो स्वभावाने अगदी लेमन केकसारखा कोमल होता. कुणाला मदत करायला त्यानं कधीही मागंपुढं पाहिलं नाही. पिटवॉटरमध्ये तर तो आख्यायिकाच झाला होता. मी फेरीनं प्रवासाला सुरुवात केली, तेव्हा तो सत्तरीच्या घरात पोहोचला होता. तो स्वत: बोटीचा एखादा भाग असल्यासारखा बोट हाकारत होता. कुणाला नेहमीच्या वेळेच्याही आधी जायचं असलं, तर त्याला तसं सांगायचाच अवकाश. तो तुम्हाला हव्या त्या वेळी तिथं हजर राहायचा. अगदी रात्रीबेरात्रीसुद्धा.

बऱ्याच ओळखीदेखींची, मैत्रीची सुरुवात इथं बहुधा फेरीबोटीवरच होते. तसेही इथले रहिवासी मोकळेढाकळेच आहेत. तसं असलं, तरी प्रत्येकाच्या खाजगीपणाचा इथं खूप आदर केला जातो. कुचाळक्या आणि कंड्या पिकवण्याला इथं पूर्ण मज्जाव आहे. एखाद्याच्या खिडकीतून कुणी चुकून आत पाहिलं, तर हरकत नाही. पण, आत जे पाहिलं, त्याची वाच्यता करायला मात्र सक्त मनाई आहे. 'जगा आणि जगू द्या', ही इथली जीवनशैली आहे.

सकाळचं ऊन पडलेलं असतं. आम्ही प्रवासी मागच्या डेकवर उघड्यावर बसलेलो असतो. मग, बघताबघता साध्या नमस्कार-चमत्काराला स्थानिक बातम्यांच्या देवाणघेवाणीचं स्वरूप येतं. कचरा गोळा केला जाण्याचा दिवस कुठला, वृत्तपत्र घरपोच करायला कुठं सांगायचं, घराचं छत आणि गटार साफ करणारा माणूस कुठं भेटेल, या सर्व गोष्टी मला त्या सकाळच्या प्रवासातच कळल्या. एखाद्या खेड्यांत सारेच साऱ्यांना सहजपणे ओळखत असतात, तसंच इथं होतं. सारेच साऱ्यांशी परिचित होते. स्थळमहात्म्यानं परस्परांशी बांधले गेले होते.

फेरीच्या प्रवासाला पाच मिनिटं लागत. चर्च पॉइन्टला सारे वेगवेगळ्या दिशांना पांगत. काही जण शहरात जाणारी बस पकडत. काही जण आलटून पालटून एकेकाच्या कारने जात. माझ्यासारखे काही जण सार्वजनिक कारपार्कमध्ये जाऊन आपापल्या मोटारींनी ऑफिसकडं जात. चर्च पॉइन्ट जुन्या खेड्यातल्या मध्यवर्ती चौकासारखं होतं. ते आमचं 'पिअेत्स' म्हणजे सार्वजनिक केंद्र होतं. इथं आल्याबरोबर सर्वार्थानं आपलेपणाची जाणीव नकळतच होऊन जायची.

इथं काही टेबल आणि बसायला बाक होते. सावल्या देणारी झाडं होती. दुकान होतं. इथं फलकांवर नाना तऱ्हेच्या जाहिराती डकवलेल्या होत्या. एका फळ्यावर खडूनं आसमंतात घडलेल्या व घडणाऱ्या महत्त्वाच्या घटना लिहिलेल्या असत. त्यात स्कॉटलंड आयलंडच्या जत्रा, एएनझेडएसी दिनाचा समारंभ, स्थानिक कलाकारांचं नवं नाटक, यॉट क्लबमध्ये होणारे कार्यक्रम याविषयीची माहिती दिली जायची. कधीकधी तर एखाद्या प्रेतयात्रेसाठी निधी जमवण्याचं आवाहनही असायचं.

बॉटल शॉपच्या विरुद्ध बाजूला उपाहारगृह व खाद्यपदार्थांचं दुकान, पोस्ट ऑफिस आणि जनरल स्टोअर होतं. तिथंच वर्तमानपत्रं, दूध वगैरे वस्तू आम्ही घेत होतो. उन्हाळ्यात हॅंबर्गर खाणाऱ्या व कॉफी पिणाऱ्या पर्यटकांनी मागचा डेक खचाखच भरून जायचा. ती मंडळी तिथं फेरींची ये-जा पाहत तासन्‌तास बसून राहात. मोटारींनी घरी जाऊ न शकणारी माणसं कशी जगतात, हे ते पाहात राहात. लुंग्या गुंडाळून अनवाणी भटकणाऱ्या इथल्या माणसांचा त्यांना मत्सर वाटत असावा. एखाद्या दिवशी या चर्च पॉइन्टला मला पॉल भेटायचा. मग, आम्ही बोट सुटेपर्यंत नाना प्रकारच्या पाकक्रियांविषयी बोलत राहायचो. मसाल्याच्या पदार्थांविषयी कधीकधी आमची चांगलीच वादावादी व्हायची. मात्र, शेवटी 'लसूण हा सर्वश्रेष्ठ आहे,' याविषयी एकमत होऊन आमचा वाद संपायचा.

संध्याकाळी हवेतला उष्मा वाढायचा. पॉइन्टवरची गर्दी अगदी शेवटच्या म्हणजे ७:२५च्या फेरीपर्यंत रेंगाळत राहायची. कधीकधी टिन्नी पाण्यात बऱ्याच

आतवर बांधलेल्या असायच्या. मुलं, कुत्री, तरुण, म्हातारेकोतारे सारे प्रचंड उत्साहानं तिथं गोळा व्हायचे. कारण, त्या क्षणी तो संधिप्रकाश इतका सुंदर दिसायचा की, तिथून पाय काढणंच शक्य होत नसे. पोरं नागडी होऊन पाण्यात धडाधड उड्या मारायची. कानात वारं भरलेली कुत्री आपली ओली अंगं झडझडवत सगळीकडं पाणी उडवायची किंवा चेंडूच्या मागं धावायची. तिथला प्रत्येक जण भिजलेला असायचा. प्रत्येक जण आनंदात असायचा. अमर्याद विपुलता असली, की विशेष प्रकारचं स्वातंत्र्य अनुभवाला येतं. आपल्या परिसरात संपूर्णपणे सुरक्षित असल्यामुळं अनुभवाला येणाऱ्या मुक्तपणासारखं हे स्वातंत्र्य असतं.

पुढील आठवडे सारे उत्साहाचेच होते. मोनावेलपासून चर्च पॉइन्टकडं येतानाचं शेवटलं वळण पार करताना माझा उत्साह उचंबळून यायचा. वाटेत बोटी ठेवायचे जुने निवारे लागत, लहानलहान किनारे व पाणथळ लागत असे. भरतीच्या वेळी लहानलहान बोटी पाण्यावर एकाच जागी झुलत राहात. ओहोटीच्या वेळी त्या खाली वाळूत शांतपणे आराम करत पडून राहात. मी जात असताना त्या मला भरती-ओहोटीची आधीच सूचना देत. रबरी बूट हवेत की नकोत, हे सांगत. इथल्या दैनंदिन भौतिक विश्वात एक अखंड व विश्वसनीय असा साधेपणा होता. इथं स्वर्ग होता. पण, कामचुकार, निरुत्साही, सुस्त म्हणजे उष्ण कटिबंधात असतो, तसा नव्हता. इथं जो टवटवीतपणा होता, तो समुद्राच्या कस्तुरीसारख्या सुगंधामुळं होता. आपल्या ओल्या पाऊलखुणा मागं ठेवून जाणाऱ्या पहाटेच्या धुक्यामुळं होता. एल्विन बे च्या टेकड्यांमागे सूर्य गेल्यानंतर अलगद पावलांनी येणाऱ्या सांजवेळेमुळं होता. असंख्य तारेतारकांची उधळण करत पंख पसरणाऱ्या रात्रीमुळं होता. इथला दोष होता, तो सारा समद्र उजळून काढणाऱ्या वीजेच्या अकस्मात कडकडाटामुळं आणि इथला पाऊसही असा काही कोसळतो, की त्यामुळे तुम्हाला पावसापल्याडचं काही दिसत नाही आणि स्वतःचा आवाजही स्वतःला ऐकायला येत नाही.

कधीकधी दक्षिण ध्रुवावरचं घोंघावणारं वारं समुद्रावर प्रचंड वेगानं आदळायचं. त्या वेळी समुद्र इतका खवळायचा की, त्याचा काही भरवसा वाटायचा नाही. पाण्यातली टॅक्सीवाहतूक बंद व्हायची. छोट्या बोटी, टिन्ना पाण्यात बुडून जायच्या. मग, वादळ शमल्यावर त्या पाण्यातून बाहेर काढून त्यांची डागडुजी व दुरुस्ती करावी लागायची. म्हणूनच इथं चंद्राला वेगळंच महत्त्व होतं. मग, तो कोरभर चांदीचा असो की पौर्णिमेचा सोनेरी गब्दुल असो. या भागात रस्त्यांवर दिवेच नव्हते. त्यामुळे वस्तीतला शेवटला दिवस मालवला की, रस्ता सापडणं कठीण होऊन बसायचं. तेव्हा फक्त चंद्राच्या फिकट रजतरंगी प्रकाशात, रात्री उशिरापर्यंत वाहतूक करणाऱ्या बोटींना आपली वाट शोधता यायची.

प्रवासी वाहतूक करणाऱ्या बहुतेक टिन्न्या माझ्या खिडकीजवळूनच जा-ये करत असत. त्या साऱ्या मोडक्यातोडक्या, इंजिनं पाठीमागं लोंबकळत असलेल्या अशा असायच्या. काही बोटी उडत्या माशासारख्या वेगानं उसळी घेत पॉइन्टकडं पळत असायच्या. वाहतुकीची गर्दी होण्यापूर्वीचा निवांतपणा उपभोगत काही बोटी मंद गतीनं पुढे सरकत असायच्या. दिमाखदार यॉट आपली शिडं उभारून विहार करत असायचे. इमारतीसाठी लागणारं सामान भरून मालवाहू बोटी पाणी घुसळत असायच्या. इथं मुलांना अगदी बालपणीच टिन्नी कशी चालवायची, हे शिकवलं जायचं. आपला आपणच विचार करायला व आपले निर्णय आपण घ्यायला ते आईबापाच्या मांडीवर असतानाच शिकायचे. इथं सतत काहीतरी नवीन दिसायचं, घडायचं. या सतत घडणाऱ्या नवीननवीन घटना आपलं लक्ष वेधून घ्यायच्या. हे सगळं काय चाललंय, असं कुतूहल मनाला वाटत राहायचं. आणि त्यामुळं इथल्या सर्व व्यवहाराचा आपणही एक घटक आहोत, अशी भावना मनात निर्माण व्हायची.

पण, माझे मित्र मला सतत सावध करत होते. ऑफिसातले सहकारी ऐकून घेत होते आणि उपदेश करत होते, "नव्याची नवलाई लवकरच संपेल ग!"

"शक्य आहे."

पण, आपल्याला कधीतरी निर्णय घ्यावेच लागतात. परिवर्तन, बदल हे आपल्या मनावर अवलंबून असतं. आयुष्यातला सर्वांत मोठा धोका म्हणजे कुठलाच धोका न पत्करणं हा आहे. असं कुणी म्हटलंय बरं?

पिटवॉटरला येण्याच्या उन्मादात मला मोठ्या प्रमाणावर आदरातिथ्य करण्याचा मोह आवरत नव्हता. मी सतत बाहेर डेकवर दुपारी आणि रात्री जेवणावळी घालत होते. उन्हं त्रास द्यायला लागली की, छत्र्या उघडल्या जात. संगमरवरी टेबल बेडरूमच्या दाराजवळ ठेवलं जाई. पदार्थ ठेवण्यासाठी व बार म्हणून त्याचा वापर केला जाई. भरती-ओहाटीचं चक्र चालू असायचं. मद्यपानाला उधाण यायचं. मध्येच कधीतरी नैर्ऋत्येकडून येणारा वारा गोंधळ माजवायचा. पण, आमची मस्ती काही कमी होत नसे. त्या वाऱ्यानं छत्र्या उडून समुद्रात पडत. ती काढायला पाहुणे पाण्यात उड्या टाकत. हातात ओलीचिंब छत्री घेऊन विजयी मुद्रेने बाहेर येत. उन्हात त्या छत्र्या चटकन वाळून जात आणि त्यांच्याबरोबरच पाहुणेही कोरडे होत.

शहरी जीवनाला सुरक्षितपणे चिकटून राहणाऱ्यांना, त्यांच्या आयुष्यात काय

उणं राहतंय, हे मला दाखवून द्यायचं होतं. ही माणसं सतत दुसऱ्याचं उणंदुणं काढत. निराशेचे सूर आळवत. खरं म्हणजे माझं वागणं हे खूपसं दिखाऊपणाचं होतं. पण, अचानक मनात येणाऱ्या उमाळ्यांपुढं माझा इलाज नव्हता. त्याशिवाय मला, समुद्रकिनाऱ्यावर राहण्याचा संपूर्ण अद्‌भुत अनुभवही घ्यायचा होता. इथं प्रत्येक दिवस हा ताजा, आनंददायक नवेपणा घेऊन उजाडायचा. इथं समूहाचं एका विशाल कुटुंबात रूपांतर व्हायचं. आणि तरीही इथं नको असलेल्या माणसाची पीडा आपल्याला सहन करावी लागायची नाही आणि आपला त्रास त्याला सहन करावा लागायचा नाही. हे असं अपूर्व वातावरण इतरांपासून लपवून ठेवणं मला स्वार्थीपणाचं वाटायचं.

अर्थात, मला निर्वाण प्राप्त झालंय, असं सर्वांनाच वाटायचं असं नाही. अनेकांना इथं अडकून पडल्यासारखं वाटायचं. त्यांच्या ओळखीच्या आयुष्यापासून वेगळं करणारा मधला समुद्र पाहून त्यांना चिंता वाटू लागायची. पण, हाच समुद्र, खंदकच जणू काही, माझ्या मनात दबावाखाली जगणाऱ्या जगापासून आपण वेगळे असल्याची भावना निर्माण करायचा.

स्वयंपाक करणं ही इथं एक अतिशय आवडीची गोष्ट व्हायची. स्वच्छ उन्हं पडलेल्या डेकवर बसून आरामात जेवणं शक्य असताना, चिखल तुडवत एखाद्या उपाहारगृहात जाण्यात काय अर्थ होता? इथं डेकवर आरामखुर्चीत बसून मनासारखं खाणं आणि डुलकी काढणं शक्य असताना, तिथं पाठ आखडवणाऱ्या खुर्चीत बसून, पुढचा पदार्थ वाढला जायची वाट कशासाठी बघायची? इथं छानपैकी जेटीवर बसायचं. समुद्राचं थंडगार पाणी मजेत पायाने उडवायचं. हातात मद्याचा पेला घ्यायचा... हे रमतगमत जेवणं सोडून त्या हॉटेलात टेबलाखाली पाय मुडपून अवघडून बसण्यात काही अर्थ होता का?

एखाद्या दिवशी पाणी स्तब्ध असायचं. लाटा शांत असायच्या. दोनेक पेंग्विन आपल्यासमोर क्वॅक्ऽक्वॅक्ऽ करत नाचत असायचे. पाण्यात उड्या मारायचा आणि बुड्या मारायचा गमतीदार खेळ खेळत असायचे. अगदी त्रासलेल्या शहरी व्यक्तीलासुद्धा त्यांच्या या खेळानं हसू फुटायचं. एखादे वेळी एखादा काकाकुवा झडप घालून आपल्या ताटातला कोंबडीचा तुकडा इतक्या सफाईनं पळवायचा की, बाजूच्या सलाडला धक्कासुद्धा लागायचा नाही. त्याच्या या अचूक कामगिरीचं आपण टाळ्या वाजवून कौतुक करायचो. इतकंच नाही, तर आपल्या ताटातली कोंबडी त्यानं पळवल्याबद्दल आपल्याला खंतही वाटायची नाही.

उन्हाळ्यात सकाळी वाऱ्याची झुळुकसुद्धा नसायची. अशा वेळी एखादं चिमुकलं होडगं तरंगत तरंगत आवाज न करता दूर जायचं. पाण्यातल्या काही

होड्या लाकडी असायच्या. त्यांना वॉर्निश लावून टॉफीसारखं चकचकीत केलेलं असायचं. बहुतेक होड्या अनेक रंगांनी रंगवलेल्या असायच्या. नितळ पाण्यावर त्या उठून दिसायच्या. नांगरून ठेवलेल्या बोटी सूर्योदयापूर्वीच्या क्षणी अगदी निश्चल असायच्या. प्रात:काळच्या त्या तलम प्रकाशानं, दुर्लक्षित गंजलेल्या बोटीसुद्धा छान दिसायच्या.

जेव्हा धो-धो पाऊस पडायचा, तेव्हा ठेवणीतले पावसाळी कपडे वापराला काढले जायचे. उंच टाचांचे बूट शॉपिंग बॅगेत ठेवले जायचे. ब्रीफकेसेस प्लॅस्टिकच्या पिशव्यांत बांधल्या जायच्या. प्लॅस्टिकचे पावसाळी कपडे घालून लहान मुलं बदकासारखी डुलतडुलत चालत असायची. त्यांच्या चेहऱ्यावर हर्ष, विशाद, करारीपणा, हौतात्म्य अशा अनेक भावनांची सरमिसळ उमटलेली असायची. तर इतर खांदे वाकवून, पायावर नजर ठेवून नाइलाजाने पाय ओढत चालत असायचे. आणि त्यांच्या खांद्यावरच्या ओझ्यावरून पाणी निथळत असायचं.

कसं का हवामान असेना; पण हे स्वातंत्र्य सोडून त्या सार्डिनच्या डबड्यासारख्या वर्गात त्यांना का जावंसं वाटेल?

झंझावातामुळे झाडांचे शेंडे झुकतात आणि पावसाच्या धाराही आडव्या होऊन कोसळतात. वॉटरटॅक्सी आपल्या आपल्या तळावर जाऊन गपगुमान बसून राहातात. नेहमी उघडी असलेली दारं घट्ट बंद करून घेतली जातात. अगदी म्हणजे अगदीच नाइलाज झाल्याशिवाय कुणीही घराबाहेर पडत नाही. अशा वादळात घडलेल्या काही भयप्रद गोष्टींच्या आठवणी जाग्या होतात. आठवणी, ज्या क्वचितच उगाळल्या जातात. पण, कधीच विसरल्या जात नाहीत. अंधूक प्रकाशात एक मोठी मोटारबोट लहानशा टिन्नीवर आदळून ड्रायव्हर मरण पावला. अंधारामुळं समोरचं काही न दिसून एक बोट बार्जवर आदळली आणि एक बाई तिच्या काही महिनांच्या अर्भकासह अनाथ झाली. नुकतंच चालायला लागलेलं मूल घसरून पाण्यात पडलं. त्याचे वडील त्याला वाचवायला गेले. शेवटी, दोघंही बुडून मरण पावले. त्या मुलाचं प्रेत कधीच सापडलं नाही.

स्वर्ग असला, तरी तिथं निष्काळजीपणे राहून चालत नाही.

आम्ही स्कॉटलंड बेटावरचे निवासी साठवणीच्या पाण्यावर अवलंबून असायचो. त्यामुळं पाण्याची उधळपट्टी करून चालायची नाही. खूप काळ पाऊस आला नाही, तर आमची अवस्था फार बिकट व्हायची. मला घरात कुठल्याच गोष्टीचा,

अगदी खारवलेल्या काकडीचासुद्धा तुटवडा असलेला आवडत नाही. त्यामुळे, स्वच्छता राखली जाईल, पण पाण्याची नासाडी होणार नाही, अशी माझी स्वत:ची एक पद्धत मी शोधून काढली.

अंघोळ करताना मी शॉवर फक्त तीन मिनिटं वापरायची. बाथरूमात लावून ठेवलेला टाईमर तीन मिनिटं झाली की, घंटीनाद करून वेळ संपल्याचं सांगायचा.

पुरुष लघवी करायला बाथरूम वापरायचे नाहीत. ते घराच्या मागच्या डेकवर, जेवणाऱ्या पाहुण्यांना दिसणार नाही, अशा जागी जात आणि कडेला उभं राहून समुद्राच्या पाण्यात लघवी करत. स्त्रिया बाथरूमचा वापर करत. पण, पाच जणी जाऊन आल्यानंतरच बाथरूममध्ये पाणी टाकलं जाई. तिथं जवळच पाच शिंपले ठेवले होते. प्रत्येकीनं बाथरूम वापरलं की, एक शिंपला बाजूला ठेवायचा. पाच शिंपले झाले की, पाणी टाकायचं. त्यानंतर जाणारीनं ते शिंपले मूळ जागी ठेवून पुन्हा त्यांचा वापर सुरू करायचा. या सर्व सूचना लिहिलेला कागद खिडकीला एका खिळ्याला टांगून ठेवला होता. काही जणांना त्याच्यामागे असलेला हेतू कळत नसे. तर काहीना सवयीनं ताबडतोब पाणी टाकल्याशिवाय राहावत नसे. खरं म्हणजे पूर्वी मलाही या गोष्टीनं धक्काच बसला असता.

मी कपडे धुण्याचा कार्यक्रम आठवड्यातून एकदाच करत असे. भाज्या धुण्यासाठी वापरलेलं पाणी नंतर फुलझाडांसाठी वापरत असे. (माझ्या कुंडीतले गुलाब तर इथलं ऊन, वारा आणि मीठ खाऊन तरारून फुलले होते.) उष्टी भांडी आधी उलथण्यानं खरवडून, नंतर पेपर टॉवेलनं पुसून, मगच पाण्यानं धूत असे.

पाहुणेमंडळी मजेत या नियमांचं पालन करत. ज्यांना हे आवडत नसे, ते परत येत नसत.

उन्हाळा खूपच घाईगर्दीचा होता. रोज रोज पार्ट्या होत होत्या. आठवड्याच्या शेवटी समुद्रात भटकणं होतं. कुणाच्यातरी बोटीत बसायचं आणि पोहायला, सहलीला एखादा निवांत किनारा शोधायचा. नॅशनल पार्कमध्ये भटकायचं. मनात आलं, तर डेकवर खुर्ची टाकून पुस्तक वाचत बसायचं. बहुधा पुस्तकाचं पहिलं पान संपायच्या आधीच झोप लागायची.

पार्ट्यांना काही निमित्त लागतच नसे. या पार्ट्याही खूप खर्चाच्या, शहरातल्यासारख्या भपकेबाज नसत. पिटवॉटरमधल्या पार्ट्यांची एक गंमत होती. कामावरून परतताना शेजारी खूपसे बोटभर मासे घेऊन यायचा. घरावरून

जाताना जोरात ओरडून जेवायचं निमंत्रण द्यायचा. आपलं मद्य आपण घेऊन जायचं. कधी बोटीतून जाणाऱ्याला हात दाखवून 'हॅलो' केलं आणि त्यानं बोट आपल्याकडं वळवली की, मग तो जेवूनच परत जायचा.

इथं घाईगर्दी नव्हती. वेळापत्रक नव्हतं. इथं चोवीस तास 'पिटवॉटर टाईम' असायचं.

नाताळ यायला लागला की, साऱ्या बेटात शँपेनच्या बाटल्यांच्या बुचाचे आवाज घुमू लागत. लोक प्रार्थनेसाठी एकत्र जमू लागत. सगळीकडून हसणं-खिदळणं ऐकू यायचं. स्वयंपाकघरातून धूर यायचा. मसाल्यात शिजणाऱ्या सॉसेजेसचा सुगंध दरवळायचा. साजरं करायला कसलंही निमित्त पुरायचं. आज छान ऊन पडलंय, एवढं निमित्तसुद्धा चालायचं.

किनाऱ्यावर माणसं आणि त्यांची कुत्री दिसू लागायची. माणसं काठी, चेंडू दूरवर पाण्यात फेकायचे. त्यांची कुत्री जोरानं पोहत जाऊन ती वस्तू घेऊन यायचे.

"तुम्ही कुत्र्यांचे प्रशिक्षक किंवा तसले काही आहात का?" मी वेगवेगळ्या माणसांना विचारायची.' 'होय बाई!"

पण, हे उत्तर इतक्या तुसडेपणानं दिलं जायचं की, मी आणखी काही विचारायची हिंमतच करत नसे.

पिटवॉटरमध्ये सगळीकडं कुत्रीच कुत्री होती. लहान, मोठी, योग्य संकराची, अयोग्य संकराची, चांगली, वाईट, लांब केसांची, आखूड केसांची, काळी-भुरी, ठिपक्यांची, अगदी पट्टेवाली कुत्रीसुद्धा होती. काही कुत्री लगट करत, तर काही डोळे वर करून पाहण्याचेही कष्ट घ्यायची नाहीत. बहुतेक कुत्री टिन्नीच्या नाळेवर बसून रुबाबदार कप्तानासारखा प्रवास करायची. आणि चौकातला त्यांचा दिमाख तर विचारूच नका. इथल्या पार्टीचे आपणच यजमान आहोत आणि इथला प्रत्येक जण आपला घनिष्ट मित्र आहे, असंच ती समजत असायची. पाण्यासारखीच तीही इथल्या जीवनाचे अविभाज्य घटक झाली होती. कुणाला एखाद्या माणसाचं नाव आठवत नसेल, तर त्याच्या कुत्र्याविषयी विचारा. त्याच्या डोक्यात लख्खकन प्रकाश पडेल.

" तुला माईक माहिताय ना?"

"माईक? म्हणजे....?"

"तो उत्साही कुत्रा आहे ना त्याचा, जॅक रसेल...."

"हां! तो?... आठवलं."

रात्री जेवताना चारपाच कुत्री आवतीभोवती असणं हे इथं नेहमीचंच होतं. त्यांनी हाणामाऱ्या केल्या नाहीत किंवा फार आरडाओरडा केला नाही, तर कुणी

त्यांची दखलही घेत नसे. अर्थात सगळेच काही कुत्र्यांवर प्रेम करत नव्हते. पण, त्यांची काही फारशी तक्रारही नसायची.

नाताळच्या महिनाभर आधी एका संध्याकाळी माझी शेजारीण मारी आपल्या दोन मुलांसह पोहत होती. त्यांचा मॉबो नावाचा तपकिरी रंगाचा आणि पिवळ्या डोळ्यांचा कुत्रा टेनिसच्या चेंडूमागे अगदी जीव तोडून पोहत जात होता.

मी त्यांना 'हॅलो' म्हणायला डेकवर गेले. मी लुंगी गुंडाळली होती. टीशर्ट मळका होता. पायातही काहीच नव्हतं. माबोला असं जीवाच्या आकांतानं चेंडूमागं जाताना पाहून मी विचारलं, ''मॉबोचं काय ट्रेनिंग वगैरे चाललंय का?''

''नाही गं. म्हातारा झालाय तो. आता कसला रेसमध्ये भाग घेतोय?''

''रेस? कसली रेस?''

''कुत्र्यांची गं.''

''कुत्र्यांची कसली रेस?''

मारीनं माझ्याकडं वळून पाहिलं. तिच्या सुंदर निळ्या डोळ्यांत आश्चर्य दाटून आलं होतं.

''तुला कुत्र्यांच्या शर्यतीबद्दल माहीत नाही?''

''ऊंऽहु!''

''अगं, इथला खूप मोठा सांस्कृतिक उत्सव असतो तो.'' ती पाण्यातून माझ्या डेकवर येत म्हणाली.

मला उत्सुकता वाटू लागली. काहीतरी मजेदार ऐकायला मिळेल, असं मला वाटलं. मी पटकन आत जाऊन व्हाईट वाईनची बाटली उघडली आणि पास्त्यासाठी शेगडीवर पाणी ठेवलं. मारीचा नवरा जगाच्या कुठल्यातरी कोपऱ्यात यॉटच्या कुठल्यातरी शर्यतीत भाग घ्यायला गेला होता. त्यामुळं, तिलाही वेळ घालवायला सोबत हवीच होती.

''प्रत्येक नाताळच्या आदल्या दिवशी संध्याकाळी आम्ही सगळे पॉइन्टला कुत्र्यांच्या शर्यतीसाठी जमतो.'' तिनं मला सविस्तर माहिती सांगायला सुरुवात केली. ''स्कॉटलंड आयलंड डॉग रेस. या शर्यतीत कुणालाही भाग घेता येतो. फक्त प्रवेश फी द्यायची. एक बिअरची बाटली आणि कुत्र्याच्या खाद्यान्नाचा एक डबा एवढीच प्रवेश फी असते. जो जिंकतो, त्याला या गोळा झालेल्या सगळ्या बाटल्या आणि डबे बक्षीस म्हणून मिळतात. रेस साधारणत: सहाच्या सुमारास सुरू होते. पण, आम्ही सारे मद्यपानासाठी तासभर आधी पोहोचलो. सगळंच उत्सवी वातावरण असतं. आख्खं पिटवॉटर लोटतं तिथं. छान मजेत पाण्याच्या काठावर बसावं. येणाऱ्या-जाणाऱ्याला नाताळाच्या शुभेच्छा द्याव्यात.''

''पण, मग ही शर्यत कुठून कुठपर्यंत असते?''

"स्कॉटलंड आयलंडपासून आपला तो बेलचा धक्का आहे ना? तिथून सुरू होते. आणि चर्च पॉइन्टला संपते."

"कधीपासून सुरू आहेत या शर्यती?"

"वर्षानुवर्षांपासून."

"कोण भरवतं या शर्यती?"

"कुणी भरवत वगैरे नाही. त्या आपल्या होतात. म्हणजे पिटवॉटरला होणाऱ्या सगळ्याच गोष्टी होतात तशा."

"या रेसचे नियम वगैरे काही?"

"नियमबियम मला ठाऊक नाही. जो पहिला येतो तो जिंकतो. म्हणजे जो किनाऱ्यावर सर्वांत आधी येऊन पोहोचतो, तो जिंकतो. एवढंच मला माहीत आहे."

जेवायची वेळ झाल्यावर मारीनं आपल्या दोन्ही मुलांना हाक मारून बोलावलं. सूर्य मॅक्कारच्या खाडीजवळच्या डोंगरामागं जात होता. मावळतीच्या किरणांमुळं समुद्रातून नारिंगी ठिणग्या उडत असल्याचा भास होत होता. भयानक उकडत होतं. आम्ही बाहेर डेकवरच जेवायला बसलो. मी लसूण, ऑलिव्ह ऑईल, बेकन आणि पार्मिझन चीज घालून स्पॅगेटी केली होती. मुलांनी त्यातलं बेकन तेवढं निवडून खाल्लं. शेवया तशाच टाकून दिल्या. सलाड तर त्यांना विषासारखं वाटत असावं. आम्ही जेवत असताना मॉबो तिथंच टेबलाखाली धबकन बसला. तो पाण्यानं निथळत होता आणि त्याच्या अंगाला उग्र वासही येत होता. जोरात भुंकून त्याने आपली नापसंती दर्शवली आणि लगेच घोरायलाही लागला. आमच्या गप्पा चालू असताना मारीचा धाकटा तिच्या मांडीवर झोपला. त्याच्या लांब पापण्यांची सावली त्याच्या गालावर पडली होती. मऊशार केसांचा मॅथ्यू आत जाऊन टेलिव्हिजन पाहात बसला. मी इथं राहायला आल्यापासून पहिल्यांदा टी.व्ही. लावला गेला होता. मॅथ्यूचे पाय त्याच्या वडिलांसारखेच लांब व सडसडीत होते. तो अत्यंत चपळ होता. 'झॅप' म्हणूनच त्यांचं वर्णन केलं जायचं. भर वादळात होणाऱ्या यॉटच्या शर्यतीत नाश्त्याच्या वेळी हा माणूस डझनभर अंडी खायचा म्हणे!

जेवण झाल्यावर टेबल आवरायला मी उठले. मारीच्या कुशीत झोपलेल्या चिमुकल्याच्या जावळावरून हात फिरवण्याचा मोह मला आवरला नाही. तो शांत झोपला होता. रात्रसुद्धा त्याच्या श्वासासारखीच शांत वाटत होती.

टेबलावरची भांडी गोळा करत मी तिला विचारलं, "हे सगळं कसं सांभाळतेस गं तू? या बोटी, इथलं जगणं, ही लहान मुलं. कसं जमतं तुला?"

"त्याखेरीज इलाजच नाही. ज्याला इलाज नसतो, त्याचा विचार तरी

कशाला करायचा!''

"तुझा कुत्रा मात्र जेटीवरचा दादा आहे हं!''

"हो नं. जेटी म्हणजे आपलं खाजगी मैदान समजतो तो.'' ती हसून म्हणाली. पण, मॉबो जेव्हा ताडकन उठून जोरानं जेट्टीकडे झेपावला, तेव्हा तिचा चेहरा भयानं पांढराफटक पडला होता. तिनं मांडीवरच्या पोराला इतकं घट्ट आवळून धरलं होतं की, त्यानं मोठ्यानं किंचाळायला सुरुवात केली.

याच मारीला, आपल्या चिमुकल्याला ऑलिव्हरला पाठीशी बांधून सोसाट्याच्या वाऱ्यात बोट किनाऱ्याला लावताना आणि तिचा दोर घट्ट बांधतानाही मी पाहिलं होतं. मॅथ्यू लाईफजॅकेट घालून शांत बसला होता. तिनं सांगेपर्यंत त्यानं जागेवरून हलायचं नाही, अशी तिनं त्याला ताकीद देऊन ठेवली होती. तिची बोट उसळत होती, हेलकावत होती, आदळत होती, भरकटत होती. दहा माणसांनी विरुद्ध दिशेला ओढावं अशा किंवा त्यापेक्षाही जास्त जोरानं वारा वाहात होता. तराफा घुसळला जात होता. खरं म्हणजे कुठलीच गोष्ट स्थिर नव्हती. ती मूल पाठीला बांधून दोन्ही पाय फाकून संधीची वाट पाहात होती. ज्या क्षणी बोट आणि तराफा एका पातळीवर आला, त्या क्षणी तिनं मॅथ्यूचा हात हातात धरला आणि ती ओरडली, "चल, आता.'' त्या दोघांनीही एकाच वेळी जोरदार उडी मारून तराफा गाठला. क्षणभर थांबून आपला तोल सांभाळला आणि मग जेटीकडं व तिथून किनाऱ्याकडे चालायला सुरुवात केली. जोराच्या वाऱ्याला तोंड देताना त्यांची डोकी खाली झुकलेली होती. कपडे अंगाभोवती घट्ट लपेटलेले होते. हा एक भयानक पण, नेहमीचाच प्रसंग होता. पिटवॉटरच्या आया अशा गोष्टींचा फारसा विचारच करत नसत.

"या प्रकाराचं तुला भय नाही वाटत?''

"छे! एका अर्थी बरंच असतं ते. मुलं लवकर समजदार होतात. तेही योग्य पद्धतीनं. ते बाजारभटकंती आणि व्हिडीओगेम्सच्या आधी पोहायला शिकतात. मासे पकडायला, बोट चालवायला शिकतात. जिज्ञासू होतात.''

"आपलं सामान घेऊन मोटार घराच्या अगदी दारापर्यंत आणावी, असं नाही वाटत तुला?''

"मी तो विचार केला, तर हा असा समुद्र माझ्या अंगणात मिळणार नाही. इथं माझी मुलं उन्हाळाभर सारखी पोहत असतात. उंडारत असतात. मला हा सागरकिनारा आणि माझं स्वातंत्र्य इतर कशापेक्षाही जास्त आवडतं.''

मारी आपल्या मुलांना घेऊन घरी गेल्यावर मी आईला फोन केला. ती नाताळात दर वर्षीसारखी माझ्याकडे पंधरा दिवसांसाठी राहायला येणार होती.

"तुला वॅलीलापण आणायचंय का?''

वॅली हा तिचा कुत्रा होता. त्याला आपल्या चार पायांवर उभं राहण्यापेक्षा लोकांच्या कडेवर बसायला फार आवडायचं. तसंच पोहायलाही आवडायचं. अगदी कडाक्याच्या हिवाळ्यातही!

"अग, त्याची काही व्यवस्था करता येईल का तुला?" तिनं विचारलं. तिनं माझं हे घर अजून पाहिलं नव्हतं. तिला इथल्या सोयीगैरसोयींची काहीच कल्पना नव्हती.

"तू काळजी नको करूस गं. तो इथं मजेत राहील."

खरं म्हणजे मला वेगळीच कल्पना सुचली होती. वॅलीच्या उमेदवारीमुळं कुत्र्यांच्या शर्यतीत आपल्यालाही भाग घेता येईल, असं मला वाटलं. ही घोड्यांच्या शर्यतीसारखी मोठी शर्यत नव्हती. पण, तरीही ती एक शर्यत होती. दादाला त्यात भाग घ्यायला नक्की आवडलं असतं.

"अग, त्याला पोहायला अजूनही आवडतं का?" मी आईला सहज स्वरात विचारलं.

"खूप आवडतं. संधी मिळेल, तेव्हा नदीत उड्या मारत असतो."

"छान! ठरलं तर मग!"

नाताळाच्या दोनेक आठवडे आधी मी स्टुअर्टला विचारलं,"तुझ्या गसचं नाव देणार आहेस का तू शर्यतीसाठी?"

"छे गं! म्हातारा झालाय तो आता."

"मग, माझ्या आईच्या वॅलीबरोबर तुझ्या मैत्रिणींपैकी कुणी पोहोचेल का?" मी विचारलं. कारण, स्पर्धेतल्या कुत्र्यासोबत एकतर त्याचा मालक असतो किंवा बारकी होडी नेता येते. इंजीन असलेल्या बोटी न्यायला शर्यतीच्या नियमानुसार परवानगी नसते.

"पोहोचेल कुणीतरी! मी विचारतो त्यांना." स्टुअर्टनं मला आश्वासन दिलं.

दादा होता, तेव्हा नाताळचा सण आमच्यासाठी खूप मोठी गोष्ट होती. दर वर्षाआड आम्ही सगळे मेलबर्नला जायचो. तिथं तो मेजवानी द्यायचा. त्याचं नियोजन अगदी लष्करी थाटाचं शिस्तशीर असायचं. जॉनला खाणं आणि पिणं आवडायचं. खरं म्हणजे मित्रमंडळीच्या कोंडाळ्यात बसून सुखदुःखांची देवाणघेवाण करायला त्याला आवडायचं. त्याला मी 'लारूस गॅस्ट्रॉनॉमिक' हे पुस्तक भेट म्हणून दिलं होतं. त्या पुस्तकाचं तेव्हा पहिल्यांदाच इंग्रजीत भाषांतर झालं होतं.

एकदा एका रविवारी आम्ही भांडी घासत होतो. त्यानं मला विचारलं,

"पॉसी, तू पिठाचं भांडं गरम पाण्यानं धुतेस का थंड पाण्यानं?"

मला काहीच माहीत नव्हतं. पण मी अंदाजानं ठोकून दिलं, "थंड".

"बरोबर आहे. आता मला त्याचं कारण सांग."

"चल! फाजील कुठला!" आम्ही दोघंही खूप हसलो. कारण मी अंदाजपंचे ठोकून देत होते, हे आम्हा दोघांनाही माहीत होतं.

"अग, सोपं आहे." त्यानं सांगितलं. "गरम पाण्यानं पीठ शिजतं आणि त्याचा चिकट लगदा होतो."

त्याच्या मनात खाद्यपदार्थांची एवढी आवड कशी निर्माण झाली, याची मला कल्पना नाही. पण, मला आठवतं तेव्हापासून ती होती. स्वयंपाकात तो नेहमी नवेनवे प्रयोग करत राहायचा. इतरांना ज्या वयात कालवं पाहून मळमळतं, त्या वयात त्याला ती आवडत होती.

आम्ही आमच्या आजोळी शिकायला होतो, तेव्हा आमची लुडबूड दूर करावी, म्हणून आम्हाला तळ्यावर पाठवलं जायचं. मग, आम्ही गळाला कच्च्या मांसाचं आमिष लावून गळ पाण्यात टाकून बसायचो. गळाला धक्का लागला, की मग आणखी थोडी वाट पाहायची. पुन्हापुन्हा झटके बसू लागले की, सावज पक्कं अडकलंय, याची खात्री व्हायची. अशी खात्री करून घेऊन मगच आम्ही गळ ओढायचो. त्या यब्बींनी बादली भरली की, आमच्यातलं कुणीतरी एक जण घरी पळत जायचं आणि आईला बोलावून आणायचं. ती पाचोळा, सुक्या फांद्या गोळा करून विस्तव पेटवायची. त्यावर पाणी भरून डबा ठेवायची. पाणी उकळलं की, आम्ही पकडलेली यब्बी मानगूट पकडून त्यात टाकायचो. ती चांगली शिजली की, लालभडक व्हायची. मग, उकळतं पाणी टाकून आई ती यब्बी कशी सोलायची आणि कशी ओरपून खायची, हे दादाला शिकवायची. त्या बादलीचा फन्ना उडाला की, दुसरी बादली उकळायला ठेवायची.

आई आणि दादा एका वेळी जवळजवळ पन्नासेक यब्बी खायचे. पोट तुडुंब भरायचं. मग, उरलेली जिवंत यब्बी पुन्हा तलावात सोडून द्यायची. दुसऱ्या दिवशी पकडता येईल म्हणून! तलावाच्या काठावर बसलेली माझी आई मला अजून आठवते. तिचा फुलाफुलांचा स्कर्ट, उन्हात चमकणारे फिकट तपकिरी केस, पांढरेशुभ्र दात... दादा तिच्याजवळ वाकून बसलेला!... दोघंही विलक्षण देखणे दिसत!

त्या दोघांचाही खादाडपणा पाहताना मला असूया वाटत असे. पण, तरीही त्या यब्बीच्या मातकट मांसाचा एक घाससुद्धा मला घ्यावासा वाटत नसे. त्या काळात कोकराच्या मांसापलीकडं माझी मजल गेली नव्हती. मी बाबांनी आणलेले मासेसुद्धा खात नसे. रेसमध्ये भली मोठी रक्कम हरले की, त्याची खंत लपवायला

ते छान तळलेले आणि विनिगरमध्ये बुडवलेले मासे घेऊन यायचे. कारण, आईला आणि दादाला मासे खूप आवडायचे. बाबांनी लष्करातली नोकरी सोडल्यानंतर व पब विकत घेण्याआधी, आम्ही बोनेजिला स्थलांतरितांच्या शिबिरांत राहात होतो. त्या भागात नुसती जमीनच जमीन होती. त्यामुळं बाबांनी आणलेल्या माशांना एवढं प्रचंड महत्त्व होतं.

मला आणि बाबांना रिसोल मनापासून आवडायचं. खिम्यात बारीक चिरलेला कांदा, ओवा आणि खूपसं मीठमिरी घालून गोळ्याला चिकटपणा यावा, म्हणून त्याच्याबरोबर अंडं आणि ब्रेड. हा पदार्थ बाबा न्याहारीला खायचे. दुपारच्या आणि रात्रीच्या जेवणालाही खायचे. आईनं कधी एखादे वेळी हा पदार्थ केला नाही, तर बाबा स्वयंपाकघरात जायचे आणि स्वत: करून घ्यायचे.

"मला त्याचा वास नकोनकोसा व्हायचा." आईनं नंतर खूप वर्षांनी मला सांगितलं होतं. "त्यांना फक्त तेवढंच सदैव खावंसं वाटायचं... खिमा आणि अळंबी!"

माझे बाबा चांगले स्वयंपाकी होते, असं आता मला उमगतंय. खूपदा ते रविवारचा स्वयंपाक करत. त्या वेळी ते शांतपणे प्रत्येक गोष्ट करत असत. फुलगोबीच्या भाजीसोबत ते चीज सॉसपण करायचे. स्वयंपाक करता करताच ते आवराआवरी नीट करत. आईचं तसं नव्हतं. ती खूप उतावीळ होती. तिला कसलाच धीर निघत नसे. ती शेगडी खूप फुलवून ठेवायची. त्यामुळं पदार्थ जळायचे. तिचं कामही खूप अव्यवस्थित असायचं. ती खूप पसारा मांडून ठेवत असे. मात्र कोणतंही मांस खायला ती कायम तयार असायची. अगदी गोगलगायी, बेडकाचे पाय, कोकराचा मेंदू, माशाचे डोळेसुद्धा. दादा मात्र माशाचे डोळे दिसले की, काढता पाय घ्यायचा.

आम्ही लहान होतो, तेव्हा आई मला अळंबी काढायला शिकवायची. बाबा दादाला बंदूक वापरायला शिकवायचे. त्यामुळं तो मर्द पुरुष होईल, असं त्यांना वाटायचं. दादाला त्याची फारशी आवड नव्हती. तरी तो चांगला नेमबाज झाला. थोड्या सरावानंतर मलाही बऱ्यापैकी नेमबाजी करता आली. खरं म्हणजे बाबांनी दादाच्या बहादुरीविषयी एवढी काळजी करण्याचं काही कारण नव्हतं. तो शूर होताच.

बाबांना अळंबी अतिशय आवडायची. हिवाळा सुरू झाला की, आम्ही सारे पाणथळी शोधत हिंडायचो. तोंडावर बोचरं वारं आदळत असायचं. आम्ही चिटुकल्या अळंबीपासून तो ताटलीएवढ्या अळंबीपर्यंत, मिळतील तेवढ्या अळंब्या गोळा करायचो. मोटार अळंब्यांच्या खोक्यांनी पार भरून जायची. इतकी की मला आणि दादाला आईच्या मांडीवर अंग चोरून बसावं लागायचं.

घरी जाऊन मग आम्ही त्या साफ करून, शिजवून बरण्यांत भरून ठेवायचो. अळंबी शिजवायची बाबांची एक पद्धत होती. ते अळंबी तुपात परतायचे. त्यात थोडं दूध घालायचे. रस घट्ट व्हावा, म्हणून थोडं मक्याचं पीठ घालायचे. मग, ते तो पदार्थ फॉवलरच्या खास बरण्यांत भरून ठेवायचे. रोज सकाळी बरणी कपाटातून काढायची, अळंबी गरम करायची आणि टोस्टला लावून न्याहारी करायची. त्यांचा हा प्रकार घरातला अळंबीचा साठा संपेपर्यंत अखंड चालत असायचा.

गोळा केलेल्या अळंब्यांत एकदोन तरी विषारी निघतील, अशी मला सारखी भीती वाटायची. विषारी अळंब्यांची मला माहिती होती. आमच्या घराजवळ असलेल्या पाईनच्या झाडात त्या उगवायच्या. त्यांचा रंग लालभडक असायचा. त्यांच्यावर पांढरे ठिपके असायचे. पऱ्यांच्या कहाण्यांमध्ये असावेत, तसे ते दिसत. ते भयंकर विषारी असतात, असं आईनं मला सांगितलं होतं. त्यांना स्पर्श करणंसुद्धा धोक्याचं असतं. त्याशिवाय अगदी बटण मश्रूमसारखे दिसणारे पफ बॉल्स. यातला एखादा तरी चुकून घरात येईल, अशी मला खात्री असायची. त्यामुळं बाबांनी ही अळंबी खाऊ नये, म्हणून मी सारखी त्यांना सांगत राहायची. पण, ते नुसते हसायचे आणि आपल्या ताटलीत भरपूर वाढून घ्यायचे. कुठल्याही क्षणी त्यांचा घास अडकेल आणि त्यांना उलटी होईल आणि ते काळेनिळे पडून मरून जातील, असं मला वाटत राहायचं. माझं वय वाढून मला चांगली समज आल्यानंतरच मी अळंबी खायला सुरुवात केली.

एका नाताळात आईनं मेजवानीसाठी शिंगाडे, आलं, संत्र्याची सालं अशा तऱ्हेतऱ्हेच्या पदार्थांचं सारण भरून पक्षी शिजवला होता. खरं म्हणजे तो काही चवीला वाईट झाला नव्हता. पण, मी आणि बाबांनी एकमेकांकडे पाहिलं आणि वाढलेल्या ताटल्या दूर सारल्या. जेवणात अचानक असं काही समोर आलेलं आम्हाला आवडत नसे. मला त्या काळात फक्त चांगलं जेवण आवडायचं. पदार्थ नेहमीचे आणि मनापासून शिजवलेले असावेत. एवढंच!

आम्ही आमचा पब विकून मेलबर्नच्या उपनगरातल्या पडीक जमिनीवर उभारलेल्या दिखाऊ वस्तीत राहायला आलो, त्या वेळी पहिल्या नाताळात आईनं हे भरगच्च सारण केलं होतं. आईचं लहानपण जिथं गेलं होतं, ती जागा इथून जवळच होती. मग कदाचित त्यामुळंच आम्ही इथं घर केलं असावं, अशी मला शंका आहे. आपल्या मुळाकडं परतणं हे आपल्याला नेहमीच आश्वस्त करत असतं का?

''इथं चेरीच्या बागा होत्या.'' इथं आल्यावर आईनं आम्हाला सांगितलं होतं. ''माझ्या बहिणी आणि मी रात्री चोरून बागेत जायचो. अगदी खा-खा चेरी

खायचो. मग, घरी जाऊन सारखा मारपण खायचो.

मग ती समोरच्या घरांकडे खिडकीतून खिन्नपणे पाहात राहिली होती. आमचं घर दोन पातळ्यांवर बांधलेलं होतं. आईबाबांना आर्थिकदृष्ट्या याहून चांगलं घर परवडत नव्हतं. हे काही आईच्या स्वप्नातलं घर नव्हतं... प्रवेशद्वारापाशी भव्य उंच खांब असलेलं आणि दिमाखदार गोलाकार जिना असलेलं... पण, जिना नसला म्हणून काय झालं! वरच्या खोल्यात जायला निदान चार पायऱ्या तर होत्याच. तेवढ्यावरच तिनं समाधान मानून घेतलं होतं.

"पायऱ्या उतरताना तू अत्यंत डौलदारपणे हळूहळू उतरायला हवं." तिनं मला बजावून सांगितलं होतं. "त्या पायऱ्यांचा पुरेपूर उपयोग करून घे."

कुणासाठी? आणि कशासाठी? मला प्रश्न पडले होते. वागण्यात असा डौल असणं, हे तिचं स्वप्न होतं. माझं नाही. माझे आईबाबा काळजीपूर्वक आणि हात राखून वागले असते, तर आयुष्यभर त्यांना काही कमी पडलं नसतं. पब विकल्यानंतर उत्पन्नाची फारशी साधनं हाती राहिली नव्हती. पण, विमान चालवणं शिकणं, थाटामाटानं मेजवान्या देणं आणि दिलदार, चैनी लेडी म्हणून मान्यता मिळवणं हे आईचं स्वप्न होतं. पण, तोवर दारू पिऊन-पिऊन बाबांचं लिव्हर सडलं होतं. आणि निकोटिननं फुप्फुसं गुदमरून गेली होती.

आनंद उपभोगता येतो, तोवरच त्या गोष्टी केल्या पाहिजेत,असं त्या वेळी मला वाटत होतं. कारण, त्यांचा शेवट कसा होईल, हे आपल्याला माहीत नसतं. पण, नंतरच्या काळात मी हे सारं विसरून गेले. आम्ही उपनगरात राहायला आलो, त्या वेळेपर्यंत दादानं कायद्याचं शिक्षण सोडून दिलं होतं. तो एक मोहक पण बेबंद असा टपोरी झाला होता. वरचेवर दारात घेणेकरी येऊन उभे राहू लागले होते. बाबा मुकाट्यानं ती देणी भागवत. देणेकरी असणं, त्यांच्या दृष्टीने अत्यंत शरमेची गोष्ट होती. पण, शेवटी दादाला रेसमध्ये घवघवीत यश मिळाल्याचं त्यांना पाहायला मिळालं, ही देवाची कृपाच झाली.

मी शिकूनसवरून छानसा नवरा पटकवण्याऐवजी, पत्रकारिता करण्यासाठी विद्यापीठ सोडलं. माझ्या आईनं पुन्हा पुन्हा माझ्या कपड्यांना इस्त्री केली आणि माझ्या गालांवर गुलाबी छटा आणण्याचे प्रयत्न केले. पण, मी उभ्या जन्मात तिच्यासारखी सुंदर दिसणार नाही, हे तिला कधी उमगलंच नाही. ती अत्यंत देखणी होती. पुरुषाच्या पंजात मावेल, अशी तिची कंबर होती. आणि तिचे डोळे इंद्रनील मण्यापेक्षा निळेशार होते.

"माझे बावीस साखरपुडे झाले होते. "मी वयात येत असताना तिनं एकदा मला सांगितलं होतं." मी त्या मुलांची नावं स्वयंपाकघराच्या दारावर लिहून ठेवत असे. एक साखरपुडा मोडला की, त्या नावावर काट मारायची. त्यातला

एखादा तरुण एखाद्या दिवशी मला गोळी घालेल, असं तुझ्या आजीला वाटायचं. पण, तसं झालं नाही.''

आता विचार केला, तर असं लक्षात येतं, की तो काळ हा आईच्या आयुष्यातला फारसा सुखाचा काळ नसावा. तिचा वारंवार विरस झाला होता. पण, तिनं पुन्हा टेनिस खेळायला सुरुवात केली. ती आठवड्यातून पाच दिवस टेनिस खेळायची. आयुष्याशी जुळवून घ्यायची, त्यातला कडवट तपशील विसरायची ती तिची पद्धत होती. कणखर राहायचा आणि आयुष्याला आपल्यावर स्वार होऊ न द्यायचा तो तिचा प्रयत्न होता.

आम्ही खेड्यातून आलेली मुलं होतो. त्यामुळे, पहिल्या नाताळात त्या उजाड उपनगरातील वातावरणाशी जुळवून घेणं फारच त्रासदायक गेलं. तिथलं तापमान १०३ अंश होतं. उन्हं नुसती जाळत होती. घरासमोरच्या रस्त्यावरचं डांबर तापून तिथं मृगजळ दिसत होतं. रस्त्याच्या पलीकडं राहणाऱ्या शेजारच्या अंगणातल्या पिट्यूनिआच्या पानांनी माना टाकल्या होत्या. रस्त्यावर कुठंही झाड नव्हतं. चिटपाखरूही नव्हतं. अगदी अग्निबाण जरी डागला, तरी कुणीही जखमी झालं नसतं. नाताळाचा दिवस असूनही सगळं निर्मनुष्य होतं. कुठं गेली होती ही माणसं? उन्हाच्या धगीपासून वाचायला घरातच लपून राहिली होती की, मोठ्या आणि नवीन घराच्या आशेने ज्या घरातून बाहेर पडली, त्याच घराला पुन्हा शरण गेली होती?

घरात ओव्हनहून अधिक गरम होत होतं. म्हणून आम्ही अंगणात खुर्च्याटेबल मांडलं. या अंगणाला आम्ही 'पॅशो' म्हणत होतो. तिथं एका बाजूला घराची सावली पडली होती. त्या सावलीतच आम्ही टेबल लावलं होतं. बागेत झाडं लावायचं आमचं ठरलं होतं. पण, बाबांना त्यात रस नव्हता आणि आईला सुरुवात कशी व कुठून करावी, हे कळत नव्हतं. आमच्या आधीच्या घरात मोठ्या बागा होत्या. पण, त्या वेळी आमच्याकडे माळी काम करायचा. ते दिवस आता संपले होते. पबमधल्या शेकडो गिऱ्हाईकांसाठी टर्की भाजण्याऐवजी सगळ्या कुटुंबीयांनी एकत्र येऊन शांतपणे नाताळ साजरा करण्यात जास्त समाधान आहे, असं आम्हा सर्वांनाच वाटत होतं.

पण, आजचा दिवस अगदीच मरगळलेला होता. गारवा यावा, म्हणून आम्ही होजपाईप पायांवर वाहता ठेवला होता. रस्त्यावर सामसूम होती. त्यामुळे, नाताळ हा नाताळ वाटतच नव्हता.

त्यानंतर पुढच्या वर्षीपासून विशी उलटलेल्या दादानं नाताळाच्या उत्सवाचा ताबा घेतला. आणि त्याला आयुष्यात जसजसं यश मिळत गेलं, तसतसा उत्सव अधिकाधिक धडाक्यानं साजरा होऊ लागला.

डॉलीशी लग्न झाल्यानंतर ती दोघंही अधिकच उत्साहानं मोठ्या दणक्यात नाताळ साजरा करू लागली. त्यांच्या भल्यामोठ्या दिवाणखाण्यात खुर्च्या व सोफे भिंतीकडे ढकलले जात. त्या रिकाम्या झालेल्या जागेत तीस फूट लांबीचे टेबल मांडले जाई. प्रत्येक जण येताना आपलं काहीतरी घेऊन येई. कुणी झिंगे घेऊन यायचा, तर कुणी भलंमोठं पुडिंग घेऊन यायचा. कुणी शेजारी मूस आणायचा, तर कुणाला सोयीचं वाटलं, तर शॅंपेन किंवा वाईन आणायचा. परसदारी असलेल्या मोठ्या प्लॅस्टिकच्या डब्यात बर्फ भरून त्यात बिअरच्या बाटल्या ठेवलेल्या असायच्या. निदान पाच तास चालणाऱ्या दुपारच्या जेवणाच्या वेळी तीसेक पाहुण्यांना त्या बाटल्या पुरायच्या. इतकंच नव्हे, तर रात्री उरलेली टर्की आणि हॅम सॅंडविच खातानाही त्या पुरेशा पडत असत. मद्याची धुंदी चढली की, आम्ही नाताळाची गाणी म्हणायचो आणि नंतर मोठ्यांदा संगीत वाजवत दम लागेपर्यंत नाचत राहायचो.

पण, दादा आता मरण पावला आहे. त्याच्या मृत्यूनंतर नाताळ उत्सव न राहाता, नुसतं एक कर्मकांड उरलं आहे. पण, पिटवॉटरमधला पहिला नाताळ मी डंकन कुटुंबाच्या परंपरेला शोभेल, असा करायचा ठरवलं. दादानं या उत्सवाचं जसं आयोजन केलं असतं, तसं करायचं ठरवलं. उत्सवाला येणाऱ्या चौदा व्यक्तींनाही तो सदैव आठवत राहिला पाहिजे. पूर्वीच्या आयुष्यातला आनंद आणि उत्साह यांचा पुन्हा प्रत्यय यावा, असा यामागे माझा हेतू होता.

मी नाताळच्या एक आठवडा आधीच पुडिंग करायला सुरुवात केली. पुडिंग करण्याची प्रक्रिया ही तीन दिवसांची असते. पहिली गोष्ट म्हणजे त्याची पाकक्रिया ही दोन वेळा करावी लागते. मग, संत्री आणि लिंबांच्या सालावर साखरेचा पाक चढवावा लागतो. बेदाणे, मनुका, खजूर घालून चौपट ब्रॅंडीत दोन दिवस मुरवत ठेवावं लागतं. येताजाता फळं न तोडता जपून ढवळत राहावं लागतं आणि मनोकामना करावी लागते. येणाऱ्या-जाणाऱ्याला ते मिश्रण ढवळायला बोलवावं लागतं. त्यानं ते मिश्रण ढवळायचं आणि काहीही मनोकामना करायची. ब्रॅंडीच्या गोड, मादक सुवासानं ढवळणाऱ्याला गुंगी येत राहाते. तो डोळे बंद करून खोल श्वास घेतो. मग, आपलं मागणं मनातल्या मनात मागतो. आपण फक्त त्याला पाहात राहायचं.

"या पद्धतीबद्दल कधीच ऐकलं नाही." मिश्रणात लाकडी डाव फिरवत मारी म्हणाली. "पण पुडिंग तयार करायची ही मस्त पद्धत आहे."

या पद्धतीची मूळ निर्माती मीच असावी, असं मला क्षणभर वाटून गेलं. पण, लगेच मला आमच्या पबमध्ये साजरा होणाऱ्या नाताळाची आठवण झाली. तिथली एक बाई पुडिंग करण्यासाठी प्रसिद्ध होती. लहान मुलांच्या अंघोळीसाठी

असलेल्या टबात ती खूप सुकामेवा घेऊन तो भरपूर ब्रँडीत दोन दिवस मुरत ठेवायची. मग, टब अगदी काठोकाठ भरेपर्यंत त्यात लोणी, अंडी, साखर, आलं आणि पीठ टाकायची. टब पबमध्ये आणून ठेवला जायचा. पबमध्ये येणाऱ्या प्रत्येकानं ते मिश्रण ढवळायचं आणि मनातल्या मनात वर मागायचा. पब बंद होईपर्यंत ते मिश्रण चांगलं ढवळलं जाऊन हवा तसा लगदा तयार व्हायचा. सारे पदार्थ एकजीव होऊन जायचे. मला वाटतं, त्यात एखादा सिगारेटचा तुकडा आणि थोडीफार बिअरही मिसळली जात असावी.

मिश्रण एकजीव झालं की, ते पीठ पसरवलेल्या पांढऱ्या कापडात गुंडाळून बॉयलरमध्ये उकडायला काठीवर लटकवलं जायचं. याच बॉयलरमध्ये नेहमी टॉवेल, चादरी आणि इतर कपडे उकळले जात. सहा तासापर्यंत ते मिश्रण बॉयलरमध्ये वाफेवर उकडलं जाई. मग, ते गार करायला ठेवलं जाई. त्या पुडिंगमध्ये अबोल ग्रामीण माणसांच्या शुभेच्छा मिसळलेल्या असत. शिवाय तीन पेन्स व सहा पेन्सची नाणीही टाकलेली असत. एकदा एका माणसाच्या घशात सहा पेन्सचं नाणं अडकून तो गुदमरून गेला होता. तेव्हापासून आम्ही पाहुण्यांना पुडिंग खाताना काळजी घ्यायला सांगत होतो.

स्कॉटलंड आयलंडमध्ये माझं पुडिंग नाताळच्या तीन दिवस आधीच तयार झालं. पुडिंग झाल्यावर सहा तास खपून मी घरातली भांडी पाण्यानं भरून ठेवली. ते खूप जिकिरीचं काम होतं. या दरम्यान हवेत उष्मा खूप वाढला होता. अंगावरून घामाचे ओघळ वाहायला लागले होते. मग, मी घराबाहेर पडले आणि स्वत:ला समुद्रात लोटून दिलं. मस्त आयुष्य होतं. नाही?

नाताळच्या गडबडीतच मी दोन तास गाडी चालवत आईकडं गेले आणि तिला आणि वॅलीला घेऊन आले. मी तिची व्यवस्था माझ्या बेडरूममध्ये केली. वॅलीला घरामागच्या पोर्चमध्ये ठेवलं. आणि मी माझी बेडरूम केवळ चवड्याच्या आधारानं चढता येणाऱ्या पायऱ्या असलेल्या पोटमाळ्यावर नेली.

नाताळाच्या आदल्या दिवशी संध्याकाळी आईनं चांदीची कटलरी घासूनपुसून स्वच्छ करून ठेवली. मी ब्रँडी सॉस बरण्यात भरून ठेवलं. कोंबडीसाठी मसाला तयार केला.

फ्रीज अनेक पदार्थांनी, लोणच्यांनी आणि दारूनं खचाखच भरला होता. उरलेलं आइसबॉक्समध्ये ठेवायचं ठरलं. भरपूर बटाटेही आणून ठेवले होते. हे सारं करणं, म्हणजे जणू काही मला माझ्या नवऱ्याला सलाम करणंच होतं. पहिल्या वर्षी मी त्याला 'नाताळ अगदी साधेपणानं साजरा करू', असं सुचवलं होतं. तेव्हा त्याला इतका धक्का बसला की, तो मटकन खालीच बसला होता. "अग, निदान भाजलेले बटाटे तरी कर की तेही करणार नाहीस?" त्यानं

आपली छाती आवळून धरत विचारलं. जणू काही त्याच्या छातीत पेटके येत होते.

"नाही. खरं म्हणजे नाहीच. कोलंबीबरोबर नक्कीच नाही."

"म्हणजे असंच काहीतरी सशाचं खाणं करणार तू?"

"का? सलाडला काय झालं?"

"नाही. झालं काहीच नाही. फक्त ते कुरतडायला आपण ससा असायला हवं."

नाताळचा दिवस वर्षातला जास्तीत जास्त तापमान असलेला दिवस असतो, तरी मी त्या दिवशी मुकाट्यानं टर्की शिजवली.

नाताळच्या आदल्या दिवशी उठल्या-उठल्या मी सर्वांत वरच्या खोलीत पिण्याची व्यवस्था केली. सिडनीला आम्ही एकत्र राहात होतो. ती दुपारपर्यंत इथं पोहोचणार होती. मी तिला इथं कुत्र्यांची शर्यत पाहायला बोलावलं होतं. मी म्हणाले होते, "अग, लोकल कल्चरचा नमुना दिसेल तुला."

त्यावर मोठ्यांदा हसत तिनं विनोद केला, "तिथं लोकल व कल्चर हातात हात घालून चालतात का?" तिच्या त्या बोलण्यानं माझा अभिमान दुखावला गेला. आपल्या लहानग्या बाळाला कुणी कुरूप म्हणावं, तसं वाटलं. खरं म्हणजे ही जागा जितकी मला आवडली होती, तितकीच तिलाही आवडली होती.

घराच्या साफसफाईवर शेवटचा हात फिरवून मी किटली शेगडीवर ठेवतच होते. तेवढ्यात, बॉबर आणि बी या नवीन मित्रांनी आपल्या तराफ्यावरून हात हलवला. मी धावतच डेकवर गेले.

"या! या! आत्ताच किटली ठेवलीय शेगडीवर."

ही दोघं आपल्या ट्रंप नावाच्या हिरव्या-पांढऱ्या बोटीतून, होड्या व इतर बोटी धक्क्याला बांधण्याचा व्यवसाय करत. मी पाहिलेली हिरवी बोट एवढी एकच. तिचा आकार बुटासारखा होता. म्हणजे समोर निमुळती आणि पाठीमागे वर उचललेल्या टाचेसारखी. ते होड्या बांधायचे दोर दुरुस्त करत इकडंतिकडं भटकताना नेहमीच दिसायचे. बॉबर उंच आणि देखणा होता. तो हसतमुख होता. उदार होता. तो नेहमीच कुणालाही मदत करायला तयार असायचा. मदत हवी? बॉबर तयार आहेतच. अडचणीतून सुटायचंय? बॉबर आहेच. पिटवॉटरच्या सामाजिक जीवनाचा तो कणाच होता. त्याची सहकारी बी ही अंगापिंडानं धिप्पाड होती. पण, तिचं हृदय अतिशय कोमल होतं. तिचे डोळे निळे होते. त्यात बॉबरसारखीच दयाळूपणाची झाक होती. तिला छान विनोदबुद्धी होती. तिनं एकदा तुमच्याशी मैत्री केली की, ती कायम राहायची.

दिवस संपला की, बहुधा रोजच त्यांची बोट माझ्या घरासमोरून बे व्ह्यूमधल्या

तिच्या ठाण्याकडं जायची. बी बोट चालवत असायची. बॉंबर मागे दोर आणि साखळ्या आवरत असायचा. मी घरी असले आणि त्यांना वेळ असला की, आमच्या धक्क्याला बोट बांधून ते घरी येत. मग, त्या दिवशी जसं मन असेल, तसं चहा किंवा बिअर पिणं व्हायचं. त्यांची कुत्रीही छान होती. जेसी एखाद्या अमेरिकन अस्वलासारखी दिसायची. पण, तिच्या डोळ्यात नेहमी हळुवार, कोमल भाव असायचे. मार्ले मात्र सदैव खिंकाळणाऱ्या सागरी अश्वदेवतेसारखा दिसायचा. त्याच्यात बुद्धिमत्ता कमी आणि लटका आवेशच जास्त होता. तो बीच्या व्यग्रतेत नेहमी बाधा आणायचा. तिसरा कुत्रा पिटी मात्र सर्वांवर प्रेम करायचा. त्या चिटुकल्या मऊ-मऊ कुत्र्याला कुणाच्याही पायावर झोपायला आवडायचं. हिवाळ्यात त्याचं हे असं झोपणं छान उबदार वाटायचं.

मी हाक मारली की, बी केबिनमधून डोकं बाहेर काढायची. मार्ले डेकवर धिंगाणा घालत भुंकून-भुंकून तिचं डोकं उठवायचा.

"नाही गं. येत नाही आता. खूप गडबडीत आहे." ती ओरडायची. "गप्प बैस मार्ले!"

"कुत्र्यांच्या शर्यतीच्या वेळी भेटूच आपण!"

"गप्प रे मार्ले! होय गं. नक्की भेटू... गप्प रे. मूर्ख, निर्बुद्ध, इडियट कुठला!"

त्यांचा निरोप घेईघेईस्तवर ती हिरवी पाचूसारखी बोट दूर जायची. मार्लेचं बेभान होऊन भुंकणंही दूरदूर जायचं.

कुत्र्यांच्या शर्यतीत भाग कसा घ्यायचा, याची माहिती घेण्याचा मी आटोकाट प्रयत्न केला. पण, कुठूनच माहिती मिळाली नाही. लोक निर्विकार चेहऱ्यानं माझ्याकडे पाहात राहायचे.

मग मी पुन्हा मारीला गाठलं. "मी सांगितलं ना तुला. रेस होते!" मारी म्हणाली. "नाताळच्या सायंकाळी रेस होते, हे सगळ्यांना माहिती आहे. तुला त्यात भाग घ्यायचा असेल, तर तू आपला कुत्रा घेऊन संध्याकाळी पाच वाजता पॉइन्टला जा."

उत्तम!

शर्यतीसाठी वॅलीची तयारी जोरात चालली होती. स्टुअर्ट आणि फ्लुरीच्या मुली त्याची तयारी करत येत होत्या. वॅली सीलसारखा तुकतुकीत झाला होता. त्याचे स्नायू सूर्यप्रकाशात पाण्याच्या लहरीसारखे दिसत होते. त्याला रात्री जेवायला बोलावलं, तरी तो पाण्यातून बाहेर येत नसे. हे एक आक्रितच होतं. कारण वॅलीनं आजवर कोणत्याही कारणासाठी कधीही जेवण चुकवलं नव्हतं.

दुपारपर्यंत माझी सावत्र मुलगी लुलू येऊन पोहोचली होती. तिच्यासोबत

तिची बेला नावाची कुत्रीही होती. बेलानंही शर्यतीत भाग घ्यावा, असं आम्ही ठरवलं. बेलाला पळण्यापेक्षा पोहणं अधिक आवडायचं. ती सतत छोट्या काठ्या किंवा उन्हाळ्या आणून कुशीत टाकायची आणि ती पाण्यात फेकावी, म्हणून मुक्यानंच विनवणी करत राहायची. तास-दोन तासांनंतर आम्हाला या खेळाचा कंटाळा यायचा, बेलाला मात्र यायचा नाही. ही कुत्री कधी थकल्याचं मी पाहिलं नाही.

"आपला ग्रुप मस्त जमलाय." मी मोठ्या खुशीनं म्हणाले. "आपण यांच्यावर छोट्या छोट्या पैजा लावू या का?"

पैजेचं नाव काढताच दादाच्या आठवणीनं मन भरून आलं. तो एक राजेशाही जुगारी होता. त्याची आठवण एवढी उत्कट होती की, मला मनापासून रडावंसं वाटत होतं. बाजूलाच बसलेली आईही एकदम पुतळ्यासारखी स्तब्ध झाली.

तिच्या भावना मला कळल्या, ते तिलाही जाणवावं, म्हणून मी म्हटलं, "आज जॉन असायला हवा होता. खूप खूश झाला असता." आईनं नुसतीच मान हलवली. बोलणं अशक्यच झालं तिला नंतर तासभर! आम्ही वेगवेगळ्या पिढ्यांतल्या चौघी जणी पाण्यात पाय टाकून गारवा अनुभवत बसलो होतो. आम्हा चौघींच्याही आयुष्यात कुणी साथीदार नव्हता. आई विधवा होती. पियाचा घटस्फोट झाला होता. आणि तिच्या नवऱ्यानं दुसरं लग्नही केलं होतं. लुलू आपल्या बॉयफ्रेंडपासून विभक्त झाली होती. आणि अजूनपर्यंत तरी तिनं नवीन धाडस केलं नव्हतं. आणि मी होते एक विवाहित प्रियकर असलेली विधवा. म्हणजे सडी, एकटी, एकाकीच! तो आपल्या बायकापोरांसह कुठंतरी थाटात नाताळ साजरा करत असणार! मला माहीत होतं की, मला त्याच्याकडून नाताळच्या शुभेच्छाही मिळणार नाहीत. आम्हा चौघींपैकी आईनं तिच्या आयुष्यातल्या भावनिक वादळाला योग्य रीतीनं तोंड दिलं, असं मला वाटतं. मुकाट्यानं परिस्थितीचा सामना करायचा, असं तिचं म्हणणं होतं. ते बरोबरही आहे. जगण्याचा हाच मार्ग योग्य आहे. त्यात कमीतकमी धोका आहे. पण, पुन्हा प्रश्न असा आहे की, तिचं आयुष्य रंगीत व समृद्ध आहे का? की ती तशी नुसतीच जगतेय?

संध्याकाळी पाच वाजता स्टुअर्ट बोट घेऊन आला. त्यानं आम्हाला आमच्या कुत्र्यांसह चर्च पॉइन्टला नेऊन सोडलं आणि आपल्या घरच्यांना आणायला तो परत गेला.

पॉइन्टला गेलो, तेव्हा तिथं चांगलीच गर्दी जमली होती. स्त्रियांनी लुंग्या आणि बिकिनी टॉप किंवा शर्ट घातले होते. बहुतेक पोरं नागडीच होती. काहींनी

पोहण्याचा पोशाख घातला होता. पुरुषही चड्डी आणि शर्टात होते. ते नुकतेच भट्टीची साफसफाई करून आल्यासारखे दिसत होते. कुत्र्यांची तोबा गर्दी उसळली होती. सगळीकडे कुत्रीच कुत्री दिसत होती. हुंगणारी, लघवी करणारी, पादणारी, बसलेली, धावणारी, तिथल्यातिथं फिरणारी, पोहोणारी, अंग झडझडणारी आणि सगळीच... कुत्र्यांसारखी! अगदी कुत्र्यांच्या स्वर्गात असल्याप्रमाणे मजेत दिसत होती.

तिथं असलेल्या प्रत्येकाच्या हातात बिअर किंवा वाईनचे पेले होते. ते सगळेच परस्परांशी सभ्यपणे गोडगोड बोलत होते. स्कॉटलंड बेटावरच्या डेव्हनं शर्यत संपणाऱ्या जागेजवळ एक टेबल आणि काही खुर्च्या मांडल्या होत्या. तिथे त्याची आई आणि इतर आज्या आरामात बसल्या होत्या. तो येणाऱ्या-जाणाऱ्या प्रत्येकाला चीज आणि बिस्किट देत होता. पण, अजूनही रेसचा कुठं पत्ता नव्हता. रेसचं ऑफिसही कुठं दिसत नव्हतं. ते दिसलं असतं, तर तिथं बिअर आणि डॉगफूड देऊन रेसमध्ये नाव दाखल करता आलं असतं.

"अहो, इथली पद्धत काय आहे?" मी पुन्हा-पुन्हा चौकशी करत होते.

लोक खांदे उडवायचे, हसायचे आणि म्हणायचे, "काय घाई आहे? घे... बिअर घे. सगळं व्यवस्थित होईल." सगळी गर्दी आणि इतर कुत्री पाहून वॅली भारावून गेला होता. मुलं आणि गर्दीतील लोकांचे पाय यांपासून तो सारखा आपला बचाव करत होता. पण, त्याच्यावर कसलाही ताण मात्र दिसत नव्हता. शेवटी तो झोपी जाणाऱ्या उंटासारखा माझ्या पायाजवळ येऊन बसला आणि त्यानं डोळे मिटून घेतले.

बेलानं आल्याआल्या पाण्यात उडी घेतली. दात कोरण्याएवढी बारकी काडी घेऊन आली. ही काडी परत पाण्यात फेकली नाही, तर मला भयंकर राग येईल; असा भाव तिच्या चेहऱ्यावर होता.

लुलूवर मात्र खूप दडपण आलं होतं. आपल्या मुलाला सांगावं, तसं ती बेलाला रागावून सांगत होती, " जरा शांत बैस बेला. उगाच दमवून घेऊ नकोस स्वतःला!"

"जीव गेल्याशिवाय दमणार नाही ही कुत्री." पिया ओठातल्या ओठात पुटपुटली. बेलानं गेल्या काही तासात डहाळ्याकाड्यांचा ढीग तिच्याजवळ गोळा केला होता.

रेसची वेळ जवळ आली, तसा टिन्नींचा तांडाच्या तांडा नाविक दलासारखा किनाऱ्याजवळ येऊन उभा राहिला. गर्दी एकदम उत्तेजित झाली. कुणीतरी शर्यतीच्या नोंदी घ्यायला सुरुवात केली. कोण जिंकणार, कोण हरणार याची चर्चा सुरू झाली. डिझेल हा काळा, भीतिदायक कुत्राच जिंकणार, असं सगळ्यांनाच

वाटत होतं. शर्यतीच्या आधीच्या कुत्र्यांच्या बाचाबाचीत डिझेलनं कुणाचा तरी चेंडू चोरला. त्यावरून मग घमासान सुरू झाली. आयांनी आपल्या मुलांचे बखोट धरले. पुरुष आपल्या बिअरच्या शीतपेट्यांपासून, क्षणभर का होईना, दूर पळाले. म्हाताऱ्या आजींनी मात्र आपल्या खुर्च्या सोडल्या नाहीत. म्हातारपणामुळे आपल्याला दैवी संरक्षण लाभलंय, असंच त्यांना वाटत असावं.

हडहड करत त्या भांडणाऱ्या कुत्र्यांना परस्परांपासून दूर करण्यात आलं. डिझेल रुसून बसला. लोक पुन्हा आपल्या जागी जाऊन बसले. त्यांच्या आइसबॉक्सवर दुर्गंध येणारे पिवळे डाग पाहून त्यांनी कुत्र्यांना मोठमोठ्यानं शिव्या घातल्या. पण, खरं म्हणजे कुणी काहीच फारसं मनावर घेत नव्हतं. आज ही एक छान सौम्य संध्याकाळ होती आणि उद्या नाताळचा दिवस होता.

ही शर्यत कशी सुरू झाली, हे कुणालाच नक्की माहीत नव्हतं. त्यातल्या त्यात विश्वास बसावा, अशी एक कहाणी होती. पूर्वी इथं वाहतूक करणाऱ्या दोन संस्था होत्या. एक खाजगी कंपनी होती. तिच्या मनमानीला कंटाळून इथल्या नागरिकांनी सहकारी तत्त्वावर काढलेली दुसरी कंपनी होती. या दोन्ही कंपन्यांत अटीतटींची चढाओढ असायची. दोन्ही फेरींच्या वाहकांकडे कुत्री होती. एकदा त्या वाहकांचं कडाक्याचं भांडण झालं. त्यात एक जण म्हणाला, ''माझ्या कुत्र्याच्या पायांत लोखंडाचे जोडे घातले, तरी तो तुझ्या कुत्र्याला आडवं घालील.'' म्हणजे तो अगदी नेमकं असंच म्हणाला, असं नाही. पण, अशाच अर्थाचं काहीतरी म्हणाला.

त्यानंतरच्या बाचाबाचीत त्या दोघांनी आपापल्या कुत्र्यांची स्कॉटलंड आयलंड ते चर्च पॉइन्ट अशी शर्यत लावायची, असं ठरवलं. ही बातमी कर्णोपकर्णी झाली. ज्यांच्या ज्यांच्या कुत्र्यांना पोहता येत होतं, त्या सर्वांनीच या शर्यतीत भाग घ्यायचं ठरवलं आणि गेल्या तीस वर्षांपासून ही शर्यत अशीच चालत आलीय. अर्थात ही कहाणी एक वादाचाच मुद्दा आहे. लोकांची स्मरणशक्ती अधू असते. प्रत्येकाचं सांगणं हेही वेगवेगळं असतं.

सूर्य अजून मावळायचा होता. मद्य ढोसून आम्ही पुरेसे झिंगलो होतो. एवढ्यात कुणीतरी ओरडून बॉबरच्या ट्रंप या बार्जवर आपापली कुत्री घेऊन यायला सांगितलं. ज्यांना आपल्या बोटी आणायच्या असतील, त्यांनी शर्यत सुरू होते, तिथं यावं, असं सांगण्यात आलं. शर्यत मॅटीच्या बार्जपासून सुरू होणार होती. या बार्जला नाव नव्हतं. हा बार्ज बेलच्या धक्क्यावर कुठंतरी तरंगत होता.

''वॅली! बेला! चला. निघायचंय आपल्याला.'' मी हाका मारल्या.

दोन्ही कुत्र्यांनी आनंदाने ट्रंपवर उड्या मारल्या. वॅलीला बोटी आवडायच्या.

बेला मात्र जरा सावध होती. मागे एकदा स्टुअर्टच्या बोटीतून जात असताना ती मागल्या लाटेला पकडायला गेली आणि समुद्रात आदळल्याने ती चकित झाली होती. आम्ही तिला गळ्याचा पट्टा धरून ओढून बाहेर काढलं होतं. ती भिजून चिंब झाली होती. मग, प्रवास संपेपर्यंत ती गपगार पडून राहिली होती.

ट्रंपवरून कुत्र्यांनी मॅटीच्या बार्जवर उड्या मारल्या. ती सगळी रेससाठी सज्ज होती. ती काहीशी गोंधळली असली, तरी उत्तेजित झालेली होती.

बंदुकीचा बार होण्याआधी स्पर्धकांमध्ये तीन वेळा भांडाभांडी झाली. ती सोडवताना मालकांनी आपापल्या कुत्र्यांना पाण्यात डुबकी दिली आणि पुन्हा बार्जवर आणून ठेवलं. बंदुकीचा बार झाला. साऱ्या कुत्र्यांनी पाण्यात धडाधड उड्या घेतल्या. वॅली मात्र जिथल्या तिथं गपगार उभा राहून भिरभिर पाहू लागला.

"उडी मार वॅली. पोहायला सुरुवात कर." मी त्याच्या मागं उभी राहून त्याला प्रोत्साहन देऊ लागले.

त्याने त्याची खुंटासारखी असलेली शेपटी हलवली. जागचा हलला मात्र नाही.

शेवटी मी त्याला पाण्यात ढकलूनच दिलं. तर तो सरळ पाण्यात बुडालाच. पाण्यातही त्याचे डोळे उघडेच होते. तो गोंधळून गेला होता. आपण त्याचा जीव घेतला, असं मला क्षणभर वाटून गेलं. तेवढ्यात पाय हलवत तो पाण्यातून वर आला. मी ट्रंपवर उडी मारून बसले आणि मागं वळून वॅली काय करतोय, हे पाहू लागले, तर तो मजेत गोलगोल पोहत होता.

"मला वाटतं, त्याला मदतीची गरज आहे." जरा वेळाने बॉंबर म्हणाला.

मी पाण्यात उतरायचं, म्हणून कपडे काढले. फक्त अंतर्वस्त्र तेवढी अंगावर होती. मनात आलं की, या सुती अंतर्वस्त्रांऐवजी चांगली कलाबतू केलेली अंतर्वस्त्र वापरायला हवीत नेहमी.

"थांब." बॉंबर म्हणाला. "त्याची गरज नाही. होडीनं जाऊन सोडवून आणू आपण त्याला."

तिकडं शर्यतीत बेला रुबाबात पोहत होती. स्टुअर्टच्या मुली होडक्यात बसून तिच्या पाठोपाठ जात होत्या. आम्ही वॅलीला पाण्यातून काढून ट्रंपवर सोडलं आणि रेसचा शेवट बघायला चर्च पॉइन्टकडं निघालो.

बेलानं कमालच केली. तिचा चक्क तिसरा नंबर आला. आम्ही सारे वेड्यासारखे तिला प्रोत्साहित करत होतो. ती किनाऱ्यावर पोहोचली. अंगावरचं पाणी झटकून टाकलं. शेपटी हलवली. तिच्या यशानं आम्हाला हर्षवायूच झाला होता.

"ती बेला नव्हे." लुलूनं थंडपणे आमच्या आनंदावर पाणी ओतलं. दूरवर बोट दाखवत ती म्हणाली, "ती आपली बेला."

नेमकं काय झालं, त्याचा खुलासा नंतर स्टुअर्टच्या मुलींनी केला. बेला वाहत जाणाऱ्या काठीमागं गेली. पण, काही का होईना तिचा नंबर शेवटून दुसरा आला. पण काठी आणली म्हणजे हाही एक प्रकारचा विजयच होता म्हणायचा!

रेसनंतर लुलू बेलासह सिडनीला गेली. तिथं तिला, तिच्या वडिलांच्या बाजूच्या नातेवाइकांबरोबर नाताळ साजरा करायचा होता. पिया, वॅली आणि मी स्कॉटलंड आयलंडला परतलो. आई आमची वाटच पहात होती. तिला वॅलीच्या रेसमधल्या ऐतिहासिक पराक्रमाबद्दल ऐकायचं होतं. आम्ही आलो, तेव्हा ती डेकच्या काठावर येऊन उभी होती.

"मग? काय झालं?"

"म ऽ ग... झालं."

"माझा वॅली कसा पोहला? जिंकला की नाही तो?"

पिया आणि मी एकमेकांकडं पाहिलं. आम्हाला एकदम हसूच फुटलं.

"त्याचं काय झालं..." पियाला हसू आवरेच ना.

"अग, वाचला तो." मी सांगितलं.

"वाचला? का? काय झालं?"

"अग, तसं विशेष काही नाही. तो गोलगोलच पोहत राहिला. मला वाटतं, त्याला रेस वगैरे काही कळलंच नाही. आम्ही त्याला ओढून काढला पाण्यातनं. नाहीतर तो त्याच जागी तसाच गोलगोल फिरत राहिला असता. पण, एक खरं की त्यानं इतिहास घडवला."

ती हसली. आम्ही पुढं काय सांगतो, त्याची वाट पाहत बसली.

"ज्याला पाण्यातून असं ओढून काढावं लागलं, असा हा रेस सुरू झाल्यापासूनच्या काळातला पहिलाच कुत्रा!"

आपल्याविषयीच बोलणं चाललंय, हे वॅलीच्या लक्षात आलं असावं. तो आमच्याकडं आळीपाळीनं पाहात शेपटी जोरजोरात हलवत होता.

आईनं आमच्याकडे दुर्लक्ष करत त्याला हाक मारली, "वॅली, चल, मी तुला आता मस्तपैकी जेवू घालते."

ते जादुई शब्द ऐकल्याबरोबर वॅलीचे डोळे चमकले. एक मोठी उडी मारून आपले ओठ चाटत तो आईच्या मागून घरात शिरला.

मी आणि पिया तिथंच पायऱ्यांवर पाण्याकडं पाहात बसलो. खरं म्हणजे या वेळी आम्हा दोघींनाही वाईनचा एखादा पेला चालला असता. पण, तेवढ्यासाठी मुद्दाम उठून घरातून वाईन आणावी, अशी इच्छा मात्र दोघींनाही झाली नाही.

"ओए!"

आई दारात येऊन उभी राहिली. "काय गं?"

"आमच्यासारख्या दमल्याभागल्या जीवांना थोडी वाईन द्यावी, असं तुला वाटत नाही का?"

ती काही न बोलता घरात गेली आणि काही मिनिटांनी, व्हिस्की, दोन ग्लासेस, बाटलीचं झाकण उघडायला स्क्रू आणि वाईनची बाटली घेऊन परत आली. व्हिस्की तिनं तिच्यासाठी आणली होती.

"मीही तुमच्यात सामील झाले, तर तुम्हाला चालेल ना?"

ती वरच्या पायरीवर बसली. तिनं निळ्या रंगाचे हिरे लावलेले फिकट सोनेरी रंगाचे कपडे घातले होते. हे कपडे तिला दादानं दहा वर्षांपूर्वी नाताळची भेट म्हणून दिले होते. हा पोशाख ती कधीच टाकून देणार नाही, याची मला खात्री होती. या कपड्यातून दादाची जवळीक तिला जाणवत असावी. आपला मुलगा आपल्याजवळ आहे, असं तिला वाटत असावं.

नाताळ उजाडला. रात्रीच्या मद्यपानानं आमचं डोकं प्रचंड जड झालं होतं. आम्ही जेट्टीच्या कोपऱ्यात शीतपेटी ठेवली. ती शँपेननं भरली होती. आम्ही डोक्यावर, स्पंजाच्या बनवलेल्या, लालपिवळ्या रंगाच्या रेनडियरच्या शिंगांसारख्या हॅटस् चढवल्या. आम्ही आणि त्या हॅटस एकसाथ माना टाकत होतो. बेडरूमच्या फ्रेंच डोअर्ससमोर टेबल लावलेलं होतं. मध्येच वाऱ्याच्या झुळकीनं टेबलावरची आच्छादनं उडून जात आणि ती पकडायला आम्हाला पाण्यात उड्या माराव्या लागत.

पियानं सामन आणि ट्राऊट मासे टेबलावर मांडले. मार्टी आणि विच आणणार असलेल्या कोळंबीसाठी बादली स्वच्छ करून ठेवली. मग, तिनं चटणी करायला घेतली. एक बादली लिंबाच्या फोडी टाकलेल्या स्वच्छ पाण्यानं भरून ठेवली होती. हे पाणी हात धुण्यासाठी होतं. समुद्राला भरती असली की, सरळ वाकून समुद्रातच हात धुता येणं शक्य होतं.

ओव्हनमध्ये टर्की ठेवली होती. बटाटे शिजत आले होते. हॅम सकाळीच साफ करून भाजून ठेवलं होतं. मेजवानीसारखीच सगळी जय्यत तयारी होती. जॉन तुला सलाम!

पियाचे वडील आपल्या भावाला आणि वहिनीला घेऊन वॉटरटॅक्सीनं आले. भाऊ आणि वहिनी बेल्जियमला राहात. ते बोटीतून उतरल्यावर आम्ही त्यांना शँपेन दिली. त्याबरोबर त्यांचे चेहरे फुलून आले. पियाचे आपल्या वडिलांबरोबरचे संबंध काहीसे वादावादीचे आणि ताणलेले होते. पण, इथलं

वातावरण आणि नैसर्गिक सौंदर्य पाहून ते खूपच मवाळ झाले होते.

एकएक करून मित्रमंडळी आली. आम्ही शँपेनचे काही पेले संपवले. मासे खाल्ले. तोवर सूर्य ढगाआड गेला होता. वाराही पडला होता. रेनडियर हॅट घालून डेकवर बसण्यासाठी हा अगदी योग्य दिवस होता. समोर समुद्रातून लोकांची जा-ये चालू होती. ते हात हलवून 'मेरी ख्रिसमस' म्हणत होते. क्वचित कुणीतरी डेकवर येऊन घाईघाईनं दारू पीत आणि आपला नाताळ साजरा करायला निघून जात.

पुडिंग खाल्ल्यानंतर पियाच्या वडिलांनी 'द फर्स्ट नोएल' फ्रेंचमध्ये गायलं. आम्ही त्यातलं कोरस इंग्रजीत म्हणून त्यांना साथ दिली. त्यांचा आवाज अतिशयच गोड आणि मुलायम होता. आम्ही त्यांना गाण्याचा सारखा आग्रह करत होतो. चंद्र चांगला वर येईपर्यंत ते गात होते. शेवटी, गाऊन गाऊन त्यांचा घसा बसला.

"हे सगळं अद्‌भुतच आहे." भोवतीच्या वातावरणाचा निर्देश करत त्यांनी फ्रेंचमध्ये सांगितलं. एव्हाना दहा वाजायला आले होतो. त्यांना परत न्यायला दारात वॉटरटॅक्सी उभी होती. त्यांनी आपल्या पत्नीच्या कंबरेभोवती हात टाकला आणि मला म्हणाले, "धन्यवाद. हा नाताळ मला नेहमीच आठवत राहील."

१०

उन्हाळा जाऊन शरदऋतू सुरू झाला. दिवस लहान झाले. संध्याकाळी उत्साहवर्धक झाल्या. मी दारं उघडी टाकून माझ्या खोलीत विसावले होते. पहाटेचे तीन वाजायला आले होते. पण, मी जागीच होते. मला अजूनही माझं स्वत:चं म्हणता येईल, असं घर नव्हतं. अशा रात्री अंथरुणात मी तळमळत राहायची. दादा आणि पतीची आठवण काढत राहायची. मदतीसाठी त्यांची करुणा भाकत राहायची. मी काय करावं, कुठं जावं, हे त्यांना विचारत राहायची. मला त्यांच्याकडून प्रचिती हवी होती. त्यामुळं, मी पुढं जे काही करेन, ते योग्यच असेल, असा विश्वास मला वाटला असता.

त्या दिवशी शनिवार होता. पिया वरच्या खोलीत झोपली होती. रविवारी जेवायला मित्र येणार होते. झोप नाही, म्हणून मी इथं धुमसत होते. मला सतत प्रचंड थकवा जाणवत होता. वाढत्या वयामुळं किंवा माझ्या जगण्याच्या पद्धतीमुळं? कदाचित दोन्ही मिळून माझी ही अवस्था झाली असावी.

मला अचानक संगीत ऐकू आलं. नाताळच्या भेटकार्डातून किंवा मोबाईल फोनमधून येतं तसं. आधी मी त्याकडं फारसं लक्ष दिलं नाही. मग, माझ्या लक्षात आलं की, ते संगीत स्वयंपाकघरातून येत होतं. मी उठून स्वयंपाकघराकडे जाऊ लागले. संगीताचा आवाज आता मोठा मोठा होऊ लागला. तो सिंकखालच्या कपाटातून येतोय, असं मला वाटलं. मी संगीताचं मूळ शोधू लागले. माझं हृदय विलक्षण वेगानं धडधडत होतं.

पॉलच्या मृत्यूनंतर मी आमचं नेपियनचं घर विकायला काढलं होतं. त्या वेळी तिथल्या मायक्रोवेव्हमधून वेळी-अवेळी असंच संगीत ऐकू यायचं. माझ्या आणि पॉलच्या गैरहजेरीत पॅट घराची देखरेख करायची. तिला मी हे सांगितलं तेव्हा तिनं मला जवळजवळ वेड्यातच काढलं. पण एकदा ती, मी आणि किरकोळ कामांसाठी बोलावलेला माणूस जेवायला बसलो असताना; मायक्रोवेव्हमधून पॉलचं आवडतं गाणं 'डॅनी बॉय' ऐकू यायला लागलं. ती दोघंही जेवण टाकून

ताडकन उठली आणि त्यांनी सारं स्वयंपाकघर पालथं घातलं. तो आवाज मायक्रोवेव्हमधून येत होता, यावर आमचा कुणाचाच विश्वास नव्हता. पण, त्याहून वेगळं असं मूळही आम्हाला कधी सापडलं नाही. ते घर विकेपर्यंत तो मायक्रोवेव्ह असा अधूनमधून गात असायचा.

हे विचित्र वाटेल. पण, तो पॉलचा संदेश होता, यावर माझा अजूनही ठाम विश्वास होता आणि आहे. प्रश्न असा पडतो की, या संदेशाचं नक्की स्वरूप कसं ओळखायचं? 'डॅनी बॉय' वाजवून त्यानं मला घर विकायचा आदेश दिला होता का? कधीकधी 'जिंगल बेल'ची सुरावटही वाजायची. काय अर्थ त्याचा? मी आहे, तिथेच राहावं, असं सुचवायचं आहे का त्याला? अर्थ कसा लावायचा त्याचा? कसं उलगडायचं हे कोडं? या असल्या गोष्टीत ही असलीच गोची असते.

असाच विचित्र प्रकार आता पुन्हा घडत होता. माझी स्वयंपाकघरात चाललेली खुडबुड ऐकून पिया खाली आली. ती तर अत्यंत व्यवहारी स्त्री होती.

"अग, हे कसलं चमत्कारिक गाणं लावलयंस? मध्यरात्र झालीय आता. बंद कर ते!" तिनं मला सांगितलं.

"अग, कुठून ते येतंय तेच शोधतेय मी."

ती मला ओलांडून पुढं गेली आणि तिनं फडताळं धुंडाळायला सुरुवात केली.

"आयला! ती म्युझिकल भांडी निघालीत ना हल्ली, त्यातलंच एखादं असणार हे!" आतली भांडी बाहेर काढून ओट्यावर ठेवत ती पुटपुटली. "त्यांच्यावर बंदीच घालायला पाहिजे."

ते गाणं जसं सुरू झालं होतं, तसं अचानक बंदही झालं.

"इथनं कुठनंतरी येत होता तो आवाज." भांड्यांच्या ढिगाऱ्याकडे बोट दाखवत ती म्हणाली. "उद्या सकाळी बघते मी."

आम्ही दोघीही परत जाऊन झोपलो. तेवढ्यात ते संगीत पुन्हा सुरू झालं.

"मरू देत ते! मी नाही उठणार आता." पिया वैतागून म्हणाली.

आणि पटकन ते गाणं थांबलं.

मी आकाशाकडं पाहत अंथरुणात पडले होते. आकाश निरभ्र होतं. ताऱ्यांनी भरलेलं होतं. मध्येच अचानक एक हिरवं, अवकाशयानासारखं काहीतरी आकाशात दिसायला लागलं. ते हलेल, पुढं जाईल, म्हणून मी वाट पाहात होते. ते एखादं विमान असावं किंवा कसली तरी पडछाया असावी, असं मला वाटलं. पण, ते काही हललं नाही. तिथंच ओठंगून राहिलं. पियाला उठवायचा विचार माझ्या मनात आला. पण, मग उठवायचं नाही, असं ठरवलं. हे सारं काय चाललंय,

हे मला उमगत होतं. त्यातून काय निष्पन्न होतंय, काय संदेश मिळतोय, याची मी शांतपणे वाट पाहाणार होते. माझ्या मनात कृतज्ञता दाटून आली. ते माझी काळजी वाहात होते. माझी खात्री होती. इतरांना हे विचित्र वाटेल. संभ्रम वाटेल. पण, मला तसं वाटत नाही. या वेळी तरी निश्चितच नाही.

त्यानंतर नकळतच मी घर विकत घेण्याची तयारी सुरू केली.

उशीर झाला होता. रात्रीचे दहा वाजले होते. मी चर्च पॉइन्टला वॉटरटॅक्सीची वाट पाहात उभी होते. दिवसभर ऑफिसातलं नीरस आणि निर्बुद्ध काम करून दमले होते. हिवाळ्याचा भर वाढत होता. रात्री थंडीचा कडाका वाढू लागला होता. चीड आणणाऱ्या धाकट्या भावाला कटवून लावावं, तसं उन्हाळ्यातल्या हिरवेपणाला हाकलून लावलं जात होतं. आज तर थंडीचा कडाका कमी करायला आकाशात ढगही नव्हता. बोचरी थंडी हाडांपर्यंत पोहोचत होती. मी माझं जॅकेट घट्ट लपेटून घेतलं. वाहतं नाक पुसलं.

पॉइन्ट जवळजवळ निर्जन झाला होता. फक्त मी आणि नेहमी इथं असणारा मच्छीमार एवढेच तिथं होतो. त्याच्यापासून तसा काही धोका नव्हता. पण, तो बोलताना इतकी गडबडघाई करायचा की, त्याचं बोलणं कळतच नसे. तो सारखा घाईत एका बादलीकडून दुसऱ्या बादलीकडे झेप घ्यायचा आणि पाणी सांडायचा. एक काम संपायच्या आधी दुसरं सुरू करायचा. थोडक्यात म्हणजे तो किंचित वेडसर होता.

मी खूप दमले होते. त्याची चर्पटपंजिरी ऐकण्याइतकी ताकद माझ्यात राहिली नव्हती. म्हणून मी त्याच्यापासून दूर, फेरी व्हार्फच्या मांडवात, वॉटर टॅक्सीची वाट पाहात बसले. वॉटर टॅक्सीचा पत्ता नव्हता. तिचे लालहिरवे दिवे दूरपर्यंत नजरेस पडत नव्हते. मच्छिमार सोबतीला म्हणून जवळ यायला लागला. मी उठून दूर झाले.

"मी घरांच्या जाहिराती बघायला जातेय." मी त्याला सांगितलं. त्याच्याशी उद्धट वागणं तसं योग्य झालं नसतं.

फेरी व्हार्फच्या ऑफिसजवळच नोटीस बोर्डावर जाहिराती झळकत होत्या. तिथं घराची फिकट झालेली चित्रं होती. त्यावर अवाढव्य किमतीची लेबलं लागली होती. ती घरं घेणं म्हणजे दिवास्वप्न होत; अशक्य होतं. या जाहिराती मी याआधीही बऱ्याच वेळा पाहिल्या होत्या. पण, व्हॉर्फच्या दुसऱ्या बाजूला जायची आणि त्या वेडसर मच्छिमाराची सोबत सहन करायची मला अजिबात

इच्छा नव्हती. म्हणून, मी त्या जाहिराती पाहण्यात वेळ घालवायचं ठरवलं. या जाहिराती मी सविस्तरपणे पहिल्यांदाच पाहात होते.

बोर्डाच्या वरच्या डाव्या कोपऱ्यात एक वाईट छायाचित्र होतं. त्याच्याकडं माझं याआधी कधीच लक्ष गेलं नव्हतं. पण, ते तिथं बऱ्याच दिवसांपासून असावं. ते हिरव्या टिनांचं आणि विचित्र आकाराची खिडकी असलेलं घर होतं. ते 'लव्हेट बे' विभागात होतं. ते माझ्या अंदाजानुसार उत्तराभिमुख असावं. कारण, मला त्या विभागाची बरीच माहिती होती. विक्रीसाठी फक्त एकच घर उपलब्ध होतं. ते दक्षिणाभिमुख असून मोडकळीस आलेलं होतं.

छायाचित्रातलं घर छोट्या छोट्या खिडक्यांचं आणि किल्ल्यासारखं मजबूत होतं. मला जसं हवं होतं, तसं ते अजिबात नव्हतं. पण, घरी जाताना ते सारखं डोक्यात फिरत होतं. ते इतर सर्व घरांपेक्षा वेगळं वाटत होतं. इतर घरं मी विसरून गेले, तरी हे घर मात्र मनात ठाण मांडून बसलं होतं.

मी दुसऱ्याच दिवशी त्या घराच्या एजंटाला का फोन केला आणि चारदोन दिवसांत ते घर पाहायचं का नक्की केलं, हे मी कधीच सांगू शकणार नाही. बुधवारी संध्याकाळी ती एजंट आपली टिन्नी घेऊन माझ्या स्कॉटलंड आयलंडवरच्या घरी आली. तिनं जीन आणि पांढरा सुती शर्ट घातला होता. तिनं आणलेली बोट तिच्या साहाय्यकाची होती. ती बोटीतच बसून राहिली. तिचे केस मजेदार भुरे होते. कपडे अगदी कडक इस्त्रीचे होते. ती किनाऱ्यापासून काही फार दूर राहात नव्हती आणि तरीही तिच्या चेहऱ्यावर विलक्षण ताण होता. मी बोटीत उडी मारली, तेव्हा तिनं घाबरून बोटीच्या काठाला घट्ट धरून ठेवलं. जणू काही मी तिची ती बोट बुडवूनच टाकणार होते.

"नमस्कार. हवा छान आहे आज." साहाय्यक म्हणाली. ती स्कॉटलंड आयलंडवर राहणारी असावी. कारण, ती अनवाणी होती. "चला निघू या?" बोट सुरू करत तिनं विचारलं.

"माफ करा हं. पण, अजून खूप वेळ लागला असता वॉटर टॅक्सीसाठी. म्हणून मग हीच टिन्नी..." मुख्य एजंटनं स्पष्टीकरण दिलं. तिचा चेहरा पांढरा फटफटीत पडला होता.

"मीही अशीच एक टिन्नी माझ्यासाठी बघतेय." मी तिला सांगितलं.

तिनं माझ्याकडे चमकून पाहिलं. माझ्या मेंदूची शस्त्रक्रिया करणं आवश्यक आहे, असंच तिला वाटत असावं. लवकरच ही बाई इथला व्यवसाय सोडून जिथं मोटारीतून फिरता येईल, अशा भागात व्यवसाय करायला जाईल, असा मी अंदाज बांधला.

आम्ही त्रिंकोमाली ओलांडली. एल्विना, लव्हेट बे व चर्च पॉइन्ट यातील

भागात 'त्रिंकोमाली' ही एक भव्य पांढऱ्या रंगाची खूप जुनी इमारत आहे. तिच्या बोटशेडच्या बाजूच्या जेट्टीवर एक भलाथोरला अलास्कातच शोभावा, असा कुत्रा आपल्या मालकिणीची वाट पाहात नेहमीप्रमाणे बसला होता. त्याची मालकीण एक डॉक्टर होती. त्रिंकोमालीतून सभ्यता आणि शिस्त ओसंडत होती. वाळूच्या खडकांच्या रेखीव पायऱ्या, कमानदार दगडी कठडा, खाऱ्या पाण्याचा पोहण्याचा तलाव आणि बोटशेड. त्या घराला बोटशेड असली, तरी तिथं बोट किंवा टिन्नी नांगरलेली नव्हती. त्या डॉक्टरनं वॉटरटॅक्सी सोडता, इतर बोटींनी प्रवास करणं कधीचंच सोडून दिलं होतं.

ज्या बाजूला मी लव्हेट बेची डावी बाजू समजत होते, त्याच बाजूला बोट जाऊ लागली. तेव्हा मी एजंटकडे डोळे विस्फारून पाहातच राहिले.

"आपण त्या विचित्र, जुनाट, हिरव्या घराकडे तर जात नाही ना? मला ते पाहण्यात कवडीचंही स्वारस्य नाही.

दोघींनीही मान हलवून होकार भरला. तिची साहाय्यिका मात्र उत्साहानं म्हणाली," ते घर वाईट नाही. पाहून तर घ्या. त्यात खूप काही शक्यता दडलेल्या आहेत."

असल्या भाषेची मला चीडच येते. खास करून घराच्या एजंटांनी ती वापरायला सुरुवात केली की, राग अनावर होतो.

"आपण त्या जागेच्या अगदी जवळ आलो आहोत. तेव्हा बघून घ्यायला काय हरकत आहे? जाऊ या नं!" साहाय्यिकेनं आग्रह केला.

"ठीक आहे." मी संमती दिली. इथवर आलोच आहोत. काय फरक पडणार आहे!

लाकडी शॅक्सना बहुधा फेरीव्हॉर्फचा आधार असतो. पण, इथं तो व्हॉर्फ अनेक खोक्यांनी खचाखच भरलेला होता. एक खोका दारूच्या रिकाम्या बाटल्यांनी भरलेला होता. खूप, अगदी पिटवॉटरच्या तुलनेतही खूप बाटल्या! या बाटल्यांवरची लेबलं अगदी नवीन होती. एकात मेलबर्न बीटरचे डबे आणि व्हीबी बाटल्या होत्या. धक्क्यावर तळकट, तेलकट, खरकटं पडलं होतं. डुकरांच्या घरी गेल्यासारखं वाटलं. त्या उकिरड्यातून आम्ही पुढं गेलो. आत भिंतभर नाविक व्यवसायातील लोकांची व्यवसाय ओळखपत्रं चिकटवलेली होती. 'सुझुकी मोटारी दुरुस्त केल्या जातील.' 'झाडांची छाटणी', 'घरबसल्या फ्रेंच शिका.' 'घरकाम करून कंटाळा आलाय?'

आधारासाठी उभारलेल्या खांबावर एक लाल झेंडा ठेवलेला होता.

"झेंडा दाखवला की, फेरीबोट थांबेल." साहाय्यिकेने स्पष्टीकरण दिलं.

"हे घर फेरीच्या नेहमीच्या रस्त्यावर नाही?"

"नाही." तिनं मान हलवली.

पलीकडल्या झाडीतून येणाऱ्या काकाकुव्याच्या कर्कश किंकाळ्या ऐकून कान दुखू लागले होते. त्यांच्या पिवळ्या तुऱ्यांची उघडझाप चालली होती.

"देवा रे देवा! केवढा हा गोंगाट!"

"काय?" साहाय्यिका हसली. तिनं आपल्या खांद्यावरचा पट्टा नीट केला. ती आकर्षक होती आणि त्यावर ती खूश होती. एव्हाना आम्ही लव्हेट बेच्या बोटशेडकडं निघालो होतो.

एका भल्यामोठ्या वाळूच्या खडकावर 'लव्हेट बे १८९५' असं कोरलेलं होतं. त्या किनाऱ्याचा आकार चंद्रकोरीसारखा होता. त्यावर वाळूचे प्रचंड खडक होते. इथल्या रेतीचा रंग जवळजवळ लाल होता. मधेमधे उभारलेल्या विजेच्या खांबांनी मात्र इथलं सौंदर्य बिघडवून टाकलं होतं. मला तिथं एक टेकडी दिसली. झुडपातून एक खूप वापरली गेलेली, वाळूच्या खडकांची पायवाट त्या टेकडीच्या शिखराकडं लपतछपत जात होती.

"तिथं वर काय आहे?"

"आणखी एक घर." याहून कुणीच काही जास्त बोललं नाही.

रांगेत लावून ठेवलेल्या होड्यांतून वाट काढत आम्ही पुढं गेलो. तिथं पाण्यात लाटांवर खेळण्यासाठी एक फलाट होता. नीट कापलेलं गवताचं मैदान होतं. धुराड्यातून हलकेहलके निघणारा धूर दोन भल्यामोठ्या दगडांमध्ये झोके घेत होता. त्यामुळे, झुडपाला लागलेल्या आगीसारखा वास भोवती पसरला होता.

"त्याला 'ताजमहाल' म्हणतात." मुख्य एजंटनं, बोटशेडच्या मागून डोकावणाऱ्या सरसूच्या रंगाच्या घराकडे बोट दाखवत सांगितलं.

"का? ताजमहाल का?"

"ते काच आणि लाकडाचा वापर केलेलं विस्तीर्ण घर आहे. सर्वांत वर एक, विसर पडलेल्या उपग्रहासारखी विस्तृत गोल खोली एकटीच दिमाखानं उभी आहे. ताजमहालात आणि या घरात तसं काही साम्य नाही."

"केननं आपल्या वधूसाठी बांधलेला राजवाडा."

एका शांत, विनयशील युवतीसाठी व्याकूळ झालेल्या देखण्या युवकाची आकृती माझ्या मनात उभी राहिली.

एक सडसडीत उंच, मोठाल्या कल्ल्यांचा लांबलांब हातपाय असलेला निळ्याशार डोळ्यांचा माणूस यॉट स्वच्छ करत होता. यॉटचा तळ सागरी जीवांनी भरलेला होता. आम्हाला वाट करून देण्यासाठी त्या माणसानं आपलं काम थांबवलं आणि काहीसं संकोचून स्मित केलं.

किनाऱ्यावर कालवं, शंख, शिंपले, वाळू आणि इतर घाण पडली होती. लाटांबरोबर ते सगळं समुद्रात वाहून गेलं असतं. बोट समुद्रात नेण्याच्या जागी रूळ टाकलेले असतात. तिथं जाताना माझा पाय घसरला. पण, अचानक दोन मजबूत हातांनी मला सावरून धरलं.

"हे देवा! धन्यवाद! तुम्ही केन आहात?"

"छे, छे."त्याच्या उच्चारात काहीशी परदेशी झाक होती. त्यानं लोखंड, तारा, लाकूड यांच्या पलीकडं असलेल्या मांडवाकडे बोट दाखवलं. तिथं पांढऱ्या केसांचे साधारणत: साठीला आलेले केन टेलिफोनवर बोलत आपला व्यवसायधंदा सांभाळत होते.

"ओह?" प्रेमातुर देखण्या युवकाच्या माझ्या स्वप्नाला हे उत्तर मिळालं होतं.

लव्हेट बेचा हा भाग मला आवडला नाही. तो परका, अनाकर्षक, एका बाजूला असलेला कुढा असा वाटला. मग, मी ते घर पाहिलं. दाराखिडक्यांचे पडदे कसेतरीच लोंबकळत होते. अदृश्य ढगानं झाकोळून टाकावं, तसं ते घर विषण्णता आणि उदासीनतेनं व्यापून टाकलं होतं. घराखाली कचऱ्याचा ढीग पडला होता. लाकडाच्या फळ्या, मोडक्या खिडक्या, भांडी, रंगाचे डबे, दोर अशा अनंत वस्तूंनी ती जागा भरलेली होती. खरं म्हणजे, हा कबाडखाना आहे, असं मला म्हणायचं होतं. पण, मी विचारलं, "याचा मालक कोण आहे?"

"गॉर्डन अँड्र्यूज."

काही क्षण कुणीच काही बोललं नाही. एजंट मंडळी आणखी काही माहिती सांगतील, अशी माझी अपेक्षा होती.

"हा कोणी खास माणूस आहे का?" मी काहीशा उद्धटपणे विचारलं. कारण, हे घर मला नकोच होतं. कसलीच अपेक्षा ठेवली नाही की, एक प्रकारची ताकद लाभते. खरं का नाही?

लाकडी पट्ट्या टाकून तयार केलेल्या वाटेनं आम्ही पुढं गेलो. या पट्ट्या लाकडी खिळ्यांनी जमिनीत ठोकून बसवल्या होत्या. कठड्याला जाड दोर बांधला होता. मी समोरच्या दरवाज्याकडं गेले. तिथं काचेचा वापर केला होता. त्यामुळं खाजगीपण काही शिल्लकच राहात नव्हतं.

"दशांश पद्धतीच्या चलनाचा पहिला आराखडा त्यांनी तयार केला होता."

"काय?"

"गॉर्डन अँड्र्यूजनी."

मुख्य एजंट अगदी घायकुतीला आली होती. मी शांत होते. साहाय्यक एजंटला आशा वाटू लागली होती. घर आयताकार होतं. टोकाला

दोन शय्यागृहं होती. बैठकीच्या खोलीला काचेचे सरकते दरवाजे होते. तिथून सरळ, समुद्रावर असलेल्या डेकवर जाता येत होतं. घराला स्वयंपाकघर आणि न्हाणीघर होतं. लगतच कपड्यांची खोली होती. मागे डेक होतं. तिथं विचित्र चेहरे कोरलेल्या तीन दांडक्यांनी वेढलेलं जुन्या पद्धतीचं बारबेक्यू होतं.

"बेडरूमच्या भिंती सहज काढून टाकता येतील." साहाय्यक एजंट उत्साहानं सांगत होती. "बघा, खरं म्हणजे त्या भिंती नसून फक्त विभाजक आहेत. तुम्ही इथं हव्या तशा नव्या खोल्या बांधून घेतल्या, तर ही बैठकीची खोली खूप प्रशस्त होऊ शकते."

घराची सजावट बघून मला वाटलं की, काळाची मोडतोड होऊन सहाव्या दशकात येऊन पडले आहे. हिरव्या रंगाचा सोफा, चकचकीत लाल रंगाचं स्टूल, घनाकृती फडताळं, भिंतीवरचे मुखवटे वाकुल्या दाखवत होते. बेडरूमच्या आतपर्यंत कसंतरी पुरं केलेलं जमिनीचं काम. पुढे या घराला लाकडी दांडीवर अडकवलेला कॅलिको कापडाचा पडदा.

"त्यांना हे का विकायचं आहे?"

"त्यांचं वय झालंय. ते पंच्याऐंशी वर्षांचे आहेत."

"उत्तम."

मी माझ्या घड्याळाकडं पाहिलं. निघायची वेळ झाली होती. मागं वळून न पाहता मी बोटीकडं चालायला सुरुवात केली.

"नव्यानं बांधलेलं दिसतंय." मी म्हणाले.

"हो १९९४ साली. वणव्यानं लव्हेट बेची बाजू उद्ध्वस्त झाली होती. त्यानंतर इथं वस्ती करणारे गॉर्डन हे पहिलेच. वणव्यात काहीच शिल्लक राहिलं नव्हतं. राखेच्या धुमसणाऱ्या ढिगाऱ्यात त्यांचा बाथटब तेवढा उरलेला होता.

"तर त्यांनी पुन:श्च हरीओम म्हटलं, तेव्हा ते जवळजवळ ऐंशी वर्षांचे होते."

"तेवढंच असणार त्यांचं वय."

मला माझीच शरम वाटून माझा चेहरा लाल झाला. "म्हातारा मोठा हिंमतबाज म्हटला पाहिजे."

"चक्रम म्हणणं जास्त योग्य होईल."

आता मला उमग पडत होता. त्यांना झेपेल, तेवढं त्यांनी जमिनीचं काम पूर्ण करण्याचा प्रयत्न केला होता. आयुष्यभर गोळा केलेल्या कलात्मक वस्तूंच्या जागी त्यांनी स्वत: तयार केलेले मुखवटे लावले होते. त्यांनी स्वत: केलेले. इतर कोणीही तसे मुखवटे तयार करू शकणार नव्हतं.

मी माझ्या मनात असलेली किंमत सांगितली आणि मलाच आश्चर्याचा

धक्का बसला. मी असं का केलं, हे माझं मलाच कळत नव्हतं. पण, मी सांगितलेली किंमत गॉर्डनच्या अपेक्षेपेक्षा खूपच कमी होती. त्यामुळे, माझा प्रस्ताव त्यांना मान्य होणार नाही, असं मला वाटत होतं. स्कॉटलंड आयलंडला परत येताना मी ते घर माझ्या मनातून काढून टाकलं होतं. मी ज्याला उत्तराभिमुखी समजत होते, ते घर दक्षिणाभिमुखी निघालं.

"आपण आणखी घरं बघत राहू या." मी एजंटला सांगितलं. "घराला लागून खोल सुमद्र हिवाळ्यात छान उन्हं... हे आणि असंच खूप काही असलेलं...."

साहाय्यक एजंटानं माझ्या घराजवळ आपली टिन्री आणून लावली. पश्चिमेकडून येणाऱ्या उन्हामुळं घराच्या खिडक्या आगीच्या ज्वालांसारख्या दिसत होत्या. क्षणभर मी गोंधळून गेले. मी खुळी आहे, असं मला वाटू लागलं. जिथं बोटीनीच जा-ये करावी लागते, अशा जागी राहण्याचं माझं वय उलटून तर गेलं नाही ना? असं मला वाटू लागलं.

मी माझ्या प्रियकराला फोन केला. घरासंबंधीची माहिती सांगितली. मला त्याचा आधार हवा होता. त्याची संमती हवी होती. कदाचित माझ्या बाबांनी मला जे सांगितलं होतं, त्यामुळं मला असं वाटत असेल. मी कुठलाही मोठा निर्णय घ्यायची गरज नाही; असं त्यांचं म्हणणं होतं. कारण, असे निर्णय माझा नवराच घेईल, असं त्यांचं मत होतं.

"माझ्या चेकबुकाचं काय?" एकदा मी त्यांना विचारलं होतं.

"तुला त्याची गरजच पडणार नाही. तुझं लग्न झाल्यावर तुझा नवराच सारे आर्थिक व्यवहार सांभाळील." असे संस्कार आपल्या मनाच्या भिंतींना घट्ट चिकटून बसतात. मोठ्या गोष्टींची सर्व काळजी पुरुषच घेतो, असे विचार मनात रुजवले जातात. खरं म्हणजे मी लहान होते, तेव्हाची परिस्थिती आणि आताची परिस्थिती यात खूप अंतर आहे. मी केट मिलेटच्या 'सेक्युअल पॉलिटिक्स'चं पहिलं पान उलटलं, त्या दिवशीच बंडाचा झेंडा फडकवला होता. पण, तरीही मी आज एका पुरुषाची संमती मिळवण्याचा प्रयत्न करत होते.

पण, प्रियकरानं काहीतरी गोलमाल बोलून निश्चित उत्तर द्यायची टाळाटाळ केली. त्यामुळं मी दुखावले गेले. मला त्याचा भयंकर राग आला.

"अरे, इथं मी ढीगभर पैसे खर्च करायला निघालेय. तू मला साधा सल्लाही देत नाहीस."

"मला जायला हवं. तो दुसरा फोन वाजतोय."

"ठीक आहे. तुझं मत सांगणं म्हणजे अगदी वचन देणं नव्हे. शेवटी, निर्णय मलाच घ्यायचा आहे. मग तो योग्य असो की अयोग्य असो."

"जायलाच हवं गं मला."

मी त्याच्याजवळ घराविषयी बोललेच का, हेच मला कळत नाही. ते घर घ्यायचं तसं मनात नाहीय. मग, मी का बोलले? त्याचं लक्ष वेधून घ्यायला? शक्य आहे. तसंही असेल कदाचित. पण, चिंता करायचं कारण नव्हतंच. गॉर्डन मी सांगितलेल्या किमतीला घर विकणं शक्यच नव्हतं. हे सारं खरं असलं, तरी संध्याकाळी सगळ्यांसोबत आम्ही सहल करून घरी परतताना डोक्यात त्या घराचे विचार सारखे पिंगा घालत होते. त्या घरात कुठंकुठं कायकाय बदल करता येतील आणि त्याला किती खर्च येईल, हा हिशेब मनातल्या मनात सुरूच होता. काही झाडंझुडपं काढून टाकली, तर खाडीच्या दुसऱ्या बाजूला असलेल्या धबधब्याचं छान दृश्य दिसू शकेल. आणखी काही करता येणं शक्य आहे.

संध्याकाळी फारसं वारं नव्हतं. आमचं भटकणंही मजेत हळूहळू चाललं होतं. मी निघतानाच लाल वाईनमध्ये शिजवलेलं बीफ एका भल्यामोठ्या ताटलीत घालून ओव्हनमध्ये ठेवलं होतं. ही ताटली मी पॅरिसवरून आणली होती. ती खूप जड होती. रिकामी असताना टनभर वजन आणि भरलेली असताना उचलणंच शक्य नव्हतं, इतकी जड. पण, ती मला आवडायची. प्रत्येक विमानतळावर प्रत्येक वेळी तपासणीचे हाल सोसावे लागले. तरी ती आवडायची. आम्ही घरी परत आलो, तेव्हा ठरलेल्या वेळेपेक्षा दोन तास उशीर झाला होता. मी जळलेल्या बीफवर विनोदही केला. पण, आम्ही जेटीवर उतरलो, तेव्हा शिजलेल्या अन्नाचा सुगंध घरभर पसरला होता.

मग, गप्पा मारताना खूप उशीर झाला. ओहोटीमुळं बोटी अडकल्या. एकूण, मी झोपायला गेले, तेव्हा प्रचंड थकले होते. सारं अंग ठणकत होतं. डोकं जड झालं होतं. गोंधळून गेलं होतं.

दुसऱ्या दिवशी सकाळी साडेसात वाजता फोन वाजला. मी अर्धवट झोप आणि खूप रेड वाईन यांच्या अमलात होते. त्याही अवस्थेत फोन प्रियकराचा असावा, अशी क्षणभर मनाला आशा वाटली. पण, एवढ्या सकाळी त्याचा फोन येणं शक्यच नव्हतं.

मी फोन घेतला. मला कामाला जायला उशीर होणार होता. पण ते महत्त्वाचं नव्हतं. सकाळी सकाळी मनात सगळं विस्कटलेलं, उसवलेलं वाटत होतं.

"ते हो म्हणालेत."

"कोण?"

"गॉर्डन! काल तू जे घर पाहिलंस नं, ते तुझं झालंय."

"ओह! शिट्!"

"खूप स्वस्त सौदा झालाय."

"ओह! शिट्!"

पण, मी माघार घेतली नाही. मी व्यवहार कायम ठेवला. मला स्वत:ची जागा हवीच होती. माझ्या शरीराला थकवा, एखाद्या व्यसनासारखा चिकटला होता. प्रत्येक सकाळी उठलं की, आणखी निदान सहा तास झोपावं, असं वाटायचं. हा थकवा हळूहळू शरीरात भिनत जायचा. दुपारच्या जेवणाच्यावेळेपर्यंत माझे डोळे खुपू लागायचे. मन दुबळं होऊन अंधारून जायचं. बेभान जगणं आणि विस्कटलेली नाती यांमुळं असं होत असावं, असं मी समजत होते. कधी म्हातारं होत असल्याची भावना मनात निर्माण व्हायची. जेव्हा माझं स्वत:चं घर होईल आणि माझी स्थैर्यासंबंधीची चिंता मिटेल, तेव्हा मी हे सगळं सोडून देईन, असं मी स्वत:ला नेहमी बजावून सांगत असे. माझी ऊर्जा, माझा उत्साह कमी होण्याची निरनिराळी कारणं मी रोज शोधत असे. पण, मी आत्मशोध घ्यायचं कटाक्षानं टाळत असे. माझी जी दारुडी आणि दुटप्पी अवस्था झाली होती, ती स्वीकारण्याचं धैर्य माझ्यात नव्हतं; असं मला वाटतं.

घर बदलायचं म्हणजे आणखी बदल. हा बदल मला या वेळी जमेल की नाही, याची शंका होती. अचानक जबाबदारीचं भय मनात निर्माण झालं. मोठ्या कष्टानेच गळ्याखाली उतरवत मी एजंटाला विचारलं, "त्यांना हा व्यवहार कधी पूर्ण करायचा आहे?"

"महिनाभराचा वेळ पुरेसा होईल?"

"ठीक आहे. चालेल."

एकदा... आणखी एकदा सगळी बांधाबांध करायची. आणखी एकदा....

मी अंथरुणात शिरले. मऊ उशीत डोकं टेकलं आणि मी आणखी सहा तास झोपले. या वेळी फोनच्या आवाजानं मला जाग आली, तेव्हा मी शांत होते. सारे नियंत्रक आपापल्या जागी नीट बसले होते. थकवा जाणवत होता. पण तो थकवा झटकून टाकण्याचा उत्साह मात्र नव्हता. नवं घर. नवी सुरुवात. पण, स्वतंत्रपणे निर्णय घेण्याची आपल्यात कुवतच राहिली नाही, असं वाटत होतं. वाढत्या वयानं उत्साहाला चाप बसतो की अनुभवसंपन्नतेनं?"

"हॅलो."

मी आवाजात जान आणायचा प्रयत्न केला. आनंदी प्रेयसीचा आव आणला. "हाय!" फोनवर माझा प्रियकर होता.

"घराविषयी आणखी काही बातमी?"

"आहे नं! सौदा पक्का झालाय. किंमत इतकी चांगली होती की, घर हातचं जाऊ देणं शक्यच नव्हतं."

"किती दिलेस?"

फोनवर तो सहज आपुलकीनं बोलत होता. कालचं त्याचं बेफिकिरीचं

वागणं मी दरीत ढकलून दिलं. त्याला आकडा सांगितला.

"मी नीट तपास करतो. तू त्याआधी कशावर सही करू नको." तो म्हणाला आणि आपली कुणीतरी काळजी करतंय, या भ्रमात मी अलगद शिरले.

संभाषण संपलंय, हे माझ्या लक्षात यायच्या आतच त्यानं फोन बंद केला. प्रत्येक वेळी तो असाच रिक्तपणा मागं ठेवून जातो. खूपसं बोलायचं राहून गेलेलं. खूप कल्पना व्यक्त व्हायच्या राहून गेलेल्या. दोघांच्या नात्यात गृहित धरलेला एवढासासुद्धा आधार आमच्या संबंधातून मिळाला नाही. जी गोष्ट सरळ साधेपणानं घडायला हवी, ती गरज म्हणून मागायची वेळ कधीपासून आली?

मी माझ्या वकिलाला फोन केला. मी केलेल्या व्यवहाराची त्याला माहिती दिली. हा वकील माझ्या नवऱ्याचा मेहुणा होता. काहीसा जुन्या मताचा होता. मी सांगितलं, ते ऐकून तो स्तिमितच झाला.

"फक्त बोटीनं जायचं? म्हणजे पायी जाताच येणार नाही?"

"मला पोहत जाता येईल. पण, तो रस्ता खूप लांबचा आहे. बोटीनंच जाणं सोयीचं आहे."

"तुझ्याकडे बोट आहे?"

"नाही."

"तुला विचार करायला आणखी थोडा वेळ घ्यायचाय?"

"नाही."

मला त्याचा श्वासोच्छ्श्वास फोनवर ऐकू येत होता. माझ्याविषयी त्याला वाटणारी काळजी जाणवत होती.

"मला आत्ता या क्षणी माझं स्वत:चं घर हवंय. बस्स. एवढंच!"

काही काळ शांतता पसरली. मग तो म्हणाला, "ठीक आहे."

आणि करार झाला.

"तू आमच्याकडं रात्री जेवायला कधी येतेस? लवकरात लवकर सवड काढ." त्यानं निमंत्रण दिलं.

एखाद्या यशस्वी कुटुंबात वावरल्यानं मला किती एकटंएकटं वाटतं आणि मनाला किती यातना होतात, हे त्या वकिलाला मी कसं समजावून सांगू? मी फक्त एवढंच म्हणाले, "लवकरच, थँक्स!"

घराचं खरेदीखत झालं. आम्हा दोघांनाही खरेदीखताच्या प्रती मिळाल्या. त्यानंतर दोनेक आठवड्यांनी गॉर्डननं मला कॉफीपानाचं निमंत्रण दिलं. फोनवर त्यांचा आवाज तरुण आणि ठाम वाटत होता.

"काही गोष्टी मला स्पष्ट करून सांगायच्या आहेत." ते म्हणाले.

"हा तुमचा चांगुलपणा आहे."

आम्ही शनिवारची वेळ ठरवली. इथल्या वाहतुकीची नीट सवय व्हावी, म्हणून मी फेरीनं जायचं ठरवलं.

तो एप्रिल महिना होता. शरद ऋतू सुरू होता. माझ्या दृष्टीनं हा पिटवॉटर मधला सर्वांत सुंदर काळ असतो. रात्री गार आणि प्रसन्न असतात. पहाटे आकाशात रक्तिमा पसरतो. पावलं न वाजवता संध्याकाळ येते. त्यातच दक्षिणेकडनं वारं यायला लागलं की, विचारायलाच नको. मस्त ढेरपोटी शेगडी पेटवावी आणि अगदी मंद आचेवर मांस शिजवायला ठेवावं. सकाळी मी फेरी पकडायला जाते, तेव्हा अंधार असतो. म्हणून मी विजेरी सोबत नेते. उन्हाळ्यातल्या वादळात पायवाट पुसली गेली असते. त्यामुळे उघड्या खडकातून वाट काढत मला जावं लागलं. हे दिवसातलं पहिलं आव्हान असतं. लव्हेट बेच्या फेरीच्या धक्क्यावर जायला सोपा मार्ग कोणता असू शकतो, यावर माझं विचारचक्र सुरू होतं.

शनिवारी सकाळी मी गॉर्डनला भेटायचं ठरलं होतं. त्या दिवशी सकाळी सकाळी नेहमी ये-जा करणाऱ्यांनी खिडकीतून हाका मारल्या,

"हे ऽ सुसान."

कोपऱ्यावरल्या घरातली मंडळी खरेदीसाठी निघाली होती. मी उत्तरादाखल नुसताच हात वर केला. डोकं मात्र अजिबात हलवलं नाही. अजून तासभर तरी मला बिछान्यात पडून राहायचं होतं. थकवा अंगात मुरला होता. घर बदललं की, कमी प्यायचं, खूप चालायचं, योग्य आहार घ्यायचा, असं मी ठरवलं होतं. मी माझ्या लांब हडकुळ्या हाताकडे पाहिलं. तिथलं कातडं सैल होऊन लोंबत होतं. त्याला सुरकुत्या पडू लागल्या होत्या. उन्हानं छान करपलेल्या कातडीवर दोनतीन विचित्र पांढरे डाग उमटले होते. हे डाग वाढत्या वयाचं लक्षण होते का? मन काहीही म्हणत असलं, तरी शरीरात वयानुसार बदल घडतच असतात. मी अंथरुणातच पडले होते. कातड्यावर दुसरं कातडं चढावं, तसं निराशेनं लपेटून टाकलं होतं. हे घर घेण्यात काही आनंद नव्हता. उत्साह नव्हता. तो वाटून घेण्याइतकंही त्राण माझ्यात उरलं नव्हतं.

गॉर्डनकडं सकाळी अकरा वाजता जायचं होतं. निघूनिघू करण्यात माझी फेरी चुकली. शेवटी मला वॉटरटॅक्सी मागवावी लागली. खडकांवर मेटाकुटीनं चढणं, निदान आज सकाळी तरी माझ्या आवाक्याबाहेरचं होतं.

मला घर पाहण्याचा उत्साह नव्हता. घराभोवती आखीवरेखीव बाग असणं हे सुसंस्कृतपणाचं लक्षण आहे, अशीच घरं मला जास्त आवडतात. पण, त्या

घराभोवती तशी बाग नव्हती. तिथल्या भकास वातावरणात मी चपखल बसू शकणार नाही, असं मला वाटत होतं. माझा उत्साह वाढवण्यासाठी मी सारखी शुभशकुन शोधत होते. 'स्वच्छ सूर्यप्रकाश आहे. उत्तम! वॉटरटॅक्सी अचूक वेळेवर आली. भरती आहे. चांगलं आहे! टॅक्सीची ड्रायव्हर ॲनेट आहे. चांगला शुभसंकेत!'

"तू त्या म्हाताऱ्या गोर्डोचं घर विकत घेतलंस... खराय ना?"

ॲनेट खूप भली बाई होती. ती खूप साधीसुधी, उत्साही, प्रसन्न होती. तिचा चांगुलपणा तिच्या डोळ्यांत दिसत होता. ती खूप छान हसायची. तिनं जीन घातली होती. तिच्या चौकडीच्या शर्टाला कडक इस्त्री केलेली होती. वाऱ्याचा सेकंड गियरसारखा वापर करणाऱ्या रेसरसारखी ती बोट चालवत होती.

तिच्या प्रश्नाला होकारार्थी उत्तर देऊन मी तिला विचारलं,"मला गॉर्डनबद्दल काही सांग ना. कसा आहे तो माणूस?"

"धीर धर. कळेलच तुला."

"परत घरी जायला मला तुझी गरज लागेल." तिनं मला लव्हेट बेच्या फेरीच्या धक्क्यावर सोडलं, तेव्हा मी तिला सांगितलं. मला एकदम एकटं अणि गोंधळल्यासारखं झालं होतं.

"बोलाव मला. सध्या फारसं काम नाहीय. फार वेळ वाट नाही पाहावी लागणार." ॲनेट निघून गेली. मी पांढऱ्या पट्ट्या असलेल्या पिवळ्या पायऱ्या चढू लागले. तिथली घाण नाहीशी झाली होती. सायकलवरचे कचऱ्याचे डबे स्वच्छ आणि झाकलेले होते. हा आणखी एक शुभसंकेत मला मिळाला होता. हे शुभसंकेतांचं खूळ एव्हाना एखाद्या वावटळीसारखं मनात फिरू लागलं होतं. हे खूळ मनातून काढून टाक, म्हणूनही मी मनाला समजावून सांगितलं. पण, तेवढ्याने ते ऐकेल, अशी लक्षणं काही दिसत नव्हती.

त्या शनिवारी मी माझं नवं घर पाहायला जात असताना सारा किनारा शांत होता. बोटशेड बंद आणि निर्मनुष्य होती. जुनी यॉट आपल्या जागी झुलत होती. तिची डागडुजी झालेली दिसत होती. मी नेमकी कुठं होते, हे माझंच मला कळत नव्हतं. ऑस्ट्रेलियाच्या विस्तीर्ण किनाऱ्यावर लव्हेट बे चं कोणतं स्थान होतं, हे मला कळत नव्हतं. बे च्या दोन्ही बाजूला असलेल्या लाल रंगांच्या उतारांना काही नाव होतं का, हे मला ठाऊक नव्हतं. मला काहीच कळत नव्हतं. कसलाच संदर्भ लागत नव्हता. मी आयुष्यातली सर्वांत महागडी चूक तर नाही ना केली, असंही मला त्या पायऱ्या चढताना वाटून गेलं.

स्कॉटलंड आयलंडची वस्ती ही उत्साही आणि कायम स्थायिक वस्ती आहे.

इथं सुट्यांमध्ये किंवा शनिवार-रविवारी येणारी माणसं राहात नाहीत. इथं नेहमी सोबतीला शेजारी असतात. लव्हेट बेच्या लहानशा भागातही मला चार घरं दिसली. दोन माझ्या दोन्ही बाजूंना. गॉर्डनच्या घरामागं जपानी घरासारखी दिसणारी एक झोपडी होती. म्हणजे हे खेडं गजबजलेलं नव्हतं. इथं मला कुणाची सोबत मिळणार होती? माझ्या दारावरून जाताजाता मला कोण हाक मारणार होतं? इथं मोकळे रस्ते नव्हते, रस्ते संपत होते. डेड एण्ड!

गॉर्डनचं दार बंद होतं. त्यावर पांढरा पडदा ओढला होता. तो जणू मला ओरडून सांगत होता, "घर बंद आहे. परत जा."

मी चुकीच्या दिवशी आले, असं मला पटकन वाटून गेलं. तरीही मी दार ठोठावलंच. मग हाक मारली. पुन्हापुन्हा हाका मारल्या. "हॅलो? हॅलोऽऽ?"

आत काही आवाज झाला. काही हालचाल झाली.

"गॉर्डन? मी सुसान आलेय."

पडदा बाजूला झाला. गॉर्डननं दार उघडण्यापूर्वी काचेमागून संशयानं डोकावून पाहिलं. गॉर्डन म्हणजे कुणी नाजूक, अशक्त माणूस असेल; असं मला वाटत होतं. पण, प्रत्यक्षात तो आकर्षक होता. त्याचा रंग छान करपलेला होता. त्याच्या गळ्यात चांदीचा ठसठशीत नेकलेस होता. चांदीचं बक्कल असलेला काळा पट्टा कमरेला बांधला होता. छान फिकटलेली निळी जीन आणि पांढरा टी शर्ट. त्याच्या हाताचे स्नायू पिळदार असून तो चांगलाच बळकट दिसत होता.

"ये. आत ये."

मी हस्तांदोलनाकरता पुढं केलेला हात त्यानं आपल्या अस्वलासारख्या भल्यामोठ्या पंजात घेतला. त्याची पकड घट्ट आणि स्पर्श सापाच्या कातडीसारखा कोरडा होता. त्याच्या हातात माझा हात, बॉक्सिंग ग्लोवमध्ये ठेवल्यासारखा दिसत होता. त्याच्या भिवया पांढऱ्या होत्या. त्याखालच्या डोळ्यात मिश्कील चमक होती की आव्हान होतं? तो आकर्षक होता. मोह पडावा असा! त्यानं उपनगराजवळ निवृत्तांच्या वस्तीत जागा घेतल्याचं मी ऐकलं होतं. त्यानं असं का केलं असावं कुणास ठाऊक! तीन दशकं लव्हेट बेमध्ये राहिल्यानंतरही जागा सोडून जाणं अतिशय कष्टाची आणि दुःखाची गोष्ट आहे. अगदीच नाइलाज झाल्याशिवाय कुणीही असं करणार नाही.

तो बाजूला उभा राहिला. त्यानं मला मुख्य खोलीत जायला वाट करून दिली. त्या खोलीत, त्यानं तयार केलेले भयंकर मुखवटे भिंतीवर लटकत होते. त्यांच्यामुळे तिथं मृत्यूची छाया पसरल्यासारखं वाटत होतं.

मी त्या मुखवट्यांकडे आकर्षित झाल्याचं गॉर्डनच्या लक्षात आलं. "ते विकायला ठेवले आहेत."

“हो का? छान आहेत. खरंच! पण, मला इथं येताना खूपसं सामान टाकून द्यावं लागणार आहे. त्यामुळं आणखी काही विकत घेणं मला शक्य नाही.”

गॉर्डन त्यावर काहीच बोलले नाहीत. आम्ही घरातून चालत समोरच्या डेकवर आलो. डेकवर बुरशीची लोकर पसरली होती. खिडक्या स्वच्छ करायला पाहिजेत, अशी आल्याआल्या माझ्या मनानं नोंद केली. आणि त्यामुळे मी स्वत:वरच रागावले.

डेक चारही बाजूंनी काटेरी तारांचं कुंपण घालून बंद केला होता. कुंपण खूप उंच होतं. खाली बसलं की, पाणीच दिसत नसे. या गोठ्याच्या कोपऱ्यातल्या खांबावर फ्रेंच राजघराण्याचं चिन्ह असलेलं तीन पाकळ्यांचं ब्राँझ धातूचं फूल होतं. घराच्या एकूण मजबूत रचनेवर ती फुलं फारच विचित्र भडक दिसत होती. पूर्वेकडं हिरव्या प्लॅस्टिकच्या कुंड्यांत ओवा, पुदिना, कोथिंबीर आणि थायी तुळशीची रोपं होती. गॉर्डन स्वत: स्वयंपाक करत होता, हे उघड होतं. मला वाटतं, पिटवॉटरला राहाणाऱ्या प्रत्येकाला स्वयंपाक करता येत असला पाहिजे.

समोरच्या डेकवरील कुंपणाची जाळी मधोमध कापली होती. तिथं एक लहानसा खण केला होता. त्या खणाची लाकडी फळी ही कोपर टेकवायला आणि खण वाईनचा पेला ठेवण्यासाठी लावली होती, असं गॉर्डननं मला सांगितलं. त्यानं खुणेनंच मला तिथल्या लाकडी बाकावर बसायला सांगितलं. हा बाक हातानं लाकडात कोरलेला होता. गॉर्डन स्वत: कॅनव्हासच्या खुर्चीत बसले. आमच्यामध्ये झाडाच्या बुंध्याचं काहीसं डगमगतं टेबल होतं.

“हे सारं तुम्ही स्वत: तयार केलंत?”

त्यानं माझ्या प्रश्नाकडे लक्षच दिलं नाही. टेबलावर साध्या पांढऱ्या कटोऱ्या, कप आणि बशा ठेवल्या होत्या. एका कटोऱ्यात गर्द कथिया रंगाच्याच चॉकलेटचे तुकडे ठेवले होते. दुसरीत सुकामेवा होता. उरलेल्या दोन कटोऱ्यांत सूर्यफुलांच्या किंवा भोपळ्याच्या बिया होत्या. एकात जाड साखर होती. दूध मात्र ठेवलेलं नव्हतं. हे सारं सुंदर, नीटनेटक्या पद्धतीनं मांडण्यात आलं होतं. त्यांचा एक भौमितिक आकृतिबंध तयार झाला होता.

“माझी एक विनंती आहे.” त्यांनी औपचारिकपणे सुरुवात केली.

“बोला.”

“माझ्या मुलाला हा जाजम फार आवडतो. तो मी घेऊन जाऊ?”

माझं त्या जाजमाकडं आतापर्यंत लक्षच गेलं नव्हतं. तो कारखान्यात यंत्रमागावर तयार झालेला जाजम होता. पूर्वी तो बर्बर या नावानं ओळखला जायचा. आता तो कुठं मिळत होता, त्याची किंमत काय होती, याची मला मुळीच कल्पना नव्हती.

"ठीक आहे. घेऊन जा. काही हरकत नाही."

"आणि ते पडदे... तेही हवेत मला. ते नेले तर चालेल?" सुती कापडाचे पडदे गॉर्डनने स्वत: शिवले होते.

"हो. तेही घेऊन जा."

मला नाहीतरी पडद्यांचा तिटकारा होताच. गॉर्डनने ते इथं कशाला बरे लावले होते कुणास ठाऊक?

पुढं आणखी काय वाढून ठेवलं होतं, याचा विचार करत मी परत गॉर्डनकडे वळले. मी याला या आधी कुठंतरी पाहिलं होतं, असं मला सारखं वाटत होतं. मग, एकदम आठवलं. नाताळाच्या आदल्या आठवड्यात वॉटरटॅक्सीतून एक संतापी आणि हलकट म्हातारा उतरला होता. त्याच्या हातात सामान होतं. उतरताना तो अडखळला, म्हणून मी त्याला मदत करायला पुढं झाले. तो फेरीव्हॉर्फच्या पायऱ्यांवर नीट तोल सांभाळून उभा राहिला की, त्याचं सामान मी त्याला परत करणार होते.

"चल दूर हो." आपल्या कोपरानं मला ढकलत तो ओरडला.

मी शरण आल्याच्या आविर्भावात माझे हात वर केले आणि त्याला जाऊ दिलं. त्याच्या वागण्याचा मला धक्काच बसला होता. इथलं जीवन वेगळं होतं. इथं प्रत्येकावर कधी ना कधी दुसऱ्याची मदत घ्यायची वेळ येतच असते. त्यामुळे, अशा उर्मटपणे इथं सहसा कुणी वागत नाही.

त्या वेळी ॲनेट वॉटरटॅक्सी चालवत होती.

"तो असा का वागला गं?"

ती हसली. म्हणाली, "गॉर्डन असंच वागतो."

आज मात्र तो खूप सभ्यपणे वागत होता. त्याला त्याच्या घरातलं टेबल, खुर्च्या, कपाटं हे सामान आणि त्यानं तयार केलेल्या कलाकृती माझ्या गळ्यात बांधायच्या होत्या. त्याच्या ॲव्हॅलॉनच्या घरात फारशी जागा नव्हती.

"कॉफी?"

"चालेल. छान झालीय."

"गुड!"

तो खुर्चीतून उठला. आपला तोल सावरत हळूहळू स्वयंपाकघराकडं गेला. त्याचे झुकलेले खांदे शर्टातून दिसत होते. एक गोष्ट खरी की, काहीही झालं, तरी दुबळं शरीर जिमी डीनच्या कपड्यांत झाकून टाकता येत नाही.

आता मी डेकवर एकटीच होते. त्यानं डेक झाकून टाकल्यामुळं लव्हेट बेचं दर्शन जवळजवळ झाकोळलं गेलं होतं. पण, गॉर्डननं त्यातूनही एक आखीव आणि विविध स्तर असलेलं निसर्गचित्र निर्माण केलं होतं. समुद्राचं चकाकतं

हिरवं पाणी पार्श्वभूमी म्हणून वापरलं होतं. त्या पार्श्वभूमीवर नाजूक शंकूची झाडं, उंच बाभळी, लोटांगण घालणारी ग्रेविलाज आणि वणव्यानंतर आपणहून उगवलेली गमची झुडपं अशी अनेकस्तरीय रचना तयार झाली होती. त्यामुळं समुद्राच्या शांत हिरव्या रंगावर हिरव्या रंगांच्या अनेकानेक लाटांचे स्तर पसरलेले दिसत होते. हे गर्द हिरवेपण सुंदर होतं. पण, मला पाण्याचा विस्तार पाहायला आवडत होता. त्यामुळं इथल्या बऱ्याच झाडाझुडपांची छटाई करायला लागणार होती.

भोवतीच्या शांततेचा भंग करत माझा मोबाईल वाजला.

"कसं चाललंय?"

फोन माझ्या प्रियकराचा होता. शनिवारी त्याचा फोन म्हणजे ऐतिहासिक घटनाच होती!

"मस्त! सगळं एकदम छानच होतंय." मी जरा बढाईनंच म्हटलं. त्याच्या प्रतिक्रियेची वाट पाहू लागले. माझं बोलणं संपायच्या आत फोन बंद होईल, असा माझा अंदाज होता. पण, त्यानं फोन सुरूच ठेवला.

"अग, ही म्हणजे... खूप मोठी रक्कम आहे... म्हणजे खूप मोठी...."

मी रागाला आवर घातला. गोष्ट घडून गेल्यावर हा सल्ला देत होता. पश्चात बुद्धी असलेला हा विद्वान! पुन्हा या विभागाविषयी तरी त्याला काय माहिती होती? कवडीचीसुद्धा नव्हती!

"असेल. पण, कोण पर्वा करतंय? आणि नाहीतरी स्थानिक लोक बाहेरच्यांना लाकडी बदकंच समजतात."

तो हसला. "च्यायला! हे लाकडी बदकं काय प्रकरण आहे?"

"लाकडी बदकं म्हणजे बुद्दू, मूर्ख. गरजेपेक्षा जास्त किंमत मोजणारे."

"ठीक आहे. ठीक आहे. मी पुन्हा फोन करतो."

आणि त्याचा फोन बंद झाला.

गॉर्डन गडद काळ्या कॉफीचं भांडं घेऊन आला. आम्ही कॉफीचे घोट घेत बसलो. मला शंका होती, माझं बोलणं त्यानं ऐकलं असेल का? लाकडी बदकं म्हणजे काय, हे त्यांना माहीत असेल का?

"आणखी एकदोन बाबी आहेत."

मी नुसता हुंकार दिला. तो जरा घुटमळला.

"जे काय असेल, ते बोलून टाका, मला कसले धक्केबिक्के बसत नाहीत."

"बैठकीच्या खोलीत एक कपाट आहे. मीच बनवलंय. ते न्यायचंय मला."

मला पित्ताचा त्रास होऊ लागला. सारखं मळमळत होतं, म्हणून तोंडात एक बी टाकली आणि पोटातली मळमळ दाबत मी बैठकीच्या खोलीत गेले. ते

कपाट म्हणजे वेगवेगळ्या आकाराची खोकी होती. ती कप, पोस्टकार्ड, काचेचं सामान, छायाचित्रं आणि अशाच काहीकाही वस्तूंनी गच्च भरली होती. त्यांच्या भावना त्या खजिन्याशी जुळल्या होत्या. त्या वस्तूंना जे काही महत्त्व होतं, ते फक्त त्यांच्याच दृष्टीनं होतं.

"जा घेऊन."

मला एकदम थकवा वाटू लागला. घरी जावं आणि निवांत पडून राहावं, असं वाटू लागलं. पण, त्याचं गुऱ्हाळ अजून संपतच नव्हतं.

"ते टेबल विकायचं आहे." पिवळसर रंगाच्या लाकडाच्या एका छान टेबलाकडे बोट दाखवत तो म्हणाला.

"गॉर्डन, हे टेबल मला आवडलंय. हे तुम्हीच तयार केलं आहे; होय ना? पण, माझ्याकडे टेबल आहे." माझ्याकडे असलेल्या त्या मोडक्यातोडक्या टेबलाला एक इतिहास होता. त्याच्याशी माझ्या अनेक आठवणी, सुखदु:खं जोडलेली होती. मी ते टाकून देऊ शकत नव्हते. टाकणार नव्हते.

त्यानं विनंती करण्याऐवजी काही देऊ करण्याची वेळ आता आली होती, असं मला वाटलं. मी त्याला म्हणाले," गॉर्डन, तुम्ही तुमची एक लहानशी आठवण इथं ठेवून जावं, असं मला वाटतं."

"उदाहरणार्थ?"

"फार मोठं असं काही नाही. एक जुनं, तुमची सही असलेलं पोस्टकार्ड. तुमच्या कलेचा तेवढा एक नमुना...."

तो काही क्षण माझ्याकडे पाहतच राहिला. मग, त्यानं हळूच मान हलवली.

"आणखी एक गोष्ट. तो फ्रीज...."

"नाही गॉर्डन, तो फ्रीज इथंच राहील. तो इथल्या स्वयंपाकघरात नीट आणि नेमका बसतोय. तुम्हाला हवाच असला, तर माझा घेऊन जा."

मग, त्यानं आणखी नवा तिढा घातला. मी खूप अस्वस्थ झालेय, हे त्याच्या लक्षात आलं होतं.

"तुम्हाला सापाचं भय वाटतं का?" त्यानं विचारलं.

"साप?... हंऽ हंऽ साप? त्याचं काही विशेष नाही."

हे मात्र खोटं होतं. मला सापाचं भय वाटतं, हे माझ्या वेडपट अहंकारामुळे मी कबूल करत नव्हते. खरं तर सापाची मला भयंकर भीती वाटते. माझी इतकी घाबरगुंडी उडते की, माझे पाय जमिनीला खिळतात आणि डोकं टरबुजासारखं होऊन जातं. बोनेजिला विस्थापितांच्या वसाहतीत राहात होते, तेव्हा मी खूप साप पाहिले होते. त्यातले बहुतेक लाल पोटाचे काळे साप होते. काही विटकरी रंगाचेसुद्धा होते. आपण 'साप' म्हणून किंकाळी मारली की, आईबाबांचं आपल्याकडे

पटकन लक्ष जातं, हे त्या लहान वयात माझ्या लक्षात आलं होतं. ते तंत्र मी गरजेपेक्षा जास्त वेळा वापरलं. त्यामुळे, एकदा खरोखरीच एक चमकत्या डोळ्यांचा आणि वळवळणाऱ्या जिभेचा काळा साप समोर आला, तेव्हा मी ओरडओरड ओरडले, पण कुणीसुद्धा आलं नाही.

शेवटी मी घातलेल्या गोंधळाला कंटाळून बाबा आले. मी जीव मुठीत घेऊन उभी होते. माझ्या किंकाळ्या आता गळा आवळल्यासारख्या निघू लागल्या होत्या. ते पाहिल्याबरोबर बाबा धावत सुटले. त्यांनी कुऱ्हाड घेतली आणि धावत परत येऊन सापाचं मुंडकं छाटून टाकलं. त्याचं ते डोकं नसलेलं धड मग खूप वेळ वळवळत राहिलं. माझ्या उंच आणि धिप्पाड बाबांना धावताना मी त्या दिवशी पहिल्यांदाच पाहिलं.

आम्ही तेव्हा तेवीस क्रमांकाच्या बराकीत टिनाच्या घरात राहत होतो. आमच्या घराला दोन शय्यागृहं, एक बैठकीची खोली, जेवणघर, स्वयंपाकघर आणि न्हाणीघर होतं. कारण, बाबा हे हुद्देदार सरकारी अधिकारी होते. युद्धानंतर येणाऱ्या हजारो निर्वासितांची व्यवस्था पाहाण्याचं काम त्यांच्याकडे होतं. रात्री-बेरात्री हे निर्वासित येत. ते लॅतव्हिया, इस्तोनिया, लिथुआनिया अशा कोणकोणत्या देशांतून येत. ही नावं त्या वयात मला मोठी थरारक व विलक्षण वाटत. हे निर्वासित एकाएका खोलीत दाटीवाटीनं राहात. त्यांच्या खोल्यांना लाकडी पायऱ्या असत. माझ्या सातव्या वाढदिवसाला मला बाबांनी आयुष्यातली पहिली सायकल भेट दिली होती. तिच्या पॅडलला माझे पाय पोहोचत नसत. ती सायकल शिकताना मी तिथल्या सगळ्या पायऱ्यांवर कधी ना कधी धडपडले होते.

"भलामोठा होता का? खूपच मोठा होता का तो साप?" निकीनं विचारलं. तो बाबांना मदत करायला धावून आला होता. भल्यामोठ्या केसाळ अस्वलासारखा निकी युगोस्लावियाहून आला होता. त्यानं मला पटकन उचलून घेतलं. माझे डोळे पुसले. माझं भय घालवून मला शांत केलं. निकी आमच्या बागेची उस्तवारी करायचा. त्या बदल्यात बागेतल्याच थोड्या भागात मेहनत करून भाजीपाला पिकवायचा. माझे बाबा निर्वासितांच्या भोजनगृहासाठी आणत, तसलं अन्नधान्य तो पिकवत नसे. निर्वासितांच्या भोजनगृहातील जेवण इतकं नीरस, बेचव व इंग्लिश पद्धतीचं असायचं की त्यावरून एकदा इटालियन निर्वासितांनी खूप गोंधळ घातला होता.

माझा भाऊ आणि मी – आमचा सांभाळ करून निकी थोडे पैसे मिळवायचा. आम्ही हसायचो, गायचो, नाचायचो, वसाहतीतल्या बायांनी तयार केलेल्या प्रसन्न रंगाच्या गिरद्या असलेल्या खुर्च्यांवर खूप उड्या मारायचो. आईबाबा

पार्ट्यांहून रात्री खूप उशीरा येत. तोवर मी निकीच्या मांडीवर झोपून गेलेली असायची. निकीची पत्नी आणि मुलं युद्धात मारली गेली होती, असं आईनं मला खूप वर्षांनंतर सांगितलं होतं. निकीच्या डोळ्यातल्या अश्रूचं रहस्य हे होतं. तेव्हा मी ते आनंदाचे अश्रू समजत होते. पण, ते वेदनांचे, दु:खाचे अश्रू होते.

मला निकी आवडायचा. शाळेनं माझं स्वातंत्र्य हिरावून घेण्याआधी निकी मला सामानाच्या एकचाकी ढकलगाडीतून खूप फिरवायचा. त्याच्या मायाळू डोळ्यांसमोरच मी पहिल्यांदा ढोबळ्या मिरचीची चव घेतली. मांस आणि बटाटे खायची सवय असलेल्या मला ती कुरकुरीत मिरची खूप वेगळी लागली. ती ॲपलसारखी रसाळ होती. दुपारी विश्रांती घेण्याऐवजी मी माझे कपडे काढून खिडकीतून बाहेर पडून त्याला भेटायला जायची. खिडकीतून जाता यावं, म्हणून मी माझी खाट ओढत ओढत खिडकीजवळ घेऊन यायची. तिथून उतरताना मी पडायची. निकीला शोधत मी सगळीकडं सैरावैरा पळत राहायची. माझ्या मांड्या, गुडघे, ढोपरं, हनुवटी खरचटली जायची. अंगावर खपल्या धरल्या जायच्या. उन्हाळ्यात उन्हानं अंगावर फोड यायचे. आईनं मला हॅट दिली होती. पण, मला ती आवडत नव्हती. म्हणून, आईच्या परोक्ष मी ती फेकून द्यायचो.

"मिसेस डंकन, ही तुमची लेक. पण, तिचे कपडे कुठं आहेत, हे काही आम्हाला माहीत नाही." असं साधारणपणे नेहमी सांगितलं जायचं.

अनोळखी भूमीवर नव्यानं आयुष्य सुरू करताना वाटणाऱ्या अनिश्चिततेनं त्या निर्वासितांच्या वसाहतीत, परस्परांमध्ये एक प्रकारचा बंध निर्माण झाला होता. तिथं मला निकी सापडला नाही, तरी मी सुरक्षित होते. पुढे आम्ही ती वसाहत सोडून मेलबर्नजवळच्या खेड्यात राहायला गेलो. तिथं बाबांनी पब खरेदी केला होता. त्या वेळी मी नऊ वर्षांची होते.

तेव्हापासून माझ्या मनात सापाविषयी भय होतं. पण, मला सापांचा तिटकारा वाटतो, त्यांची किळस वाटते, हे मला गॉर्डनसमोर कबूल करायचं नव्हतं. म्हणून मी खोटंच सांगितलं.

"तुला ते आवडतात हे ऐकून बरं वाटलं." गॉर्डन म्हणाला.

"का?"

त्यानं मानेनं खूण केली. मी त्याच्या मागेमागे गेले. या वेळी आम्ही घराच्या मागच्या भागात गेलो. तिथं त्यानं विटांची साधी बारबेक्यू बांधली होती. त्यानं बारबेक्यूच्या टिनाचं झाकण उघडलं. आत भलंमोठं वेटोळं घालून एक अजगर झोपला होता.

"हा इथंच राहातो." गॉर्डनने सांगितलं. "हा सायफन अजगर आहे."

"ठीक आहे."

"त्याला मी इथून दुसरीकडं हलवू नये, असं मला वाटतं."

"बिलकूल नाही."

गॉर्डन त्या अजगराकडं अत्यंत प्रेमळ नजरेनं पाहात म्हणाला, "सुंदर आहे. आहे ना?"

मला तिथून पळून जावंसं वाटत होतं. पण, मी कसंबसं स्वत:ला आवरलं.

"तुम्ही एरवी काय करता गॉर्डन?" मी त्याला विचारलं.

गॉर्डन शाळेत 'ढ' समजला जात असे. पण, खरं तर तो अतिशय बुद्धिमान होता. इतर सामान्य माणसांपेक्षा वेगळे विचार त्याच्या मनात येत राहायचे. त्यानं साठ वर्षं काम केलं. या काळात त्यानं ऑस्ट्रेलियातला प्रमुख औद्योगिक डिझायनर म्हणून नाव मिळवलं. त्याच्या नावाला खरी प्रसिद्धी मिळाली ती १९६६ साली. त्या वर्षी त्यानं ऑस्ट्रेलियासाठी दशांश पद्धतीच्या चलनाची प्रारूपं बनवली होती. ती ठसठशीत, दिसायला सुंदर आणि ऑस्ट्रेलियन संस्कृती व्यक्त करणारी होती. राष्ट्रपुरुष, वन्यजीवन, ऑस्ट्रेलियाचं भाग्य उजळवणारं जहाज हे असे छान-छान आकृतिबंध त्यानं निर्माण केले होते. त्याच्या बँकनोटा इतक्या लोकप्रिय झाल्या होत्या की त्यांची प्रतिकृती टॉवेलावर, खोक्यांवर, कीचेन्सवर, टेबलावर ठेवायच्या चटयांवर, भित्तिपत्रकांवर छापली गेली होती. पण, त्यातून त्याला कवडीइतकंही मानधन मिळालं नाही.

डेकवर बसून गप्पा करताना तो खूपच कडवट झाला होता. ऑस्ट्रेलियात त्याच्या योग्यतेनुसार त्याला पैसे मिळाले नाहीत. १९९४ च्या वणव्यात त्याचं मूळ घर जळून गेलं होतं. त्याचा पुरेसा मोबदला त्याला मिळाला नाही. तो आर्थिकदृष्ट्या पुरेसा सुरक्षित नव्हता. या आणि अशा साऱ्या गोष्टींनी त्याचं मन कडू झालं होतं. पण, म्हातारपण येणं आणि त्याला नाइलाजानं तोंड द्यावं लागणं याविषयीच्या अनुभवानं तो सर्वांत जास्त कडवट झाला असावा. त्याचं मन म्हणजे अनंत कल्पनांनी भरलेलं मधमाशांचं पोळं होतं. पण, शरीराला ते झेपत नव्हतं.

लाकडाचे तुकडे, दोऱ्यांचे तुकडे , बाटल्यांची बुचं या आणि अशासारख्या टाकाऊ वस्तूंतून तो आपल्या कलाकृती निर्माण करत असे. तो उपयुक्ततावादी होता. उपयुक्ततेत तो सुंदरता पाहात असे. क्रियेनुसार आकार तयार होतो. त्याला तो 'कला' म्हणत नसे. आपली भूमिका कलावंताची नसून आकृतिबंध तयार करणाऱ्याची आहे, असं त्याचं आग्रही म्हणणं होतं. तो चांदीचे दागिने घडवायचा. ते पाहायला छान होते, पण, वापरायला जड होते. त्याच्याकडे एकदा गेलेलं गिऱ्हाईक पुन्हा परतून येत नसे. कारण, त्यानं आपल्याला फसवलं आहे, असा गिऱ्हाइकाचा ग्रह होत असे. त्याला तयार करायला सांगितलेल्या

एखाद्या दागिन्याचा पट्टा किंवा साखळी याची किंमत मूळ किमतीत समाविष्ट नव्हती, असं तो दागिना देताना सांगायचा आणि त्याचे वेगळे पैसे मागायचा. एव्हाना गिऱ्हाइकाचे बरेच पैसे खर्च झालेले असायचे. 'अ डिझायनर्स लाईफ' या त्याच्या आत्मचरित्राच्या पुनर्मुद्रणाचे प्रयत्नही असफल ठरले होते. १९९४ च्या वणव्यात उरलंसुरलंही जळून राख झालं होतं. त्यामुळे, इथला खर्च चालण्यासाठी पैसे मिळवण्याच्या साऱ्या वाटा त्याच्यासाठी बंद झाल्या होत्या.

निराशाग्रस्त होण्यापासून किंवा मोडून पडण्यापासून त्याला त्याच्या विनोदबुद्धीनं वाचवलं. विनोदबुद्धीनं म्हणण्यापेक्षा हास्यास्पदतेच्या जाणिवेनं वाचवलं, असं म्हणणं जास्त योग्य होईल. बार्बेक्यूच्या ऐवजी त्यानं उर्मट, जिभा लोंबणाऱ्या गुंडांचे तीन लाकडी मुखवटे बसवलेले होते. ते त्याचे कायमचे पाहुणे होते. हा अगदी अचूक असा सामाजिक तोडगा होता. इथल्या प्रत्येकाशी कधी ना कधी त्याचं वाजल्याचं मला नंतर कळलं. बाथरूमच्या कथिया रंगाच्या दारावर त्यानं लाल रंगाचा कोंबडा चितारून ठेवला होता. तो काहीसा गॉर्डनसारखा दिसणारा, रुंद खांद्याचा होता आणि त्या घराच्या नीरसतेत त्यानं जान आणली होती. कोंबड्यांची सोबत नेहमीच छान असते. हा त्याच्या रात्रीच्या जेवणाच्या वेळेचा नेहमीचा पाहुणा तर नव्हता?

त्या घराची त्यानं किती काळजी घेतली होती, किती कष्ट केले, त्या घरातील प्रत्येक बारीकसारीक गोष्टींमागेही कायकाय हेतू होते, हे सारं मला दाखवण्यासाठी त्या सकाळी त्याची धडपड चालली होती. हे मला खूप नंतर लक्षात आलं. त्या वेळी मात्र मला ते कळलं नाही. मी अविचारानं त्याचं मन दुखावून बसले होते.

११

पाच महिन्यांपूर्वी अँड्र्यू, क्रिस आणि पॉल यांनी आपल्या बार्जवरून माझं सामान स्कॉटलंड आयलंडच्या घरी आणलं होतं. गॉर्डनबरोबर कॉफी घेतल्यानंतर दोन आठवड्यांनी तीच मुलं, आपला तोच बार्ज घेऊन, मला घर बदलायला मदत करायला आली होती.

काय करायचं, ते त्या मुलांना नीट माहिती होतं. त्यामुळे मी तिथं प्रत्यक्ष हजर असण्याची गरज नव्हती. मला हजर राहायचंही नव्हतं. मन निराश झालं होतं. प्रत्येक वेळी घर बदलण्याच्या माझ्या प्रयासावर अनिश्चिततेचं सावट पडलेलं असायचं. या आधी जे घडलं, त्याचा विचार केला, तर या वेळीही काही वेगळं घडेल, असं वाटत नव्हतं. मला बदल हवा होता. मला निरोगी, सुदृढ व्हायचं होतं. माझ्यात पूर्वी जी ऊर्जा होती, ती पुन्हा शोधायची होती. यापूर्वी मी असे अनेक प्रयत्न केले होते. पण, प्रत्येक वेळी इतिहासाची पुनरावृत्तीच झाली होती. 'अफाट परिश्रम करून बदलाचं चक्र मला पुन्हा हळूहळू सुरू करता येईल का? मला एकटीला हे जमेल का? जागा बदलण्यानं मनातले हेतू साध्य होतील का?'

स्कॉटलंड आयलंडच्या त्या शेवटच्या रात्री माझा डोळ्याला डोळा लागला नव्हता. समुद्राच्या ओलसर धुक्याचं पांघरूण घेऊन मी अंथरुणात नुसती पडून होते. ती ओल दाराखालून आणि लाकडी भिंतीच्या फटीतून आत झिरपत होती. सकाळी पुठ्ठ्याची खोकीही दमट होऊन लिबलिबीत झाली होती. जणू काही त्यांच्यातही नव्यानं सुरुवात करण्याचं त्राण उरलं नव्हतं. या वेळी सामान दुपारी दोन वाजता हलवायचं ठरवलं होतं. कारण, त्या वेळी समुद्रात भरती राहाणार होती. त्यामुळं या मुलांना मी दुपारी उशिरा नवीन घरात भेटायचं ठरवलं.

मी सकाळी साडेसहा वाजता कामावर जायला निघाले, त्या वेळी जोराचं थंडगार वारं सुटलं होतं. मी माझा जुना जाड लोकरी कोट घातला होता. मी मेले, तरी हा शाबूत राहील, असा मी त्या कोटाविषयी अनेकदा विनोद करत

असे. पण आज, त्या कोटातूनही थंडी हाडापर्यंत पोहोचत होती. का कुणास ठाऊक, मला अस्वस्थ वाटत होतं. बहुधा भीतीनं माझी ही अवस्था झाली असावी, असा मी ग्रह करून घेतला होता. बार्ज पोहचेपर्यंत वाऱ्याचा जोर कमी होईल, असं वाटत होतं.

गॉर्डननं घराला कुलूप लावलं होतं. त्यामुळं, मुलं बाहेरच अडकली होती. त्यांनी मला फोन करून घर बंद असल्याचं सांगितलं. मी घरी यायला निघालेच होते. त्यामुळं मग मी त्या निवृत्तांच्या वसाहतीकडं माझी गाडी वळवली. गॉर्डनकडून किल्ल्या आणणं भाग होतं. त्याचं वागणं मला कमालीचं उद्धटपणाचं वाटलं. पण, मी त्या वृद्धाश्रमात पोहोचले आणि तिथल्या वृद्धांना पाहिलं, तेव्हा माझा राग क्षणात निवळला. गॉर्डनचा शेवट जवळ आलाय, असं मला वाटून गेलं.

खरं म्हणजे गॉर्डन खरोखरच आयुष्याच्या अंताला पोहोचला होता. तो फक्त मृत्यूची भेट होण्याची वाट पाहात होता. त्यानंतर दोन वर्षं पुरी व्हायच्या आतच त्याचं निधन झालं. मी त्याला एकदा घर पाहायला बोलावलं होतं. घराचं रूप मी कसं बदललं, हे त्याला दाखवायचं होतं. घर पाहून दयाळूपणानं तो म्हणाला होता, ''माझ्याजवळ पैसे असते, तर मीही असंच घर सजवलं असतं.'' मी त्याच्या जागी असते, तर मला रडूच आलं असतं. त्याच्या मृत्यूनंतर काही महिन्यांनी मी गुळगुळीत कागदावर छापलेलं कुठलंतरी एक नियतकालिक चाळत होते. त्यात एक जाहिरात होती. गॉर्डनची उपकरणं, गाईच्या कातड्याच्या बैठका विकायला काढल्या होत्या. प्रत्येक वस्तूची किंमत तीन हजार डॉलर्स होती. सहाव्या दशकाचं हे पुनरुज्जीवन गॉर्डनला वाचवायला काही उपयोगी पडलं नाही. त्याला खूप उशीर झाला होता.

वॉटरटॅक्सीनं मला फेरी व्हार्फवर सोडलं. सगळं सामान बार्जवरून उतरवलं गेलं होतं. बागेला निर्वासितांच्या छावणीचं रूप आलं होतं. घरात एक शेवाळासारखी हिरवी भिंत होती. तिचा काही भाग पांढऱ्या रंगानं रंगवला होता. त्यावर जागोजागी पेन्सिलीच्या खुणा होत्या. ती जागा गॉर्डनच्या कपाटामागची होती. मात्र त्यामुळं, घराची लुटालूट करून ते बेवारस सोडून दिल्यासारखं दिसत होतं.

आणलेलं फर्निचर घेऊन पोरं उभी होती. ते कुठं ठेवावं, हे त्यांना कळत नव्हतं. सोफे खूप मोठे होते. टेबल खूप लांब होतं. खोलीत जागा व्हावी, म्हणून भिंतीतला जुना सोफासेट काढून टाकायला मी त्यांना सांगितलं. त्यामुळं,

भिंतीच्या गिलाव्याला एक छानदार भलंमोठं भोक पडलं.

मी वैतागल्याचं पोरांच्या लक्षात आलं होतं. ते मला वेगवेगळ्या गोष्टी सुचवू लागले. "सोफा असा कोन करून बसवू या. मावेल मग तो." पॉलनं सुचवलं.

त्यांनी धावपळ करून सामान कसंबसं लावलं आणि मला वावरायला थोडी मोकळी जागा करून दिली. टेबल, खुर्च्या, सोफे, कॉफी टेबल हे आणि असंच इतर सामान त्या लहानशा जागेत मावत नव्हतं. हे सगळं न मावणारं सामान गॉर्डनच्या जुन्या वर्कशॉपमध्ये टाकून दिलं. अगदी पहिल्यांदा मी जागा पाहिली, त्या वेळी हे वर्कशॉप माझ्या नजरेतून निसटलं होतं.

"च्यायला! हा म्हणजे नुसता वैतागच झालाय." मी कुरकुरले.

त्या पोरांनी माझं सांत्वन केलं. पॉल मला समोरच्या डेकवर घेऊन गेला.

खाडीच्या पलीकडल्या भागात असलेल्या टेकडीतील एक फट दाखवत तो म्हणाला, "तो धबधबा बघ किती सुंदर दिसतो. अद्भुत!"

मला तिथले खडक दिसत होते. तिथं पाणी असलंच, तर ते एखाद्या बारीकशा ओघळाच्या रूपात असेल.

मग मला तो मागच्या डेकवर घेऊन गेला. तिथं वेलींना आधार द्यायला चौकट बांधली होती आणि बसण्यासाठी गॉर्डननं एक बेंचही ठेवला होता. तिथं गेल्यावर पॉल मला म्हणाला, "हिवाळ्यात तुला इथं छान ऊन मिळेल. इथं येऊन झाडाझुडुपांकडं पाहात नुसतं पडून राहायचं."

मी त्या बेंचवर आडवी झाले. तो बेंच गॉर्डनच्या उंचीनुसार बनवला गेला होता. मला तो काही इंच कमी पडत होता. पॉलनं खांदे उडवले आणि माझी समजूत घालण्याचा नाद सोडून दिला.

आणखी एक सणसणीत चूक! आजवर केलेल्या चुकांमधील सर्वांत मोठी!

"मेक्सिकन नेसेसिटीज" असं लिहिलेल्या खोक्यावर मी बसले. या शब्दांचा अर्थ काय असावा, याचा विचार करू लागले. माझ्या मते माझी अत्यंत तातडीची गरज होती रेड वाईन आणि तिचं बूच उघडणारा स्क्रू ड्रायव्हर. मी पोरांना बाटली दाखवत प्रश्नार्थक मुद्रा केली. त्यांनी माना हलवून नकार दिला आणि फक्त बिअरच्या बाटल्या उचलल्या.

"ओहोटी सुरू व्हायच्या अगोदर जायला हवं. नाहीतर बार्ज बाहेर काढणं शक्य होणार नाही." अँड्र्यू म्हणाला.

"ठीकाय. खूप केलंत माझ्यासाठी. थँक्स."

त्यांनी मला कुशीत घेतलं. माझे मुके घेतले. म्हणाले, "सुरळीत होईल सगळं. सगळं नीट होईल तुझं."

मी त्यांना निरोप द्यायला बार्जपर्यंत गेले. मला एकटं राहायचं नव्हतं. पाण्यातून एक काळं डोकं जवळजवळ येत होतं.

"बोसन!"

भिजून चिंब झालेला बोसन पाण्यातून बाहेर आला. त्यानं अंग झाडून पाणी उडवलं. सूर्यप्रकाशात त्या तुषारांचं तेजोमंडळ निर्माण झालं.

"अरे, कुठून आलास तू?" मी त्याला कुरवाळायला खाली वाकले.

"अरे देवा! आम्ही तर त्याला आयलंडवरच सोडलं होतं."

अँड्र्यू चकितच झाला होता. त्यानं कुत्र्याच्या अंगावरून हात फिरवला. इतक्या दूर तो पोहून आला होता. त्याला कुठं काही अपाय झाला नाही, याची अँड्र्यूनं खात्री करून घेतली.

"धापसुद्धा लागली नाहीय त्याला." तो सुटकेचा निःश्वास टाकत म्हणाला.

बोसननं सर्वांत आधी बार्जवर उडी मारली. आणि शेपूट हलवत तो तिथं उभा राहिला.

"कुत्र्याशिवाय बार्जला काय अर्थ आहे?" माझ्या मनात विचार आला. खोल समुद्रात शिरणाऱ्या त्या बार्जकडं मी कितीतरी वेळ पाहात राहिले. मला स्वीटीची आठवण आली. तिच्या रक्षापात्राची आठवण आली. माझं भविष्यात काय होईल कुणास ठाऊक, पण, तिच्या आत्म्याला शांती मिळण्याची वेळ नक्कीच आली होती. तिला पाणी फार आवडायचं. तिला या पाण्यातच मूक निरोप द्यायचा का?

मी घरात जाऊन पुन्हा वाईनची बाटली काढली. दारूच्या नशेतच मी रडरड रडले. माझं अंथरूण नीट केलं. एकटीच मोठमोठ्यानं बडबडत राहिले. शेवटी, बाटली रिकामी झाली. त्यातले थेंब मी पेल्यात ओतले आणि समोरच्या डेकवर गेले. घरामागून चंद्र वर आला होता. त्याचा प्रकाश साऱ्या खाडीवर पसरला होता. त्या प्रकाशात समुद्रातली झाडझुडपं यातना भोगणाऱ्या भुतांसारखी दिसत होती. पाण्याला ओहोटी लागली होती. समुद्र खूप आत गेल्यामुळे तिथं विस्तीर्ण किनारा निर्माण झाला होता. तो इतका कोरडा झाला होता की, ओलं न होता त्यावरून दक्षिणेकडील किनाऱ्यावर पोहोचता आलं असतं. इथले एजंट फक्त भरती असतानाच पिटवॉटरमधली घरं दाखवतात. त्यांची ही लबाडी माझ्या फार उशीरा लक्षात आली.

मध्यरात्रीच्या सुमारास मी माझा पेला गॉर्डनच्या डेकवरील कपाटावरून उचलला. तो घेऊन घरभर भटकले. मग, समुद्रात जाण्यासाठी बांधलेल्या जिन्याच्या पायऱ्या उतरून किनाऱ्यावर आले. दूरवर सन्नाटा पसरला होता. हवेत तीव्र खारेपणा होता. लव्हाळी त्राण नसल्यासारखी माना टाकून पडली

होती. खाडीच्या पलिकडच्या किनाऱ्यावर एक दिवा प्रकाशत होता. 'त्या व्यक्तीलाही माझ्यासारखाच निद्रानाशाचा विकार जडलेला असेल का?' जवळच एक सपाट तळाची होडी होती, जी दवानं जराशी ओली झाली होती. तरीही मी तिथं बसले आणि आवतीभोवती पाहू लागले. असं जाणीवपूर्वक मी पहिल्यांदाच या परिसराकडं पहात होते. माझ्या घराच्या कोपऱ्यात एक लहानशी फायबरग्लासची होडी बांधून ठेवलेली होती. ती लहान म्हणजे अगदी अंघोळीच्या टबाएवढी होती. गॉर्डन घर सोडून जाताना ती माझ्यासाठी ठेवून गेला होता. अखेर मी एका होडीची मालकीण झाले होते. अर्थात मी ती वल्हवत प्रवासी धक्क्यापर्यंत घेऊन जाण्याची शक्यता नव्हती.

माझा एकोणपन्नासावा वाढदिवस समोर येऊन ठाकला होता. अजून म्हणण्यासारखं काही घडलं नव्हतं. 'मला माझी हक्काची कायमची जागा मिळालीय का?' मी माझ्या घराकडं पाहिलं. हे घर मी कधीही विकू शकत होते. हे काही कायमचंच असलं पाहिजे असं नाही. पण, पुन्हा घर बदलण्याच्या कल्पनेनंच मी हादरून गेले. आणि त्या आत्मनिर्भत्सनेच्या क्षणी, या घरातच कायमचं राहायचं, मी ठरवून टाकलं.

रामप्रहराच्या सुमारास पाठीमागचं दार उघडल्याच्या आवाजानं मला जाग आली. काळोख तसा कमी झालेला नव्हता. कुणी चोर, परका या घरात घुसला असेल, असं मला वाटत नव्हतं. कारण, या भागात अशा गोष्टी होत नसत. पण, मला श्वासोच्छश्वास ऐकू आला. पाठोपाठ गुरगुरणंही कानावर आलं. नंतर 'क्लिक' असा आवाज आणि मोठा उसासा ऐकू आला. मग सारं शांत झालं.

मी आवाज न करता उठले. माझं हृदय धाडधाड उडत होतं. मी ओरडले असते, तर शेजारच्या घरातली माणसं धावत आली असती, हे मला माहीत होतं. मी हळूच बटण दाबलं. गॉर्डनच्या हॅलोजिन दिव्याच्या प्रकाशात सगळी खोली उजळून निघाली.

मी शोधू लागले. आवतीभोवती कुणीच दिसलं नाही. पण चित्रविचित्र आवाज मात्र येत होते. या आवाजातून भीतीऐवजी तृप्ती, संतुष्टपणा होता. मी पाय न वाजवता सोफ्याजवळ गेले आणि तिथं डोकावून पाहिलं. सोफ्यावर एक मोठा लॅब्राडोर जातीचा कुत्रा आरामात झोपला होता. त्या गब्दुल सोनेरी कुत्र्याने डोळे उचलून माझ्याकडे पाहिलं आणि तो पुन्हा निवांत झोपला.

"ऊठ! नालायक. मूर्ख. चल चालता हो इथून."

त्यानं एक डोळा किलकिला करून पाहिलं. मान हलवली आणि तो पुन्हा झोपला. मी त्याला सोफ्यावरून ओढून काढायचा खूप प्रयत्न केला. तेव्हा त्यानं लाडानं माझं तोंड चाटायला सुरुवात केली. शेवटी, मी त्याचा नाद सोडला

आणि आपल्या अंथरुणात येऊन पडले.

सूर्योदयापूर्वी मी जागी झाले, तेव्हा माझं डोकं प्रचंड दुखत होतं. माझ्या प्रकृतीची काळजी घेईन, अशी पुन्हा एकदा शपथ घेतली. कुत्र्यानं हालचाल केली आणि जायला सांगितल्यावर त्यानं मुकाट्यानं बाहेरची वाट धरली. मी चहा आणि टोस्ट तयार केले. ते घेऊन डेकवर गेले. पहाट फुटायची वाट पहात बसले. पहाट झाली. आकाश लालभडक झालं. ढलानी नारिंगी रंगाच्या झाल्या. साऱ्या खाडीत जिवंतपणा आला. जणू काही या इशाऱ्याचीच वाट पहात असल्याप्रमाणं पक्ष्यांनी गोंगाट सुरू केला. शाळेतल्या विद्यार्थ्यांप्रमाणेच लहान माशांचे थवे पाण्यात भटकायला निघाले. त्यांच्यापाठोपाठ मोठे मासेही उड्या मारत फिरू लागले.

एकएक करून पाच पाणकावळे माझ्या सोबतीला येऊन बसले. त्या साऱ्यांच्या हावरट नजरा माझ्या टोस्टवर खिळल्या होत्या. सगळ्यात लहान जरा अव्यवस्थितच होता. तो बहुधा उशीरा झोपून उठला असावा आणि त्याला केस विंचरायला वेळ मिळाला नसावा.

"स्क्रफ बकेट! आजपासनं हेच तुझं नाव."

त्यानं मान वळवली. पण, त्याची नजर मात्र माझ्या हातातल्या टोस्टवरच खिळली होती.

"तुला टोस्ट आवडत नाहीत. फक्त मांस आवडतं. कळलं?"

तो सर्वांत शेवटी उडाला. मी आत गेले. अंघोळ करून सामान लावावं, असा इरादा होता; पण त्याऐवजी मी अंथरुणात शिरले. धावपळ करायची तशी काहीच गरज नव्हती. आज शनिवार होता आणि मी इथं खूप दिवस राहाणार होते. मी जागी झाले, तेव्हा दुपार झाली होती.

टॉवलर्स बेला मी दुपारचं जेवण घेतलं. त्या वेळी अर्थातच नेहमीप्रमाणं खूप मद्य प्यायले होते.

त्या धुंदीत असताना कधीतरी स्टुअर्ट माझ्या टेबलावर झुकला आणि म्हणाला, "तू पक्की दारूडी होतेयंस. तुला कळतंय का?"

त्याच्या शब्दांनी मी भानावर आले. "स्टुअर्ट, तुलाही या अवस्थेत मी अनेकदा पहिलंय. पण, मी तुला असं कधी म्हटलं नाही. म्हणणारसुद्धा नाही."

टेबलावर एकदम सन्नाटा पसरला. आता काय घडतं, याची वाट बघत सारे थबकले. त्याचे पेले तसेच टेबलावर राहिले.

"माफ कर मला." स्टुअर्ट म्हणाला.

पुन्हा एकदम साऱ्यांची पटरपटर सुरू झाली. जणू कुणीतरी बोटीच्या इंजिनाचा पट्टा ओढून इंजीन सुरू केलं होतं.

पण, माझं पिणं प्रमाणाबाहेर वाढलं होतं, याची मला जाणीव होती. त्याचं मला भय वाटत होतं. लहान असताना मला दारू आवडत नसे. शेवटच्या अडचणींच्या काळात बाबा आयुष्याशी कशा तडजोडी करत होते, ते मी पाहिलं होतं. त्यामुळं, मी खूप वर्षांपर्यंत दारूला स्पर्शही करत नव्हते. मी वीस वर्षांची झाले. पार्ट्यांना जाऊ लागले. तिथं बिअर पिणाऱ्यांजवळ जाऊन त्यांच्या डोळ्याला डोळा भिडवून मी त्यांना विचारायची, ''तुम्हाला तहान लागलीय का?''

''नाही.'' ते मजेत उत्तर द्यायचे.

''मग, तुम्हाला हे प्यायची गरज नाहीय.'' मी त्यांच्या हातातली बिअर घेऊन सिंकमध्ये ओतून टाकायची. माझ्या बाबांचं जे झालं, तसं त्यांचं पुढं होऊ नये, म्हणून मी त्यांना वाचवत होते. निदान मला तरी तसं वाटत होतं. पण तसं नसून वास्तवात मी त्यांना दुखवत होते. भविष्यात दारू मलाही गिळून टाकील, याची मला तेव्हा चाहूल तर लागली नव्हती?

आयुष्याच्या वाटचालीत पुढं कधीतरी दारूविषयीचं माझं भय नाहीसं झालं आणि मी मद्यपान करू लागले. पण, 'दारूडी? मी? नाही. मी फक्त माझ्या निरर्थक आयुष्याची बोच दारूत बुडवून टाकतेय. होय की नाही? मी फक्त मजा लुटतेय. होय की नाही? माझा प्रियकर मला सोडून आपल्या बायकोकडं परत जातो, त्या वेळी पोकळी निर्माण होते. फक्त ती पोकळी भरून काढायला मी दारू पिते. होय की नाही?'

रविवारी सकाळी मी रात्रीचे कपडे बदललेच नाहीत. तेच कपडे घालून मी खिडक्या साफ केल्या. जेवणाच्या वेळी मी हातात वाफाळत्या चहाचा कप घेऊन मागच्या डेकवर जाऊन बसले. चांगलं ऊन पडलं होतं. मला प्रचंड हँगओव्हर होता. पुन्हा एकदा मी दारू सोडण्याची शपथ घेतली. म्हणजे मी खूप दारू पीत होते, असं नाही. पण, तो एक चांगला व माणसाला निरोगी ठेवणारा निर्णय होता. होय की नाही?

उंच पामच्या मागं जपानी धाटणीचं घर होतं. तिथनं एक माणूस निघाला आणि टेकडी उतरू लागला. त्यानं निळी पँट व निळा शर्ट घातला होता. त्याचे पाय अतिशय लांब व हाडकुळे होते.

मी त्याच्याकडे पाहून हातातला कप हलवला. ''हाय!''

''हाय! दोन्ही पोरं आवडलीत मला.'' त्यानं उत्तर दिलं.

''असं होय. छान!'' 'आता ही कुठली दोन पोरं?'

''मी जॅक. नमस्कार.'' त्यानं जवळ येत ओळख करून दिली आणि हस्तांदोलनासाठी हात पुढं केला. त्याची पकड मजबूत होती. घट्टे पडलेल्या त्या हातांवर खूपसे ओरखडे होते. तो इथल्या निसर्गचित्राचा जणू काही एक भागच

असावा, असं त्याला जवळून पाहिल्यावर वाटत होतं. त्याच्या चेहऱ्यावर सुरकुत्यांचं इथल्या उभ्या उतरणींशी खूप साम्य होतं. त्याचे डोळे समुद्राच्या निळाईसारखे निळे होते. इथल्या खडकांसारखा त्याच्या कातडीचा रंग कथिया होता. वेडेवाकडे कापलेले केस फेसासारखे दिसत होते.

तेवढ्यात भोंगा वाजला.

"फेरीबोट आलीय. निघायला हवं. लवकरच भेटू या. छानसं ड्रिंक घेऊ. मी सांगतो मग लवकरच तुला." पायवाटेनं तो उड्या मारतच पळाला. त्याची पँट खूप तोकडी होती. पायाचे घोटे हाडकुळे होते. त्यानं मोजे न घालताच बूट घातले होते.

त्या जागेत मावणं शक्य होतं, तितकं सामान मी नीट लावलं. अर्धी रात्र होत आली होती. भिंतीच्या गिलाव्याला पडलेलं मोठं भगदाड आणि कपाट काढल्यानं भिंतीवर राहिलेला पांढरा पट्टा सोडला, तर सारं घर चकचकीत झालं होतं. या काळात मी चहाचे गॅलन रिचवले. पण, मद्याचा थेंबसद्धा घेतला नाही.

निवांतपणा मिळावा, म्हणून सोमवारी संध्याकाळी मी लवकर घरी परत आले. केननं मला बोटशेडसमोरच पकडलं. "हे बघ, त्याला माझ्या आवारात ठेवून घ्यायला माझी काही हरकत नाही. मला आवडलाय तो. पण, हा काय प्रकार आहे?"

"कोण? कुणाविषयी बोलतोयंस तू?"

"तो... चिनी म्हातारा...."

जीझस! मला एकदम माझ्या तीन चिनी पुतळ्यांची आठवण झाली. ते तीन पुतळे 'हेल्दी, वेल्दी आणि वाईज'– निरोगीपणा, सुबत्ता आणि शहाणपण यांचे ते प्रतीक होते. ते ब्राँझ धातूचे होते. "माफ कर! त्या पोरांनी ते कुठं ठेवले, हेच मला कळत नव्हतं. दाखवतोस कुठं ठेवले आहेत ते?"

आम्ही शेडला वळसा घालून पुढं गेलो. त्याच्या डेकच्याखाली असलेला पुतळा त्यानं मला दाखवला. 'वाईज' हातात शहाणपणाचा मोती घेऊन गुलाबी बोगनवेलीच्या मागून समुद्राकडे पाहात होता.

"दुसरी दोघं कुठं आहेत? दिसत नाहीत इथं? तू पाहिलंयंस त्यांना?"

"म्हणजे ती दोघं जणं?"

त्यानं माझ्या समोरच्या अंगणाकडं बोट केलं. 'हेल्दी' हातात मूल घेऊन 'वेल्दी' दागिन्यांनी मढून तिथं गवतात पाय रोवून उभे होते. ते किंचित खोलगट भागात होते आणि समोर झाडी असल्यामुळे ते झाकोळले गेले होते.

"तीच दोघं. मला वाटलं ती हरवलीच म्हणून."

"बरेच मोठे आहेत ते! सहजासहजी नाही हरवणार."

'शहरी मूर्ख!' तो समजत असावा.

"हवे तितके दिवस राहू दे त्याला तिथं." तो म्हणाला, "हवं तर वेल्दीबरोबर अदलाबदल करू या. झालाच तर थोडा फायदा करून घेता येईल त्याचा."

"सगळ्यांनाच तसं वाटत असतं, नाही का?"

त्यानंतर आठवडा लोटला. मे महिना अर्धा संपला होता. सूर्य बुडाल्याबरोबर हवेत गारठा येत होता. माझ्या प्रियकराला पिटवॉटरला यायला शेवटी सवड मिळाली होती. पाणी, बोटीचा प्रवास यांच्या तिटकाऱ्यावर कुतूहलानं मात केली होती. पण, घर पाहून तो लगबगीनं परत गेला. ही झोपायची वेळ नव्हती किंवा आणखी काही करावं, तर तितकाही वेळ नव्हता.

रात्री व्यवस्थित असं जेवण करायचं, असं मी ठरवलं. मी खूपच कृश झाले होते – अगदी कागदासारखी! बाहेर जोराचा पाऊस पडायला सुरुवात झाली. हजारो काठ्या नगाऱ्यावर पडाव्यात, तशा छपराच्या टिनावर पावसाच्या धारा कोसळत होत्या. एक मात्र खरं! घर मजबूत होतं. कुठंही गळत नव्हतं.

मला स्वप्न पडलं. त्यात सुंदर हसणारे , प्रसन्न चेहऱ्याचे डॉल्फिन दिसले. ते माझ्याभोवती पोहत होते. ते त्यांच्या भाषेत काहीतरी बोलून मला सारखे हसवत होते.

सकाळी समोरचा धबधबा मस्त धोऽधो वाहात होता. फेसामुळं पाणी पांढरंशुभ्र होऊन तो भव्य दिसत होता. त्याचा आवाज गर्जनेसारखा झाला होता. ते दृश्य पाहून माझं मन आनंदानं नाचू लागलं. मी ताबडतोब एका स्थानिक बिल्डरला फोन केला. मी हे घर घेतलं, याचा मला आनंद होत होता. यात आता थोड्या दुरुस्त्या केल्या, की सर्व उत्तम होणार होतं.

दोन आठवडे गेले. माझ्या उजव्या स्तनात एक गाठ आल्याचं मला आढळून आलं.

१२

दुसऱ्याच दिवशी मी तिथल्या एका डॉक्टरकडं जाऊन तपासून घेतलं. तो डॉक्टर प्रौढ होता. त्याची त्वचा कोरडी होती. त्याच्या अंगाला तंबाखूचा वास येत होता. त्याच्या डोळ्यांत करुणा होती. हालचालीत शांतपणा होता. तपासणी झाल्यावर मी उठून बसले. मला कपडे नीट करण्यासाठी आडोसा मिळावा, म्हणून डॉक्टरनं पुन्हा पडदा व्यवस्थित केला.

"विशेष काही दिसत नाही." त्यानं सांगितलं.

"ग्रेट!" मला आनंद झाला होता.

पण, त्यानं मॅमोग्रॅम काढून घ्यायचा आग्रह केला. म्हणून मी निश्चिंत मनानं क्लिनिकमध्ये गेले. तिथं दक्षिण आफ्रिकेतली बाई होती. ती अलिप्त पण शिस्तबद्ध होती. तिच्याशी गप्पा मारायचा माझा प्रयत्न तिनं हाणून पाडला. तिनं एक्स-रे चा एक सेट धुण्यासाठी बाहेर नेला. मग उजव्या बाजूचा एक्स-रे काढण्यासाठी ती पुन्हा आत आली.

"काही काळजी करण्यासारखं?"

"त्या फोटोत फारसं काही स्पष्ट आलं नाही."

"अच्छा!"

मॅमोग्रॅम्स सरळ डॉक्टरकडं पाठवले गेले. आणि मी नंतर त्याबद्दल सारं विसरूनही गेले.

डॉक्टरच्या इस्पितळातल्या स्वागतिकेनं मला दोन दिवसांनी फोन केला. "इस्पितळात पुन्हा कधी येणार आहेस?"

"पुढच्या आठवड्यात चालेल? आत्ता खूप कामं आहेत."

"जरा लवकर नाही येता येणार?

"का? फारसं काळजी करण्यासारखं काही नाही, याची खात्री आहे मला."

"उद्या येणं जमेल?" तिनं सुचवलं. माझ्या पोटात भीतीनं गोळा आला.

"काही विशेष? काळजी करण्यासारखं?"

"डॉक्टर सांगतील ना तुला."

दुसऱ्या दिवशी मी परत डॉक्टरकडं गेले. मला काय झालं होतं, ते डॉक्टरांनी मला सांगितलं. ते बोलत असताना मी एका जुनाट खुर्चीत नुसतीच बसून होते. मनात सोनेरी भोपळ्यांचं शेत आणि त्यावरून उडत जाणारे हंस, यांचं चित्र रंगवत होते. जेव्हा समोरच्या वास्तवाला तोंड देता येणार नाही, असं मला वाटतं, तेव्हा माझं मन असंच दूर पळत राहातं. मी अगदी अलिप्त, कठोर होते. जणू काही ते वास्तव नाहीसं होणार असतं.

त्यानं मला एका तज्ज्ञ डॉक्टरांकडं जायला सांगितलं. त्या तज्ज्ञाला ताबडतोब भेटण्यात काही अडचण आली, तर मला सांग, असंही तो म्हणाला.

"तुला काय करायचंय ते तुझ्या नीट लक्षात आलं का?"

"या रोगाविषयी मला सगळं माहिती आहे." मी उत्तर दिलं. "माझा नवरा ब्रेन ट्यूमरने गेला. माझा भाऊ थायमोमानं मरण पावला."

"थायमोमा? त्याचा रोगी फारच विरळा."

"तो रोग ज्याला होतो, त्याला तो किती विरळा आहे, यानं काही फरक पडत नाही.

डॉक्टर गप्प बसला.

मी त्याचं बिल दिलं. माझ्या मोटारीत जाऊन बसले. मला खूप रडू येत होतं. हे माझ्याच कर्माचं फळ होतं, असं मला वाटत होतं. मी आयुष्यात जी पापं केलीत, त्यांचीच ही शिक्षा होती. मला चार महिन्यांपूर्वीची गोष्ट आठवली. क्वीन एलिझाबेथ द्वितीय संबंधीचं माझं काम आटोपून मी नुकतीच परतले होते. त्या वेळी मी आजारी होते. मला प्रचंड मानसिक थकवा आला होता. चिंता वाटत होती. कारण, तब्बल चार दिवस मी माझ्या प्रियकराशी बोललेसुद्धा नव्हते. या काळात त्याचबरोबर कोण असेल, याचाच विचार मनाला त्रास देत होता.

'तुझ्या अशा वागण्यानं कॅन्सर होईल तुला.' मी मला बजावलं होतं.

मला अजून एक बारीकशी आशा होती. माझ्या स्तनातली गाठ घातक नसून निरुपद्रवी असण्याची शक्यता होती. मी फ्लुरीला फोन केला. स्तनाच्या कर्करोगावर सिडनीत जो कोणी सर्वांत चांगला डॉक्टर असेल, त्याला शोधायला सांगितलं.

"अग, कुणाला हवाय असा डॉक्टर?"

"मला!"

"काय? शिट्!"

मी तिचं सांत्वन ऐकायला नकार दिला. तिच्यासोबत राहायला नकार दिला. मला माझ्या घरी राहायचं होतं.

सुखाची स्वप्नं आणि शुभशकुन यांची ही फळं! खरंच, मी अगदी बुद्दू होते. खरीखुरी भ्रमिष्ट व्यक्तीच असल्या फालतू गोष्टींवर अंधश्रद्धा ठेवत असते. पोरांचं मार्गदर्शन मला लाभतंय, असं मला वाटत होतं. मूर्खपणा! साराच मूर्खपणा!

मनात संताप आणि निराशा भरली होती. मी आधारासाठी माझ्या प्रियकराजवळ जाण्याचा जितका जितका प्रयत्न करत होते, तितका तितका तो दूर पळत होता. "अग, मी आहे ना! तुला नक्की मदत करीन." तो म्हणायचा. पण, मग फोन करेनासा झाला. सोबतीनं जेवताना मध्येच त्याला महत्त्वाच्या कामासाठी बोलावून घेतलं जाऊ लागलं. तो काहीतरी कारणं सांगायचा. मी त्यावर विश्वास ठेवायची. तीन वर्षांचा आमचा उत्कट सहवास होता. पण, त्याला त्याचं काहीच वाटत नव्हतं. हे सत्य मी स्वीकारू शकत नव्हते. धोक्याचे दिवे लुकलुकत होते. पण, मी त्याकडं दुर्लक्ष करत होते.

"सारेच पुरुष अशा अवस्थेत काढता पाय घेतात." मी मुद्दाम त्याची परीक्षा पाहायला म्हटलं.

"मी त्यातला नाही."

पण, तो त्यातलाच होता. त्यानं माझ्या सहवासात आणखी थोडा वेळ काढला. माझ्या आजाराचं नक्की निदान होईपर्यंत वाट पाहिली. मग, तो मला कायमचा सोडून गेला.

प्रत्येक क्षणी माझ्या मनात एकच प्रश्न असायचा. 'हे सगळं माझ्याच वाट्याला का आलं?' तीन आठवड्यांनंतर एका सकाळी इस्पितळातल्या माझ्या अंथरुणातून उठून, मी पहिल्यांदा बाथरूममध्ये अंघोळीला गेले; तेव्हा अगदी पहिल्यांदाच मी एका बाजूला झुकलेलं माझं शरीर पाहिलं. त्या क्षणीही मनाचा हाच आक्रोश चालला होता की, हे सारं माझ्याच वाट्याला का आलं?

मी इस्पितळाच्या खिडकीतून बाहेरचं जग पाहात होते. तिथं जीवन नेहमीसारखं धावतपळत चाललं होतं. लोक घाईगर्दीनं कामाला जात होते. वाहतूक जाम होत होती. सूर्य उगवत होता, मावळत होता. माझ्यासाठी मात्र पुन्हा हे आयुष्य पूर्वीसारखं कधीच राहाणार नव्हतं.

दोन आठवड्यांपूर्वी एका तंत्रज्ञ बाईनं एक लांब आणि जाड सुई माझ्या स्तनाग्राच्या कडेला खुपसली. मला प्रचंड वेदना झाल्या. पण, मी हुं की चूं केलं नाही.

"माफ कर हं. हे म्हणजे भयंकरच आहे." तिनं मृदू आवाजात माझं सांत्वन केलं.

तिनं ते इंजेक्शन दुसऱ्यांना दिलं असेल. पण, तिनं स्वतः ते कधी घेतलं असण्याची शक्यताच नव्हती. मी भोपळ्याचं शेत, उडणारे सोनेरी हंस, सूर्यास्त यांत मनाला गुंतवण्याचा प्रयत्न केला, पण माझं मन इथून त्या सुंदर जगात नेण्याचा माझा प्रयत्न सफल होत नव्हता.

मग, मी त्या विशेषज्ञ डॉक्टरांकडे गेले. त्यांच्या खोलीच्या खिडक्या सदैव बंदच ठेवल्या जात. हवा आतल्या आत फिरवली जायची. माझ्या आधी दोन बायकांचा नंबर होता. त्या दोघी शिकार करून आणलेल्या जनावरांसारख्या दिसत होत्या. तिथं कॉफी टेबलावर पडलेल्या मासिकांच्या ढिगाऱ्याकडे त्यांचं लक्ष नव्हतं. त्या दोघींपैकी एकीच्या कपाळपट्टीजवळचे केस पांढरे दिसत होते. ती आवाज न करता आतल्याआत रडत होती. मी त्या पांढुरक्या केसांच्या मुळांकडं लक्ष देऊन पहात होते. तुम्ही मरणारच असाल, तर केसांना कलप करण्यात काय अर्थ आहे? कदाचित म्हातारपण शाप ठरण्याऐवजी वरदान ठरत असेल.

तिच्याबरोबर एक हिप्पीच्या अवतारात असलेली मुलगी होती. ती खूपच तरुण होती. ती बहुधा म्हातारीची मुलगी असावी. सहलीच्या मार्गदर्शकानं बोलावं, तसं ती सतत बोलत होती. 'तोंडाचा पट्टा आवर', असं तिला सांगायचं माझ्या मनात आलं. मृत्युदंडाची वाट पाहणाऱ्या स्त्रीचं लक्ष कशानंही विचलित करता येत नाही.

दुसऱ्या स्त्रीसोबत तिचा नवरा होता. ती म्हातारी आणि दमलेली दिसत होती. तो बुटका आणि ढेरपोट्या होता. त्याची हनुवटी छातीवर लोंबत होती. रेझरमधून निसटलेल्या पांढऱ्या केसांचे झुपके कानाजवळ दिसत होते. त्याचं त्याच्या बायकोकडे लक्षच नव्हतं. 'त्यानं आयुष्यात कधी तिच्याकडं लक्ष दिलं नसावं. तो अस्वस्थ व रागावलेला दिसत होता, की मलाच आपलं तसं वाटत होतं? ती स्वार्थी आहे, असं त्याला वाटत असेल का? कॅन्सरनं आजारी पडून तिनं त्याचा आख्खा दिवस वाया घालवला, याबद्दल तो तिलाच दोष देत असेल का?'

मग, मी माझ्या झोळीतून पुस्तक काढलं. वाचनात गुंग झाले. माझ्या नावाचा पुकारा झाला, तेव्हा मी दचकलेच. मला बोलावणाऱ्या त्या विशेषज्ञ डॉक्टराच्या मागोमाग त्याच्या खोलीत गेले. एकच प्रश्न होता. निरुपद्रवी की घातक? त्या एका शब्दावर सारं आयुष्य लटकून बसलं होतं. एक शब्द म्हणजे जीवन होतं आणि एक शब्द म्हणजे मरण होतं.

याच्याही एक आठवडा आधी मी इथं बायोप्सी करायला आले होते. त्या वेळी मी स्वत:च काही नियम आखले होते.

माझ्या दादाला केमोथेरपी देण्यात आली होती. त्या वेळी मी हजर होते. "आता मी केमोथेरपी घेणार नाही. तशीच वेळ आली, तर मी तुस्कानीला सर्वोत्तम खाणं आणि सर्वोत्तम दारू मागवेन आणि डीन मार्टिनचं 'व्हॉलेर' ऐकत मरणाची वाट पहात बसेन."

"मान्य!" डॉक्टरनं कबूल केलं. तो सौजन्यशील वयस्कर माणूस होता. रोगानं पिडलेल्या स्त्रिया विश्वासानं त्याच्या हातात आपलं आयुष्य सोपवत आणि त्याची त्याला सवय होती.

आज मी त्याच डॉक्टरच्या समोर शांतपणे ताठ बसले होते. आज मी छान सजून आले होते. राखाडी रंगाचे तलम लोकरीचे कपडे, जवळचे सर्वांत मौल्यवान मोती, कानातले डूल, इटालियन चामड्याचे चकचकीत काळे बूट असा जामानिमा मी केला होता. अर्थात या प्रसाधनानं बायोप्सीच्या निदानात काही फरक पडणार नव्हता.

तिथल्या शांततेत माझा जीव गुदमरू लागला. ओलं ब्लँकेट तोंडावर दाबून धरल्यासारखं होऊ लागलं. तेव्हा मी विचारलं,"मग? मला तुस्कानीला जावं लागणार आहे का?"

डॉक्टरांनी समोरचं फोल्डर उघडलं. त्यात ठेवलेली कागदपत्रं काढली. ती चाळली. त्यानं एक खोल श्वास घेतला. हे सारं करताना तो माझी नजर चुकवत होता.

"हो. तुस्कानीच!" त्यानं शेवटी उत्तर दिलं.

सुटकेसाठी जीवाच्या आकांतानं फडफड करणारी हजारो पाखरं माझ्या पोटात फिरू लागली.

"मला अंदाज होताच."

"सॉरी. मला स्तन वाचवता येणार नाही."

म्हणजे आताच तो एक अनामिक बांडगूळ झाला होता. फक्त माझा स्तन नाही किंवा 'तुझा' स्तन वाचवता येणार नाही, असंही नाही. फक्त 'एक स्तन!'

"हरकत नाही. माझ्याजवळ दोन आहेत."

माझ्या तोंडून निघालेले शब्द ऐकून मीच चकित झाले. आई असेच फालतू विनोद करायची. ते बहुधा अप्रस्तुतही असायचे. ते मी अनेक वेळा पुन्हापुन्हा ऐकले होते. 'मी माझ्या आईसारखी होत चाललेय का?' ती दुसऱ्यांवरची संकटं हसण्यावारी न्यायची आणि आपल्या स्वत:वर संकटं ओढवून घ्यायची. माझंही तसंच होत चाललं होतं? मी म्हणायला धीरोदात्त होते, पण माझ्या आईसारखी

नाटकी नव्हते. निदान मी माझा तसा समज करून घेतला होता. तरीही ते फालतू विनोद मनात घोळत होते. तो कुचकटपणा तर खास एस्थरचाच होता. मग एकदम मनात आलं,'झाले समजा तिच्यासारखी, तर काय बिघडलं? तिचे अगदी चीड आणणारे स्वभावधर्म मला लागेपर्यंत मी जिवंतच राहाणार नाहीय.'

"ट्यूमर निपलच्या नेमका खाली आहे."

ट्यूमर! त्या शब्दाचा अर्थ हळूहळू माझ्यात पाझरत गेला. तो काय सांगत होता, ते नीटसं मला समजत नव्हतं. माझा उजवा स्तन कचऱ्याच्या डब्यात टाकावा लागणार होता, एवढंच मला ऐकू आलं होतं. नासलेल्या अन्नासारखा तोही बहुधा तिथंच टाकला जात असावा. मग एकदम माझा रूपाविषयी दिमाख जागृत झाला. मी इतकी बारीक झाले होते की, त्यामुळं माझ्या स्तनाचा आकार खूप कमी झाला होता. एक स्तन काढून टाकला, तरी ते कुणाच्या लक्षात आलं नसतं. मी उगाचंच सटरफटर तपशील विचारत राहिले. कारण, मला जो खरा प्रश्न विचारायचा होता, तो विचारायचा धीर होत नव्हता. मी बरी होण्याची किती शक्यता होती, असं मला विचारायचं होतं; पण, त्याचं उत्तर मला ऐकायचं नव्हतं. असले नको असलेले प्रश्न टाळण्यात मी चांगलीच तरबेज होते.

"मी सांगतोय ते तुला समजतंय का?" डॉक्टरनं मला विचारलं.

मी गप्प होते. मी बहुतेक बेशुद्ध पडेन किंवा पोरकटासारखं रडेन, अशी त्याला काळजी वाटू लागली. तो किंचित पुढं झुकून मोठ्यानं म्हणाला," तुझ्या उजव्या हाताखालची लसिकाग्रंथीही काढावी लागणार आहे. तिथंही रोगाचा प्रादुर्भाव झालाय का नाही, ते पाहावं लागणार आहे."

"हो... म्हणजे ठीकाय. चिंता करू नका. समजलंय मला सगळं. या सगळ्या दिव्यातून गेलेय मी याआधी! आधी माझा दादा. मग, नवरा. ते सगळं रूटीन ठाऊक आहे मला."

मी बोलत होते. पण, त्या वेळी माझ्या डोळ्यांसमोर पियानोच्या पट्टयांच्या लांबचलांब रांगेप्रमाणे पसरलेली अंतहीन वाट दिसत होती. त्या मार्गावरची दारं एकएक करून माझ्यासाठी धाड, धाड बंद होत होती.

घराचं स्वप्न? दार बंद!

सुट्यांची आखणी? दार बंद!

कामाच्या योजना? दार बंद!

कुत्रा पाळायचाय? दार बंद!

आयुष्य जगायचंय? दार बंद!

धाड, धाड करत एक, एक दार बंद होत गेलं.

मला मळमळून आलं. त्या हताश क्षणी मनात फक्त माझ्या आयुष्याच्या

क्षणभंगुरतेचा विचार होता. भविष्याचा विचार करण्याची माणसाची सहज प्रवृत्ती मी क्षणार्धात पुसून टाकली होती. आता फक्त वाट पाहात राहायचं. आशेचे जे काही थोडे कण समोर ठेवले होते, तेही आता झाडून टाकले गेले होते. पण, झटक्यात परतले.

"कॅन्सरची लागण किती आतपर्यंत गेली आहे, हे ऑपरेशन केल्याशिवाय कळणार नाही."

माझ्या मनात आशा पुन्हा निर्माण झाली. "तुम्ही काही अंदाज बांधू शकाल? नाही म्हणजे नुसता अंदाज?"

"नाही. मला वाटतं हा ट्यूमर तुमच्या शरीरात खूप दिवसांपासून असावा."

याचा अर्थ, काहीही आशा उरली नाही, असाच होता. शरीरात आजार पसरायला लागणारा पुरेसा काळ असं 'खूप दिवसांपासून' या शब्दांतून त्यांना सांगायचं असतं.

"वाईटात वाईट असं काय झालेलं असेल?"

"बोनमॅरोला त्याची लागण झाली असेल."

"नंतर?"

"बहुतेक रुग्णांवर केमोथेरपी केली जाते."

"त्यानं आजार बरा व्हायचं प्रमाण काय असतं?"

"ते बऱ्याच गोष्टींवर अवलंबून असतं."

"मी तुम्हाला आधीच सांगितलंय. मी केमो घेणार नाही."

"जर ती वेळ आली, तर पाहू. ऑपरेशन केल्यानंतरच आपल्याला ते कळेल. आता आपल्याला आजार लसिकाग्रंथींपर्यंत पसरला आहे का, एवढंच पाहायचं आहे."

याच क्षणी मी स्वत:ला बंद करून घेतलं, असं मला वाटतं. महत्त्वाचे प्रश्न मी विचारलेच नाहीत. 'मी जगेन का नाही? त्याची किती आशा धरायची? मला झालेला कॅन्सर कुठल्या प्रकारचा होता? हे आणि असं मला काहीच विचारायचं नव्हतं.' अशा तपशिलातून फक्त निराशाच पदरी पडते. मी स्वत:ला बजावलं की, 'सुसान, आणखी प्रश्न विचारायचे नाहीत. साऱ्या गोष्टीचे लगाम तुझ्याच हातात आहेत. या परिस्थितीशी तू लढा देणार आहेस. इतकंच नाही, तर तू जिंकणारही आहेस. तसल्या आकडेवारीशी तुझा संबंध नाही. ती तुला लागूच होत नाही.'

मनात एकाच मंत्राचा उद्‌घोष सुरू झाला. 'मी कणखर आहे. माझं शरीर कणखर आहे.' मनात जरा जरी शंका आली, तरी या मंत्राचा उद्‌घोष मी पुन्हा पुन्हा करू लागले. डोक्यांत मर्कटचाळे करणारे विचार मी हरतऱ्हेने कडीकुलपात

बंद करून टाकले. *'ही अवस्था तुझी तूच ओढवून घेतली आहेस. मिस फिट्झ-ट्वीडल.'* माझ्या चुका दाखवायच्या असल्या की, माझा नवरा पॉल माझा या नावानं उल्लेख करायचा.

एका क्षणात मला उमगलं की, मला मृत्यूचं भय वाटत नव्हतं. अस्तित्व शून्यतेची मला कल्पना करता येत नव्हती. मला भय वाटत होतं ते आजारपणाचं आणि त्यामुळे होणाऱ्या वेदनेचं. अगदी अखेरची अवस्था आली, तरी मी जादूटोण्याच्या वाटेनं जाणार नव्हते. दादाला घेऊन मी त्या वाटेनं गेले होते. केमोथेरपीच्या उपचारानं होणारा विध्वंस आणि वेदनाही मी पाहिल्या होत्या. माझ्यावर अशी पाळी आली, तर मी या वाटेनं जाणार नाही, अशी भाबडी शपथही घेतली होती. पण, ही तेव्हाची गोष्ट होती. आताची परिस्थिती वेगळी होती. आता खरोखरच माझी पाळी आली होती. वाळूच्या भोवऱ्याच्या अंधाऱ्या जगात मी गटांगळ्या खात होते. या जगात कुठल्याच प्रश्नाचं सरळ साधं उत्तर मिळत नाही. एक मात्र खरं. काहीही झालं, तरी यापुढं मला मोकळेपणानं श्वास घेता येणार नाही. कुठलाही दिवस मला सहजपणे गृहीत धरता येणार नाही.

ऑपरेशनसाठी केल्या जाणाऱ्या प्रक्रियेत भाग घेताना माझ्या मनात अगदी अलिप्ततेची भावना होती. माझे सारे व्यवहार झोपेत चालणाऱ्या व्यक्तीसारखे होत होते. डॉक्टरांची साहाय्यक माझ्या डोळ्याला डोळा न देता कोरड्या वस्तुनिष्ठपणे सारं काम सांभाळत होती.

"सात ते दहा दिवस इस्पितळात राहावं लागेल."

"ठीक आहे."

"ऑपरेशननंतर काळजी घ्यायला घरी कुणी आहे?"

"नाही."

"निकडीच्या प्रसंगी कुणाला बोलवायचं?"

'आई? नको. दूरचा कुणी नातेवाईक? नको. ऑफिसातले सहकारी? नाही. प्रियकर? बिलकूल नाही.'

शेवटी मी फ्लुरीचं नाव नक्की केलं. ती कणखर, प्रामाणिक, चतुर होती. एखादी समस्या उद्‌भवण्याच्या आतच तिचा अंदाज येऊन, ती निरसन करून टाकत असे. कित्येकांना तर तिनं त्यांच्यासाठी काय केलंय, हे कळतही नसे. ती एक छान, विनोदी आणि आवडावी अशी मैत्रिण होती. महत्त्वाचं म्हणजे ती कोणत्याही गोष्टीबद्दल किंवा व्यक्तीबद्दल एकदम मत बनवत नसे.

मी डॉक्टरच्या ऑफिसातून बाहेर पडले. फ्रेंच शँपेनची बाटली घेतली आणि डार्लिंगहर्स्टमधल्या एका केशभूषालयात पियाला भेटले. केस कापणं, गुंता सोडवणं, दारू पिणं करता करता आम्ही खूप विनोद केले. खदखदून

हसलो. माझा अतिउत्साह आणि काहीसा वेडसरपणा पाहून डोनाल्ड जरा काळजीतच पडला होता. डोनाल्ड तिथं केशभूषा करायचा.

"काय? चाललंय काय तुमचं?" त्यानं विचारलं.

"कुठं काय? काही नाही."

"काहीतरी लपवताय तुम्ही, ते मला आवडत नाही."

"ते माहीत आहे डोनाल्ड. काही विशेष नाही. लवकरच इस्पितळात जाऊन यावं लागणार आहे इतकंच. विशेष गंभीर असं काहीही नाही."

दुपार झाली होती. डोनाल्डनं त्याच्या कुत्रीला – ल्यूसीला सलूनच्या मुख्य दालनात यायला परवानगी दिली, ल्यूसी भयंकर उद्धट, नीतिनियम न पाळणारी, नखरेबाज कुत्री होती. एखाद्या सुंदर स्त्रीसारखी, ती आपल्याच मस्तीत हवं तसं वागत व वावरत असे. तिच्याकडं पाहताना मला माझ्या कॅन्सरचा विसर पडला.

"कुठून आणलंस तू ल्यूसीला?"

त्यानं मला कुत्र्यांची काळजी घेणाऱ्यांचं ओळखपत्र दिलं. माझ्याकडंही ल्यूसीसारखी एखादी कुत्री असावी, असं त्यालाही वाटत होतं. मी ते कार्ड माझ्या केशभूषेच्या बिलाबरोबर पर्समध्ये ठेवून दिलं आणि विसरून गेले.

एव्हाना रात्र झाली होती. हवेत गारठा होता. ती जून महिन्यातली रात्र होती. वारं सुटलं होतं. सलूनमधून मी आणि पिया भेलकांडतच बाहेर पडलो. माझ्या स्तनात निपलखाली वाटाण्याएवढी एक हरामखोर गाठ असून, ती वाढतेय आणि सगळ्यांना भय दाखवतेय, असं त्या वेळी आम्हाला पाहून कुणालातरी वाटलं असतं का?

"तू नीट जाशील ना? की तुला इथं गावातंच थांबायचंय?"पियानं विचारलं.

"नाही. मला घरी जायचंय."

"कुठंतरी जेवू या? तुला सोबतीची गरज आहे."

"मूर्खासारखं बोलू नकोस. मी ठीक आहे."

मी हसले. स्मित केलं. गुडबाय केलं. गाडीत बसून धाडकन दार लावलं. मग मात्र एकदम माझ्यातलं त्राण गेलं. *नेहमीच आनंदी राहण्याच्या आणि शौर्य दाखवण्याच्या प्रयत्नानं मी प्रचंड दमून गेले होते.* मला घड्याळाचे काटे उलट फिरवायचे होते. बालपणाकडं, त्या निरागस जीवनाकडं परत जायचं होतं. दूरस्थ मृत्यूची अंधूकशी कल्पनाही नसण्याच्या सुरक्षित काळात परत जायचं होतं.

मी घरी गेले. एरवी मी कुठंतरी बाहेर जेवायला गेले असते. पण, आज मला माझे कुणीही मित्र माझ्याजवळ नको होते. मला माझं घर हवं होतं. लव्हेट बेची शांतता हवी होती. धबधब्याचा आवाज ऐकत मला झोपायचं होतं. भल्या पहाटे उठून सूर्यप्रकाशानं उतरणीचे रंग नारिंगी झालेले पाहायचे होते.

भौतिक जगाची मला आस होती. भौतिक जग सोडावं लागेल, याचंच मला दु:ख वाटत होतं. एव्हाना लव्हेट बे माझं अभयस्थान झालं होतं. 'मी ते सोडणार नाही. खूप... खूप काळ मी इथंच राहाणार आहे. म्हातारी होईपर्यंत गॉर्डनसारखी. बोटीत बसणं किंवा सामान घेऊन पायऱ्या चढणं शक्य होणार नाही, इतकी जख्ख म्हातारी आणि तरीसुद्धा मी वाट चुकणार नाही किंवा विसरणार नाही.'

त्या रात्री मी दिवे लावूनच झोपले. मला सारखी दचकून जाग येत होती. दिवे लावून झोपायची आता सवयच झाली होती. डोळे उघडल्यावर मला भोवतीचं खरंखुरं जग बघायचं असे. अंधारातलं गूढ जग मला पाहायचं नव्हतं.

दिव्याभोवती किडे पिंगा घालत होते. प्रकाशाच्या तेजस्वी केंद्राकडं मृत्यूकडे अनावर आवेगानं ओढले जात होते. अंथरुणाजवळच्या टेबलावर पुस्तकांचा ढीग पडला होता. त्यांना अजून हातही लागला नव्हता. रूथ पार्क, विल्यम स्टायरन, ईसाबेल ॲलेन्डी या सर्वांचं लेखन मला आधीपासूनच आवडत होतं. पण एके काळी प्रेरणा देणारे त्यांचे शब्द आज मृत्युघंटेसारखे वाटत होते.

माझ्या मनाची उलघाल चालली होती. ते आक्रंदन करत होतं. इतस्तत: उधळत होतं. त्याला शांतता नव्हती. त्याच त्या निरर्थक गोष्टी डोक्यात पुन्हा पुन्हा येत होत्या. आयुष्यातले चांगले क्षण, वाईट क्षण. चुका, पश्चात्ताप. मग शेवटी मोठ्या घटना, प्रसंग. 'अरे, हे सगळं काय चाललंय?'

मला रात्री तीनच्या सुमारास जाग आली. ही चेटकिणीची वेळ असते. या वेळी सगळीकडं वाईट, भेसूर दिसायला लागतं. मी उठून पुस्तकाचं कपाट उघडलं. या वेळी त्यातल्या ग्रंथांतून मला पळवाटा शोधायच्या नव्हत्या. उलट खराखुरा दिलासा हवा होता. मला ज्यातून मार्गदर्शन करणारा देवदूत भेटू शकेल, असं एक लहानसं पुस्तक मी वाचायला घेतलं. ते माझ्या संग्रहात कसं आलं, याची मला अजिबात कल्पना नव्हती. ते पुस्तक आधी कधीच माझ्या नजरेस पडलं नव्हतं. मी तो शुभशकुनच समजले. मी दोन तास ते वाचलं. मग, टाकून दिलं. वेळ जेव्हा फारच थोडा असतो, तेव्हा या असल्या फालतू गोष्टींचा काही उपयोग नसतो.

'हा कणखरपणा तुला, तुझ्यातच शोधावा लागेल.' मी स्वत:ला बजावलं. सुरक्षिततेची काळजी घ्यावी आणि मगच धोका पत्करावा, असं आयुष्यभर ऐकत आलेय. पण, या वेळी माघारी यायचा प्रश्नच नव्हता. मी दिवा मालवला. सगळीकडं काशाच्या रंगाचा प्रकाश पसरला होता. मी माझा मंत्र जपायला सुरुवात केली. *'मी कणखर आहे. माझं शरीर कणखर आहे.'* झोप लागेपर्यंत मी या मंत्राचं पारायण करत राहिले.

सकाळी मी कामावर जायला निघाले, तेव्हा पाऊस पडत होता. वॉटरटॅक्सीतून

उतरून मोटारीपर्यंत जाईस्तोवर मी भिजून चिंब झाले. पण मला त्याची पर्वा नव्हती. रहदारी अस्ताव्यस्त होती. पण, त्याचा त्रास वाटला नाही. ऑफिसात पोहोचले, तेव्हा माझ्या पार्किंगच्या जागेत दुसऱ्याच कोणीतरी गाडी उभी करून ठेवली होती. पण, मी त्याला शिवीसुद्धा घातली नाही. मी इलेव्हेटरचं बटण फक्त एकदाच दाबलं. इलेव्हेटर यायला खूप वेळ लागला, तरी त्रागा केला नाही. जगाकडं पाहण्याचा माझा दृष्टिकोन बदलला होता. लहानसहान गोष्टींचा जीवाला त्रास करून घेण्यात अर्थ नव्हता.

मी ऑफिसातल्या लांब मार्गिकांमधून चालत गेले. तिथले गालिचे हवेसारखेच मळके आणि मलूल होते. टेबलांवर फायलींचे ढीग पडले होते. क्वचित कुणी वर्तमानपत्रात डोकं खुपसून बसलेला दिसत होता. कॉफीचा आणि ताज्या टोस्टचा गहिरा सुगंध सगळीकडं पसरला होता.

''शुभप्रभात!''

दैनंदिन व्यवहार सुरू झाले होते. कर्मचाऱ्याचे डोळे पाहिले की, कुणाला हँगओव्हर आहे, हे कळतं. माझ्या बाबतीत आजचा दिवस अपवाद होता. आज मला हँगओव्हर नव्हता. कोपऱ्यातलं ऑफिस रिकामं होतं. म्हणजे आज बॉसला उशीर झाला होता. कदाचित व्यायामशाळेमुळं तिला उशीर झाला असावा. आमच्या बॉसचे केस भुरे होते. तिचे ओठ अत्यंत रेखीव होते.

पश्चिमेकडील भिंतीला लागून असलेल्या लेगो क्युबिकल्समध्ये टेलिफोन खणाणत होते. बातम्या विकल्या आणि विकत घेतल्या जात होत्या. छायाचित्रांचे सौदे होत होते. माणसांचे आत्मे, सर्वांत जास्त किंमत देणाऱ्याला विकले जायला तयार होते. मी एकदा त्या विभागात बसले होते. तिथं एका मुलाचा बाप, मुलाविषयीची बातमी विकायला आला होता. खरं म्हणजे तो मुलगा नुकताच काही तासांपूर्वी मरण पावला होता. या गोष्टींचा मला त्या वेळी अजिबात धक्का बसला नव्हता. या गोष्टी नेहमीच्याच होत्या. पैसा हा पैसाच असतो. तो माणसांना मोहात पाडतो. शेवटी भ्रष्ट करून टाकतो. त्या बाबतीत त्याचा कुणीही हात धरू शकत नाही.

मी सारा दिवस माझ्या खोलीत बसून काम करत राहिले. माझं रहस्य मी मनातच लपवून ठेवलं होतं. *'नेहमीच मजेत!'*

मी उशीरापर्यंत काम करण्याऐवजी त्या दिवशी ऑफिस सुटायच्या वेळीच काम बंद केलं. साडेपाच वाजता मी माझा कोट उचलला. जाताना मी संपादकाच्या खोलीत डोकावले.

''मला काही व्यक्तिगत कामासाठी सुटी घ्यावी लागणार आहे.''

''का?'' केव्हा, ते विचारलं नाही.

"मला माझा स्तन कापून टाकायचाय."

बोलताना माझा आवाज कापला. त्यामुळे, मला भयंकर संताप आला. मी जायला वळले. पण, तिनं ताडकन उठून माझा हात धरला. ती छान, उंच, सडसडीत होती. तिनं काळे कपडे घातले होते. अंगावर सोन्याचे दागिने होते. बोटात मोठ्या झगमगणाऱ्या हिऱ्याची अंगठी होती. तिनं माझा हात धरून मला समोरच्या खुर्चीत बसवलं. स्वतः टेबलाच्या कडांवर टेकली. टेबलावर सुगंधित लिलीचा भव्य मोठा गुच्छ होता. त्याचा असह्य असा उग्र वास येत होता.

"काय झालंय?"

तिच्या स्वरातल्या सहानुभूतीनं माझ्या मनाचे बांध जवळजवळ फुटलेच होते.

"स्तनाचा कॅन्सर. स्तन काढून टाकावा लागणार आहे. फार दिवस नाही लागणार. लवकरच परत येईन."

"निदानाबद्दल तुझी खात्री आहे? दुसऱ्या डॉक्टरचं मत घेतलं आहेस?"

"माझी खात्री आहे."

"अंदाज काय आहे?"

"माहिती नाही. ऑपरेशन झाल्याशिवाय कळणार नाही."

"तुला भीती वाटतेय?"

"नाही. अजिबात नाही. आपल्या मृत्यूला तोंड देणं अवघड नसतं. पण... आपण ज्यांच्यावर प्रेम करतो, त्यांचं मरण सहन करणं अतिशय कठीण असतं."

पण, हे खोटं होतं. दोन्ही गोष्टी आपल्याला सारख्याच उद्ध्वस्त करून टाकतात.

दोन आठवड्यांनी मी इस्पितळात दाखल झाले. या दोन आठवड्यांत सहन केलेली प्रत्येक वेदना ही कॅन्सर पसरत चालल्याचा पुरावा होता. प्रत्येक रात्री माझ्या फडफडणाऱ्या आयुष्याचा चित्रपट डोळ्यांपुढून सरकत होता. हेच आयुष्य मी वेगळ्या प्रकारे जगायला पाहिजे होते, असे विचार मनात येत होते.

स्वागतकक्षात एका कृश आणि अस्वस्थ माणसानं माझा तपशील नोंदवून घेतला आणि मला माझ्या खोलीत नेऊन सोडलं. या माणसाला आपण कुठंतरी पाहिलं होतं, असं मला सारखं वाटत होतं. तो बोलत असताना अचानक मला आठवलं.

"ब्ल्यू माऊंटनजवळ तुमची रोपवाटिका होती का?"

"हो." तो जरा सावधपणानंच बोलत होता.

"तुमच्या वाटिकेतून मी खूप रोपं विकत घेतली आहेत. इथं कामाला लागून किती दिवस झालेत?" हे आणि असंच इकडचं तिकडचं मी बोलत राहिले.

आज नंतर इथं जे काही होणार होतं, त्यापासून मन दूर नेण्याचा मी प्रयत्न करत होते.

त्यानं केव्हातरी एकदा काही घरांपूर्वी, माझी बाग आखून दिली होती. त्या बागेत त्यानं काही खराब, आजारी रोपं लावली होती. मी रोज सकाळी उठून फुलांचे ताटवे फुललेले पाहायला जायची. पण, त्याऐवजी मला तिथं झडलेली पानं, माना पडलेली रोपं दिसायची. त्यांच्या मुळांना बुरी आलेली असायची. मी त्याला त्याचं कारण विचारलं. तेव्हा गरमीनं हे होतं, असं त्यानं सांगितलं होतं. हवामान, कडक उन्हाळा, खूप किंवा खूप कमी अपुरं पाणी अशी कारणं दिली होती. आता बोलताना आपलं वैवाहिक जीवन मोडलं, असून रोपांचा व्यवसाय विकून टाकल्याचं त्यानं सांगितलं. तो अगदी कफल्लक झाला असावा, असं वाटलं.

खोलीत जाताना माझी बॅग काही त्यानं घेतली नाही. त्या बॅगेत माझे नवीन कपडे होते. मला एक स्तन नाही, हे या कपड्यात सहज लपून गेलं असतं.

''खूप छान आहे ही खोली.'' त्यानं सांगितलं. ''प्रशस्त आहे. इथं भरपूर उजेड आहे. फरशीवर गालिचा आहे. दारखिडक्यांना पडदे आहेत. इथून बाहेरचं फार छान दृश्य दिसतं. या इस्पितळातली ही सर्वांत चांगली खोली आहे. पण, तुला दुसरी स्वतंत्र खोली मिळेपर्यंत इथं तुला दुसऱ्या रुग्णाबरोबर राहावं लागेल. बहुधा दोनेक दिवसांत मिळेल तुला दुसरी खोली.''

हे म्हणजे हॉटेलात खोली दाखवावी, तसं चाललेलं होतं. पण, या खोलीत लहान बार नव्हता. फ्रीज नव्हता. खोली सोडण्याच्या मुद्यावर तडजोडीची बोलणीही नव्हती. हवा कुंद आणि जीव गुदमरवणारी होती. खूप प्रशंसा केलेल्या गालिच्यावर भलेमोठे दिसणारे डाग स्पष्ट होते. मी अंथरूण दाबून पाहिलं. खाली अंथरलेल्या प्लॅस्टिकमुळे त्याचा करकर असा आवाज येत होता. पलंगाला एक पॅनेल बसवलेलं होतं. त्यातून दोन दोऱ्या लोंबत होत्या. एकीनं पलंगाची उंची कमीजास्त करता येत होती. दुसरीनं मदतीसाठी कुणाला तरी बोलावता येत होतं. खिडकीतून रस्त्याच्या पलीकडं असणाऱ्या धर्मशाळेचं दृश्य दिसत होतं. मृत्युशय्येवरच्या रुग्णांना तिथं ठेवलं जायचं. इथं आल्याबरोबर ती मला दिसली. त्यानंतर तिकडं माझं कधीही लक्ष जाऊ नये, याची मी कटाक्षानं काळजी घेत होते. मी तिथं जाणार नव्हते. तो भविष्यकाळ माझ्या वाट्याला येणार नव्हता. पण तरीही कधीतरी रात्री तिथं रात्रभर दिवा जळत असलेला दिसायचा. कुणीतरी मृत्यूचं भूत जाळून टाकायचा प्रयत्न करतंय, असं मला वाटायचं.

मी इथं आले, त्या दिवशी मी जास्तीत जास्त वेळ माझ्या बाहेरच्या पोशाखातच घालवला. पलंगाजवळ एक आरामखुर्ची होती. त्या खुर्चीत पुस्तक

वाचत बसले. परिचारिकांची ये-जा चालू होती. रक्ताचे नमुने घेतले गेले. महत्त्वाच्या खुणा नोंदवल्या गेल्या. मला कसलं वावडं आहे, ते नोंदवलं गेलं. हलाल करायला ठेवलेल्या बैलासारखं मला एक लेबल लावलं गेलं.

"हाय! माझं नाव मॅगी. तू आता कपडे बदलायला हरकत नाही."

मी पुस्तकाच्या पानातून डोकं वर काढून पाहिलं. खरं म्हणजे मला आता त्या कथेचा शेवट काय होता, हे पाहायचं होतं. सुखान्त असला, तर ठीक आहे. नाहीतर पुन्हा पुस्तकाला हात नाही लावायचा. रहस्यात आता काही थरार वाटत नव्हता.

नर्सनं माझ्यासमोर पांढरे सुती कपडे धरले आणि म्हणाली, "हे कपडे घाल. आणि अंथरुणात जाऊन झोप. मी एका मिनिटात परत येते."

मला जोरात ओरडावंसं वाटत होतं. 'ही भर दुपारची वेळ आहे आणि दुपारी फक्त आजारी माणसंच झोपतात. मी आजारी नाही. थकली असेन पण, मी आजारी नाही. हीच तर साली, सगळी गोची आहे. हवेशी नाही भांडता येत.' मी गप्प बसले. ही नर्स दयाळू होती. आज ती आनंदात होती. आज तिचा चाळीसावा वाढदिवस होता. चाळीशी गाठण्याच्या अनुभवानं ती उत्तेजित झाली होती.

अजूनपावेतो दुसरं अंथरूण रिकामच होतं. नर्स परत आल्यावर मी तिला विचारलं, "इथं कोण यायचंय गं?"

"मेंदूत ट्यूमर झालेली एक बाई."

"कुठल्या स्टेजला आहे?" हा प्रश्न मला माझ्या बाबतीत विचारायचा धीर होत नव्हता.

"फारशी चांगली स्थिती नाहीय तिची."

"वय काय तिचं?" वयाचा हा एक नवीनच मुद्दा माझ्या लक्षात आला होता.

"साठी उलटून गेलीय."

मॅगीनं माझा रक्तदाब तपासला. माझ्या नाडीवर तिनं शांतपणे बोट ठेवलं. घड्याळात पाहून सेकंद मोजले.

"थोड्या वेळापूर्वी हे सगळं दुसरं कुणीतरी करून गेलंय."

"होय. पण, आता हे रात्रंदिवस दर तासाला करावं लागणार आहे. तेव्हा याची सवय करून घे."

तिनं माझ्या हातावर हलकेच थोपटलं. "इंजेक्शन घेऊन लवकरच परत येते, म्हणाली. "पॅथेडाइनचं!" त्यानं आराम मिळतो." मी त्याची वाट पाहू लागले.

मी निर्वाणाची वाट पाहात होते. तेवढ्यात दुसऱ्या रुग्णाला खोलीत आणण्यात आलं. तिचे केस कापडी टोपीनं झाकले होते. तिचा चेहरा फटफटीत पडला होता. तिला अलगदपणे एका बिछान्यावरून उचलून दुसऱ्या बिछान्यात ठेवण्यात आलं. नर्सेस गेल्याबरोबर त्या आजारी बाईचा नवरा, तिची मुलगी आणि मुलगा आत आले. त्यांनी हातात हात घालून बिछान्याभोवती साखळी तयार केली. मग, त्यांनी माना झुकवल्या आणि मुलीनं प्रार्थना म्हणायला सुरुवात केली.

मला इथं थांबायचं नव्हतं. हे दुःख आणि प्रेम या त्यांच्या संपूर्णतः व्यक्तिगत बाबी होत्या. कारण, ते तिला निरोप देत होते.

ऑपरेशन दोन वाजता होतं. कधी नव्हे ते सर्व कार्यक्रम ठरलेल्या वेळेनुसार पार पडत होते. पॅथेडाईनच्या इंजेक्शनमुळं मला शांत वाटत होतं. त्यानं मला वाटलं होतं, तसं वास्तव बदललं नव्हतं. पण, एक झालं होतं. मला ऑपरेशन थिएटरमध्ये न्यायला स्ट्रेचरवर ठेवेपर्यंतच्या काळात आवतीभोवतीचे सारे लोक माझे छान नवे मित्र झाले होते, असं मला वाटू लागलं होतं.

"पॅथेडाईन?" स्ट्रेचर ढकलत नर्सनं विचारलं.

"होय," मी खुदुखुदु हसत होते.

"मस्तच! होय नं?"

स्ट्रेचर कोपऱ्यांवरून वळत होतं. लिफ्टमध्ये ढकललं जात होतं. माझ्या डोळ्यांसमोरचं छत गरगरा फिरत होतं. नर्सेस गप्पा मारत होत्या. त्यांची प्रेमप्रकरणं, प्रणय, सुट्या, रात्रीचं जेवण अशा अनेक विषयांवर त्या बोलत होत्या. ते संभाषण तुटकतुटकपणे माझ्या कानावर पडत होतं. अनेक नर्सेस माझ्याकडे पाहून हसत असल्याचं मला आठवतं. त्यांच्या डोळ्यांत करुणा आणि मिश्कीलपणाचे भाव उमटले होते.

मग, उलटगणना सुरू झाली. माझ्या हातावर एक फटका बसला. माझी रक्तवाहिनी शोधली गेली. भूल देणाऱ्या औषधाचा जीव नकोसा करणारा वास पसरला. डोक्यावरचे भगभगीत प्रखर दिवे पेटले.

"दहापासून मागचे अंक मोज." आवाजात आपुलकी होती. जणू काही आम्ही परस्परांना वर्षानुवर्षांपासून ओळखत होतो.

मी सातपर्यंत आकडे मोजले. मग माझ्या डोळ्यांपुढे अंधारच पसरला.

कुठल्यातरी बाईनं मला हाका मारायला सुरुवात केली. माझी शांतता विस्कटून टाकणाऱ्या त्या बाईचा मला भयंकर संताप आला. तिनं मुकाट्यानं निघून जावं, असं मला वाटलं.

"जागी हो. तुला माझं म्हणणं ऐकू येतंय का? सुसान."

तिचा आवाज जवळजवळ येत होता. माझ्या तोंडावर जड, भलंमोठं जीव

गुदमरवणारं असं काहीतरी टाकण्यात आलं होतं. मी ते काढून टाकण्याचा प्रयत्न करत होते.

"तुझा श्वासोच्छश्वास खूप जोरानं होतोय, मी काय म्हणतेय ते तुला ऐकू येतंय का? जरा हळू श्वास घे. हळू... हळू."

मी डोळे उघडले. त्यात अश्रू दाटून आले होते. मला माझं स्वप्न आठवत नव्हतं. दु:ख कळत नव्हतं. माझ्या चेहऱ्यावर प्राणवायूचा लावलेला मुखवटा जड जड वाटत होता.

"किती समजूतदार आहेस गं तू. हां! अस्सं. हळूहळू श्वास घे. आरामात राहा."

मला लहान मुलीसारखं निराधार वाटत होतं. माझं हे सगळं आयुष्य त्यातल्या जबाबदाऱ्या दुसऱ्या कोणालातरी देऊन मोकळं व्हावंसं वाटत होतं. एक तरुण चेहरा माझ्यासमोर तरंगत होता. तो छान आणि उत्साही होता. माझा मुलगा वाटावा, इतका लहान होता.

"तुझं नाव काय?"

"सुसान."

"कुठं राहतेस?"

"लव्हेट बे."

"आता थोडा वेळ आम्ही तुला इथंच ठेवणार आहोत. ॲनॅस्थेशिया उतरला की, मग तुला तुझ्या खोलीत घेऊन जाऊ. ठीकाय नं? तुला काही हवं असलं तर हाक मार."

मला माझ्या खोलीत, हलक्या हातांनी माझ्या अंथरुणावर ठेवत असताना जाग आली. हॉस्पिटलच्या कपड्यांचे बंद सुटले. साऱ्या अनोळखी लोकांसमोर मी विवस्त्र होत असल्याचं मला जाणवलं. कुणीतरी पटकन माझ्यावर पांघरूण घातलं. मला आभार मानायचे होते. पण, मेंदूच्या पुढं माझे शब्द सरकतच नव्हते.

माझ्या हातात, छातीत नळ्या टाकल्या होत्या. त्यात इंद्रधनुष्याच्या रंगाचा द्रव भरला होता.

"फार वेदना व्हायला लागल्या, तर हे दाब."

माझ्या हातात एक काळं सिलिंडर कोंबण्यात आलं आणि त्याच्या लाल बटणावर माझा अंगठा ठेवला गेला. "सुटका हवी असेल, तर हे दाबायचं."

"काळजी करू नकोस. ते औषध जास्त घेतलं जाणार नाही. आवश्यक तेवढी मात्रा झाली, की आपोआप थांबेल ते."

तशी वेदना जाणवत नव्हती. तरी रात्रभर मी ते बटण दाबत राहिले. गुंगी

आणणाऱ्या त्या गॅसनं माझ्या डोक्यातल्या माकडाला गप्प बसवलं. माझ्या छातीकडं, माझ्या नवीन शरीराकडं पाहणं, त्या गॅसमुळं काही क्षणांपुरतं का होईना, टळलं.

पहाटेलाच बाजूच्या अंथरुणात नवीन रुग्ण आली. ती तरुण होती. सुंदर होती. तिचे आईवडील हमिंगबर्डसारखे तिच्या आवतीभोवती पिंगा घालत होते. तिचा बॉयफ्रेंड हळूच आत आला आणि शालीनतेच्या मर्यादा पाळत तितक्याच हलकेपणानं निघून गेला. शेवटी ती जेव्हा एकटी राहिली, तेव्हा मी तिला 'हॅलो' केलं.

"काय झालंय तुला? इथं कशासाठी आली आहेस?"

"स्तनांचा आकार कमी करायचाय." ती म्हणाली. तिचे डोळे उत्साहाने चमकत होते.

"असं होय!" माझ्या तोंडून निघून गेलं. पण, क्षणात स्वतःला सावरत मी म्हणाले, "पण, का गं?"

"लोक माझ्या चेहऱ्याकडे पाहण्याऐवजी छातीकडंच पाहतात."

"खात्री आहे तुझी? तू सुंदर आहेस आणि तुझं शरीरसुद्धा प्रमाणबद्ध आहे."

आम्ही पुढं काही बोलायच्या अगोदरच दोन नर्सेस आल्या. त्यांनी तिचं मोजमाप केलं. मग ती बाहेर गेली आणि बऱ्याच वेळानं परत आली. संध्याकाळपर्यंत ती शांतपणे झोपली होती. त्या रात्री खूप उशीरा तपासणीसाठी आलेली नर्स एकदम घाबरली. घंटा वाजू लागल्या. मार्गिकेत खूप पावलांचे आवाज होऊ लागले. काही क्षणात त्या मुलीभोवती कोंडाळं जमा झालं. भराभर काही यंत्रं आणून शॉक ट्रीटमेंट दिली गेली. मग, औषधं दिली गेली.

"जागी हो, जेनेव्हिन, जागी हो." नर्सच्या आवाजात विनंती होती. प्रतिसादाची अपेक्षा होती.

"मला थंडी वाजतेय हो. मला खरंच खूप थंडी वाजतेय." शुद्धीवर आल्यावर मुलीच्या तोंडून शब्द बाहेर पडले.

'माणूस मरताना असं घडतं का? गार पडत पडत मग सारं थंडगार होतं का?'

तिला वेदनाशामक औषध गरजेपेक्षा जास्त दिलं गेलं होतं. ऑपरेशन थिएटरमधून परत आणल्यानंतर, वेदनाशामक औषधाची दुसरी मात्रा कधी द्यायची, हे नमूद करायचं राहून गेलं होतं. त्यामुळं तिच्यावर अक्षरशः मरणच ओढवलं होतं. लहान स्तनांच्या मोहात आयुष्य गमावण्याची पाळी आली होती. तिच्या बॉयफ्रेंडसाठी तिनं स्तन लहान करायचं ठरवलं होतं का? तो तिला

भेटायला पुन्हा काही आला नाही आणि मग ती घरी परत गेली.

काही दिवसांनी इस्पितळात राहाणं सुरक्षित आणि सुखाचं वाटू लागलं. आपण इतरांपेक्षा वेगळे आहोत, असा विचार करायची इथं गरजच नव्हती. सगळ्यांवर कुठला ना कुठला शिक्का बसला असायचा. सुपाच्या बोलमधून केस काढून टाकावा, इतक्या सहजतेनं इथं माणसाचे अवयव काढून टाकले जात होते. इथं दिवसभर सारे पायजमा घालून फिरायचे. प्रत्येकाच्या खुर्चीला एक लोखंडी दांडा असायचा. कसलंतरी द्रव असलेल्या प्लॅस्टिकच्या बॅगा लटकलेल्या असायच्या. दिवसभर झोपायचं. रात्रभरही झोपायचंच. हे अंधारं जग होतं.

शरीरात कॅन्सर किती पसरलाय, हे ऑपरेशन झाल्याशिवाय आणि लसिकाग्रंथीच्या तपासणीचा अहवाल आल्याशिवाय कळायला मार्ग नव्हता. या अहवालाची वाट पाहणं भयंकर होतं. मला तर ते एक स्तन गमावण्यापेक्षाही भयंकर वाटत होतं. स्तन हा माझ्या शरीराचा फक्त एक भाग होता. पण तो अहवाल माझ्या जगण्यामरण्याचा निर्णय देणार होता.

मला बघायला सर्जन रोज एकदा येऊन जायचे. दोन दिवसांनंतर मी त्यांना ऑपरेशन आणि तपासणी यांच्या निष्कर्षाबद्दल विचारलं.

ते ताडकन म्हणाले, "मला कळेल तेव्हा सांगेन मी तुला."

आशा आणि भय असे दोन्ही भाव माझ्या चेहऱ्यावर स्पष्ट उमटले होते. त्यामुळे, काही सांगणं त्यांना अवघड वाटलं असावं. मी तिसऱ्या दिवशी पुन्हा त्यांना तेच विचारलं. सारखं सारखं विचारण्याचा त्यांना राग येईल, अशी मला काळजी वाटत होती.

"मी सांगितलं तुला की, मला कळल्याबरोबर सांगेन."

मला त्याच्यावर ओरडावंसं वाटत होतं. त्यांच्या थोबाडीत द्यावीशी वाटत होतं. मला विचारायचा हक्क होता. हे माझं भवितव्य होतं.

एके काळी जिथं माझा स्तन होता, तिथं आता नळी लावली होती. त्यानं ती तपासली. तिथल्या हाडांची तपासणी केली.

त्यांचा दिवस कसा गेला, असं मी त्याला विचारलं.

"एका एकवीस वर्षांच्या मुलीचं ऑपरेशन केलं आज. फक्त एकवीस वर्षांची होती ती!"

माझ्या डोळ्यांसमोर क्षणात ते दृश्य उभं राहिलं.

चौथ्या दिवशी मी त्याला काहीच विचारलं नाही. पण, माझ्या अंथरुणाजवळ बसून त्यांनी माझा हात आपल्या दोन्ही हातात घेतला, तेव्हा मला श्वास घेणं अवघड झालं होतं.

"एका लसिकाग्रंथीला लागण झालीय." त्यांनी मला सांगितलं. "पण,

तिचा विस्तार खूपच कमी आहे. म्हणजे फारसं काही नाही. अगदीच नगण्य म्हणता येईल....''

''याचा अर्थ काय?''

''खूप काही बरं आहे, असं नाही. पण, खूप काही वाईटही नाही.''

सर्वार्थानं वाईटातल्या वाईट गोष्टीसाठी मी मनाची तयारी केली होती. ती दोघं गेली, त्या वेळी झालेलं दुःख अतिशय तीव्र उत्कट होतं. आपण मरणं हाच त्यातून सुटायचा मार्ग आहे, असं मला वाटत होतं. 'मृत्यू हा आयुष्याचाच एक भाग आहे. सोफियाला भेटलेल्या भिक्खूनं काय सांगितलं होतं? जे जे जन्माला आलंय, ते ते मरणारच. आता कदाचित माझी पाळी असेल. प्रत्येकाचीच पाळी येत असते. त्याला तोंड दे. पण, प्रयत्न सोडून मृत्यूला शरण जाऊ नकोस.'

डॉक्टरच्या शब्दांनी माझ्या मनाला उभारी आली. 'माझं आयुष्य पुन्हा नेहमीसारखं होऊ शकतं. पुन्हा मी नेहमीसारखी जगू शकते. घड्याळाचे काटे मागं फिरू शकतात. मला आणखी एक संधी मिळू शकते. परमेश्वरा! तुझे किती आभार मानू! केवढ मोकळं वाटतंय आता.'

डॉक्टरनं माझं उडणारं मन पुन्हा ताळ्यावर आणलं. त्याला लगाम घातला. ''अर्थात भविष्यात काय दडलंय, हे कळायचा काही मार्ग नाही. लसिकांग्रंथींच्या रचनेत एक सूक्ष्मशी कॅन्सरची पेशी शिरली, तरी ती होत्याचं नव्हतं करून टाकू शकते. या विषयावर कसलीही खात्री देता येत नाही. दोन वर्षं या आजाराची कुठलीही लागण न होता गेली, तर ती चांगली गोष्ट आहे. पण, पाच वर्षं संपूर्ण निरोगी राहिल्याशिवाय आम्ही कुणालाही रोगमुक्त झाल्याचं मानत नाही.''

''संपूर्ण निरोगीपण?''

''नाही... म्हणजे... संपूर्ण निरोगी, असं काही असत नाही. भविष्यात काय दडलंय, हे आपल्याला कळत नाही. कळतं का? ''तो उभा राहिला. त्यानं माझा हात हातात घेतला आणि पुढं म्हणाला, ''तर घरी जा आणि आनंदाने जग.''

हे शब्द मला अनिष्ट सूचक वाटले. मी एका घसरणीवर उभी होते. क्षणांपूर्वी मनात आशा निर्माण झाली होती. क्षणात निराशेच्या खाईत ढकलली गेले होते. मी प्रत्येक शब्दामागं काही वेगळा अर्थ दडला होता का, हे शोधत होते. प्रत्येक चेहऱ्यावरचे भाव तपासून पाहात होते. मी चंचल आणि वेडीपिशी झाले होते. आणि माझा हा भ्रमिष्टपणा उत्साहाच्या मुखवट्याआड लपवत होते.

माझा प्रियकर एकदा भेटून गेला होता. एका सकाळी तो अगदी घाईगर्दीनं आला. त्याला विमानतळावर जायचं होतं. त्याला घाई करणं भाग होतं. नाहीतर त्याची आंतरराष्ट्रीय फ्लाईट चुकली असती. तो दोन आठवड्यांसाठी जाणार

होता. त्याचा चेहरा नेहमी निर्विकार असायचा. पण, मी जेव्हा पाण्याचा पेला घ्यायला हात लांब केला, तेव्हा त्याला धक्काच बसला. स्तन नसल्यानं तो हात लांब करताना मला त्रास होत होता. माझी हालचाल हळू होत होती. अपंगांच्या हालचालीसारखी होत होती. सगळं बदललंय, हे मला वाटतं त्या क्षणीच त्याला उमगलं असावं. त्या क्षणी आमचं प्रेमप्रकरण संपलं असलं पाहिजे. हे वास्तव स्वीकारायला मला थोडा वेळ लागला.

ऑपरेशननंतर आठ दिवसांनी इस्पितळातून सोडावं, अशी मी विनंती केली. मी निदान आणखी दोन दिवस तरी राहावं, असं डॉक्टरांचं म्हणणं होतं. शेवटी, मी आणखी एक दिवस राहावं, असं आम्ही ठरवलं.

एका छानशा मैत्रिणीनं मला घरी पोहोचवलं. आम्ही तिला 'चेटकीण' म्हणतो. ती अतिशय सुंदर आणि आकर्षक असून, माझ्या मेव्हण्याची भागीदार होती. तो शनिवार होता. सकाळची वेळ होती. वातावरण स्वच्छ आणि उत्साहानं सळसळणारं होतं. माझी सगळी ज्ञानेंद्रियं विलक्षण संवेदनाशील झाली होती. रंग, गंध, आकार उत्कटतेनं शोषून घेत होती. विनाशाच्या प्रचंड काळ्या हॅटचं ओझं, काही काळापुरतं का होईना, माझ्या डोक्यावरून उतरलं होतं. माझ्या हाती आणखी काही वेळ होता. तो किती होता कुणास ठाऊक? पण, तो होता. या काळात मला पुन्हा नव्यानं आयुष्याची सुरुवात करता येईल. ही एक संधी मिळालेली होती. ती अशी उधळून लावायची नव्हती. या वेळी तरी नक्कीच नाही. कारण, ही मला मिळालेली शेवटची संधी होती.

सर्जरीनंतर निदान आठवडाभर तरी माझ्याबरोबर राहायचा केचा आग्रह होता. के माझी मैत्रीण आणि सहकारी होती. मी तिला खूप विरोध केला. पण, तिचा आग्रह कायम होता. ती कणखर, स्वत:ची मतं असलेली आणि निसर्गत:च आईचं काळीज असलेली, पण स्वत:चं मूलबाळ नसलेली स्त्री होती. माझं काही न ऐकता ती घाईगर्दीनं घरी येऊन दाखल झाली. येताना ती छानशी ताजी फडफडीत मासळी, भाजीपाला, मसाले आणि कुरकुरीत ब्रेड घेऊन आली होती. इस्पितळातल्या कागदासारख्या चवीच्या नि:सत्त्व जेवणानंतर हे अन्न म्हणजे मेजवानीच वाटत होती. आमचा दिनक्रम लवकरच ठरून गेला. उशीरा नाश्ता घ्यायचा. रात्रीचं जेवण मात्र लवकर घ्यायचं. रोज दुपारी आपापल्या खोल्यांत विश्रांतीला जाताना आम्ही वाचायला पुस्तकं घेऊन जात होतो. के खूप वेळपर्यंत ढाराढूर झोपत होती. लव्हेट बेच्या शांततेत तिला गुंगी येत होती. शहरातल्या असंख्य आवाजांचं इथं औषधालाही अस्तित्व नव्हतं. मी मात्र दुपारी वाचन करत असे.

मी डोना लिआनच्या ढीगभर पुस्तकांचा फडशा पाडला होता. ती व्हेनिसच्या

पार्श्वभूमीवर रहस्यकथा लिहीत असे. मला हे असं हलकंफुलकं आणि आयुष्याला ओझरता स्पर्श करून जाणारं साहित्यच हवं होतं. जीवन ढवळून काढणारं, त्याचा तळठाव घ्यायचा प्रयत्न करणारं वाचन मी टाळत असे. पण, खरं सांगायचं म्हणजे, बाहेरचं जग अंधारात बुडून जाईपर्यंत मी फारसं वाचतच नसे. बाहेर अंधारून आलं की, खिडकीच्या काचेत मला माझं प्रतिबिंब दिसायचं. तेच मी कितीतरी वेळ न्याहाळत बसायची. मी फारच थोडा काळ जगणार आहे, असं वाटणं, हा माझ्या कल्पनेचा खेळ तर नाही?

ते काहीही असलं, तरी संध्याकाळच्या आवाजांशी माझी लय जुळून जायची. संध्याकाळी काकाकुव्याच्या कर्कश किंकाळ्या तृप्त क्लक्ऽक्लक्ऽमध्ये बदलत. लहानलहान पाखरं, झोपेची वेळ होईपर्यंत उगाच या झाडावरून त्या झाडावर झेपावत, शाळकरी मुलांसारखा गोंगाट करत. मॅगपाईच्या स्वरातले आरोह-अवरोह वाऱ्यावर पसरत. एखाद्या दिवशी चांगलं नशीब असलं, तर पाचूसारखा हिरवा आणि रत्नासारखी लालचुटुक चोच असलेला रावा घरी जाताना दिसायचा. सर्वांत शेवटी कुकुबुराचा आवाज घुमायचा. हलकेच खुदुखुदु हसण्यासारखा तो आवाज असायचा. दिवस संपल्याचा आनंद तो व्यक्त करत असावा. त्याचा आवाज म्हणजे, निसर्गाला दिवे मालवायची सूचना देणारी घंटाच असायची.

जेवण तयार असल्याची केची हाक येईपर्यंत मी वाचायची. मग आम्ही छान सजवलेल्या टेबलवर बसायचो. काहीतरी साजरं करत असल्यासारखं मेणबत्त्या उजळत होतो. जेवताना मी मद्याऐवजी पाणी प्यायची. आता जुन्या सवयी बदलणं आवश्यक होतं. खरं म्हणजे, असला कसला तरी आधार घेतल्याशिवाय लोकांत मिसळणं कठीण जात होतं. पूर्वी संध्याकाळी वेळ नसायचा. दारूच्या पेल्यासारखाच तो वेळही भराभर संपून जायचा. आता मात्र संध्याकाळी भरपूर वेळच वेळ असतो.

दिवसभर फोन वाजत राहायचा. मित्र काळजीनं चौकशी करायचे. त्यांचा खूप आधार वाटायचा. ते इस्पितळातही यायचे. येताना फुलांचे गुच्छ आणायचे. त्यांच्या मनात माझ्याविषयी करुणा होती, सहानुभूती होती. सारे कसले कसले सल्ले द्यायचे. 'गाजराचा रस घे. ॲपलचा रस घे. चिनी झाडपाल्याची औषधं घे.' असं कायकाय सांगायचे. अरे, हे इतकं सोपं असतं, तर एवढी माणसं का मरण पावली असती?

जायच्या दिवशी केनं टॉर्टिला केला. स्पेन सोडायच्या आधी तिनं हा पदार्थ परंपरागत पद्धतीनं कसा करतात, ते शिकून घेतलं होतं. तिचा नवरा तिला घरी घेऊन जायला आला, तोवर टॉर्टिला शिजून छान सोनेरी झाला होता. त्यातल्या

लसणाचा सुगंध सर्वत्र पसरला होता. बटाटे आणि अंड्यामुळं अगदी मस्त झाला होता. इतका चवदार पदार्थ मी कधीच खाल्ला नव्हता. त्या दिवशी चार माणसांचं खाणं मी एकटीनं खाल्लं.

के खुशीनं हसत होती. तिचा नवरा डोळे विस्फारून पाहत होता. टॉर्टिलानं तिच्या भेटीचं सार्थक झालं, असं तिला वाटत होतं. तिच्या नवऱ्यानं खास चिलीयन पद्धतीनं माझ्यासाठी मसूर शिजवले होते. त्यानं शक्ती येते, असं त्यानं मला सांगितलं. तो हे सांगत असताना माझं मन भरून आलं.

आजार आणि अंधार हेच जिथलं जिणं आहे, त्या इस्पितळाच्या निर्वात कोशातून बाहेर पडणं, ही अत्यंत आनंदाची गोष्ट आहे. कसले कसले स्राव होणाऱ्या देहांची दुर्गंधी कुठल्याही जंतुनाशकानं जात नाही. सर्जरी झाल्यानंतर पहिले तीन महिने मी लोकरीचा कृत्रिम स्तन माझ्या ब्राच्या कटोरीत ठेवत असे. त्याच्यावर गुलाबी रंगाच्या सॅटीनचं आवरण होतं. मला तो कृत्रिम स्तन वापरणं नकोसं होई. माझा दुसराही स्तन काढून टाका, असं मी डॉक्टरांना सांगून टाकलं होतं.

मला आजार उलटण्याचं भय वाटत होतं, असा डॉक्टरांचा समज झाला. पण, तसं नव्हतं. आपल्या शरीरातला एखादा अवयव खोटा आहे, नकली आहे, ही कल्पनाच किळसवाणी वाटते. डॉक्टरनं मला थोडा धीर धरायचा सल्ला दिला. विचार करायला सांगितलं. पण, मी ठाम होते. माझी जखम भरून आल्यानंतर सिलिकॉनचा गोळा मला स्तनाच्या जागी लावायचा नव्हता. हा असा कृत्रिम स्तन निळ्या डब्यात मिळतो. त्या डब्यावर आयुष्यासंबंधी काहीतरी बाष्कळ असं छापलेलं असतं. तो स्तन मऊ आणि गुलाबी रंगाचा असतो. तो जेलीफिशसारखा दिसतो. दर रात्री, माझ्यासारख्या स्त्रियांसाठी खास तयार केलेल्या ब्रामधून तो काढायचा. डब्यात नीट ठेवायचा. त्याचा आकार नीट राहावा, म्हणून अशी काळजी घेणं आवश्यक असतं.

दुपारच्या वेळी जेव्हा मी विश्रांतीसाठी आडवी होते, तेव्हा हा कृत्रिम स्तन उर्मटासारखा ताठ उभा राहातो. दुसरा बिचारा हलकेच माझ्या बरगड्यांवर किंचित पसरतो. मी या नव्या स्तनाला एक नाव दिलंय. टॉमटिट! कधीकधी तो लावायचा मी विसरून जाते. तो लावणं आवश्यक आहे, हेच मी विसरून जाते. कारण, मी आता आरशात पाहाणंच सोडून दिलं आहे. त्यामुळं, दोन स्तनांच्या ऐवजी एकच उरलाय, हे माझ्या लक्षातच येत नाही.

एकदा कॅन्सर झाला की तो आपल्या मनाला, अपराधी सदसद्‌विवेकबुद्धीसारखा कुरतडत राहातो. तपासणीसाठी प्रत्येक वेळी सर्जनकडं जाताना मनात भयाचं वादळ सुरू होतं. 'ही गाठ कसली आहे? हे इथं का दुखतं?' अनेक लहानसहान त्रासांकडं आपण इतर वेळी सहजपणे दुर्लक्ष करत असतो. पण, अशा अवस्थेत तेच त्रास मनात प्रचंड भय निर्माण करतात. 'आजाराची परत लागण झाली का? मरणाकडं माझी वाटचाल सुरू झाली का?' मी केमो घ्यायला नकार दिला. पण, मनावर दडपण आहेच. मला वेगवेगळ्या रुग्णांविषयी सांगण्यात आलं होतं. एक जगला, एक मेला. पण, असली आकडेवारी आपल्या सोयीनं हवी तशी वळवता येते. येते नं?

माझा दादा इस्पितळात असतानाच्या आठवणी मनात दाटून येत होत्या. त्याच्या दुबळ्या रक्तवाहिन्यांत हे विषारी रासायनिक मिश्रण थेंबथेंब झरत होतं. माझे मित्र ज्या वेळी ही कठोर उपाययोजना करून घ्यायचा आग्रह करत, तेव्हा मला तेच आठवायचं. जॉनवर हे उपचार सुरू असताना मी रोज त्याच्याशी बोलत असे. त्या वेळी मी सिडनीत राहायची. तो मेलबर्नमध्ये राहायचा. मी त्याचा तो क्षीण होत जाणारा आवाज ऐकायची. एकदा तर तो जवळजवळ बोलूच शकत नव्हता.

"काय झालं?" मी विचारलं.

"रात्री जरा त्रास झाला. झोपेत छातीतली नळीच मी काढून टाकली."

नर्सेसना तो इस्पितळाच्या मार्गिकेत फिरताना दिसला. त्याच्या जखमांतून रक्त वाहात होतं. त्याला भ्रम झाला होता. तो भ्रमातच आपल्या घराचा रस्ता शोधत होता. आजारापेक्षा उपाययोजनाच असह्य झालीय, असं मला वाटलं. नर्सेसनी त्याला शांत करून परत झोपवलं. त्यानंतर मात्र त्यानं पुन्हा त्या औषध झरणाऱ्या नळ्या लावू दिल्या. कारण, तो शूर होता आणि त्याची जगण्याची इच्छा प्रबळ होती.

माझी गोष्ट त्याच्याहून अगदीच वेगळी होती. केमो घेणं, न घेणं हे जीवन आणि मरण यातलं निवडण्यासारखं होतं का? माझी केस अगदी काठावरची केस आहे, असं सर्जननं मला सांगितलं होतं. लसिकाग्रंथींना लागण झाली नाही, याचाच अर्थ केमोची गरज नाही, असा आहे. अगदी म्हणजे अगदी लहान अंश दूषित झालाय. निर्णय मीच घ्यायचा होता. पाच वर्षांपर्यंत टॅमोक्सिफेन चालू ठेवणं पुरेसं आहे, असंही सर्जननं मला सांगितलं होतं. रोज दोन गोळ्या घेतल्या की, माझ्या शरीराचं इस्ट्रोजिन ताब्यात ठेवता येईल.

मला डॉक्टरनं हे सांगितलं, तेव्हा मी सुटकेचा निःश्वास सोडला; म्हटलं,

'बापरे! पाच वर्षं ही औषधं घ्यायला मी आनंदानं तयार होईन, असं कधी वाटलं नव्हतं मला!'

पण, माझ्या एका वरिष्ठ सहकाऱ्यानं माझा पिच्छाच पुरवला. तिनं आपला केमोचा आग्रह सोडला नाही. तिनं मला ऑन्कॉलॉजिस्टला भेटायला सांगितलं. एका चांगल्या पत्रकाराप्रमाणं तिनं माहिती गोळा केली होती. माझं नाव आणि फोननंबर लिहून ठेवायला तिनं सांगितलं. अखेर दोन दिवस बऱ्यावाईटाचा विचार करून मी ट्यूमरच्या विशेषज्ञाबरोबर भेटायची वेळ ठरवली.

ऑंकॉलॉजिस्टाच्या प्रतीक्षागृहात भिंतीवर उत्तम पेंटिंग्ज लावली होती. ताजी फुलं कोपऱ्यातल्या टेबलाची शोभा वाढवत होती. टेबलवर आधुनिक जीवनपद्धतीत भर घालणाऱ्या नियतकालिकांची चळत होती. मी मॅग्नोलिया ग्रँडाफ्लोराची, पुढच्या पिढीसाठी लागवड कशी करायची, याची माहिती वाचली. चादरीवर करायच्या भरतकामाचे टाके शिकले. प्रकाशयोजनेतले नवेनवे प्रवाह माहीत करून घेतले. स्वागतिकेच्या मागे ठेवलेल्या असंख्य फायलींच्या रांगांकडे लक्ष जाऊ नये, यासाठी जे जे करणं शक्य होतं, ते सारं केलं. 'इतकी कपाटं? इतक्या फायली? अरे, काही साथबिथ आलीय का काय? त्यातले किती जिवंत आहेत? किती मृत्यूच्या जवळ पोहोचले आहेत? आणि मरण पावलेले? त्यांची संख्या किती आहे?'

मी या मुलाखतीसाठी चांगले खास कपडे घालून आले नव्हते. मला फक्त निरोगी देह हवा होता. शरीर निरोगी असलं की, अंगावरच्या चिंध्यादेखील ऐटबाज कपड्यांसारख्या दिसतात.

दार उघडल्यावर एका गोल चेहऱ्याच्या हसऱ्या बाईनं माझ्या नावाचा पुकारा केला. ती एका बाजूला उभी राहिली. तिनं शेजारच्या खुर्चीकडं निर्देश केला. नीट आरामात बसता येईपर्यंत तिनं आपलं शरीर खुर्चीतल्या खुर्चीत घुसळलं. मग, माझी फाईल आपल्या पुढ्यात ओढली. मग, तिनं सर्जनचं पत्र वाचायला सुरुवात केली. ती बहुधा पहिल्यांदाच ते पत्र वाचत असावी. निदान माझा तरी तसा ग्रह झाला.

"अशा अवस्थेत तू काय केलं असतं?" मी तिला विचारलं.

एक उसासा टाकत ती खुर्चीत रेलून बसली. हातातलं बॉलपॉइंट पेन ओठावर आपटू लागली. मग, पेन खाली ठेवून तिनं आपली कोपरं टेबलवर ठेवली. समोर झुकली. आता तिचं सारं शरीर माझ्याकडं वळलं होतं.

"मी ती उपाययोजना करून, तिनं उत्तर दिलं."

"का? मी तर अगदी काठावरची केस आहे, असं मला सांगण्यात आलंय."

"कारण, तुझ्यात कॅन्सरच्या दोन प्रकारच्या पेशी आहेत. त्यातली एक

दुसऱ्यापेक्षा जास्त धोकादायक आहे.''

मी तिला आणखी काही प्रश्न विचारले नाहीत. मी उपचार करून घ्यायचं कबूल केलं. त्यासाठी माझा एकोणपन्नासावा वाढदिवस झाल्यावर दोनतीन दिवसांनंतरची वेळ मागून घेतली. त्या वाढदिवशी प्रियकरासोबत जेवावं लागेल, अशी माझी अपेक्षा होती. तो माझा वाढदिवस आजवर कधीच विसरला नव्हता.

त्या रात्री मी धीर करून सोफियाला बोलावलं. मला तिचं मत हवं होतं. मी योग्य तेच करत होते, असं मला तिच्याकडून ऐकायचं होतं. तिच्यात काही अद्‌भुत शक्ती असावी आणि तिनं 'गुड गर्ल' म्हटलं, की सगळं चांगलं होईल असा विश्वास वाटावा, अशी माझी इच्छा होती. कारण मी स्वत: क्षुब्ध आणि गोंधळलेली होते. कुठल्याही प्रश्नाची सरळसरळ किंवा स्पष्ट उत्तरं मिळत नव्हती. 'केमोनं मी कॅन्सरवर विजय मिळवेन, याची खात्री आहे का? नाही. अशी कुठलीच खात्री नाही. टॉमाक्सिफेन पुरेसं आहे का? ते कळायचा काही मार्ग नाही. कॅन्सरच्या पेशी माझ्या शरीरात आणखी कुठं लपून बसलेल्या नाहीत, याबद्दल तरी नक्की सांगता येईल का? नाही.'

माझी आयुष्यावरील पकड अगदीच कच्ची होती, याची मला कुठंतरी जाणीव होऊ लागली होती. कारण, ती वस्तुस्थिती होती. असा विचार करायला आपल्याला शिकवलं गेलेलं नसतं. सगळं आयुष्य आपण मजेत गृहितच धरतो. निदान, त्याला धोका निर्माण होईपर्यंत!

''मला अजिबात सुरक्षित वाटत नाहीय गं.'' मी सोफियाला फोनवर सांगितलं होतं.

''असं जगणं काही वाईट नाही.'' तिनं उत्तर दिलं.

''मला ही आणखी एक भेट मिळालीय, असं मात्र आता सांगू नकोस.''

ती अगदी बेंबीच्या देठापासून नेहमीसारखी खदखदून हसली.

''ओह डार्लिंग! तू अगदी खरं बोललीस. तसंच आहे ते. आपल्या वाट्याला जे आलंय, त्यापेक्षा जास्त मिळायला हवंय, असं फक्त मूर्खांनाच वाटतं. अग, मरण हाच आयुष्यावरचा सर्वांत चांगला तोडगा आहे.''

१३

शेवटी माझ्या प्रियकरानं माझ्या वाढदिवशीच आमचे संबंध तोडून टाकले. जेवायला भेटायचं की नाही, याविषयी अगदी शेवटच्या क्षणापर्यंत त्यानं मला काही कळवलं नाही.

आता त्याचा फोन येणार नाही, याबद्दल माझी खात्री झाली, तेव्हा मी वाण्याच्या दुकानातल्या रसकेंद्रात गेले. तिथं ताजा लसूण घातलेला गाजर आणि सेरीलचा रस घेतला. त्याचा उग्र दर्प माझ्याभोवती पसरला. माझ्या अंगालाही तोच वास येत होता. पण, तो रस घेतल्यानं मला खूप बरं वाटत होतं. अंगात तरतरी आल्यासारखं वाटत होतं. मग, फोन वाजला. तो प्रियकराचा होता. रस प्यायले नसते, तर बरं झालं असतं, असं वाटलं. पण, दुसऱ्याच क्षणी मनात प्रश्न उभा झाला, प्रियकर महत्त्वाचा की माझी तब्येत? तब्येतीपेक्षा प्रियकर महत्त्वाचा आहे, असं मानणं म्हणजे शुद्ध वेडेपणा होता.

"आपण एकत्र जेवणार आहोत की नाही?" त्यानं विचारलं.

आपण हा कॉल बंद करून टाकावा, असं मनात आलं. फोनचं छोटंसं बटण दाबून प्रियकराला हवेत उडवून लावावं, असं वाटलं. पण मी म्हणाले, "हो. जेवू या नं. कुठं?"

माझा फोन अचानक बंद झाला. बॅटरी संपली होती. खरं म्हणजे सगळा खेळ तिथंच संपवून नव्यानं आयुष्य सुरू करायची हीच संधी होती. पण, मी त्याला पुन्हा फोन केला. "लवकर बोल. कुठं भेटायचं?"

आम्ही जागा आणि वेळ ठरवली. तेवढ्यात फोन पुन्हा बंद झाला.

मी माझा गणवेश चढवला. जीन, सैल शर्ट आणि पियानं टाकून दिलेलं विंडचीटर. त्याची लोखंडी बटणं गंजायला आली होती. केमो सुरू करायच्या आधीच्या या भेटीत मला आकर्षक आणि उन्मादक दिसायचं होतं. मला खूप मजा लुटायची होती. पण, हे सारं जमेलसं वाटत नव्हतं. मला नीट हसणंसुद्धा

शक्य होत नव्हतं. मौजमस्तीचे दिवस नेहमीसाठीच संपले होते. लवकरच मला टक्कल पडणार होतं. माझ्या भुवया आणि पापण्यासुद्धा गळून जाणार होत्या. 'त्या वेगळ्या क्लबची सदस्या म्हणून लवकरच माझ्यावर शिक्का बसणार होता.'

हॉटेल छान होतं. तिथले टेबलक्लॉथ पांढरेशुभ्र होते. व्यवस्थित घड्या घातलेले नॅपकिन्स होते. सडसडीत वेटर्स काळ्या पोशाखात वावरत होते. वेटर्स जितके देखणे असतात, हॉटेल तितकंच महागडं असतं, असं मला वाटतं. इथं आम्ही अनेकदा आलो होतो. अगदी पहिल्यांदा इथं आले, तेव्हा मी पोटऱ्यांपर्यंत पोहोचणारा झगा घातला होता. केस स्वच्छ धुवून ते वळणदार केले होते. जोड्यांना चकचकीत पॉलिश केलं होतं. या हॉलमध्ये पायऱ्या उतरून आले, तेव्हा मला, मी लक्षाधीश असल्यासारखं वाटत होतं. प्रियकरानं माझी या उपाहारगृहाच्या मालकाशी ओळख करून दिली होती. मालकानं आमच्यासाठी दारूची बाटली मागवली होती. इतकंच नाही, तर तो काही वेळ आमच्याशी गप्पा मारत बसला होता. प्रियकराबरोबर घालवलेलं आयुष्य म्हणजे एक उत्सवच होता.

आमचं टेबल डेकवर लावलं होतं. हिवाळा असल्यामुळं हवेत खूप गारठा होता. तिथे प्लास्टिकच्या पट्ट्यांचे पडदे आणि गॅस हिटर्स लावले होते. पण, तरीही गारवा जाणवतच होता. शिवाय त्या पडद्यांमधून फिरणारं दृश्यही भयंकरच होतं. उबेचं निमित्त करून मी माझं जॅकेट काढलंच नव्हतं. कदाचित, सारखा खालीवर घसरणारा माझा सॅटिनचा गुलाबी स्तन झाकला जाऊन माझं वैगुण्य उघडं पडू नये, असं तर मला वाटत नसेल.

मी मेनूकार्डवरून नजर फिरवली. कधीकाळी ती पदार्थांची यादी वाचताना तोंडाला पाणी सुटायचं. पण, आता भूकच मेली होती. पदार्थ गिळण्याच्या नुसत्या कल्पनेनेच मळमळून यायचं. मी मासे आणायला सांगितलं. कारण, मासे तब्येतीला चांगले असतात, असं मला वाटतं. खरं म्हणजे मला मासे खायला अजिबात आवडत नाहीत. कोकराचं मांस किंवा स्टीक मला आवडतं.

वेटरनं माझ्या पेल्यात वाईन भरली. आपल्या तब्येतीविषयी बेपर्वा असण्यात किती मजा असते, याची मला ते पाहताना जाणीव झाली. वाईनचा तो पेला मी बेपर्वाईनंच पिऊन संपवला. मद्य पोटात गेल्याबरोबर माझ्या डोक्यातली कावकाव शांत झाली. काही मिनिटातच मला दारूची बऱ्यापैकी नशा चढली. मला पूर्वीसारखंच मस्त वाटू लागलं. एकीकडं मी मला 'सावकाश, सावकाश', म्हणून बजावत होते. पण, दुसरा पेला मी एका घोटातच संपवला. सगळी बंधनं वाऱ्यावर उधळून लावायला तो पुरेसा होता.

प्रियकरानं बाजूला असलेली पिशवी उचलून माझ्यापुढं ठेवली.

"हॅपी बर्थ डे."

मी ती पिशवी उघडली. तीत दोन पुस्तकं होती. एक प्रेमभंगाविषयी होतं. दुसरं कुत्र्यांविषयी होतं.

"यातून काही सुचवायचं आहे का?" मी विचारलं. त्याला काही सांगायचं होतं, याची मला खात्री होती. मी वाईनचा आणखी एक पेला रिकामा केला.

प्रेमप्रकरण कसं संपवायचं, याविषयी काही वर्षांपूर्वी आमचं सहजच बोलणं झालं होतं.

"फोनवर संबंध कधीच तोडू नयेत." तो म्हणाला होता. "निदान एकत्र भेटावं, जेवावं."

आज माझ्यावर ती वेळ आली होती. माझा विश्वासच बसत नव्हता. 'अरे, आज माझा वाढदिवस आहे रे. त्याची आठवण ठेव. नुकतंच माझं ऑपरेशन झालंय. मला एक स्तन कापावा लागलाय. लवकरच मी केमो सुरू करणार आहे. येत्या काही महिन्यांत मला आधाराची गरज असताना तू असा क्षुद्रपणा दाखवतो आहेस? केवढा दुष्टपणा आहे हा!'

पाठीचा कणा ताठ करत तो खुर्चीतच सरसावून बसला. तो किती महान आहे हे दाखविण्याचा प्रयत्न तो करत होता. त्याच्या चेहऱ्यावर काही भाव नव्हते. पण, तो तसा पूर्णपणे निर्विकार नव्हता. त्याच्या अधिकाराची सूक्ष्म जाणीव तिथं उमटली होती. त्याच्या एका हाताच्या बोटांनी टेबलावर ताल धरला होता. त्याची नखं नीट कापलेली, घासलेली आणि स्वच्छ होती. तो नाटकातलं एखादं महत्त्वाचं स्वगत म्हणायच्या तयारीत असलेल्या नटासारखा दिसत होता.

"माझी सगळी नाती शेवटी कधी ना कधी तुटतातच." तो म्हणाला.

मग मला दुसरं काहीच आठवेनासं झालं. मी वाईनचा ग्लास घ्यायला हात पुढं केला आणि बर्फाची बादलीच खाली पाडली. त्यातला बर्फ जमिनीवर सगळीकडं पसरला. हॉटेलातील लोक आमच्याकडं पाहू लागले. वेटर्स जमीन स्वच्छ करायला धावत आले. काय चाललं होतं, याचा त्यांना अंदाज होता. पण, प्रकरण दाबण्याचा ते प्रयत्न करत होते.

पण, मी तिथं तमाशा केला नाही. मी आजवर कधीच तमाशा केला नाही. मी डोळ्यात पाणीसुद्धा आणलं नाही. मी एखादं हलकंफुलकं उत्तर शोधायचा प्रयत्न करू लागले. (हे पुन्हा आईसारखं!) आणि मी त्याला जे उत्तर दिलं, त्याची मला आजही शरम वाटते. मी म्हणाले, " मला शक्य होतं, तेवढं सारं मी केलं. पण, ते पुरेसं नव्हतं, असं दिसतं." अरे देवा! अजून आकाश कसं कोसळलं नाही?

आपलं मोठेपण आणि वरचष्मा दाखवायला त्यानं आपला जबडा आणखीच आवळून धरला. माझ्या मनाचा संताप-संताप झाला. प्रेमाचं रूपांतर एका क्षणांत तिरस्कार आणि रागात झालं. किती सूक्ष्मसा फरक! पण, भावनांची तीव्रता तीच!

"आपली मैत्री कायम राहील." मी म्हणाले. पण, हे खोटं होतं. मला असं म्हणायचं नव्हतंच. उलट तो मरून पडावा, असंच मला वाटत होतं.

वेटर पुन्हा दारूची बाटली आणि पेला घेऊन आला. मी त्याला मिष्टान्नांची यादी आणायला सांगितलं.

माझ्या वागण्यानं प्रियकराला या वेळी मात्र धक्का बसला. त्याचा अलिप्तपणाचा मुखवटा गळून पडला. मी ताडकन उठून तिथून निघून जायला हवं होतं का? कोसळून पडायला हवं होतं का? माझ्या आधीच्या इतर साऱ्या बायांनी काय केलं असेल?

मी शांतपणे अगदी शेवटच्या घासापर्यंत मिष्टान्न चघळून खाल्लं. थांबेल च्यायला तो! पण, मी चिक्कार प्यायले होते. इतकी की आणखी प्यायची अनावर इच्छा निर्माण झाली होती. सारं सारं विसरून जाता येईल, इतकं प्यायचं होतं. मी कुठाय, कुणाबरोबर आहे, हे सारं विसरायचं होतं. समोरचा पेला रिकामा करून मी आणखी मद्य आणायला सांगितलं.

प्रियकर माझ्याबाबतीत आणखी आणखी अलिप्त होत गेला. पण, त्यानं संयम सोडला नाही. मात्र त्याच्या बोटांनी टेबलावर ताल धरायचं थांबवलं होतं. एवढा मोठा घाव बसूनही मी शांतपणे मिष्टान्न खातेय, हे पाहून तो जागीच खिळला होता.

मी त्याच्याकडं पाहिलं. आयला! आता काही मिनिटांपूर्वीच तर आपण त्याच्याकडे पाहिलं होतं. पण, एवढ्यात नुसती रात्रच नव्हती झाली, तर धो धो पाऊसही पडायला लागला होता. बाहेर सारं अंधारं आणि ओलं ओलं झालं होतं. मी मस्त पिऊन सातव्या आकाशात पोहोचले होते. दारूच्या वासात लसणीचा दर्प मिसळला होता. अशात मध्येच केव्हातरी मला आठवलं की, आई इथल्या जवळच्याच कुठल्यातरी रेस्तराँत माझी वाट पाहत होती. मी इथं आपल्या मित्राबरोबर जेवत बसले होते.

मी धडपडत कशीबशी उभी राहिले. एखाद्या अपरिचिताचे मानावेत, तसे सभ्यपणे त्याचे आभार मानले आणि सरळ चालू पडले. हॉटेलच्या दारातच मी क्षणभर थबकले आणि म्हणाले, "माझी आई ज्या हॉटेलात बसली आहे, तिथं फोन कर. आईला, बाहेर दारात उभं राहायचा निरोप द्यायला सांग. म्हणावं, मी तिथं पोहोचतेच आहे."

त्यानं मान हलवली. शक्य तितक्या लवकर दूर जायची त्याला घाई झाली

होती. त्याची दुसऱ्या कुणाशीतरी भेट ठरली असावी. आपल्या नवीन रखेलीसोबत तो दारू प्यायला जाणार असावा. गरीब बिच्चारी! ती माझ्यापेक्षा अधिक कणखर असावी आणि तिनं त्याला चांगलाच धडा शिकवावा, असं मला वाटत होतं. पण, तसं होईल का नाही, याविषयी शंकाच होती.

आई वाट पाहात होती, तिथपर्यंत मी धडपडत गेले. आणि तिलाच चर्च पॉइन्टपर्यंत गाडी चालवायला सांगितली. तो माझा शुद्ध गाढवपणाच होता. घराच्या परिसरातच असलेल्या शॉपिंग सेंटरपलीकडं तिनं क्वचितच गाडी चालवली असेल. वाटेत एखादी जरी गाडी दिसली, तरी तिच्या दृष्टीनं ती प्रचंड गर्दी ठरत असे. आज शुक्रवारची रात्र होती म्हणजेच ही सिडनीतील सर्वांत गर्दीची वेळ होती. सगळा रस्ता म्हणजे प्राणीसंग्रहालयच झाला होता.

त्या वाऱ्यापावसातून गचके खातखात चाळीस मैलांच्या गतीनं ती गाडी चालवत होती. त्या धक्क्यांचा त्रास होऊन मी मोठ्यानं ओरडत होते. मी फार काळ जगणार नाही, असं काहीतरी सांगणार असेन, असं तिला वाटत होतं. ती गप्प होती.

चर्च पॉइन्टजवळ आल्यावर मला सुरक्षित वाटलं. पार्किंगच्या साऱ्या जागा नेहमीप्रमाणे भरल्या होत्या. मी आईला 'कुठंही बिनधास्त गाडी उभी कर', असं सांगितलं. एव्हानापर्यंत मी स्वत:ला बरंच सावरलं होतं. दुपारचा प्रकार मनाच्या एका कोपऱ्यात ढकलून दिला होता. त्यावर नंतर कधीही विचार करता आला असता. प्रश्न एकच होता; मी अजूनही प्रचंड झिंगले होते.

मी त्या भयंकर प्रसंगाला कसं तोंड दिलं आणि एवढं सारं घडूनही काहीही न घडल्यासारखं कसं वागले, असं मी वर्षभरानंतर माझ्या मानसशास्त्रज्ञाला विचारलं होतं.

त्याच्या म्हणण्यानुसार, नको असलेलं सत्य मनाच्या कोपऱ्यात दडपून टाकायला मी खूप लहानपणीच शिकले होते.

''पुरुषात हे कौशल्य जन्मत:च असतं असं दिसतं.'' मी म्हणाले. हे म्हणताना प्रियकर माझ्या डोळ्यांसमोर होता.

त्या मनोरुग्णांच्या डॉक्टरांनं तीक्ष्ण नजरेनं माझ्याकडं पाहिलं. ''काही जण तर यांत तज्ज्ञच असतात.''

मी तो विषय तिथंच सोडून दिला.

चर्च पॉइन्ट पावसात चमकत होता. भरतीच्या मंद लाटांवर टिन्नी हेलकावत होत्या. आणि एकमेकींवर आदळत होत्या. तुर्की चढाव रांगेत मांडून ठेवावेत; तशा त्या दिसत होत्या. पाऊस जोरात पडत होता. त्यामुळे, पाणी फेसाळलं होतं. रस्त्यावरच्या दिव्यांच्या प्रकाशानं पावसाच्या धारांचं एक चित्र तयार झालं

होतं. आणि रात्रीला पावसाचा पोत मिळाला होता.

लोक आपापले विविध रंगांचे रेनकोट, छत्र्या सांभाळत आडोशाला उभे होते. त्यांना पावसाची पर्वा नव्हती. त्यांच्या हातात बिअरच्या बाटल्या होत्या. हा शुक्रवार होता. आठवड्यातला कामाचा शेवटचा दिवस. पॉइन्टला ही रात्र नेहमीच उत्सवाची रात्र असते.

मला कोण मदत करेल, याचा अंदाज घेत मी गर्दीवरून नजर फिरवली. गाडीतून सामान काढायचं होतं. माझा हात दुखत होता. छातीवरची जखम अजून भरली नव्हती. आईचं वय जवळजवळ ऐंशी वर्षांचं होतं. तिचे सांधे दुखत होते. आणि माझ्याविषयीच्या भयानं आणि श्रमानं तिचा खालचा ओठ थरथरत होता.

"मॅटी", मी गाडीतूनच जोरात ओरडून हाक मारली. "मॅटी, माझ्या आईची जरा काळजी घेशील?"

मॅटी हा हरकाम्या होता. आपल्याला करता येणार नाही, असं कोणतंही अवजड काम करायला हाक मारली की, मॅटी तत्परतेनं मदतीला येत असे. तो अजून चाळीशीलाही पोहोचला नव्हता. पण, त्याहूनही कितीतरी वयस्कर दिसायचा. त्याचा मूळचा देखणा चेहरा वर्षानुवर्षांच्या कष्टांनी काळवंडला होता. तिथली रिकामटेकडी पोरं त्याच्या आवतीभोवती घुटमळत असायची. बिग जॅक, स्कॉटी बॉब ही सगळी पोरं 'मॅटीची गँग' म्हणून ओळखली जायची. बाकीची काही पोरं आपली येऊनजाऊन असायची.

"नक्की दोस्त!" त्यानं उत्तर दिलं. त्याचे लांब पाय थंडीनं निळे पडले होते. त्याच्या एका हातात अख्खी सिगारेट होती. दुसऱ्या हातात जळतं थोटूक. मॅटी कधी लांब तुमान घालतच नसे. एखादं जोरदार हिमवादळ किंवा कोर्टातला खटलाच त्याला तुमान घालायला भाग पाडण्याची शक्यता होती.

मॅटीनं सिगरेटचा एक जोरदार झुरका मारला. हातातल्या बाटलीमधल्या बिअरचे घुटके घेतले. मग, एखाद्या दिमाखदार द्वारपालाच्या झोकात त्यानं आपला मळकट हात पुढं केला. त्याच शानदारपणे म्हणाला, "या दोस्त!"

आई एखाद्या पाखरासारखी थरारून गेली. ती मोठ्या नखरेबाजपणे हसली. तिनं आपल्या पापण्या फडफडवल्या आणि आपला पक्ष्यांच्या पंजासारखा हात पुढं केला. तोही अशा रुबाबात की, जणू काही मॅटी आता तिच्या बोटात अंगठीच घालणार होता. तिचं सारं भय, चिंता तिनं मनाच्या एका कोपऱ्यात टाकून दिल्या होत्या. ती काही क्षणांसाठी पुन्हा सुंदर युवती झाली होती. पुरुषांनी गोंडा घोळावा, पण हिनं त्यांना ठोकरून लावावं, अशी रूपगर्विता झाली होती. प्राचीन नाजूक राजकुमारीला घेऊन जावं, अशा हळुवारपणे मॅटी

तिला जेटीकडं घेऊन गेला.

नेमकी त्याच वेळी आपापली बिअर संपवून मॅटीची गँग खेकड्यासारखी डुगडुग चालत माझ्यापाशी आली. एक शब्दही न बोलता त्यांनी गाडीतलं सामान उचललं. दोन मिनिटांत वॉटरटॅक्सी प्रवासाला सिद्ध झाली. मोटार चुकीच्या जागी लावल्याबद्दल दंड होईल. पण, त्याला एवढं महत्त्व द्यायलाच हवं का? पैसे जातील एवढंच ना? कशाला बचत करायची आता? बचत करून ठेवण्यासाठी कदाचित काही कारणच उरणार नाही.

"जमेल का तुला सगळं दोस्त? नाही, म्हणजे घरी पोहोचल्यावर म्हणतोय मी?" मॅटीनं विचारलं.

त्यानं माझ्या चेहऱ्यावर आलेली सूज पाहिली होती. पण, माझ्या खाजगीपणावर अतिक्रमण करणारा कोणताही प्रश्न त्याने विचारला नाही. ही खास पिटवॉटरची पद्धत होती.

"थँक्स मॅटी! जमेल सगळं. मी तुला एक बिअर देणं लागते."

"चालेल दोस्त!"

तो वळून बाटल्यांच्या दुकानाकडं लांबलांब ढांगा टाकत जाऊ लागला. त्याच्यापाठोपाठ त्याची गँग एक शब्दही न बोलता चालू लागली.

एव्हाना पाऊस थांबला होता. पाण्याला काळ्या सॅटीनचं रूप आलं होतं. वॉटरटॅक्सीच्या मागच्या बाजूला पाणी पिसाऱ्यासाखं चमकत होतं. त्याच्याकडे बघत माझ्या मनात विचार आला... 'मी पॅसिफिक महासागरात पोहतेय. पोहतापोहता बुडून जाते. खोल, खूप खोल... आणि शेवटी दिसेनाशी होते... मग, सुटकेची एक काटकी अलगदपणे हाती येते.' गेल्या काही वर्षांत प्रेमप्रकरण संपवावं, म्हणून अनेक प्रयत्न केले होते, ते एकदाचं त्यानंच संपवलं. आता चिंता उरली नाही. तो कुठं असेल? काय करत असेल? तो फोन का घेत नाही? परतून फोन का करत नाही? त्याचं माझ्यावर प्रेम आहे का? या प्रश्नांनी जीव पोखरून घ्यायची आता गरज उरली नव्हती. तो माझ्यावर प्रेम करतो की नाही? या प्रश्नाचं उत्तर मिळालं होतं. ते होतं 'नाही'. एक भला मोठा गलेलठ्ठ नकार!

वाईनच्या बाटल्या आणि इतर सामान केनच्या डॉकवर काढून ठेवलं होतं. मी ते तिथंच राहू दिलं. त्याचं काय करायचं, ते उद्या पाहता येईल. पुन्हा पाऊस आला तर? तर, माझ्या वाढदिवसाच्या समारंभाला येणाऱ्या प्रत्येकाला येताना सोबत मद्याच्या एक-दोन बाटल्या आणायला सांगेन.

त्या रात्री आईच्या घोरण्यानंही मला जाग आली नाही. पण, हे सुख फार टिकलं नाही. माझा जीव रागानं जळू लागला. कॅन्सरचं भय मनातून गेलं होतं. त्याऐवजी, आपण फसवल्या गेलो, याचाच राग आला होता.

सकाळी आम्ही चहा-नाश्ता घेत बसलो होतो. आई डोळे बारीक करून माझ्याकडं निरखून पाहात होती. तिच्या डोळ्यांत प्रश्नचिन्ह उभं होतं. माझी अवस्था वाईट होती. रात्रीच्या बेसुमार मद्यपानाच्या खुणा माझ्या चेहऱ्यावर दिसत होत्या. डोळे लाल झाले होते. मस्कारा ओघळला होता आणि त्याच्याखाली बेपर्वाईनं वागण्याच्या जुन्या, काळ्या खुणा उमटल्या होत्या. डोकं प्रचंड दुखत होतं. मी स्वत:ला पुन्हापुन्हा बजावत होते. 'आजचा दिवस निभावून ने. उद्या सगळं चांगलं होईल.' पण, उद्या तर पार्टी होती. उपचार सुरू होण्यापूर्वीची एक मस्त धमाल, दणकेबाज पार्टी. आणि त्यानंतर? केमो! 'माझ्या या मूर्ख सणकीपणाला मी शिव्या घातल्या. माझा आत्मविश्वास ढासळला होता. माझा माझ्यावर ताबा राहिला नव्हता. दारूमुळं ही अवस्था झाली, असं म्हणता येत होतं. पण, खरं म्हणजे मी खूप एकटी, एकाकी होते. हाक मारावी, असं कुणीच नव्हतं. अगदी बेभरवशाचं असलं, तरी चाललं असतं. गप्पा मारायला, बोलायला, देवघेव करायलाही कुणीच नव्हतं. नातं सोडा, नात्याचा आभासही उरला नव्हता.

"मला चहा नको. कॉफी हवीय." असं आईनं ठामपणे सांगितलं. मी मुकाट्यानं उठून कॉफी केली.

"पुढल्या वेळी इस्टंट कॉफी असली तरी चालेल." ती म्हणाली.

"माझं प्रेमप्रकरण होतं." मी मोठ्यांदा म्हणाले. जणू काही मोठ्या आवाजात सांगण्यानं त्याला काही विशेष अर्थ प्राप्त होणार होता.

"होतं?"

"त्यानं संपवलं. कालच!"

"अच्छा! म्हणजे त्याच्यामुळं हे सगळं चाललं होतं होय कालपासनं?" ती सहजपणे म्हणाली. "मला वाटलं, काहीतरी गंभीर गोष्ट असेल, म्हणजे मरण वगैरे किंवा त्यासारखं काहीतरी."

मग हळूच पुढं म्हणाली,"नाहीतरी कापाकापी केलेली पुरुषांना आवडत नाही."

मी तिच्या म्हणण्याचा नक्की काय अर्थ होता, हे शोधू लागले. पुरुष दुबळे असतात आणि त्यांच्यात आजाराला तोंड देण्याचं धैर्य नसतं, असं तिला म्हणायचं होतं? की मी आता कुठल्याही अर्थानं आकर्षक राहिले नाही, असं म्हणायचं होतं?

ती उठून आपल्या सुटकेसजवळ गेली. माझ्यासाठी तिनं वाढदिवसाची भेट आणली होती. तिनं आणलेला तो पोशाख जाळीदार, चमकदार, मादक होता. त्यातला टॉप अगदी घट्ट अंगासरशी बसणारा होता. पण, त्यामुळं स्तन नसलेला छातीचा भाग फारच प्रामुख्यानं उठून दिसला असता.

मी तिचे आभार मानले आणि तो ड्रेस पुन्हा बांधून ठेवला. काही महिन्यांनी मी तो सेंट व्हिन्नीच्या कपड्यांच्या डब्यात टाकून दिला. चुकीच्या भेटवस्तू खरेदी करण्याचा भयंकर अवगुण माझ्यात कुठून आला, ते आता मला चांगलंच उमगलं होतं.

सहा दिवसांनंतर मी रॉयल नॉर्थ शोअर हॉस्पिटलच्या, भूलभुलैय्यासारख्या मार्गिकेतून, केमोच्या उपचाराची खोली शोधत फिरत होते.

मला ती खोली सापडत नव्हती. मी घाबरले होते. मी करतेय ते बरोबर आहे की चूक, हेच मला कळत नव्हतं. शेवटी मी पियाला मोबाईलवर फोन केला. "हा एक प्रकारे शकुनच आहे पिया."

"म्हणजे काय? कसला शकुन?"

"हा उपचार करून घ्यायचं माझ्या नशीबी नाहीच."

"अग, हे नक्की काय चाललंय तुझं? नशीबी नाहीच म्हणजे काय?"

"मला खरंच कळत नाहीय गं; काय करायचंय ते. योग्य काय, अयोग्य काय काहीच कळत नाहीय."

"तर मग तू असं का नाही करत? तू कुणाला तरी नीट पत्ता विचार. आणि जेव्हा तुला ती जागा सापडेल, तेव्हा तू पुढं काय करायचं ते ठरव." ती नेहमीच अशी व्यावहारिक असायची.

"असं म्हणतेस? ठीक आहे. मी करते तसं."

"मी येऊ का तिथं?"

'ये गं! मला या वेळी खरंच कुणाचा तरी आधार हवाय. कुणीतरी आपला हात हळुवारपणे हातात घेऊन आपल्याला धीर द्यावा. म्हणावं, काळजी नको करूस. सर्व काही ठीक होईल. काहीही झालं, तरी तुला काही होणार नाही. आयुष्य राहील... असंच... कायमचं! चिरंतन!... पण, खरं म्हणजे हे घडवायला इथं कुणी पऱ्या नाहीत. त्यांच्या जादूच्या छड्याही नाहीत. जी काही चमत्कार घडवू शकेल, अशी तर नाहीच नाही.'

"नाही पिया. तू यायची गरज नाही. ठीक होईल सगळं."

मी स्वागतिकेकडं चौकशी केली. ती खूप वैतागलेली होती. तिनं मला त्या चकचकीत, राखाडी चक्रव्यूहातून नेमकी जागा कशी शोधायची, ते सांगितलं.

तिथं दुसऱ्या एका बाईने मला काही फॉर्म्स भरायला दिले. एव्हाना पुन्हा माझ्यातली अभिनेत्री जागी झाली होती. माझ्या वागण्यावर माझं पूर्ण नियंत्रण

होतं. मी उत्साही होते. पण, इथली कर्मचारी मंडळी अनुभवी होती. त्यांनी तऱ्हेतऱ्हेचे रुग्ण पाहिले होते. त्यांचं वागणं पाहिलं होतं. माझ्या वागण्यानं ते फसले असतील, असं काही मला वाटत नाही.

त्या केमो वॉर्डमध्ये सगळं सहजतेनं चालू असल्याचा आभास होता, तिथं चहासाठी एक खोली होती. त्या खोलीत सँडविच आणि बिस्किटंपण मिळायची. केकसुद्धा मिळायचा. उपचार जितके भयानक, वस्तू तितक्याच चांगल्या. मी अधाशासारखं खा-खा खाल्लं. व्हाईट ब्रेडवर चीज आणि टोमॅटो घेऊन खाल्ले. बिस्किटं तर जणू काही मी लहानपणापासून पाहिलीच नव्हती. स्कॉच फिंगर्स, मग भरपूर दूध घातलेली कॉफी... मग, एका गुबगुबीत चेहऱ्याच्या नर्सनं माझ्या नावाचा पुकारा केला.

मी पृथ्वीवरून एका नवीन अनोळखी ग्रहावर पाऊल ठेवलं. तिथं करकर आवाज करण्याच्या प्लॅस्टिक खुर्च्यांवर लांब चेहऱ्याची माणसं गपगार बसली होती. लोखंडी दांड्यांवर भडक रंगांचे पडदे लटकत होते. त्या आयुष्याच्या क्षीण दोऱ्या होत्या? की मृत्यूचा क्षण थोडा पुढं ढकलण्याचा प्रयत्न होता?

तिथं कुणी काही वाचत नव्हतं. सगळ्यांची डोकी एकतर छातीवर झुकलेली होती किंवा काळपट खिडक्यांतून दिसणाऱ्या कळकट छताकडं वळली होती. कदाचित, ते आपल्या गतआयुष्याचा जमाखर्च मांडत असावेत. भविष्याची स्वप्नं पाहण्याचं धैर्य त्यांच्यात नसावं.

मी कुणाशीच बोलले नाही. फक्त आवतीभोवतीची माणसं न्याहाळत बसले. 'कुणाचे केस बऱ्या अवस्थेत आहेत, कुणी टक्कल झाकून घेतलंय, अजून उपचार सुरू न झाल्यानं कुणाचा चेहरा बरा दिसतोय, कुणाच्या चेहऱ्यावरची रया गेलीय, कोण अर्धमेला झालाय.'

"मी हे सगळं करणं आवश्यक आहे का?"

नर्सनं थेट माझ्या डोळ्यांत पाहिलं. तिच्या डोळ्यांत संयम होता, कनवाळूपणा होता. तिनं आपल्या आयुष्यात किती वेळा हा प्रश्न ऐकला असेल? तिला विचारणं अयोग्य होतं. पण, विचारल्याशिवाय राहावत नव्हतं.

"केमो करून घ्यायला तुझ्यावर कुणी जबरदस्ती केली नाहीय. तू विचार कर. नंतर ठरव."

"माझ्या जागी तू असतीस तर, तू हा उपचार करून घेतला असतास?"

"होय." माझ्या चार्टकडे पाहात ती म्हणाली.

मग, मी तो विषय तिथंच सोडून दिला. मनात म्हटलं, जे काय अवघड, यातनादायक असेल, ते आताच होऊन जाऊ दे एकदाचं. म्हणजे पुढं भविष्यात पुन्हा त्याला तोंड द्यायला नको.

मी माझा हात पालथा धरला. तिनं माझ्या मनगटाजवळच्या मोठ्या रक्तवाहिनीत सुई खुपसली. औषधाचा प्रवाह सुरळीत सुरू झाल्यावर ती निघून गेली. मी मात्र सापळ्यात अडकून तिथंच बसून राहिले होते. मीच स्वत:ला बांधून घेतलं होतं. मला गदगदून रडायला येत होतं.

मी खोलीच्या मागच्या भागाला असलेल्या खुर्चीत बसले होते. तिथून बाहेरचं जग अगदी धूसर दिसत होतं. माझ्या मागं स्ट्रेचरवर एक म्हातारा रुग्ण झोपला होता. त्याचे केस गवताच्या पेंडीसारखे झाले होते. काळपटलेली कातडी गालफडांना ताणून बसली होती. राखाडी पँट, चौकडीचा शर्ट, हाताने विणलेला स्वेटर. तो त्याच्या नेहमीच्या कपड्यांत अगदी सनकाडीसारखा बारीक दिसत होता. फक्त त्याचं पोट तेवढं सुजून टम्म झालं होतं.

तो म्हातारा मध्येच कण्हला. त्यात वेदनेपेक्षा दु:खच जास्त होतं. त्याची बायको त्याच्याजवळच कसलंतरी स्त्रियांसंबंधीचं नियतकालिक चाळत बसली होती. त्याचं कण्हणं ऐकून तिनं हळूच त्याच्या हातावर थोपटलं. पण नियतकालिकातून डोळे मात्र काढले नाहीत. त्यातल्या झगमगीत, निरोगी जगात ती मनानं गुंतून पडली असावी; याबद्दल माझी खात्री आहे.

अश्रूंनी धूसर झालेल्या नजरेनं मी सारखी घड्याळाकडं पाहात होते. दोन तास कधी संपतील, याची वाट पाहात होते. औषधानं माझ्या शरीरात भराभर शिरून लवकर संपावं आणि मला इथून लवकर बाहेर जाऊ द्यावं, अशी सारखी प्रार्थना करत होते. पण, इथं कुणालाच घाई नव्हती. हाताच्या नसेतून सुई काढल्याशिवाय मला हलता येत नव्हतं. ओरडताही येत नव्हतं. मृत्यूच्या दरबारात आपण सारे विनम्र असतो!

तिथून बाहेर पडताना मी कुणीतरी बटबटीत डोळ्यांची परग्रहवासीय आहे, असं मला वाटत होतं. केमोनंतर सारखं मळमळून येतं. त्यावर उपाय म्हणून असलेल्या गोळ्यांची बाटलीही माझ्या खिशात होती.

"दिवसभर भरपूर पाणी प्यायचं. भरपूर लघवी करायची."

माझ्या नसेत औषध जात असतानाच नर्सेसची पाळी बदलली. नवीन आलेली नर्स उंच, देखणी होती. तिला सारखं कुतूहल होतं.

"खूप म्हणजे किती पाणी प्यायचं?"

"जेवढं पिता येईल तेवढं."

"रात्रीसुद्धा?"

"तुला शक्य असलं तर!"

मी माझ्या गाडीकडं चालत जात असताना माझ्यात काही बदल झाला होता का, याचाच शोध घेत होते. चक्कर येणं, कणकण वाटणं, डोकं हलकं

झाल्यासारखं वाटणं असं काहीही मला होत नव्हतं. फक्त एक अलिप्ततेची भावना तेवढी मनात होती. नाहीतरी आवतीभोवतीच्या इतर लोकांपेक्षा माझं रसायन आता वेगळंच झालं होतं. गाडीच्या आरशात माझे केस तपासून पाहिले. अजून ते डोक्याला पक्के चिकटून होते. उपचाराच्या दुसऱ्या सत्रापूर्वी ते गळायला सुरुवात होईल, असं मला सांगण्यात आलं होतं. मला टक्कल पडण्यापेक्षा पापण्या गळून पडायचीच जास्त भीती वाटत होती.

का कुणास ठाऊक, पण प्रत्येक चौकात लाल दिवा लागला की, मला खूप जोरात ओरडावंसं वाटत होतं. आपल्या अलिप्त कोशांत बसलेल्या भोवतालच्या वाहनचालकांना ओरडून सांगावंसं वाटत होतं की ,"अरे, मी आज केमो सुरू केलीय. मी आता इत:पर तुमच्यातली राहिली नाहीय." पण, अर्थातच मी तसं काहीच केलं नाही.

माझं मन आतल्याआत खदखदत होतं. मला घड्याळाचे काटे मागं फिरवता आले असते, तर किती बरं झालं असतं. माझं आजचं भय आणि निराशेनं व्यापलेलं रूप मला नको होतं. मला पूर्वीसारखंच खूप मजेत राहायचं होतं. खूप मजेनेच तर आजच्या अडचणी उभ्या केल्या होत्या.

मी त्या रात्री पियाच्या घरीच राहिले. जवळच असलेल्या एल चिपो या उपाहारगृहात रात्री स्पॅगेटी खाल्ली. मी माझी डोंगराएवढी स्पॅगेटी तर संपवलीच. वर तिच्यातलीही निम्मी फस्त केली. बाहेर रस्त्यावर वेश्यांचा आणि नशाबाजांचा रात्रभर धिंगाणा चालला होता. गाड्यांचे ब्रेक्स किंचाळत आणि ट्रक्स धडाडत होते. हे शहरातलं अव्याहत चालणारं संगीत होतं.

मी दचकून झोपेतून जागी झाले. मला दरदरून घाम सुटला होता. अंगाखालची चादरसद्धा भिजून चिंब झाली होती. अंगाची आगआग होत होती. वाफेनं अंघोळ करावी, तसे चटके बसत होते. काय होतंय, ते मला कळत नव्हतं. मी अंघोळ करून पुन्हा येऊन झोपले. ती जुलै महिन्यातली रात्र होती. बाहेर कडकडीत थंडी पडली होती. पण, तरीही मला अंगावर पांघरूण घ्यायची गरज वाटत नव्हती.

सकाळी मी बरी होते. रात्री जे झालं, त्याची एकही खूण शिल्लक नव्हती. मी अंघोळ केली. कपडे केले आणि ऑफिसला गेले. संध्याकाळपावेतो मात्र माझा अगदी लगदा झाला होता. मला घरी जायचं होतं. माझ्या घरी! मी पियाला फोन करून, वाट पाहू नकोस, म्हणून सांगितलं.

"तुला काही लागलं, तर मला फोन कर गं." ती म्हणाली. "की मी येऊ तुझ्याबरोबर?"

"नको. मला जरा एकान्त हवाय."

मी म्हणाले ते खरं होतं. लव्हेट बेला एकटं एकान्तात राहणं म्हणजे स्वर्गीय सुख अनुभवणं होतं.

मोना वेलला मी फळबाजारात थांबले. गाजर, ॲपल, सेलेरी, लसूण आणि अशाच इतर वस्तू खरेदी केल्या. केमोनं माझ्या शरीरातलं जे जे नष्ट केलं होतं, ते सारं मला भरून काढायचं होतं. मी पैसे काढायला माझ्या पर्समध्ये हात घातला, तेव्हा पैसे घेणारी बाई माझ्याकडे निरखून पाहत होती. माझ्या हातातली सुईची जखम आता काळीनिळी झाली होती.

"केमो?" तिनं विचारलं.

तिची त्वचा फिकुटली होती. केसांना लावलेला रंग उतरला होता. ती एकूणच पिचलेली दिसत होती.

"काय?" मी उत्तरादाखल प्रश्न केला.

"मी दहा वर्षांपूर्वी केमो केला होता. तू नक्की बरी होशील."

तिला घट्ट मिठी मारून तिचा मुका घ्यावा, असं मला वाटलं. या अज्ञात वावटळीत मी एकटीच सापडले नव्हते. तीही सापडली होती. त्यातून निभावली होती. मीही नक्कीच निभावेन!

घरी आल्यावर मी कॅन्सर सपोर्ट ग्रुपला फोन करायचं ठरवलं होतं. शस्त्रक्रियेनंतर चौकशीसाठी त्यांचा फोन आला, तेव्हा मला ग्रुपशी संपर्क साधायला सांगण्यात आलं होतं. मी फोन उचलला, पण मध्येच थबकले. साऱ्यांनी असं एकत्र बसून कॅन्सरवर गप्पागोष्टी करायची कल्पनाच मला किळसवाणी वाटली. मला फक्त जगण्यावर विचार करायचा होता.

त्या रात्री मी पुन्हा मळमळ प्रतिरोधक गोळ्या घ्यायचं टाळलं. मला मळमळत नव्हतं. अंथरुणाजवळच्या टेबलवर मी पाण्याचा तांब्या, भांडं आणि पुस्तकं नीट लावून ठेवली. ती माझी हत्यारं होती. तो माझा दारूगोळा होता.

त्या रात्री मी हवाबंद डब्यातली टुना मासळी खाल्ली. स्वयंपाकघरात उभ्यानंच मी जेवण घेतलं. मग, मी डेकवर मोकळ्या हवेत गेले. आपल्या परिचयाच्या प्रदेशातले ओळखीचे वास जनावरं शोधत असतात, तसंच माझं झालं होतं. हवा दमट, गार आणि स्वच्छ होती. मला मळूमळू लागलं आणि केमोची उबळ घशाशी येऊ लागली की, मी दीर्घ श्वास घ्यायची. खारट, गळून पडलेल्या पानांचा गोडसर वास, मातीचा वास... या धरतीचा. मी या धरतीखाली माती पांघरून पडलेली आहे, असं मृत्यूचं चित्र माझ्या मनात अनाहूत उभं राहिलं. 'मनात असे विचार येता कामा नये. ते आतल्या आत दफन करून टाकले पाहिजेत. एक मात्र खरं. माझी माती इथंच पडणार. इथं, या लव्हेट बेमध्येच.'

रात्रीचे तीन वाजले होते. बेडरूमच्या खिडकीतून पूर्ण उगवलेला चंद्र दिसत होता. मी अंथरुणातच ताडकन उठून बसले. पण, खाली उतरण्याआधीच मला भडभडून वांती झाली. घाणीनं सगळी खोली भरून गेली. मी गोळ्या घ्यायला हव्या होत्या. तिथली घाण साफ करायचंही त्राण माझ्यात राहिलं नव्हतं. खोलीत सतरंजी किंवा गालिचा अंथरलेला नव्हता, हे नशीब! साफसफाईचं काम तेवढंच कमी! मी थोडं पाणी प्यायले आणि पुन्हा झोपून गेले.

दुसऱ्या दिवशी ऑफिसमध्ये मला फारच भिरभिरल्यासारखं होत होतं. कामाला चालनाच मिळत नव्हती. नीट विचार करता येत नव्हता. समोरचं सारं अंधूक झालं होतं. फोनचा आवाज कर्कश वाटत होता. मला, हे जे काही होत होतं, ते मानसिक होतं की शारीरिक होतं? पण, ते महत्त्वाचं नव्हतं. खरं म्हणजे मला आडवं पडून डोळे मिटून घ्यायचे होते. मी अतिशय अशक्त झाले होते. तरीही हट्टानं काम रेटतच होते. 'हाडापर्यंत दमणे', या शब्दांचा अर्थ मला कळलाय, असं आताआतापावेतो मला वाटत होतं. पण, ते खरं नव्हतं. तो अर्थ मला आत्ता या क्षणी कळत होता. पण, तरीही मी हार मानली नाही. काम करतच राहिले. कारण, तेच सर्वसामान्य जगणं होतं. त्यामुळं, मी इतर लोकांच्या संपर्कात राहात होते. माझ्या मनाचं संतुलन बिघडतंय की, मी जगाकडं समंजसपणानं पाहतेय, हे मला या जनसंपर्कातूनच समजत होतं. आपल्यातच दीर्घ काळ गुरफटून राहण्यानं आपण विक्षिप्त होत असतो.

उपचाराचं पहिलं सत्र संपून एक आठवडा झाला. मी पुन्हा त्या सुंदर चित्र लावलेल्या प्रतीक्षागृहात गेले. डॉक्टर आपल्या खोलीत कुणातरी रुग्णाबरोबर बोलत बसली होती. खोलीतून हुंदके तेवढे ऐकू येत होते.

मग, माझी पाळी आली. आमचं ठरावीक संभाषण झालं.

"मी मजेत आहे. तू कशी आहेस?"

"छान."

माझ्यावर होणाऱ्या उपचारांची मालिका चार सत्रांची असेल, असं मी स्वत:ला बजावलं होतं. त्यातलं एक सत्र संपलं होतं. म्हणजे एक चतुर्थांश टप्पा पार केला होता. दुसरा डोस घेतला की, अर्धं अंतर पार होईल. जेव्हा अर्धं अंतर ओलांडलं जातं, तेव्हा प्रवास जवळजवळ संपतच आलेला असतो आणि एकदा सगळी सत्रं संपली की, सगळं व्यवस्थित होऊन जातं.

"उपचारानं बरं वाटलं?"

"हो." पहिल्याच रात्री झालेला त्रास सांगायचं मी विसरूनच गेले.

"मळमळलं?"

"हो. दुसऱ्या रात्री वांती झाली."

तिला धक्काच बसला. "असं व्हायला नको होतं."

माझी काहीतरी चूक झाली, असंच मला वाटलं. "तरीपण झालंय खरं!"

"तू गोळ्या घेतल्या होत्यास?"

"नाही."

"का?"

"कारण, मला अचानक उलटी होईपर्यंत काहीच त्रास होत नव्हता."

"उपचारानंतर पहिल्या तीन रात्री तू गोळ्या घेणं आवश्यक होतं."

"मला वाटलं... बरं वाटलं नाही तरच गोळ्या घ्यायच्या." कुठल्याही सूचना मी कधी नीट समजावूनच घेतल्या नव्हत्या.

तिनं मोठा उसासा टाकला. "आता पुढच्या वेळी आठवणीनं घे. कळलं?"

"हो. कळलं."

तिनं मला जवळच्या रक्ततपासणी केंद्राकडे पाठवलं. पुढच्या उपचाराच्या एक आठवडा आधी तिथून रक्ताची तपासणी करून घ्यायला सांगितलं. पुढल्या उपचाराची तारीख तीन आठवड्यांनंतर होती. नष्ट झालेल्या पांढऱ्या रक्तपेशींची या काळात किती भरपाई झाली, ते रक्ताच्या तपासणीतून पाहायचं होतं.

या वेळी माझ्या डाव्या हातातल्या रक्तवाहिनीची पाळी होती. उजवा हात पार कामातून गेला होता. त्यावर रक्तदाबसुद्धा घेता येत नव्हता. लिंफोएडीमा म्हणजे मोठा बागुलबोवा होता. सूज उतरता उतरत नव्हती. एका हातापेक्षा दुसरा हात खूपच जाड दिसत होता. लसिकांचं आवश्यक तेवढं प्रमाण नसल्यामुळे माझा हात विषाणूंचा प्रतिकार करण्याइतका सक्षम राहिला नव्हता. कुठल्याही प्रकारचा विषाणू संसर्ग धोकादायक ठरला असता. प्रेशर बँडेजशिवाय लांबचा विमानप्रवास करायचा नाही, असंही मला सांगण्यात आलं होतं.

जंतुनाशक औषधाची ट्यूब माझी यापुढं कायम सहप्रवासी होणार, हे कळायला मला थोड्या जखमा व्हाव्या लागल्या. ते खरं असलं, तरी मी माझ्या उजव्या हाताचे अजिबात लाड करायचे नाहीत, असं तात्काळ ठरवलं. जिथं प्रत्येक गोष्टीची ने-आण करावी लागते, अशा वातावरणात काम न करणाऱ्याचे लाड करणं शक्यच नव्हतं. पिटवॉटरच्या किनाऱ्यावर फक्त बोटीनंच ये-जा करता येते. तिथं हिंमत हारणं, म्हणजे मृत्यूला आमंत्रण देण्यासारखंच आहे. त्यामुळं, मला दुसरा पर्यायच उपलब्ध नव्हता. एखाद्या तिऱ्हाईत माणसाला बजावून सांगावं, तसं मी माझ्या हाताला त्याची कामं करण्यासाठी बजावून सांगितलं होतं.

उपचाराच्या दुसऱ्या सत्रात मी वेदना सोसल्या. पण, अजिबात रडले नाही. खरं म्हणजे त्या खोलीतून लवकरात लवकर पळून जावं, असं मला मनापासून

वाटत होतं. केमोच्या उग्र वासाची मला किळस वाटत होती. खोटी खोटी प्रसन्नता दर्शवणारी ती खोली, करकरणाऱ्या प्लॅस्टिकच्या खुर्च्या, वारंवार लघवी करणारे रोगी, त्यांच्या लघवीने ओसंडून वाहणाऱ्या बाटल्या, ती घाण साफ करायला पांढरे डगले आणि मुखवटे घालून येणारी माणसं या साऱ्यांचाच प्रचंड तिटकारा वाटत होता. पण, तरीही मी तिथं थांबून ते उपचार करून घेतले. उठून चालायला लागणं मला सहज शक्य होतं. म्हणूनच मी तसं केलं नाही. मृत्यूचं भय हेही एक कारण होतंच. एकूण कुठलेच सोपे आणि सहज पर्याय यापुढं स्वीकारायचे नाहीत, हे नक्की!

दुसरं उपचारसत्र संपवून मी क्लिनिकच्या बाहेर पडले. त्या वेळी माझ्या वागण्यात खूपच विक्षिप्तपणा आला होता. मी गाडीत बसून मोठमोठ्यानं गात होते. चर्च पॉइन्टला पोहोचले, तेव्हा मी जवळजवळ उन्मादावस्थेतच होते. ॲड्रेनलिन वेगानं वाहत होतं. कुठंतरी पोहोचायची घाई झाल्यागत हृदय धावत होतं. मी वॉटरटॅक्सीची वाट पाहताना, कुठलंतरी फालतू गाणं गात पायानं ठेका धरला होता. हाताच्या जखमेवर बांधलेल्या पांढऱ्याशुभ्र पट्टीकडं पुन्हापुन्हा माझं लक्ष जात होतं. तिथं उभी असताना अनेकांना मी घरी जेवायला यायचं आमंत्रण दिलं. त्यातले कित्येक जण हे पिटवॉटरला राहात नव्हते. ते सारे अनोळखी होते. ते माझ्या नजरेस पडण्याचाच अवकाश की, त्यांना मी आमंत्रण दिलंच म्हणून समजा. मी विक्षिप्त होऊन वेडाचार करत होते. झोप येण्यापूर्वीचा रिकामा काळ भरून काढण्याचा तर माझा प्रयत्न चालला नव्हता ना?

मी प्रचंड थकले होते. मी काय करतेय, ते कळण्याच्या आधीच मी झाडून सर्वांना आमंत्रण देत सुटले होते. कदाचित, सर्वसामान्य स्थितीत येण्यासाठी मी जीवाच्या आकांतानं प्रयत्न करत असावी. आयुष्यात स्वप्नं पाहणारी, मुलाबाळांच्या, संसाराच्या, स्वयंपाकाच्या, बोटींच्या आणि मासेमारीच्या गप्पा मारणारी सुखांच्या योजना आखणारी माणसं आवतीभोवती असावी, असं मला वाटत असावं. आपण असू की नसू, याची कल्पना नसताना पुढील वीस वर्षं आनंद लुटता यावा, म्हणून बागेची मशागत करणारी माणसं आसपास असावी, असं वाटत होतं. आपल्या स्वप्नांवर पडदा टाकताना त्यांना काय वाटलं, ते कदाचित मला जाणून घ्यायचं असावं. लव्हेट बेला केनच्या धक्क्यावर उतरले, तोवर माझं आमंत्रण स्वीकारणाऱ्यांची संख्या आठ झाली होती. काही हरकत नाही! एवढ्यांचं करणं आवाक्यातलं होतं. सोपं होतं.

बार्ज म्हणजे सपाट तळाच्या बोटीवर एक माणूस, तिथल्या मुलांना डोलकाठी वाहून न्यायला मदत करत होता. त्या मध्यमवयीन माणसाचे केस काळेभोर होते. डोळ्यांचा बदामी रंग, काळा वाटावा इतका गडद होता.

मी त्याला विचारलं," तुला आणखी मदतीची गरज आहे का? खरंच, मी खूप बलवान आहे."

"नको. आम्हीच पुरेसे आहोत." त्या अनोळखी माणसानं उत्तर दिलं.

डोलकाठी जेट्टीवर ठेवल्यानंतर त्यानं उभं राहून समुद्राकडं नजर टाकली. त्याचे खांदे झुकलेले होते. अंगात पांढऱ्या टी-शर्टावर निळं विंडचीटर घातलं होतं. त्याचे बूट झिजले होते.

"हॅलो." मी पुन्हा त्याला म्हणाले.

"हूं!" त्यानं नुसता हुंकार दिला. त्याच्या चेहऱ्यावर दमल्याची आणि कंटाळल्याची चिन्हं दिसत होती. उन्हाळा संपून बराच काळ लोटला होता, तरी तो चांगला रापलेला दिसत होता.

"मी सुसान. गॉर्डनची जागा मी विकत घेतलीय."

"माहीत आहे."

"ओह!"

पुढं कुणीच काही बोललं नाही. मग, त्याला एकदम रीतभात आठवली.

"अरे! मी बॉब!"

"इथंच जवळपास राहाता तुम्ही?"

"हो."

तो काही न बोलता वळला. त्यानं वळणं घेत जाणाऱ्या वाटेकडं बोट दाखवलं. ती वाट एका भव्य खांब असलेल्या फिकट पिवळ्या रंगाच्या घराकडं जात होती.

"अच्छा! म्हणजे ते तुमचं घर आहे होय? तिथं कोण राहातं, याचं मला कुतूहल होतंच." मी म्हटलं.

मग, एकदम मला आठवलं. त्याची बायको कॅन्सरने आजारी होती. कधीतरी ही गोष्ट माझ्या कानावर आली होती. पण, मी माझ्याच चिंतांमध्ये गुरफटले होते. त्यामुळे, ती बाब मी विसरून गेले होते.

"आज रात्री जेवायला या." शांततेचा भंग करत मी बरळले.

"जमेल का नाही ते सांगता येत नाही. माझी पत्नी...."

"होय. मला ठाऊकाय ते. कॅन्सर झालाय ना त्यांना? मलापण."

माझ्या हातावरचं बँडेज दिसावं, म्हणून मी त्याच्यापुढं माझा हात केला.

"म्हणजे तुम्ही समजू शकता." तो म्हणाला. "तरीसुद्धा मी विचारेन. कळवेन तुम्हाला तसं."

तो जेट्टीवरून जायला निघाला. त्याचा एक खांदा जरा जास्तच झुकला होता. डोकंही खाली झुकलं होतं.

"बघा, तुम्हाला येता आलं तर सात वाजता." मी ओरडून सांगितलं.

तो थांबला, वळला. त्याचं डोकं कासवासारखं दोन्ही खांद्यांत दबलं होतं. "सात म्हणजे खूप उशीर होईल. ती लवकर दमते. पण, आमंत्रणाबद्दल आभारी आहे."

"सहा वाजता जमेल?"

"मी विचारतो तिला."

"चालेल."

तो त्याच्या घराकडे जाऊ लागला. मी त्याच्याकडे पाहात होते. फेरी व्हार्फच्या बाजूला असलेल्या धक्क्यावर तो वाकला. हिरव्या पाईपची गुंडाळी आणि वाणसामानाची पिशवी उचलून तो घराच्या दिशेनं चालू लागला.

साधारणत: अर्ध्या तासानं माझा फोन वाजला.

"माफ करा. पण, जेवायला यायचं नाही जमणार." बॉबनं सांगितलं.

"ओह! सगळं ठीक आहे ना?"

"बार्बरा जरा दमलीय एवढंच."

"ठीक आहे."

मी आगंतुक होते. गळेपडूपणा केला होता. मला वाटलं, कुठलीतरी, ओलांडू नये, ती नाजूक मर्यादा मी ओलांडली होती. मी गप्पच बसले.

"दुपारचं जेवण अधिक सोयीचं होईल, असं तिला वाटतं." त्यानं सांगितलं.

"ओह! टेरिफिक! कधी येताय? या शनिवारी?"

"मी बार्बराशी बोलून कळवतो."

मी काहीशा रागातच फोन ठेवला. मला सगळ्या गोष्टी तात्काळ करण्याची, होय-नाही... जे काय असेल, ते तिथल्या तिथे ऐकायची सवय होती. बॉब मात्र तोलूनमापून बोलणारा होता.

कधीकधी चंद्राचा एवढा झगझगीत प्रकाश खिडकीतून आत यायचा की, मला दिवा लावायची गरजच पडत नसे. अगदी पुस्तक वाचायलासुद्धा. पाकक्रियेवरील सुप्रसिद्ध लेखिका स्टिफनी अलेक्झांडर यांनी नैर्ऋत्य फ्रान्समधल्या पदार्थांविषयी लिहिलेलं पुस्तक मी वाचत होते. खाद्यपदार्थांवरील पुस्तक वाचणं हे खूप दिलासादायक असतं. एक म्हणजे त्याचा शेवट अपेक्षित असतो. वाचनानं आनंद मिळतो आणि सर्वांत महत्त्वाचं म्हणजे, त्यात कुणावरही संकटं येत नाहीत. विशेषत: तिनं मिश्र भाज्यांच्या रश्श्यातील कोंबडी तयार करण्याचं जे

रसभरीत वर्णन केलंय, ते वाचताना तोंडाला अक्षरश: पाणी सुटतं. हा पदार्थ तयार करणं बरंच गुंतागुंतीचं आहे. या गुंतागुंतीचंच मला अधिक आकर्षण वाटलं. त्या पाकक्रियेची मी पारायणं केली आणि ती कधीतरी आपणही करायचं ठरवून टाकलं. धुकाळलेल्या खिडकीवर बोट फिरवलं की, तेवढाच भाग स्वच्छ होऊन पलीकडलं पाहता येतं, तसंच हे होतं. या निर्धारातून मी भविष्याकडे पाहत होते. आपण त्या वेळेपर्यंत जिवंत राहू, ही बारीकशी आशाही मनात होतीच.

पहाटेच्या त्या शांत क्षणात मी पाण्याचे पेल्यामागून पेले रिचवत होते. साधासाच स्वयंपाक करण्यात सारा दिवस घालवण्याची कल्पना मनाला भुरळ पाडत होती. दिवसभर ऑफिसात बसून राहण्याच्या कंटाळवाण्या कामापेक्षा हे काम खूप सोपं होते. दुसऱ्या उपचार सत्रापासून माझं कचेरीतलं कामावरचं लक्ष उडालं होतं. डोक्यातले विचार आणि शब्द यांची जुळणी करण्याच्या प्रयत्नात माझा जीव मेटाकुटीला आला होता. ते सगळंच तुटकतुटक, गोंधळलेलं आणि भीतिदायकरीत्या हास्यास्पद होतं. 'भीतिदायकरीत्या' हा शब्द मी मुद्दामच वापरते आहे. कारण, लिहिणं हे माझं उदरभरणाचं साधन होतं आणि ते कौशल्य मी हरवत चालले होते. माझं चित्त एकाग्र होत नव्हतं. ही माझी समस्या नव्हती. मनाचा सैरभैरपणा मला आवरता येत नव्हता. हीच माझी खरी समस्या होती.

'माझं बालपण – अगदी त्या काळातही, माझी वाटचाल आखून दिली गेली होती का? माझ्या आईबरोबरचे माझे संबंध. ती माझी चूक होती का? मी आहे ही अशी का झाले? आयुष्याच्या ज्या वळणावर मी आज उभी आहे, तिथं मी का पोहोचले? वाटेत एखादं डावंउजवं वळण घेतलं असतं, तर माझ्या आयुष्याचं फलित वेगळं आलं असतं का? आयुष्यात येणारे निर्णायक क्षण कसे ओळखायचे असतात? मला आज जे कळतं, ते तेव्हा कळलं असतं, तर मी वेगळी वागले असते का? या सर्वांहूनही अधिक मोठा, महत्त्वाचा असा आणखी एक प्रश्न आहे. दुटप्पीपणानं वागण्याऐवजी मी जरा जास्तच प्रामाणिकपणे माझं आयुष्य जगले का? थंड मनाने कठोर निर्णय घेण्याऐवजी आयुष्यात अनुकंपेला अधिकच महत्त्व दिलं का?'

मनाचा हा सगळा क्रूर खेळ चालला होता. आयुष्यात अनेकदा आलेली लहानमोठी अपयशं आठवत होती. त्यातली काही तर मला हादरवून टाकत होती. 'सगळ्यांच्याच आयुष्यात असं घडतं का? की फक्त माझंच आयुष्य असं आहे? मी इतरांपेक्षा जास्त चुका केल्या आहेत का? आपण एखाद्या जीवघेण्या दलदलीत फसत चाललो आहोत का?' फार वर्षांपूर्वी म्हणजे माझ्या पतीच्या आणि भावाच्या मृत्यूनंतर मानसोपचार तज्ज्ञांनं मला तसा इशारा दिला होता.

दोघांच्या आजाराच्या काळात, मी त्यांच्यासाठी काय केलं, यापेक्षा काय केलं नाही, याचाच जास्त विचार करत होते. नकारार्थी विचार करणं हे माझं व्यक्तिवैशिष्ट्य आहे का? तसं असेल, तर मला माझ्या मनाची घडण बदलणं आवश्यक आहे का?

पांढराशुभ्र कागद शब्दांनी भरून टाकण्यापेक्षा दिलेल्या पद्धतीनुसार पाककृती करणं जास्त सोपं आहे, हे नक्की! सर्वांत चांगली गोष्ट म्हणजे तुम्हाला थोडक्या वेळात कृतीचे परिणाम पहायला मिळतात. शिवाय तुमचं सादरीकरण जर वेगळं हवं, असं तुम्हाला सांगण्यात आलं, तर तुम्हाला पुन्हा सारं लिहावं लागतं. इथे तसंही काही नाही. निर्णय घेतल्यानंतर माझ्या कामाचा राजीनामा देणं मला अजिबात कठीण गेलं नाही. नाहीतरी, माझ्या जागेवर ते दुसरी कोणीतरी लायक व्यक्ती शोधत असल्याचं माझ्या कानावर आलं होतंच.

मी पोटरीपर्यंत लांबीचा विणलेला स्कर्ट घातला होता. त्याला शोभेलसा बंद गळ्याचा स्वेटर आणि अगदी नरम चामड्याचे बूट. पण, ऑफिसातल्या भट्टीत एवढे गरम कपडे घालूनही मला थंडी वाजत होती. मी बिनधास्तपणे मॅनेजरच्या समोरच्या खुर्चीत जाऊन बसले. माझं काहीच नुकसान होणार नव्हतं. गमावण्यासारखं काहीच नसण्याचं हे स्वातंत्र्य मस्त भन्नाट असतं.

''माझ्या जागेसाठी दुसऱ्या कुणाचा तरी तुम्ही शोध घेताहात, म्हणून ऐकलंय मी.'' मी स्पष्टपणे तिच्यासमोर म्हणाले.

तिनं आवंढा गिळला आणि समोरच्या फायलीकडे पाहिलं. माझी फाईल तिच्यासमोर होती. खरं म्हणजे ती मॅनेजर तशी वाईट नव्हती. पण, ती आता एका सनातन द्वंद्वात सापडली होती. कर्तव्य म्हणून करायला सांगितलं, ते करायचं की नैतिक दृष्टीनं आपल्याला जे योग्य वाटतं, ते करायचं?

''कुणी सांगितलंय तुला?'' तिनं विचारलं.

''सारं गाव बोलतंय. माझ्या जागी कुणाला निवडलंय, हेसुद्धा माहीत आहे मला. फक्त एकच गोष्ट मला कळत नाही, तुम्ही आत्ताच त्या व्यक्तीची नियुक्ती करणार आहात की, लवकरच माझं पान गळून पडणार आहे, असं वाटून भविष्याची सोय करून ठेवता आहात?''

''ओह!'' तिनं कसाबसा एवढाच उद्‌गार काढला. माझ्या फटकळ बोलण्यानं ती बावरून गेली होती.

''जाऊ दे गं!'' मी सौम्य स्वरांत म्हणाले. ''आपण दोघीही समजूतदार आहोत. आपण वस्तुस्थिती मान्य करू आणि त्यावर काय करता येईल, ते बघू.''

तिचा चेहरा लाल झाला. पण, ती हसली. खोटं सांगायची आणि फसवाफसवी

करायची गरजच मी ठेवली नव्हती. तीही एक कनवाळू आणि प्रामाणिक स्त्री होती.

"तसंच करू या." ती म्हणाली.

"माझ्या मनात काय आहे ते सांगू तुला? इथून उठून सरळ बाहेर पडायचं. पुन्हा परतून इथं पाऊल ठेवायचं नाही."

"तुझ्यासाठी काय करता येईल हे पाहते मी. मला जेवढं शक्य आहे, तेवढं करेन मी."

ती तसं करेल, याबद्दल मला खात्री होती.

जेवणाच्या वेळेपर्यंत सर्वांचा निरोप घेऊन झाला होता. मी माझी गाडी बाहेर काढली आणि ती पार्किंगची जागा त्यांना नेहमीसाठी मोकळी करून दिली. मला प्रचंड थकवा आला होता. मी मरगळून गेले होते. नाहीतर त्या दिवशी मुक्त झाल्याच्या आनंदात मी मोठ्यानं गाणंच म्हटलं असतं. आता नुसतं अस्तित्व राखायचं नव्हतं, तर खरंखुरं आयुष्य जगायचं होतं.

माझ्या गाडीनं वळण घेतलं. मी पॉइन्टच्या जवळ येऊन पोहोचले होते. समुद्राच्या लहरीच्या तालावर होड्या हिंदकळत नृत्य करत होत्या. मी गाडीच्या खिडक्या उघडून टाकल्या. खारा वारा वेगानं आत झेपावला. तो वारा मी माझ्या फुप्फुसांत भरून घेतला. आता ऑफिसचं बंधन नव्हतं. माझं आता एकच लक्ष्य होतं. लवकर बरं व्हायचं, जगायचं आणि मिश्र भाज्यांच्या रश्श्यातली कोंबडी करायची. हा असा पदार्थ आपण आयुष्यात एकदातरी केलाच पाहिजे.

मी नोकरी सोडून काही दिवस झाले होते. सकाळची शांत वेळ होती. अचानक माझा फोन खणाणला. मी एकदम दचकलेच.

"हॅलो?"

"मी बॉब बोलतोय."

"हॅलो! कसे आहात तुम्ही? बार्बरा कशी आहे?

"ती... म्हणजे... आपलं... म्हणजे शुक्रवारी आपण लंचला भेटू शकतो. ती खूश होईल."

"ग्रेट! त्या दिवशी जेवायला फक्त आपणच असू. दुसरं कुणीच नसेल."

"छान."

"तिला काही पथ्य? खायला काय चालतं? काय नाही?"

केमो घेतल्यापासून एक डब्यातला टूना वगळला, तर सारे मासे मला

ओल्या सिमेंटसारखेच वाटतात. कोकरू चालतं. बीफचा उग्र गोडूस वास नकोसा वाटतो.

"तसं काही नाही. सगळं चालतं." त्यानं सांगितलं.

मग, फोन एकदम बंद झाला. नाहीतरी बॉब फारसा बोलका नव्हताच. बोलकं असणं हा आकर्षकपणाचा एक भाग आहे, असं आमच्या कुटुंबात समजलं जात असे. त्यामुळे, मला त्याचा अबोलपणा गोंधळात टाकणारा होता. नेहमीच्या संभाषणातील नम्र औपचारिक गोष्टी त्यामुळं बोलायच्या राहून जात. मला आपलं बोलणं मधेच कुणीतरी तोडून टाकल्यासारखं वाटायचं. पण, बॉबचं बोलणं प्रामाणिकपणाचं होतं. त्यात इतर अनाठायी असं काही नव्हतं.

आपल्याला हवं ते करण्यासाठी इतरांच्या गरजा पुढे करणारी खूप माणसं मी आयुष्यात पाहिली आहेत. अनेकदा मीही तशीच वागलेय. डीनरपार्टीला जायचं नाही? मुलांचं निमित्त पुढं करायचं. एखाद्याचं काम वाईट झालं, म्हणून सांगायचंय? संपादकाचं नाव पुढं करायचं. आपलं स्वत:चं खरं रूप बघायचं नाही? दुसऱ्यांविषयी वाईट बोला. एखादी गोष्ट हवीय? ती मिळेपर्यंत भलेबुरे मार्ग चोखाळत राहा. थोडक्यात म्हणजे आपल्यात खरं वागायचं धाडस नसतं, म्हणून आपण असे, या ना त्या तऱ्हेनं, अप्रामाणिकपणे वागत असतो. असं असं बोलणं कनवाळूपणाचं आहे, असं समजून मी कितीतरी वेळा खोटं बोलले आहे. म्हणजे तो कनवाळूपणा खरा नव्हता. पण, तसं बोलणं मला सोयीचं होतं. सोपं वाटत होतं. या कॅन्सरमुळं मी जगाकडे अधिक स्वच्छ नजरेनं पाहू लागलेय, असं वाटतं.

बॉबशी बोलून मी फोन खाली ठेवला. डोक्याला खाज येत होती. म्हणून डोकं खाजवलं. तर कातरून टाकावा, तसा केसांचा झुबकाच खाली पडला. सकाळी माझी उशी, केस झडणाऱ्या कुत्र्याच्या अंथरुणासारखी दिसत होती. आता लवकरच मला टक्कल पडेल. खरेदीच्या यादीत हॅट लिहायला हवी. टाळूवर वाढलेले केस कापून बारीक करायला हवेत. त्यासाठी, केस कापणाऱ्याची वेळ ठरवून घ्यायला हवी. टाळूवरचे शिल्लक असलेले केसही आता खूपच पातळ झाले आहेत. आधी ते कसे अस्वलाच्या हिवाळी कोटासारखे दाट होते!

बाप्तिस्माच्या वेळी घेतली जाते, तशी काळजी घेऊन बॉब आणि बार्बराच्या जेवणाचा कार्यक्रम आखायचा मी ठरवलं होतं. आजवर बेदरकारपणे घशाखाली घातलेलं अन्न आता पवित्र आणि मोलाचं झालं होतं. प्रत्येक जेवणाबरोबर आयुष्यातलं एकएक जेवण कमी होत होतं. हे जेवण पुन्हा मिळणार नव्हतं. कॅलेंडरवरचा एकएक दिवस संपून जावा, तसं एकाएका जेवणाचा अनुभव वजा होत होता.

केशकर्तनालयात सिमॉन, खरं म्हणजे तो नटच व्हायचा; त्यानं माझ्या केसांकडं निरखून पाहिलं.

"हे पाहिलंस?" तो उद्गारला. कानाजवळ केस जवळजवळ शिल्लक उरले नव्हते. मी उगाच पाहिलं न पाहिल्यासारखं केलं. आरशात बघायला वेळ कुणाजवळ होता?

"पुढे काय होणार, त्याचं चिन्ह आहे हे." तो म्हणाला.

तो सहृदय होता. पण, पुढं काय होणार, ते मला ठाऊक होतं. मी त्याला फाटकन सांगितलं, "तू फक्त तुझं काम कर."

त्यानं कात्री उचलून माझ्या डोक्याच्या मागचे केस कातरायला सुरुवात केली. माझ्या फटकळ बोलण्याचा त्याला धक्का बसला होता. मी खाली मान घालून पुस्तक वाचत बसले. बाजूचे केस सारखे करण्यासाठी त्यानं मला डोकं वर करायला सांगितलं, तेव्हाच मी ते वर केलं. माझ्या डोक्यावरचे केस अगदी बारीक कापल्यामुळे डोक्याचा आकार स्पष्टपणे दिसत होता. तो पाहून मी घाबरेन, असं आधी वाटलं होतं. पण, आता तो मला आवडला. छानच होता. जेव्हा निवड करायला पर्यायच उपलब्ध नसतो, तेव्हा आहे तेच मान्य करणं भाग पडतं.

"येत्या दोनेक आठवड्यांत तुझे सगळे केस गळतील, असं मला वाटतं." त्यानं सांगितलं.

"ठीक आहे."

"सॉरी."

माझं मन कृतज्ञतेनं भरून आलं. आजाराच्या नुसत्या कल्पनेनंच अनेकांना घाबरवून सोडलं होतं. त्यानं आपली कात्री वर धरली. "मी आता एक नंबर वापरली आहे. नवे केस यायला लागले, की कात्रीचा नंबरही वाढवेन मी. सहा नंबर वापरायला सुरुवात केल्यानंतर तू आपले केस हवे तसे वाढवू शकशील."

"राईट!"

मोना विलेत हॅट शोधायला मी सुरुवात केली. पण, आता हिवाळा सुरू होता आणि उन्हाळ्यात वापरायच्या हॅट्स सापडणं मुश्कील झालं होतं. मुख्य रस्त्याच्या एका बाजूला मध्यमवर्गातल्या स्त्रियांना हव्या असणाऱ्या वस्तूंची तऱ्हेतऱ्हेची दुकानं होती. दुसऱ्या बाजूला खाद्यान्नाची दुकानं होती. चिकनचा वास हवेत पसरला होता. कुठतरी पार्किंगला जागा मिळेल, याची वाट पाहणाऱ्या गाड्यांच्या धुराची त्यात सरमिसळ झाली होती. सारंच वातावरण दूषित झालं होतं.

माझ्या पोटात ढवळून आलं होतं. शरीरात गेलेल्या औषधी रसायनानं

घशाशी उमाळा दाटून आला. क्षणात माझे पाय सिमेंटची पोती बांधल्यासारखे जड झाले. मी कशीबशी एका कॉफीच्या दुकानात जाऊन बसले. चक्कर येऊन माझ्या डोळ्यांसमोर चित्रविचित्र आकार फिरू लागले होते. प्रचंड अशक्तपणा जाणवत होता. हा अनुभव नवीन होता. तो केवळ त्रासदायकच नव्हता, तर भयावह होता. मला तिथं कॅफेतच झोपावंसं वाटत होतं. जगाची पर्वा न करता, सार्वजनिक बागातील बेंचवर पाय पसरून झोपणाऱ्या बेघर माणसासारखं पडून राहायची अनावर इच्छा होत होती. मी डोळे मिटून घेतले.

"मेनू बघायचाय का?" वेट्रेसने विचारलं.

तिचा टीशर्ट खूपच आखूड होता. त्यामुळे तिचं उघडं पोट दिसत होतं. ते अगदी सपाट आणि छान टॅन झालेलं होतं. तिच्या बेंबीत चांदीचा छल्ला चमकत होता. त्यावरून नजर दूर करणं शक्य होत नव्हतं.

"कॉफी. दूध घालून. बस्स!"

ती उत्साहानं मेनूकार्ड घेऊन गेली. माझे डोळे पुन्हा गपकन मिटले. हे काही क्षण अत्यंत धोक्याचे असतात. लांबचा प्रवास करणारे ड्रायव्हर या अशा क्षणातच अपघात होऊन मृत्युमुखी पडतात.

वेट्रेसने कॉफीचा कप जरा आवाज करतच टेबलवर ठेवला. हॉटेलातल्या टेबलवर झोपणारी गिऱ्हाईकं पाहायची सवय या मोनाविलेत नसावी. ते त्यांना त्रासदायकही वाटत असावं. मी घाईघाईनं कॉफी संपवली आणि बाहेर पडले. कॅफिननं माझ्यात बराच उत्साह निर्माण केला होता.

मी पुन्हा बाजारात हॅट शोधायला सुरुवात केली. पण, त्या डोक्यात नीट बसतात की नाही हे पाहणं, मला नकोसं वाटत होतं. एका विक्रेतीनं मला एक हॅट दाखवली. आठवड्याभराच्या वाणसामानाच्या किमतीएवढी त्या हॅटची किंमत होती. विक्रेतीनं ती घालून पाहण्याचा मला खूप आग्रह केला. तेव्हा मला राग येऊन मी तिच्यावर ओरडले.

"हे... हे माझे केस सारखे गळताहेत." मी जोरातच स्पष्ट केलं. "मी हॅट घालून पाहिली, तर त्यात माझे मूठभर केस चिकटून राहतील."

ती गप्प राहिली. पण, तिच्या गडद प्रसाधन केलेल्या डोळ्यांत भय उमटलेलं होतं. ते भय माझ्या रागावण्याचं नव्हतं. मी केसांची फालतू स्टाईल केलेली नसून ते रोगाचं लक्षण आहे, हे तिच्या लक्षात आलं होतं.

तिथून थोडं पुढं असलेल्या दुकानात मी एक पांढरी कापडी हॅट खरेदी केली. ही उन्हाळ्यात वापरायला चांगली होती. तिची कडा पुढं ओढून घेता येत होती. तिची लहानशी घडी घालता येत होती. ती धुता येत होती. उन्हापासून रक्षण करू शकत होती. तिची किंमत फक्त वीस डॉलर होती. मी ती डोक्यांत

घातली. पैसे दिले आणि दुकानातून बाहेर पडले.

पुढच्या काही आठवड्यांतच मला पूर्ण टक्कल पडलं. त्या वेळी, खूप लोकांच्या सहानूभूतीला मला तोंड द्यावं लागलं. बसमध्ये पुरुष उठून आपली जागा मला देऊ लागले. वयस्कर स्त्रिया रस्त्यात येताजाता माझ्या हातावर थोपटून अनुकंपा व्यक्त करू लागल्या. दुकानात खरेदी केलेल्या जड वस्तू ढकलगाडीत उचलून ठेवायला विक्रेत्या मुली मदत करू लागल्या. माणसांच्या दयाळूपणाचा हा असा गहिरा अनुभव मला पहिल्यांदाच येत होता. त्याचा परिणाम म्हणून मीही पूर्वीपेक्षा अधिक दयाळू झाले होते. क्वचित कधीकधी माणसं मला टाळायचीही. रोगाची लागण होईल, अशा भीतीनं ते असं वागत होते. पण, त्याचा मला विषाद वाटत नव्हता. माझं टक्कल, काळवंडलेला चेहरा, डोळ्यांभोवतीची काळी वर्तुळं यांना ते घाबरत नव्हते. तर आपल्या मरणाच्या कल्पनेचं भय त्यांना वाटत होतं. त्या कल्पनेला ते तोंड देऊ शकत नव्हते.

मी चर्च पाइन्टला आले. वॉटर टॅक्सी फेरीच्या धक्क्याला ढुशा देत होती. मी खरेदी केलेल्या सामानाच्या पिशव्यामागून पिशव्या टॅक्सीत चढवत होते. सगळ्या पिशव्या प्लॅस्टिकच्या होत्या. याबद्दल काहीतरी करायलाच हवं होतं. आधी जग वाचवायला हवं. मग, स्वत:ला! की याच्या उलट घडायला हवं? पाण्याला ओहोटी होती. पाण्याची पातळी खूप खाली गेली होती. महिनाभरापूर्वी मी सहज उडी मारू शकले असते. दोन्ही हातात पिशव्या घेऊन मला माझा तोल सावरता आला असता. पण, आता खात्री नव्हती. जीव मागंपुढं करत होता. एकाच वेळी पाय जडशीळ आणि डोकं हलकं झालं होतं. टॅक्सीचा चालक बॉब होता. (सगळ्यांचंच नाव बॉब असतं का?) त्यानं काही न बोलता हात पुढं केला. मी त्याचा आधार घेऊन सुखरूप टॅक्सीत बसले.

"कशा आहात?"

"ग्रेट."

"तिकडं मदतीला कुणी आहे का?"

"मला केनच्या डॉकवर उतरवून द्या. पुढचं जमून जाईल."

आम्ही मार्कर ओलांडेपर्यंत तो टॅक्सी अगदी हळूहळू, आठ नॉट्सच्या वेगानं चालवत होता. मग, त्यानं पिंकलेडीचा वेग वाढवला. बोटीची नाळ इतकी उंच झाली की, फक्त आकाशच दिसत होतं. हळूहळू टॅक्सी पाण्यावर, अंडी उबवायला बसलेल्या कोंबडीसारखी स्थिर झाली. सारं निसर्गचित्र पुन्हा जसंच्या तसं जुळून आलं. पहारेकऱ्यासारखी उभी असलेली झुबकेदार गमची झाडं, जवळून निळं दिसणारं पण समुद्रात पोचता पोचता हिरवट होत गेलेलं पाणी, मधमाशांच्या तुटलेल्या पोळ्यासारखी किनाऱ्याची रेखा, पांढरे काकाकुवे,

मोठाले कर्कश, पिवळ्या तुऱ्याचे गबाळे पांढरे काकाकुवे. सगळं एकदम अद्‌भुत!

माझ्या चेहऱ्यावर खाऱ्या पाण्याचे तुषार उडत होते. त्यांचा स्पर्श सुखद आणि निववणारा होता. शहरी गजबज दूरदूर जात होती, तसतशा माझ्या चित्तवृत्ती अधिकाधिक उल्हसित होऊ लागल्या होत्या. 'मी कणखर आहे. माझं शरीर बळकट आहे.'

आम्ही गप्प होतो. दीडशे हॉर्स पॉवरच्या घरघराटात दुसरं काही शक्य नव्हतं. भोवतीचं जग इतकं सुंदर होतं, की काही बोलणं शक्य नव्हतं. मी इतकी दमले होते की, त्यामुळंही काही बोलणं शक्य नव्हतं.

केनच्या डॉकमध्ये पोहोचल्यानंतर टॅक्सीवाल्या बॉबनं वाणसामानाच्या पिशव्या बाहेर काढायला मदत केली आणि मला घरापर्यंत सामान नेणं जमेल का नाही, असं विचारलं.

"सामान घरापर्यंत घेऊन जायला मदत करू का?" त्यानं विचारलं.

"नको. मला सवय आहे. त्यानं व्यायाम होतो. मी धडधाकट राहाते." मी उत्तर दिलं.

त्यानं उद्वेगानं मान हलवली. 'पिंक लेडी' चं तोंड वळवलं. पाण्याचे फवारे उडवत तो निघून गेला. मी सामानाकडं पाहिलं. ते घरी न्यायला निदान चार खेपा तरी कराव्या लागतील, असा हिशेब करून मी बोचकं उचललं आणि घराकडं कूच केलं. 'मी कणखर आहे. माझं शरीर बळकट आहे.' केन बोटशेडमध्ये बसून डोलकाठी गुळगुळीत करत होता. मी त्याच्याजवळून जात असताना माझी बदललेली केशरचना त्याच्या लक्षात आली. यंत्राच्या ठिणग्या आणि लाकडाच्या कणांचा त्रास होऊ नये, म्हणून चेहऱ्यावर लावलेला मुखवटा बाजूला करत त्यानं विचारलं, "तू काय रॉक बँडमध्ये सामील होणार आहेस की काय?"

"नाही. म्हणजे काही दिवसांतच मी नाहीतरी टकलू होणारच आहे."

केनला धक्काच बसला. माझ्या आजाराविषयी मी फारसं कुणाजवळ बोललेच नव्हते.

"जीझस! दोस्त! अग, काय होतंय काय तुला?"

"थोडे उपचार चाललेयंत माझ्यावर. इतकंच! बाकी तसं काही काळजी करण्यासारखं नाही."

त्यानं आणखी पुढं काही विचारलं नाही. कारण, एक तर तो एकलकोंडा होता. 'आपण बरं, आपलं काम बरं' अशी त्याची वृत्ती होती.

"पोरांनो, सुसानचं सामान घरी पोहोचवून द्या."

केसाचे खुंट असलेली फाटक्या कपड्यातली पोरं ताडकन उठून सामान घ्यायला धावली. एका मिनिटात सारं सामान घराच्या दारात ठेवून पोरं बोटशेडमध्ये

परत गेली. एवढ्या कडक थंडीतही ती अनवाणी होती.

केन आणि त्याच्या पत्नीनं- जाननं, सिन्नॉमोन नावाची जर्मन पॉइन्टर कुत्री पाळली होती. मला पाहताच, त्या कुत्रीनं प्रेमाने आपलं तोंड वर केलं. मी हळुवारपणे थोपटणार, हे तिला माहीत होतं. तेवढ्यात केननं यॉटचं मशीन सुरू केलं. त्याबरोबर बेभान होऊन जोरजोरात भुंकत ती यॉटच्या मागं धावत सुटली. केननं रागावून, ओरडून, गप्प बसायला सांगूनही उपयोग झाला नाही. तशी ती आपल्या मालकीच्या प्रदेशाबद्दलही खूप हट्टी आणि जागरूक होती. तिच्या हद्दीत चुकूनही दुसरी कुत्री आली, तर ही बया त्यांना पिटाळून लावत असे.

''ती स्वत:ला महाराणीच समजतेय.'' जाननं मला एक दिवस सांगितलं होतं. ''अगं, ती लहान असताना टिन्नी सोडून घरात यायलाही तयार नसायची. कधीकधी तर तिच्या हट्टापायी दिवसभर काम करून दमल्यावरही तिला टिन्नीतून फिरवून आणणं केनला भाग पडायचं.''

साडेचार वाजेपर्यंत वाणसामान घरात भरून झालं होतं. सूर्य म्हणजे मावळतीला बुडणारं राजचिन्ह झालं होतं. सारा समुद्र तांब्याच्या तबकासारखा झळाळत होता. मला डेकवरून मुलं दिसत होती. ती नुकतीच अंघोळी करून आली होती. त्यांचे केस ओले होते. कपडे बदलले होते. हे कपडे आधीच्या कपड्यांपेक्षा कमी फाटलेले होते. ती मुलं सरत्या किरणांची ऊब घ्यायचा प्रयत्न करत होती. ती अजूनही अनवाणीच होती.

लव्हेट आणि एल्विना बेच्या सांध्यावर असलेल्या टेकडीच्या मागं सूर्य दिसेनासा झाला. हवेत एकदम विलक्षण गारवा पसरला. तापमान तीनचार अंशाने उतरलं असावं. समुद्राची तांब्याची झळाळी गेली होती. आता त्याची चांदीची पाटी झाली होती. पोरांनी आपापल्या टिन्नीत उड्या मारल्या आणि ती घराकडं परतली.

वैट नावाचा गडद निळ्या डोळ्यांचा आणि लाजरं स्मित असणारा उंच तरुण होता. मी गॉर्डनचं घर पाहायला आले होते, त्या दिवशी त्यानंच मला पडतापडता वाचवलं होतं. त्याची खाडीत नांगरलेली एक बोट होती. साठ फूट लांबीची अर्धवट बांधलेली ही लोखंडी बोट, म्हणजे वैटचं घर होतं. तो साऱ्या ऋतूत तिथंच राहायचा. त्या बोटीला नाव नव्हतं. त्याच्या भटक्या आयुष्याशी समरस होणाऱ्या स्त्रीची तो वाट पाहात होता. अशी जी कुणी त्याच्या आयुष्यात येईल, तिचं नाव त्या बोटीला द्यायचं, त्याने ठरवलं होतं.

एकदा त्यानं मला बोलावून आपली बोट दाखवली. तेव्हा तो केनच्या व्हार्फवर ती बोट स्वच्छ करत होता. बोट प्रशस्त पण रिकामी रिकामी होती. नुसता सांगाडा होता. तिथं स्वच्छतागृहसुद्धा नव्हतं. हिवाळ्यात फक्त शेगडीची

ऊब असायची. उन्हाळ्यात तो डेकवर झोपायचा. त्या बोटीला सजवून सुंदर करायचं त्याचं स्वप्न होतं. छानसे सोफे, स्नानगृह, पॉटहोल्सना पडदे.

"तुला समजतंय ना?"

"सुंदरच दिसेल बोट."

"बोट प्रशस्त आहे. हा मोठाच फायदा आहे. खूप सजवता येईल. कष्ट पडतील, पण शेवटी ती बोट आहे. कष्ट घ्यावेच लागतील. आताही ती खूप आरामशीर आहेच."

तो सारखा इकडंतिकडं फिरत होता. त्याच्यासारख्या सहा फूट उंच माणसाच्या चालीत इतका रुबाब असणं, म्हणजे नवलच होतं. तो अनवाणी होता. त्यानं जोडे कधी वापरलेच नव्हते. अंगात एक खूप जुनं, त्याच्या प्रेमळ जर्मन आईनं विणलेलं स्वेटर होतं. तेही कोपरावर उसवू लागलं होतं. त्याच्या अंगाला डिझेलचा मंद वास येत होता.

"ही मुख्य केबिन." टेलिव्हिजनच्या कार्यक्रमात जाहीर करावं, अशा थाटात त्यानं सांगितलं. पण, तिथं खाली अंथरलेली एक भलीमोठी अस्ताव्यस्त गादी आणि उशा एवढंच सामान होतं. का कुणास ठाऊक, पण ते दृश्य मला अगदीच दरिद्री वाटलं. कदाचित त्याला शय्यासोबत करणारी कोणीच नाही, हे त्या एवढ्या मोठ्या गादीवरून सूचित होत असावं.

"इथं बेंच राहील. इथं टेबल. इथं मी बाथरूम करेन," आपले हात पसरून त्यानं बोट दाखवायचा कार्यक्रम संपवला.

"वॅट, हे सगळं खूप छान आहे."

तो एकदम कानकोंडा झाला. "हे सगळं भंगार आहे नं?"

"नाही रे, यात खूप काही करता येण्यासारखं आहे."

"पण, आता हा कचराच आहे नं, सगळा सावळा गोंधळ!"

"अरे, तू जहाज निर्माण करणारा आहेस. तू बोटी जिवंत करतोय. यातही तू प्राण ओतशील. माझी खात्री आहे."

"हूं!" तो हुंकारला. पण, त्यात आत्मविश्वास नव्हता.

पिटवॉटरमधला प्रत्येक जण काही ना काही स्वप्नं पाहात असतो. कुणी सर्वांत मोठा मासा पकडायचं स्वप्न पाहतो. कुणाला सर्वांत जास्त वेगानं बोट चालवून शर्यत जिंकायची असते. कुणाला, जुन्या मोडकळीला आलेल्या बोटीला जुनं वैभव प्राप्त करवून घ्यायची इच्छा असते. दिवसाचा भास व्हावा, इतक्या शुभ्र चंद्रप्रकाशात बोटीतून सफर करावी, असंही कुणाला वाटत असतं. या स्वप्नांना प्रयत्नांशिवाय आणखी काहीच खर्च करावा लागत नाही आणि म्हणूनच ती साकार करणं शक्यही होतं.

इथं कायम राहणाऱ्या लोकांत वर्गभेद नाहीत. आठवड्याच्या शेवटी सुटीवर येणाऱ्यांना ही गोष्ट नीटशी लक्षात येत नाही. ते इथं फक्त खाणंपिणं आणि मजा करायला येतात. ऐन उन्हाळ्यातही ही मंडळी आपलं पाऊलसुद्धा ओलं होऊ देत नाहीत. लहान लहान मुलं धडाधड पाण्यात उड्या मारतात आणि लाटा जोरानं उसळाव्यात, म्हणून येणाऱ्या-जाणाऱ्या टिन्नींच्या ड्रायव्हराची, टिन्नीचा वेग वाढवण्यासाठी आर्जवं करत असतात. या लहानशा गोष्टीतला आनंदही हे प्रवासी मनसोक्तपणे उपभोगू शकत नाहीत. मला त्यांना नावं नाही ठेवायची, पण व्यापारधंद्याशिवाय दुसरं काही त्यांना सुचतच नाही. फक्त प्लंबर्स, इलेक्ट्रिशियन्स, गवंडी, सुतार यांचीच दखल घेतात. कारण, या प्रवाशांची घरं खूप दिवसांपासून वापरली गेली नसतात. त्याशिवाय त्यांना गरज लागते ती बोट चालवणाऱ्यांची आणि त्या स्वच्छ ठेवणाऱ्यांची.

पिटवॉटर आणि शहरी जीवन यांत संतुलन साधणं ज्यांना जमतं, त्यांना बोटी अधिक आवडतात. बोट आवडणं म्हणजे नुसतं बोटीत बसणं, चालवणं किंवा वल्हवणं, भटकून येणं आणि शेवटी बोट नांगरून ठेवणं नव्हे. तर आवडणं म्हणजे बोटींवर मनापासून उत्कट प्रेम करणं. पाण्यावर तरंगणारं काहीही त्यांना चालतं. डिंगी, लाँच, अगदी बारकी फटफटसुद्धा चालते. लाकडी बोट असली, तर विचारायलाच नको. त्यांच्या दृष्टीनं ती स्वप्नवत आणि अतिशय मौल्यवान असते. ते तिची अतिशय मनापासून काळजी घेतात. ती घासूनपुसून स्वच्छ करणं, तिला पॉलिश करणं, रंग लावणं, चकचकीत ठेवणं... त्यांच्या दृष्टीनं ती कलेचा एक अनमोल नमुनाच असते.

केनजवळ एक लाकडी शिडाची बोट होती. तिचं नाव सिल्फाइन होतं. ती अत्यंत आकर्षक आणि प्रशस्त होती. लाकडावर फायबर ग्लास लावण्याचा त्याचा कार्यक्रम दोन वर्षांपासून सुरू होता. तिच्यावर काम करता यावं, म्हणून त्यानं तिला पाण्यातून बाहेर काढून झुल्यावर टांगलं होतं. ऊनवाऱ्यापासून तिचं रक्षण व्हावं, म्हणून त्यानं तिच्यावर छप्परसुद्धा बांधलं होतं. तो तिला तळहातावरल्या फोडासारखा जपत होता.

"सगळ्याच बोटींची देखरेख करणं खर्चाचं असतं ना?"

"असतं खरं. पण, हिला कमी खर्च येईल." केन हसत म्हणाला.

पर्सी नावाच्या देखण्या आणि सुस्वभावी माणसाजवळ अत्यंत शोभिवंत अशी लाकडी बोट होती. पर्सी हा चांगला नावाजलेला जहाज बांधणारा होता. एके काळी तो ऑस्ट्रेलियातल्या सर्वांत देखण्या आणि प्रसिद्ध बोटीचा मालक आणि कप्तान होता. त्याच्या बोटीचं नाव 'पर्सिव्हिअरन्स' होतं. ही बोट तिच्यातल्या सुखसोयींसाठी अतिशय नावाजलेली होती. या बोटीत पर्सीबरोबर बसून जेवण

घेणं, हे प्राचीन नाविकासोबत सागरयात्रा करण्यासारखं आनंददायक होतं. त्याला पिटवॉटरमधल्या आणि आसपासच्या भागातल्या साऱ्या बोटींची माहिती होती. त्या बोटींचा इतिहास आणि लांबीरुंदीचा तपशील त्याला तोंडपाठ होता. त्या बोटी तयार करणाऱ्या प्रत्येक कारागिराचं नाव त्याला ठाऊक होतं. इतकंच नव्हे, तर त्या बोटींच्या कार्यक्षमतेविषयीही त्याला सर्व माहिती होती.

बहुतेक बोटी त्यांच्या नावानं किंवा जातीनं ओळखल्या जात. काही कारणानं ज्या बोटींना नावं दिली गेली नव्हती, त्या मुख्य शिडाच्या क्रमांकानी आणि अक्षरांनी ओळखल्या जात. आपण वाट पाहत असलेल्या फेरीचं नाव 'कर्ल्यू किंवा अमेलिया के' असतं. समोरून जाणारा बार्ज 'ट्रंप' किंवा 'लॉरेल मी' असतो. क्वचित ते 'बॉंबर्स' बार्ज किंवा 'टोबीचा बार्ज किंवा ढेव्हचा बार्ज' असेही ओळखले जात.

मी पिटवॉटरला येण्याच्या कितीतरी वर्षं आधीपासून टोबीला ओळखत होते. तेव्हा तो नियतकालिकांसाठी जाहिराती मिळवून देत होता आणि आपल्या मालकाच्या जीवावर पंचतारांकित हॉटेलात जेवत होता. त्याचे शर्टस डोळ्यांना खुपावेत, इतके पांढरेशुभ्र असत आणि पँटच्या इस्त्रीची घडी, केक कापता येईल, इतकी धारदार असायची. त्याचे केस नेहमीच नीटनेटके कापलेले असत. एका शुक्रवारी घरी जाण्यापूर्वी बिअर घेत असताना चर्च पॉइन्टवर तो मला भेटला. तो अजून मिडियासाठीच काम करत होता. मला आठवतं, ती हिवाळी रात्र होती. त्यानं गरम ओव्हरकोट आणि काळा ब्रॉग घातला होता. त्याच्या टायची गाठ घट्ट होती. त्याच्या शरीरावर पंचतारांकित हॉटेलात घालविलेल्या ऐषारामी आयुष्याच्या खुणा होत्या.

"टोबी?" मी जरा बिचकतच त्याला हाक मारली. तो तिथं अगदीच अनपेक्षितपणे भेटला होता.

"गुड डे."

त्यानं मला मिठी मारली. त्याच्या अंगाला बिअरचा आणि तंबाखूचा वास येत होता. टोबीत काहीही बदल नव्हता. पूर्वी जसा होता, तसाच आताही होता. त्यानं सिगारेटच्या कागदात तंबाखू भरून गुंडाळी केली. शिलगावली. माझ्यासाठी बिअर मागवली.

"तू इथं काय करतोयंस?" या 'श्रीयुत शहरीचं' समुद्राकाठी घर असू शकतं, यावर काही क्षण माझा विश्वासच बसला नाही.

"स्कॉटलंड आयलंडमध्ये एक लहानशी जागा विकत घेतलीय. तिथंच राहातो."

"खरंच?" इतरांच्या मनात काय चाललंय, याची आपल्याला कणभरसुद्धा

कल्पना नसते.

या भेटीनंतर पॉइन्टवर जातायेताना आमच्या वारंवार भेटीगाठी होऊ लागल्या. या भेटीत आमच्या व्यवसायातल्या घडामोडी, अफवा यांच्याविषयी गप्पा व्हायच्या. जुन्या सहकाऱ्यांचा तपास व्हायचा. जाहिरातींच्या जगातल्या गमतीदार गोष्टी तो सांगायचा. पण, त्याच्या बोलण्यात गमतीऐवजी उपहास आणि तुच्छताच जास्त असायची, असं लवकरच माझ्या लक्षात आलं.

त्यानं एका बोटीत भागीदारी घेतल्याचं एक दिवस माझ्या कानावर आलं. तो 'लॉरेल मी' या बार्जचा भागीदार झाला होता. याच व्यवसायात कायम राहायचा त्याचा विचार होता.

"तू हे सगळं समजून उमजून करतोयंस ना टोबी?" एका संध्याकाळी मी त्याला विचारलं. मी घरी परत येत असताना तो मला पॉइन्टवर भेटला होता. तो शेवटच्या फेरीची वाट पाहत बिअर पीत होता.

"होय. नक्कीच. तू जेवढं समजून उमजून उघड्या डोळ्यांनी तुझं आयुष्य जगते आहेस ना, तितकंच समजून उमजून उघड्या डोळ्यांनी मी हे करतोय."

महिनाभरानंतर एका प्रसन्न दिवशी आम्ही त्याच्या या बार्जवर दुपारी भेटलो. मला आलेलं पाहिल्यावर त्यानं हात हलवून स्वागत केलं. मी बार्जवर उतरले. टोबी डेकवर आला, तेव्हा त्याच्या अंगात विटलेला राखाडी गंजीफ्रॉक होता. कार्गो व्हार्फवरील मातीच्या रंगाची विटलेली अर्धी चड्डी आणि त्याच रंगाचे मोजे त्यानं घातले होते. त्याचे बूट म्हणजे पिटवॉटरमधल्या मातीचा कॅलिडोस्कोपच झाले होते. त्याच्या हातात सँडविच होतं. नंतर खाण्यासाठी आणखी भरपूर सँडविचेस ब्राऊन पेपर बॅगमध्ये होती.

"आज जेवायला काय आहे?"

"सँडविचेस आणि टोमॅटो सॉस."

"आजवर पंचतारांकित हॉटेलात जेवलास. आता एकदम हे. म्हणजे खूपच मोठा बदल म्हणायचा."

"तुला एक सांगू?"

"हं!"

"इतकं चांगलं जेवण मी आयुष्यात कधी जेवलो नाही."

तो प्रसन्न हसला. त्याचं पोट पातळ झालं होतं. दंड पिळदार झाले होते. कातडी उन्हानं छान पिंगट झाली होती. हा टोबी म्हणजे वेगळाच टोबी होता. स्वतंत्र अस्तित्व असलेला, स्वतंत्र व्यक्तिमत्त्व असलेला.

'लॉरेल मी' हे चांगलं लांबरुंद, प्रशस्त बार्ज होतं. त्याचा सांगाडा ठिबकेदार गमच्या लाकडाचा होता. त्याच्या डेकवर तीस माणसं आरामात नाचू शकली

असती. अर्थातच त्यांना बार्जच्या मध्यावर असलेली क्रेन, तिचे गंजलेले मोठमोठे आकडे आणि मनगटाएवढे जाड दोर यांच्यापासून सांभाळून राहावं लागलं असतं.

"आत जाऊन बघायचंय?"

मी त्याच्या मागोमाग केबिनमध्ये गेले. केबिन स्वच्छ होती. तिचे कोपरे फिकट रंगाच्या पाईनच्या लाकडांचे होते आणि घासूनपुसून चकचकीत केलेले होते. या कोपऱ्यात अगदी एकसंध लाकूड वापरलेलं होतं.

"ग्रोन नीज." लाकडाच्या पट्ट्यांवरून हात फिरवत तो म्हणाला.

"ग्रोन नीज म्हणजे?" मी विचारलं.

"म्हणजे झाडातून असा नैसर्गिक बाक कापून घ्यायचा असतो. दोन वेगवेगळ्या फळ्याच्या सांधेजोडापेक्षा तो खूपच मजबूत असतो."

केबिन प्रशस्त होती. ती अत्यंत काळजीपूर्वक लावलेली होती. अवजारं खोक्यांमध्ये नीट भरून ठेवली होती. पाकिटं आणि रसीद बुकांजवळ टेलिफोनच्या डायऱ्या ठेवलेल्या होत्या. इथं जमिनीला हिरवा रंग दिला होता. मात्र सुकाणूजवळच्या कप्तानाच्या उभं राहण्याच्या जागेवर रंग उडाल्यामुळे मूळ लाकूड उघडं पडलं होतं.

"जुन्या आयुष्याची आठवण नाही येत?"

टोबी हसला. "नाही. फारशी नाही येत, मेट."

"धंदा कसा चाललाय?"

"बरा चाललाय.'

"टोबी?"

"बोल."

"तुला या बार्जच्या व्यवसायाविषयी खरंच काही माहीत आहे का?"

"फारसं नाही मेट, फारसं नाही. पण, मी शिकतोय भराभर."

'लॉरेल मी' जिथं बांधून ठेवलं होतं, तो मालधक्का म्हणजे पिटवॉटरमधला औद्योगिक विभाग होता. वाळूची पोती, लाकूड, पाईप, टिन आणि अशाच इतर सामानाचे ढीग तिथं इतस्तत: पसरले होते.

कचऱ्याचा ट्रक, एका मोठ्या बार्जवरून स्कॉटलंड आयलंड व इतर बेंच्या विभागात आठवड्यातून दोनदा फेरी मारायचा. सार्वजनिक ठिकाणचा कचरा ट्रकमध्ये भरला जायचा. घराघरातल्या कचऱ्याच्या पिशव्या दोन माणसं उचलून बार्जवर फेकायचे. या माणसांच्या कानाला सतत मोबाईल चिकटलेला असायचा. त्यांनी फेकलेली एखादी पिशवी क्वचित समुद्रात पडून तळाशी जायची. मग, ओहोटीच्या वेळी स्थानिक माणसं त्या पिशवीची विल्हेवाट लावायची.

कचऱ्याच्या बार्जवर नेहमी असणाऱ्या दोन मुलांना एका रविवारी मी चांगल्या लाकडी बोटीतून भटकताना पाहिलं. त्या वेळी मी वॉटरटॅक्सीतून चर्च पॉइन्टला जात होते. पुढं काही आठवड्यांनी ती दोघं कचरा गोळा करायला लव्हेट बेला आली असताना, मी त्यांना त्या बोटीबद्दल विचारलं.

"तो आमचा शौक आहे मेट." ती मुलं म्हणाली. "ती जुनी लाकडी बोट आम्हाला सडत पडलेली दिसली. आम्ही तिची दुरुस्ती केली. मस्त, सुंदर आहे साली. हो की नाही?'

मला हा बोटीचा शौक आणि त्या भावनेनं भारून जाणं वगैरे समजतच नव्हतं. पण, एकदा स्टीव्हनं समजावून सांगितलं. स्टीव्ह त्याच्या मालकीच्या बोटीतच राहात होता. ही बोट नेहमी मॅककारच्या खाडीत नांगरलेली असायची. त्याची काळ्यापांढऱ्या रंगाची कुत्री मिनी त्या बोटीत सतत उड्या मारत भटकत असायची.

"या बोटींमुळे आयुष्याला अर्थ येतो." कधी नव्हे ते गंभीर होत त्यानं मला सांगितलं," ही बोट माझं सर्वस्व आहे. जीव की प्राण आहे. मी या बोटीसाठीच जगतोय."

त्यानंतर घट्ट रस्सा करायला ब्राऊन मीट हवं की नको, यावर आमचा चर्च पॉइन्टच्या रस्त्यावरच कडाक्याचा वाद झाला.

"ते आवश्यकच आहे." स्टीव्ह म्हणाला.

"पण, बहुतेक जण सगळंच्या सगळं मीट एकदम पॅनमध्ये टाकून देतात. त्यामुळं, पॅनची उष्णता कमी होते. मग ते मीट ब्राऊन होण्याऐवजी काळपट होतं."

"ती स्वयंपाक करणाऱ्याची चूक आहे मेट. मटणातला रस कायम राहायला ते थोडं थोडं पॅनमध्ये टाकून परतवून घेतलं पाहिजे."

"म्हणजे मटण शिजवताना ते कोरडं व्हायला नको."

"अगदी बरोबर. आत्ता कळलं तुला. आता मला एक सांग, मटणाला स्वाद यायला ओवा आणि सेलेरी दोन्ही वापरायला हवं का?

"प्रत्येकाला आवडेल तसं!" मी म्हणाले. "व्यक्तिशः मी दोन्ही वापरते. त्याच्यासोबतच गाजर, कांदे आणि एकदोन तेजपत्ते."

"मीसुद्धा असंच करतो."

एक दिवस मी स्टीव्हला विचारलं,"तुला एवढी बोटीची ओढ का वाटते?"

काही क्षण तो घुटमळला. आपल्या तोंडून आयुष्यातलं एखादं रहस्य चुकून बाहेर पडेल, असं त्याच्या मनात आलं असावं. तो फक्त एवढंच म्हणाला,"कुणास ठाऊक मेट!"

''पण, ते तुला माहीत असायला हवं. तू त्यानं झपाटला गेला आहेस.''

''खराय. कदाचित त्या तिथं आहेत, म्हणूनच मी झपाटला गेलो असेन.''

हातात ग्लास घेऊन आरामात कोपर टेकवता यावं, म्हणून गॉर्डननं जी खोबण करून ठेवली होती, तिथं मी टेकून उभी होते. हवेत गारठा होता. दमटपणाचं प्रमाण खूपच जास्त होतं. थंडी कपड्यातून हाडापर्यंत पोहोचत होती. आकाश राखाडी झालं होतं आणि टेकाडावरची झाडं खोचलेल्या टाचण्यांसारखी दिसत होती.

घराचं सध्या असलेलं गढीसारखं रूप घालवायला काय करता येईल, याचा मी विचार करत होते. बेडरूममधून सरळ डेकवर येता यावं, म्हणून मोठी, सरकती दारं करून घेतली, तर उन्हाळ्यात माझा पलंग सरळ बाहेर डेकवर ओढता आला असता. आयुष्यात तेवढी एकच वाट उरली असेल, तर वास्तव लक्षात घेऊन जगणं चांगलं. मी अगदी बिछान्याला खिळूनच पडले तर?

मी त्या कल्पनेनंच दचकले. अंकल फ्रँक म्हणत होते तेच खरंय! आपल्या बावळटपणाकडे आपल्याला नेहमीच बारीक लक्ष ठेवलं पाहिजे. नाहीतर तो क्षणात उलटून डंख मारतो. धाडकन खड्डयात टाकतो. मनात नाही नाही ते विचार घुसवून टाकतो. 'मी सावध राहिलंच पाहिजे. मी आत किंवा बाहेर कुठंही बिछान्याला खिळून राहणार नाही. मी कणखर आहे. माझं शरीर बळकट आहे.'

मी घरात जाऊन कागदपेन्सिल घेतली. अनेक आकृत्या काढल्या. खोडून टाकल्या. पण, पुन्हा एकदा आजाराचं भय मनात शिरलंच. मी पेन्सिल फेकून दिली. 'थांबव हे सगळं.' मी माझ्यावरच मनातल्या मनात ओरडले. 'परस्परविरोधी विचारांना एकाच वेळी मनात थारा द्यायची तुझी ऐपत नाही. एवढं बेपर्वा राहण्याचा अविवेक परवडणार नाही.'

हल्ली सगळं आयुष्यच असं झालंय. भावना दोलायमान होत राहातात. जगणं? मरण? आज कुठल्या भावनेचं पारडं जड होतंय? उद्या कुणाचं होणार?

मी कागद आणि पेन बाजूला ठेवलं. काम करणं अशक्य होतं. मी अंगावरचे कपडे काढून टाकले. माझा नकली स्तन अंतर्वस्त्रांच्या खणात ठेवून दिला. अंगाभोवती रजई गुंडाळून घेतली आणि बाजूच्या ढिगाऱ्यातून पाकशास्त्रावरचं पुस्तक वाचायला घेतलं. कोकराची तंगडी कशी करता येईल, हे त्यात शोधू लागले. बॉब आणि बार्बरा जेवायला येणार होते. आजारानं तोंडाची चव गेलेल्या बार्बराला हा पदार्थ आवडला असता.

मी पाकक्रिया शोधत असताना घराविषयीच्या कल्पना अंधूकपणे मनात येत होत्या. 'उबेची शेगडी कुठं राहील? स्वयंपाकघर कसं राहील? शय्यागृहाच्या आणि बैठकीच्या खोलीच्या भिंती छतापर्यंत गेलेल्या नाहीत. त्या तशाच ठेवायच्या की उंची वाढवून घ्यायची? त्या तशाच ठेवल्यानं घराला एक प्रकारची अकृत्रिमता आणि झोपडीचं स्वरूप येतं मग, राहू देत आहे तसंच?'

गवंड्याला बोलावण्याचा आणि पाकक्रिया ठरवण्याचा निर्णय मी एकदम एकाच वेळी घेतला. 'च्यायला! जर एवढ्यातच मरायचंच असेल, तर मी आरामात मरेन.'

माझा मित्र मिशेल अनाहूत घरी आला, ती पिटवॉटरमधली एक सुंदर रात्र होती. मिशेलनं माझं स्कॉटलंड आयलंडमधलं घर करारानं घेतलं होतं. तो बोट वल्हवत त्या रात्री आला. माझ्या दारावर टकटक करून आत आला. त्याची ओली पावलं जमिनीवर उमटली होती. मी अंथरुणात पडले होते. मी दार म्हणून वापरत असलेल्या पडद्यातून डोकं काढत त्यानं मला सांगितलं, "चल, ऊठ. झोपलीस काय अशी? ऊठ. एवढी चांगली रात्र वाया घालवू नकोस."

"नवीन आहे नं पिटवॉटरमध्ये," मी वैतागत मनातल्या मनात म्हटलं. तशीच पायजम्यात बाहेर आले. पण, त्याचं म्हणणं बरोबर होतं. रात्र, खरंच अतिशय देखणी होती. किनाऱ्याचे उतार रूपेरी होऊन लखलखत होते. आकाशभर फिकट गुलाबी आभा पसरली होती. सगळी खाडी चंद्रप्रकाशानं उजळली होती आणि बरोबर मध्यभागी पाण्यावर चंदेरी झुलता जिना तयार झाला होता.

आम्ही आमची होडी साल्व्हेशन क्रीक आणि लव्हेट बे यांच्या संगमापर्यंत वल्हवत घेऊन गेलो. साल्व्हेशन क्रीकमध्ये घनदाट वनस्पती होती. जीवजीवाणूंचे प्रमाणही खूप मोठं होतं. मी लव्हेट बेत राहायला आल्यानंतर एकदा ओहोटीच्या वेळी किनाऱ्याच्या दुसऱ्या टोकाला काय आहे, हे पाहण्यासाठी फिरत फिरत गेले होते. मोकळ्या खाडीतून त्या अंधारलेल्या पर्जन्यवनात शिरले, तर तिथल्या छायाप्रकाशात हजारो किटकांचा अनिर्बंध संचार सुरू होता. तिथं कॉकटेलच्या पेल्यात सजवतात, तशा छत्र्यांच्या आकाराएवढ्या खुज्या पामची अगणित झाडं दिसत होती. केसासारखे बारीक धबधबे व जंगली अळंब्या होत्या. त्यांच्या उग्र वासानं जीव गुदमरून जात होता. गालिच्यापेक्षा जाड शेवाळ जमून खडकांच्या कडांचा धारदारपणा कमी झाला होता. तिथले निसरडे खडक ओलांडून थोडं पुढं गेल्यानंतर मला तो धबधबा दिसला होता. ही खाडी कधीच कोरडी होत नाही,

अशी माहिती मला नंतर मिळाली होती. अगदी घनघोर दुष्काळाच्या काळातही ही कोरडी पडली नव्हती. तिचं 'साल्व्हेशन' म्हणजे 'मोक्ष' हे नाव सार्थ होतं.

ओहोटीच्या वेळी खाडीचं पाणी रेतीपर्यंत खाली उतरतं. भरतीच्या वेळीही ते फार वर जात नाही. त्यामुळं, ऐन भरतीतही तिथं टिन्नीपेक्षा मोठी बोट जाऊ शकत नाही. त्यामुळे, या खाडीत बोटींचा वापर जवळजवळ नाहीच. आम्ही वल्हवत वल्हवत होडी पुढं नेत होतो. सभोवताली विलक्षण लयबद्ध शांतता पसरली होती. आम्ही दोघंही गप्प बसून होतो. आम्ही होडी वळवली आणि अलगद घराकडे परतलो.

"थँक्स!" मी त्याला म्हटलं.

त्यानं नुसती मान हलवली. आपल्या घराकडं होडी वळवली.

शुक्रवारची सकाळ रम्य होती. लखख ऊन पडलेली. ताजी, जिवंत! रात्री भरती येऊन गेली होती. तिच्यामुळं किनाऱ्यावर निर्माण झालेल्या झालरीच्या काठाकाठानं मी फिरत होते. पहाटेचा नारिंगी रंग साऱ्या खाडीभर पसरला होता. झाडांच्या शेंड्यांतून ज्वाळा निघत असल्यासारखे दिसत होतं. नेहमी भल्या पहाटेच निघणारे चारपाच कायक, संथ पाण्यातून मंद गतीने पुढं पुढं चालले होते. त्यांच्या वल्हयांनी हळुवार ताल धरला होता. मधूनच त्यातला कोणीतरी माझ्याकडे पाहून अभिवादन करायचा. त्या दृश्याचा तोल बिघडणार नाही, अशी काळजी घेत, मीही हात हलवून हलकेच प्रतिसाद देत होते.

बंदरावर नांगरलेल्या बोटी, चिकटलेल्या जुळ्याप्रमाणे आपल्याच प्रतिबिंबावर हेलकावे खात उभ्या होत्या. बहुतेकींचा रंग पांढराशुभ्र होता. त्यांची शिडं आकाशी निळ्या रंगाची होती. समुद्री गरुड आकाशात खालीवर झेपावत होते. त्यांची घरटी लव्हेट बेकडील एल्विनाच्या बाजूस होती. माणसं पोहचू शकणार नाहीत इतक्या उंचावर त्या ढलानीवर त्यांची घरटी होती. ते गरुड असे का बरं खालीवर झेपावत होते? ती त्यांची समागमाची पद्धती होती? की त्या परिपूर्ण दिवसाच्या आनंदमय उर्जेने तेही भांबावून गेले होते? कदाचित निव्वळ गारवा हवा, म्हणूनही ते उडत असावेत.

उन्हं थोडी वर आल्यावर मी घराचं बांधकाम करणाऱ्याला फोन केला. "मी घराचं काम करून घ्यायचं ठरवलंय."

"ठीक आहे."

"त्याविषयी बोलणी करायला कधी येतोस?"

"मी सोमवारी सवड काढून येतो. चालेल?"
"छान! ये."
काही क्षण कुणीच बोललं नाही.
मग, त्यानं सहज विचारावं तसं विचारलं, "कशी आहेस?"
"देव जाणे!"
"ठीक आहे."
मी फोन ठेवला आणि स्वयंपाकघरात गेले. दुपारच्या जेवणाचं बघायला हवं होतं.

माझ्याकडं एक बिडाचं पातेलं होतं. खूप जड होतं. झाकणाची मूठ तुटली होती. एकदा ते माझ्या हातून जमिनीच्या लादीवर पडलं होतं. लादीचेही टवके उडाले होते. त्या पातेल्यात मी मटण शिजायला ठेवलं. मी मटणात खूपसा लसूण न सोलताच घातला. सोलत बसण्यात आपली सर्जनशक्ती खूप खर्ची पडत असते. शिवाय शिजवताना ते खूप लवकर करपतं. मग, मी त्यात अगदी तळं साचेल, इतकं व्हिनेगर घातलं. वरून भरपूर मीठ-मिरी घालून, मग ते शिजायला ओव्हनमध्ये ठेवून दिलं. ओव्हनचं तापमान अगदी मंद ठेवलं होतं. मटण शिजायला कमीतकमी तीन तास लागणार होते. तीन तासांनंतर लसणाचा मस्त वास लागलेलं आणि व्हिनेगरचा मधुर गोड स्वाद असलेलं मटण तयार झालं असतं.

जेवणात बटाटे, हिरवं कडधान्य, कोवळी गाजरं, आणि बीटरची पानं होती. बीटरची हिरवी पानं यकृतासाठी चांगली असतात. केमोथेरपीमुळं बार्बराच्या आणि माझ्याही यकृताची वाट लागली होती. त्यासाठी लहानसहान गोष्टींची मदत आवश्यक होती. जेवणानंतर मिठाई नव्हती. त्याऐवजी ताजी, कोवळी सफरचंदं आणि फिकट पिवळं चेड्डर चीज होतं. चीज यकृतासाठी चांगलं नाही, हे मान्य आहे. पण, मनाला उभारी देण्यासाठीही अतिशय चांगलं आहे. मनाच्या उभारीवरच आयुष्याचा तोल साधला जातो. खराय ना?

बार्बरा कशी असेल, याचा मला अंदाजच येत नव्हता. मी तिला कधी ओझरतंसुद्धा पाहिलं नव्हतं. बॉब आणि बार्बरा गावापासून जरा दूरच राहात होती आणि त्यांची येण्याजाण्याची वाटही माझ्या घराजवळून जात नव्हती.

स्वयंपाक झाल्यावर मी डेकवर गेले. जेवायचं टेबल तिथंच मांडलं होतं. अंगात टीशर्ट घालावा, इतकी हवेत ऊब होती. लवकरच सूर्य उतरणीला लागून उन्हाळ्यासारखं वातावरण निर्माण होईल. पण, सध्या उशिरा उजाडत होतं आणि लवकर अंधारत होतं. अजून तसा हिवाळा संपलेला नव्हता.

बॉब आणि बार्बरा बोटशेडजवळ पंधरा मिनिटं येऊन आधीच पोहाचले.

दोघंही हळूहळू चालत होते. बॉबनं बार्बराला कवेत घेतलं होतं. ती काहीतरी बोलत होती. ती काय बोलतेय, ते मला कळत नव्हतं आणि कळूनही घ्यायचं नव्हतं. त्या दोघांत उत्कट आणि गहिरी जवळीक असल्याचं दिसत होतं. माझ्या मनात असूयेची सूक्ष्म भावना निर्माण झाली. पण, मी ती तात्काळ दाबून टाकली. मी घरात जाऊन हळूच दार ओढून घेतलं. माझ्या मनातला कल्लोळ तिला ऐकू जाऊ नये, असं मला वाटत होतं. बार्बरा हळूहळू चालत होती. वाटेत दम घ्यायला थांबत होती. बोलण्याचं निमित्त करत विश्रांती घेत होती. शेवटी ती दोघं अगदी ठरलेल्या वेळी घरी येऊन पोहोचली.

"मी बार्बरा."

माझ्याकडे सस्मित मुद्रेने पाहात तिनं हस्तांदोलनासाठी हात पुढं केला. तिचे हात लांब आणि कृश होते. चेहरा उभट आणि अशक्त होता. पण, तिचे डोळे अतिशय तेजस्वी होते.

"ये ना आत. तू भेटलीस. खूप छान वाटलं." मी बाजूला होऊन तिला आत यायला वाट करून दिली.

आत येऊन तिनं घरावर नजर टाकली. हळूहळू सोफ्याकडे चालत गेली आणि खूप काळजी घेत ती सोफ्यावर विसावली. जणू काही एखाद्या अगदी लहानशा धक्क्याचाही तिला त्रास झाला असता. स्वयंपाकघरातून मटणाचा आणि लसणाचा वास येत होता.

"मटण?"

"हो. तुला चालेल ना?"

"चालेल."

बॉबनं नीटनेटका पोशाख केला होता. कॉलर असलेला टीशर्ट त्यानं घातला होता. येताना आणलेल्या रेड व व्हाईट वाईनच्या बाटल्या त्यानं ओट्यावर ठेवल्या. ती वाईन उत्तम दर्जाची होती.

बाटल्या ठेवून संकोचानं गप्प बसून राहिला.

मधली पोकळी भरून काढण्यासाठी काहीतरी करावं, म्हणून मी लगबगीनं कामाला लागले. व्हाईट वाईनची बाटली उघडली. ओव्हनमधलं पातेलं झाकलेलं होतं. त्यामुळे, आत काय होत होतं, हे समजणं शक्य नव्हतं. तरीही त्याच्याकडे डोकावून पाहिलं. फडताळातून वाईनचे पेले काढले.

"प्लीज! जरा वाईन ओततोस बॉब?" मी सॉसपॅनचं झाकण उघडत विचारलं. ओल्या फडक्याखाली ठेवलेलं सॅलड नरम तर पडलं नाही, हे पाहिलं. 'काय विचार करून मी फक्त या दोघांनाच बोलावलं?' असं वाटून स्वत:लाच दोष लावला, कारण अनोळखी माणसं एकत्र आली, की काय बोलावं हे सुचत

नाही. 'ही पोकळी भरून काढायला आणखी एकदोघांना बोलवायला हवं होतं मी.' इथं माझ्या पत्रकारितेचा अनुभव कामाला आला. माझा गोंधळ आणि त्यांचा संकोच दूर करायला, मी त्यांना मुलाखतीच्या वेळी विचारतो, तसे प्रश्न विचारायला सुरुवात केली. "तुम्ही दोघं इथं कधीपासून राहाता आहात?"

बॉबनं उत्तरं द्यायला सुरुवात केली. नेमक्या त्या वेळी लाल पाचूच्या रंगांचं पोपटाचं एक जोडपं बाहेर कठड्यावर येऊन बसलं. जणू काही भपकेदार कपडे घालून श्रोतेच बसले होते. बॉबला उत्तरं देताना योग्य शब्द सहजपणे सापडत नव्हते. त्याच्या चेहऱ्यावर एकापाठोपाठ एक भावना फक्त उमटत होत्या.

ते ओळखून बार्बराने सहजपणे संभाषणाचा ताबा घेतला. बॉब पोपटाच्या जोडप्याकडे पाहात बसला. बोलता बोलता बार्बरा म्हणाली, "आपण पहिल्यांदा पाहतो, तेच आपलं शेवटचं पाहणं असतं."

तिला काय म्हणायचं होतं, ते मला कळलं नाही. माझा गोंधळ माझ्या चेहऱ्यावर स्पष्ट उमटला असावा.

"आयुष्यात अनेक गोष्टी क्षणभरासाठी आपलं लक्ष वेधून घेतात. पण, त्या आपण पुन्हा पाहात नाही किंवा त्यांची आठवणही ठेवत नाही."

"हो ना." मी म्हणाले. कारण, बहुधा याच उत्तराची तिला अपेक्षा असावी, असं मला वाटलं. पण, हे सगळं बोलणं कुठल्या दिशेनं जात होतं, हेच मला कळत नव्हतं. तिचं बोलणं अधिक लक्षपूर्वक ऐकता यावं, म्हणून मग मी सोफ्यावर तिच्या पुढ्यात जाऊन बसले.

ती काही वेळ गप्प बसली. तिला जे काही सांगायचं होतं, ते नीट सांगता यावं, यासाठी विचारांची जुळणी करत होती. बोलण्यासाठी शक्ती गोळा करत होती. तिचा चेहरा फिकटलेला होता. सोनेरी केसांवर मधूनमधून तांबूस छटा होती. तिनं आपले हात आपल्या मांडीवर ठेवले होते. त्यातही डौलदारपणा होता. त्या दिवशी तिनं काय परिधान केलं होतं, ते आज मला आठवत नाही. कदाचित तिच्या डोळ्यांमुळे असं झालं असावं. कुरासो या डच वाईनच्या रंगासारखा तिच्या डोळ्यांचा रंग होता. त्या डोळ्यांच्या प्रभावीपणामुळे इतर कुठल्याही गोष्टींकडं लक्षच जात नसे. ते डोळे इतके बोलके आणि प्रामाणिक होते की, मनातलं काही लपून राहात नव्हतं. खरं म्हणजे तिच्याजवळ लपवण्यासारखं काहीच नव्हतं... फक्त होणाऱ्या वेदना सोडून! पण, ती नंतरची गोष्ट आहे.

बॉब पोपट बघायचं सोडून तिच्याजवळ येऊन बसला. तो अधूनमधून हातातल्या पेल्यातील वाईनचे घोट घेत होता.

"तुम्ही इथं राहायला येऊन किती काळ झालाय?" मी विचारलं.

"अगदी पहिल्यांदा? २८ जानेवारी १९९३. पण, आम्ही इथं राहायला

त्यानंतर बऱ्याच दिवसांनी आलो.''

''नक्की दिवस आठवतोय?''

''होय. त्याला कारणही तसंच झालंय. आम्ही इथं झुडपातून भटकत होतो. आम्ही म्हणजे मी आणि बॉब. लव्हेट बेच्या उत्तर भागात, सार्वजनिक व्हार्फ शोधत होतो.'' बार्बरा म्हणाली. ''भटकताना आम्ही वाट चुकलो. लँटाना या फुलझाडांच्या गर्द झुडपांमुळे काही कळेनासं झालं. मग, मात्र आम्ही परत फिरलो.''

आपल्या पत्नीच्या बोलण्यानुसार बॉबच्या भुवया कधी उंचावल्या, तर कधी खाली वळल्या, तर कधी मुडपल्या. मग, मात्र हळूहळू त्याची मान खाली गेली. हनुवटी छातीत रुतली. ही कहाणी त्यानं याआधी खूप वेळा ऐकली असावी. पण, त्यानं तिला बोलू दिलं. आपल्या पत्नीचा आवाज ऐकताना त्याला आनंद होत होता. मनातलं सगळं सांगायला तिच्याजवळ फारसा वेळ शिल्लक नाही, याचा त्याला अंदाज असावा.

बार्बरा सांगत होती की, ते परत वळले तेव्हा त्यांचं पाण्याकडं लक्ष गेलं. पाणी हिरवं आणि गर्भरेशमी दिसत होतं. त्याच वेळी गुलाबी फुलांनी बहरलेल्या लँटानाच्या झुडुपाआडून बार्बराला एका प्रशस्त घराची मागची बाजू दिसली.

''सर्वांत आधी मला घराचं छत दिसलं. दगडफुलानं कौलं आच्छादलेली होती. त्या छताला तीन धुराडी होती. त्या घराच्या सर्व कोनांत आणि रेषांत शिस्तशीर प्रमाणबद्धता होती. घराच्या फिकट पिवळसर रंगाच्या भिंतीच्या बांधणीतही वेगळेपण होतं. खरं सांगायचं म्हणजे, मला ती इमारत रहस्यमय वाटली.''

''तुझं चालू दे.'' मी मध्येच उठत म्हणाले. ''मी जेवणाची तयारी करते. नाहीतर सगळं गार होऊन जाईल.''

''काळजी करू नकोस. आपण जेवायला बसल्यानंतर सांगेन. बॉब, मला जरा पाणी देतोस?''

स्वयंपाकघरांत जाऊन मी बॉबला पाण्याचा पेला दिला आणि ताटल्यांत जेवण वाढायला सुरुवात केली.

''तू मटणाचे तुकडे करशील?'' मी बॉबला विचारलं

''हो. करेन की!''

मी त्याला सुरी आणि काटा दिला. त्याच्यासमोर मोठ्या ताटलीत शिजलेलं कोकरू ठेवलं. त्यातला रस्सा वेगळ्या गरम भांड्यात काढला. ओव्हनलगतच्या उबदार खणातून थाळ्या काढल्या. आणि मग टेबलवर पदार्थ मांडायला सुरुवात केली.

''जेवण तयार आहे.'' मी बार्बराला म्हणाले. ''तू येतेस टेबलवर?''

बॉबनं हातातलं काम बाजूला ठेवलं. तो बार्बराकडं गेला आणि त्यानं तिला हळुवारपणे हात देऊन सोफ्यातून उठायला मदत केली. त्यात शारीरिक मदतीपेक्षा स्त्रीदाक्षिण्याचा भाव अधिक होता. तिला टेबलाजवळ बसवून तो पुन्हा मला मदत करायला स्वयंपाकघरात आला.

''पाणकावळ्यांपासून सावध राहा गं.'' मी आतूनच बार्बराला सांगितलं. ''त्यांना कोकराचं मटण फार आवडतं. ते भुरटे चोर झडपा घालून मटण पळवतील. अग, त्या लबाड मॅगपायला आवडलं, तर झोंबाझोंबी करून तुमचं नाकसुद्धा खाऊन टाकतील.''

मटणाचे तुकडे करता करता बॉबनं नकळत सहजपणे एक कुरकुरीत तुकडा तोडून तोंडात घातला आणि आनंदाने खाऊ लागला. मग, आपली चूक लक्षात येऊन तो शरमिंद्या नजरेने माझ्याकडं पाहू लागला.

''माफ कर, रागावू नकोस. मी घरी नाही हेच विसरून गेलो.''

मी सुरी घेऊन मटणाचा तुकडा कापला आणि त्याला दिला. त्याचा चेहरा उजळला. त्यानं तो तुकडा पटकन तोंडात घातला. आणि मोठ्यानं आवाज करत तो बोटं चोखू लागला. मग, एकदम तो कानकोंडा झाला.

''चुकलं माझं. पुन्हा तीच चूक केली. मी कुठं आहे, हेच सारखं सारखं विसरतोय मी.''

मी हसले. ''अरे, तू अख्खी तंगडी अशी हातानं खाऊन टाकलीस, तरी माझी हरकत नाही.''

त्यानं मटणाचं पातेलं उचललं आणि तो पटकन स्वयंपाकघराच्या बाहेर पडला. थोडं वेडेपणाचं वाटेल. पण, तो काहीसा उड्या मारतच गेला; हे मी शपथेवर सांगू शकते.

मी सलाडचं भांडं उचललं. त्या पांढऱ्याशुभ्र भांड्यांत जांभळट रंगाची चिकरी आणि लाल कांद्याचे काप पिवळसर हिरव्या रंगाच्या कोसलेटिसच्या पानांवर विसावले होते. मी त्यात पिकलेले लालभडक टोमॅटो टाकायचाही विचार केला होता. पण, अगदी शेवटच्या क्षणी स्वत:ला आवरलं. आयुष्यभर सगळ्या गोष्टींचा अतिरेक करत आलेय. आता स्वत:ला लगाम घालायची वेळ आली होती असा आवर घालायला मी शिकेनही. अगदीच नाही, असं नाही.

आम्ही सारे जेवायला बसल्यानंतर मी बार्बराला विचारलं, ''तर तू त्या घराची मागची बाजू पाहिली. पुढे काय?''

फुलांची रचना करावी, अशा नजाकतीने बॉबने थाळीत मटणाचे तुकडे रचून ती थाळी बार्बराला दिली. लहान मुलासाठी करावेत, तसे मटणाचे तुकडे त्यानं केले होते. माझ्यासाठी मात्र मोठे तुकडे केले होते. त्याचं स्वत:चं ताट

वाढून झालं, तेव्हा तो खुर्चीत बसला आणि त्यानं आपला पेला शुभचिंतनासाठी उंच धरला.

"नवीन शेजाऱ्यांसाठी." मी त्यांचं शुभचिंतन केलं.

"मान्य आहे." बॉबनं आमच्या पेल्यांना पेला भिडवत म्हटलं. सणासुदीला वागावं, तसं आमचं वागणं होतं.

बार्बरा ताटलीतलं अन्न खाण्यापेक्षा चिवडतच बसली होती. तिच्या पेल्यातली वाईन संपत आली होती. तेव्हा बॉब आणखी वाईन ओतू लागला. पण, तिनं त्याला थांबवलं.

"तुझी गोष्ट पुढं सांग ना." मी म्हणाले. "तू त्या घराचं छत पाहिलंस. वेगळेपण दाखविणाऱ्या भिंती पाहिल्यास...."

"हां! आठवलं. म्हणजे काय की... मी ते घर पाहिलं. बॉबला म्हणाले की, बॉब, ते घर किती सुंदर आहे बघ."

तिनं मटणाचा लहानसा तुकडा तोंडात टाकून तो हळूहळू चावायला सुरुवात केली.

"बॉब काय म्हणाला?"

बॉबनं जेवताजेवता मान वर केली. "हिवाळ्यात ओल राहील. घराचं तोंड दक्षिणेकडे आहे. मागच्या बाजूला उतरणी आहेत. गारठा असेल. नाही, अजिबात नाही."

"अच्छा! म्हणजे घर शोधायला तुम्ही भटकत होता?"

"त्याचं काय आहे... म्हणजे... आम्ही आमचं सारं आयुष्य व्हिक्टोरियातल्या माऊंट एलिझातच काढलं. आम्हा दोघांनाही बदल हवा होता. पण, आम्हाला समुद्रकिनाऱ्यावरच घर हवं होतं.

"खरं म्हणजे आम्हाला मुलांपासून दूर पळायचं होतं." बॉब मध्येच हसून गमतीनं म्हणाला.

बार्बराही त्याच्याकडे पाहून मजेत हसली. त्याच्या विनोदातला टोकेरीपणा घालवत ती म्हणाली, "मुलं तशी मोठी झाली होती. ती स्थिरस्थावर झाली होती. त्यांना आमची तशी गरजही उरली नव्हती. आता आम्हाला आमचं आयुष्य जगायला हरकत नाही, असं वाटलं. पण, त्या घराबद्दल बॉब त्या दिवशी जे म्हणाला, ते खरं होतं. घरामागं उतरण असल्यामुळं त्या घरात दमटपणा आणि गारठा राहिला असता."

म्हणून त्यांनी तो विचार सोडून दिला. पुन्हा त्या घराकडं वळूनसुद्धा पाहिलं नाही.

"पण, मला कळत नाही...."

"अग, जरा धीर धरशील की नाही?" माझ्या उतावीळपणाला हसत बार्बरा म्हणाली.

"सॉरी. मला शेवट कळून घ्यायची नेहमीच घाई असते."

"१९९३मध्ये आम्ही न्यू पोर्टला एक घर भाड्यानं घेतलं. आणि पिटवॉटरच्या परिसरात घर शोधायची जंगी मोहीम सुरू केली. दोन बेडरुम्स, देखभालीचा कमी खर्च, भरपूर मोकळी जागा, एवढ्याच आमच्या माफक अपेक्षा होत्या. पोहण्यासाठी तलाव वगैरे काही नकोच होतं. महत्त्वाचं म्हणजे भरपूर भटकंतीसाठी मध्यवर्ती तळ म्हणून वापरता यावा, अशी जागा आम्हाला हवी होती. भरपूर प्रवास करावा, असं खूप दिवसांपासून मनात होतं. तुला माहितच आहे, कसं असतं ते. आधी मुलं लहान होती. मग, बॉबचा व्यवसाय स्थिरस्थावर व्हायचा होता. मग, मुलांची पौगंडावस्था. आपलं आयुष्य एखाद्या टॅक्सी ड्रायव्हरसारखं होऊन जातं. दिवसभर दाही दिशांना भटकावं लागतं. वाटतं, याचा कुठच शेवट नाही का? मग, एक दिवस घरकाम करताकरता अचानक लक्षात येतं... आई म्हणून आपण आपलं कर्तव्य पार पाडलं आहे. आता इथून पुढं आपण आपल्यासाठी जगायचंय."

"जवळ जवळ दोन महिने पिटवॉटरच्या या टोकापासून त्या टोकापर्यंत सर्व घरं शोधून झाली. पण आम्हाला परवडेल, असं घर मिळत नव्हतं. आम्ही तर अगदी घायकुतीला आलो होतो. मग, आम्ही दलालांची मदत घ्यायचं ठरवलं. म्हटलं, 'जिथं फक्त बोटीनंच जा-ये करता येते, त्या भागात तरी घर मिळतं का ते पाहावं."

१९९३च्या नोव्हेंबर महिन्यात एका प्रसन्न दुपारी बार्बरानं स्कॉटलंड आयलंडमध्ये आणि पिटवॉटरच्या पश्चिम भागात फक्त बोटीने जा-ये करता येईल, अशी आठ घरं पाहिली.

"लव्हेट बेच्या दक्षिण भागात काही चांगली घरं होती. पण, आम्हाला हवं होतं, असं एकही घर नव्हतं. तो दिवसच एकूण निराशाजनक होता."

शेवटी सरत्या दुपारी दमून ती घरी परत जाण्यासाठी एजंटच्या बोटीत बसली. घरांविषयीच्या अनेक माहितीपत्रिका त्या बोटीत विखुरल्या होत्या. त्या पाहताना एका अत्यंत सुंदर घराच्या चित्रावर तिची नजर खिळली. त्या घराला खांब असलेला लांब व्हरांडा होता. त्या घराचं नाव 'तरंगवा' होतं. पत्रिकेतल्या माहितीनुसार ते घर डोरोथी मॅककेलर या ऑस्ट्रेलियन काव्याला भूषण अशा कवयित्रीचं होतं. तिनं लिहिलेली 'माय कंट्री' ही कविता प्रत्येक ऑस्ट्रेलियन व्यक्तीला प्राचीन ऑस्ट्रेलियाच्या अनाघ्रात वन्यभूमीची आठवण करून देत होती.

"इस्टेट एजंटही माझ्यासारखीच दमली होती." बार्बरा सांगत होती. "पण,

मला ते घर पाहायचंच होतं. त्याची किंमत मला परवडण्यासारखी नव्हती. पण, माझं कुतूहलही अनावर होतं. शिवाय असं वाटलं की, आजच्या दिवसाचा शेवट तरी चांगला होईल आणि बॉबला मी त्याबद्दल काही सांगू शकेन.''

बार्बरा त्या घराच्या सुमारे ऐंशी दगडी पायऱ्या चढून वर गेली. तिला धाप लागली होती. ती आणखी काही पायऱ्या चढून व्हरांड्यात जाऊन उभी राहिली. त्या घराचं आणि घराच्या आसमंताचं सौंदर्य भारून टाकणारं होतं. सर्वांत वरच्या पायरीवर कठड्याच्या खांबावर हात टेकवून ती स्वत:ला हरवून पाहातच राहिली. तिथून दिसणारं लव्हेट बे आणि पिटवॉटरच्या पूर्वेकडील दृश्य विलक्षण सुंदर होतं. मग, तिनं घराकडे वळून पाहिलं.

''त्या क्षणी काळ थबकला होता.'' बार्बरा म्हणाली.

आम्ही हे सारं ऐकताना जेवायचं थांबलो होतो. बार्बरानं तर अन्नाला स्पर्शच केला नव्हता.

''मग, मी पुढं होऊन समोरचं दार उघडलं. दाराच्या प्रत्येक फळीला काचेची आठ आठ तावदानं होती. बैठकीच्या खोलीची जमीन लाकडी होती. छताला मयाली होत्या. आपण आपल्या घरी आलोय, असं मला वाटलं. मला काय म्हणायचंय ते कळतं ना तुला? एखाद्या जागेत शिरताच तिथली ऊब तुमच्यात भिनत जाते आणि तुम्हाला खूप शांत शांत वाटतं.''

''त्या जागेविषयी आपलेपणा वाटू लागतो. तिच्याशी ऋणानुबंध निर्माण होतो.'' मी म्हणाले.

''अगदी तसंच!'' ती म्हणाली. ''तू कदाचित ही जागा घेतलीस, तेव्हा तुलाही असंच वाटलं असेल.''

''ती एक वेगळीच कहाणी आहे.'' मी म्हणाले. ''ही गोष्ट आपण आधी पूर्ण करू.''

ती हलकंसं हसली. पाण्याचा घोट घेत ती म्हणाली, ''बॉब दुसऱ्या दिवशी त्याच्या दौऱ्यावरून परत आला. तेव्हा, त्याला मी तीन घरं शोधून ठेवल्याचं सांगितलं. दोन आवाक्यातली होती. तिसरं घर स्वप्नातलं होतं. या घराची कल्पनाच तो झिडकारून टाकील, असं मला वाटलं. नव्वदीची ती सुरुवात होती. नुकतंच स्टॉकमार्केट कोसळलं होतं. सर्वत्र मंदी पसरली होती. पण, तरीही त्याला त्या घराबद्दल कुतूहल वाटत होतं. मी कशी भारून गेले होते, हे त्यानं पाहिलं होतं. म्हणून, तो माझ्यासोबत ती तीनही घरं पाहायला आला.

''स्कॉटलंड आयलंडवरचं घर तसं मोडकळीस आलेलं होतं. जुनं पाडून नवं बांधायला हवं होतं. पण, ती जागा छान होती. तिथून पिटवॉटरचा देखावा खूप छान दिसत असे. दुसरं घर लव्हेट बेच्या उत्तरेला होतं.

"बॉबनं त्याचं बारकाईनं निरीक्षण केलं. ते घर नीट बांधलं गेलं नव्हतं. अडचण अशी होती की, ते पाडताही येत नव्हतं आणि आहे त्या स्थितीत राहण्याच्या लायकीचंही नव्हतं."

"मग आम्ही 'तरंगवा' पाहायला गेलो. त्याचा तो आकर्षक व्हरांडा आणि ती निर्भरता. आमच्या बजेटच्या दुप्पट त्याची किंमत होती." बार्बरा म्हणाली. तरंगवाच्या पायऱ्या चढताना दोघंही गप्प होती. बॉब मधेमधे थांबून भवतीचा परिसर न्याहाळत होता. घरात पोहोचल्यावर दोघं गप्पच होती. बार्बरानं बॉबला एकट्यालाच आधी घरात शिरू दिलं. तिथल्या खोल्या पाहून झाल्यावर तो मागच्या अंगणात गेला. तिथें एका खडकावर ऑर्किडस आणि नेचे उगवलेले होते. थोड्या वेळाने ती त्याच्या मागं आली. तिला बॉब घराच्या पूर्व भागाला असलेल्या एका लहान खोलीत उभा असलेला दिसला.

"मला दिसत होतं. बॉब माझ्यासारखाच मोकळेपणानं त्या घरात वावरत होता. जणू काही ते आमचंच घर होतं."

थोडा वेळ तो ठिपकेदार गमच्या गच्च झाडांमधून पाहात बसला. त्यातल्या काही झाडांच्या गुलाबी साली निघून आतलं किंचित हिरवंपिवळं खोड दिसत होतं. मग, बॉब बार्बराकडं वळला आणि त्यानं आपला हात तिच्या खांद्याभोवती लपेटून घेतला. "मला नेहमीच वाटायचं की, स्वर्ग ही अशी जागा आहे; जिथे तुम्ही एकाच वेळी काम आणि मजा दोन्ही करू शकता." तो तिला म्हणाला.

"त्याच्या ओठांवर स्मित होतं. डोळे स्वप्नाळू झाले होते." बार्बरा सांगत होती. "त्याला घर आवडल्याचं माझ्या तेव्हाच लक्षात आलं. ते वस्तीपासून वेगळं होतं आणि झुडपांच्या रानानं वेढलं होतं, एवढीच त्याची कारणं नव्हती. तर त्या घरामुळं तिथं जे वातावरण निर्माण झालं होतं, त्याच्या तो प्रेमात पडला होता. त्यात एक शिस्त होती. त्याचबरोबर अस्ताव्यस्तपणाही होता. साधेपणासोबतच एक औपचारिकपणाही होता."

"त्या घराचा उल्लेख 'पिटवॉटरच्या मुकुटातला हिरा' असाच केला जायचा, हे मला नंतर कळलं." बॉब म्हणाला. "एका अर्थानं ते खरंही होतं. ते घर खूप मोठं किंवा भव्य होतं; म्हणून नव्हे, तर त्याला स्वत:चा असा डौल होता, म्हणून ते 'मुकुटातला हिरा' म्हणून ओळखलं जायचं."

"पण, त्याची किंमत आमच्या बजेटच्या दुप्पट होती. त्यामुळं, कसं खरेदी करता येईल, हे मला कळत नव्हतं." बार्बरा म्हणाली.

तिनं आपल्या मनातलं बोलून दाखवलं, तेव्हा बॉब हसला, "मी बघतो गं ते सगळं." आणि मग त्या खडबडीत उंच टेकडीवरील घराच्या खरेदीविषयीच्या वाटाघाटी सुरू झाल्या.

कहाणी संपत असली होती. एव्हाना, सूर्य चांगलाच वर आला होता. उन्हाचे पाठीला चटके बसत होते. पण, बार्बराचे डोळे चमकत होते. तिच्यासाठी हॅट आणायला मी आत जाणार होते. पण, तिनं बोलणं सुरुच ठेवल्याने मी पुन्हा खुर्चीत बसले. बॉबनं माझ्याबरोबर त्याचाही पेला भरला. बार्बरानं हातानंच 'नको' म्हणून सांगितलं.

"आम्ही त्या घराचा ताबा घेईपर्यंत दोन विचित्र योगायोगाच्या घटना घडल्या." बार्बरा म्हणाली. "एक म्हणजे अगदी पहिल्यांदा झुडपातून फिरत असताना आम्ही ज्या घराचा मागचा भाग पाहिला होता, ते हेच घर असल्याचं आमच्या लक्षात आलं. दुसरी गोष्ट म्हणजे घराचं खरेदीखत डिसेंबरमध्ये व्हायचं होतं. पण, बॉबची कामं आणि मुलीचं मेलबर्नला होणारं लग्न यामुळं ते २६ जानेवारीला करायची विनंती केली. 'तरंगवा'चं राष्ट्रीय महत्त्व लक्षात घेता, हा व्यवहार ऑस्ट्रेलिया दिनाचा मुहूर्त साधून होणं योग्य वाटत होतं. पण, त्या दिवशी सार्वजनिक सुट्टी असल्यामुळे २८ जानेवारी १९९४ला खरेदीखताचा व्यवहार पार पाडायचं ठरलं. या तारखेचं महत्त्व मला तेव्हा कळलं नव्हतं. पण, नंतर दोनेक वर्षांनी जुन्या डायऱ्या टाकून देत असताना ते माझ्या लक्षात आलं. आमच्या झुडपातल्या भटकंतीची नोंद मी माझ्या डायरीत २८ जानेवारी १९९३ या तारखेला केली होती. म्हणजेच हे घर आम्हाला दिसल्यापासून बरोबर एक वर्षानं आम्ही या सुंदर घराचा ताबा घेतला होता."

बार्बरानं सर्वांवरून नजर फिरवली. तिची कहाणी बहुधा संपली असावी. बराच वेळ कुणीच काही बोललं नाही.

"तुम्ही तिथं सुखात राहताहात ना? तुम्ही घेतलेला निर्णय योग्य होता ना?" काही वेळानं मी विचारलं.

"ही माझ्या आयुष्यातली सर्वांत चांगली वर्षं आहेत." बार्बरा म्हणाली.

आणखी काही बोलण्यासारखं नव्हतंच. कारण, तिचं आयुष्य संपत आल्याचं स्पष्टच दिसत होतं. बॉबनं तिचा हात हातात घेऊन घट्ट धरून ठेवला. बार्बरानं त्याच्याकडं पाहून स्मित केलं. जणू त्या क्षणी, त्या ठिकाणी, त्या दोघांखेरीज कोणीच नव्हतं. मग, तिनं हळुवारपणे आपला हात काढून घेतला.

आमचं जेवण पुन्हा सुरू झालं. आम्ही आमच्याविषयी एकमेकांना माहिती सांगितली. बॉब छप्पन वर्षांचा होता. त्यांना चार मुलं होती. त्यांना जलप्रवास आवडत होता. बार्बराला तिथली झाडंझुडपं स्थानिक असावीत, असं मनापासून वाटत होतं. म्हणून तर तिला लॅन्टानाची दुष्ट झाडी आवडत नव्हती. तिच्या मते, पिटवॉटरमध्ये स्थानिक झाडाझुडपांच्या वाढीला खूप वाव होता. मुद्दाम आणून रुजवलेल्या आणि आक्रमक वृक्षवली काढून मूलतः ऑस्ट्रेलियन असलेल्या

वनस्पतींच्या विकासाला आणखी वाव दिला गेला पाहिजे.

"असं करणं खूप कौशल्याचं काम आहे. नवथर उत्साही लोकांच्या लक्षात ही गोष्ट येत नाही. ऑस्ट्रेलियन वनस्पती खूप नाजूक असतात. त्यामुळे, त्यांची काळजी घ्यावी लागते. लोक अकारण घाई करून आणखी नुकसान करून ठेवतात."

"खरं सांगू बार्बरा? मला वनस्पती आणि स्थानिक झाडांविषयी फारसं काही माहिती नाही." मी तिला सांगितलं.

"अग, बहुतेक ऑस्ट्रेलियनांना ती नसतेच."

ती विषादाने हसली. मग, सरळ माझ्या डोळ्याला डोळा भिडवून तिनं विचारलं, "तू त्याविषयी काही शिकून का घेत नाही? या विषयाचा अभ्यास सुरू करायला या जागेइतकी उत्तम जागा जगात दुसरीकडं कुठही नाही."

मी नुसते खांदे उडवले. जगभरातून आणलेल्या विविध प्रकारच्या फुलझाडांच्या बागांच्या परिसरात माझं आयुष्य गेलंय. त्या बागांतून फुलदाण्या सजवायला फुलं मिळायची. सगळीकडं मंद सुगंध पसरला असायचा. माझ्या दृष्टीने ऑस्ट्रेलियन वनस्पती अगदी अनाकर्षक होती. तिच्यात आवडावं असं काहीच नव्हतं. ती उंच, हाडकुळी, अणकुचीदार काट्यांनी भरलेली, वेडीवाकडी वाढणारी वनस्पती होती. तिच्याभोवती मुंग्यांची वारुळं व्हायची. तिच्या आधारानं कोळी, साप, जळवा राहातात. रानटी अवस्थेतलं त्यांचं अस्तित्व ठीक आहे. पण, त्यांच्याविषयी आकर्षण वाटावं किंवा मोहून जावं, असं काही नाही. ही वनस्पती असलेल्या बागेत कुणीही आपलं कांबळं आणि पुस्तक घेऊन विश्रांती घ्यायला जाणार नाही. थोडक्यात सांगायचं, म्हणजे बाहेर रानावनात कुठेही ऑस्ट्रेलियन वनस्पती असायला हरकत नाही. फक्त अंगणातल्या बागेत ती अजिबात असू नये.

"योग्य वाटेवर चालत असेन, तर झाडाझुडपात भटकायला मलाही आवडतं, बार्बरा. पाऊस पडल्यावर येणारा सुगंधही मला आवडतो. पण, बागेत नवी आणि फुप्फुसं स्वच्छ करणारा गंध असलेली फुलं असणं मला जास्त आवडतं. बागेत विविध फुलांचे काळजीपूर्वक रचना केलेले वाफे असावेत. प्रत्येक ऋतूत रंगात बदल होणारी झाडं असावीत. त्या झाडांची पालवी भरगच्च आणि चैतन्यमय असावी. करडी आणि सुकटलेली नाही. म्हणजे असं, की रानटी झुडपांनी रानातच राहावं."

मी बोलायचं थांबले. तिच्या ओठांवर हसू होतं. डोळे स्वप्नाळू झाले होते.

"तुझं मत बदलेल. नक्की बदलेल."

"कुणास ठाऊक?"

"परिसर माणसात खूप बदल घडवून आणतो. त्याच्याभोवती मायाजाल

पसरवतो.''

''शक्य आहे.''

जेवण संपलं. हवेतला गारठा खूप वाढला होता. त्यामुळं, डेकवर बसणं जरा अवघड झालं होतं. तेव्हा मग बॉब आणि बार्बरा घरी जायला निघाले. दाराजवळ बॉबनं बार्बराचं जांभळं जाकीट पुढं धरलं. त्यामुळं, तिला ते घालणं सोपं झालं असतं. पण, तिनं त्याच्याकडे दुर्लक्ष केलं. ती माझ्याकडे वळली. म्हणाली,''इथं राहण्यात तुला आनंद वाटतो?''

''हो. खूप आवडतं मला इथं.''

''गॉर्डनची आमची ओळख होती. खूप घनिष्ट अशी नाही. पण, ओळख होती.''

''वणव्याच्या घटनेनंतर इथं सर्वांत आधी त्यानंच घर बांधलं होतं.'' बॉबनं सांगितलं.

''होय. चांगला कणखर होता माणूस. तो लवकरच माझ्यावर वैतागणार आहे. मी हे घर जरा मोठं करणार आहे.''

''काय? मोठं करणार आहेस?'' बार्बरानं नवलानं विचारलं.

''अग, मी जर मरणारच असेन, तर मग मस्त ऐषारामात मरेन.''

बार्बरा हसली. ''अग, तुला काही होणार नाहीय.''

तिनं ते वाक्य अशा स्वरांत उच्चारलं की, जणू काही ती भविष्यच सांगत होती. मला बरं वाटलं. मला त्या वेळी, दादाबरोबर आणि नवऱ्याबरोबर, त्यांच्या अखेरच्या काळात घालवलेले दिवस आठवले. साध्य होतील, अशी छोटीछोटी उद्दिष्टं ठरवणं किती महत्त्वाचं असतं, ते आठवलं. त्यांच्याबरोबरचं, भविष्य काळाविषयी केलेलं बोलणं आठवलं. ते कधीही घालू शकणार नाहीत, हे मला पक्कं माहिती असतानाही, त्यांच्यासाठी मी नवीन शर्टस विकत आणत होते. तेव्हा, काही क्षणापुरती का होईना, त्यांच्या चेहऱ्यावरची मृत्यूची छाया दूर व्हायची आणि ते आशाअपेक्षांनी खुलून जायचे.

समोरच्या दारात उभ्याउभ्याच आमची बिल्डर, प्लंबर, इलेक्ट्रिशियन, आर्किटेक्ट यांच्याविषयी चर्चा सुरू झाली.

''अग, तुला काय करायचंय, ते नक्की माहीत नसेल ना, तर हे सगळं सुरुंग पेरलेलं क्षेत्र आहे, असं समज.''

''माझा काय विचार आहे सांगू? या भागातला सर्वांत अनुभवी बिल्डर शोधून सारं त्याच्या हवाली करून टाकायचं....''

''अग, असं करू नकोस. त्यानं काही फायदा होणार नाही. तुला पावलोपावली यांत लक्ष घालावं लागेल.''

"कसं शक्य आहे? हातोड्याच्या कुठल्या टोकाला काय असतं, हेही मला माहित नाही. नाही जमणार. त्यांच्यावरच सगळा विश्वास टाकावा लागणार आहे. करतील ते सगळं नीट."

"बॉब करेल तुला मदत." बार्बरा म्हणाली. जणू काही त्याच्यावर ती नेहमीच असा अधिकार गाजवत असावी. बॉबही ते मान्य करत असावा.

"नको. ते शक्य नाही. तुम्हाला तुमचीच खूप कामं आहेत."

"तुला काही शंका असेल, एखादी गोष्ट तुझ्या लक्षात येत नसेल, तर तू मला मोकळेपणानं विचार." बॉब म्हणाला. आतापर्यंतच्या बोलण्यात त्यानं उच्चारलेलं हे सर्वांत मोठं वाक्य होतं.

बॉबनं या कामावर देखरेख करावी, असा बार्बरानं पुन्हा आग्रह धरला. पण, मी त्याला नकार दिला. त्याचं कारण मात्र तिला सांगितलं नाही. बॉबवर तिची जबाबदारी होती. तिचं करताकरता त्याला वेळ मिळणार नाही आणि त्याच्यात आणखी काही करायचं त्राणही उरणार नाही, हे मला माहीत होतं. मदतीची खरी गरज त्यांनाच होती.

मग मी विषय बदलायच्या हेतूनं तिला विचारलं, "तुला डोरोथी मॅक्केलरबद्दल काही माहिती आहे?"

बार्बरा हसली. म्हणाली, "थोडंसंच."

"मला तिच्याविषयी आणखी माहिती करून घ्यायची आहे."

"मग, उद्या चहा प्यायलाच ये ना."

प्रामाणिकपणे सांगायचं तर, मला त्या तीस वर्षांपूर्वी मरण पावलेल्या कवयित्रीशी काही देणंघेणं नव्हतं. पण, तरीही मी त्यांच्याकडे जायचं मान्य केलं. कारण, एकतर मला बार्बराचा सहवास आवडला होता. दुसरं म्हणजे मला मोकळा वेळ होता. तिच्याकडे जाण्याने तेवढा वेळ मला, माझ्या मनाला कॅन्सरपासून दूर नेता आलं असतं.

त्या पहिल्या भेटीत आम्ही दोघींनीही आम्हाला भेडसावत असलेल्या आजाराबद्दल चकार शब्द उच्चारला नव्हता. आम्ही त्या आजाराचं अस्तित्वच नाकारत होतो का? सुदैवाने जेवणाची घटना अगदी साधीसरळ होती. दोन शेजारी परस्परांची चौकशी करायला भेटले होते. आम्हा दोघीतली एखादी चक्रम किंवा त्याहून म्हणजे अगदी कंटाळवाणी वाटली, तर पुन्हा न भेटण्याचे मार्ग आम्ही मोकळे ठेवले होते.

१४

बॉब आणि बार्बरा जेवून गेल्याच्या दुसऱ्या दिवशी मी खूपच दमले होते. झाडलोट आणि बागेची मशागत करणं अशक्य झालं होतं. जरा वाकलं की, सारं जग भोवती गरगरा फिरू लागायचं आणि पोटातलं सारं उमळून बाहेर पडेल, असं वाटायचं.

मी उगाचंच घरभर भटकत होते. नको ते विचार मनात येऊ नयेत, म्हणून माझे प्रयत्न चालले होते. पण, जेव्हा आपलं चित्त थाऱ्यावर नसतं आणि काही काम नसतं, तेव्हा असले भलभलते विचार आपल्या नकळत मनात येत राहातात. त्यामुळे, खूप दिवसांत न वापरलेल्या हँडबॅगा साफ करायचं मी ठरवलं. त्यातल्या एका बॅगेत मला एक कार्ड सापडलं. केस कापणाऱ्या डोनाल्डनं ते मला कधीतरी दिलं होतं. ते कार्ड कुत्र्यांची निपज करणाऱ्या कुणा एका रसेलचं होतं. कसल्यातरी झटक्यातच मी तिला फोन केला.

"माझ्याजवळ सध्या एक खूप गोंडस असं कुत्र्याचं पिल्लू आहे." तिनं उत्साहानं सांगितलं. "ते इतकं छान आहे, इतकं देखणं आहे की, आत्ताच्या आत्ता दे, म्हणून माझ्या मैत्रिणीनं ते मागितलं."

"अस्सं! म्हणजे ते तुझ्या मैत्रिणीला हवंय तर?"

"नाही. तसं नाही. तिच्याजवळ आधीच तीन कुत्री आहेत. ती नसती, तर तिनं हे नक्कीच घेतलं असतं आणि तिची बहीण. तीही अत्यंत देखणी आहे."

"तुझ्या मैत्रिणीला बहीणपण आहे?"

"नाही गं. मी त्या पिल्लाबद्दल बोलतेय. आता ती दोघंच उरली आहेत. त्यांना चांगली घरं मिळाली नाहीत, तर मी काय करावं, मला समजत नाही."

फोनमध्येच तिनं एक मोठा उसासा सोडल्याचं ऐकू आलं. माझ्या डोळ्यांसमोर प्राणघातक इंजेक्शनं, गोंदाचे कारखाने आणि उरात धडकी भरवणारी दृश्यं सरकून गेली.

"मला वाटतं ती दोन्ही हवीत मला."

"बाई गं, तू खरंच दोन्ही पिल्लं घेतलीस ना, तर मोठी सूट देईन मी किमतीत. प्रत्येकाच्या किमतीत पन्नास डॉलर्स कमी करेन."

'छान! प्रत्येकी पन्नास डॉलर्स म्हणे! जसं काही अर्ध राष्ट्रीय कर्जच माफ करतेय. पण, माझी अवस्था 'हातात आहे तो क्षण जगून घे.' अशी आहे. उद्याचा विचार नाही करायचा. कदाचित तो उजाडणारच नाही. पण, मी लवकरच मरण पावले, तर ही कुत्री कुणाला द्यायची? अर्थात पियालाच. तिच्याकडे पूर्वी दोन स्पॅन्यलस् होते. दोन कुत्री असणं, यात तिच्यासाठी काही विशेष नव्हतं. पुन्हा मृत्यूचे विचार मनात यायला लागलेत. ते दडपून टाकायला हवेत. मी कणखर आहे. माझं शरीर बळकट आहे.'

ती बाई फोनमध्ये अखंड बोलत होती. माझं तिकडं अजिबात लक्ष नव्हतं. जंत, कच्ची अंडी, हाउसट्रेनिंग असले काहीतरी शब्द कानावर पडत होते. पण, माझं चित्त एकाग्र होत नव्हतं. वॉटरटॅक्सीपर्यंत जाण्याइतकंसद्धा माझ्यात त्राण नव्हतं. तरीदेखील दोन कुत्री पाळण्याची कल्पना मला का आवडावी, हेच मला कळत नव्हतं.

"तू ऐकते आहेस ना? आहेस नं? तुला पत्ता नीट कळलाय ना?" तिच्या स्वरांत चिंता डोकावू लागली होती.

"हं..हं...!होय. कळलाय. पण, पुन्हा एकदा सांग. म्हणजे चेक नीट पत्त्यावर पाठवता येईल."

"मी तुला विमानाचा तपशील नंतर कळवेनच. पण, पुढच्या सोमवारी कॅनबेरावरून येणाऱ्या विमानात ती पिल्लं असतील. त्यांच्यापैकी एकाचं नाव आइबस आणि एकाचं आइरिस असं आहे. छान, सुरेख आहेत ना नावं?"

"अच्छा!"

"नाही, म्हणजे तुला ही नको असली, तरी बदलून टाक."

"ठीकाय. छान, ग्रेट! विमान इथं किती वाजता पोहोचतं, हे कळलं, की फोन कर मला."

"ती हाउसट्रेंडसुद्धा आहेत."

"झकास!"

"म्हणजे खूप चांगली नाहीत. पण थोडंफार शिकली आहेत. आणि हो. त्यांना बोलवायला अशी हाक मारायची...पप्पीऽईऽईऽईऽई!"

तिची ती कानठळी बसवणारी किंकाळी ऐकून मी घाईघाईनं 'गुडबाय' म्हणून फोन खाली ठेवून दिला. मनात आलं, चला बरं झालं. ती पिल्लं बहिणीबहिणी आहेत. त्यांची एकमेकांना सोबत होईल.

माझ्या व्यक्तिमत्त्वातच एक चमत्कारिक विक्षिप्तपणा आहे. जे करायचं, ते

सगळं दुप्पट. या बाबतीत मी अगदी टोकापर्यंत जाते. हा माझा अडाणीपणा आहे, निरागसपणा आहे की मठ्ठ मूर्खपणा आहे? मी सगळ्याच बाबतीत हे असंच वागत आले आहे. मी स्वयंपाक केला की, माझा नवरा नेहमी माझी चेष्टा करायचा. म्हणायचा, "अग, एवढं अन्न रांधलं आहेस. अख्ख्या रशियन लष्कराची जेवणं होतील त्यात." पॉलच्या नातवाचा बाप्तिस्माविधी झाला. त्या वेळी मी कोणकोणते पदार्थ केले होते, त्याची यादी पुजाऱ्यानं माझ्या नवऱ्याच्या दफनविधीच्या वेळेस जाहीरपणे सांगितली होती. त्या दिवशी उरलेलं अन्न ते म्हणे सेमिनरीत घेऊन गेले आणि तिथल्या ब्रदर्सना आठवडाभर पुरलं.

मला हे असे उमाळे कसे येतात, हे कळत नाही. एका क्षणात बंड, दुसऱ्या क्षणांत थंड, अशा देशात वाढल्यामुळं मी अशी झाले असेन का? पार्ट्यांच्या वेळी आई नेहमी सांगायची की, घरच्यांनी सगळ्यांत शेवटी खाल्लं पाहिजे. कारण, आधी पाहुण्यांना पुरेसं मिळणं हे महत्त्वाचं असतं. आईचं असं सांगणं मी आयुष्यभर ऐकत आले, त्याचा हा परिणाम असेल का? माझ्या मूळ स्वभावातच क्षुद्र वृत्तीचा लहानसा अंश असून, त्याची भरपाई करण्यासाठी तर मी अशी वागत नसेन ना?

जॅक नावाचा माझा शेजारी आहे. त्यानं माझ्या या समस्येचं जे स्पष्टीकरण दिलंय, ते वस्तुस्थितीच्या खूप जवळ जाणारं होतं, असं वाटतं. एकदा जेवायला आला असताना तो माझी थट्टा करत म्हणाला होता, "आपलं अन्न संपून जाईल, असं विकृत भय तुझ्या मनात सतत असतं."

"पण, का? एवढ्या वर्षांनंतरही अजून का? लंडनमधले दिवस सोडले, तर माझ्यावर उपाशी राहायची पाळी कधी आली नाही." तेव्हा मी जेमतेम एकवीस वर्षांची होते. त्या वेळी, लंडनमध्ये मी युनायटेड प्रेस इंटरनॅशनलमध्ये स्वागतिका म्हणून काम करत होते. त्या वेळी, सकाळच्या न्याहारीला सातू आणि रात्री जेवायला उकडलेली कडधान्यं एवढंच मला परवडत होतं. दुपारच्या जेवणाला सुटीच असायची. असं असलं, तरी एकूण आयुष्य काही वाईट नव्हतं. हे अडचणीचे दिवसही लवकरच संपले. कारण, काही दिवसांतच मला कोपऱ्यावरच्या पबमध्ये बारमेड म्हणून संध्याकाळचं काम मिळालं. ही नोकरी आठवड्यातले तीन दिवस करावी लागत होती. त्यातून तिथल्या प्रमुख आचाऱ्याशी माझी छान गट्टी जमली होती. तो मला रात्री पोटभर जेवू घालायचा आणि दुसऱ्या दिवसासाठी भरपूर बांधूनही द्यायचा. मुद्दा असा की, मी गरजेपेक्षा जास्त रांधून का ठेवत होते, हेच मला कळत नव्हतं. कदाचित मोजमापाचा अंदाज करण्यात मी अगदीच कच्ची असावी.

कुत्र्याची पिल्लं पाळण्याच्या कल्पनेनं मला खूप उत्साह आला. नव्यानं कुत्री

पाळणारा जे करतो, ते मी केलं. त्या पिल्लांचं प्रशिक्षण, त्यांचा व्यायाम, त्यांचे झडणारे केस यांबद्दल विचार न करता; त्याच्या उबदार केसाळ शरीरांचा आणि त्यांच्या निरपेक्ष प्रेमाचाच विचार करू लागले.

एकाहून एक अशा भयानक नोंदींनी माझी दैनंदिनी भरली होती. त्यात रक्तचाचण्यांच्या, केमोथेरपीच्या तारखा असं खूप काही लिहिलं होतं. निसर्गोपचारांनी दिलेले सल्ले, डॉक्टरांशी भेटण्याच्या वेळा, लिंफॅटिक मसाजच्या तारखा असं खूप काही लिहिलं होतं. पण, सोमवार मात्र मोकळा होता. सगळ्या नोंदी वैद्यकीय भेटींच्याच का होत्या? कारण, आयुष्याची दोरी क्षीण झाली असते, तेव्हा आपण मिळेल ती मदत घेत असतो. सापडेल तो आधार घेत असतो की आपण आपल्या मनातली आशेची ज्योत तेवत ठेवायचा प्रयत्न करत असतो? माझ्या शरीराच्या व्यवहाराकडे अलीकडे मी अत्यंत बारकाईनं नजर ठेवत होते. शरीराबद्दलची बेपर्वाई सोडून आयुष्यात मी पहिल्यांदाच अशी वागत होते. टाचेतल्या दुखण्यापासून तो ओठाच्या उलण्यापर्यंत प्रत्येक गोष्टीकडे मी गंभीरपणे पाहात होते. आपल्या शरीराचा कणखरपणा आणि नाजूकपणा या दोन्ही गोष्टी चकित करून सोडणाऱ्या आहेत. चुकीच्या जागी झालेली जखम माणसाला मृत्यूच्या दारात नेऊन सोडते आणि एखादं विषारी इंजेक्शन त्याला मृत्यूच्या दारातून परतही आणतं.

माझ्या शरीरातील बदलांचं इतक्या काळजीपूर्वक निरीक्षण करताना इतर जीवसृष्टीचं अध्ययन करण्याकडंही माझं लक्ष वेधलं गेलं. झाडं, फुलं, प्राणी यांच्या जीवनक्रमाचा अभ्यास करताना मला, माझ्या देहातील बदलांसंबंधी तर्कशुद्ध उत्तरं सापडू लागली. मद्यपान करायचंय? त्याचे परिणाम सहन करा. अगडदगड खायचंय? भोगा कर्माची फळं. नीट वागणार आहात? मग, तुमच्या वाट्याला निरामय आयुष्य येईल.

आज बार्बराकडं चहाला जायचंय. पण, त्याला अजून तीन तास वेळ आहे. मी फ्रीज उघडून बघितलं. फ्रीजमध्ये अंडी, लोणी आणि लिंबं होती. छान! म्हणजे मला छान लेमनकेक तयार करता येईल. फुड प्रोससरमध्ये खूपशी अंडी आणि लोणी टाकलं की, त्याचं स्पंजासारखं मऊ, सच्छिद्र आणि स्वादिष्ट मिश्रण तयार होतं. काही मिनिटातच तो भाजून तयार होतो आणि त्याचा सुगंध घरभर पसरून तोंडाला पाणी सुटतं. मिश्रण शिजल्यावर मी ते ताबडतोब प्लेटमध्ये काढून, त्यावर साखर आणि लिंबाच्या रसाचा लेप चढवला. या रसात मी खूपशी जीनही मिसळली होती. लिव्हर गेलं खड्ड्यात! मनानं हा इशारा दिल्याबरोबर लक्षात आलं. शरीरासाठी चांगलं काय, वाईट काय, या विचारांची ओढाताण नेहमीच होत राहणार आहे. त्यावर मध्यम मार्ग अवलंबणं हा सर्वांत

उत्तम उपाय आहे.

हिवाळ्यातल्या त्या उतरत्या दुपारी मी पहिल्यांदा तरंगवाच्या पायऱ्या चढले. बरोबर भलामोठा लेमनकेक होता. नेहमीप्रमाणे सवयीने मी तो गरजेपेक्षा दुप्पट मोठा केला होता. त्याच्या जाडजूड अशा कमीत कमी बावीस चकत्या तरी नक्कीच झाल्या असत्या. खायला फक्त आम्ही तिघं असणार होतो. 'पण, काही बिघडत नाही. बार्बरा उरलेला केक फ्रीजमध्ये ठेवील. तिच्याकडं येणाऱ्या-जाणाऱ्याला तो ती देऊ शकेल. आपल्या आजारपणात माणसं अशी भेटायला येतच असतात.'

चढण सरळ होती. पायऱ्या उंचसखल होत्या. मला भोवळल्यासारखं झालं. मी वाटेतच थांबले. प्लेट ठेवून खाली बसले. अचानक अंगाला गरम सुया टोचल्यासारखं होऊ लागलं. वारा लागून शरीराची आगआग कमी व्हावी, म्हणून मी हॅट काढून ठेवली. मला काय होत होतं, हेच मला कळत नव्हतं. जेव्हा गरगरायचं थांबलं, तेव्हा मी समुद्राकडं नजर टाकली. सँडस्टोनचा गारवा माझ्या वस्त्रातून आत झिरपत होता. जे झालं ते औषधाच्या, रसायनाच्या विषाच्या परिणामामुळे झालं होतं. इतकंच!

उतरत्या सूर्यकिरणांच्या कोरीव कामानं मढलेल्या यॉटस् समुद्रात उभ्या होत्या. पाण्याचे प्रवाह आवाज न करता खाली उतरत होते. सारं हिरवं हिरवं गार दिसत होतं. हिरव्याच्या हजारो छटा समोर पसरल्या होत्या. एक खूप जुनी बोट खाडीत नांगरून पडली होती. मला ती इथून, या पायऱ्यांवरूनही स्पष्ट दिसत होती. ती जुनाट होती. मोडकळीला आली होती. तिचा रंग उखडला होता आणि केबिन अर्धीच राहिली होती. पण, तरीही ती सुंदर दिसत होती. तिचं शीड नखऱ्यात फडफडत होतं. डोलकाठी दिमाखात उभी होती. तिचं पुनरुज्जीवन करणं हेही भविष्यातलं एक महत्त्वाचं काम होईल, असं मनात म्हणत मी पुन्हा उठून पायऱ्या चढू लागले.

बार्बरा पश्चिमेकडल्या ओसरीत केनच्या खुर्चीत बसून माझी वाट पहात होती. दुरून ती जुन्या काळातल्या नाजूक तन्वंगीच्या काळ्यापांढऱ्या छायाचित्रासारखी दिसत होती. प्रत्येक गोष्ट अतिवास्तव भासत होती. ते घर आणि त्याचा परिसर यात एक प्रकारचा तटस्थ अधिकारीपणाचा भाव होता. सुट्यांमध्ये फावल्या वेळात मजेत राहायला यावं, असा सहजपणा नव्हता. सगळंच गंभीर आणि भव्य होतं.

"कशी आहेस?" मी हिरवळीवरूनच ओरडून विचारलं.

बार्बरानं हात हलवला आणि समोरच्या दाराकडून पायऱ्या चढून व्हरांड्यात यावं, असं खुणेनंच सांगितलं. व्हरांडा पॉलिश केल्यासारखा चमकदार कथिया

रंगाचा होता. जवळपास ऐंशी फूट लांब असावा. घराच्या या टोकापासून त्या टोकापर्यंत पसरलेला होता. त्याच्या तुलनेत हल्लीचे डेक आणि फलाट अर्धवट बांधून तसेच सोडून दिल्यासारखे वाटतात.

मी हातातला केक टेबलावर दाणकन ठेवला. जवळच्या बांबूच्या खुर्चीत बसले. मागच्या उशा सरकवून आरामात बसले.

"जरा उंचावरच आहे हे. तुम्हाला त्रास नाही होत?"

"तब्येतीला बरंय ते." केककडे पाहत ती म्हणाली. "तू ते वळण पाहिलंस. कोपऱ्यावरचं, अगदी वरच्या टोकाजवळचं?"

"पाहिलं ना. तिथूनच घराच्या मागं जायला रस्ता वळतो."

"तेच. ते बार्बचं विश्रांतीस्थळ. एका शुक्रवारी संध्याकाळी बॉब आणि मी पॉइन्टला होतो. उन्हाळ्याचे दिवस होते. सारखी तहान लागत होती. साहजिकच आम्ही ड्रिंक घेतलं. मग, आणखी घेतलं. घरी परतताना मी कशीबशी त्या वळणापर्यंत आले. मग, मात्र तिथं बसकणच मारली आणि ठरवून टाकलं की, डुलकी काढायला ही छान जागा आहे."

आम्ही दोघीही हसलो.

"आपण सावध राहिलो नाही, तर इथं दारूचं व्यसन सहज लागू शकतं. इथलं वातावरणच तसं आहे." ती म्हणाली.

"बाई गं ऽ मी पत्रकार आहे... म्हणजे होते. दारू पिणं हा माझ्या दैनंदिन जगण्याचा एक भाग आहे."

तिनं माझ्याकडं थंड नजरेनं रोखून पाहिलं. "दारूच्या व्यसनात बुडालेला माणूस फारसं काही करू शकत नाही."

आपल्याला आपला शेवट माहीत आहे. उगाच वेळ वाया घालवण्यात अर्थ नाही, असं तिला सांगायचं होतं.

तिच्या समोरच्या वाटोळ्या लाकडी टेबलावर जुन्या नियतकालिकांचा आणि पुस्तकांचा ढीग होता.

"ही डोरोथी आहे नं... ती जरा रहस्यमयच आहे." समोर झुकून कागदपत्रं वरखाली करत ती म्हणाली. केकचं काय करावं, हे जणू काही तिला सुचत नव्हतं. तिनं ती प्लेट दूर सारली.

"लेमनकेक." मी तिला मदत करण्याच्या हेतूनं सांगितलं. "उरलेला केक तू फ्रीजमध्ये ठेवून दे. जेव्हा गरज लागेल तेव्हा काढ. आल्या-गेलेल्यालाही द्यायला होईल."

"चांगली कल्पना आहे. केक छानच असणार. खरं सांगायचं म्हणजे एवढा मोठा केक मी कधी पाहिलाच नाही."

ती उठली आणि बॉबला हाका मारत स्वयंपाकघरात गेली. आतून कुठून तरी पावलांचा आवाज माझ्या कानांवर आला.

"सुसाननं केक आणलाय." ती परत येऊन केककडं पाहात म्हणाली, "सगळा आपल्यासाठीच आणलाय तिनं."

बॉब स्वयंपाकघरातून बाहेर आला. मला त्यानं मानेनंच 'हॅलो' केलं. मग, केककडं पाहात म्हणाला, "बराच मोठा आहे. चहा चालेल?"

"चालेल. त्यात दूध घाल. साखर नको."

तो पुन्हा स्वयंपाकघरात गायब झाला. मी बार्बराकडं वळून विचारलं, "ते रहस्यमय काय म्हणत होतीस?"

तिनं नुसताच हुंकार भरला. तेवढ्यात बॉब बाहेर आला. केकच्या चकत्या ठेवलेल्या दोन ताटल्या त्यानं समोर ठेवल्या. मी चकत्या केल्या असत्या, तर या चकत्यांच्या दुप्पट आकाराच्या चकत्या केल्या असत्या.

बार्बरानं एक चकती उचलून लहानसा घास घेतला. पण, ती एकदोन मिनिटं काहीच बोलली नाही. मी टेबलावरचं पुस्तक चाळायला सुरुवात केली. त्यातल्या एका फाईलनं माझं लक्ष वेधून घेतलं. प्लास्टिकचं कव्हर घालून ती नीट बांधलेला होती. 'एकान्ताचा शोध – डोरोथी मॅककेलर आणि तिचा लव्हेट बेचा एकान्तवास.' असं त्या फाईलचं नाव होतं.

"हे काय आहे?" मी विचारलं.

बॉब चहा घेऊन आला. चहाचे मग बोनचायनाचे होते. त्यावर सुंदर फुलं छापली होती. त्यानं ते टेबलवर ठेवलं. चहाचा सुगंध वातावरणात दरवळत होता. आम्हाला चहा देऊन तो पुन्हा आत काही न बोलता गेला.

बॉब जरा कामात आहे.

"ओह!"

"विटांच्या भट्टीच्या नवीन आराखड्यावर तो काम करतोय."

बार्बरा मग काही न बोलता केक कुरतडत चहाचे लहान लहान घोट घेऊ लागली. मी मात्र केकचे मोठाले लचके तोडत ती फाईल चाळत राहिले. त्यात एक पिवळी फाईल होती.

"हा प्रकल्प मी सुरू केला होता." बार्बरा म्हणाली. "आणि तू तो पूर्ण करशील, असं मला वाटतं."

मी तीक्ष्ण नजरेनं तिच्याकडं पाहिलं. माझ्या डोळ्याला डोळा भिडवायचं टाळत ती केक कुरतडत राहिली.

तिला काय म्हणायचंय, असं मला विचारायचं होतं. पण, एकतर मला ते माहीत होतं. दुसरं म्हणजे तिला सरळसरळ विचारणं उद्धटपणाचं होतं. त्या

क्षणाचं मोल कमी करण्यासारखं होतं. तिच्या म्हणण्याचा अर्थ मला कळत नाही, असं दाखवायची गरज नव्हती. तसं नाटक मी करावं, असं तिलाही वाटत नव्हतं. म्हणून मग मीही 'तू बरी होशील गं'ची रेकॉर्ड लावायच्या भानगडीत पडले नाही. आमच्यापैकी कुणालाही कधीही ज्या वास्तवाला तोंड द्यावं लागलं नव्हतं, अशा अत्यंत अवघड वास्तवाशी तिचा सामना पडला होता. हे लक्षात घेऊन मी गप्प राहिले होते.

असत्यापेक्षा सत्याला तोंड देणं नेहमी सोपं असतं, असं सोफिया या माझ्या बौद्ध मैत्रिणीनं मला शिकवलं होतं.

कदाचित मी लवकरच मरण्याची शक्यता आहे, असं एक दिवस तिला मी म्हणाले होते. हा सगळाच वेडपटपणा आहे, असं ती मला धीर द्यायला सांगेल, असं मला वाटलं होतं.

पण, ती शांतपणे म्हणाली, "खरं आहे. तू लवकरच मरण्याची शक्यता आहे."

मला तिचा भयंकर संताप आला. तिनं मला मानसिक धीर द्यायला हवा होता. नाही का? पण, ती मला अधिकच आवडू लागली. कारण, माझ्या संपूर्ण गोतावळ्यातून मृत्यूचा एवढा सुस्पष्ट उल्लेख करणारी ती पहिली होती. माझ्या मनावरचं ओझं उतरून मी मोकळी झाले. तिच्याशी बोलताना मला कसलीही लपवाछपवी करण्याची गरज भासेनाशी झाली.

मी बार्बराच्या बोलण्याची शांतपणे वाट पाहात बसले. तिनं बोलावं, जे काही रहस्य असेल ते उलगडावं, अशा अपेक्षेने गप्प बसून राहिले.

"मी आजवर घेतलेल्या शोधासंबंधीची माहिती त्यात आहे." खूप वेळानंतर त्या फायलीकडं बोट दाखवून ती म्हणाली. "तू ती वाच आणि तुला काय वाटतं, ते सांग."

"त्यातलं रहस्य काय आहे?" मी पुन्हा नेटानं विचारलं.

"आधी ते वाच. मग, आपण त्यावर बोलू."

"ठीक आहे. वाचते मी हे. अग, सहज आठवलं म्हणून सांगते. मी कुत्र्याची दोन पिल्लं आणतेय. सोमवारी येतील ती."

"म्हणजे त्रासच की गं!" बार्बरा उद्‌गारली.

तिनं केलेल्या शोधाची फाईल घेऊन मी तिच्या घराच्या पायऱ्या उतरले. खूप वर्षांपूर्वी मरण पावलेल्या जरठ कुमारी कवयित्रीच्या आयुष्यात काही रंजकता असेल, असं मला मुळीच वाटत नव्हतं. आणि त्या दोन लहानशा पिल्लांचा होऊन होऊन, किती त्रास होणार, हेही मला कळत नव्हतं.

त्या रात्री मी बार्बराची फाईल बाजूला ठेवून कुत्र्यांच्या पिल्लांचं पालनपोषण

आणि त्यांना शिकवणं यासंबंधीची पुस्तकं फडताळात शोधू लागले. पण, माझ्या संग्रहात त्या विषयावर एकही पुस्तक नव्हतं. मी स्वीटीला पाळायचं ठरवलं, तेव्हा कुत्र्यांना शिकवणाऱ्या कुठल्यातरी शाळेत जाऊन तिथल्या कार्यशाळेत भाग घेतला होता. माझ्या नेपियनच्या घरापासून ती शाळा तासाभराच्या अंतरावर होती. कार्यशाळा शनिवार-रविवारची असायची. दर शनिवारी पाऊस कोसळायचा. शुक्रवारी रात्रीच्या पिण्यामुळं डोकं जड झालेलं असायचं. आठवड्याभराच्या धावपळीनंतर शनिवारचा दिवस म्हणजे जरा सुस्तसुस्तच असायचा.

महिनाभरापूर्वी सोडलेल्या पत्रकारितेची मला क्षणभरही आठवण आली नाही, याबद्दल माझं मलाच नवल वाटलं. त्या व्यवसायात क्षणोक्षणी वेळेशी चाललेल्या झटापटीचा थरार अनुभवाला येत असतो. कुठल्यातरी खास बातमीसाठी पळापळ सुरू असते. कामात अपयश येण्याचं भय सतत आतडी कुरतडत असतं. पण, आता मला त्या आयुष्याची ओढ वाटत नव्हती. मोह वाटत नव्हता. माझं शरीर आता थकलं होतं. मज्जांची कार्यप्रणाली मोडकळीस आली होती. एका वेळी जे मला आव्हानात्मक आणि थरारक वाटत होतं, त्याचं आता भय वाटू लागलं आहे. आपण एखादं काम पूर्ण तयारीनिशी आणि चौफेर विचार करून करतो, तेव्हा त्या कामात अपयश येईल, अशी भीती आपल्याला वाटत नाही. हे केवळ पत्रकारितेच्या बाबतीतच् खरं आहे, असं नाही, तर केक करण्यापासून ते शी-शू साफ करण्यापर्यंत सर्वच बाबतीत खरं आहे.

आपल्यानं होईल की नाही, या भीतीमुळं मला कुत्री पाळायची कल्पना रद्द करावीशी वाटायला लागलं. 'सध्या मी माझंच नीट करू शकत नाही, अशी अवस्था होती. मग, त्या पिल्लांचं मी काय आणि कसं करणार? पण, त्याच वेळी मनात मऊ मऊ उबदार शरीराची, ओलसर, थंड नाकाची पिल्लं उभी राहिली. त्यांची सोबत. त्यांचं प्रेम. ते दोन चिमुकले जीव माझे असतील. फक्त माझे! येऊ दे त्यांना. जे घडायचं ते घडू दे. ते चांगल्यासाठी असेल. फक्त चांगल्यासाठीच!'

खूप दमायला झालं होतं, म्हणून मी लवकर झोपायला गेले. जेवल्यावर मळमळायचं थांबलं होतं. केमोनं मला सतत बोट लागल्यासारखं वाटत होतं. फक्त आडवं पडलं की गरगरायचं थांबायचं. काही वाचणंसुद्धा अशक्य व्हायचं.

सर्वत्र काळोख पसरला होता. हवेत कमालीचा गारवा होता. तेवढ्यात फोनची घंटी वाजली. त्या पिल्लांच्या बाईचा फोन होता. दुसऱ्या दिवशी दुपारी अडीच वाजता पिल्लं घेऊन येणारं विमान पोहोचणार होतं. मी संभाषण फारसं न लांबवता फोन बंद केला. सौजन्य दाखवण्याइतकंही त्राण माझ्यात उरलं नव्हतं.

अचानक अंगभर झिणझिण्या येऊ लागल्या. विलक्षण उष्मा जाणवू लागला. टाचण्या टोचल्यासारखं शरीरभर होऊ लागलं. मला दरदरून घाम फुटला. मी पांघरूण फेकून दिलं. अंगावरच्या कपड्यांच्या गुंड्या काढून टाकल्या. पाठीवरून घामाचे ओघळ वाहात होते. उलटी होऊ नये, म्हणून मी आटोकाट प्रयत्न करत होते. तेवढ्यात अचानक मला कडकडून थंडी वाजायला लागली. दातावर दात आपटायला लागले. मी पुन्हा पांघरुणं अंगावर ओढून घेतली. थंडी थोडी कमी होते न होते, तोच पुन्हा गरम व्हायला लागून घाम फुटायला लागला वेगवान आण भयंकर बदल हा नरकाचा कुठला प्रकार आहे?

त्या रात्री मला नीट झोप लागली नाही. रात्रभर मी गुंगीतच होते. वास्तव आणि आभासाच्या सीमेवर घुटमळत होते. मी आयुष्यात कधीही न पाहिलेली माणसं, न पाहिलेली स्थळं डोळ्यांपुढे येत होती. ही सगळी अनोळखी माणसं माझ्या सुप्त मनात केव्हा आणि कधी येऊन बसली, हे कळत नव्हतं.

खरं म्हणजे मला त्याची पर्वा नव्हती. त्यांची अखंड निरर्थक बडबड चालू होती. अखेर पहाटेपहाटे माझा डोळा लागला.

मी दुसऱ्या दिवशी ऑकॉलॉजिस्टला फोन केला. "हे सगळं काय चाललंय? क्षणात मी आगीत भाजून निघते, तर क्षणात थंडीनं गारठून जाते."

"हॉट फ्लशेस. तुझी रजोनिवृत्ती सुरू झाली आहे." डॉक्टरने सांगितलं.

तिला बरं वाटत होतं. कारण, केमो लागू पडलं होतं. माझ्या शरीरातलं इस्ट्रोजेन बाहेर उपसून काढलं जात होतं.

"हे असं किती काळ चालणार आहे?"

"दोनेक वर्षं. बहुधा पाच वर्षं चालतं. क्वचित एखादीच्या बाबतीत आयुष्यभर हा त्रास होत राहातो."

"दोनेक वर्षांतच हे आटोपलं, तर बरं होईल."

"तसं काही नक्की सांगता येणार नाही."

"मी काय करू म्हणजे....?"

"काहीही नाही. तू हार्मोन्स तुझ्या शरीरात भरू शकत नाहीस. तर अधूनमधून येणारे हे आवेग सहन कर. दुसरा उपाय नाही." तिनं सांगितलं.

"ते ठीक आहे गं. पण, हे सारं अगदीच असह्य होतंय. मरण जवळ आलंयसं वाटतं."

"मी ते समजू शकते. पण, लवकरच तुला त्याची सवय होईल आणि महत्त्वाचं म्हणजे, कालांतरानं हे आवेग इतके तीव्र राहात नाहीत. जेवढं जमेल, तेवढं जुळवून घे."

मी वैतागानं फोन बंद केला.

आठवडाभरातच मला चित्त एकाग्र करता येईनासं झालं. अंगात घट्ट कपडे घातले की, जीव गुदमरून जायचा, मानेभोवती फास लागल्यासारखं वाटायचं, घुसमटायचं. कधीही, कुठेही मला अचानक दरदरून घाम फुटायचा आणि आवतीभोवतीचे लोक काळजीनं माझ्याकडे पाहात राहायचे. मी त्या वेळी जीवावर उदार झाल्यासारखी दिसायची. कारण, मी खरोखरच जीवावर उदार झालेली असायचे. केमोमुळं माझा माझ्या शरीरावर फारसा ताबा राहिलेला नव्हता. आता तर अजिबातच राहिला नव्हता. बहुधा सर्वकाळ मी उन्मादावस्थेतच असायची. भयाचे झटके यायला काही कारणच लागत नव्हतं. ते कुठंही आणि केव्हाही यायचे. त्यातल्या त्यात खास करून पार्किंगच्या जागेत यायचेच यायचे. कुठलाही मोठा आवाज झाला, म्हणजे दार जोरानं लागलं किंवा गाडी बॅकफायर झाली की, मला प्रचंड दचकायला व्हायचं आणि रडू फुटायचं.

दोन आवेगांच्या दरम्यान साधारणत: वीस मिनिटांचा अवकाश असायचा. पण, मला पाचेक मिनिटांची विश्रांती मिळायची. माझा बराचसा वेळ कपडे घालण्यात आणि काढण्यातच जायचा. कधीकधी कपडे अंगावरून ओरबाडून काढण्याची भावना अगदी अनावर होत असे. मी अगदी रस्त्यावर असले, तरी! हे जिणं म्हणजे माझ्यासाठी नरकच झाला होता. माझ्या जीवाचा तडफडाट होई. या दुबळेपणाचा मला संताप येई. पण, मी हार मानायला तयार नव्हते. काहीही झालं तरी मी या वेदनेला, या दु:खाला शरण जाणार नाही, असा माझा निर्धार होता. या कॅन्सरनं मला एक अत्यंत महत्त्वाची गोष्ट शिकवली. ती म्हणजे जीवन हे अत्यंत मोलाचं आहे. मी पुन्हा अशी बेपर्वाईनं वागणं शक्यच नव्हतं. चिडचिड आणि निराशा यांची नवी मोजमापं अगदी सोपी होती. त्यांच्यामुळं जीवनाला धोका आहे का? जर नसेल, तर त्यांची चिंता करायची गरज नाही.

कुत्र्यांना आणायची वेळ झाली होती. मी वॉटरटॅक्सी मागवली. तेवढ्यात मला उष्णतेचा आवेग आला आणि बाहेरची हवा रेफ्रीजरेटरमध्ये असावी, तशी थंड वाटू लागली. मी माझी हॅट आपटून आवाज केला आणि बोटशेडमधल्या माणसांना 'हाय' म्हटलं. दुपारच्या जेवणाची वेळ झाली होती. आपलं सँडविच खात ती माणसं खाली सिमेंटच्या फरशीवरच बसली होती. भोवती सिंथेटिक कॉफीचा दरवळ पसरला होता.

फेरीव्हार्फजवळ बॉब आणि बार्बराच्या दोन टिन्नी बांधलेल्या होत्या. त्या लाटांवर हेलकावत होत्या. जणू काही त्या परस्परांशी गप्पा मारत होत्या. खाडीत

सर्वत्र आढळणाऱ्या बोटींपेक्षा त्या दोन्ही बोटींचे आकार वेगळे होते. मोठ्या बोटीचा आकार काहीसा चौकोनी होता. तिची केबिन ॲल्युमिनियमची होती. तिचा मुख्य भाग तीन इंग्रजी 'व्ही' लगटून काढावा, असा होता. छोट्या बोटीचा आकार इतर बोटींसारखाच असला, तरी तिची केबिन मोठ्या बोटीसारखीच ॲल्युमिनियमची होती. त्या दोन्ही बोटी रणगाड्यासारख्या भरभक्कम दिसत होत्या. माझ्यासारख्या एखाद्या नवख्या ड्रायव्हरनं चालवायला त्या अगदी योग्य होत्या, असं माझ्या मनात येऊन गेलं. माझ्या हातून ती धक्क्यावर आदळली गेली, आपटली गेली, तरी धक्का जाणवला गेला नसता. पोटातलं पाणी हललं नसतं.

आज वॉटरटॅक्सीवाल्या बॉबची पाळी होती. मी खूप पूर्वी, अगदी पहिल्यांदा टॉवलर्स बेला स्टुअर्टकडं राहायला आले होते. त्या वेळी, मी बाग करायची ठरवलं होतं. पण, तिथली जमीन रेताड होती. म्हणून इतर सामानासोबत खत म्हणून कोंबड्यांच्या आणि गाईच्या ताज्या शेणाच्या गोण्यासुद्धा आणल्या होत्या. टॅक्सीवाल्या बॉबनं ते वाशेरं सामान आपल्या बोटीत घेऊन जायला क्षणभरही कां कू केलं नव्हतं. त्यानं त्या बॅगा उचलून सरळ त्याच्या अगदी स्वच्छ अशा बोटीत टाकल्या होत्या. बऱ्याच वर्षांनी त्याने मला सांगितलं की, त्याच्या बोटीतल्या गालिच्याला लागलेला शेणाचा वास जायला त्याला तो गालिचा बोटीच्या मागं बांधून तीन तास पाण्यात धूत ठेवावा लागला होता. मला वॉटर टॅक्सीवाला बॉब आवडायचा. तो चांगला सज्जन माणूस होता.

"पुन्हा दवाखान्यात जाते आहेस?"

"नाही."

त्याला कुत्र्याच्या पिल्लांबद्दल काही सांगायचं नव्हतं. सगळ्यांना एकदम आश्चर्याचा धक्का द्यायचा होता.

"तुझी पाळी कधी संपतेय?" मी त्याला विचारलं.

"आज! तीन वाजता."

मी परतायच्या आत तो गेला असता, म्हणून मग मी त्याला सांगून टाकलं," मी विमानतळावर जातेय. कुत्र्याची दोन पिल्लं आणायला. जॅक रसेल जातीच्या आहेत. बहिणी-बहिणी आहेत."

"तुझ्या स्वत:साठी आणतेस?"

"हो."

"म्हणजे त्रासच की गं!" तो म्हणाला. आणि अगदी तोंड वासून प्रसन्नपणे गडगडून हसू लागला. इतकं की, त्याच्या दातात भरलेल्या चांदीवर सूर्यकिरण पडून ते विजेप्रमाणे चमकू लागले.

प्रत्येक जण सारखं 'त्रास-त्रास' का म्हणत होता, हेच मला कळत नव्हतं. कुत्र्याची पिल्लं सांभाळणं फार त्रासदायक असणं शक्यच नाही. की असतं?

रस्त्यावर प्रचंड रहदारी होती. मोटारी आट्यापाट्या खेळत होत्या. एवढ्या गर्दीच्या रस्त्यावरून मी गेले होते, त्याला आता दोन महिने झाले होते. सगळ्यांनाच घाई झाली होती. मी गाडीचा वेग वाढवला नाही, तर ते वैतागून हातवारे करत होते. मीही त्यांच्यासारखीच कशी वागत होते, याच्या हजार आठवणी माझ्या मनात येऊन गेल्या. आता माझी पाळी होती. लव्हेट बेनं माझी वेगाची, घाईगर्दीची सवय मोडली होती. आपलं तारुण्य ओसरलं, म्हातारपण येऊन आपण तंत्रज्ञानात मागं पडलो की, आपलं काय होईल याची ओझरती जाणीव त्या क्षणी मला होऊन गेली. पण, लव्हेट बेत राहून म्हातारं होण्याची कल्पना तेवढीशी वाईट नव्हती. कारण, आता मला म्हातारं व्हायची संधी मिळेलच, असं दिसत नव्हतं.

सिडनी विमानतळाच्या सामान विभागात माझी गाडी पोहोचल्या क्षणापासून माझ्या कानावर पिल्लांचं ओरडणं पडत होतं. दोन्हीही पिल्लं कानठळ्या बसवणाऱ्या उंच स्वरात केकाटत होती. ती नुसतीच अस्वस्थ झाली नव्हती, तर भयंकर संतापलेली होती. दयनीय अवस्था झालेल्या कर्मचाऱ्यानं सुटकेचा निःश्वास सोडत मोठ्या कृतज्ञतेनं त्या पिल्लांचे पिंजरे माझ्या स्वाधीन केले आणि मला मनापासून कळकळीनं शुभेच्छा दिल्या.

मी ते पिंजरे गाडीच्या मागच्या सीटवर ठेवून त्यांची दारं उघडून टाकली. मखमली नाकाच्या पिल्लानं दारातून आधी तोंड बाहेर काढलं. मी तिचं व्हिटा असं नाव ठेवलं. दुसरं थोडं मोठं दिसणारं आणि काहीसं बुजरं वाटणारं जे पिल्लू होतं, त्याचं नाव डॉल्सी असं ठेवलं. हे सगळं जरा जास्तच भावुक होत होतं, हे मला कळत होतं. पण मी त्याची फारशी पर्वा केली नाही. प्रसन्न जीवन! निवांत जीवन. तेच तर माझं इप्सित होतं. ती दोन्ही पिल्लं, जगात जे जे चांगलं म्हणून आहे, त्याची सतत आठवण करून देत राहाणार होती.

मी त्यांना पिंजऱ्यातून बाहेर काढलं. एकेक जण एका हातात मावेल, इतकी ती लहान होती. ती उबदार पण घाबरलेली होती. ती माझ्या छातीशी शक्य होतं, तितकी घट्ट चिकटून बसली. त्यांची छाती धडधडत होती. त्यांना ताज्या पावासारखा गंध होता. मी खोल श्वास घेऊन तो गंध आत भरून घेतला. त्या गंधानं माझ्यातला केमोचा उग्र वास बाहेर पिटाळून लावला.

व्हिटाच्या चेहऱ्याचा रंग बदामी होता. तिचे कुले आणि शेपटीही त्याच रंगाची होती. बाकी शरीराचा रंग पांढराशुभ्र होता. अंगावर लव होती. टेरियर जातीच्या कुत्र्यांचे सर्वसाधारणपणे असतात, त्याहून हिचे पाय लांब होते.

त्यामुळे जॅक रसेल जातीची कुत्री जशी चालताना पोट घासत चालल्यासारखी दिसतात, तशी ती दिसणार नव्हती. ती सर्वस्वी एक स्त्री होती. सेक्सी होती. तिला तिच्या सौंदर्याची जाणीव होती. का, ते मला सांगता येणार नाही, पण तिला पाहून मला लाना टर्नरची आठवण येत होती. डॉल्सीचा चेहराही बदामी रंगाचाच होता. पण, त्यात अधूनमधून काळा रंगही मिसळला होता. तिच्या चेहऱ्यावर पांढरा ठिपका होता आणि तिला मऊसूत कल्ले होते. बदामी रंगाच्या शेपटीचं टोक मात्र पांढरंशुभ्र होते. तिनं शेपटी हलवली की, एखाद्या शरणागतानं पांढरं निशाण फडकवल्यासारखं वाटायचं. तिचं डोकं शरीराच्या मानानं जरा लहानच होतं. ती एकूणच गबाळग्रंथी होती. व्हिटाचा डौल तिच्यात नव्हता. तिचा आत्मविश्वासही डळमळीत झाला होता. म्हणून मी तिला अधिकच कवटाळलं. तिच्याकडे जास्त लक्ष देऊन तिला शांत केलं. व्हिटाने मात्र एव्हाना इकडंतिकडं पाहत भोवतालच्या वातावरणाचा अंदाज घ्यायला सुरुवातही केली होती.

घरी जायला निघण्यापूर्वी दोघींना मी पुन्हा पिंजऱ्यात बंद केलं. त्या गप्प बसून होत्या. शहाणी माझी पिल्लं! ती कदाचित संकरित असतील. पण, ती होती, तशी मला आवडली होती. आम्ही तिघीही परस्परांना अनुरूप होतो, असं मला वाटत होतं.

मी परतीच्या वाटेवर सुपरमार्केटमध्ये थांबून गाडीला कुलूप लावलं. दुकानात जाऊन कुत्र्यांचं खाणं, कॉलर आणि पट्टा अशा आवश्यक गोष्टी खरेदी करून परत आले आणि हळूच गाडीजवळ गेले. एव्हाना घाबरून त्या दोघींनी गोंधळ घातला असावा, असा माझा अंदाज होता.

पण, सगळं शांत होतं. दोघीही चिडीचुप्प बसल्या होत्या. 'शहाणी माझी पिल्लं.' सामान टाकायला मी गाडीचं दार उघडलं. मला पाहिल्याबरोबर त्यांनी पिंजऱ्यात आनंदानं उड्या मारायला सुरुवात केली आणि आपली ठिपकेदार गुलाबी पोटं पिंजऱ्यात चिकटवून उभ्या राहिल्या. मला बघून किती खूश झाल्या त्या! त्यांना जवळ घ्यावं, असा मला मोह झाला. पण, मी स्वत:ला सावरलं. घरी गेल्यावर दोनेक मिनिटांत त्या स्थिरस्थावर झाल्या असत्या, याची मला खात्री होती.

ॲनेटनं डौलदार वळण घेत वॉटरटॅक्सी धक्क्याला लावली. फ्लेमिंगो नर्तिकेच्या झग्याचे काठ हवेत पसरावेत, तसं पाणी वर उसळलं.

मी आधी कुत्र्याच्या पिल्लांना आत ठेवलं.

"ही नवीन मंडळी कोण?"

"माझं नवीन कुटुंब."

"ओह!" ती क्षणभर गप्प बसली. तिच्या बोटांचा वास घ्यायला पिल्लांनी

पिंजऱ्यातून आपली नाकं बाहेर काढायची धडपड सुरू केली.

"हे म्हणजे..." ती म्हणाली. "काय म्हणतात की...."

"स्वर्ग."

"हां. स्वर्ग... स्वर्गच म्हणतात त्याला...."

पण, मला सारखं असं वाटत होतं की, ॲनेटला काहीतरी वेगळंच म्हणायचं होतं आणि तिला जे म्हणायचं होतं, त्याचा अर्थ 'स्वर्ग' असा नक्कीच होत नव्हता.

ॲनेटनं आपल्या जागेवर जाऊन बोट सुरू केली. ॲनेटचे केस एवढ्या वाऱ्यात आणि पावसातही नेहमी नीट आणि चापूनचोपून बसलेले कसे राहात, याचं मला नेहमीच नवल वाटायचं. तिला रागावलेलं किंवा वैतागलेलंही मी कधी पाहिलं नव्हतं. ती नेहमी गुलाबी किंवा निळ्या रंगाचे किंवा त्या दोन रंगाचं डिझाईन असलेलं पांढरे कपडे वापरायची. ती खूप कष्टाची कामं करायची. तरीही अगदी स्वच्छ राहायची. एवढी अंगमेहनतीची कामं करूनही तिच्यातलं नाजूक, सौम्य स्त्रीत्व कायम राहिलं होतं.

बोट सुरू होताना बसलेल्या हेलकाव्यानं पिल्लं सैरभैर होऊन गेली. मी त्यांना शांत करायचा खूप प्रयत्न केला. पण, डॉल्सीनं अखेर उलटी केलीच. मला तिच्याविषयी सहानूभूती वाटत होती. मलाही बोट लागतेच ना.

लव्हेट बेच्या ॲनेटनं पिल्लांचे घाण येणारे पिंजरे मला दिले आणि नाक मुरडून ती म्हणाली, "तुझं कुटुंब सुखात राहो."

नंतर दुपारी मी त्या पिल्लांच्या गळ्यात पट्टे बांधले. साखळ्या बांधून मी त्यांना बार्बराच्या घरी घेऊन गेले. पिल्लांना पाहून बार्बरा खूश झाली. तिच्या चेहऱ्यावर उमटलेल्या हास्यात तिचा थकवा विरून गेला. तिनं त्या पिल्लांना आपल्या कुशीत घेतलं. ती त्यांचे लाड करू लागली.

"तुझं ते संशोधन वाचायला मला वेळ मिळाला नाही." मी समोरच्या खुर्चीत बसत म्हणाले. त्या खुर्चीत बसून चहा घेणं हा पुढं नेहमीचाच एक कार्यक्रम होणार होता.

उतरत्या दुपारच्या प्रकाशात आम्ही व्हरांड्यात बसून होतो. सूर्य हळूहळू मावळतीकडं सरकत होता, तशी ढलान संध्याछायेत झाकोळून गेली. टेकडीच्या उतारावर हिरवळ डोलावी, तसे ढलानीवरचे विस्तीर्ण पट्ट्यांमधले निलगिरी वृक्ष डोलत होते. त्यांच्या कडा सूर्यप्रकाशाने तेजाळल्या होत्या. घराच्या जवळ वॉटल वृक्ष होते. त्यांची पिसांसारखी दिसणारी पानं आता सोनेरी दिसू लागली. आणि हिरवळीच्या कडेला असलेली अगॅपँथसची किनार जास्तच ठसठशीत दिसू लागली. संध्याकाळ सरतासरता रंग अधिकाधिक गडद, संपन्न आणि रसरशीत

होत गेले. लव्हेट बे पॉलिश केलेल्या पितळेसारखा चमकू लागला.

"तुला वेळ मिळेल तेव्हा वाच." बार्बरानं मला सांगितलं.

बॉबनं चहाचे कप आणि लेमनकेकचे लहान काप आणून ठेवले आणि तो परत आपल्या अभ्यासिकेत निघून गेला. माझ्या आजीने लाकडांच्या चुलीवर केलेल्या चहाला जशी चव असायची, नेमकी तशीच चव बॉबनं केलेल्या या चहालाही असायची.

बॉबचा चहा मला माझ्या आजीची आठवण करून द्यायचा. तिचं नाव हेन्दिता होतं. आणि तिच्या बारीक कमरेभोवती नेहमी ॲप्रन घट्ट गुंडाळलेला असायचा. ती नेहमी बेक्स नावाची वेदनाशामक औषधीचे डबे खरेदी करायची आणि रोज दुपारी चहाचा कप आणि बेक्सचा डबा घेऊन आपल्या बेडरुममध्ये विश्रांती घ्यायला जायची. आपलं डोकं दुखेल अशी शंका आली, तरी ती बेक्स घ्यायची, असं फ्रँककाकाचं म्हणणं होतं. ती वयाच्या त्रेसष्टाव्या वर्षी मरण पावली. बहुधा तिची मूत्रपिंडे खराब झाल्यामुळे तिला मृत्यू आला असावा. पण, त्याविषयी कुणालाच नक्की अशी माहिती नव्हती.

माझी आजी अंधश्रद्धाळू होती. आपल्याला 'दिव्य दृष्टी' आहे, असा तिचा विश्वास होता. काहीही झालं की, 'बघ, मी म्हटलंच होतं,' असं म्हणतच ती बोलायला सुरुवात करायची. तिच्यामुळं असं बोलायची सवय आईलाही लागली होती. ती या शब्दांचा वापर अनिर्बंधपणे आयुष्यभर करत राहिली. माझ्या आईला भविष्यातलं काहीतरी दिसतं, असं मला तिच्या या सवयीमुळे अनेक वर्षं वाटत होतं. त्यामुळे मीही लहानपणी अंधश्रद्धाळूच झाले होते.

"हट्टी म्हातारी मरण पावलीय." आई मला सांगायची. "मला त्याची कल्पना होतीच. गेल्याच आठवड्यात तिचा फोटो भिंतीवरून पडला होता."

'तिला जर हे माहीत होतं, तर तिनं म्हातारीला आधीच सावध का केलं नाही,' अशी शंका माझ्या मनात यायची. पण, आईवर अविश्वास दाखवल्यासारखं होईल, म्हणून मी बोलून दाखवत नसे. एक गोष्ट मात्र नक्की होती. आईला होणारा साक्षात्कार हा घटनेनंतर झालेला असायचा. घटनेच्या आधी नाही.

भुताखेतांना संतुष्ट ठेवण्यासाठी आईनं स्वतःच काही नियम तयार केले होते. नवीन पादत्राणं टेबलवर ठेवायची नाहीत, त्यानं अपशकुन होतो. कारनेशन किंवा लिलीचं फूल घरात आणायचं नाही, त्यामुळं कुटुंबात मृत्यू होतो. रविवारी किंवा शुक्रवारी नखं कापायची नाहीत, त्यामुळं वाईट घडतं. आरसा किंवा पेंटिंग भिंतीवर पालथं करू नये, त्यानं मृत्यू होतात. काहीतरी परतावा घेतल्याशिवाय कुणाला चाकू देऊ नये. मैत्री तुटते. कावळे पाहू नयेत, पाहणाऱ्याच्या जीवाला धोका असतो. भिंतीवर टांगलेलं चित्र खाली पडलं, तर मृत्यूची शक्यता असते.

या आणि अशा अनेक गोष्टींवर आईची अमिट श्रद्धा होती.

माझ्या मनातले विचारही तिला कळत असावेत, असं मला लहानपणी सतत वाटायचं. तिनंही या विश्वासाला खतपाणीच घातलं होतं. त्यामुळे, तिचा मला सतत धाक वाटायचा. अर्थात, पुढं मला कळायला लागल्यावर माझ्या अंधश्रद्धा आणि आईचा धाक दोन्ही मी मनातून काढून टाकल्या. एक मात्र खरं, आई अंदाज करण्यात तरबेज होती. तेवढं श्रेय तिला द्यायलाच हवं. दादा मात्र मला नेहमी म्हणायचा की, मला काही म्हणता काही लपवता यायचं नाही. सगळं खरंखरं माझ्या चेहऱ्यावर उमटायचं. अजूनही तसंच आहे.

एका गंभीर घटनेविषयी जर आधीच कल्पना होती, तर ती घटना टळावी, म्हणून तिनं काहीच प्रयत्न का केले नाहीत? असं मी तिला एकदा सगळा धीर एकवटून विचारलंच.

"आयुष्यातल्या नैसर्गिक घडामोडींत आपण दखल देऊ शकत नाही." तिनं मला उत्तर दिलं.

"मग, अशी ही दिव्य दृष्टी असण्याला काय अर्थ आहे?"

तिनं माझ्या हातावर चापटी मारली आणि खंत वाटत असल्यासारखी मान हलवली. एक दिवस, मी मोठी झाल्यावर मला सगळं आपोआप कळेल, असंच जणू काही तिला म्हणायचं होतं. तिच्या म्हणण्यात काही अर्थ असेलही, कुणास ठाऊक! माझ्या संभ्रमावस्थेत मी घेत असलेला शकुनांचा शोध, मायक्रोवेव्हमधून ऐकू येणारं संगीत, उडती हिरवी अवकाशयानं ही सगळी माझ्याच मनाची उपज होती का? वस्तुस्थितीपासून दूर पळण्यासाठी मी शोधलेला हा मार्ग होता का? प्रियकराचं नाव असलेल्या दोन खाड्या एका दिवसात पार केल्या, यात काही ईश्वरी संकेत होता का? अर्थातच नव्हता. हे आज उघड आहे. पण, माझ्या त्या सैरभैर अवस्थेत आमच्या नात्याला देवाची संमती आहे, असा विश्वास वाटणं अत्यंत आवश्यक होतं.

वाढदिवसाच्या त्या भयंकर भोजनानंतर माझी प्रियकराशी गाठभेटही झाली नव्हती. त्या घटनेला जवळजवळ दोन महिने होऊन गेले होते. भेटायचं तर सोडाच; पण, मी कशी आहे, हे विचारायलासुद्धा त्यानं फोनही केला नव्हता. त्यानं आपल्या मनाच्या पाटीवरून माझं नाव पूर्णपणे पुसून टाकलं होतं का? वाटेत एखादी उंच स्त्री पाहून त्याच्या मनात काहीच येत नसेल का? ती मीही असू शकेन, असं त्याला वाटत नसेल का? स्तन कापलेली जागा पाहिली, की माझ्या काळजात कळ उठायची. तशी रस्त्यात एखादी उंच स्त्री पाहिल्यावर त्याच्याही मनात वेदना उमटत असेल का? कधीकधी मी त्याचा चेहरा डोळ्यांपुढं आणण्याचा प्रयत्न करते. त्याचे डोळे गडद बदामी होते. त्यात काय चाललंय,

हे कधीच कुणाला कळत नसे. त्याची जिवणी मात्र रुंद आणि पातळ होती. सहज वाचता येणारी. खरं म्हणजे त्याची प्रतिमा इतक्यातच धूसर झाल्याचं मला आश्चर्य वाटत होतं. रस्त्यातून जाताना चुकून त्याच्याजवळून गेलं आणि बघितलंही नाही, असं तर नाही होणार? त्या काळातली ती ओढ, ती वेदना... आणि आज? आज त्याचा चेहराही स्पष्टपणे डोळ्यांसमोर उभा राहात नाहीय.

मी चहा पीत बसले होते. माझी आजी आणि तिचा चहा याबद्दल बार्बराला सांगू का? ती ऐकेल? पण, मी काही बोलायच्या आतच बार्बरानं मला एक माहितीपत्रक दिलं. त्यावर आठ पायाच्या जाडजूड आणि टोकेरी डोक्याच्या किड्याचं एक ओबडधोबड चित्र काढलं होतं.

''काय आहे हे?''

''अग, आता तुझ्याकडे दोन कुत्री आहेत नं? तेव्हा आता तू या गोचिडीबद्दल माहिती करून घे.''

''गोचिड?'' माझा चेहरा पांढराफटक पडला असला पाहिजे.

चित्राकडे बोट दाखवत ती म्हणाली,''हे गोचिडींचं जीवनचक्र आहे. पण वाढ झालेले हे गोचिड एखाद्या कुत्र्याचा जीवपण घेऊ शकतात. त्यांना 'लकवेवाले गोचिड' म्हणतात.''

''अग, काय बोलतेस काय? खरंच ते किडे कुत्र्याचा जीव घेतात?''

''होय. ते खरोखरच कुत्र्याचा जीव घेतात.''

''पण, पिटवॉटरमध्ये तर सगळ्यांच्याच घरी कुत्री आहेत. ती अजून मेली कशी नाहीत?''

बार्बरा हसली. ''मला वाटतं, या किड्यांच्या मोसमात तू इथं नव्हतीस. म्हणून तुला त्यांच्याबद्दल काही माहिती नाही.''

बोलता बोलता ती जोरात हसू लागली. आवरायचा प्रयत्न करूनही तिला हसू आवरत नव्हतं. शेवटी कसंबसं हसू आवरत ती म्हणाली,''सॉरी! पण, ही गोचीड नको तिथं चिकटते बघ. बॉबला पहिली गोचीड चिकटली.''

हसण्याच्या गदारोळात मग ती गोष्ट हळूहळू उलगडत गेली. नव्या घराच्या शोधात फिरत असताना ते दोघे जण सकाळी सकाळी एका मोकळ्या मैदानात शिरले. ते मैदान झाडाझुडपांनी भरलेलं होतं.

''आम्ही घरी परतलो. बॉब स्वच्छतागृहात गेला. त्याच्या जांघेत खाज उठली. ती थांबेनाच. म्हणून मग टॉयलेट सीटवर बसून त्यानं जरा बारकाईनं पाहिलं.''

''तर अनेक काळेकुळकुळीत पाय जांघेत वळवळत होते.'' आमच्या संभाषणात भाग घेत बॉब म्हणाला, ''अगदी लिंगापर्यंत पोहोचले होते.''

आता त्या दोघांनाही जोरात हसू फुटलं.

"काय करावं, हेच आम्हाला कळत नव्हतं. कारण, आम्ही दोघांनीही हा प्राणी कधी पाहिलाच नव्हता. मग, आम्ही गाडी काढून इथल्या दवाखान्यात गेलो. तिथं एक म्हातारा माणूस ड्यूटीवर होता. त्याचे हात थरथरत होते. त्या गोचिडी काढण्यासाठी तो एक चिमटा घेऊन आला. अग, मी चक्क घाबरलो. म्हटलं, याचे हात असे थरथरताहेत... निदान याचे डोळे तरी धड असू देत. नाहीतर मी जन्मातूनच उठेन." तो बार्बराजवळ बसला आणि त्यानं आपल्या हातांचा तिच्या कमरेला विळखा घातला. "अग, ही बार्बरा असं पोट धरून हसत होती की, शेवटी जखमी असूनही गाडी मलाच चालवावी लागली." तिनं त्याच्या खांद्यावर हलकेच डोकं टेकवलं. तिच्या डोळ्यांत पाणी तरळत होतं. तिला वाईट वाटत असावं, असा मी क्षणभर गैरसमज करून घेतला होता. पण, ती अजूनही हसतच होती. मोठा आवाज करत तिच्या गालाचा मुका घेऊन बॉब उठत म्हणाला, "चला कामं पडलीयंत खूप, करायला हवीत."

कुत्र्याची पिल्लं बार्बराच्या कुशीत बसून मजेत डुलक्या काढत होती. ती एवढी पिटुकली आणि गोड दिसत होती. त्यांना असं काही होण्याची कल्पनाही मला सहन करवत नव्हती. मी डॉल्सीला बार्बराजवळून घेतलं, छातीशी धरलं आणि हळुवारपणे कुरवाळू लागले.

"या सुंदर गावात असंपण घडावं का रे पिला? आपल्याला आता या गोचिडीबद्दल माहिती करून घ्यावी लागणार आहे. हो ना छकुल्या?" मी पिल्लांसोबत माणसांसारखं बोलायला लागले होते. पशुपक्ष्यांवर प्रेम न करणाऱ्यांना नेहमीच हे वागणं वेडगळपणाचं वाटत आलंय.

"हे माहितीपत्रक घे. माझ्याजवळ आहे दुसरं." बार्बरानं मला एक पत्रक दिलं.

डोंगरामागं सूर्य बुडेपर्यंत आम्ही शांतपणे बसून होतो. हवेत गारठा येऊ लागला. तेव्हा मी नेहमीसारखी घरी जायला निघाले.

"तू रात्री जेवायला थांब ना." बार्बरानं रोजचा क्रम मोडून मला म्हटलं. मला आग्रहाची गरजच नव्हती. त्या थंड घरात एकटं राहण्यापेक्षा उबदार तरंगवात थांबणं अधिक मोह पाडणारं होतं.

"तुझ्या शेजाऱ्यांशी तुझं जमतंय का गं?" मी जेवायला थांबणार होते, हे सांगायला स्वयंपाकघराकडं जात तिनं विचारलं.

"मस्त जमतंय." तिच्यामागं जात मी उत्तर दिलं. "तसं इतरांपेक्षा केनच मला जास्त वेळ भेटला आहे. नेहमी बोटशेड ओलांडून जावं लागतं ना. पण, माझी जॅक अन् ब्रिजिटचीही भेट झालीय. तिची दोन्ही मुलं गोड आहेत.

शेवटच्या टोकावरच्या घरात बहुधा कुणी राहात नसावं. तिथं मी कुणाला कधी वावरताना पाहिलंच नाही.''

''ती फारशी येत नाहीत इथं. कधी शनिवार-रविवारी आले तरच. पण, माणसं चांगली आहेत.''

''त्यांची माझी कधी भेट झालीच नाही.''

''होईल. त्यांचीही भेट होईल.'' बार्बरा हसून म्हणाली, तेव्हा तिच्या डोळ्यांत चमक होती.

स्वयंपाकघरात बॉब फ्रीजमधनं भाजी काढत होता. ''सुसान जेवायला थांबणार आहे. जमेल तुला सगळं?''

''छान झालं!'' तो उद्‌गारला.

मी बार्बराच्या मागंमागं बैठकीच्या खोलीत आले. पिल्लांना माझ्या कुशीत घेतलं. ती दोन्ही पिल्लं एकमेकांना चिकटून पटकन झोपी गेली. त्यांची नाकं एकमेकांना चिकटली होती आणि हातात हात घ्यावेत, तसे त्यांचे आठही पाय परस्परात गुंफले गेले होते.

''मी बाग तयार करायचं ठरवलंय.'' मी बार्बराला सांगितलं. ''गॉर्डननं मुळात छान सुरुवात केली होती. ती मी आणखी वाढवणार आहे.''

''कशा स्वरूपाची बाग?''

''म्हणजे... काही शोभेची फुलझाडं, काही औषधी वनस्पती आणि थोडा भाजीपाला. कुंपणाजवळही झाडं लावीन म्हणते. म्हणजे येणाऱ्याजाणाऱ्याला आतलं दिसणार नाही.''

''इथलीच रोपं लावणार, की बाहेरून आणणार?''

''त्याबद्दल फारसा विचार केला नाहीय अजून.''

''खरं म्हणजे माझा स्थानिक रोपांकडे जास्त कल आहे. झुडपांसारखंच झुडपांनी राहावं, असं मला वाटतं. या विभागात राहाणाऱ्या बहुतेकांचं मत असंच आहे. तूही इतरांसारखंच करावं. यासाठी वेळ पडली, तर आम्ही तुझ्यावर थोडंफार दडपणसुद्धा आणू.''

मला आता राग यायला लागला होता. 'माझी जागा आहे. तिथं मी काहीही करेन.'

''माझ्यावर कुणी दडपण आणलेलं मला फारसं मानवत नाही. मनात आलं, तर आख्ख्या बागेला गुलाबाचं कुंपण घालणाऱ्या जातीची मी आहे.'' मी शांतपणे म्हणाले.

तिनं माझ्याकडे क्षणभर रोखून पाहिलं. पण, बोलली मात्र काहीच नाही. सर्व ऑस्ट्रेलियन गोष्टींविषयीची तिच्या मनातली ओढ आणि माझ्याशी नव्यानंच

जुळलेला स्नेह यांची तिच्या मनात ओढाताण सुरू होती. मग, तिनं खांदे उडवले.

"ऑस्ट्रेलियन झाडाझुडुपांची जगण्याची आपली स्वत:चीच पद्धती आहे. त्यांची काळजी करण्याचं कारण नाही. तू रागावणार नसशील, तर एक गोष्ट सांगू? ते वॉलबीज आहे ना... छोटं कांगारू... ते, तू जे जे लावशील, ते ते सर्व फस्त करून टाकतील आणि काकाकुवे फुलांचे देठ अत्यंत निर्दयतेने खुडून टाकतात. नेहमीसारखी बाग माणसाला खर्चात तर टाकतेच, पण त्याचबरोबर खूप मन:स्तापही देते."

बॉब तेवढ्यात रेडवाईनची बाटली आणि पेले घेऊन आला. 'हवंय का?' अशा अर्थानं त्यानं आमच्याकडे पाहिलं.

"मला नकोय. मी थोडी ब्रँडी आणि वाईन घेईन." बार्बरा मान हलवत म्हणाली.

"सुसान? वाईन?"

त्याला नकार द्यावा, असं क्षणभर माझ्या मनात आलं. पण, होकार दाखवत मी म्हणाले, "छान. रेड वाईन? चालेल मला."

बॉबनं माझ्या पेल्यात वाईन ओतली. बार्बराचं ड्रिंक तयार करायला तो स्वयंपाकघरात निघून गेला. तिथून यंत्रांच्या शिट्यांचे आणि बॉबच्या बेसूर गाण्याचे आवाज सतत येत होते. बॉब ड्रिंक घेऊन परतला आणि त्यानं जेवण तयार असल्याचं सांगितलं. जेवणात गाजर, कडधान्य, झुच्चिनी, भोपळा, बटाटे, फुलगोबी आणि चिकनचं कुस्करलेलं मटण होतं. मी मटणाचा तुकडा तोडला, तेव्हा त्यातून बटर आणि लसणाचे अक्षरश: पाट वाहू लागले.

"हे तर खूपच झकास आहे. धन्यवाद!"

बॉबनं स्मित केलं. अभिनंदनासाठी ग्लास उंच धरावा, तसा धरला, पण बोलला मात्र काही नाही.

"तर मला सांग, इथे उन्हाळा कसा असावा? खूप साप दिसतात का?"

"होय तर." बॉबनं सांगितलं. "तुम्ही त्यांना भिता. त्यापेक्षा ते तुम्हाला जास्त भितात आणि अजगर तर अगदीच निरुपद्रवी असतात. माहिती आहे ना तुला?"

"टॉवलरला असताना एक दिवस दिसला होता. मी फेरीकडे जात असताना वाटेतच पडला होता. भलामोठा, लांबलचक होता. माझ्या समोरूनच गेला तो हळूहळू चालत."

"घराच्या आसपास अजगर असणं बरं असतं म्हणतात." बार्बरानं सांगितलं. "ते उंदीर, घुशी खातात. महत्त्वाचं म्हणजे आपल्या भागात ते इतर कोणत्याही

लाल किंवा तपकिरी पोटांच्या विषारी सापाला फिरकू देत नाहीत. निदान तसं समजलं जातं.''

''गॉर्डननं त्याचा अजगर मला दाखवला होता. बार्बेक्यूत झोपला असतो नेहमी.''

''सायफन?''

''हं! तेच. तेच नाव होतं त्याचं. मी चार हात दूरच राहाते त्याच्यापासून.''

''तो तुला काही करणार नाही.''

''नाही... म्हणजे... त्याच्या वाटेला जात नाही. त्याच्या जागेत त्याला फिरू देते. कुणाला कधी चावलाय तो?''

''तसं झाल्याचं कधी कानावर नाही आलं अजून.''

तेवढ्यात माझं लक्ष गेलं. कुत्र्याची पिल्लं जागी होऊन सोफ्यावर चढली होती.

''काय करू या कर्माला! बघ तरी कुठं जाऊन बसलीयंत ती!''

त्यांना खाली जमिनीवर उचलून ठेवायला मी उठले. तेव्हा बॉब आणि बार्बरा दोघंही एका स्वरात म्हणाले,'' अग, राहू दे त्यांना तिथं. मजेत आहेत ती. चिंता करू नको.''

बॉब आणि बार्बरा दोघंही दमलेली दिसत होती. बार्बरा तर फारच थकली होती. त्यामुळं, जेवण झाल्याबरोबर मी जायला निघाले. मी खुर्चीतून उठते न उठते, तोच बार्बराने चटकन जोरात टाळी वाजवली. आणि एक भलामोठा केसाळ कोळी धप्पकन छतावरून खाली पडला.

मी एकदम जोरात किंचाळले. माझी शुद्ध हरवतेय की काय, असंच मला क्षणभर वाटून गेलं.

बार्बरा खळखळून हसत सुटली. घाबरून माझा जीव जातोय याची तिला जाणीवच नव्हती. ती हसतहसतच म्हणत होती, ''अगं, खेळणंय ते. घाबरू नकोस. खेळणं आहे ते.''

माझी छाती धडधडत होती. असल्या प्रकारची थट्टा मला आवडत नव्हती. ती सहन करायची शारीरिक ताकद माझ्यात नव्हती. बॉबच्या ते लक्षात आलं असावं. माझी अशी थट्टा करणं योग्य नाही, असं त्यानं तिला समजावलं. मला मात्र खूप मोठा धक्का बसला होता. मी घामाघूम झाले होते.

मी पिल्लांना साखळ्या बांधल्या. बॉबकडून विजेरी मागून घेतली. अंधारात चोहोबाजूनी कोळी हल्ला करत होते आणि गवताच्या प्रत्येक पात्यावर गोचिडी बसल्या होत्या, असं मला वाटत होतं. डोक्यावर येणाऱ्या फांद्याही मी त्याच भयानं चुकवत होते. घरी आल्याबरोबर पिल्लांसकट मी शॉवरखालीच उभी

राहिले. म्हणजे अंगाला जर चुकून गोचिड लागली असेल, तर ती पाण्यानं निघून जावी, असा माझा हेतू होता.

ओलीचिंब झालेली पिल्लं थरथरत उभी होती. ती गोंधळली आणि दुखावली होती. त्यांच्या दृष्टीनं दिवसाचा शेवट चांगला झाला नव्हता. मी त्यांना स्वच्छ कोरडं केलं. न्हाणीघरातच बिछानाही तयार करून दिला. त्याच कोपऱ्यात मी एक टिकटिक करणारं घड्याळ ठेवून दिलं. आईच्या हृदयाच्या टकटकीचा त्यामुळं आभास निर्माण होईल, असं मला वाटलं. त्यांच्या बिछान्याजवळ उबेसाठी गरम पाण्याची बाटली ठेवली आणि सावधगिरी म्हणून न्हाणीघरभर वर्तमानपत्राचे कागद पसरवून ठेवले. तसे घरी परत येतानाच त्यांनी लघवीचे वगैरे कार्यक्रम आटोपून घेतले होते आणि घरात कसं राहावं, याचं थोडंफार वळण त्यांना लावलेलंच होतं. नाही का?

'थोडंफार वळण' म्हणजे नेमकं काय, काय शिकवलंय, हे विचारावं, असं मला सुचलंच नव्हतं. पण, दुसऱ्या दिवशी सकाळी मी न्हाणीघराचं दार उघडलं आणि मला ब्रह्म आठवलं. आधीच माझं पोट नाजूक झालेलं. त्यात त्यांनी सारं न्हाणीघर घाण करून ठेवलं होतं. मी पटकन दार बंद केलं. स्वयंपाकघरात जाऊन पाणी गरम करायला ठेवलं. या अनपेक्षित संकटाशी मुकाबला करायची माझी तयारी अजून झाली नव्हती. पण, पिल्लं जागी झाली होती. त्यांनी आरडाओरडा करायला सुरुवात केली. त्यांनी गप्प व्हावं, म्हणून मी न्हाणीघराचं दार उघडून त्यांना बैठकीच्या खोलीत येऊ दिलं. तर तिथं आल्याबरोबर त्यांनी लघवी करून ठेवली. 'हाउसट्रेंड' चा अर्थ घराबाहेर करण्याऐवजी घरातच घाण करून ठेवणं असा होतो का? गोंधळाची नुसती सुरुवात होती. दररोज तो वाढतच होता. त्याचा मला एक फायदा मात्र झाला. कॅन्सर आणि माजी प्रियकर या दोघांविषयीचे विचार नंतर कित्येक दिवस मनाला शिवलेही नाहीत.

'पप्पीऽईऽईऽईऽई' अशी हाक मारली की पिल्लं येतात. तसं त्यांना शिकवलंय, असं पिल्लांच्या विक्रेतीनं मला सांगितलं होतं. काही आठवडे मी तिनं सांगितलं त्याप्रमाणे हाका मारल्या. हाक मारली, की पिल्लं यायची. पण त्यांना हवं असलं तरच! लवकरच आवतीभोवती 'दहशतवादी' म्हणून त्यांची ख्याती पसरली. सर्व परिसर त्यांना हक्काचं अंगण वाटू लागलं होतं. ते काही ना काही 'धाडसी उनाडपणा' करून ठेवू लागले.

सुरुवातीला लोकांनी त्यांचे चाळे सहन केले. सकाळी पिल्लांचा आरडाओरडा सुरू झाल्याबरोबर मी त्यांना मोकळं सोडून द्यायची. म्हणजे मला पुन्हा शांतपणे झोपता यायचं. पण, ती पिल्लं बाहेर पडल्यानंतर कित्येक किलोमीटरच्या परिसरात खाजगी आणि राष्ट्रीय उद्यानात काय धुमाकूळ घालायची, याची मला

कल्पनाच नव्हती. ती बाहेर जायची आणि दोनेक तासांनी परत यायची. मजेत, झोपण्याच्या तयारीत. ती शेजाऱ्यापाजाऱ्याकडे बागडत असतील, असा माझा समज होता. एवढीशी पिल्लं. साप, कोळी, मोठे सरडे, लहान कांगारू, गोचिडी असल्या प्राण्यांनी भरलेल्या त्या विभागात दूरदूरपर्यंत जायचं धाडस ती करणार नाहीत, असं मला वाटलं होतं. पण, त्यांनी तर धुमाकूळ घातला होता. घरातून बाहेर पडताक्षणी त्यांचं भुंकणं आणि हल्ले सुरू होत. पण, मला एका शब्दानंही कुणी सांगितलं नाही. खरं म्हणजे प्रत्येक डिनर पार्टीत त्या विषयावर बोलणी व्हायची, चर्चा व्हायची, हेही मला खूप नंतर कळलं. मला ब्रेस्ट कॅन्सर झालाय, हे सर्वांनाच माहिती होतं. माझ्या त्रासात त्यांना आणखी भर टाकायची नव्हती. आणि पिल्लांचं काय करावं, हेही त्यांना कळत नव्हतं.

हा बाहेरचा गोंधळ पुरेसा नव्हता, म्हणून की काय, त्यांचा घरातला तमाशा आणखीच त्रासदायक असायचा. मला रात्री बाहेर जायचं असलं की, मी त्यांना घरात कोंडून जायची. तेव्हा त्या दोघी अत्यंत आक्रस्ताळेपणानं मोठ्यांदा गळे काढायच्या. तो ओरडा साऱ्या खाडीत ऐकू जायचा. एक दमून थांबली की, दुसरी सुरू व्हायची. आळीपाळीनं असो वा एकत्र असो, त्यांचं ओरडणं सुरू झालं, की पाटीवर नखांनी ओरबाडल्यासारखा आवाज त्या करायच्या. त्याचा परिणाम शेजाऱ्यापाजाऱ्यांवर व्हायचा. ते धडाधड खिडक्या बंद करायचे. टेलिव्हिजनचे आवाज मोठे करायचे. हा प्रश्न कसा सोडवायचा, यावर त्यांचे वाद व्हायचे. बोटीतच संसार थाटणारी माणसं जरा दबूनच राहायची. कारण, तसं बोटीवर राहणं बेकायदेशीर होतं. पण, माझ्या कुत्र्यांच्या गळे काढून भुंकण्यानं तेही दातओठ खाऊ लागले होते. एकूणच सगळ्यांचा संयम सुटू लागला होता.

अर्थातच मला याची कल्पना नव्हती. मी घर सोडल्यावर पिल्लांचा आरडाओरडा सुरू व्हायचा. आणि वॉटरटॅक्सी आल्याचा आवाज ऐकला की, बंद व्हायचा. म्हणजे मी बाहेर पडायची, तेव्हा सगळं शांत असायचं. परत येई, तेव्हाही शांतता असायची. मी आले की, पिल्लं आनंदानं उड्या मारायची. जणू काही मी वर्षानुवर्षांनंतरच घरी परत आले होते.

एका सकाळी बॉबचा फोन आला. "अगं,... म्हणजे... ते आपलं... त्याचं काय आहे... ती पिल्लं... म्हणजे अग, डेबीचा मला फोन आला होता...."

डेबी लव्हेट बेच्या पूर्वेला असलेल्या फ्रॉग हॉलोत राहायची. तिथं फक्त पाचच बंगले होते.

"डेबीचं काय? कशाला फोन केला तिनं?" मी विचारलं.

"ते म्हणजे... अग ती... ती मागं लागतायंत... म्हणजे कुत्री गं... वॉलबीच्या

मागं लागताहेत ही कुत्री.'' शेवटी त्यानं कसंबसं सांगितलं.

''मग, डेबीनं मला का नाही फोन केला?'' मी विचारलं. खरं म्हणजे डेबीला मी फारसं ओळखत नव्हतेच. बेमधल्या प्रत्येक विभागाचे आपले आपले स्वतंत्र गट होते.

''तिनं बार्बराला फोन केला. बार्बरानं मला फोन करायला सांगितलं.'' मग, एकदम तो भराभर बोलू लागला. ''कारण, आम्ही एक उपाय शोधून काढलाय.''

''म्हणजे हे सारं प्रकरण गंभीर आहे म्हणायचं? सगळेच रागावले आहेत का फक्त एकटी डेबीच?'' मी विचारलं.

बॉब शांतपणे बोलत होता. प्रत्येक शब्द काळजीपूर्वक, तोलूनमापून उच्चारत होता. मनात एक आणि बाहेर दुसरंच, असं त्याचं कधीच नव्हतं. जे करणं त्याला शक्य नाही, ते करायचं आश्वासन तो कधीच देत नसे. जे पाळायचं नाही, असं वचनही तो कधी देत नसे. पण, त्या वेळी हे कळण्याइतपत त्याचे-माझे संबंध नव्हते.

''रागावलं कुणीच नाही. त्यांना काळजी वाटते. लोक इथं राहातात, ते त्यांना वन्यजीवन आणि वनराई आवडते म्हणून. त्याचं काही नुकसान होऊ नये, असं त्यांना वाटतं.''

''कसलं नुकसान?'' मी दोन्ही शब्दांवर जोर देत विचारलं.

''पिल्लांचा त्रास फारच वाढलाय. ते सतत वॉलबीच्या, ब्रश टर्कीच्या मागं लागतात... समस्या गंभीर होण्याआधी त्यावर विचार करणं बरं....''

''अरे, पण ती एवढीशी पिल्लं आहेत. वॉलबीला त्रास देण्याइतके मोठे नाहीत ते. आणि पक्ष्याचं काय? ते पटकन उडून जाऊ शकतात... हा सगळा वेडपट प्रकार आहे, असं नाही वाटत? डेबीला कुत्री आवडत नसावी, याची मला खात्री आहे.'' मी धुसफुसत होते.

''एकट्या डेबीचंच म्हणणं नाहीय हे. ब्रिजिट आहे. मॉरीन आहे. जीवावर उदार होऊन प्राण्यांना पळताना त्यांनी स्वत: पाहिलंय. त्यांना वन्यप्राण्यांबरोबरच कुत्र्याच्या पिल्लांचीही काळजी वाटते.''

मी घरात नजर फिरवली. कुत्र्याची पिल्लं शांतपणे मुटकुळी करून आपल्या अंथरुणात झोपली होती. कवडीच्या खालच्या बाजूसारखी. ती जोडगोळी पहुडली होती. केवढी निरागस आणि निरुपद्रवी दिसत होती. ती एवढी चिमुकली होती की, त्यांच्या हातून कसलंही नुकसान होणं शक्यच नव्हतं.

''ती इतकी लहान आहेत रे. ती कसलं नुकसान करणार?''

''सुसान, ती दोन पिल्लं आहेत. दोघांचा कळप होतो. आणि कळप नेहमी नुकसानच करतो.''

पिल्लांचा उपद्रव थांबवायची काहीतरी योजना घेऊन बॉब सकाळी येतो, म्हणाला. मी काही दिवस त्या पिल्लांना नुसतंच मोकळं सोडण्याऐवजी साखळ्या बांधून फिरायला न्यावं, असंही त्यानं सुचवलं.

तो जेव्हा मला भेटायला आला, तेव्हा त्याचे कपडे गबाळे आणि अस्वच्छ होते. त्याच्या ट्राऊजरचा एक पाय बुटात अडकला होता.

"खरं म्हणजे, तू त्यांना डॉग रनमध्ये ठेवायला हवं." त्यानं मला सांगितलं.

"ते शक्य नाही. त्यांना कोंडून ठेवणं मला मान्य नाही. मुळीच नाही. हवं तर मी त्यांना माझ्याबरोबर घेऊन जात जाईन."

मी दिलेला गरम चहा बॉबनं कोमट असल्यासारखा पटकन पिऊन टाकला. तो कपात खाली बसलेल्या चहाच्या पत्तीकडे पाहात बसला. डोळ्याला डोळा भिडवून बोलायचं तो टाळत होता.

"मी काय वाटेल ते झालं, तरी त्यांच्यासाठी 'डॉग रन' बांधणारच आहे. बघू या काय होतंय ते." तो शांतपणे, पण निर्धारानं म्हणाला.

काही वेळ आम्ही गप्प बसलो. मी संतापानं आतल्याआत फणफणत होते. पिल्लांचा उपद्रव वगैरे काही खरं नसून, त्यांना वस्तीबाहेर काढण्याचा हा कट होता, याची मला मनोमन खात्री पटली होती. त्यानं देऊ केलेल्या मदतीबद्दल मी त्याचे आभारसुद्धा मानले नाहीत.

"आणि बघ... म्हणजे त्याचं काय आहे... आणखी एक गोष्ट आहे." माझी नजर टाळत तो म्हणाला.

"कसली गोष्ट?"

"तू बाहेर जातेस, तेव्हा ते गळा काढून रडतात. अखंड रडत ओरडत राहातात. रात्र असो, दिवस असो, ते थांबायचं नावच घेत नाहीत. अगदी एल्विना बेपर्यंत ऐकू जातं."

"तू स्वत: ऐकलं आहेस? तरंगवात?" मी विचारलं.

"तरंगवात नाही. पण, मी त्यांचं रडणं ऐकलंय. भयंकरच होतं ते. मी सगळं वाईटवाईटच सांगतोय. माफ कर. पण, त्या आवाजानं अगदी पिसाळून जायला होतं."

"मी सांगितलंय तुला. मी बाहेर जाताना त्या पिल्लांना माझ्याबरोबर घेऊन जाईन. त्यानं दोन्ही प्रश्न सुटतील."

दुपारी बॉबनं परसात कुत्र्यांचा पिंजरा बांधून दिला. पण, मी तो वापरायचा नाही, असं ठरवून टाकलं होतं. रोज सकाळी रात्रीच्याच कपड्यावर एक गाऊन घालून त्या पिल्लांना घेऊन मी फिरायला सुरुवात केली. त्यांच्या मुक्त भटकायच्या स्वातंत्र्यावर गदा आणली गेली, म्हणून ती नाराज होती. पट्टयाला झटके देत ती

मला जोरानं पुढं ओढत होती. त्यामुळे त्यांच्या गळ्याला फास लागून त्यांना खोकला यायचा. घुसमटायला व्हायचं आणि डोळे वटारले जायचे. त्यांची अवस्था दयनीय होती, तशीच माझीही होती. पण, मी त्या पिल्लांना शिस्त लावत असल्याची बातमी लवकरच सगळीकडं पसरली आणि वातावरणातला ताण आपसूकच हळूहळू कमी झाला.

"तू छान शिकवते आहेस पिल्लांना." शेजारच्या जॉननं मला प्रोत्साहन दिलं. "असंच चालू ठेव."

पण, मला खूपच असुरक्षित वाटत होतं. सारं लव्हेट बे आणि पिटवॉटर यांच्यासोबत आपली लढाई चालू आहे, असंच मला माझ्या या नाजूक मन:स्थितीमुळं वाटत होतं.

माझ्या अशा या अवस्थेत रक्ताच्या चाचणीनं मला आणखी एक धक्का दिला. माझ्या रक्तातल्या पांढऱ्या पेशींची संख्या इतकी कमी झाली होती की, मला केमोचा तिसरा उपचार पुढे ढकलावा लागला. त्यामुळे, मरण जवळ आल्यासारखं वाटू लागलं. आपल्या अस्तित्वाला घरघर लागल्याची भावना मनात निर्माण झाली. केमो सुरू झाल्यापसून मी कणखरपणे वागत आले होते. सारा दुबळेपणा दूर ठेवण्याचा प्रयत्न करत आले होते. पण, या नव्या घटनेनं सकारात्मक वागण्यावरचा माझा विश्वास डळमळीत झाला होता. रोगमुक्त व्हायला मानसिक शक्ती उपयोगात येईल, असं समजण्याचा मूर्खपणा मी करत होते का? आपलं शारीरिक आरोग्य आपल्या मानसिक आरोग्यावर खरंच कितपत अवलंबून आहे? असा प्रश्न मला पडला. त्याचं उत्तर कुणालाच ठाऊक नाही. खरं म्हणजे या समजाला सांगोवांगीशिवाय कसलाच आधार नाही. वैज्ञानिक आधार तर नाहीच नाही.

खरं म्हणजे, मी प्रचंड अशक्त झाले होते. काडीसारखी हाडकुळी झाले होते. रात्रभर अर्ध्या अर्ध्या तासाच्या अंतरानं मला उष्णतेच्या उद्रेकांचा त्रास होत होता. त्यामुळं, मला सलग अशी झोप मिळत नव्हती. माझं शरीर कागदाच्या लगद्यानं बनलं होतं, असं वाटत होतं. पण, मी स्वत:ला रोज पुन्हापुन्हा बजावून सांगत होते, 'मी कणखर आहे. माझं शरीर बळकट आहे.' माझा स्वत:चाच विश्वास बसेपर्यंत मी ही घोकंपट्टी करत होते. वास्तवात वेगळाच अनुभव येत होता, तरीही.

रक्तचाचणीच्या अहवालानं तर मला पार हादरवूनच टाकलं. माझे डॉक्टर मला म्हणालेच होते, की केमो हा केमो आहे. त्याचा त्रास तुला सहन करावाच लागेल. वजन वाढवण्यासाठी मी भरपूर खाल्लं पाहिजे, असं निसर्गोपचार तज्ज्ञानं मला सांगितलं होतं. मी नेमानं व्हिटॅमिनच्या गोळ्यांचा डोंगर रिचवत

होते. पण, तरीही तिसऱ्यांदा केमो घेण्यासाठी निदान दोनेक आठवडे मला जाणं शक्य नव्हतं. पांढऱ्या रक्तपेशींची संख्या वाढायला तेवढा वेळ लागणार होता. मी सतत नाकारत असलेल्या माझ्या अशक्तपणाचा हा शास्त्रीय पुरावा होता.

मला ताकद यावी, म्हणून मी एका चिनी वैद्याला भेटायचं ठरवलं. माझ्या नेहमीच्या निसर्गोपचार तज्ज्ञानं मला त्याचं नाव सुचवलं होतं. तेवढा एकच उपचार करून घ्यायचं मी बाकी ठेवलं होतं. ती उपचारपद्धती कदाचित महान असेलही. पण, कॅन्सरवरील उपचारांच्या बाबतीत त्या पद्धतीचं मोठेपण सिद्ध करणं कठीणच आहे.

मी त्या चिनी वैद्याला भेटायला त्याच्या नॉर्थ सिडनीतल्या कचेरीत गेले. माझ्या नाडीचे ठोके फारच मंद झाले होते, असं त्यानं मला सांगितलं. ही नाडी म्हणजे पाश्चात्य डॉक्टर तपासतात ती नव्हे. ही अधिक आत, अधिक खोल असते. ही नाडी संथ झाल्यामुळं मला एवढी प्रचंड अशक्तता आली होती. त्याच्या अशा बोलण्यानं माझी फार घाबरगुंडीच उडाली. एका कागदावर त्यानं चिनी भाषेत औषधाचं नाव लिहिलं आणि तो मला रोग्यांनी बसायच्या खोलीत घेऊन गेला. तिथं भिंतीला लागून ठेवलेल्या बरण्यांमध्ये अनेक वस्तू ठेवल्या होत्या. त्या जादूटोण्यासाठीच जास्त उपयोगी ठरतील, असं वाटलं. त्यात जुनी वाळलेली हाडं होती. दळलेले शंखशिंपले होते. जनावरांची आतडी आणि झाडांच्या साली होत्या. त्या बरण्यांत नक्की काय आहे, हे त्याला विचारायचा मी प्रयत्न केला. पण, त्याचं इंग्रजी अगदीच तुटपुंजं आणि चक्रम होतं. प्रत्येक प्रश्नाला तो 'गुणकारी चिनी औषधी' एवढंच उत्तर देत होता.

त्या चिनी वैद्यानं मला सात कागदी पाकिटातून कसलीतरी कोरडी भुकटी आणि शिंपल्यांचा चुरा यांचं मिश्रण दिलं. रोज सकाळी एका पाकिटातलं चूर्ण, पाण्यात नीट उकळून सकाळ-संध्याकाळी एकएक कप घ्यायला सांगितलं. हे असं पाच वर्षं एकही दिवस न चुकवता नेमानं करायचं होतं. हे करणं अशक्य होतं, हे मला त्याचा दवाखाना सोडायच्या आधीच लक्षात आलं होतं. असलं दडपण आणणं मला अजिबात मान्य नव्हतं. समजा एखाद्या दिवशी औषध घेतलं नाही, तर सगळं औषध निरर्थक ठरेल?

त्याचं बिल एकशेऐंशी डॉलर्स झालं होतं. पुन्हा आठवडाभरानंतर त्याच्याकडं यायचं होतं. हा निसर्गोपचाराचा खर्च विमाकंपनीकडून मला मिळणार नव्हता आणि माझ्या वैद्यकीय खर्चाचे आकडे फुगतच चालले होते. दादा, पॉल आणि त्यांनी बरं व्हावं, म्हणून चमत्कार करणाऱ्यांच्या मागं केलेली धावाधाव यांच्या आठवणींनी मनात गर्दी केली. 'असल्या गोष्टींच्या मागं लागण्याइतकी मूर्ख आहे का मी? मी मूर्ख नाही. पण, जीवावर उदार झालेय. जीवावर उदार

झालेली माणसं काहीही करतात. माझं जीवन दिवसेंदिवस विचित्र होऊ लागलंय. आयुष्यात नवीननवीन अडथळे येत राहातात आणि त्यांच्याशी लढण्याकरता प्रत्येक वेळी नवीननवीन पद्धती शोधून काढाव्या लागताहेत.'

रात्री उष्णतेने अंगाची जळजळ व्हायची. त्यासाठी, मी एक लहान पंखा पलंगाजवळ लावला होता. भर हिवाळ्याचे दिवस असूनही तो रात्रभर चालू असायचा. मी अंगावर रजई घेऊन झोपायची. खूप गरम व्हायला लागलं की, कासवासारखं डोकं बाहेर काढायची. पांघरूण दूर करून पंख्याच्या वाऱ्यानं ज्वर शमवायची. मग पुन्हा रजईत स्वत:ला गुरफटून घ्यायची.

रोज सकाळी चिनी वैद्याने दिलेली पुडी मी पाण्यात टाकून उकळायची. सडलेल्या मश्रूमसारख्या वासानं घर भरून जायचं. मी त्यातलं अर्धं मिश्रण कपात ओतून एका घोटात पिऊन टाकायची. त्याची चव घाणेरडी होती. अर्धं मिश्रण रात्रीच्या जेवणासोबत घ्यायचं. सकाळच्या न्याहारीत लॅसिथिन, फिश ऑईल, कॅल्शियम असलं काही असायचं. त्यानंतर मुठी-दोन मुठी व्हिटॅमिन्स गिळायचे. स्वयंपाकघराला औषधांच्या दुकानाची अवकळा आली होती. माझं सगळं आयुष्य माझ्या देहाची काळजी घेण्यातच खर्च होत होतं.

आता कुत्र्याची पिल्लं मागच्या दारी पाय पसरून झोपत नव्हती. एका दुबळ्या क्षणी मी त्यांना माझ्या अंथरुणात उचलून घेतलं होतं. तेव्हापासून साऱ्या जागेचे मालक आपण आहोत, असा त्यांनी समज करून घेतला होता. चिखलांनी भरलेल्या पायांनी ते खुशाल माझ्या अंथरुणावर चढत. अंथरुणावर सगळीकडे त्यांचे केस पसरलेले असत. पण, मी त्याची पर्वा करत नव्हते. डॉल्सी मला अगदी घट्ट चिकटून झोपायची. व्हिटा मात्र थोडी अलिप्त राहायची. ती पायथ्याशी दरवानासारखी झोपायची. त्या दोघींमुळे मला खूप दिलासा मिळत होता.

ओबी रोज घरी यायचा. तो उमदा आणि सोनेरी रंगाचा लेब्राडॉर जातीचा कुत्रा होता. दोघींनाही तो खूप आवडायचा. तो आला की, व्हिटा त्याच्या अंगावर उड्या मारायची. त्याचं तोंड चाटायची. त्यानं तिच्याबरोबर खेळावं, म्हणून सारखा प्रयत्न करायची. डॉल्सी त्याच्यासोबत खाली पडून आपलं डोकं त्याच्या जबड्यात घालायची. अगदी पहिल्यांदा मी हे पाहिलं, तेव्हा घाबरूनच गेले होते. पण, ओबीनं हलकेच तिचं डोकं बाहेर काढलं होतं. तो खरंच खूप शहाणा आणि समजूतदार होता. कुत्र्यांसाठी तो ग्रेट बटलरच होता.

एका रात्री मी स्वप्नात दादाला पाहिलं. सोनेरी सूर्यप्रकाश पडला होता. दादा पूर्वीसारखाच उमदा, तगडा आणि देखणा दिसत होता. त्या स्वप्नात मी मजेत, निर्भय आणि बळकट दिसत होते. मला त्याच्या आनंदी चेहऱ्याकडे पाहातच

राहावंसं वाटत होतं. त्याच्या जगात कसलीच काळजी नसावी. त्यानं प्रसन्न हसत मला बरोबर चलण्याची खूण केली. पण, मी नकार दिला. उलट, त्यानं माझ्यासोबत राहावं, म्हणून मी त्याची विनवणी करत राहिले. त्याच क्षणी मी मृत्यूचा स्वीकार करू शकले असते, असं आजही मला वाटतं. प्रश्न होता तो इच्छाशक्ती संपवण्याचा. मी जगण्याची इच्छा मुकाट्यानं सोडून दिली असती, तर दादाबरोबरच निघून गेले असते. मृत्यूचा अनुभव असाच असतो का? कणाकणानं विरत-विरत शेवटी संपूर्ण नष्ट होऊन जायचं. पण, मी जायचं नाही, असा निर्णय घेतला होता.

माझ्या शरीरात या उपचारांमुळे खूप विष साठलं होतं, यात काही शंकाच नव्हती. एकदा रात्री मी शू करायला उठले. सुरुवातीला पिल्लं न्हाणीघरातच झोपत होती तेव्हाची गोष्ट. त्यांची झोपमोड होऊ नये, म्हणून मी परसदारी जायचं ठरवलं. दोन दिवसांनंतर तिथलं गवत मेल्याचं मला दिसलं. एवढ्या लहानशा भागातलंच गवत का मरावं? हे आधी मला कळलंच नाही. मग, माझ्या लक्षात आलं. माझ्या लघवीत एवढं विष होतं की, त्यामुळे तेवढ्या भागातलं गवत मरून पडलं होतं. तो भाग वर्षभर तसाच मेलेला राहिला होता.

१५

रक्ताची चाचणी झाल्यानंतर दोनेक दिवसांनी फ्लुरीचा फोन आला, तेव्हा मला एकदम रडूच कोसळलं.

"काय चाललंय गं हे एकामागून एक? एकातून सावरत नाही, तर दुसरं समोर येऊन उभं!"

तिनं माझ्या विरोधाला न जुमानता, सोफियाला माझ्यासोबत राहायला पाठवलं. सोफियाला लामा येशेवर पुस्तक लिहायचं होतं. त्यासाठी तिला निवांत वेळ हवा होता. अशा कामासाठी लव्हेट बे ही छान आदर्श जागा होती. सोफियानं माझ्यासोबत राहावं, याकरता त्या दोघींनी हे लटकं कारण शोधून काढलं होतं. मला ते पटलं, असा त्यांचा समज होता. तो मी कायम राहू दिला.

इथं आल्याआल्या सोफियानं घराचा ताबा घेतला. नेहमी राहात असल्यासारखी सराईतपणे ती घरातली कामं करू लागली. कुत्र्यांच्या पिल्लांना फिरवण्याचं कामही तिनंच अंगावर घेतलं. त्यामुळे मला हवं तितकं झोपता येऊ लागलं. मी उठायची, जेवायची आणि पुन्हा झोपी जायची.

मी घरातल्या गरजेच्या वस्तू घेऊन परत आले की, ती मला जुन्या फेरीच्या धक्क्यावर माझी वाट पाहात उभी असलेली दिसायची. कानाला वॉकमन लावून धक्क्यावरच्या घाणीतच ती कंबर हलवत नाचत असायची. नारिंगी ट्राउझर्स, नारिंगी टॉप आणि कोपरावर पुन्हापुन्हा रफू केलेला तिचा जुना गडद निळा काश्मिरी स्वेटर आणि जड शूज अशी तिची मूर्ती तिथे उभी असायची. वॉटरटॅक्सीच्या आवाजात संगीत ऐकू येईनासं झालं, की ती वळून पाहायची. त्या वेळी तिच्या चेहऱ्यावर प्रसन्न हसू असायचं. वाऱ्यावर उडणारे पांढरे केस सावरत ती हात हलवत विचारायची, "कशी आहेस?"

"मस्त."

"चांगलं आहे."

ती पुढं होऊन सगळं सामान उचलून घ्यायची. मी घरापर्यंत मोकळ्या

हातानं चालत जायची. वाटेत मात्र मला, डोकं गरगरल्यानं एकदोन वेळा थांबावं लागायचं.

मी बाहेर जाऊन परत येईपर्यंत कपड्यांच्या घड्या घालून कपाटात ठेवल्या गेलेल्या असत. जमीन झाडली गेली असायची. स्वयंपाकघरातली भांडी घासून ठेवली गेली असायची. खरं म्हणजे झाडताना किंवा भांडी घासताना सोफियाला एकदाही पाहिलं नव्हतं. हे सगळं जादूनं झाल्याचं वाटावं, अशा पद्धतीनं ती करत असे. त्यामुळे, आपण उठून तिला मदत करावी, असं माझ्या मनात येत नसे. कधी मी तिचे आभार मानायचा प्रयत्न केला, तर ती उडवून लावत असे. उलट या पत्र्याच्या झोपडीमधल्या अपुऱ्या जागेत, माझ्याकडून अनेक गोष्टी तिला कशा शिकायला मिळत होत्या, हेच ती मला सांगत असे.

"असं? कुठल्या गोष्टी शिकायला मिळतात गं?"

"शांतता. मला शांततेविषयीचं ज्ञान होतंय."

सकाळची वेळ होती. आम्ही दोघीही पाय वर घेऊन आरामात चहा पीत बसलो होतो. बाहेर थंडगार वारं सुटलं होतं. सगळं काही गारठलेलं होतं. आम्ही उबदार कपडे घालून, शेकोटी पेटवून बसलो होतो. मध घातलेल्या चहाचा सुवास दरवळत होता.

"ही जागा काही शांत जागा नाही." मी म्हणाले. "तो काकाकुव्यांचा कर्कश ओरडा...."

"मी वेगळ्या प्रकारच्या शांततेबद्दल बोलतेय." माझं बोलणं मध्येच तोडत ती म्हणाली, "मला सांग, इथल्या किती घरांतून टेलिव्हिजनचा किंवा रेडिओचा आवाज ऐकू येतो? या घरातल्या शांततेत जीवनाचा खरा आवाज ऐकू येतो."

"पुरे गं!"

"अग, खरंच सांगतेय मी. आणि इथं वाट्याला येणारा भरपूर वेळ लुटीत फुकट मिळालेल्या मालासारखा. रिकामाच रिकामा. तो आपण हवा तसा भरायचा. हवा तसा वापरायचा. मनात येईल तसा. त्यावर बंधन नाही. कुणाची अडवणूक नाही. त्यात इतर कुणाचा वाटा नाही. केवढं मोठं वरदान आहे हे."

ही शांतता, हे मौन आम्हां दोघीतही होतं. कित्येकदा आम्ही तासनतास एकमेकींशी बोलत नसू. पण, ही शांतता मलिन नव्हती. मनातली गुंतागुंत या काळात सुटायची. जळमटं नाहीशी व्हायची. कधीकधी तर सारा दिवस 'चहा घेणार का?' यासारख्या प्रश्नाशिवाय काही बोलायची गरज पडत नव्हती.

पण, कधीकधी मात्र आम्ही खूप बोलत असू. अंगात फक्त टीशर्ट घालून डेकवर उन्हानं पाठी शेकत आमच्या गप्पा व्हायच्या. खरं म्हणजे मीच खूप बोलत राहायची. मनावरचं ओझं उतरून मन हलकं व्हायचं.

ती कधी विशिष्ट प्रकारच्या संबंधाची स्वप्नं पाहते का, असं एकदा मी तिला विचारलं.

ती जोरात खळखळून हसली. तिच्या निळ्या डोळ्यांच्या बाहुल्या नाचू लागल्या.

"म्हणजे तुला संभोगाविषयी म्हणायचं आहे का?" तिनं विचारलं.

दंश व्हावा, तशी मी गप्प झाले. मग, जराशानं म्हणाले, "नाही... म्हणजे... सहचराच्या सान्निध्याचा आनंद, निदान आपण एकटे नाही ही भावना...."

"माझा अनुभव असा आहे की, सहचर असण्यामुळं आपण जास्तच एकाकी होतो." मला मध्येच तोडत ती म्हणाली.

"पण, सहचर योग्य असला, समजूतदार असला तर... तर असं घडणार नाही." मी माझा मुद्दा सोडायला तयार नव्हते.

"अनेकदा आपल्याला योग्य, कोण... अयोग्य कोण कळत नाही. कळतं, तेव्हा वेळ निघून गेलेली असते. खूप उशीर झालेला असतो."

तिच्या म्हणण्यात तथ्य होतं. मी आमची चर्चा तिथंच थांबवली.

सोफियामुळं मला खूपच मन:शांती लाभली. पण, आपल्या मन:शांतीचं सारं श्रेय ती उलट मलाच देते. तिचं मन एवढं मोठं आहे. मी बोलत असते. ती शांतपणे ऐकत राहाते. माझ्या प्रियकरानं मला सोडलं. माझी काय चूक झाली, हे मला जाणून घ्यायचं होतं. मी असं काय केलं? माझ्यात काय कमी होतं? आपल्या आयुष्यातल्या संपलेल्या प्रकरणांवर किंवा भूतकाळावर विचार करणं, हे भविष्यकाळाकडे पाहण्यापेक्षा सोपं असतं, हे मला कालांतरानं कळून आलं.

"ते सगळं संपलंय सुसान." एका गारठत्या रात्री तिनं मला सांगितलं. "आता त्याचा विचार कशाला? जाऊ दे ते."

आणि मग आम्ही पुन्हा त्याच विषयावर बोलत राहिलो.

"तू त्याचा तिरस्कार करतेस?" तिनं विचारलं.

"नाही."

"त्याच्या बाबतीत तू देवाकडं काय मागतेस?"

"सुखसमाधान."

"चांगलं आहे. एखाद्यावर आपण प्रेम करतो. पण, तो आपल्याला मिळत नाही. अशा व्यक्तीनं सुखी राहावं, अशी इच्छा करणं, ही मोठी गोष्ट आहे. त्यासाठी त्या व्यक्तीवर आपलं अमाप प्रेम असावं लागतं."

माझ्या मनात नुसतं प्रेम नव्हतं, तर संतापही खदखदत होता. आमचे संबंध केवळ्या क्रूरतेनं आणि कोणत्या वेळी तोडले गेले होते! त्याच्याविषयी माझ्या मनात राग होता. ज्या गोष्टीला आम्हा दोघांच्याही आयुष्यात अतिशय महत्त्वाचं

स्थान होतं, असं मी समजत होते, तो माझाच भ्रम होता. म्हणून मला राग येत होता. या संबंधातून कोणतंही स्थायी नातं निर्माण होणार नाही, हे स्पष्ट दिसत असूनही मी वेड्यासारखी वाहवत गेले आणि त्यालाच प्रेम समजले, याचा मला संताप येत होता.

सोफिया कधी मला विचारपूर्वक प्रश्न विचारायची, कधी उत्तरं सुचवायची. त्यातून माझाच मला उलगडा होऊ लागला आणि माझ्या मनातला कडवटपणा आणि राग हळूहळू कमी होऊ लागला. स्वत:ला दयनीय लेखण्याची माझी वृत्ती कमी झाली. जेव्हा कधी माझी आत्मनिर्भर्त्सनेची वृत्ती उफाळून यायची, तेव्हा प्रत्येक वेळी सोफिया मला एखादी गोष्ट सांगायची. त्या गोष्टीत कुणाचं मूल आजारी असायचं, कुणाचा मुलगा मरणाच्या घटका मोजत असायचा, तर कुणाचा नवरा मनानं विकल असायचा. त्यांच्या आयुष्यात आशेचा किरणच नसायचा. त्याचा अर्थ एवढाच असायचा की, एवढ्या दु:खानं स्वत:ला दयनीय समजू नये. आयुष्यात याहूनही खूप वाईट गोष्टी घडत असतात. सोफिया उपदेश करत नसे किंवा मनात अपराधीपणाची भावना निर्माण व्हावी, असाही तिचा हेतू नसे. 'माझे विचार संतुलित ठेवण्याचा तिचा प्रयत्न होता.'

सोफिया राहायला आली असतानाच मी माझ्या एका मैत्रिणीला फोन करून तिची बोट मागितली. मला बोट चालवायला शिकायचं होतं. मैत्रिणीची बोट दिवसेंदिवस तशीच पडून असायची. ती कधीतरी पिटवॉटरला यायची. तिची बोट फायबरग्लासची होती. सीटसवर गाद्या होत्या. ऊन आणि पावसापासून, वारा आणि पाण्याच्या फवाऱ्यापासून संरक्षण करायला कॅनव्हासचं छतसुद्धा होतं. मी ड्रायव्हिंग शिकायला बोट मागतेय, म्हटल्यानंतर ती नकार देईल, असा माझा अंदाज होता. ती जवळजवळ तसं म्हणायच्या बेतात होतीही. पण, अगदी शेवटच्या क्षणी तिनं स्वत:ला थोपवलं. मी आजारी असल्याचं तिला माहिती होतं. अशा अवस्थेत मला नकार देणं चांगलं दिसलं नसतं. म्हणून मग ती मला 'हो' म्हणाली.

सोफियाला सकाळचं वृत्तपत्र मिळत नव्हतं, याचं मला वाईट वाटायचं. रोजच्या बातम्यांची माहिती ठेवणं हा स्तंभलेखिका म्हणून तिच्या व्यवसायाचा भाग होता. मी बोट चालवायला शिकले, तर आम्हाला रोज सकाळी वर्तमानपत्र आणायला जात आलं असतं. येताना एक कप कॉफी पितापिता बाहेरचं जगही न्याहाळता आलं असतं.

बोटीची किल्ली घराच्या किल्लीसह कुंडीखाली होती. रजेत येणारी माणसं घराला कुलूप लावून ठेवत असतात. इथले नेहमीचे रहिवासी कुलूप लावतच नसत. त्यामुळे किल्ल्या कुठे आहेत, हेच माहीत नसे. तर मी किल्ली घेऊन

बोटीचं इंजीन चालू केलं. दोर सोडला. बोट चालू झाली. सगळं एकदम सोप्पं!

"सोप्पाय सगळं!" मी इंजीनच्या धडधडाटात ऐकू जावं, म्हणून मोठ्यांदा ओरडले.

महिनोन महिने फेरीची वाट पाहात उभं राहिल्यानंतर किंवा न परवडणाऱ्या महागड्या वॉटरटॅक्सींनी प्रवास केल्यानंतर असा बोटीनं स्वतंत्रपणे प्रवास करणं, हा एक भन्नाट अनुभव होता. पहिली मोटार विकत घेतल्यानंतर जसं वाटावं, तसं वाटत होतं. सगळ्या दुनियेशी संपर्क साधणं सोपं झालं होतं.

आम्ही पाणी कापत जाताना वाऱ्याची झुळुकसद्धा नव्हती. त्यामुळे, बोट सुरळीतपणे पुढे सरकत होती. हे पाहून माझा आत्मविश्वास वाढला आणि मी बोटीचा दांडा जोरानं पुढं दाबला. वॉटरटॅक्सीतून येताजाताना मी ॲनेटला असं करताना खूपदा पाहिलं होतं. मी थ्रॉटल दाबल्याबरोबर बोट एकदम सरळ उभीच झाली आणि मग पुन्हा पाण्यावर आदळून स्थिरावली.

बोटीचं नाक एकदम आकाशाकडं वळल्याबरोबर सोफिया जोरात किंचाळली. तिनं आपली सीट घट्ट धरून ठेवली. तिचे केस अस्ताव्यस्त उडत होते. ते ती सावरू पाहते न पाहते, तोच बोट धाडकन खाली आदळली आणि तिनं समोरची फळी घट्ट धरली. मी जोरात हसत सुटले. एकीकडे मी घाबरले होते आणि दुसरीकडे सगळं जमत होतं, म्हणून आनंदही होत होता. पुढचा प्रवास आम्ही वेगात आणि मजेत पार पाडला.

"पाम बीचला जाऊन मासे आणि चिप्स खायचेत का?" मी जोरात ओरडून विचारलं. इंजीनच्या धडधडाटात ते तिला ऐकू आलं नाही, म्हणून मी एकदम जोरात थ्रॉटल मागं ओढलं. बोट जागच्या जागीच थांबली. त्या धक्क्यानं आम्हा दोघींचाही तोल जाऊन आमची तोंडं दाणकन समोरच्या बोर्डावर आपटली.

"काय म्हणालीस ग तू?" मनातली भीती लपवण्याचा प्रयत्न करत सोफियानं विचारलं.

"मी पाम बीचवर जाऊन मासे आणि चिप्स खायचं म्हणत होते. पण, आता नकोच. पुन्हा केव्हातरी जाऊ या."

मग, अचानक माझ्या लक्षात आलं की, आपल्याला बोटीविषयी काहीही माहिती नाही. हे लक्षात येताच काही वेळ डोक्यात चढलेली नशा खाडकन उतरली. समुद्रात रस्ते भलेही नसतील, पण वाहतुकीचे नियम असलेच पाहिजेत. मला ते काहीही ठाऊक नव्हतं.

कर्ल्यू नावाची निळीपांढरी थोरली बोट सरळ आमच्या रोखानं येताना पाहून माझी घाबरगुंडी उडाली. सोफिया फेफरं आल्यागत हसू लागली. मी आमची बोट थांबवली. कर्ल्यूच्या वाटेतून बाजूला होण्याचा मी आटोकाट प्रयत्न करत

होते. हॉर्स्ट कर्ल्यूचा ड्रायव्हर होता. आमची अवस्था पाहून त्यानंच शेवटी आपली बोट थांबवली. रागानं कपाळावर आठ्या चढवून माझ्याकडं नजर टाकली. एका फेरीत माझ्यासारख्या किती मूर्खांना वाचवायचे प्रयत्न त्याला करावे लागत असतील? मी दिलगिरी व्यक्त करण्यासाठी त्याच्याकडे पाहून हात हलवला. पण, त्यानं माझ्याकडं दुर्लक्ष केलं. फेरीत थाटात बसलेल्या प्रवाशांना या साऱ्या गोष्टीची गंमतच वाटत असावी. कुणीतरी माझ्याकडे पाहून हातही हलवला. पण, एकूण प्रकारानं मी इतकी कानकोंडी झाले होते की, त्याकडं मी लक्षच दिलं नाही.

"पेपर घ्यायला जायचं आपण?"

"वेडबीड लागलंय का?" माझ्याकडं पाहत सोफिया ठामपणे म्हणाली. "फेरीबोटीच्या खाली येता-येता वाचलोय आपण. काही कुठं जायचं नाही आता."

"ठीक आहे."

मी पुन्हा इंजीन सुरू केलं. आम्ही घराकडं शांतपणे परतलो. येताना मी अक्षरशः चारही दिशांतील वाहतुकीकडं नजर ठेवून होते. आम्ही घरी पोहोचलो, तेव्हा दोघीही विलक्षण ताणानं दमून गेलो होतो.

घराजवळ आल्यावर मी दोर पाहिले. पाचरपट्टी पाहिली. सोफियाकडेही पाहिलं. ती डोळे मिटून खोल श्वास घेत बसली होती.

"अग, ही बोट बांधायची कशी?" मी तिला विचारलं. मी अनेकदा बोटींचे दोर सोडले होते. पण, एकदाही बोट धक्क्याला बांधली नव्हती. कारण, ते काम नेहमी बोटीचा मालकच करत असतो.

सोफियाने हळूहळू डोळे उघडून नेहमीचं परिचित दगडामातीचं, झाडापानांचं जग पाहिलं. मग, आपल्या जागेवरून उठत ती म्हणाली, "माहीत नाही."

ती काळजीपूर्वक पाऊल टाकत बोटीतून उतरली. बदकासारखं चालत तिनं किनाऱ्याचा उतार पार केला. तिला जमिनीचा पक्का आधार मिळाला, तेव्हा तिनं खोल श्वास घेतला. म्हणाली, "बोटी या मुळातच अनैसर्गिक आहेत. मी आता घरात जाऊन शेगडीवर किटली ठेवते. थोडी व्हिस्की घेते."

सोफिया व्हिक्टोरियन भूप्रदेशात लहानाची मोठी झाली. तिथं पाणी मिळतं, ते नद्यांतून किंवा धरणातून किंवा तलावातून. तिथं भयानक उकडायला लागलं, तर माणसं एखाद्या दिवशी पोहायला जातात. क्वचित फुरसतीच्या वेळी गळ घेऊन मासे पकडायला जातात. पण, त्या देशात कुणाच्याही जवळ बोट नसते. सोफिया चालायला शिकण्याआधी घोड्यावर बसायला शिकली. तिला मेंढ्यांच्या किंवा गायींच्या कळपात सोडा. ती अगदी चिमुकल्या जागेतही घोडा फिरवू

शकेल आणि एखाद्या कणखर गुराख्याप्रमाणे घोड्यावर दहा-बारा तास बसून धुळीत काम करू शकेल. तिच्यात हिंमत नव्हती, असं नाही. तिला बोटीतलं काही कळत नव्हतं... आणि मलासुद्धा. निदान या क्षणापर्यंत तरी.

कसेबसे पाय उचलत ती चढ चढून घरी गेली. प्रत्येक पाऊल जरा जोरातच पडत होतं. त्यामुळे तिच्या पावलांखाली जमिनही जरा दबली असावी. मी बुटाचे बंद बांधावेत, तशा गाठी मारून बोट बांधून टाकली. गाठी जरा विचित्रच दिसत होत्या. पण, चुकून जोराचा वारा आला, तरी त्या गाठी सुटणार नाहीत, असं वाटत होतं.

दुसऱ्या दिवशी सकाळी मी डेकवर आले, तर चक्क ती बोट जागच्याजागीच होती. भरती ओसरली होती. बोट वाळूत अडकली होती. ती एका बाजूला विचित्रपणे कललेली होती.

तेवढ्यात सोफिया आली. मी तिला म्हटलं, "अग, जरा केनला विचार, ही बोट सुखरूप आहे की, आपण तिचं काही नुकसान केलंय?"

तिनं हातातला कप खाली ठेवला. म्हणाली, "ठीकाय."

ती काही काळ बोटशेडमध्ये दिसेनाशी झाली आणि थोड्या वेळानंतर केनला घेऊन परत आली. त्याने दाढीही केली नव्हती. त्याच्या अंगावर एकावर एक असे अनेक लोकरीचे कपडे होते. फक्त बोटशेडच्या मुलांनाच काय तो थंडीचा कधी त्रास होत नव्हता. ती त्याला हातवारे करून काहीतरी सांगत होती. वाकत होती, खाली पडत होती. आमच्या पहिल्यावहिल्या सागरी सफरीची तपशीलवार हकिगत ती सांगत असावी. केन खो-खो करून हसत होता. केनला एवढं हसवणं हे काही सोपं काम नव्हतं. सांगण्याच्या ओघात जरा जास्तच तिखटमीठ लावलं जात होतं, अशी मला शंका यायला लागली. शेवटी केननं मान हलवली आणि तो परत निघून गेला.

"काळजीचं कारण नाही, असं त्यानं सांगितलंय." सोफिया म्हणाली. "काहीही नुकसान झालेलं नाही. पण, ती बोट फार काळ तिथं ठेवू नका, असंही त्यानं सांगितलंय."

"फार काळ म्हणजे किती काळ?"

"ते तुलाच माहिती."

"नाही. मला माहिती नाही."

"च्यायला!"

ती पुन्हा बोटशेटकडे परत गेली.

"फार काळ म्हणजे बोट खराब व्हायला लागायच्या आधीपर्यंत." परत येऊन तिनं स्पष्ट केलं.

"बरं. ठीकाय."

पण, तेवढं म्हणून काही भागणार नव्हतं.

दोनेक दिवसांत हवामानात बदल घडून आला आणि जोराचं वारं वाहू लागलं. सोफियानं परसदारच्या बागेची मशागत करायचं ठरवलं आणि तिचं बागकाम होईपर्यंत दारात बसून पुस्तक वाचायचं, असं मी ठरवलं.

"मेलबर्नला तुझ्या बागेतनं मी शास्ता डेझीची रोपं नेली होती. तुला आठवतं?" तिनं विचारलं.

"आठवतंय ना."

"त्याची काही रोपं मी पाठवून देईन. इथं मस्त लागतील ती झाडं."

"मुळात पॉलच्या वडिलांनी ती आणली होती. आम्ही नेपियन रिव्हरच्या त्या भल्या मोठ्या न परवडणाऱ्या घरात राहायला गेलो, तेव्हा त्यांनी ती दिली होती. त्यातलीच रोपं मी मेलबर्नला नेली. मी मेलबर्न सोडलं, तेव्हा त्यातलीच रोपं तू घेऊन गेली होतीस आणि आज त्यामधलीच काही रोपं तू माझ्याकडं परत घेऊन येणार आहेस. एक संपूर्ण वर्तुळ पूर्ण झालंय. नाही?"

"तू म्हणतेस ते अगदी बरोबर आहे."

सोफियानं चार वाजता काम थांबवलं आणि ती शॉवर घ्यायला गेली. दोनेक मिनिटांतच तिची मोठी किंकाळी माझ्या कानावर पडली.

मी घाबरून विचारलं,"काय झालं गं?"

"गोचिडी. अग, अंगभर गोचिडी पसरल्याहेत माझ्या."

"शॉवर सुरू कर आणि काढून टाक."

"अग, साऱ्या अंगभर पसरल्याहेत. शेकडो असतील."

"मी आत येऊन बघू का?"

मी आत गेले. आत सोफिया नुसत्या अंतर्वस्त्रावर उभी होती.

"बघ." आपल्या पायांकडे निर्देश करत ती म्हणाली.

तिच्या पायावर काळा ठिपका असलेल्या लाल गोचिडी सरपटत होत्या.

"जरा कळ सोस." मी धावत जाऊन बार्बरानं दिलेलं माहिती पुस्तिका काढली आणि त्यात माहिती शोधू लागले.

"यांना 'सीड टिक्स' म्हणतात." मी माझ्या ज्ञानाचे दिवे पाजळत सांगितलं.

"गोचिड ही गोचिड असते. ती सीड टिक असो नाहीतर कॅटल टिक!" माझ्या ज्ञानाचा तिच्यावर काहीही प्रभाव पडला नाही. "आपण आता काय करायचं ते सांग."

"मला माहिती नाही. त्या उपटून काढाव्या लागतील, असं मला वाटतं. नाहीतर असं करू या. मी बार्बराला विचारते."

मी बाहेर आले. बाथरूमचं दार पुन्हा बंद झालं. मी बार्बराला फोन करून परत आले, तेव्हा सोफिया शॉवरखाली उभी राहून बडबडत होती.

"सोफिया, अग रेझर घेऊन पाय खरवडून काढ. त्यावर ॲन्टिसेप्टिक लाव, असं बार्बरानं सांगितलंय. तिथं कपाटात रेझर आहे आणि ॲन्टिसेप्टिकसुद्धा आहे."

सोफिया काहीच बोलली नाही. आतून फक्त कपाट उघडल्याचा आवाज आला.

"बरी आहेस ना गं?" मी विचारलं.

"दोनेक दिवसांनी विचार."

गोचिडींच्या चाव्यांमुळे होणारी वेदना दोन दिवसांत कमी झाली. या काळात आमच्या पहिल्या सागरसफरीचा मूर्खपणाही आम्ही विसरलो होतो.

"पुन्हा एकदा बोटीनं भटकू या?" मी विचारलं.

सोफियानं माझ्याकडं रोखून पाहिलं.

"अगदी थोडा वेळ गं. इथं जवळच चर्च पॉइन्ट स्टोअरपर्यंत जाऊ. पेपर घेऊ. कॉफी घेऊ. पेस्ट्रीज ताज्या असल्या, तर एखादी दोघी मिळून खाऊ."

तिनं उसासा सोडला. आपलं जॅकेट घेतलं. म्हणाली, "चल, म्हणतेच आहेस, तर जाऊ या."

शहीद व्हायला निघालेल्या निराश माणसासारखा तिचा स्वर होता.

दोराच्या गाठी सोडवायला साधारणत: दहा मिनिटं लागली. सोफिया बोटीत बसून होती. गाठी सोडून होताच मी बोटीत उडी मारली. वारा सुटला होता. पाणी जरा जास्तच हेलकावत होतं. पण, एकंदरीत दिवस छान होता.

मी तीन वेळा चावी फिरवूनही इंजीन सुरू होत नव्हतं. सोफिया काही मदत करू शकेल का, हे विचारायला मी तिच्याकडं पाहिलं आणि बोट किनाऱ्यापासून खूप आत आली असल्याचं माझ्या लक्षात आलं.

"वाऱ्यानं इतक्या लवकर आपण इतक्या दूर येऊ, असं वाटलं नव्हतं." मला जरा चिंता वाटायला लागली होती.

"बोटीचं हे असंच असतं. नाही?" सोफिया कोरडेपणानं म्हणाली. "तुला यासंबंधी सगळं माहिती असेल, असं मला वाटलं होतं."

आता असंच वाहत जाण्याव्यतिरिक्त आपण काहीही करू शकत नाही, याचा दोघींनाही अंदाज आला होता. कुणीतरी आपल्याला पाहील आणि आपल्याला मदत करेल, याची वाट पाहणं फक्त आमच्या हाती होतं. आम्ही दोघीही मूर्खासारखं फिदीफिदी हसू लागलो.

"पुढच्या वेळी आपण प्रवासाला निघण्याआधी इंजीन सुरू करायची आठवण

ठेव.'' सोफिया म्हणाली.

''कल्पना चांगली आहे.'' मी म्हणाले.

पुन्हा आम्हाला जोरात हसू फुटलं. आम्ही इतक्या वेड्यासारख्या हसत होतो की, केनचा आवाज दोनेक मिनिटं आम्हाला ऐकूच आला नाही.

''चोक... चोक वापरा.'' तो ओरडून सांगत होता.

''कुठे असतं ते?'' मी तसंच ओरडून विचारलं.

''थ्रॉटलच्या वरच्या भागाला एक तरफ आहे. ती वर करा.''

मी पाहिलं. तिथं एक प्लॅस्टिकची झडप दिसली. केन सांगत होता, ते तेच असावं, असा मी अंदाज करून ते वर उचललं आणि किल्ली फिरवली. एकदा, दोनदा, इंजिनानं थोडी घरघर केली. मग, एकदम ते धडधडायला लागलं. केनचे आभार मानायला आम्ही हात उचलले. पण, त्याआधीच तो पाठ वळवून बोटशेडकडं जायला निघाला होता.

''सुटलो आपण एकदाचे!''

पण, या वेळी मी आठवणीने थ्रॉटल हळूहळू ओढला. आवतीभोवतीचा अंदाज घेतला. बोटीचं स्टिअरिंग मोटारीसारखंच होतं. चक्र उजवीकडे वळवलं, तर बोटही उजवीकडे वळते, डावीकडे वळवलं की डावीकडे होते. पूर्वीचे लोक याच्या अगदी उलट क्रिया करायचे, असं मला अंधूकसं आठवतंय. पण, कदाचित बोट चालविण्याची ती जुनी पद्धत असेल.

एकदा सुकाणूचा अंदाज आल्यावर आमचा प्रवास जगातल्या कुठल्याही महामार्गावर व्हावा, तसा सुरळीतपणे सुरू झाला. मोकळेपणाचं वारं पुन्हा एकदा कानात शिरू लागलं. अमर होणं काही कठीण नाही, असं वाटायला लागलं. चर्च पॉइन्ट येईपर्यंत भयाचा स्पर्शही मनाला झाला नाही. धक्क्यावर दोन फेरीबोटी उभ्या होत्या. एक धक्क्याला बांधली होती. दुसरी प्रवाशांसाठी शेवटची शिटी देत होती. त्या दोन बोटींच्या मधल्या जागेतून टिन्नींची जा-ये सुरू होती. त्या खूपच वेगाने प्रवास करत होत्या, असं मला वाटत होतं.

सोफिया दगडासारखी स्तब्ध बसली होती. आमची बोट चर्च पॉइन्ट स्टोअरच्या मागच्या भागाकडून धक्क्याला लावायची, असं मी ठरवलं होतं. तिथं प्रशस्त डेक होता. डेकवर माणसं पेपर वाचत आणि कॉफी पीत बसलेली असत. आम्ही आलो, तेव्हा सर्वांच्या नजरा आमच्यावर खिळल्या होत्या. काही आमच्याकडे पाहून माना हलवत होते आणि बोटं दाखवत होते. धक्क्यावर बोट लावताना जे जे करावं लागतं, ते ते मी माझ्या मते नीट केलं होतं. ओहोटीची वेळ होती. समोर धारदार कडा असलेले खांब होते आणि डेकची खालची घाणेरडी आणि उदासवाणी बाजू दिसत होती. बोट चालवण्याचा अनुभव असल्याशिवाय वेग

आणि अंतराचा अंदाज करता येत नाही. बोट चालवणं हे मोटार चालवण्यासारखं नसतं. मोटार चालवताना ब्रेक मारून गाडी थांबवता येते. बोटीला ब्रेक्स नसतात. तुम्हाला अंतराचा अंदाज घेऊन बोट चालवावी लागते. पाचरपट्टी नीट पकडता येईल, एवढा वेग हवा असतो. नाहीतर हात सोलवटून निघतो. जोराच्या वाऱ्यात बोट भरकटू नये, म्हणून तिच्यावर ताबा ठेवता येईल, एवढ्या वेगानं ती चालली पाहिजे आणि ती जेटीवर आदळू नये, इतक्या कमी वेगानंही चालली पाहिजे. माझे सगळेच अंदाज चुकले होते. धक्क्यापासून दहा फुटांवरून माझी होडी गरजेपेक्षा जास्त वेगात चालली होती.

"मी उडी मारून बोट बांधते." मी सोफियाला सांगितलं. ती बोटीवर एकटं राहायच्या कल्पनेनंच हादरली होती.

मी थ्रॉटल न्यूट्रलमध्ये घेतलं. इंजीन बंद केलं. उडी मारली.

"च्या मारी!" मी उद्गारले.

सोफियाची घाबरगुंडी उडाली होती. "काय झालं? काय झालं?"

"अग, मी दोरच विसरले."

एव्हाना बोट हलतडुलत दोन खांबात येऊन थांबली होती.

"ए बाई, दोर फेक माझ्याकडे." मी सोफियाला सांगितलं.

ती आंधळ्यासारखी सगळीकडं शोधू लागली. "अग, कुठाय हा दोर?"

"तो कमानीवर आहे. समोरच्या बाजूला."

मी पायऱ्यांवर उडी मारून चढले आणि दोर घ्यायला खाली वाकले. सोफियाने दिलेला दोर घेऊन मी बोट ओढत-ओढत जरा खोल पाण्यात आणली. पालथं पडून बुटाचे बंद बांधावे, तशा गाठी मारून आम्ही बोट बांधत होतो. ते पाहून कॉफी पीत बसलेल्या मंडळींपैकी काहींनी टाळ्या वाजवल्या.

"फक्त दुसऱ्यांदाच चालवतेय बोट." मी स्पष्टीकरण दिलं.

त्यावर कुणीही काहीही प्रतिक्रिया व्यक्त केली नाही. राखता येईल, तेवढा आब राखत सोफिया बोटीतनं बाहेर पडली. मग, आम्ही तासभर चांगलं चापून खात बसलो. आम्हा दोघींपैकी कुणालाही पुन्हा बोटीत बसायची घाई नव्हती. धक्क्यातून सावरायला आम्हाला पुरेसा वेळ हवा होता.

खाणं झाल्यावर कॉफी पिताना सोफियाला कंठ फुटला. "मला वाटतं, पुढच्या वेळी बोटीतून उडी मारायच्या आधीच तू दोर हाती घ्यावास."

"ठीक आहे. घरी जाताना मी आठवण ठेवेन."

"छान."

मग, आम्ही वर्तमानपत्रांची पानं उलटवत गप्प बसलो. त्यात वाचण्यासारखं असं काहीच नव्हतं. पिटवॉटरशी संबंधित तर नव्हतंच आणि पिटवॉटरच्या

बाहेरचं काहीही आवाक्यात बसणारं नव्हतं. पेपरात वाचून मी गाझा पट्टीतली लढाई संपवू शकणार नव्हते. खराय की नाही? मी पेपर बाजूला ठेवून आवतीभोवती पाहू लागले. भोवतालचं दृश्य क्षणाक्षणाला बदलत होतं. कुत्री, माणसं, बोटी, मुलं, फेरी. सगळं पाण्याशी संबंधित जीवन. क्रियाशीलच पण गडबडगोंधळ नसलेलं. इथं कुणीही जेरीला आलेलं दिसत नाही. कशाच्या तरी मागं धावून ऊरफोडी करून घेणारं कुणी नाही. दोन्ही फेरीबोटस परत निघाल्या. तशी मासेमार त्यांच्या जागेवर परतले आणि फेरी व्हार्फच्या टोकाला गळ टाकून बसले. मुलं उकिडवी बसली होती आणि बादलीतले मासे जणू काही कुठल्याही क्षणी जिवंत होतील, अशा भावनेने लक्षपूर्वक पहात होती.

भरती यायची वाट पाहत आम्ही तिथं खूप वेळ बसून होतो. उन्हात बसल्यानं छान ऊब आली होती. पोटं तुडुंब भरली होती.

"काय ग? निघू या परत?"

सोफियाने आपल्या चष्म्याच्या कडांवरून वर पाहिलं. पेपरातलं अक्षरन् अक्षर तिनं वाचून काढलं होतं. तिनं घड्याळाकडं पाहिलं. आजूबाजूला नजर फिरवली. पोहत जाणं किंवा महागडी वॉटरटॅक्सी करणं याखेरीज घरी परत जाण्याचा दुसरा मार्ग सापडत नव्हता. तिनं मोठा उसासा सोडला. पेपराची घडी घातली आणि नाइलाजानं म्हणाली, "चला, निघू या परत."

आम्ही बोटीत बसलो. मी बोट सुरू केली. चावी फिरवताच ती सुरू झाली. मग, मी दोर सोडला. त्याची काळजीपूर्वक गुंडाळी केली. मग, बोट हळूहळू मागं घेत मोकळ्या खाडीत आणली.

"मला आता हे जमायला लागलंयसं वाटतं." मी म्हणाले.

सोफिया काहीच बोलली नाही. तिनं माझ्याकडं पाहिलंसुद्धा नाही. तिचे डोळे बंद होते. श्वासही रोखून ठेवला होता की काय, अशी मला शंका आली.

धक्का आणि वाहतूक मागं टाकल्यानंतर मी बोटीचा रोख घराकडं वळवला. सोफियानं बहुधा निःश्वास टाकला असावा. तिने डोळे उघडले होते. हे एक सुचिन्ह होतं.

वारा पडला होता. आम्ही लव्हेट बेत शिरलो. उत्तरेच्या किनाऱ्याजवळून बोट पुढे नेली आणि सावकाश आमच्या धक्क्यावर पोहोचलो. मी आठवणीनं दोर घेऊन उडी मारली. दोर पाचरपट्टीला बांधला. मग, वर पाहिलं. बोट समुद्रावर हेलकावत दूरदूर जात होती.

"अरे देवा!"

दोन पाचरपट्टीला बांधला होता. फक्त बोटीला बांधायचा तेवढा राहिला होता. सोफिया घाबरली होती. पण, बोट अजून फार दूर गेली नव्हती. मी दोर

फेकला, तर तो सोफियापर्यंत पोहोचणं अजून शक्य होतं. ताबडतोब मी फेकलेला दोर तिनं घट्ट धरून ठेवला. मी हळूहळू बोट ओढून घेतली.

"मला वाटतं हे सगळे प्रयोग पुरे करावेत." मी म्हणाले.

"मलाही तसंच वाटतंय."

त्या आठवड्याच्या शेवटी माझी मैत्रिण आली आणि ती आपली बोट घेऊन गेली.

"कसं झालं सगळं? जमलं?"

"भन्नाट! एकदम झक्कास. मजा आली."

सोफिया चहा करायला स्वयंपाकघरात निघून गेली. ती एक चांगली समजदार बौद्ध होती. तिच्या तोंडून काही निघणं शक्यच नव्हतं.

"मी आता माझ्यासाठी बोट खरेदी करायचा विचार करतेय." मी सांगितलं.

"बोट चालवणं शिकायचा तोच एक मार्ग आहे. अव्याहत सरावाशिवाय येत नाही ते."

काही दिवसांनंतर मी स्वयंपाकघरातल्या ओट्याजवळ रात्रीचे कपडे घालून बसले होते. रात्रीचा पहिला प्रहर होता. मी माझी लोकरीची कानटोपी घट्ट बांधली होती. नुकत्याच केलेल्या रक्ताच्या चाचणीनुसार त्यातली सेल्सची स्थिती सुधारली होती. दोन आठवडे लांबणीवर पडलेलं तिसरं केमो आता उद्या करायचं ठरलं होतं. त्या उदास चेहऱ्यांनी भरलेल्या भकास खोलीत माझी सोबत करायला सोफिया येणार होती. माझं मन कृतज्ञतेनं भरून आलं होतं. त्या भयंकर खोलीत एकटं राहाणं हे फारच भयंकर होतं.

बाहेर एखाद्या वेडावलेल्या ढोल्यासारखा पाऊस दाणदाण कोसळत होता. सोफिया कोकराची तंगडी आणि कंदमुळांचं सूप करण्यासाठी लेट्यूसची पानं धूत होती. हे सूप मी लहानपणी खूप प्याले होते. त्यामुळे, माझ्या अनेक जुन्या आठवणी ताज्या झाल्या.

"तू प्रत्येक पान इतकं काळजीपूर्वक धुते आहेस." मी म्हणाले. "मी सगळी पानं सलाड स्पीनरमध्ये टाकून थोडी फिरवून घेते. झालं."

तिनं उत्तरादाखल लामा येशेची गोष्ट सुरू केली. एकदा एका बाईची स्वयंपाकाची पाळी होती. ती पालकाची भाजी धसमुसळेपणानं धूत होती. लामा येशेनं तिला अशा बेजबाबदारपणानं काम करताना पाहिलं आणि स्वयंपाकघरात येऊन ते काम स्वत: करू लागले. ते प्रत्येक पान अत्यंत काळजीपूर्वक धुवू

लागले. त्या स्त्रीला आपली चूक कळून आली.

"आपण जे कुठलं काम करतो, ते जगातलं सर्वांत महत्त्वाचं काम आहे, असं समजून करा; असा धडा मी या कहाणीतून शिकले." सोफियाने सागितलं. अशा पद्धतीनं काम केलं, तर प्रचंड समाधान मिळतं, असं तिचं म्हणणं होतं. अशा कामाचा कंटाळाही येत नाही. कारण, तुमचं सारं तनमन त्या कामात गुंतलं असतं.

"आपण ते काम हीन लेखलं, तर आपण आपल्यालाच हीन लेखतो का?" मी विचारलं. प्रत्येक गोष्ट नेमक्या शब्दांत समजून घ्यायची मला सवय होती.

"तसंच काहीसं. पण अधिक मोठ्या स्वरूपांत." तिनं उत्तर दिलं.

उपचार सुरू झाल्यानंतर काही काळानं मला घर झाडण्यासारख्या साध्या साध्या गोष्टीसुद्धा करता येईनाशा झाल्या. एके काळी नकोशा वाटणाऱ्या धुणं, इस्त्री करणं, बागेतलं गवत काढणं या आणि अशा गोष्टी करण्यासाठी मन तडफडू लागलं. अशा गोष्टी करणं हा निरोगी माणसांचा विशेषाधिकार आहे, असं माझ्या लक्षात आलं.

तुला तुझ्या आयुष्यात काय हवंय, असं घरी जाण्यापूर्वी एकदा मी सोफियाला विचारलं होतं.

"आत्मज्ञान." ती म्हणाली. "निदान माझा अभिमान आणि अहंकार मला जिंकता यावेत."

ती परत गेली, तेव्हा बहीण गेल्यासारखं मन व्याकूळ झालं होतं. या घरातलं चैतन्य जाऊन ते रिकामं झालं होतं. पण ती, तिनं ठरवल्यापेक्षाही जास्त दिवस राहिली होती. ती नियकालिकात स्तंभ लिहायची. इस्पितळात जाऊन रोग्यांना भेटायची. ज्युईश ग्रंथालयात जाऊन शिरकाणातून वाचलेल्या ज्यूंना त्यांच्या आठवणी लिहायला मदत करायची. ती जगाच्या उपयोगी पडत होती.

जाण्यापूर्वी तिनं मला कोणत्या गोष्टींची गरज पडण्याची शक्यता होती, याची माझ्या शेजारच्यांना कल्पना दिली. बोटशेडवरून वैटला बोलावून आणलं. नियमानं घरी येत राहायला सांगितलं. त्याला वॉशिंगमशीन वापरायची मुभा दिली. माझ्या घरी यायला त्याला काहीतरी निमित्त द्यायचं होतं. नाहीतरी त्याला त्याचे कपडे धुवायला कुणाकडं तरी जावं लागतंच होतं. त्याऐवजी तो माझं मशीन वापरेल. म्हणजे त्याचं कसलं ऋणही माझ्यावर राहाणार नाही. कुणाचंच नुकसान होणार नाही, असं तिनं मला सांगितलं होतं. वैटशी माझी छान मैत्री

झाली. मी खूपदा त्याच्यासाठीही जेवण बनवायची. अर्थात त्याच्याबरोबर मलाही जेवावं लागत होतं. हे अशाच पद्धतीनं घडणार, याचा सोफियाला अंदाज होता, अशी माझी खात्री होती.

सोफिया गेल्यानंतर कुत्र्याच्या पिल्लांचा सांभाळ करणारं कुणीच उरलं नव्हतं. मग, माझं स्कॉटलंड आयलंडचं घर भाड्यानं घेणाऱ्या मिशेलला विचारलं. मला बाहेर जायचं असलं की, ती पिल्लं मी त्याच जेट्टीवर सोडून दिली असती. परत येताना घरी घेऊन आले असते.

त्या बेटावर बहुतेक सर्व कुत्री आरामात भटकत असत. त्यांच्यातच हीपण सुरक्षितपणे बंदिस्त राहिली असती.

"माझी हरकत नाही. फक्त त्यांनी काही गोंधळ घातला नाही, म्हणजे झालं."

मी चर्च पॉइन्टला जाताना त्यांना मिशेलकडे सोडून देत होते आणि परत येताना त्यांना बरोबर घेऊन घरी जात होते. मी त्यांना मोठ्यांदा हाका मारून आणि टाळ्या वाजवून बोलावत असे. माझा आवाज ऐकताच दोन्हीही पिल्लं आनंदानं धावत येऊन माझ्या वॉटरटॅक्सीत अनुभवी नाविकासारखे धाडकन उड्या टाकायचे. मला हा छान उपाय सापडला होता. रोज सकाळी ते त्या 'करमणूक उद्यानांत' जायची आतुरतेने वाट पाहायचे. ज्या दिवशी आम्ही उद्यानात जात नसू, त्या दिवशी ते नाराज होऊन बिछान्यात नाकाला नाक लावून झोपून राहायचे.

एकदा मी त्यांना घेऊन घरी परत येते न येते, तोच माझा फोन वाजला.

"हॅलो?"

"अग... सुसान, मी लेविस. आयलंडवरून बोलतोय...."

"हे! लेविस कसा आहेस?"

लेविस इलेक्ट्रिशियन होता. त्याच्याकडं बिली नावाचा देखणा स्पॅनियल जातीचा कुत्रा होता. मी आयलंडला राहात असताना गरम पाण्याच्या नळात काही बिघाड झाला होता. तो त्यानंच दुरुस्त केला होता.

"आपलं... ते... बराय मेट. मी बराय... पण,... ते आपलं जरा कुत्र्यांच्या पिल्लांविषयी बोलायचं होतं."

माझ्या काळजात धस्सकन झालं. पिल्लांविषयी आजवर एकही चांगलं सांगणारा फोन आला नव्हता.

"बोल."

"ती घरात शिरली. इतकंच नाही, तर कुत्र्याचं खाणं ठेवलेल्या कपाटात

शिरून त्यांनी सगळ्याचा फडशा पाडला. म्हणजे डॉग फूड खाल्ल्याचं विशेष काही नाही. पण, आमच्या गैरहजेरीत असं घरात शिरायला नकोय त्यांनी. ते आम्हाला चालणार नाही.''

''बरोबर आहे तुझं. मी समजू शकते. इथून पुढं मी त्यांना घरात ठेवेन.''

आठवड्याच्या शेवटी मिशेलचा फोन आला. साऱ्या आयलंडमधून तक्रारी येत होत्या. पिल्लं मोकाट सुटली होती. मांजरी, कुत्री – जे जे काही हलणारं चालणारं असेल, त्यांच्या मागं ही पिल्लं धावत सुटत. कुणी त्यांना पकडायला गेलं, तर ते हाती लागत नसत.

''माफ कर बाई. पण, यापुढं त्यांना इथं आणून सोडू नकोस.'' मिशेलने सांगितलं. ''मी इथं येतो तो विश्रांती घ्यायला. शेजाऱ्यांची बोलणी ऐकून घ्यायला नाही.''

''खरं आहे तुझं म्हणणं. मी समजू शकते.''

मग, ताण जरा निवळावा, म्हणून त्यानं मला डिनरचं आमंत्रण दिलं. ''पिल्लांनापण घेऊन ये. तू इथं असेपर्यंत आम्ही त्यांची काळजी घेऊ.''

पुढच्या काही आठवड्यांत माझ्या असं लक्षांत आलं की, पिल्लांना प्रत्येक वेळी माझ्यासोबत नेण्याशिवाय दुसरा पर्यायच उरला नव्हता. पण, अडचण अशी होती की, मोटारीच्या प्रवासाचा त्या पिल्लांना त्रास होत होता. मॅक्कार्स क्रीकरोडवर गाडी येईस्तोवर त्यांना उलट्या होऊ लागत आणि ती घाण मोटारीभर पसरवत ते फिरत राहात. मी खूप पेपरटॉवेल्स आणि जंतुनाशकं आणून ठेवली होती. त्याशिवाय मी गाडी मुद्दाम हळूहळू चालवत असे. पण, त्यांच्या ओकाऱ्यांना खंड पडत नसे. मग, मी मागच्या सीटला जाळी लावून कारपेटवर पटकन बदलता येणारं आवरण घातलं. स्वीटी मरण पावल्यानंतर मी माझी जुनी गाडी विकून टाकून नवीन स्टेशन वॅगन घेतली होती. स्वीटी नसेल, तर यूट ठेवण्यात काही अर्थ नव्हता.

मी मोटारीतून बाहेर पडल्याबरोबर पिल्लांनी सीटभोवतीची जाळी तोडून टाकली आणि तिथं बाजूला ठेवलेल्या वाणसामानावर ती तुटून पडली. मी घरी पोहोचले; तेव्हा सामानातलं मटण, चिकन, चॉप्स सारं अर्ध खाऊन संपलं होतं. पुढच्या वेळेपासून या वस्तू मी डब्यांत घालून आणायला सुरुवात केली. त्यामुळे, वस्तू सुरक्षित राहिल्या. पण, पिल्लांना गुंतवून ठेवणारं काही काम उरलं नाही. मग, ती गळा काढून भुंकायला लागली. त्या कर्कश भुंकण्याचा सर्वांना एवढा त्रास व्हायला लागला की, अखेर निसर्गोपचार तज्ज्ञाच्या चौकीदारानं गाडी दुसरीकडे कुठंतरी लावायला मला सांगितलं. शॉपिंग सेंटरच्या भिंती भेदून जाणाऱ्या त्यांच्या भुंकण्याच्या आवाजानं दुकानदारांची डोकी उठवली होती.

या सगळ्याच गोष्टींचा माझ्यावरही प्रचंड ताण पडत होता. त्यांना प्रत्येक वेळी आपल्याबरोबर घेऊन जाणं, त्यांच्या सूसाठी वारंवार थांबणं, रस्त्यावर त्यांनी घाण केली की ती साफ करणं, त्यांना मोटारीत बंद करून ठेवणं आणि फार वेळ मोटारीत बंद करून ठेवल्याबद्दल काळजी करत बसणं हे मला असह्य झालं होतं. मला अक्षरशः समुद्राच्या पाण्यात बुडून गुदमरल्यासारखं वाटत होतं. पिल्लांना त्या भीतिदायक डॉग-रनमध्ये ठेवण्याची कल्पना मला अधिकाधिक आवडू लागली होती.

एक दिवस सकाळी मी अंघोळ करून ड्रेसिंग गाऊनमध्येच जरा बाहेर आले. बाहेर लॉनवर पिंजलेल्या कापसासारखे पांढरे मऊ तुकडे इतस्ततः पसरलेले दिसले. जणू काही बर्फच पडत होता. ते काय होतं आणि कुठून आले होते, ते मला कळेना.

आत जाऊन मी कपडे घालायला लागले, तेव्हा माझा कृत्रिम स्तन मला सापडेना. या अशा वस्तू मनास येईल, तिथं काढून कुठेही ठेवल्या जात नाहीत. हळूहळू माझ्या डोक्यात प्रकाश पडू लागला. लॉनवरचे पांढरे तुकडे कसले होते आणि ते कुठून आले होते, हे मला कळून चुकलं होतं.

"पपी ऽ ऽ ऽ ऽ" मी जोरात ओरडले.

शेपट्या हलवत, उड्या मारत ती पिल्लं माझ्यासमोर येऊन मोठ्या अपेक्षेने उभी राहिली.

"हरामखोर!" मी त्यांच्यावर ओरडले.

ती पिल्लं माझ्याकडं पाहतच राहिली. ती दुखावली गेल्याचं स्पष्ट दिसत होतं. त्यांनी एकमेकांकडं पाहिलं, मग माझ्याकडं पाहिलं. आपल्या शेपट्या पायात घालून ती वळली आणि बाहेर निघून गेली.

मी मोज्यांचा स्तन बनवायचा प्रयत्न केला. पण, दोन्ही स्तनांचे आकार सारखे येईनात. आपले स्तन मोठे आहेत, असं दाखवणाऱ्या एखाद्या उमलत्या वयाच्या मुलीसारखी मी दिसत होते. पण ते फक्त एकाच बाजूस शेवटी मी तो नाद सोडून दिला आणि एक मोठं सैलसर स्वेटर अंगात घातलं.

पिल्लांच्या उपद्व्यापांमुळं मला नवीन सिलिकॉनचा स्तन आणण्यासाठी शहरात जाणं भाग पडलं. ही गोष्ट मी गेल्या कित्येक महिन्यांपासून टाळत आले होते. पुन्हा हे असं नकारार्थी वागणं!

बार्बराबरोबर माझ्या नेहमीच चहापानाच्या बैठकी होत असत. तेव्हा एकदा

मी तिला कारपार्कमध्ये कुत्र्याची पिल्लं जो उच्छाद मांडत होती, त्यासंबंधी सांगितलं. मी त्याला शक्य तितकं विनोदी स्वरूप द्यायचा प्रयत्न केला, तरी त्यामागची माझी वेदना तिला समजल्याशिवाय राहिली नाही.

दुसऱ्या दिवशी बॉबचा फोन आला. "आमच्या घराला पाठीमागच्या भागाला मोठं आवार आहे. तू बाहेर जाशील, तेव्हा तुझी कुत्री तिथं ठेवायला हरकत नाही."

माझ्या डोक्यावरचं मोठं ओझं उतरल्यासारखं झालं. मी बॉबचे आभार मानले.

"बार्बरा सांगत होती तुझ्या अडचणीबद्दल."

"होय. झालंय खरं तसं... बॉब?"

"बोल."

"बार्बरानं दिलेलं लिखाण मी लवकरच वाचायला घेते, म्हणून तिला सांग. खरं म्हणजे त्याला जरा वेळच झाला."

"तू काही मनावर घेऊ नकोस. तूही तुझ्या गुंतोळ्यात गुंतली होतीस."

बॉब आणि बार्बरा पिल्लांचे बदली पालक झाले. लवकरच त्यांच्यावर त्यांचा लोभही जडला. त्या पिल्लांना हुंदडायला त्यांनी आपलं घर आणि ओसरीही मोकळी करून दिली. त्यांच्याकडं दाराजवळ एक ऐतिहासिक पायपुसणं होतं. ते डोरोथी मॅककेलरसाठी १९२० साली मुद्दाम तयार करण्यात आलं होतं. दोघांपैकी कुणातरी एका पिल्लानं चावून-चावून त्याचा भला मोठा लचकाच तोडला होता. बॉब किंवा बार्बरानं या गोष्टीबद्दल माझ्याजवळ एक चकार शब्दही कधी काढला नाही. मीच केव्हातरी विचारलं, तेव्हा मला ते कळलं.

एक दिवस मी सामान घेऊन धडपडत होते. तेव्हा टेकडीवरच्या जॅकनं त्या पिशव्या माझ्याकडून घेतल्या.

"आजपासून तुझं सगळं सामान इथं फेरीव्हार्फवर ठेवून देत जा." त्यानं मला सांगितलं. "मी ते तुझ्या घरी पोहोचवून देईन."

सगळीकडून मला अशी मदत मिळत होती आणि अडचणी खूप मोठ्या प्रमाणात दूर होत होत्या.

शक्य होईल, तोवर माझं सामान मीच घेऊन यायची. पण, नाहीच जमलं, तर ते फेरी व्हार्फवर ठेवून द्यायची. विनातक्रार ते माझ्या दारात येऊन पोहोचायचं. सामान ठेवल्यावर तसं सांगायलाही कुणी दारात थांबत नसे.

माझा शेवटचा केमोपचार ठरल्या तारखेपेक्षा आठवड्यानं लांबला होता. कारण, पुन्हा माझ्या रक्तपेशींची समस्या उद्भवली होती. केमो सुरू होऊन जवळजवळ चार महिने झाले होते. केमोपचार संपल्याचा तो दिवस मी बॉब

आणि बार्बरासोबत तरंगवात चहा घेऊन आणि केकचा तुकडा खाऊन साजरा केला.

केमो संपायच्या सुमारासच बिल्डरनं, घराच्या विकासासंबंधी चर्चा करायला सवड असल्याचं मला कळवलं. मला काय हवं होतं, ते नक्की माहीत होतं. घराचा आसमंत हा घराचाच भाग असेल, असं साधं घर मला हवं होतं.

"घराचं सारं सौंदर्य त्यातच असतं." मी चहा आणि लेमनकेकचा आस्वाद घेत त्यांना स्पष्ट केलं होतं. "घरानं आपल्याकडं लक्ष वेधून घेण्याऐवजी ते भोवतालच्या निसर्गाचाच भाग झालं पाहिजे."

मला एक प्रकारचं चैतन्य जाणवू लागलं होतं. हा उत्साह माझ्या दृष्टीनं अत्यंत मोलाचा होता. तो मला वाया घालवायचा नव्हता. म्हणूनच त्या माजी प्रियकराचा फोन आला, तेव्हा मी त्याच्याकडं दुर्लक्ष केलं. उत्तर देणाऱ्या यंत्रालाच त्याचा निरोप घेऊ दिला. मी मात्र त्याला परतून फोन केला नाही. त्यानं इतक्या दिवसांनी मला कशासाठी फोन केला होता, कुणास ठाऊक. त्या वेळी माझ्यात झालेला एक बदल मात्र माझ्या लक्षात आला. त्यानं माझी काय अवस्था केली, याच्याऐवजी त्यानं माझ्यासाठी काय केलं, असा विचार मी करू लागले होते.

एका रात्री मी, बार्बरानं डोरोथी मॅककेलरचं जीवन आणि तरंगवाचा इतिहास यांवर केलेलं संशोधन वाचायला घेतलं. कुशीत कुत्री झोपली होती. पायाशी गरम पाण्याची बाटली होती. डोक्यात लोकरीची कानटोपी घातली होती. असा सारा जामाजिमा करून ते संशोधन वाचायला सुरुवात केली. त्यात जे-जे लिहिलं होतं, ते अत्यंत तपशीलवार लिहिलं होतं. दगडी भिंतीसाठी खोदलेल्या पायाची खोलीदेखील (१.२ मीटर्स) त्यात नमूद केली होती. स्थानिक लोकांव्यतिरिक्त या टेकडीवरच्या फिकट पिवळ्या घराच्या तपशिलाविषयी कुणाला आस्था असण्याची शक्यता नव्हती. त्या अहवालाच्या शेवटच्या पानांवर तिनं एक चित्तवेधक माहिती लिहिली होती.

आम्ही इथं राहायला येऊन वर्ष -दीड वर्ष झाली होती. मी माझ्या अभ्यासिकेत बसले होते. ही अभ्यासिका पूर्वी डोरोथीची झोपण्याची खोली होती. मी सहज खिडकीच्या बाहेर पाहिलं आणि मला एक विलक्षण दृश्य दिसलं.

लांब काळा झगा आणि मोठ्या घेराची हॅट घातलेली एक स्त्री खाली मान घालून चालत होती. ती दुःखी असावी, असं मला वाटलं. ती हळूहळू पावलं टाकत होती. 'जाऊ की नको' अशा संभ्रमात असल्यासारखा तिचा एकूण

आविर्भाव होता. ती अत्यंत खोल उतार असलेल्या किनाऱ्याकडे गेल्याचं मी पाहिलं.

काही क्षण ती दिसेनाशी झाली आणि काही वेळानंतर तिला मी पुन्हा परत येताना पाहिलं. मला अजून तिचा चेहरा दिसला नव्हता. ती आली आणि जुन्या सँडस्टोनच्या पाऊलवाटेनं जाऊ लागली. ही वाट अत्यंत अरुंद होती. तिचा वापर सहसा कुणी करत नव्हतं. ही वाट पूर्वेकडं असलेल्या फ्रॉग हॅालो या लहानशा जलप्रवाहाकडं जात होती.

ती दुसऱ्या कुठल्यातरी काळातनं आली असावी, अशी मला शंका आली. पण, हा माझा कल्पनाविलास होता, असं समजून ती कोण असावी, याचा मी विचार करू लागले. शेजाऱ्यांपैकी कुणीतरी असावं, असं क्षणभर वाटलं. पण, तेही मला पटलं नाही. तिचं अस्तित्व हे आधुनिक काळाशी कुठेच मेळ खात नव्हतं. तिचा तो पावलापर्यंत उतरणारा झगा, त्या झग्याचं कापड, कापडाचा मातकट विटकरी रंग हे सारं पहिल्या महायुद्धानंतरच्या काळात मोठ्या प्रमाणात प्रसारात होतं. तिनं घातलेली घेरदार गवती हॅट तिसऱ्या दशकातल्या लोकांच्या छायाचित्रात आढळून येत होती.

हे सारं मला विलक्षण रहस्यमय वाटत होतं.

मी जे काही पाहिलं, ते मी बॉबला सांगितलं नाही. मला ते वेडगळपणाचं आणि नाटकी वाटलं. कारण, ती स्त्री ही भूत होती. डोरोथीचं भूत होती, हे मला पहिल्या क्षणापासून माहिती होतं.

तशी मी मुळातच व्यवहारी आहे. पण, मी काय पाहिलंय, त्याची मला स्पष्ट कल्पना आहे. मला तो दिवसही स्पष्टपणे आठवतो. कारण, तो दिवस मेलबर्न कपचा होता. वर्षातून एकदाच येणाऱ्या या अश्वशर्यतीच्या दिवशी सर्व ऑस्ट्रेलियाला जुगाराचा उन्माद चढलेला असतो. त्या दिवशीची ती तीन मिनिटं साऱ्या देशाचे सारे व्यवहार जागच्या जागी थिजून जातात. दुनियाभरातून आलेल्या सर्वोत्तम घोड्यांना लक्षावधी डॉलर्सची बक्षिसं त्या तीन मिनिटांत मिळत असतात. हा दिवस कोणीही ऑस्ट्रेलियन विसरू शकत नाही.

त्या दिवशी मी ऑफिसचं काम करत बसले होते. काही बिलं तयार करून पाठवायची होती. ही कामं आटोपून मी आणि बॉबनं मिळून स्कॉटलंड आयलंडला फायर शेडमध्ये रेस पाहायला जावं की नाही, याचा मी विचार करत होते. तिथं जाऊन लंच आणि ड्रिंक घेत वार्षिक 'कप डे' साजरा केला असता.

लॅन्टानासारख्या धोकादायक वनस्पतीवर विषफवारणी करायच्या यंत्राच्या आराखड्याचं काम करत बॉब कारखान्यात बसला होता. मी सहज त्याला सांगू शकले असते. पण, माझं मलाच सगळं खुळचटपणाचं वाटू लागलं होतं. काय

सांगणार होते मी बॉबला? मी भूत पाहिलं म्हणून? त्यानं ते उडवून लावलं असतं. म्हणाला असता,"कपभर चहा पी आणि विश्रांती घे. बरं वाटेल."

म्हणून मी काहीच बोलले नाही. पण, मी मात्र तिथंच बसून वाट पाहात राहिले. स्कॉटलँड आयलँडला जाऊन जेवायचा बेतही रद्द केला. काळ्या पोशाखातील ती दु:खी आकृती परत येईल आणि तिचा चेहरा पाहता येईल, अशी आशा मला वाटत होती.

ती त्या दिवशी परत आली नाही किंवा त्यानंतरही कधी ती मला दिसली नाही.

पण, या लोकप्रिय कवयित्रीबद्दल मला विलक्षण कुतूहल वाटू लागलं. हे घर बांधणाऱ्या त्या स्त्रीबद्दल मला किती कमी माहिती होती. या घरात मी अगदी सुखात, शांततेनं आणि निवांतपणानं राहात होते. तिलाही या घरात असंच सुख आणि निवांतपणा लाभला असेल का? त्यासाठीच ती इथं आली असेल का?

आणि हे घर? या घराविषयी काय? विल्सन हार्डीनं त्याचं रूपचित्र तयार केल्याचं मला माहीत आहे. तो त्या काळचा सुप्रसिद्ध वास्तुविशारद होता. पण, त्याच्याविषयीही मला काही माहिती नाही. म्हणून मी या विषयाचं संशोधन सुरू केलं.

मी ते कागद खाली ठेवले. बार्बरासारख्या थंड डोक्याच्या, पक्क्या व्यवहारी बाईला आपण भूत पाहिलं, असं वाटावं, याचंच मला नवल वाटलं. तिनं कदाचित प्रत्यक्षात काही पाहिलं नसेल. पण, आपण डोरोथी मॅककेलरचं भूत पाहिलं, असा आभास, असा भ्रम तिला झाला असावा.

दुसऱ्या दिवशी दुपारी मी बार्बराकडं गेले. तेव्हा ती म्हणाली," ही भुताची गोष्ट तुझ्याशिवाय मी कुणालाच सांगितलेली नाही.'' ती हल्ली नेहमीच असते, तशी रात्रीच्या पोषाखात होती.

"ज्या व्यक्तीनं डोरोथीला पाहिलं असेल, ती व्यक्ती सोबत असताना ते भूत मला दिसावं, अशी माझी इच्छा आहे. या गूढ स्त्रीचं डोरोथीशी काही साम्य आहे का, हे मला जाणून घ्यायचं आहे. तो काळा पोशाख, ती हॅट! ते खरंच भूत होतं की, कुणीतरी असले फॅन्सी कपडे करून जात होतं. हे रहस्य उलगडावं, असं मला वाटतं.''

मी सातूचे केक करून आणले होते. त्यावर स्ट्रॉबेरी जाम आणि क्रीम लावून आम्ही ते खात होतो. चवीनं, तोंडात घोळवत घोळवत खात होतो. प्रत्येक घासानंतर गरम चहाची चव घेत होतो.

"तिला आठवणारं कुणीतरी असलंच पाहिजे.'' मी तोंडात केकचा बोकणा भरत उद्गारले.

खूप मोठी तुळई असलेल्या प्रशस्त खोलीत आम्ही बसलो होतो. इस्टेट एजंटाबरोबर हे घर पाहायला अगदी पहिल्यांदा बार्बरा आली होती, त्या,वेळी याच खोलीचा मोह तिला पडला होता. बाहेर, पश्चिमेकडून येणारं थंडगार वारं वेड्यासारखं धुमाकूळ घालत पालापाचोळा उडवत होता. आकाश गढूळ झालं होतं. सूंऽसूंऽ करत वेगानं वाहणाऱ्या वाऱ्याच्या आवाजाची कानाला सवय होते न होते, तोच पाऊस कोसळायला सुरुवात झाली. हातातला वाफाळलेला चहाचा मग घट्ट धरून मी खिडकीजवळ गेले. हिवाळ्यात भर दुपारी उन्हं अडवण्याएवढी उंच असलेली ठिपकेदार गमची झाडं घुसळून काढल्यासारखी हलत होती. ती उन्मळून घरावर कोसळण्याची शक्यता वाटत होती.

माझं मन वाचल्यासारखी बार्बरा म्हणाली," अग, गेली कित्येक वर्षं ती झाडं तिथं उभी आहेत. याहून मोठ्या वादळातही ती टिकून राहिली आहेत."

वादळाच्या आधी काही दिवसांपूर्वीच नॅशनल पार्कमधलं एक झाड प्रचंड कडकडाट करत उन्मळून पडलं होतं. तो आवाज मी ऐकला होता. माझ्या घराच्या परिसरात मोठी झाडं नव्हती. त्यामुळे मला झाड पडण्याचं भय कधीच वाटलं नाही. पण, तरंगवावर, एकदोन नव्हे तर अनेक झाडं ओणवी झालेली आहेत. जिथं काही नुकसान होणार नाही, तिथंच झाडांनी कोलमडून पडावं, असा नियम थोडाच आहे!

"या परिसरात खूप काळापासून राहणारी माणसं आहेत. त्यांना डोरोथी आठवत असेलच ना?" मी विचारलं. ज्या परिस्थितीवर आपण काबू मिळवू शकतो, त्याच परिस्थितीविषयी विचार करायचा, असं मी ठरवून टाकलं होतं.

वाऱ्यामुळं पावसाची झड व्हरांड्यांत येत होती. आम्ही नेहमी जिथं बसत होतो, ते टेबल आणि त्या खुर्च्या ओल्या झाल्यामुळं काळपट दिसत होत्या. व्हरांड्यांच्या पश्चिमेकडल्या कोपऱ्यात पाण्याचं तळं साचलं होतं. एक खुर्ची तर जिवंत असल्यासारखी आपणहून व्हरांड्याच्या एका टोकाकडून दुसऱ्या टोकाकडे वाहत गेली होती.

"इमारतीच्या कोपऱ्यात पाणी साचतंय. फार वेळ तसंच साचून राहिलं, तर घराचं नुकसान होईल." मी तिला सांगितलं.

"बॉब बघेल त्यांचं." ती म्हणाली.

मी परत सोफ्यावर येऊन बसले आणि सातूच्या केकचा आणखी एक तुकडा उचलला.

"या जुन्या लोकांपैकी दोनेक माणसांना आपण शोधू या का? त्यांच्या आठवणींना जरा उजाळा देऊन बघू." मी सुचवलं.

"एवढं सोपं नाही ते." बार्बरा म्हणाली. "पिटवॉटर म्हणजे विचित्रच आहे.

लोक इथं खूप उत्साहानं येतात. इथला उन्हाळा, इथल्या बोटी, इथलं जीवन त्यांना आवडतं. पण, बहुतेक माणसं इथं कायमची राहात नाहीत. सुरुवातीला गंमत वाटते. मग, कष्ट जाणवू लागतात. नेहमीचं सामान आणणं त्रासदायक होतं. जोराच्या वाऱ्यात डॉकमध्ये टिन्नी लावणं मुश्कील होतं. ऐन समुद्रात असताना पेट्रोल संपलं की, ब्रह्म आठवतं. त्यामुळे साधारणत: दोनेक वर्षांत बहुतेक लोक इथून पाय काढता घेतात.''

''सामानाची ने-आण करणारेही असंच म्हणत होते. इथं राहायचं का नाही, याचा निर्णय दोन वर्षांत होतो, असं ते म्हणाले. पण, तरीसद्धा कुणीतरी जुनं असेलच की! मला वाटतं कुणीतरी भेटेलच आपल्याला.''

बॉब आपल्या कामाच्या टपरीतनं आला. तो किंचित गारठल्यासारखा दिसत होता. त्याच्या अंगाला लाकडाचा वास येत होता.

''मग, काय ठरलंय तुमचं?'' त्यानं सातूच्या केकचा तुकडा उचलत विचारलं.

त्यानं हात नीट, स्वच्छ धुतले नव्हते. केकवर त्यानं बराच जाम ओतून घेतला. तो चिकट लाल ओघळ जिभेनं चाटला. पिल्लांनी मोठ्या आशेनं वर पाहिलं. एखादा तरी तुकडा तो त्यांना देईल, असं त्यांना वाटलं. पण, बॉबनं त्यांच्याकडं लक्षच दिलं नाही. दोनेक मिनिटं वाट पाहून निराशेनं आणि अविश्वासाने गुरगुरत त्यांनी पुन्हा माना खाली घातल्या.

''इथं खूप काळापर्यंत कोण राहिलं असेल, याचा विचार करत होतो. डोरोथी मॅक्केलरला ओळखणारं कोण असेल?'' बार्बरानं स्पष्ट केलं.

बॉब ऊब घेण्यासाठी शेकोटीच्या अगदी जवळ गेला. त्याच्या शर्टाचा पुढचा भाग मळला होता. पँट गुडघ्याजवळ फुगली होती.

''फारसं सोपं नाही ते. इथं वर्षानुवर्ष राहाणारे स्थानिक अद्याप जिवंत असतील, असं वाटत नाही.'' आपली बोटं एकेक करून चाटत तो म्हणाला.

''डोरोथी १९६८मध्ये वारली. त्याआधी अकरा वर्षं ती इथं राहात नव्हती.'' बार्बरा म्हणाली. ''याचाच अर्थ असा की आपल्याला पंचेचाळीस वर्षांपूर्वी प्रौढ असलेल्या किंवा त्या वेळच्या नेमक्या आठवणी सांगू शकेल, अशा व्यक्तीला शोधायचं आहे.''

''ते फारसं कठीण नाही. मी उद्यापासनंच चौकशीला सुरुवात करते.''

बॉब आणि बार्बरानं एकमेकांकडं पाहून स्मित केलं. त्यामुळं, मी अगदीच गावंढळ आहे, याची मला जाणीव झाली. बार्बरानं सहा वर्षं या गोष्टीचा शोध घेतला होता. पण, त्यात तिला यश आलं नव्हतं. हे खरं असलं, तरी मी हट्टाला पेटले होते. हरणं मला मान्य नव्हतं.

“माझ्या दृष्टीनं हे आव्हान आहे. लवकरच शोधून काढते सारं.” मी बालिशपणे म्हणाले.

बॉब शेकोटीत लाकूड सारत म्हणाला,“अजून थोडं काम शिल्लक आहे. ते संपवून येतो.”

बार्बरानं विचारलं,“तिघांचा चहा करण्याइतकं पुरेसं सामान आहे ना घरात? हवेतला जोर एवढ्यात कमी होईलसं वाटत नाही.”

मी उठले. “मला नकोय. अंधारून यायच्या आधी मला घरी पोहोचायला हवं. म्हणजे पिल्लांचंही जरा बस्तान बसेल.”

कुणीही थांबायचा आग्रह केला नाही.

“चला रे पिल्लांनो,” मी म्हणाले. “साऱ्या पायऱ्यांचा फडशा पाडत घरी जाऊ या.”

“एक पायवाट आहे.” बार्बराने सांगितलं. “बॉबच्या टपरीपासून निघून तुझ्या परसात पोहोचते ती. तिच्यावर आता तण माजलेलं आहे. पण, बॉब ते साफ करून देईल. पायऱ्यांच्या चढउतारापेक्षा ही वाट बरी.”

“माझ्या कधी लक्षातच आली नाही. कधीपासनं आहे ती?”

“वर्षानुवर्षांपासून. तुझ्या घराच्या मागं असलेल्या घरात एक डॉक्टर राहायचा. त्या घराची चिमणी अजून उभी आहे. तर दंतकथा अशी आहे की, त्या डॉक्टरचं डोरोथीवर प्रेम होतं आणि तो या पायवाटेनं येऊन तिला भेटत असे. लोक या वाटेला ‘लव्हर्स लेन’ म्हणत असत.”

“डोरोथीचंही त्याच्यावर प्रेम होतं?”

“दंतकथेनुसार, नाही.”

“मग आपण त्या वाटेचं पुन्हा बारसं करू. ‘बार्बरा लेन’ हे नाव कसं वाटतं?”

बार्बरा हसली. क्षणभर तिच्या डोळ्यांतला थकवा दूर पळाला होता.

“नको. ‘लव्हर्स लेन’च राहू दे. त्या वाटेला पूर्वीचे दिवस पुन्हा येतील, असं मला वाटतं.”

तिची ही प्रतिक्रिया मला विचित्रच वाटली. पण, मी तिकडं फारसं लक्ष दिलं नाही.

बॉब आणि मी एकत्रच तिथून निघालो. कपड्यांच्या खोलीत गेल्यावर मी अंगात स्वेटर घातलं. त्यावर जॅकेट घातलं. स्कार्फ गुंडाळला.

“हे घाल.” बॉबनं पिवळ्या रंगाचा स्लीकर मला दिला. तो पावसाळी कोट एका ठिकाणी किंचित फाटला होता. मग, क्षणभर थांबून त्यानं विचारलं, “वादळ जरा शांत होईपर्यंत थांबत नाहीस तू?”

"नाही."

मी खाली वाकून पिल्लांना उचललं. दोघींनाही दोन्ही हाताखाली नीट दाबून धरलं. नवीन वाटेच्या शोधानं उत्साहित होऊन ती धूम पळू नयेत, म्हणून मला ही काळजी घ्यावी लागली. मी मागचं दार उघडून बाहेर पाहिलं. संध्याकाळचा काळोख दाटत चालला होत. बॉबच्या टपरीतला दिवा धोक्याची सूचना देत असल्यासारखा चमकत होता.

"तुझ्या त्या गूढ गुहेत काय चालतं?"

"असंच काहीतरी! थोडं हे थोडं ते." त्यानं आपली कॉलर नीट वर केली. "ये ना. आत येऊन पाहा."

त्यानं एक पिल्लू घेऊन ते आपल्या शर्टात ठेवलं. ती व्हिटा होती. तिनं आनंदानं आपलं शरीर हलवलं. बॉबचा चेहरा चाटला. मीही डॉल्सीला पोटाच्या उबेत घेतलं. पण, तिची प्रतिक्रिया व्हिटापेक्षा थंड होती.

आम्ही धावतच त्या टपरीत गेलो. ती तपकिरी रंगाची लाकडी टपरी घरापासून अदमासे दहा मीटर अंतरावर हाती. खरं म्हणजे मी अनेकदा इथून गेले होते. आत रेडिओ सुरू असायचा. काही वेळा तर माझा चक्क गैरसमज झाला होता. आत माणसं जमून गप्पा मारताहेत, असं मला वाटलं होतं. मी बाहेरून हाकाही मारल्या होत्या. पण, त्यांना प्रतिसाद मिळाला नव्हता.

"तर इथं पळून येतोस तू."

मी गमतीनं म्हणाले. पण, बॉब गंभीर होता.

"मी इथं विचार करायला येतो."

त्याचे डोळे काळवंडले होते. खांदे झुकले होते. तो शब्द शोधायला धडपडत होता. माझ्या अविचाराची जाणीव होऊन मी कानकोंडी होऊन गेले. तो ज्या प्रसंगाला तोंड देत होता, त्यातनं तो बाहेर पडू शकत नव्हता. पण, बार्बराच्याच काय, पण कोणत्याच आजाराविषयी आणि मृत्यूविषयी बोलणं मला शक्य नाही. माझ्याही मनात भय आहेच.

कारपोर्टच्या आडोशाला उभं राहून मी सभोवताली नजर फिरवली आणि लाकडी जमिनीवर पाऊल ठेवलं. या टपरीला दार नव्हतं. त्यामुळं, वाऱ्याला अटकाव नव्हता. थंडीचा बोचरेपणा कमी करण्यासाठी उबेची साधनं नव्हती. त्या टपरीत पाय ठेवणं म्हणजे बर्फाच्या पेटीत पाय ठेवण्यासारखं होतं.

बॉब सरळ त्याच्या कामाच्या जागेकडे चालत गेला. ती जागा खिडकीजवळ होती. तो गप्प होता. त्यानं मला इकडंतिकडं लुडबुड करून दिली. सगळी टपरी अस्ताव्यस्त आणि कोळ्याच्या जाळ्यांनी भरलेली होती. तिच्या खिडक्या धुळीनं काजळलेल्या होत्या. तिथं कुठल्याही गोष्टीला अजिबात शिस्त नव्हती. यंत्रं

इतस्ततः पसरली होती. सगळं सामान मोठं आणि महागडं होतं. वेळ मिळाला, तर आपण आपलं आख्खं घर बांधू शकू, असा भ्रम निर्माण करण्याइतकी तऱ्हेतऱ्हेची यंत्रसामग्री तिथं पडली होती. बेंचवर तीन ड्रिलिंग मशीन्स पडली होती. खिळे, स्क्रू, नट, बोल्ट, लग्नात वधूवरांवर उधळलेल्या रंगीबेरंगी कागदांसारखे चमकत होते. तऱ्हेतऱ्हेचे आणि सर्व आकारांचे हातोडे आणि स्क्रूड्रायव्हर्स होते. धुळीनं माखलेल्या डब्यांत अशीच धनसंपत्ती साठवलेली होती. खोकी आणि बरण्या ओळीत उभ्या होत्या. त्यांना कुणाचा हातसुद्धा लागलेला दिसत नव्हता. कारण, धुळीच्या थरानं आत काय आहे, हेही कळत नव्हतं. सगळीकडं रंगाचा आणि टर्पेन्टाईनचा वास भरलेला होता.

नुकत्याच तासलेल्या लाकडांजवळ उभा राहून बॉब रबरी नळीच्या तुकड्याशी चाळा करत होता. त्याच्या शर्टात अडकलेली व्हिटा अस्वस्थ गर्भासारखी वळवळ करत होती. तो उभा होता, त्या जागेवरून खाडीतली वाहतूक दिसत होती. कोण जातंय-येतंय ते दिसत होतं. हवामानाचे चढउतार दिसत होते. आपल्याला भेटायला कोण येतंय, हेही दिसत होतं.

''छान जागा आहे. कोण येतंय ते आधीच दिसतं. मग, त्याला भेटायला बाहेर यायचं की नाही, ते ठरवता येतं.'' मी चेष्टेनं म्हणाले.

बॉब हसला. त्याच्या चेहऱ्यावरच्या चिंतेच्या रेषा पुसल्या गेल्या. ''तसंच काहीतरी.''

''कुणी डोरोथीचं चरित्र लिहिलंय का?'' मी सर्वांत मोठा स्क्रू-ड्रायव्हर उचलत विचारलं. एवढा मोठा स्क्रू-ड्रायव्हर मी आयुष्यात पहिल्यांदाच पाहात होते.

त्यानं व्हिटाला माझ्याकडे दिलं. तो काहीही न बोलता टपरीबाहेर निघून गेला. काय करावं, हे मला कळेनासंच झालं. जावं की थांबावं, हेच समजत नव्हतं. बॉबच्या मनाचा थांग लागणं कठीण होतं, हे पुन्हा एकदा माझ्या लक्षात आलं.

दोनेक मिनिटांनंतर मागचं दार धाडकन बंद झालं. पावसातून एक छाया वेगानं सरकून गेली.

''हे, घे.'' ओल्या प्लॅस्टिक बॅगमध्ये असलेलं एक पुस्तक मला देत बॉब म्हणाला,''तिच्या आयुष्यावरचं हे एवढं एकच पुस्तक आम्हाला सापडलं.''

पिशवीत कागदी बांधणीचं एक जुनाट पुस्तक होतं. त्याच्या मुखपृष्ठावर नखरेल स्त्रीचं रेखाचित्र होतं. पुस्तकांचं नाव होतं, 'माय हार्ट, माय कंट्री' लेखिका होती ॲड्रियान हॉवले.

''ही हॉवले कोण आहे?'' मलपृष्ठावरचा मजकूर वाचण्यासाठी पुस्तक

पालथं करत मी विचारलं.

"ती नर्स होती. डोरोथी आयुष्याच्या अखेरची अकरा वर्षं रॅन्डविक इथं इस्पितळात होती. त्या वेळी, या हॉवलेनं तिची शुश्रूषा केली होती." बॉबनं सांगितलं.

"ती अजून जिवंत आहे?"

"मला ठाऊक नाही. पण, तुझं संशोधन सुरू करायला ही चांगली जागा आहे."

त्या रात्री मी सोफियाला मेलबर्नला फोन केला. "बॉबला, मरणासन्न असणं आणि मरण, या विषयांवर बोलायचं आहे. याबाबत मी काही बोलू शकेन, असं मला वाटत नाही."

"का? बहुतेकांपेक्षा तुलाच याविषयी जास्त माहिती आहे. घाबरतेस कशाला?"

"या बाबतीत मी खूपच हळवी झालेय गं!" मी चाचरतच म्हणाले.

ती खूप वेळ हसत राहिली. "लक्षात ठेव. आपण सगळेच एक ना एक दिवस मरणार आहोत. ही गोष्ट फक्त मूर्खांनाच कळत नाही."

"ते खराय गं. पण...."

"बोल. त्याचा कदाचित तुलाही फायदा होईल."

"तूच त्याला फोन करावा, त्याच्याशी बोलावं, असं मला वाटत होतं. अशा गोष्टी तुला खूप छान जमतात."

"बस-बस! या मस्काबाजीचा काही उपयोग नाही. तू या विषयावर बोलू शकतेस."

"अगं पण, बोलताना मी काही चुकीचं बोलले तर? सगळंच बिघडून जाईल ना. त्यातून कदाचित आणखी नवीनच काही समस्या निर्माण झाली म्हणजे?"

"तसं होणार नाही. तू चुकीचं बोलणार नाहीस."

"बार्बराची तब्येत दिवसेंदिवस खचते आहे. आज ती एवढी फटफटीत दिसत होती...."

"बोल. ऐकतेय."

"ती आता पायऱ्या चढूउतरू शकत नाही. बॉब तिला गाडीतूनच नेतो. त्याच्याकडे एक जुनाट गाडी आहे. उतारावर गाडी मागंमागं न्यावी लागते. चढावर मात्र सरळ चालवता येते. तो सगळाच प्रकार फार भयंकर आहे. वर्षभरात तो निदान पंचवीसेक किलोमीटर तरी ही सर्कस करत असतो... असं

त्याचं म्हणणं आहे.''

''बरं.'' सोफिया म्हणाली. बार्बराविषयीच्या बातमीनं तिला अजिबात धक्का बसला नव्हता.

''बॉबच्या मते केमो काही रोग बरा करत नाही. तो फक्त आणखी थोडं आयुष्य वाढवत असतो.

''बार्बरा? तिच्या स्वत:च्या तब्येतीविषयी काही बोलते का गं?''

''नाही. फारसं नाही. तिनं आपलं मरण गृहीत धरलंय, असं काही तिच्या बोलण्यातून दिसत नाही.''

''हे सगळं बॉब कसं सांभाळतोय?''

''आयुष्य छान सुरळीत चाललंय. घर रंगवायला रंगारी बोलावले आहेत. त्या दोघांनाही मदत करावी, असं खूप वाटतं गं. पण, नेमकं काय करावं, हेच कळत नाही.''

''तू त्यांच्या कुटुंबातलीच एक हो. तिला लवकरच मदतीची खूप गरज लागणार आहे. तिलाच नव्हे, तर त्या सगळ्यांनाच मदतीची खूप गरज भासणार आहे.''

''तिच्यासाठी काही छोट्याछोट्या गोष्टी केल्या तर?''

''म्हणजे कशा?''

''खूप दमवणाऱ्या किंवा अगदी अशक्य असं काही नाही. बसल्या जागी तिचं मनोरंजन होईल असं काहीतरी.''

''म्हणजे? जरा स्पष्ट करून सांग.''

सोफिया टेलिफोनजवळच्या आरामखुर्चीत विसावल्याचे आवाज माझ्या कानावर पडले. खूप वेळ गप्पा मारायची तिची पूर्वतयारी सुरू होती. तिनं तिचा नेहमीचा जुना नेव्हीब्ल्यू स्वेटर आणि नारिंगी रंगाचा रेषारेषांचा ट्राऊजर घातला असावा. तिची कुत्री ल्यूसी तिच्या पायाजवळ विसावलेली असणार. सोफियाच्या बाबतीत फारसे बदल संभवतच नाहीत. आपण कोण आहोत आणि आपल्या दृष्टीनं काय महत्त्वाचं आहे, हे तिचं तिनं ठरवून टाकलेलं आहे.

''तर... डोरोथी मॅककेलरविषयी तिला कुतूहल वाटतंय. तिनं स्वत: बरंचसं संशोधनही केलंय. ॲड्रियान हॉवले नावाच्या बाईनं डोरोथीचं चरित्र लिहिलंय. तिची भेट झाली, तर बार्बराला बरं वाटेल. अर्थात आता ती हॉवले हयात आहे का नाही देवच जाणे.''

''जरा थांब....''

फोन बाजूला ठेवल्याचा आणि लाकडी जमिनीवर अनवाणी चालण्याचा आवाज ऐकू आला. काही मिनिटांत सोफिया परत येऊन खुर्चीत बसली. तिच्या

उसाशाबरोबरच कागद चाळल्याचा आवाज कानावर पडला.

"हूं! माझा अंदाज बरोबर होता. ती भिक्षुणी होती. बौद्ध भिक्षुणी."

"कोण?"

"ॲड्रियान हॉवले."

झांजा वाजल्या. ढोल वाजले. गर्दीनं उद्‌घोष केला. त्रिखंड गरगरा फिरलं. सगळं एकदमच झालं. काय म्हणावं याला? योगायोग? नशीब? असू दे. त्यानं काय फरक पडतो?

"ती नेमकी कुठाय, हे मला माहिती नाही. मी चौकशी करून कळवते तुला."

सोफियाला आठवडाभरात ॲड्रियान हॉवलेचा फोन नंबर मिळाला. नशीबाची कृपा अशी की, ती न्यूकॅसलच्या उत्तर भागात राहात होती. लव्हेट बेपासून तो कारनं केवळ तीन तासांचा प्रवास होता. दिवसभरात जाऊन परत येणं सहज शक्य होतं.

"तिनं एक पुस्तक लिहिलंय, ते तू नक्की वाच." सोफियाने मला सांगितलं. 'द नेकेड बुद्ध' हे त्या पुस्तकाचं नाव आहे. आयुष्य आणि बुद्धाची शिकवण याचं सरळ, सोपं स्पष्टीकरण त्यात दिलं आहे. खूप छान आहे."

"वृद्धाश्रमातली एक नर्स डोरोथी मॅकेलरचं चरित्र लिहिते आणि बौद्धवादाचं स्पष्टीकरण देणारं पुस्तकंही लिहिलं? ही बाई म्हणजे आहे तरी काय?'

सोफिया अगदी बेबीच्या देठापासून खदखदा हसल्याचा आवाज टेलिफोनमध्ये घुमला.

"फोन कर तिला आणि विचार."

"अग, इच्छापूर्तीचा वर देणाऱ्या परीसारखं वाटतंय मला. तुलाही वाटतंय?"

"छान वाटतंय ना? आपण आपल्यापुरताच विचार करायचं सोडलं, की साऱ्या जगाची दारं उघडतात आपल्यासाठी."

"असं काय सोफिया. अग, मला थोडी तरी किरकिर करू दे नं."

"अजिबात नाही. आता ऊठ. आणि ॲड्रियान आणि बार्बरा यांची भेट घडवून आणायच्या तयारीला लाग."

"तिला त्याचा त्रास तर होणार नाही? खूपच नाजूक झालीय तिची तब्येत."

"विचार तिला. पण, ॲड्रियानला फोन करायच्या आधी विचार."

आपण आजारी असतो; अशक्त असतो, अशा वेळी अनोळखी माणसाशी बोलणं अवघडच असतं. एखाद्या व्यक्तीची खाजगी चौकशी करणंही कठीण जातं. ऊर्जा ही बार्बराच्या दृष्टीनं खूप मोलाची, पण तितकीच परिमित बाब होती. तिला कदाचित आणखी इतर काही कामं उरकायची असतील. जवळ

फारसा वेळ नसताना काही कामं आटपायची घाई झाली असेल. कदाचित तशी काही कामं तिला करायची असतील. म्हणजे, कुटुंबाच्या छायाचित्रांखाली नावं लिहिणं किंवा आपण नसताना आपल्या मातृप्रेमाची प्रचिती आणून देणारी पत्रं मुलांना लिहिणं अशी कामं तिला उरलेल्या मोजक्या वेळेत संपवायची असतील.

बार्बराला स्थानिक ऑस्ट्रेलियन वनस्पती गोळा करायचा छंद होता. तिनं उत्तमोत्तम स्थानिक फुलं गोळा करून वहीच्या पानात चिकटवून ठेवली होती. त्यातील बहुतेकांची नावं तिनं स्वत: आपल्या हस्ताक्षरात लिहून ठेवली होती. पण, अजून खूप वेळ आहे, असं वाटण्याच्या काळात उरलेली नावं लिहायचं काम तिनं बाजूला ठेवलं होतं. अशा परिस्थितीत एखाद्या अनोळखी व्यक्तीने भेटून डोरोथी मॅककेलरविषयी काही गोष्टी स्पष्ट कराव्यात का? तिच्याजवळ खरोखरच तेवढा वेळ आहे का?

ॲड्रियानविषयी सांगायला मी त्यांच्या घरी गेले, तेव्हा बॉब त्याच्या टपरीत होता. त्याचा चेहरा मला खिडकीतून दिसत होता. त्याचं सारं लक्ष हातातल्या कामावर केंद्रित झालं होतं. यंत्राच्या आवाजातूनही कुणीतरी गुणगुणल्यासारखा आवाज ऐकू येत होता. मला वाटलं, तोच गात असावा. आईशप्पथ, खरोखरच किती बेसुरा माणूस आहे हा!

अजूनही ती टपरी चक्रम माणसांच्या लोखंडी सामानाच्या खोलीसारखी दिसत होती. दिवसाच्या उजेडात मोडक्या खुर्च्या, टेबलं, कपाटं एका कोपऱ्यात पडलेली दिसत होती. टपरीला माळाही होता. त्याच्या बोटीची शिड भरलेली पोती ठेवण्यासाठी त्या माळ्याचा उपयोग केला जात असल्याचं त्यानं मला सांगितलं.

"ती तिथं माझी बोट आहे... लारिकिन."

"ती... मागचा भाग पाण्यातून वर आलेला दिसतोय ती? तिच्याजवळून मी शेकडो वेळा गेलेय."

माझं बोलणं बॉबला आवडलं नाही. "ती शर्यतीसाठी बांधलेली बोट आहे. वजनाला हलकी आहे. तिच्यात माणसांचा भर मागच्या बाजूला द्यावा लागतो."

"असं आहे होय? आता ऐक. मी लेखिकेला शोधून काढलंय... नाही म्हणजे... सोफियाने शोधून काढलंय... मॅककेलरचं चरित्र लिहिणाऱ्या लेखिकेला...."

"एवढ्यात?" बॉबला धक्काच बसला होता.

"खरं म्हणजे... आमच्या अपेक्षेपेक्षा उशीरच लागलाय. ती बौद्ध भिक्षुणी आहे."

"भिक्षुणी?"

"बौद्ध भिक्षुणी." मी कसंबसं म्हणाले. सकाळी फिरायला सोडायच्या आधी कुत्र्याची पिल्लं जशी उसळतात, तसं मला प्रचंड हसू फुटलं.

"मी तुला कधी विचारलं नाही." मी भोवतालच्या पसाऱ्याकडे पाहात विचारलं. "माझं स्वयंपाकघर जर असं अस्ताव्यस्त असतं, तर मी आयुष्यात कधी साधा पावाचा तुकडासुद्धा भाजू शकले नसते. तू काय करतोस?"

"मी दुरुस्त्या करतो."

"कसल्या दुरुस्त्या?"

"यंत्रांमधल्या बिघाडांच्या."

"आणखी?"

"आणखी काय?"

मी हार मानली. "तर मला सांग बार्बराला ती भिक्षुणी भेटली, तर तिला चालेल का?"

"ती आत अंथरुणात झोपलीय. आज तिला फारसं बरं नाही."

"ठीक आहे. तू तिला नंतर केव्हातरी विचारशील? शक्य झालं तर आजच!"

मला भेटीची तारीख आणि वेळा पक्की करायची घाई झाली होती. पूर्वीच्या पत्रकारितेच्या काळातल्या सवयी जाग्या झाल्या होत्या. एखादी गोष्ट पुन्हापुन्हा आग्रहानं मागत राहायची. तेव्हा सगळीच घाई असायची.

त्यानं हातातलं सामान खाली टाकलं आणि तो घराकडं चालू लागला. मी आपली होती, तिथंच उभी होते.

"चल आता," तो उतावीळपणे म्हणाला.

"ओह! आलेच."

बार्बरा कोपऱ्यातल्या शय्यागृहात झोपली होती. म्हणून आम्ही पाय न वाजवता हॉलमधून स्वयंपाकघराकडं चहा घ्यायला गेलो.

बॉबनं फ्रीज उघडून त्यातून दोन ताटल्या काढल्या. एकीत संत्रं आणि बदामाचा केक होता. दुसऱ्यात लेमन केक होता.

"सातूचा केकसुद्धा आहे." त्यानं सांगितलं. त्याच्या डोळ्यांत हसू होतं, पण चेहरा मात्र गंभीर होता.

"मी गरजेपेक्षा जास्तच करून ठेवते. होय ना?"

त्यानं काही उत्तर दिलं नाही. त्यानं सातूचा केक परत आत ठेवला. उरलेल्या दोन्ही केकचे तुकडे काढत तो म्हणाला, "सातूचा केक गरम करायला हवा. त्याशिवाय तो बरा लागणार नाही."

"त्याचा दगड झालाय. टाकून दे तो."

"मी भट्टयांच्या संकल्पना करतो आणि त्या तयार करतो." तो म्हणाला. जणू काही टपरीतल्या संभाषणात काही खंड पडलाच नव्हता.

"म्हणूनच बार्बराला मातीची भांडी आवडतात का? ती एवढी घरभर कशासाठी पसरून ठेवलीय?"

"विटांच्या भट्टया." तो म्हणाला. "मातीच्या भांड्यांच्या भट्टया नव्हे."

"असं होय."

मग, एक अस्वस्थ अशी शांतता पसरली.

"तू बऱ्याच भट्टया तयार केल्या आहेत का?"

"हो."

"कुठंकुठं?"

"ऑस्ट्रेलियाच्या पूर्व किनाऱ्यावर सगळीकडं...."

"मग, घराभोवती पसरलेली ही पॉटरी आली कुठून?"

"बार्बरानं वर्षानुवर्षांपासून दुसऱ्या, तिसऱ्या, चौथ्या दशकातली ऑस्ट्रेलियन पॉटरी गोळा केली आहे. अर्धअधिक सामान अजून खोक्यातच बांधून पडलं आहे."

"तिचा या विषयाचा अभ्यास आहे?"

"आहे. खरं म्हणजे ती यातली तज्ज्ञ आहे."

तेवढ्यात बार्बरा स्वयंपाकघराचं दार उघडून आत आली आणि आम्ही सुटकेचा निःश्वास सोडला. ती एवढी दमलेली दिसत होती की, तिला धरून ठेवावं, असं मला वाटलं. पण, तिनं स्मित केलं. चहा घेतला आणि बॉबनं विचारल्यावर ॲड्रियान हॉवलेला भेटायला तिनं आनंदानं रुकार दिला.

बॉब मला सोडायला मागच्या दारापर्यंत आला.

"एक-दोन गोष्टी सांगायचं विसरले मी." मी म्हणाले.

तो थांबला. हाच बोलणं सुरू ठेवायचा संकेत होता, असं समजून मी त्याला सांगितलं," ती ॲड्रियान वयानं सत्तरीत आहे."

त्यानं खांदे उडवले. "मी तिला मोटारीत घालून पोहोचवून देईन."

"ती आंधळी आहे.

"आणखी काही?"

"निदान या वेळी तरी नाही."

"उत्तम!

एक म्हातारी, आंधळी बौद्ध भिक्षुणी एखाद्या अपरिचित माणसाच्या मोटारीत बसून तीन तास प्रवास करेल; मग, बोटीतून येऊन ऐंशी पायऱ्या चढेल आणि कॅन्सरनं मरणासन्न झालेल्या बाईबरोबर तीस वर्षांपूर्वी मेलेल्या कवयित्रीसंबंधी गप्पा मारेल, याबद्दल का कुणास ठाऊक, पण माझ्या मनात तिळमात्रही शंका नव्हती.

१६

माझा फोन आन्सरिंग मशीनवर घेतला जाईल, असं मला वाटलं होतं. आपल्याला कुणाशी संपर्क साधायची घाई असली की, फोन हमखास आन्सरिंग मशीनवर घेतला जातो. पण, ॲड्रियान हॉवलेनं तो घंटी वाजल्याबरोबर उचलला. नशिबाची साथ? मी घाईघाईनं फोन करण्याचं कारण स्पष्ट केलं, तेव्हा एक दीर्घ नि:श्वास टाकल्याचं मला फोनवर ऐकू आलं. तिनं नकार द्यायच्या आत मी माझं म्हणणं पुढं रेटलं.

"तुम्ही इथं याल का? मी तुम्हाला घ्यायला येईन. परत घरीपण सोडेन. पण, तुम्ही थोडी सवड काढून आलात, तर बरं होईल. रात्री इथंच मुक्काम करा. वाटेत थोडासा प्रवास बोटीनंही करावा लागेल. फक्त पाचेक मिनिटं. अगदी सोपा आहे. हे सगळं तुम्ही जमवू शकलात तर...."

"तरंगवा!" ती जवळजवळ कुजबुजतच म्हणाली. "ओह! मी आनंदानं येईन. तिथं परत यावंसं सारखं वाटत होतं. पण, ते शक्य होईल, असं काही वाटलं नव्हतं. मी तुमची ऋणी आहे. मला आवर्जून बोलावलंत, याबद्दल आभारी आहे."

हे सगळं इतकं सोपं, सरळ होतं. फक्त दोनेक रात्रींसाठी तिला तिच्या मांजरीची व्यवस्था स्थानिक पशुवैद्याकडे करायची होती.

"मी अंगात रोब घातले तर चालेल?" संभाषणाच्या शेवटीशेवटी तिनं विचारलं.

"ते वापरायची तुमची इच्छा आहे का?"

"नाही म्हणजे... कुणाला त्रास होणार नसेल तर...."

"त्रास कसला? उलट, आम्हाला आवडेल ते. बेमध्ये खूप महिने त्याचीच चर्चा होत राहील."

मी बॉबला फोन केला. 'अंध बौद्ध भिक्षुणी', येत असल्याचं सांगितलं. एव्हाना तिचं हेच नाव रूढ झालं होतं. ती परवा येणार असल्याचं ऐकताच

बॉबची घाबरगुंडी वळली. ''अग, ही खूपच घाई होतेय. यावर जरा विचार करायला पाहिजे.''

त्याच्या उत्तरानं माझा अगदी हिरमोड झाला. ''कशासाठी उगाच उशीर करायचा? अडचण काय आहे?'' मी काहीच बोलले नाही. मी माझी निराशा व्यक्त केली नाही. बार्बराची तब्येत बरी नसेल कदाचित! मग मी ॲड्रियानला फोन करायची टाळाटाळच केली. ती इथं यायला खूप आतूर झाली होती. तिचा हिरमोड करायची माझी इच्छा नव्हती.

दुसऱ्या दिवशी सकाळीसकाळी दारावर टकटक झाली. केस अस्ताव्यस्त झालेला बॉब दारात उभा होता. केस विंचरायचं तो बहुधा विसरला असावा.

''बार्बरा खूप खूश झाली आहे.''

''म्हणजे आपण पुढं जायचं?''

''होय.''

दुपारी बॉब ॲड्रियानच्या घरापर्यंत जाणाऱ्या रस्त्याचा सविस्तर नकाशाच घेऊन आला.

''तू तिला घेऊन ये. मी परत पोहोचवून देईन.'' तो म्हणाला.

''एकदम मस्त कल्पना आहे. तुला ती म्हणजे ॲड्रियान आवडेल बॉब. फोनवर बोलताना ती खूपच मनमोकळी वाटली. ती प्रचंड उत्साह आणि चैतन्यानं मुसमुसत होती. शिवाय, तिला बार्बराची अवस्था माहीत आहे. सगळं काही नीट होणार आहे.''

मी हे सारं बार्बरासाठी सुरू केलं होतं. मरणाच्या वाटेवर असणाऱ्याच्या साऱ्या इच्छा पूर्ण व्हाव्यात, अशी काहीतरी वेडगळ कल्पना माझ्या मनात होती. आयुष्य हे चित्रपटाच्या कथेसारखं परिपूर्ण असावं. कारण तशी स्वप्नं आपण पाहात असतो, असले काही भन्नाट विचार डोक्यात होते. खरं म्हणंजे वास्तव काही वेगळंच असतं, हे मला कळत होतं. पण, तरीही या अशा वागण्यानं मला प्रचंड सुख मिळत होतं.

माझ्या नवऱ्याच्या आयुष्यातला तो शेवटचा नाताळ होता, हे सगळ्यांना चांगलंच ठाऊक होतं. त्या वेळीही मी असंच केलं होतं. त्या काळात प्रत्येकाच्या स्वप्नातली भेटवस्तू शोधण्यासाठी जीवाचा आटापिटा करत होते. माझ्या सावत्र मुलीला एका विशिष्ट जातीच्या कुत्र्याचं पिल्लू हवं होतं. खूप शोधल्यावर शेवटी ते मला व्हिक्टोरियात सापडलं. ते लोकरीच्या गुंडाळ्यासारखं मऊसूत, काळंपांढरं पिल्लू घेऊन मी घरी आले. तो सारा वेडगळपणा होता, असं त्या वेळी मला वाटलं. पण, लुलूला ते पिल्लू खूप आवडलं. त्याचं नाव बेला ठेवलं होतं. पुढं लुलूचे वडील मृत्यू पावले. त्या काळात लुलूच्या आयुष्याला नवा

आकार देण्यात तिची खूप मदत झाली.

त्या नाताळच्या सुखद स्मृती अजून लुलूच्या मनात घर करून आहेत. 'आयुष्यातला सर्वांत चांगला नाताळ' असं लुलू अजूनही म्हणत असते. अशा वेळी तिचे हात बेलाभोवती गुंफलेले असतात. घेतलेले कष्ट सार्थकी लागले होते.

अर्थात, बार्बराच्या दृष्टीनं अत्यंत महत्त्वाची असलेली एक इच्छा पूर्ण करणं अशक्य कोटीतली होती.

ॲड्रियानचं घर शोधताना सुरुवातीला माझा जरा गोंधळच उडाला. जे घर तिचं आहे, असं मी समजत होते, त्या घराच्या ओसरीवर 'लॉर्न लर्निंग सेंटर' अशी मोठी पाटी होती. तिथं बौद्ध धर्माची ओळख दर्शवणारं काहीच नव्हतं. म्हणून मी गाडीतच बसून रस्त्यांची नावं आणि क्रमांक शोधू लागले. बॉबने दिलेला नकाशा पाहत असताना घराचं दार उघडलं. तिबेटी भिक्षुणीची किरमिजी रंगाची वस्त्रं परिधान केलेली स्त्री बाहेर आली. न्यूकॅसलमध्ये तिबेटी भिक्षुणी फारशा नसाव्यात, असा माझा अंदाज होता.

मी गाडीतनं उतरले. फाटकाची कडी उघडायची धडपड करत हाक मारली.

"ॲड्रियान?"

दुतर्फा झाडं असलेल्या त्या शांत, नीरव गल्लीत माझा आवाज खूपच मोठा वाटला.

त्या स्त्रीनं मान हलवली.

"मी सुसान." मी तिच्याजवळ जात हस्तांदोलनासाठी माझा हात पुढं केला. पण, तो तिला न दिसल्यामुळे दुर्लक्षित राहिला.

ती लहानखुरी असली, तरी नाजूक नव्हती. तिची त्वचा मात्र कागदासारखी पातळ होती. त्यावर निळ्या नसा टतरारून उठल्या होत्या. तिचे हात कृश होते. त्यावर तिच्या चेहऱ्यासारखेच पिवळसर ठिपके होते. तिच्या दृष्टिहीन डोळ्यांचा रंग स्वच्छ निळा होता. ती अंध असली आणि तिचं वय सत्तरीच्या घरात असलं, तरी तिची हालचाल मात्र चपळ आणि रुबाबदार होती.

"या. आत या. काय घेणार? चहा आणि बिस्किटं? की फळांचा रस की आइस् टी?"

"नको. त्यापेक्षा, तुमची हरकत नसली तर निघू या." मला परतायची घाई झाली होती. अंधार पडायच्या आत घरी पोहोचायचं होतं.

मी तिच्या मागं मागं एका मोठ्या अंधारलेल्या दिवाणखान्यात आले. तिच्या अंगातला अंगरखा, बॉलडान्सच्या समारंभात घालायच्या रेशमी पायघोळ झग्यासारखा सळसळत होता. दिवाणखान्यात दिवे नव्हते. अडखळायला व्हावं, इतका अंधार होता. पण, ॲड्रियानला दिव्याची गरजच नव्हती.

"मी जरा घाई करतेय. क्षमा करा." मी ओठातल्या ओठात पुटपुटले.

"मी मांजराला पिंजऱ्यात ठेवते. व्हेट जवळच राहातो." तिनं सांगितलं.

तिनं डब्यातून काहीतरी खाऊ काढला आणि हलकेच हाक मारली. मांजर रमतगमत आत आल्यावर तिनं त्या मांजराला पटकन उचलून घेतलं. त्याच्या कानाखाली कुरवाळलं आणि पिंजऱ्यात बंद केलं. मांजराला त्याचा राग आला. त्यानं पिंजऱ्याच्या गजांवर संतापानं धडका दिल्या. स्पॅचकॉकसारखे पाय फताडे केले. ॲड्रियान मृदू स्वरांत त्याला, त्याचं एका असंतुष्ट केसाळ बोचक्यात रूपांतर होईपर्यंत, चुचकारत राहिली.

"तुमची हरकत नसेल, तर मांजराला मी व्हेटकडे नेऊन पोहोचवते." मी आपणहून तयारी दाखवली.

"बरं होईल. नाहीतरी, रस्ता ओलांडणं मला अवघडच जातं."

"मी जातेय ना."

ॲड्रियान आमच्याकडं रात्रभर राहाणार होती. त्या काळाचा मांजराचा खर्च आपण करावा, एवढंच माझ्या मनात होतं. उपनगरात वाहतुकीचे दिवे आणि पादचाऱ्यांसाठी पांढरे पट्टे नसतात. तिथं ही दृष्टिहीन माणसं रस्ते कसे ओलांडत असतील, याविषयी विचारही तेव्हा मनात आला नव्हता.

महामार्गावरून जाताना पावसाच्या सरी यायला सुरुवात झाली. वातावरण धुरकट झालं. प्रखर दिवे लावून समोरून वेगानं येणाऱ्या मोटारी, त्या अंधूक वातावरणात अजस्त्र कीटकांसारख्या वाटत होत्या.

या प्रवासात ॲड्रियानकडून खूप ज्ञान मिळावं, असं वाटत होतं. तिनं सुख आणि शांतीचा मार्ग दाखवावा, असं वाटत होतं. आयुष्यात पडलेले सारे दुनियाभराचे प्रश्न तिला विचारायचे होते. त्या प्रश्नांची मिळालेली उत्तरं आयुष्यभर मला मार्ग दाखवणार होती. मी जणू काही परी येण्याची वाट पाहात होते. ती आपल्या जादूच्या छडीनं माझ्या खांद्याला स्पर्श करणार होती. तो स्पर्श साऱ्या समस्या नष्ट करून टाकणार होता. फक्त आनंद आणि सुख तेवढं आयुष्यात उरणार होतं. आपल्या आयुष्यातल्या जबाबदाऱ्या दुसऱ्यांवर सोपवून देण्याचा मला नेहमीच मोह होत आला आहे. अनुभवानं शिकत मोठं होण्यापेक्षा हे खूपच सोपं होतं. आध्यात्मिक मार्ग स्वीकारणाऱ्या व्यक्तींमधल्या दैवी शक्तींनी मी नेहमीच प्रेरित झाले आहे.

माझा नवरा आजारी असताना धर्मगुरू त्याला भेटायला यायचे. त्या वेळी, त्यांच्याकडे सर्व प्रश्नांची उत्तरं असतील, असं मला वाटायचं. आपल्या प्रार्थनेच्या पुस्तकातून ते झपकन एखादा चमत्कार काढून दाखवतील, असं वाटायचं. पण, तसं कधीच घडलं नाही. एका वृद्ध धर्मगुरूला जुगार खेळायला आवडत असे. तो अश्वशर्यतीविषयी सल्ला मागायला नेहमी माझ्या भावाला फोन करायचा. त्यानं एकदा फोन करून, जॉनच्या तब्येतीसाठी सारे धर्मगुरू प्रार्थना करताहेत, असं सांगितलं. त्या वेळी, मनात आशा निर्माण झाली होती. या साऱ्या पुण्यात्म्यांच्या सामर्थ्याचा परिणाम होऊन दादा वाचेल, असं वाटलं होतं. पण, तसं घडलं नाही. हे सारं घडूनही आज पुन्हा मी दुसऱ्याकडून मार्गदर्शनाची अपेक्षा करते आहे. खरं म्हणजे माझा मार्ग मीच शोधायला हवा, हे मला एव्हाना कळायला हवं होतं.

आम्ही मोटारीत बसलो होतो. माझी अपेक्षा होती, तसा 'खेळ' ॲड्रियान खेळली नाही. उलट, तिनं आपल्या लहानपणीच्या गोष्टी मला सांगितल्या. तिच्या आईनं आपल्या प्रियकराच्या डोळ्यांत कात्री भोसकल्याचं ॲड्रियाननं पाहिलं होतं. ॲड्रियानला कॅन्सर झाला होता. तेव्हा, ती मृत्यूची वाट पाहत कुणा पागल दर्यावर्दी कप्तानाबरोबर साऱ्या जगभर भटकली होती. पाच वर्षांनंतर तिच्या लक्षात आलं की 'अगदी जवळ असलेला मृत्यू' यायला खूपच वेळ लागतो आहे. तेव्हा तिनं जहाजावरचं वास्तव्य सोडलं. ती ऑस्ट्रेलियात परत आली. मग, तिथंच तिनं बौद्ध तत्त्वज्ञानाचा अभ्यास केला.

तिनं बौद्ध तत्त्वज्ञानच का स्वीकारलं, असं मी तिला विचारलं. तेव्हा आवेशानं उसळून ती म्हणाली, "माझ्या आयुष्यात जे जे काही घडलं, त्याला काही अर्थच नाही. साऱ्या गोष्टींचा अर्थ लावण्याचा निदान प्रयत्न करावा, अशी इच्छा होती. ठोकळेबाज शब्द वापरायचे झाले तर, आयुष्याचा अर्थ शोधण्याचा प्रयत्न करायची इच्छा होती, असं म्हणता येईल."

त्या प्रवासांत आमच्या संभाषणाची सुरुवात तशी तुटकतुटकच झाली. पण, हळूहळू परस्परांविषयीचा विश्वास वाढत गेला. आम्ही अधिकाधिक जवळ येत गेलो. स्वत:विषयी खरं सांगण्याइतपत मोकळ्या झालो. मी संभाषणात इतकी गुंगून गेले होते की, एका स्मशानाभोवती चार फेरे घालूनही ॲड्रियाननं सांगेपर्यंत वाट चुकल्याचं माझ्या लक्षात आलं नाही. शेवटी, ॲड्रियान माझ्या गुडघ्याला स्पर्श करत म्हणाली, "अग, आपण पुढं जात नाही आहोत."

ती काहीतरी आध्यात्मिक बोलतेय, असं मला वाटलं. पण, ती माझ्या गाडी चालवण्याविषयी बोलत होती.

"म्हणजे तुम्हाला थोडं-थोडं दिसत का?" पावसानं अंधूक झालेल्या प्रकाशात

सिडनीचा रस्ता शोधत मी विचारलं.

"तशी मी तांत्रिकदृष्ट्या आंधळी असले, तरी परिघावरचे आकार जाणवण्या इतपत दृष्टी मला आहे." ती किंचित हसत म्हणाली. बोलताना तिचा चेहरा मृदू झाला. आणि माझ्या लक्षात आलं की, ती असामान्य देखणी स्त्री होती. "आंधळेपणानं माझं फारसं काही अडतं असं नाही. पण, तरीही पुस्तकं वाचता यायला हवी, असं मला वाटतं. वाचता येत नाही, याचं मला खूप दुःख आहे."

आयुष्याचा अर्थ सापडला का, असं जेव्हा मी तिला विचारलं, तेव्हा ती मोठ्यानं हसली. म्हणाली, "उपयोगी पडेल, अशा रीतीनं जीवन जगण्याची क्षमता मला मिळाली. त्यामुळंच आयुष्याला थोडाफार अर्थही आला." तिच्या आवाजात उपरोध काठोकाठ भरला होता.

ती दुःखनिवारक केंद्रात काम करत होती. तिनं मला हे सांगितलं, तेव्हा नशीबाच्या खेळाविषयी मला नवल वाटलं. बार्बराला मरणाविषयी बोलावंसं वाटलं, तर ॲड्रियान सारं नीट सांभाळू शकेल, असं वाटलं. बार्बरा आपल्या प्रकृतीविषयी किंवा भविष्यकाळाविषयी कधीच काही बोलत नसे. कारण, इतरांना त्रास होऊ नये, असं तिला वाटायचं. आपल्या मनाची कवाडं उघडण्याची संधी आता तिला मिळाली होती.

काही वेळ आम्ही स्तब्ध बसलो. पाऊस पडत होता. गाडीचे वायपर तालबद्ध फिरत होते. रस्त्यानं धावणाऱ्या ट्रक्स आणि इतर गाड्यांनी समोरच्या काचेवर उडवलेली घाण कुशलतेनं निपटून काढत होते. मी पुन्हा पुन्हा तिच्याकडं नजर टाकत होते. तिनं हातांची घडी घातली होती. पाठीचा कणा ताठ होता. ओठांवर हलकंसं स्मित होतं. ती सुरुवातीपासून अशीच बसली होती. फक्त तिच्या डोळ्यांची तेवढी हालचाल होत होती. कधी ते मिटत, तर कधी उघडे राहात.

ॲड्रियानला प्रश्न विचारायचं माझ्या मनात होतं. पण, तो कसा विचारावा, सुरुवात कशी करावी, हेच कळत नव्हतं. योग्य काय आणि अयोग्य काय, याविषयी शंका होत्या. अगदी काळं आणि पांढरं असं टोकाचं काही विचारायचं नव्हतं. आयुष्याच्या निसरड्या वाटेवरून चालत असताना हानिकारक किंवा हानी करण्याची शक्यता असलेलं आपलं वागणं, आपण कसं ओळखायचं, असं तिला विचारायचं होतं. माझ्या स्वार्थी वागण्यामुळं आणि नैतिकदृष्ट्या अयोग्य निर्णय घेतल्यामुळं मला कॅन्सरची शिक्षा मिळाली होती का, हे मला माहीत करून घ्यायचं होतं. 'मीच का?' असा प्रश्न मी कधीच विचारला नव्हता. पण, 'का?' असं विचारायला मात्र मी सुरुवात केली होती. कॅन्सरमुळं आपल्याला

आपल्या पूर्वायुष्याचा आढावा घेणं भाग पडतं. आपल्या वागण्याचा, आपल्या प्रत्येक कृतीचा आपल्या आयुष्यावर परिणाम होत असतो. जसंजसं वय वाढतं, तसंतसं या गोष्टी कळत जातात. ज्या गोष्टी महत्त्वाच्या आहेत, असं मला वाटत होतं, त्यापेक्षा ज्या गोष्टी प्रस्तुत होत्या, त्यांच्यावर मी लक्ष केंद्रित केलं असतं, तर मला आणखी कितीतरी जास्त मानसिक शांती मिळाली असती.

"योग्य निर्णय घ्यायला शिकण्याचा काही मार्ग आहे का?" शेवटी मी ॲड्रियानला विचारलं. असं विचारताना अर्थातच माजी प्रियकराचा विचार माझ्या मनात होता.

"ओह!" ती उद्गारली. तिच्या ओठांवर मंद स्मित होतं. "चांगलं काय? वाईट काय, हे सारं शेवटीच ठरतं. ते आपल्याला कसं कळणार?"

ती मग खूप वेळ गप्प बसली. माझ्या प्रश्नात मी माजी प्रियकराचा उल्लेख करू शकले नाही. त्याचमुळे, मला वाटतं, त्या सरळसोप्या उत्तरानं माझा गोंधळ उडाला असावा. बार्बरासाठी मी जे काय करत होते, ते योग्य होतं का? मी तिच्यासमोर छोटीछोटी उद्दिष्टं ठेवत होते. भविष्याकडं बघता यावं, म्हणून लहानलहान घटना घडवून आणत होते. तिचं लक्ष दुसरीकडं वळवण्याचा प्रयत्न करत होते. मी तिचं जगणं सोपं करत होते की, अवघड करत होते.

"तुझं उद्दिष्ट काय?"

"आशा निर्माण करणं."

"हे एवढं पुरेसं आहे?"

"होय. अर्थात, एका निर्णयामागे अनेक उद्दिष्टं असू शकतात."

"भविष्यातल्या एखाद्या योजनेत माझा समावेश केला जातो, तेव्हा मनात खूप आशा आणि आत्मविश्वास निर्माण होतो." मी स्पष्ट केलं. "इतरांना माझ्या भविष्याबद्दल विश्वास वाटला की, मलाही वाटू लागतो."

"आपल्याला काही भवितव्य आहे, असा तुझा विश्वास आहे?" ॲड्रियाननं विचारलं.

"कधी वाटतो. कधी नाही वाटत. एखाद्या दिवशी साध्या डोकेदुखीनं मनात चिंतेची चक्रीवादळं निर्माण होतात. हा ब्रेनट्यूमर तर नसावा? छातीत दुखायला लागलं की, मला हृदयविकाराची शंका येऊ लागते. मनात आशा निर्माण होणं, हे कधीकधी भावनिक छळवाद असल्यासारखं वाटू लागतं. कारण, एखादा चुकीचा शब्द किंवा अविचारानं मारलेला शेरा तिला उद्ध्वस्त करून टाकू शकतो."

"कारण, तू ती इतरांच्या शब्दांत आणि वागण्यात शोधायचा प्रयत्न करते आहेस. आशा ही मुळात तुझ्यातच असायला हवी." ॲड्रियान म्हणाली.

आम्ही चर्च पॉइन्टला पोहोचलो. एव्हाना पाऊस थांबला होता. मी बॉबला फोन केला. तो आपली बोट घेऊन आला. बोटीतली दोन्ही पिल्लं माना वर करून बाहेर बघायचा प्रयत्न करत होती. पिटवॉटरच्या इतर कुत्र्यांप्रमाणे बोटीच्या नाळेवर बसण्याइतकी अजून ती मोठी झाली नव्हती.

एखाद्या षोडशेसारखं ॲड्रियाननं टिन्नीत पाऊल ठेवलं. तिथल्या एकुलत्या एक आसनावर ती जाऊन बसली. क्षणार्धात पिल्लांनी तिच्यावर झेप घेतली. तिच्या अंगावर उड्या मारू लागली. काही क्षणातच ॲड्रियानच्या हातातून रक्ताची धार वाहू लागली. मी भयानं गांगरून गेले. काय करावं, हेच मला कळेनासं झालं.

बॉबनं पटकन आपला रुमाल काढून तिच्या जखमेवर बांधला. ॲड्रियाननं तो घट्ट धरून ठेवला.

"खूप वर्षं उन्हात भटकल्यानं माझी त्वचा अगदी पातळ झालीय." ती म्हणाली. "पण, काळजी करू नका. रक्त यायचं थांबेल लवकरच."

पॉलिश केलेल्या जमिनीसारखं पाणी निश्चल होतं. वारा वाहायचा जवळजवळ बंदच झाला होता. तो सारा दिवसच धूसरतेच्या विभिन्न छटांनी भरलेला होता. धूसर प्रकाश, गडद, धूसर डोंगर, समुद्रावरसुद्धा धूसर रूपेरी छटा. मंद गतीनं आम्ही तरंगवाच्या दिशेनं निघालो.

"तुम्ही माझ्याकडे राहणार आहात." मी ॲड्रियानला सांगितलं. "तुमची काही हरकत नसावी. बार्बरा लवकरच दमून जातेय."

तिनं मान हलवली. आम्ही सारे गप्प झालो. ॲड्रियानची तंद्री लागली होती. अत्तराचा सुगंध भरून घ्यावा, तशी ती समुद्राची हवा फुप्फुसांत भरून घेत होती. पाण्याचे तुषार अंगावर यावेत, म्हणून ती बोटीच्या पाठीमागच्या भागाला, तोंड वळवून बसली आणि भोतिक जगाच्या अनुभवात चिंब भिजत तिनं डोळे मिटून घेतले.

किनाऱ्यावर उतरायला कुत्र्याची पिल्लं फारच अधीर झाली होती. त्यामुळं, नाव तराफ्याला लागायच्या आतच त्यांनी वेगानं बाहेर उड्या मारल्या. खरं म्हणजे बोट आणि तराफ्यामध्ये बरंच अंतर होतं. खाली पाणीही होतं. पिल्लं त्या पाण्यात पडण्याचं भय होतं. हलत्या बोटीतून उड्या मारायला ती शिकत होती. पण, ओहोटीमुळं पाणी बरंच उतरलं होतं. पायऱ्या खूपच उंच वाटत होत्या. ती पिल्लं या नख्या नसलेल्या मांजरासारखी पायरीखालच्या फळ्यांवरून जेट्टीपर्यंत घसरत गेली. जेट्टीचा आधार मिळताच सुटकेचा निःश्वास टाकत त्यांनी झुडपात धूम ठोकली. त्यांना कितीही बोलावलं किंवा लालूच दाखवली, तरी ती परत आली नाहीत. नाक जमिनीला लावून, त्यांच्या त्यांनाच कळणाऱ्या

खाणाखुणांचा मागोवा घेत ती दिसेनाशी झाली.

"त्यांची काळजी करू नकोस." बॉब म्हणाला. "दमली की येतील परत."

"पण, लोकांच्या तक्रारी यायला सुरुवात होईल."

"तू त्यांना आवरण्याचे प्रयत्न करत आहेस, हे सगळ्यांना माहीत आहे."

आम्ही बोट बांधेपर्यंत ॲड्रियान, वर्षानुवर्षांची सवय असल्यासारखी सहजपणे रॅम्पवर जाऊन उभी राहिली. पुन्हा भुरुभुरु पाऊस पडायला सुरुवात झाली होती. म्हणून, मी बॉबचे आभार मानले आणि ॲड्रियानचा हात धरून माझ्या घराकडं चालायला सुरुवात केली.

"आपण आज रात्री माझ्या घरी जेवू. उद्या सकाळी तरंगवात जाऊ. चालेल?"

"हो. चालेल नं!"

"मी दोनेक मित्रांनाही बोलावलंय. तुमची काही हरकत नाही ना? भराभर जेवण आटपू या, असं मी त्यांना सांगितलंय. लवकर आटपेल सारं. बॉबलापण बोलावलंय. अर्थात, बार्बरा थोडा वेळ एकटी राहू शकेल, असं त्याला वाटलं तर तो येईल."

"छान."

स्टुअर्ट आमच्या एका, पाहुणा म्हणून आलेल्या मित्राला घेऊन येणार होता. हा मित्र न्यूयॉर्कला भेटला होता. तो लेखक होता. त्याची भाषा खूपच शिवराळ होती. ॲड्रियानसमोर बोलताना आपल्या शिव्यांवर नियंत्रण ठेवायला त्याला सांग, असं मी स्टुअर्टला बजावून ठेवलं होतं.

"या मंडळींचा सहवास तुम्हाला आवडेल. खूप छान आहेत ही माणसं. बरं, एक गोष्ट सांगते. मी रात्री जेवायला स्टिक्स केले आहेत. पण, जर तुम्ही शाकाहारी असलात, तर मी पटकन फ्रिटाटा करते."

"माझ्या स्वत:वर जर स्वयंपाक करायची पाळी आली, तर मी शाकाहार करते. पण, बौद्धांना जे काही ताटात वाढलं असेल, ते खावंच लागतं... आणि मला बीफ आवडतं."

स्टुअर्ट आणि किंकी संध्याकाळी साडेसहा वाजता आले. किंकीनं शेलक्या शब्दांत बोलणं सुरू केलं. तेव्हा मला भोवळ यायची तेवढी शिल्लक राहिली होती. पण, ॲड्रियान मात्र हसत होती.

मी किंकीला शब्द जपून वापरायला सांगितलं. तेव्हा, ॲड्रियान म्हणाली, "मला धक्काबिक्का काही बसत नाही. मी त्यांची सगळी पुस्तकं वाचली आहेत. मी फॅन आहे त्यांची आणि माझ्या मुलाला त्यांचं संगीत फार आवडतं. त्याच्याजवळ यांचे सारे अल्बम्स आहेत."

बॉब आला. त्याचे कपडे थोडे ओले, चुरगळलेले होते आणि चेहऱ्यावर

चिंतेने, धरणाला भेगा पडाव्यात, तशा सुरकुत्या पडल्या होत्या.

"बार्बरा बरी आहे ना?"

"बरीय. ती बरी आहे. तिनंच मला इकडं पाठवलं. म्हणाली की, मला नव्या सोबतीची थोडीफार गरज आहे."

"पण, तुला यायचं नव्हतं. होय ना?"

"तिला एकटीला सोडायला जीव करत नाही."

"तिला बरं वाटत नसतं, तर तिनं तुला आग्रह करून दाराबाहेर काढलं नसतं. तेव्हा, तिची काळजी करू नको. शांतपणे बस जरा."

मी त्याच्या हातात रेड वाईनचा ग्लास ठेवला. आणि त्याला बसायला सांगितलं.

"जेवण तयार आहे. आज फार जागायचं नाहीय."

जेवताना स्टुअर्ट सभ्यपणे सर्वांची काळजी घेत होता. बॉब गप्पगप्प होता. तो खूपच संकोचत होता. किंकी मात्र पूर्ण जोशात होता. तो ॲड्रियानबरोबर धर्म, नैतिकता, मूल्य या विषयांवर तावातावाने वाद घालत होता. ॲड्रियान आनंदात होती.

"तर... मृत्यूनंतरचं जीवन आहे का?" किंकीनं बोलता बोलता विचारलं. त्याचे काळे डोळे क्षणात कठोर झाले. त्याला ॲड्रियानला पेचात पकडायचं होतं, हे माझ्या आणि स्टुअर्टच्या लक्षात आलं. मी तिला वाचवण्यासाठी काही बोलणार होते. पण, ती तत्परतेनं म्हणाली,"मृत्यूनंतर काय आहे, हे सांगायला तिथून परत आलेली किती माणसं तुम्हाला भेटली आहेत?"

"एकही नाही." किंकीनं उत्तर दिलं.

"मग, मला सांगा, ज्या गोष्टी आपल्याला कधीच कळणार नाहीत, अशा गोष्टीचा विचार करण्यात काय फायदा?"

बॉबनं काटा आणि चमचा आपल्या थाळीत जवळजवळ ठेवला आणि खुर्ची मागे सरकवत तो म्हणाला, "जेवणाबद्दल आभार. तुमची हरकत नसेल, तर मी निघतो आता."

'च्यायला या मठ्ठ किंकीच्या!' माझ्या डोक्यात तिडीकच उठली. पण, पुढच्याच क्षणी माझ्या लक्षात आलं की, किंकीला बार्बरा मरणासन्न होती, हे माहीत नव्हतं. मी बॉबला निरोप द्यायला ताडकन उठले.

तो ॲड्रियानला उद्देशून म्हणाला,"उद्या आपण भेटूच. तुम्हाला भेटायला बार्बरा खूप उत्सुक आहे."

मी त्याच्यासाठी दार उघडलं, तेव्हा भिजून चिंब झालेली पिल्लं आनंदानं आत शिरली. त्यांच्या चिखलानं माखलेल्या पंजांचे ठसे घरभर जमिनीवर

उमटले. ती अगदी दमून गेली होती. मी त्यांना टॉवेलनं कोरडं पुसून काढलं. कुठं गोचिडी तर लागल्या नाहीत ना, हे तपासून पाहिलं. मग, त्यांना त्यांच्या अंथरुणात धम्मकन आदळलं. त्यांच्या अंगाला भिजलेल्या लोकरीचा घाण वास येत होता.

स्टुअर्ट आणि किंकी निरोप घेऊन गेले. साडेनऊ वाजता ॲड्रियान गाढ झोपी गेली होती. पिल्लं दमल्यामुळं निपचित पडली होती. मी मात्र, ॲड्रियानचा श्वासोच्छ्वास ऐकत खूप वेळ जागीच होते. खूप दिवसांपासून माझ्या मनांत बौद्ध तत्त्वज्ञानाचा अभ्यास करायचं घोळत होतं. त्या वेळी सोफियानं मला, अध्ययनाचे प्राथमिक वर्ग दर नोव्हेंबर महिन्यात काठमांडूला भरतात, असं सांगितलं होतं. त्या वेळी, अशाच एका रात्री माझ्या मनात प्रश्न निर्माण झाले होते. 'मला तत्त्वज्ञानच का शिकायचंय? त्यामागचा हेतू काय आहे? एक चांगली व्यक्ती व्हावं, अशा हेतूनं मी हे करतेय का? की सुसंवादी जीवन जगायचंय म्हणून करतेय? मी अधिकाधिक कनवाळू, सहृदय माणूस व्हायचा प्रयत्न करतेय, असं पाहून देवानं मला दीर्घायुष्य द्यावं, असा माझा हेतू आहे का? सर्वशक्तिमानाविषयी माझ्या स्वतःच्या धूसर कल्पना आहेत. त्यांच्याशी मी नकळत माझ्या भवितव्यासंबंधी सौदेबाजी करतेय का? हे सारं करण्यामागं माझा स्वार्थ आहे की, मला खरोखरच ज्ञानाची लालसा आहे?'

मनाचा फारसा वेध न घेताही माझे हेतू सुस्पष्ट नसल्याचं माझ्या लक्षात आलं. देवाकडून देवाणघेवाणाची अपेक्षा काही करत नाहीय, याची खात्री पटेपर्यंत मी माझा निर्णय लांबणीवर टाकायचं ठरवून टाकलं.

दुसऱ्या दिवशी सकाळी साधारणतः अकरा वाजण्याच्या सुमारास मी आणि ॲड्रियान तरंगवात जायला निघालो. ॲड्रियान हळूहळू चालत होती. पण, तिच्या चालण्यात कणखरपणा होता. ती कुठंही अडखळत नव्हती. आकाश निळं होतं. समुद्र तर त्याहूनही निळाशार होता. भरतीची वेळ होती. मंद मंद लाटांमुळे पाण्यावर पडलेला प्रकाश, बाटलीचं बूच उघडणाऱ्या स्क्रूसारखा चमकत दोन्ही किनाऱ्यांकडे पसरत होता. पाऊस येऊन गेल्यामुळं साऱ्याच गोष्टींना नवीन आणि ताजा गंध येत होता. पायाखालची जमीन मऊ झाली होती. काकाकुव्यांचं कर्कश ओरडणं बेसूर रॉक बँडच्या अंतिम महास्पर्धेसारखं वाटत होतं. तरंगवाच्या पायऱ्या निसरड्या झाल्या होत्या. मी आधार देण्यासाठी ॲड्रियानचा हात धरण्याचा प्रयत्न केला. पण, तिनं तो हसून झटकून टाकला.

"मी ठीक आहे डीयर. बिलकूल ठीक आहे."

आम्ही अर्ध्या वाटेवर असू. काकाकुवे अतिशय बेभान होऊन ओरडत, एका उंच स्पॉटेड गमच्या भोवती पंख फडफडवत, देवदूतांच्या बेभान सैन्यासारखे घिरट्या घालू लागले.

"घोरपड झाडावर चढायचा प्रयत्न करतेय." मी ॲड्रियानला सांगितलं. "त्यामुळे, पक्षी अस्वस्थ झाले आहेत."

"बहुधा पक्षाचं घरटं असणार तिथं कुठंतरी." ॲड्रियान म्हणाली.

आपलं हिरवंकाळं शरीर झाडाच्या खोडाच्या रंगात लपवत घोरपड आपली शेपटी जोरजोराने हलवत होती. काकाकुव्यांच्या लष्करी हल्ल्यापुढं तिचा टिकाव लागत नव्हता. तिथं एक, दोन नव्हेत, तर चांगले आठ काकाकुवे होते. ते आपल्या सर्वशक्तीनिशी त्या महाकाय सरड्यावर झडप मारत होते. शेवटी पराभव पत्करून ती घोरपड झाडावरून खाली उतरली. तेव्हा, कुठं पक्षी शांत झाले. पांढरा गणवेश घातलेल्या तीक्ष्ण नजरेच्या पहारेकऱ्यासारखे ते सारे, झाडाच्या फांद्यांवर बसून खुरट्या झुडपांत दिसेनाशा होणाऱ्या घोरपडीकडे पाहात होते.

पक्ष्यांचा ओरडा थांबल्यावर एकदम सन्नाटा पसरला. काकाकुव्यांची डोकी घोरपड गेली, त्या दिशेनं वळली होती. प्रत्येकाच्या डोक्यावरील पिवळे तुरे प्रश्नचिन्हासारखे ताठ उभे होते. आवतीभोवती अगदी एवढासाही आवाज नव्हता. फुटकळ किड्याकिटकांचेही आवाज बंद झाले होते. मी आणि ॲड्रियान स्तब्ध उभ्या होतो. आम्ही कशाची वाट पहात होतो, कुणास ठाऊक! काही मिनिटांनंतर काकाकुवे शांतपणे उडून गेले. संकट टळलं होतं. आम्ही पुन्हा घराच्या पायऱ्या चढायला सुरुवात केली.

स्पॉटेड गमची एक फांदी वाटेत पडली होती. ती ओलांडताना ॲड्रियाननं आपला तोल सावरून धरला. नीट दिसावं, म्हणून तिनं आपला चेहरा बाजूला वळवला. तिचा अपंगपणा आता अगदी पहिल्यांदा जाणवला.

पायऱ्यांच्या टोकाला वर्कशेड होतं. तिथं जाताच ॲड्रियान स्तब्ध उभी राहिली. तिनं काय पाहिलं किंवा तिला किती स्पष्ट दिसलं, हे मला माहीत नाही. पण, त्या सकाळी त्या क्षणी तिचा अत्यानंदानं फुलून आलेला चेहरा मी कधीच विसरणार नाही.

"ही जागा तिला सर्वांत जास्त आवडत होती. इथंच तिला सतत राहावंसं वाटायचं." ॲड्रियान म्हणाली. ती म्हणजे अर्थातच डोरोथी मॅककेलर!

बॉब स्वयंपाकघराच्या दाराजवळ होता. तो तिथं मोरीत चहाचं भांडं रिकामं करत होता. मोरीजवळ शुभ्र पांढरी आणि जांभळ्या रंगाची व्हायलेटची नाजूक

फुलं फुललेली होती. आज बार्बराच्या अंगात उठण्याइतकंही त्राण नसल्याचं बॉबनं सांगितलं. तिच्याशी तिच्या बेडरुममध्येच बोललं तर चालेल का? असं त्यानं ॲड्रियानला विचारलं.

आम्ही मोठा दिवाणखाना ओलांडला. बार्बरानं पूर्वी करून ठेवलेला ऑस्ट्रेलियन मातीच्या भांड्यांचा संग्रह, लव्हेट बेची जुनी अठराशे सालची छायाचित्रं ओलांडून आम्ही पुढं गेलो. ॲड्रियाननं पोपडे वर आलेल्या भिंतीवरून हात फिरवला. मग, कपाटांना स्पर्श केला. ती कदाचित स्पर्शाच्या साहाय्याने वाट शोधत असावी. कदाचित त्या जुन्या काळाचा मनोमन अनुभव घेत असावी, असं वाटलं.

बार्बरा आपल्या प्रशस्त शय्यागृहात पलंगावर बसली होती. शय्यागृहात खूपच कमी उजेड होता. निळ्यागुलाबी जाड पडद्यांमुळं बाहेरचा प्रकाश नीटसा आत येत नव्हता. एका भिंतीला लागून खूप खण असलेलं आणि देवदाराच्या लाकडापासून बनवलेलं मोठं टेबल ठेवलेलं होतं.

नुकतंच स्नान केल्यामुळं बार्बराचा गुलाबी रंग उजळला होता. स्वच्छ धुतलेल्या केसांचा एका बाजूला भांग पाडला होता आणि केस एका चापानं मागे नीट बांधून ठेवले होते. ती खूपच तरुण आणि कमालीची निश्चिंत दिसत होती. तिच्या डोळ्यांत तिच्या अपेक्षा स्पष्टपणे उमटल्या होत्या.

ॲड्रियान आणि मी दोन खुर्च्यांत बसलो. या खुर्च्या भोजनगृहातनं इथं आणून ठेवल्या होत्या. बार्बरानं काळजीपूर्वक तयार केलेल्या प्रश्नांची यादी काढली. मी बरोबर आणलेला टेपरेकॉर्डर सुरू केला. बॉब पाय न वाजवता चहा घेऊन आला आणि चहाचे पेले त्यानं बाजूच्या टेबलवर ठेवले. मात्र त्यांना अखेरपर्यंत कुणी हातही लावला नाही.

"हे घर वेगळं वाटतंय का?" बार्बरानं ॲड्रियानला विचारलं. "तुम्ही इथं आलात, तेव्हा ते कसं वाटलं तुम्हाला?"

ॲड्रियाननं आपली खुर्ची बार्बराजवळ सरकवली आणि आपला हात तिच्या अंथरुणाच्या कडेवर ठेवला. हवं असलं, तर तुम्ही माझा हात हातात घेऊ शकता, असंच जणू काही तिला सुचवायचं होतं.

"मला थोडा भुताटकीचा भास झाला, असं मला वाटतं. पण, अगदी सुरुवातीला आल्याआल्याच! 'अच्छा! तू परत आलीस पुन्हा.' असं जणू काही 'ती' म्हणत होती."

"तुम्ही इथं नेहमी यायच्या?"

"मी मिस मॅककेलरबरोबर इथं कधीच आले नाही. पण, तिच्या परवानगीनं इथं दोनेक वेळा येऊन गेलेय. मी माझ्या दोन्ही मुलांना सुट्या घालवायला इथं

घेऊन यावं, असा तिचा सारखा आग्रह असायचा. पण, सुट्ट्यातली मौज उपभोगण्याइतकी आमची आर्थिक स्थिती चांगली नव्हती, हे तिच्या लक्षातच आलं नाही.

"या माझ्या भेटीही उडतउडतच होत्या. ती त्या वेळी इस्पितळात होती. मी आणि मिस्टर बर्च आलो होतो. मिस्टर बर्च हे तिचे ड्रायव्हर होते. एकदा तिच्या घराची व्यवस्था पाहणाऱ्या मिसेस स्कॅलवेलसोबत मी इथं आले होते. त्या वेळी तिला हवी असलेली कुठलीतरी वस्तू घेऊन जाण्याचं निमित्त होतं. पण, मुख्यत: सारं काही आलबेल आहे की नाही, हे पाहायला मी इथं आले होते."

"मग, तुम्हाला काय आढळलं?"

"सगळं काही छान होतं."

"तरंगवाचा इतरत्र फारसा कुणी उल्लेख केल्याचं आठवत नाही."

"ही तिची खाजगी जागा होती. इथं तिचा अजिबात जनसंपर्क राहात नव्हता. तिला इथला एकान्त आणि इथला निसर्ग मनापासून आवडायचा. तिला खूप काही आवडत नसलं, तरी तिला स्वयंपाक करता येत होता. इथं व्हरांड्यात बसून स्टीक आणि सलाड खाण्याविषयी ती माझ्याजवळ बोलली होती, असं मला आठवतं. ती जेवत असताना कुकाबुरा कठड्यावर येऊन बसायचा. तिनं त्याला काही खायला दिलं नाही, तर तो स्वत:च पानात तोंड घालून उचलून घ्यायचा."

"अजूनही तसंच होतं." बार्बरा हसून म्हणाली. "एक दंतकथा आहे. डोरोथी सगळी खाडी पोहून जायची. त्या वेळी तिच्या अंगावर लाल टोपीशिवाय काही नसायचं. खाडीच्या दुसऱ्या किनाऱ्यावर चिप्स रेफर्टी तिच्यासाठी टॉवेल घेऊन उभे असायचे. चिप्स खाडीच्या दुसऱ्या किनाऱ्यावरच रहात होते. तुमच्या पुस्तकांत चिप्सचा उल्लेख नाही. पण, ही गोष्ट मला आवडते. कारण त्या गोष्टीतून डोरोथीची स्वतंत्र वृत्ती स्पष्ट होते."

"ती स्वतंत्र वृत्तीची होतीच. पण, चिप्स तिचे खरेखुरे मित्र होते. तिच्या अंगाभोवती टॉवेल गुंडाळताना ते अत्यंत सभ्य गृहस्थासारखे आपली मान दुसरीकडे वळवून घेत."

"त्या दोघांत काही 'संबंध' असल्याचीही बोलवा आहे. ती खरी आहे का?"

"नाही. मला नाही वाटत." ॲड्रियाननं क्षणभर थांबून उत्तर दिलं. "मला तिच्याविषयी जी काही माहिती आहे, त्यावरून तरी मला असं वाटत नाही."

"लव्हर्स लेन म्हणून ओळखली जाणारी वाट आहे. तिचं प्रेम असणारी

आणखी एखादी व्यक्ती तिच्या आयुष्यात होती का?''

''नाही. मला तसं वाटत नाही. तिचे काही मित्र होते. ते अधूनमधून सिडनीहून इथं येत. पण, डोरोथी अगदीच एकलकोंडी होती आणि अशा प्रकरणाच्या बाबतीत तर तिनं खूपच सावधगिरी बाळगली असणार. चांगल्या चारित्र्यासाठी कोणत्या गोष्टीची आवश्यकता असते, याविषयी तिची मतं ठाम होती. आत्मसन्मानाला ती अतिशय महत्त्व देत असे. हा आत्मसन्मानही ओढूनताणून आणलेला तिला मान्य नव्हता. ही आत्मप्रतिष्ठेची भावना मुळातच आपल्या व्यक्तिमत्त्वातून आली पाहिजे. चांगलं काय, वाईट काय, याची नेमकी जाण मुळातच असली, की आपोआपच ही भावना आपल्या व्यक्तिमत्त्वातून फुलून येते, असं तिचं म्हणणं होतं.''

''तिला चांगली विनोदबुद्धी होती का?''

''होती ना. खूप तीक्ष्ण विनोदबुद्धी होती. कुणी तिच्यावर कुरघोडी करण्याचा प्रयत्न केला किंवा तिचा गैरफायदा घेण्याचा प्रयत्न केला, तर ती आपल्या तीक्ष्ण विनोदानं त्याला गप्प करत असे.''

क्षणभर थांबून ॲड्रियाननं पुढे विचारलं, ''तुमची हरकत नसली, तर एक विचारू? तुम्हाला मिस मॅककेलरविषयी एवढं कुतूहल का आहे? तुम्हाला जी माहिती हवीय, असं मला वाटलं होतं, त्यापेक्षा खूप खोलात जाऊन तुम्ही चौकशी करताहात.''

''इथं लागलेल्या वणव्यात हे घर आणि त्याचा सारा इतिहासच नष्ट व्हायची वेळ आली होती. त्यामुळंच माझ्या विचारांना चालना मिळाली. इथं काय होतं, काय शिल्लक राहिलं, याचा दस्तऐवज असावा, असं वाटलं. या घराविषयी जास्तीत जास्त माहिती मिळवण्याच्या प्रयत्नात असतानाच डोरोथी मॅककेलरविषयीही माहिती करून घ्यावीशी वाटली. तिच्याविषयी फारशी माहिती उपलब्ध नाही. तिच्याशी प्रत्यक्ष संबंध आलेल्या फक्त तुम्हीच एकट्या आहात, असं आढळून आलं. किती काळ तुम्ही तिच्या संपर्कात होतात?''

''साडेअकरा वर्षं. अगदी आठवड्यांतले सहा दिवस आणि दिवसांतले बारा तास आम्ही एकत्र असायचो. तिला बोलायला खूप आवडायचं. एखाद्या प्रसन्न दिवशी ती अखंड बोलत राहायची. दिवस चांगला नसेल, तेव्हा ती खूप शिणून जायची. शेवटच्या काळात तर तिला रोगाचे आकस्मिक झटके यायचे. त्यानंही ती दमून जायची. तिला राग येण्यासारखं किंवा क्षुब्ध करण्यासारखं कुणी काही बोललं, तर त्याचाही तिला त्रास व्हायचा. ती पार थकून जायची.''

''माझ्या मते तिचं भाषेवर प्रेम होतं.''

''काही शब्दांचा तिच्यावर खूप परिणाम व्हायचा. काही रंगांच्या नुसत्या

उल्लेखाने तिच्या डोळ्यात पाणी उभं राहायचं. 'द कलर ऑफ लाईट,' ही तिची सर्वांत चांगली कविता होती."

"तिनं लग्न केलं नव्हतं. तिला मूलबाळ नव्हतं. आपलं आयुष्य वाया गेल्याची भावना तिच्या मनात कधी निर्माण झाली नसेल का? तुम्हाला काय वाटतं?"

"मला वाटतं, ती पूर्णपणे समाधानी होती. कृतार्थ होती. तिला शक्य होतं ते तिनं केलं आणि नाव घेण्याजोगं कार्य तिने मागे ठेवलं. आपल्या कुटुंबाला खाली पाहायला लावेल, असं तिनं कधीही काहीही केलं नाही. तिनं कधी दुसऱ्याचं वाईट केलं नाही. ती स्वार्थी नव्हती. मरताना तिला कुठल्या गोष्टींचा पश्चात्ताप झाला असेल, असं मला वाटत नाही. पण, तिच्या आयुष्यात दु:खही होतं. कधीकधी ती उदास व्हायची. तिचा भाऊ कीथ बोएरच्या युद्धात मारला गेला. त्याच्या उल्लेखानंही तिला रडू कोसळायचं. मग, ती खूप वेळ रडत बसायची."

बार्बरानं हातातली प्रश्नांची यादी केलेली वही बाजूला ठेवली. अंथरुणात कुठं हरवून जाऊ नये, म्हणून तिनं आपलं पेन वहीतच ठेवलं.

"मला आत फक्त एकच प्रश्न विचारायचा आहे. प्रश्न साधाच आहे. पण, माझ्या दृष्टीनं खूप महत्त्वाचा आहे. ती कुठल्या प्रकारचे कपडे घालायची, हे तुम्हाला आठवतं का? म्हणजे तिचा पोशाख गडद रंगाचा असायचा की फिकट रंगाचा? ती हॅट वापरायची का?"

ॲड्रियान थोडा वेळ गप्प बसली. जरा विचार करून तिनं उत्तर दिलं, "तिला फिकट रंगाचे कपडे आवडायचे, हे मला नक्की आठवतं. फुलांची नक्षी असलेले हाउसकोट ती नेहमीच घालायची. हॅट वापरायची की नाही, ते मला नक्की आठवत नाही. कारण, माझी ओळख झाल्यानंतर ती बाहेर फारशी अशी गेलीच नाही."

बार्बरा उशीवर डोकं ठेवून पडून राहिली. मी तिथून बाहेर पडले. तिच्या अपेक्षेपमाणं तिला माहिती मिळाली नाही, म्हणून मी निराश झाले होते. डोरोथी त्या भुतासारखी दिसत नव्हती. मेलबर्न कपाच्या रात्री चक्रमपणे फिरणारी व्यक्ती कोण होती, हे कळण्यापलीकडे त्यात काही गूढ राहिलं नव्हतं. काही रहस्य राहिलं नव्हतं.

ॲड्रियान बार्बराजवळ थांबली होती. त्या दोघी आणखी तासभर बोलत बसल्या होत्या. पण, ते बोलणं डोरोथीबद्दल नव्हतं, असं ॲड्रियाननं मला नंतर सांगितलं. कुटुंब, प्रेम, स्वप्नं, आशा या विषयांवर त्या बोलत होत्या.

नोव्हेंबर उजाडला. वसंत ऋतूच्या वाऱ्यानं लव्हेट बेला धडका देऊन बाभळीची उरलीसुरली सोनेरी फुलं उधळून लावली होती. माझं केमो होऊन जवळजवळ महिना होऊन गेला होता. बार्बराची प्रकृती हळूहळू खालावतच होती. पण, आपल्या आजाराला ती धीरानं तोंड देत होती. आता आम्ही तिच्या झोपण्याच्या खोलीतच गप्पा मारत बसत होतो. आपल्याला दिवसागणिक बरं वाटतंय, असं ती हट्टानं सांगत असली, तरी क्वचितच आपल्या खोलीच्या बाहेर पडत असे.

आता मी बोट घेतली होती. बॉबनं बांधलेल्या त्या मजबूत बोटीला मी 'टिन कॅन' असं नाव ठेवलं होतं. ती वापरायला अजून मी जरा घाबरतच होते. पण, ती बागेजवळ होती, या जाणिवेनंच मला आणखी स्वतंत्र झाल्यासारखं वाटत होतं. चर्च पॉइन्टपर्यंत जा-ये करू शकणारी एक लहान बोट बांधायचा बॉब विचार करत होता, असं मला बार्बरानं सांगितलं. तेव्हाच ती बोट मला विकत दे, असं मी बॉबला म्हणाले होते.

सकाळची वेळ होती. सगळी जमीन बाभळीची फुलं पडून सोनेरी झाली होती. पश्चिमेकडून येणाऱ्या गंधित वाऱ्यानं ग्रीष्माच्या आगमनाची सूचना दिली होती. मी बॉबजवळ बोटीचा विषय काढला. तेव्हा तो म्हणाला, "तुला बोट चालवता येते की नाही, याची आधी चाचणी घ्यावी लागेल."

"तू शिकवशील? निदान सुरुवातीचे धडे देशील?"

"हो. शिकवेन ना. त्यात काही फार मोठं असं करावं लागत नाही. पाच वर्षांचं पोरसुद्धा बोट चालवू शकतं. तू पटकन शिकशील."

"नक्कीच!"

पहिल्यांदा आम्ही बोट अगदी हळूहळू चालवली. असं करणंच योग्य होतं, हे मला सोफियाबरोबर केलेल्या धाडसामुळं माहिती होतं. पण, आम्ही जेव्हा खाडीच्या मोकळ्या भागात आलो, तेव्हा त्यानं मला थ्रॉटल पुढं ढकलायला सांगितलं. इंजिनाचा कानठळ्या बसवणारा आवाज करत आम्ही तुफान वेगानं जाऊ लागलो. मी माझ्या हुशारीवर खूश होते. आपण मस्त बोट चालवतोय, असा माझा समज होता. तेवढ्यात बॉबच्या ताणलेल्या चेहऱ्याकडे माझं लक्ष गेलं.

"काय झालंय?" मी ओरडून विचारलं.

"गोट्या तुटायची वेळ आलीय." तो जोरात ओरडला. त्यानं आपले अंडकोश हातात धरून ठेवले होते.

"ओह गॉड! सॉरी."

मी थ्रॉटल मागं खेचल आणि बॉब विंगस्क्रीनवर जाऊन आदळला. ओफ! सोफियाबरोबर असताना मिळालेला पहिला धडा विसरले होते.

"सॉरी!"

त्याचा श्वासोच्छ्वास पुन्हा चालू झाला. त्याचा चेहरा पांढराफटक पडला होता. "हे बघ, बोटीला आणखी एक मधला वेग असतो. हळू आणि भन्नाट एवढे दोनच वेग नसतात."

त्यानं पुढं होऊन थ्रॉटल हलवला. तेव्हा, मात्र आम्ही लाटांवर छान झुलायला लागलो.

"कळलं? आता लव्हेट बेकडं परत चल."

मी जोरात चाक फिरवलं. बॉब त्याच्या सीटमधून जवळजवळ उडालाच होता. बाजूच्या खिडकीवर त्याचं डोकं दाणकन आपटलं.

"ओह गॉड, आय ॲम सो सॉरी."

त्यानं आधी आपला तोल सावरला. मग, माझ्याकडे रोखून पाहिलं. "तुझ्याइतका वाईट विद्यार्थी मी आयुष्यात पाहिला नाही. धक्कादायक आहेस."

तो असं म्हणाला आणि आम्ही दोघंही हसलो. कारण ते खरं होतं, हे आम्हा दोघांनाही माहीत होतं. पण, बॉबच्या चेहऱ्यावरचे भाव बदलले. चेहऱ्यावरची चिंता कमी झाली. ताण सैल झाला. तो एकदम अनेक वर्षांनी तरुण दिसू लागला. त्याच्या बोटीच्या नावासारख्याच त्याच्यातही टपोरीपणाच्या छटा होत्या. हा टपोरीपणा आपल्यात कुठंतरी दडून आहे, याची त्याला जाणीव असेल आणि म्हणूनच त्यानं बोटीला हे नाव दिलं असेल.

"पाम बीचवर होणाऱ्या रेससाठी ही बोट वापरायचं तुझ्या मनात असेल, तर ते मनातून काढून टाक. त्या रेससाठी ही बोट योग्य नाही. तिचं इंजीन काहीसं जुनं आहे." बोटीची किंमत नक्की ठरल्यावर बॉब म्हणाला. "आणि वर्षभराच्या आत हे इंजीन बिघडलं, तर घेतलेल्या पैशातले काही पैसे मी तुला परत करेन."

"चांगलं आहे की!" माझ्या दृष्टीनं बोट सुस्थितीत होती आणि मजबूतही होती. सगळा व्यवहार मला सोयीचाच होता. "चालेल तू म्हणतोस ते. पण, मी आता बेजबाबदारपणे बोट चालवणार नाहीय."

"तुला गरज आहे ती सवय करण्याची." बॉब म्हणाला. "रोज तू एकटीच थोडा वेळ बोट घेऊन बाहेर जात जा."

त्यानं दीर्घ श्वास घेतला. बहुधा तो स्वत:ला स्थिर करायचा, सावरायचा प्रयत्न करत असावा.

"धक्क्याला बोट लावायचा सराव कर." त्यानं पुढं सांगितलं. "हा सराव

सतत करत राहा. अगदी वारा आणि पाणी यांच्या ताकदीचा अंदाज येईपर्यंत.''

''मला वाऱ्याच्या प्रवाहांबद्दल माहिती आहे. ते इंजीन सुरू करण्याआधीच आपल्याला भर समुद्रात ढकलू शकतात.''

बॉबनं मान हलवली. ''पंचमहाभूतांचा मान राखणं आवश्यक असतं. आपण त्यांच्याशी जबाबदारपणे वागलं पाहिजे. नाहीतर ते आपल्याला चांगलीच अद्दल घडवतात.''

१७

माझा केमो होऊन जवळजवळ महिना लोटला होता. मी कोणे एके काळी एका नियतकालिकाचं संपादन करत होते. तिथं नवीन संपादक आली होती. तिनं मला अंशकालीन नोकरी देऊ केली होती. मी हे काम स्वीकारायचं ठरवलं होतं. एकतर मी सारखी घरातच बसून राहायचे. त्यामुळं डोक्यात सतत तब्येती विषयीचेच विचार असायचे. मन कुठंतरी दुसरीकडं कामात गुंतवणं आवश्यक होतं. दुसरं म्हणजे, मी घरदुरुस्तीचं काम काढून बसले होते. त्यासाठी पैशांची गरज होती. मग ठरलं असं की, मी तीन रात्री पियाच्या मध्यवस्तीत असलेल्या घरी राहायचं. या काळात बॉब आणि बार्बरा कुत्र्याच्या पिल्लांची देखभाल करणार होते. मी गुरुवारी रात्री घरी परतले की, रविवारपर्यंत घरीच राहणार होते.

मला अजूनही टक्कल होतं. पण, कुणी त्याकडं लक्ष देत नव्हतं. बाजारात काहीही प्रतिमा असली, तरी स्त्रीविषयक नियतकालिकांच्या कार्यालयात फारशी चमकदमक असत नाही. साऱ्यांना इतकं झडझडून काम करावं लागतं की, नक्षीदार कपडे आणि उंच टाचांच्या बुटांकडं लक्ष द्यायला कुणाला सवड नसते. मी एकदोन दिवस रुमाल बांधून जाण्याचा प्रयत्न केला. नंतर मात्र सोडून दिला. 'मी आहे, ही अशी आहे आणि आत्ता या क्षणी टकलू आहे. माझ्या टाळूवरचं टेंगूळ विचित्र दिसतं. खूप वाईट गोष्ट आहे. मी जशी आहे, तशी मला स्वीकारा. नाहीतर सोडून द्या. मी जी नाही, ती आहे असं दाखवायचा खटाटोप यापुढं कायमचा बंद. नोकरीसाठी, पुरुषासाठी, मित्रासाठी किंवा जगण्यासाठीही पुन्हा असं नाटक मी करणार नाही.' गेल्या काही महिन्यात मी अधिक समंजस, अधिकच प्रौढ झाले होते. हे प्रौढपण वातावरणामुळं आलं होतं, का मरणाच्या भयानं? कदाचित, दोन्ही गोष्टींचा तो एकत्रित परिणाम असावा.

एक केमोचा प्रभाव सोडला, तर बाकीचं आयुष्य कसं हाताळायचं, ते मला कळत नाही. अनेक महिने मी परग्रहावरची असल्यासारखी दूर राहिले आणि आता अचानक आयुष्याच्या मुख्य प्रवाहात येऊन पडले आहे. कॅन्सरनं माझ्या

आयुष्यात आक्रमण केलेलंच नाही, असं मानून पुढं जायचं का? मी आता पूर्णपणे बरी झालेय का? मी आता इतरांसारखं वागू शकेन का? मनात येईल तसं वागायचं, वाटेल ते खायचं, प्यायचं... असं मला करता येईल का? खरं म्हणजे सारं काही आलबेल आहे, अशी खात्री कुणीही कधीच देऊ शकत नाही. आजार उलटायचं भय आपल्याला नेहमी उंच कड्याच्या टोकावर उभं ठेवत असतं.

माझी प्रकृती लवकरच बरी होऊन मी सर्वसामान्य आयुष्य जगू शकेन, असं मला वाटलं होतं. पण, केमोचे उपचार संपल्यानंतर कित्येक महिने कायम राहणाऱ्या आणि अनेकदा वाढत जाणाऱ्या थकव्याला तोंड द्यायची तयारी मी केली नव्हती. माझं चित्त अजून एकाग्र होत नव्हतं. फारफार तर मी दोन मिनिटं लक्ष केंद्रित करू शकत होते. हे असं केमोमुळं होत होतं, रजोनिवृत्तीमुळे होत होतं की गेल्या सहा महिन्यांत अचानक जे घडलं, त्यामुळं होत होतं, कुणास ठाऊक! थोडक्यात म्हणजे वाक्याच्या सुरुवातीपासून शेवटच्या शब्दापर्यंत लक्ष एकाग्र करणं, म्हणजे महाभयानक छळवाद होता.

मी रोज नऊ वाजता ऑफिसला पोहोचण्यासाठी धडपडत होते. सगळा दिवस-संध्याकाळी साडेपाच वाजेपर्यंत काम करण्याचा प्रयत्न करत होते. चार आठवड्यांतच मी फार दमून गेले. विश्रांती मिळावी, म्हणून मी माझ्या टेबलाखालीच आराम करत होते. अशा अवस्थेत आपल्याला कुणी पाहू नये, असं वाटत होतं. फार वेळ नुसतं बसलं, तरी गरगरायला व्हायचं. एकदा तर सगळे ऑफिसातून निघून गेल्यानंतरही मी खूप वेळ बसूनच होते. कारण, खुर्चीतून उठून ऑफिसबाहेर जाण्याइतकंही त्राण माझ्यात उरलं नव्हतं.

दररोज गरमीच्या लाटा शरीरात उठत होत्या. त्याच्यापाठोपाठ जीव मळमळून जायचा. अशा अवस्थेत कुणाची मुलाखत घेणं म्हणजे अगदी नरकयातना होत्या. मी दहा मिनिटं शांतपणे, स्वतःवर संपूर्ण ताबा ठेवून बसलेली असायची. मग, अचानक माझं कपाळ गरम व्हायचं. माझा चेहरा काळानिळा व्हायचा. ओठावर आणि डोळ्याखाली घामाचे टपोरे थेंब उभे राहायचे. काही क्षणात मला दरदरून घाम फुटून त्याचे लोंढे अंगभर वाहू लागायचे. माझी अगदी दुर्दशा व्हायची. मला हळूहळू वेड लागतंय, असं वाटू लागायचं.

जवळजवळ सगळीच माणसं माझ्याशी समजूतदारपणे आणि सहानुभूतीने वागत होती. आपापल्या परीनं जमेल तेवढी मदत करत होती. कुणी शीतपेय आणून द्यायचं. कुणी घाम पुसायला टिश्यू पेपरचा डबा पुढं करायचं. कुणी पंख्याचं तोंड माझ्याकडे फिरवायचं. या संदर्भात मला ग्लेन क्लोज या अमेरिकन कलावंत नटीची आठवण आहे. नॉर्थ क्वीन्सलँडमध्ये 'साऊथ पॅसिफिक' या

छोट्या मालिकेच्या सेटवर मी तिची मुलाखत घेतली होती.

"मला जर अचानक दरदरून घाम फुटला, तर घाबरून जाऊ नका." मी तिला सुरुवातीलाच सांगितलं. "एक महिन्यापूर्वीच माझ्यावर केमोचा उपचार झालाय. माझं शरीर अजून त्याच्याशी जुळवून घ्यायचा प्रयत्न करतंय."

तिनं माझ्याकडे निरखून पाहिलं. तिचा बांधा सडसडीत होता. त्वचा नितळ आणि छान होती. तिच्या राखाडी डोळ्यांतून तिची बुद्धिमत्ता, तिचा निरोगीपणा आणि उन्मादकता स्पष्ट प्रतिबिंबीत होत होता.

"आत या. तिथं अधिक गार आहे." ती म्हणाली. "तुम्हाला आणखी कशानं जास्तीत जास्त आराम मिळेल, ते सांगा. त्याची व्यवस्था करते."

उगाच दिखाऊपणा नाही. सगळा सरळसरळ नेटका व्यवहार! मी विस्कळीतपणे अडखळत प्रश्न विचारत होते. ती शांत होती. मी दोनेक प्रश्नांची पुनरुक्ती केली, तेव्हाही तिनं आपला संयम ढळू दिला नाही. मी तिच्या कुटुंबातलीच एक सदस्य होते, असं तिच्या वागण्यामुळं मला वाटू लागलं. दुसऱ्यांचा विचार करण्याची तिच्यात क्षमता होती. तिच्या मनात दुसऱ्यांविषयी सहजपणे करुणा निर्माण व्हायची. मी अनेक वर्षं हॉलिवूडच्या तारेतारकांच्या मुलाखती घेतल्या आहेत. पण, तिच्यासारखी कनवाळू अभिनेत्री मला अपवादानंच भेटली.

मला लांबच्या प्रवासात कधीकधी लिम्फोडिमाचा त्रास व्हायचा. म्हणून मी उजवा हात लवचीक बँडेज घट्ट बांधून, ग्लेन क्लोजची मुलाखत घेऊन परत आले. तेव्हा, ही मुलाखत मला चांगली घेता आली नाही, हे मला कळत होतं. पण, पुन्हा असं घडू नये, म्हणून काय करावं, हे मात्र मला कळत नव्हतं. माझ्या मनाची अवस्था दलदलीसारखी झाली होती. मनात विचार येत नव्हते. आले, तरी आकार घेत नव्हते. त्याहूनही वाईट, म्हणजे लोक माझ्याशी काय बोलत होते, ते समजणं अवघड झालं होतं. मला त्यांचे शब्द, अतिशय मंद गतीनं धुकं यावं, तसे ऐकू येत होतं.

पत्रकारितेत चमकदार, लक्षवेधी शीर्षकाला खूप महत्त्व असलं. मुलाखत देणाऱ्याचं एखादं खळबळजनक वाक्य नेमकं पकडलं की, नीरस, बेचव मुलाखतीलाही चटपटीत मसालेदार रूप येतं. पण, पत्रकारितेत अत्यावश्यक असलेली ही अंत:प्रेरणा मी हरवून बसले होते. कॅन्सरनं मी माझं स्वास्थ्य गमावलं होतं. त्यामुळं, इतरांच्या स्वास्थ्याच्या बाबतीतही मी कळत-नकळत जागरूक झाले होते. त्यांना कुठल्याही प्रकारची हानी पोहचू नये, म्हणून जपायला लागले होते. म्हणून छापल्यानंतर खळबळ माजवणारे शब्द मी स्वत:च गाळून टाकत असे किंवा त्यांची तीव्रता कमी होईल, अशा रीतीने वापरत असे. खरं म्हणजे ही व्यावसायिक आत्महत्याच होती. पण, आता मी याहून कुठल्याही

वेगळ्या पद्धतीने जगू शकत नव्हते.

व्यक्तिगत पातळीवर साध्यासाध्या गोष्टींना अनेक फाटे फुटत होते. घरी बांधून न्यायच्या खाद्यपदार्थांतील कुठले पदार्थ मला हानिकारक ठरतील? बार्बेक्यू स्टीकमुळे कॅन्सरची पुन्हा लागण होईल का? डोक्यावर भविष्यकाळात कधीतरी येणारे केस रंगवले तर पुन्हा कॅन्सर होण्याची शक्यता आहे का? माझ्यासाठी चांगलं काय आहे? मला कशाचा त्रास होईल? कधीकधी वाटतं, की खच्चून भूसुरंग पेरलेल्या मैदानात आपण फिरतो आहोत. शरीरातला कॅन्सर झालेला भाग काढून टाकल्यामुळं, तांत्रिकदृष्ट्या मी सध्या अजिबात आजारी नाहीय. मला फक्त केमोच्या उपचारांमुळं त्रास होतोय. पण, हा त्रासही लोकांना दिसावा, असा नाही. नाक वाहत नाही. ताप नाही. खोकला नाही. पोटात दुखतसुद्धा नाही. फक्त त्या रसायनांची घाणेरडी चव माझ्या तोंडात सतत फिरत राहते. आणि माझ्या कणाकणांत थकवा सारखा झिरपत राहतो. लवकरात लवकर बरं व्हावं, म्हणून मला आटोकाट प्रयत्न करायचे आहेत. पण, त्यामुळं मला त्रास होईल, असं भयही वाटतं. या दोन्हीच्या कात्रीत मी सापडले आहे. हा वाईट रोग आपल्याला का झाला, हेच आपल्याला माहीत नसतं. त्यामुळं, तो पुन्हा होऊ नये, म्हणून काय करावं, हेही आपल्याला कळत नाही.

मी आणि बार्बरा एकदा 'लिफ्ट' बद्दल बोलत होतो. काय म्हणता येईल बरं त्याला? प्रेरणा? म्हणजे असं, की आपण एकेक पाऊल वर जात असतो... म्हणजे बोटीतून उतरायला पाय उचलतो, पायऱ्या चढताना पाय वर उचलतो... आणि हे करायला आपल्याजवळ शक्तीच नसते... मग, आपल्याला वर जाताच येत नाही. आपण बोटीतून बाहेर पडायला पाऊल उचलतो. हे करायला आपल्याला शक्ती कुठून मिळते? प्रेरणा कशी मिळते? यावर मी आधी कधी विचारच केला नव्हता. आधी आपल्या मेंदूला प्रेरणा मिळते. ती शरीरातून जाऊन योग्य त्या स्नायूंना निरोप देते आणि मग, जादू घडावी, तसं ते तुम्हाला हवं त्या ठिकाणी घेऊन जातात. पण, आता काय झालंय! मी पाँटूनवर पाय ठेवते. पण, पुढं काहीच घडत नाही. हातांचा आधार घेतल्याशिवाय दुसरं पाऊल पुढं पडतच नाही. मेंदूतून स्नायूला त्या सूचना, ती प्रेरणा मिळतच नाही. हे जसं धक्कादायक आहे, तसंच अपमानकारकही आहे.

एकदा रात्री पिया आपल्या मित्रमैत्रिणींना अपार्टमेंटमध्ये घेऊन आली. पहाटे तीन वाजेपर्यंत नाचगाणी चालली होती. यापूर्वी मी आनंदानं पार्टीत सामील झाले असते. पण, या वेळी मला इतका थकवा आला, की दुसऱ्या दिवशी मी अंथरुणातनं लवकर उठूच शकले नाही. त्यामुळं, ऑफिसला तासभर उशिरा पोहोचले. पार्टीच्या गोंधळापेक्षाही बाजूच्या गल्लीत चाललेल्या नशिल्या

पदार्थांच्या सौदेबाजीचे आवाज, समोरच्या खिडकीबाहेर असणाऱ्या टेकडीवर चढणाऱ्या बसेसचा कर्कश आवाज, यांचाच मला जास्त त्रास झाला. आपण जेव्हा, शहरातच वास्तव्य करतो; तेव्हा तिथं रात्री होणारे चित्रविचित्र, विक्षिप्त आणि निर्हेतूक आवाज आपल्याला जाणवत नाहीत. पण, जिथं भरतीच्या लाटा खळाळत येऊन खडकांना गुदगुल्या करत हळुवारपणे शांत होतात, अशा ठिकाणी काही काळ राहिल्यानंतर, शहरातले आवाज मस्तकात घणाघातासारखे सतत जाणवत राहातात.

पिटवॉटरमध्ये लाटांवर चालणारा प्रकाशाचा खेळ पाहत काही वेळ नुसतं बसून राहिलं, तरी माझं मन हलकं होतं. शांत होतं. तिथले रंग नेहमीच बदलत राहतात. रूपेरी पहाट, ज्वालेच्या रंगाचा सूर्योदय, उन्हं झाडांचे रंग शोषून घेतात तेव्हाची भगभगती दुपार, झाडांचा हिरवा रंग गडद करणारी सांजवेळ आणि हे सारं जिच्यात विरघळून जातं, ती काळोखी रात्र. लव्हेट बे हा स्वत:च स्वत:चा कॅलिडोस्कोप आहे. क्षणाक्षणाला तिथले रंग बदलत असतात. रूपेरी, आकाशी, हिरवट पिवळा, निळा, सोनेरी, नारिंगी... कधी हे रंग पाण्यात मिसळलेले असतात. कधी ओहोटीनं फिकुटले जातात. मलूल होतात. समुद्रातलं गवत माना टाकून रेतीत अडकून राहातं. मग, पुन्हा भरती येऊ लागते आणि लाटांखाली त्यांचं नि:शब्द नृत्यनाटय सुरू होतं.

रंगांप्रमाणे तिथं अनेक गंधही आहेत. ओहोटीच्या वेळी रेती उघडी पडते. त्या ओल्या आणि उघड्या रेतीचा दमट व खारट वास येतो. दिवसा चाळीस डिग्री तापमान असतं, तेव्हा निलगिरीचा धुळीनं माखलेला आणि भाजका वास हवेत पसरतो. बाभळीच्या फुलांचा गोडसर गंध आणि त्याच्या जोडीला ओल्या खडकांना येणारा शिळा, काहीसा कुबट वास! वाऱ्याचंही असंच असतं. समुद्रकिनाऱ्यावर वाऱ्याचं अस्तित्व नेहमीच असतं. पण, प्रत्येक वाऱ्याला त्याचं स्वत:चं असं वैशिष्ट्य असतं. समुद्रातल्या बोटींच्या शिडाकडं न पाहताही त्या वाऱ्याची दिशा ओळखता येते. दक्षिणेकडून येणारा वारा स्वच्छ आणि सुखद असतो. उत्तरेकडून येणारा वारा चिकट आणि दमट असतो. उन्हाळ्यातला वारा इतका उष्ण आणि कोरडा असतो की, वणवा पेटायची भीती वाटू लागते. पण, सायंकाळी समुद्रावरून येणाऱ्या वाऱ्याच्या झुळका त्या गरम वाऱ्याला मागं ढकलून देतात.

जेव्हा भुरुभुरु पाऊस येतो, तेव्हा उजेड आणि सावल्या एकमेकांत मिसळून जातात. जांभळ्या ढगांचे पुंजके गोळा होऊन घनगर्जना करू लागतात तेव्हा लुकलुकता प्रकाश पडणाऱ्या भिंतीवर पाऊस कोसळू लगतो. दूर जंगलात विजा चमकू लागतात. सूर्याची किरणं पडली आणि वाऱ्याची झुळुक आली की, समुद्र

ताज्या माशाच्या अंगावरील मोत्यांच्या खवल्यासारखा दिसू लागतो आणि त्याला जवळजवळ इंद्रधनुष्याचंच रूप येतं. कधी वाऱ्यांच्या ढुशांमुळे उठणाऱ्या लाटांवर फेसाचं नक्षीकाम उमटतं. अशा वेळी वातावरणातल्या बदलानुसार आवाजात होत जाणारे बदल ऐकत बसणंही अत्यंत आनंददायक असतं. कॅज्युरिना वृक्षाचं गाणं, कॅबेन पामची रेशमी सळसळ, त्यांच्या पानांचा पियानोच्या सुरावटीसारखा वाटणारा कंपयुक्त आवाज आणि स्पॉटेड गमची व्यथित करणारी करकर. क्वचित कधी झाडाची भलीमोठी फांदी तुटून कडकड आवाज करत खाली पडते. भौतिक जगापासून आपल्याला अलिप्त ठेवणं, वेगळं ठेवणं निव्वळ अशक्य असतं आणि या जगावर नियंत्रण ठेवण्याची कल्पना मिथ्या आहे, आभास आहे; याची मला पुन्हापुन्हा, पदोपदी जाणीव होत राहाते.

मी तीन महिने ऑफिसच्या कामात धडपडत राहिले. रिंगण घालत राहिले. पण, ते हळूहळू दिवसेंदिवस कमी होत गेलं. मग, माझ्या संपूर्ण डोक्यावर कुरळ्या केसांचं छप्पर दिसू लागलं. पण, त्याचा रंग पूर्वीपेक्षा वेगळा होता. पूर्वी माझे केस लाल होते. आता ते काळे झाले होते. एव्हाना ऑफिसमध्ये जाणं आता आपल्याला शक्य नाही, असं माझ्या लक्षात आलं होतं. त्याच्या मागं फक्त 'थकवा' हे एवढंच कारण नव्हतं, तर आकाश आणि प्रकाश मागं सोडून त्या प्रचंड इमारतीत शिरताना रोज मला मन पिळवटून टाकणारं दुःख होत होतं, हेही कारण होतं.

इथं माझ्या चेहऱ्याला वाऱ्याची झुळूक स्पर्श करत नव्हती. सागरी हवेच्या उन्मादक गंधाऐवजी शेकडो अनोळखी माणसांचा वास भोवती पसरला होता. माझी संवेदनक्षमता तीव्र झालेल्या अवस्थेत तो वास मला, पाण्याबरोबर वाहत आलेल्या प्रचंड सिंथेटिक दुर्गंधीसारखा वाटत होता. मला माझ्या कुत्र्याच्या पिल्लांची आठवण येत होती. नैतिकतेचं बंधन नसलेला त्यांचा मुक्त आनंद मला बघायचा होता. त्यांचा सुखद मातकट गंध अनुभवायचा होता. माझे कुटुंबीय झालेल्या शेजाऱ्यापाजाऱ्यांचा सहज, शांत जीवनक्रम मला हवा होता. इथल्या कृत्रिम वातावरणात घालवलेला प्रत्येक क्षण वाया जात होता, असं वाटत होतं. गोंगाटानं भरलेल्या माझ्या शय्यागृहात वाहनांच्या दिव्याचा लखलखाट आदळायचा. त्याऐवजी, खिडकीतून शांतपणे पाझरत येणाऱ्या चांदण्यासाठी मी व्याकूळ झाले होते.

शहरातलं हवामान अनिच्छेनं सोसत राहावं लागतं. लव्हेट बेला ते टेलिव्हिजनपेक्षाही मनोरंजक असतं. तिथल्या लोकांच्या दैनंदिन जीवनक्रमाचं ते केंद्र असतं. 'फिरायला जाताना रेनकोट वगैरे पावसाळी कपडे बरोबर घ्यायचेत का? उन्हं चांगली हातभर वर येईपर्यंत दुलई गुरफटून झोपून राहायचं का?

आज साऱ्या बोटींची नाकं स्कॉटलंड आयलंडकडं वळवणारं हवामान आहे, की होड्यांना दोन वर्षांच्या गोंधळलेल्या मुलासारखं सगळीकडं हुंदडायला लावणारं वारं सुटलंय? आज झाडझुडपं वाळवून टाकणाऱ्या गरमीचा दिवस आहे का? पाऊस पडून गेलाय. सूर्याचं वितळलेलं ऊन जमिनीवर सांडतंय. जमिनीतून वाफेचे इतके धुमारे फुटतात की, शेवटी आपल्याला आपला प्रत्येक श्वास हा सूपचा भुरका घेतल्यासारखा वाटू लागतो. अशा वेळी आपण आपली पादत्राणं फेकून देऊन मऊमऊ गवतावर पाय घासू लागतो. आणि धरतीशी आपलं नातं घट्ट जोडल्याची भावना मनात निर्माण होते.

एक दिवस मागच्या दारात एक साप सळसळत जाताना मी पाहिला. नुकत्याच पॉलिश केलेल्या कमावलेल्या काळ्या चामड्यासारखा त्याचा रंग काळा कुळकुळीत होता. त्याचं लिपस्टिकसारखं लाल पोट धोक्याची सूचना देत होतं की, 'जनावर बुजरं असलं, तरी विषारी होतं. त्याच्यापासून दूर राहा.' मी काही वेळ त्याचं देखणं नृत्य पाहात राहिले. मग, धाडकन दार बंद करून घेतलं. जंगलात लाल रंग हा बहुधा धोक्याचा रंग असतो. लाल पोटाचे काळे साप, लाल पाठीचे कोळी, वणव्याचा लाल प्रकाश....

मागच्या दारात वेली वाढलेल्या होत्या. तिथं मी नेहमी चहाची पत्ती टाकत असे. ते एका अजगराचं आश्रयस्थान होतं. हा बहुधा गॉर्डनचा अजगर असावा. एक दिवस चहाच्या पत्तीचं वेटोळं ताठ उभं झालं. आणि हा साप धोकादायक नाही, हे माहीत असूनही मी जोरात किंकाळी फोडली. पण, त्याच जागी चहाची पत्ती टाकायचं काही बंद केलं नाही. हे जीवन आहे. एका प्रकारे हे चेतवणारं आहे. कारण, ते भय निर्माण करण्याऐवजी चैतन्य जागवतं. जर माझ्या वाट्याला अत्यंत अल्प आयुष्य येणार असेल, तर त्यातला प्रत्येक क्षण न क्षण मोलाचा आहे.

तर, मी पुन्हा नोकरीचा राजीनामा दिला. मी हे इतके वेळा केलं आहे की आता त्याचं यत्किंचितही भय माझ्या मनात उरलेलं नाही. मात्र या वेळी, आपण शून्यात उडी घेतोय, असं काही वाटलं नाही. उलट, आयुष्याच्या या वळणावर माझ्यासाठी जे करणं महत्त्वाचं होतं, तेच मी करतेय, असं वाटलं. मी माझं सारं सामान बांधलं. माझ्या सिलिकॉनच्या नवीन स्तनाचा डबा डेव्हिड जोनच्या शॉपिंग बॅगमध्ये ठेवला. पियाचं अपार्टमेंट सोडलं आणि सिडनीतल्या जीव गुदमरवणाऱ्या रस्त्यातून गाडी चालवत घर गाठलं.

मला नोकरी नव्हती. मी घराच्या दुरुस्तीवर प्रचंड पैसे खर्च करणार होते आणि तरीही या अव्यवहारीपणाचा मला आनंद होत होता. भवितव्याबद्दल चिंता करणं हे मला मूर्खपणाचं वाटायला लागलं होतं. मला काही भवितव्य

आहे की नाही, हेच मला माहीत नव्हतं. खरं म्हणजे आपल्या कुणालाच ते ठाऊक नसतं. या एका साध्या वस्तुस्थितीकडं योग्य दृष्टिकोनातून पाहिलं, तर आपल्याला खूप सामर्थ्य मिळतं. भीतीला जेव्हा आपण सरळ तोंड देतो, तेव्हा ती काही फार भयंकर आहे, असं वाटतच नाही. ज्या गोष्टीचं आपल्याला सर्वांत जास्त भय वाटतं; तिला तोंड द्यायचं ठरवलं की, ती गोष्ट फालतू आणि हाताळायला अगदी सोपी वाटू लागते. कधीकधी तर अगदी हास्यास्पदही वाटते.

शेवटी मी माझ्या तर्कवितर्कांना लगाम घातला. एका अर्थानं मी श्रद्धेच्या संकल्पनेवर येऊन पोहोचले होते. श्रद्धेची ही संकल्पना धार्मिक नव्हती. तर आपल्या आतूनच उगम पावणारी होती.

लव्हेट बेच्या जीवनक्रमाच्या तालासुरांशी माझे तालसूर आल्याआल्याच जुळून गेले. पूर्वी माझ्या आयुष्याला प्रचंड वेग होता. कामाचा रगाडा, पार्ट्या आणि प्रियकरासोबत मी वेळ घालवत असे. आता मात्र आयुष्याचा वेग संथ, निवांत झाला होता. स्वप्नं पाहायला, खिडक्यांचे कोनकोपरे साफ करायला आणि त्या कामाचा आनंद उपभोगायला, व्हरांड्यात बसून बार्बराशी गप्पा मारायला, इतरांच्या उपयोगी पडायला माझ्याजवळ आता भरपूर वेळ होता. अंघोळीच्या टबाएवढ्या बोटीत, पिवळी जीवरक्षक जॅकेटस आणि लोंबकळणाऱ्या कापडी हॅटस घालून जवळजवळ बसलेल्या दोन चिटुकल्यापिटुकल्या पोरांना पाहतापाहता अर्धा तास होऊन गेला. ती मुलं बोट वल्हवायला शिकत होती आणि त्याची मजा वाटून खळखळून हसत होती. वेळेचं मिळालेलं वरदान हे माझं अहोभाग्य होतं. मला ते बेपर्वाईनं वाया घालवता येणार नव्हतं.

मी माझे वाढणारे केस रंगवून घ्यायचं ठरवून केशतज्ज्ञाकडे गेले. माझे केस गळून पडत असताना तो माझ्याशी खूपच समजूतदारपणे वागला होता.

"केसांना पिंगट रंग लाव." मी त्याला सांगितलं, "चांगला, लालसर पिंगट."

चार तासांनी मी तिथून फुश्चिया फुलझाडाच्या रंगासारखी लालगुलाबी होऊन बाहेर पडले.

"तुझ्या केसांनी तू मध्यरात्री फेरीला वाट दाखवू शकशील." बॉब मला पाहिल्यावर म्हणाला.

मी हेअरड्रेसरकडे परत गेले. "माझे केस ब्लाँड कर."

आठवडाभरानं एक मैत्रिण घरी जेवायला आली. म्हणाली, "तुझ्या केसांत

हिरव्या रंगाच्या छान छटा आहेत. जांभळ्या लटांबरोबर त्या खूप शोभून दिसतात. झकलूट व्हायचं ठरवलंयंस?''

मी परत हेअरड्रेसरकडे! ''साधा पांढरा रंग दे.''

बेसिनकडं जाऊन परत आल्यावर आरशात पाहिलं. माझे केस साळुंकीच्या पिसासारखे पिवळे झाले होते.

हेअरड्रेसरच्या समोरच कोलचं 'कॅयोटिक चुक' हे कोंबड्यांचं दुकान होतं. सहा वर्षांपूर्वी फ्लुरीच्या वाढदिवसादिवशी त्यानं स्टुअर्टचं वाईन ठेवण्याचं कपाट जोडून दिलं होतं. माझ्या समोरच्या आरशातून मला तो दिसत होता. मला पाहून त्याला प्रचंड धक्का बसला होता.

काही मिनिटातचं त्याची पत्नी चेर रेड वाईनचा ग्लास घेऊन आली. ''तुला याची गरज पडेल, असं कोलला वाटतंय.'' ती म्हणाली.

मी लव्हेट बेला परतले. बोटशेडमध्ये पोरं बसली होती. त्यांनी मला पाहिलं. त्यांच्यात काही पैशांची देवाणघेवाण झाली.

''तू माझं नुकसान केलंस सुसान.'' वैट म्हणाला.

''म्हणजे?''

''मी या वेळी काळ्या रंगावर पैज लावली होती. मी हरलो.''

माझा हेअरड्रेसरशी असलेला दोस्ताना इथंच संपला. मी केस स्वच्छ केले आणि नैसर्गिक रंगच ठेवायचा ठरवलं.

एका सकाळी ब्रिजिट घाईघाईतच माझ्याकडं आली. ती फेरीबोट पकडायला निघाली होती. तिच्या एका हातात लापशीचा वाडगा होता. दुसऱ्या हातात चमचा होता. शहरात जाताना लागणाऱ्या बाकी सटरफटर वस्तू पाठीवर लटकणाऱ्या पिशवीत होत्या.

''सुसान, सुसान.'' तिनं हाक मारली. ती नेहमीच अशी द्विरुक्ती करायची. बोलताबोलता तिचं खाणं चालूच होतं.

''हाय ब्रिजीट. कशी आहेस? मुलं कशी आहेत?''

''छान-छान. सुसान... सुसान. या महिन्यांत एल्विना बेच्या अग्निशमन दलाची मेजवानी आहे. त्या वेळी, तू त्यांच्यासाठी जेवण बनवू शकशील का? हे करायला दुसरं कुणीच नाहीय गं.''

''करेन नं. कधी करायचंय? किती माणसं असतील?''

''शुक्रवारी. रात्री. नेहमी साधारणत: तीस माणसं असतात.''

''तीस!''

''होय. पण, तुला फक्त एकच कोर्स करावा लागेल. त्या वेळी बहुधा मिष्टान्नाची स्पर्धा असतेच. चारपाच जणं तरी केक आणि पाय किंवा आणखी

काहीतरी करतंच.''

"खर्चाचं काय? त्यावर काही मर्यादा?''

"अग, कमीतकमी खर्च कर. अग्निशमन दलासाठी पैसे गोळा करणं, हा या मेजवानीचा मुख्य उद्देश असतो.''

तिनं हातातल्या चिकट वाडग्याच्या कडा खरडवल्या आणि तो वाडगा तिथंच ठेवला.'' मी घरी परत जाताना घेऊन जाईन तो. तर... तुझी तयारी आहे ना? तू करशील ना?''

"करेन गं. पण, कुठं? स्वयंपाक इथं करायचा की....''

"इथंच स्वयंपाक कर. ते सगळं घेऊन जायला आम्ही सारे मदत करू. तुला आवश्यक वाटलं, तर भात मी टाकेन. तसं कळव मला.''

आपला पायघोळ झगा आणि खांद्यावर रुळणारे केस उडवत तिनं गिरकी घेतली आणि ती निघून गेली.

घराच्या दुरुस्तीसाठी बोलणी करायला कंत्राटदार गुरुवारी वॉटरटॅक्सीनं आले. त्या वेळी, मी मेजवानीच्या तयारीत आकंठ बुडाले होते. मांस भाजायला ठेवलं होतं. त्याच्या धुरानं सारं घर भरून गेलं होतं. स्वयंपाकघरात प्रचंड पसारा झाला होता. घरातली सगळी भांडी ओट्यावर आणि इतरत्र पसरली होती. लिंबाचा आणि लसणाचा वास घमघमत होता. मी नेहमीप्रमाणे रशियन सेनेसाठी स्वयंपाकाचा घाट घातला होता. ब्रिजिटनं तीस माणसं सांगितली होती. मी तो आकडा साठपर्यंत वाढवला. कुणी ऐन वेळी आलं, तर कुणी उपाशी परत जायला नको.

मी त्या कंत्राटदारासमोर चहा आणि लेमनकेकचे काप ठेवले आणि मोकळी झाले. घर पाहायचं, मोजमाप करायचं ही त्यांची कामं त्यांनी करावी.

"तुमच्याकडं काही पार्टी वगैरे आहे का?'' त्यांच्यातल्या एकानं विचारलं.

"पार्टी नाही. अग्निशमन दलासाठी पैसे उभे करायचेत.''

"ओह! एवढ्यात महिन्याचा पहिला शुक्रवार आला वाटतं?''

शुक्रवारी दुपारी उशीरा बॉब सामान न्यायला बोट घेऊन आला. एक मोठं बिडाचं पातेलं आणि तीन स्टेनलेस स्टीलची पातेली, सांडासांड होणार नाही अशा तऱ्हेने नीट ठेवली, त्या प्रत्येकाचं वजन एकएक टन होतं किंवा निदान ते तसं भासत होतं. बॉब ती भांडी विनातक्रार नेऊन ठेवत होता खरं; पण, त्याच्या चेहऱ्यावर नाराजीची आठी उमटल्याचं माझ्या लक्षात आलं. मी गरजेपेक्षा जास्त अन्न शिजवलं होतं. आम्हां दोघांनाही ते माहीत होतं.

"एका व्यक्तीला सर्वसाधारणपणे अडीचशे ग्रॅम लागतं.'' बोटीत पाय ठेवत तो म्हणाला. भांडी ठेवलेली बोट पाण्यावर हलत होती. "आज पश्चिम

किनाऱ्यावर राहणारी सगळी माणसं येतील, असं तुला वाटलं का?''

"शक्य आहे.''

त्यानं माझा नाद सोडला. मी त्याला लेट्यूसनं भरलेली पिशवी दिली. तीत सलाड ड्रेसिंगची मोठी बाटलीही होती. दुसऱ्या एका पिशवीत शिजवलेला पास्ता होता. तो वाढायच्या आधी गरम करून घ्यायचा माझा विचार होता.

"तिकडं आपल्याला कुणी भेटणार आहे का?'' बॉबनं विचारलं.

"नाही. मला तसं वाटत नाही.''

त्यानं उसासा सोडला. "बरं झालं. निदान भरती आहे. आपण बोट अगदी धक्क्याच्या भिंतीला लावून सामान उतरवू शकू. म्हणजे फायरशेडपर्यंत सामान नेताना आपल्याला खूप चालावं लागणार नाही.''

आम्ही बोट सुरू केली. लव्हेट बेच्या बाहेर पडलो. 'त्रिंकोमाली' बोट ओलांडून वळण घेतलं आणि एल्विना बेमध्ये शिरलो. फायरशेड, बीशेलच्या बोटशेडजवळ बेच्या पश्चिम किनाऱ्यावर होती. कुठलीही फायरशेड असावी, तशीच हीही होती. पन्हळ असलेलं छत, सिमेंटची जमीन, गुंडाळली जाणारी दोनेक दारं. तिथं काही माणसं जमली होती. आम्ही पोहोचलो, तेव्हा ती वळली आणि बोटीकडं चालत आली.

"हाय! मी लिसा.''

"हाय! मी ॲलन.''

"हाय! मीसुद्धा ॲलनच.''

"तो रॉय.'' एका शांत, संकोची माणसाकडं बोट दाखवून लिसानं सांगितलं. तो तिचा नवरा होता.

त्यांनी भांडी उचलली. पिशव्या घेतल्या. मी मोकळ्या हातानं त्यांच्या मागे गेले.

सहा वाजले. आवाज न करता एखाद्या तुतारीचा संकेत व्हावा, अशा टिन्नी फायरशेडकडं यायला सुरुवात झाली. जेट्टी लागूनच अनेक ढकलगाड्या ठेवल्या होत्या. त्या ओलांडून धडपडत, धावतपळत स्त्रिया, पुरुष, मुलं, अर्भकं शेडच्या दिशेनं येऊ लागली.

मी जेव्हा त्या हातगाड्यांसंबंधी बॉबला विचारलं, तेव्हा बॉब म्हणाला,"खरेदी केलेलं सामान घरी घेऊन जायला त्यांचा वापर होतो.''

"पण, त्या अशाच धक्क्यावर टाकून दिल्या जातात?''

"हो.''

"त्यांची कुणी देखभाल करत नाही?''

"नाही.''

एव्हाना बऱ्यापैकी गर्दी जमा झाली होती, हे पाहून रॉयनं दुसरं दार उघडलं. आगीचा बंब बाहेर हिरवळीवर आणून ठेवला. त्यांच्यासोबत टाकी आणि पाइप्सही होते. यदाकदाचित हवेत त्रासदायक बदल झालाच, तर लोकांना बंबाच्या जागेत आसरा घेता आला असता. तो मितभाषी असला, तरी त्याला छान विनोदबुद्धी होती. तो आम्हाला भरपूर हसवत होता.

लिसा एक अस्सल जातिवंत स्वयंपाकी होती आणि त्याहूनही चांगली व्यवस्थापक होती. तिनं सर्व पोरांना टेबल लावायला सांगितलं. प्लेट्स आणि काटाचमच्यांचा ढीग रचला. या प्लेट्स कुणीकुणी भेट म्हणून दिल्या होत्या. त्यांच्यात कसलीही संगती नव्हती. लिसानं भराभर घरगुती सॉसिजचे रोल ओव्हनमध्ये गरम करायला ठेवले. त्यामुळं, मुलांच्या खाण्याची सोय झाली. मग, तिनं हात धुवायला पाणी गरम करायला ठेवलं. लोक सात डॉलर्स देऊन जेवणाचं तिकीट विकत घेत होते. मुलं आपसात खेळत गोंधळ घालत होती. कार्यक्रमाला छान रात्रसहलीचं स्वरूप आलं होतं. वाईनच्या बाटल्या उघडल्या गेल्या. पेले भरले गेले. खूपशा स्थानिक बातम्यांची देवाणघेवाण झाली. साफसफाई दिनासाठी कचऱ्याच्या पिशव्या कोण देणार? फायरहायड्रंटसाठी होजपाईप कुणाला हवाय? यंदा नाताळचा समारंभ फायरशेडसाठी करायचा का? सोबत मुलांच्या गाण्याचा कार्यक्रम ठेवायचा का? यंदा सांताक्लॉज कुणी व्हायचं? यंदा उन्हाळ्यात कुठं आग लागायची शक्यता आहे कां? वणव्याची शक्यता किती आहे? हे आणि असे अनेक विषय त्या गप्पागोष्टीत चर्चिले जात होते.

पानं वाढून झाली होती. आम्ही सारे जेवायला बसलो होतो. तेव्हा कुठल्यातरी एका ॲलननं विचारलं, "मिशेलच्या कुत्रीबद्दल ऐकलंत का?"

"नाही. काय झालं?"

"अजगरानं खाल्लं तिला."

"अरेरे! गरीब बिच्चारी मिली." कुणीतरी उद्गारलं.

"नाही. नाही. ती मेली नाहीय!" ॲलननं सांगितलं. "मिशेलनं वाचवलंय तिला."

मिशेल सापाला खूप घाबरायची. पण, तिच्या लहानखुऱ्या चिहुआहुआ जातीच्या कुत्रीला अजगर गिळत असल्याचं तिनं पाहिलं. तिला इतका राग आला की, तिनं काही विचार न करता त्या अजगराला उचलून आपटआपट आपटलं. त्यानं कुत्रीला सोडलं, तेव्हाच तिनं सापाला सोडलं.

"सापानं सोडल्यावर मिली जीवाच्या आकांतानं पळत सुटली. ती टेकडीवरून पळत जेट्टीवर आली. धाडकन फेरीबोटीत उडी मारली कुणातरी बाईच्या कुशीत जाऊन लपली आणि तिथून ती हलता हलली नाही." ॲलन म्हणाला. "कमाल

आहे नं. त्या लहानग्या जीवाला, हीच सर्वांत सुरक्षित जागा आहे, हे कसं कळलं?''

त्यानंतर काही दिवसांनी मिशेल जात होती. बाजूला अजगर आहे, हे तिला माहिती नव्हतं. तर त्यानं तिच्या पायाचा चावाच घेतला. अजगर विषारी नसतो हे खरं. पण, त्याला स्मरणशक्ती असते का?

सगळ्यांची जेवणं झाली होती. मिष्टांन्नाची स्पर्धाही आटोपली होती. लिसा आवतीभोवती नजर फिरवत म्हणाली, ''जरासं उरलंय. होय नं?'' तिच्या उच्चारात किंचित न्यूझीलंडची लकब होती. तिनं टेबलाकडं नजर टाकली. सैनिकांसारखी उभी असणारी पातेली अर्धीअधिक भरलेली होती.

''सलाड सगळं संपलंय.'' मी माझा बचाव करत म्हणाले.

''हमम्! ठीकाय. झालं ते चांगलंच झालं. सोमवारी रात्री फायरशेडची बैठक आहे. हे सारं त्यांच्यासाठी पुरेसं होईल.''

ती हसली. मीही हसले. उरलेलं अन्न आम्ही गोठवण्यासाठी प्लॅस्टिकच्या भांड्यांत भरायला सुरुवात केली. जो कुणी सिंकजवळ उभा असेल, त्यानं साफसफाईला सुरुवात करायची आणि त्यानंतर प्रत्येकानं आळीपाळीनं ते काम करायचं, अशी पद्धत होती. इथं औपचारिक संघटना नव्हती. इथली सगळी कामं समंजसपणानं आणि जबाबदारीच्या जाणिवेनं पार पाडली जात होती.

''निघायची वेळ झालीय.'' बॉबनं स्वयंपाकघराच्या दारात येऊन सांगितलं. नेहमीसारखेच त्याचे खांदे पडलेले होते. चेहरा ओढलेला होता. मी लिसाकडं पाहिलं.

''ठीक आहे. इथं आणखी काही करायचं नाहीय. काळजी करू नकोस. उद्या मला लव्हेट बेला यायचंच आहे. तेव्हा मी आणून पोहोचवेन सगळी भांडी.''

तिनं माझे आभार मानले. इतरांनीही मानले. सगळ्यांनी जेवणाची स्तुती केली. माझी खूप मदत झाली, असं सांगितलं. माझा जीव सुखावला. माझा अहंकारही सुखावला. पण, त्याची काळजी करण्याचं काही कारण नव्हतं.

जेवण तयार करण्याचा जो काही खर्च झाला, तो लिसानं भरून दिला. मग, चंद्रप्रकाशात मी आणि बॉब धक्क्याकडं जाऊ लागलो.

''दोनेक आठवड्यांत नाताळाचा समारंभ आहे. त्या वेळच्या मेजवानीला तू येणार आहेस का?'' लिसानं विचारलं.

''आनंदानं. नक्कीच येईन.'' मी ओरडून सांगितलं. ''माझी काही मदत लागणार आहे का?''

''मी कळवते तुला.''

बोटशेडमधल्या मुलांचे आणि माझे संबंध नेहमीच सलोख्याचे आणि सौहार्दाचे राहिले आहेत. रोज सकाळी त्यांना काम करताना पाहाणं अत्यंत आनंददायक असतं. मोडलेल्या, रंग उडालेल्या मोठमोठ्या बोटी लहानशा टिन्नीने ओढून नेताना रोज मी पाहाते. त्या मग एका लाकडी पाळण्यानं पाण्यातून बाहेर काढल्या जातात. खरवडणं, घासणं, रंग देणं; मेकअप करून एखाद्या स्त्रीचं पूर्ण व्यक्तिमत्व बदलावं, तसं त्याचं रंगरूप बदलून टाकायला सुरुवात होते. एकूण हे काम खूप कष्टाचं असतं. पण, हळूहळू बोटीला चिकटलेले शंख, शिंपले किंवा तत्सम प्राणी खरवडून खरवडून काढले जातात. मग, तिथल्या फटी, खड्डे भरले जातात. ते घासूनघासून गुळगुळीत केले जातात. मग, त्यावर रंगांचे रुळ फिरतात. डेकच्या खाली साधारणतः फुटभर अंतरावर विरुद्ध रंगाची बारीक रेषा ओढली जाते. त्यामुळं अगदी अवजड बोटीलाही तारुण्य प्राप्त होतं. कधीकधी बोटीला फ्रेंच वाईन बर्गंडीसारखा लालजर्द रंग दिला जातो. तर कधी चमकदार आणि दिमाखदार काळा रंग लावला जातो. कुठलाही रंग असो; तो त्या उदास, मोडलेल्या बोटीचा एका विलक्षण देखण्या बोटीत परिवर्तन करून टाकतो.

माझं सांगणं कदाचित भावुक वाटेल. पण, लव्हेट बेचा माझ्यावर असाच परिणाम झाला, असं मला वाटतं. माझ्या मनावरचं भावनिक ओझं दूर सारलं गेलं आहे. नको असलेल्या गोष्टी काढून टाकून मी चांगले क्षण जपून ठेवू शकते. त्या दोघांच्या मरणाचं उरलंसुरलं दुःख, प्रियकराचा आलेला राग हे सगळं मी मनातून काढून टाकलंय. समुद्रात बुडवून टाकलंय. जुन्या जखमा कुरतडून दुःख उगाळणं सोपं आहे. पण, आयुष्यात अनेक चांगले, आनंददायी क्षण असताना त्या वाटेनं जाण्यात काय अर्थ आहे? त्याऐवजी भविष्यातही सुखाची अपेक्षा का करू नये?

इतक्या वर्षांच्या अनुभवातून मला ही समज आली की, आजारानं साऱ्या प्रक्रियेचा वेग वाढवला, हे मला सांगता येणार नाही. याचं उत्तर काहीही असो. एक मात्र खरं की, तुटता तारा पाहून किंवा मोसमातलं चेरीचं पहिलं फळ पाहून आणि असेच कुठले कुठले शकुन पाहून जितक्यांदा मी काही मागितलं, ते प्रत्येक वेळी एकच होतं. 'मला उत्तम आरोग्य दे. मग, माझ्या सुखाची काळजी मीच घेईन.' (माझ्या आईनं माझ्यावर जे संस्कार केलेत, ते मी कधीच झटकून टाकू शकले नाही. कदाचित मला कधीच ते झटकून टाकता येणार नाहीत.)

घाईगर्दीचं आणि वेळापत्रकांचं आयुष्य कधीच मागं सुटलं होतं. त्याऐवजी हवामान आणि लहरीपणा यांच्यावर आधारलेलं जीवन जगणं सुरू झालं होतं. अशात, गैरी बीचवरील झोपडीत राहाणारा माझा मित्र टोनी खूप आजारी असल्याचं मला कळलं.

त्याला भेटायला मी इस्पितळात गेले. त्याला अन्ननलिकेचा कॅन्सर झाला होता. त्यासाठी त्याच्यावर केमो आणि रेडिएशनचे उपचार चालू होते. मी त्याला म्हटलं, "माझ्या घरी येऊन राहा थोडे दिवस. इथून सुटी मिळाली, की सरळ माझ्याकडे ये. अगदी एखादंदुसऱ्या दिवसासाठीही तू तुझ्या घरी नकोस."

तो खूप अशक्त झाला होता. त्याच्या मनात काय चाललं होतं, याची मला कल्पना होती.

"तू लव्हेट बेला ये. मी तुला चांगलं खाऊपिऊ घालते. आपण तुझ्या झोपडीतच आहोत, असं समजू या."

"तुझं घर झोपडीसारखंच आहे." भिवया उंचावून आणि ओठ मुडपून तो म्हणाला. "फक्त तुझ्याकडे भरपूर पाणी आणि डिशवॉशर आहे, एवढंच." त्याचा चेहरा, त्याच्या डोक्याखालच्या उशीसारखा फिकट झाला होता. एखाद्या राजकारण्यानं भाषण द्यावं, तशा आविर्भावात तो पुढं म्हणाला, "अगं, माझ्या झोपडीत बसून मी तुला तुझ्या लहानपणीच्या सर्वांत आनंदी दिवसांची आठवण करून दिली आणि तू बाहेर जाऊन स्वत:साठी एक झोपडी शोधून काढलीस."

त्याचं म्हणणं बरोबर होतं. मी आणि दादा लहान होतो. प्राथमिक शाळेत जात होतो. साऱ्या कुटुंबानं मिळून सुटी घालवायचे प्रसंग क्वचितच येत. पण, येत, तेव्हा आम्ही बहुधा फिलिप आयलंडवर जायचो. तिथं आम्ही चौकटींना खिळ्यांनी पट्ट्या ठोकून उभारलेल्या झोपडीत राहत होतो. ती झोपडी माझ्या आजोबांच्या बहिणीची... आँटी मर्टची आणि तिचे यजमान अंकल अल्बर्ट यांची होती. अंकल अल्बर्ट साऱ्या कुटुंबात कामचुकार म्हणून प्रसिद्ध होते.

"अल्बर्ट, अरे मला नाश्ता तयार करायला मदत कर रे." आँटी मर्ट हाक मारायची.

"माझा पाईप भरून होईस्तोवर थांब गं." ते सांगत.

"चुलीत लावायला आपल्याला लाकडं हवीयंत, बर्ट."

"माझा एवढा पाईप भरून होईस्तवर थांब गं."

माझ्या आईच्या म्हणण्यानुसार, 'माझा एवढा पाईप भरून होईस्तवर थांब,' हे त्यांचं नेहमीचंच पालुपद होतं. डॅडीही नेहमी थट्टेने म्हणायचेत, प्रत्यक्ष देवदूतानं... गॅब्रियलनं याला स्वर्गाच्या दारातून आत जायला सांगितलं, तरी हा म्हणेल, 'माझा एवढा पाईप भरून होईस्तवर थांब रे.'

महत्त्वाची गोष्ट म्हणजे अंकल अल्बर्टला फिलीप आयलंडवरल्या त्या लहानशा झोपडीत आपला आनंद सापडला होता. मर्ट आँटी खूपदा सुंदरसुंदर शंखशिंपले शोधायला जायची. त्या काळी हे शंखशिंपले खूप सापडत. तिनं या गोष्टी खूप गोळा केल्या होत्या. अंकल अल्बर्टनं सहज गमतीनं त्यांचे निरनिराळे अद्‌भुत आकार तयार केले होते. मग, त्यानं आपली ही कलाकुसर काँक्रीटवरही केली. ती नक्षीकाम केलेली पॅनेलस त्यानं बाजूच्या भिंतींना आणि प्रवेशदारावरही लावली होती. ती पाहायला दुरदुरून लोक येत. त्यांच्या शंखशिंपल्यांच्या साठ्यात भर पडावी, म्हणून जगभरातले दर्शक, वेगवेगळ्या ठिकाणांहून शंखशिंपले पाठवायचे.

"त्यांना आपल्या कलेचा साक्षात्कार व्हायला खूप काळ लागला." आई म्हणाली होती. पण, असं घडू शकतं. आपल्याला नक्की काय करायचं आहे, हे फक्त नशीबवंतानांच कळू शकतं. मर्टचं कामही विसरता येणार नाही. ती खूप कामसू होती. तशी ती होती जेमतेम पाच फूट उंचीची; पण, पुरुषासारखी कुऱ्हाडीचा घाव घालायची. ती कधीच निष्क्रिय बसून राहिली नाही. निदान मी तरी तिला तसं कधी पाहिलं नाही.

पूर्वी व्यक्तींची निंदानालस्ती केली जात नसे. त्यांचा आदर केला जात असे. ते इतरांपेक्षा वेगळे वागत असले, तर त्यांना वेडं मानलं जात नसे. त्यांना खास किंवा वेगळं मानलं जात असे. आई मनानं त्या काळात वावरत असावी असं तिनं ही हकिगत मला सांगितली, तेव्हा वाटलं. त्या काळात परिस्थिती कठीण होती. त्यामुळे, इतरांचे गुणदोष किंवा दुबळेपणा शोधत बसायला कुणाला सवड नव्हती. कुणाची इच्छाही नव्हती; असंही घडलं असेल का?

आँटी मर्ट आणि अंकल अल्बर्ट यांनी डागडुजी करून भरपूर फायदा घेऊन ते घर विकलं. त्यापूर्वी, त्या घराचं छप्पर टिनाचं होतं आणि स्वयंपाकघरात एका कोपऱ्यात घासलेटची एकुलती एक शेगडी होती. आतलं दिसू नये, म्हणून कपाटाला पडदा लावला होता. त्या कपाटात भांडीकुंडी आणि ताटल्या होत्या. झोपडीबाहेर पाण्याच्या टाकीला खालच्या बाजूला नळ होता. ताटल्या त्या नळाखाली धुतल्या जात. व्हिक्टोरियाच्या किनाऱ्यापासून दूर असलेल्या या बेटावर नेहमी जोरानं वारं वाहायचं. झोपडीला खूप फटी होत्या. मी स्वयंपाकाच्या ओट्यावर बसले की, त्या फटींतून येणाऱ्या जोराच्या वाऱ्यानं माझा स्कर्ट सारखा वर उडायचा.

इथं सारखा पाऊस पडायचा. जितक्यांदा जायचा, तितक्यांदा यायचा. अशा वेळी गळणाऱ्या जागांखाली घरातील बादल्या, बोल्स, कटोरे, ताटल्या, बशा अशी सगळी भांडी ठेवली जायची. एकदा तर सात दिवस अखंड पाऊस

कोसळत होता. त्या वेळी, आईनं, दादाला आणि त्याच्यासोबत आलेल्या त्याच्या मित्राला विणकाम शिकवलं होतं.

"अगं, त्या मित्राच्या वडिलांना आश्चर्याचा धक्काच बसला," माझ्या आईनं नंतर कधीतरी मला सांगितलं होतं. "मुलांना शिवणकाम, विणकामासारख्या गोष्टी शिकवायच्या नसतात. पण, तुमच्या वयाच्या मुलांना दुसरं काय शिकवावं, हेच मला कळत नव्हतं. पाऊसपण असा पडत होता. आम्ही घरी परतलो, तोपर्यंत तरी तो थांबला नव्हता."

घराच्या मागं संडास होता. बाहेर गार पाण्याच्या शॉवरची सोय होती. पोहण्यानं स्वच्छता राखता येते, असा समज होता. पोहल्यानंतर अंगावरचं खारं पाणी काढून टाकण्यासाठी शॉवरचा उपयोग होत होता. रात्री कंदील लावले जायचे. कारण, वीजच नव्हती. सारं घर केरोसीनच्या आणि समुद्राच्या वासानं भरलेलं असायचं. वासाच्या उल्लेखावरून आता माझ्या लक्षात येतंय. टोनीच्या लिटील गैरी बीचवरील हेच वास होते. कदाचित त्यामुळंच ती जागा मला एकदम आवडली असावी.

त्या शिंपल्यांच्या मजेदार घराची आणखी एक आठवण. संध्याकाळ झाली की, आम्ही कोट घालून आणि स्कार्फ गुंडाळून रस्त्याच्या पलीकडे असलेल्या किनाऱ्यावर पेंग्विन पाहायला जात होतो. अगदी उन्हाळ्यातसुद्धा कोट आणि स्कार्फ बांधलेला असायचा. किनाऱ्यावर शेकडो काळेपांढरे पक्षी लाटांवर झुलत असायचे. ते सारे लाटांवर बसून कुठंतरी औपचारिक मेजवानीला जात असावेत, असं वाटायचं. ते किनाऱ्यावर पोहोचले की, बुजल्यासारखे इकडेतिकडे पाहत. मग, संधी साधून फेंगड्या पायांनी वाळूतल्या बिळात जायचे. ते अद्‌भुत आणि नजर खिळवून ठेवणारं दृश्य पाहायला फक्त आम्ही म्हणजे माझे आईवडील, माझा भाऊ आणि मी एवढेच प्रेक्षक बहुधा असायचे. तिथं आणखी पाचसहा जण गोळा झाले, तरी गर्दी झाली, असं आम्हाला वाटायचं.

पेंग्विन परेड ही आजही त्याच नावानं ओळखली जाते. मात्र आता तिथं तो नजारा पाहण्यासाठी जागांचं आरक्षण करावं लागतं. पर्यटकांच्या गाड्यांची रांग लागत असते. ही परेड पाहून आम्ही घाईगर्दीनं जेवायला घराकडे परतत होतो. जेवायला ब्रेड, लोणी, रासबेरीचा मुरंबा आणि मलई असायचं. अर्थात सॉसेज व चॉपसुद्धा असेल कदाचित. पण, मला आठवतंय ते समृद्ध लोणी आणि मलई. ताज्या ब्रेडचा जाड मऊसर काप आणि माणकासारख्या लाल रंगाच्या रासबेरीच्या मुरांब्याचं गारूड! रस्त्यापलीकडं राहणाऱ्या शेतकऱ्याची पत्नी हा मुरांबा तयार करत असे.

माझी आई मला ढेकर येईपर्यंत जेवू देत असे. कारण, माझं खाणं

चिमणीच्या खाण्यासारखं होतं. मी इतके कमी खाते, हे पाहून आई माझ्या सकाळच्या चॉकलेटमध्ये मला कळू न देता एक कच्चं अंडं मिसळत असे. पुढं कालांतरानं आम्ही बोनेजिलाच्या बरॅकमध्ये राहात असताना ब्रेडबटर-रॉसबेरी जाम आणि मलईची जादू जागवायचा प्रयत्न केला होता. पण, ते सारं चिकट आणि बेचव होतं. त्यामुळं मी ते खाल्लं नाही.

आँट मर्ट आणि अंकल अल्बर्टकडं राहात असताना कपडे आवरायला, हात धुवायला किंवा प्रार्थना म्हणायला कुणीही आम्हाला सांगत नव्हतं. माझे वडील त्या काळात फारसे दारू पित नसत. कारण, पब घरापासून बराच दूर होता. त्यामुळं, आईच्या मनावर फारसा ताण नसायचा. ती आमच्याबरोबर शंखशिंपले गोळा करायला यायची. आम्हाला कवड्या खूप आवडायच्या, चित्यावर असतात, तसे सुंदर ठिपके त्यांच्यावर असायचे. कवडी मिळाली, ती कानाला लावून तिच्यातून येणारी समुद्राची गाज आम्ही ऐकत बसायचो.

"हे बघ पॉसी," माझा भाऊ मला सांगायचा, "नीट लक्ष देऊन ऐक. जलपऱ्यांचं गाणं ऐकू येतं तुला?"

मी त्याचं म्हणणं तुच्छतेनं झिडकारून टाकत असे. कारण, त्या वयात माझ्या मनात नुकतेच, सांताक्लॉज आणि परीकथांविषयी नाना प्रश्न निर्माण होऊ लागले होते. माझा भाऊ माझी फिरकी घ्यायचा, असं मला वाटायचं. पण, मी त्यांचं गाणं ऐकलं आणि म्हणूनच जेव्हा माझा हात धरून मला ओढत दादा, ओहोटीत उघड्या पडलेल्या खडकाळ भागात घेऊन गेला, तेव्हा मी अगदी आनंदानं त्याच्या मागोमाग गेले.

"इथं काय शोधतो आहेस तू?"

"सागरी घोडे."

"घोडे समुद्रात राहात नाहीत."

"हे घोडे राहातात."

सागरी घोडे म्हणजे मोठाले कल्ले आणि नाकपुड्या असलेले, माशाच्या शेपटीच्या आकाराची दाणदाण आपटणारी खुरं असलेले पशू अशी माझी धारणा झाली होती. त्यामुळे, तो दाखवत असलेल्या लहानशा नाजूक जिवांना घोडे मानायला मी तयार नव्हते.

"घोडे मोठे असतात. हे तर खूपच लहान आहेत."

"पाण्यात असताना त्यांच्यात दहा घोड्यांची ताकद असते." दादानं सांगितलं. "आणि हे बघ... स्टारफिश!"

मी त्या खडकातल्या पाण्यात डोकावून पाहिलं आणि तिथं मला खाऱ्या पाण्यातलं शहरच दिसलं. लहान लहान मासे, अनेक अळ्या बाहेर पडत

असणारे शंखशिंपले, खेकडे आणि ते जादुई सागरी घोडे आणि स्टारफिश.

"हे पऱ्यांचं जग आहे." दादानं मला सांगितलं.

आणि साऱ्या परीकथा मला पुन्हा विश्वसनीय वाटू लागल्या.

ती 'शॅक' म्हणजे स्वर्गच होती. टोनीही खेड्यातला मुलगा होता. कदाचित, लहानपणी तोही अशाच झोपडीत राहिला असावा. त्यामुळंच, लंडनच्या झगमगत्या दुनियेतनं ऑस्ट्रेलियात परत आल्यानंतर लिटील गैरी बीचवरची पडझड झालेली झोपडी त्याला आवडली असावी.

तिथं त्याला आपल्या मनासारखं राहता आलं असतं. कुठलाही दिखाऊपणा करण्याची गरज नव्हती.

इस्पितळातल्या अंथरुणाची चादर चुरगाळत तो माझ्या निमंत्रणाचा विचार करत होता. तिथं त्याला विश्रांती मिळणार होती आणि मायेने त्याची देखभाल केली जाणार होती.

"ये नं माझ्या घरी, प्लीज. मला खूप छान वाटेल." मी म्हटलं.

क्षणभर हो-नाही करत शेवटी तो 'हो' म्हणाला. खोडसाळ मुलाच्या चेहऱ्यावर उमटावं, तसं खट्याळ स्मित क्षणभर त्याच्या चेहऱ्यावर उमटलं. आजारानं केस विरळ होण्यापूर्वी आणि त्वचा म्हाताऱ्याच्या दाढीच्या खुंटासारखी पांढरी फटफटीत होण्यापूर्वी, त्याच्या चेहऱ्यावर असंच हसू उमटायचं.

लव्हेट बेला आल्यावर पहिले दोनेक दिवस मी त्याला अंथरुणातच विश्रांती घेऊ दिली. पण, त्याचं चित्त थाऱ्यावर नव्हतं. आपल्या आयुष्याच्या पडझडीच्या विचारानंच तो त्रस्त होता. त्याचा व्यवसाय, त्याच्यावर अवलंबून असणारी माणसं आणि अर्थातच त्याची तब्येत, याची त्याला काळजी वाटत होती. बंदरावर घडणाऱ्या घटना पाहात त्यानं रोज थोडा वेळ घालवावा, असं मी त्याला सुचवलं. त्याची करमणूक व्हावी आणि अडचणींवरचं लक्ष दुसरीकडं वळावं, असा माझा हेतू होता.

"तुझं मन रमेल तिथं." मी त्याला ठामपणं सांगितलं. मग, त्यानंतर तो, शिंप्यानं नीट शिवलेला आणि त्याच्या आजारपणातही खूप खुलून दिसणारा आणि आकर्षक निळ्यापांढऱ्या रंगाचा किमोनो घालून, पडद्याच्या कापडावर सूर्यफुलाची वेलबुट्टी काढत बसत असे. आणि अधूनमधून बंदरात काय चाललं होतं, हेही पाहत असे.

त्या दिवशी केनचं शीडाचं जहाज 'सिल्फाईन' जलप्रवासाला निघणार होतं. हे जहाज घेऊन तो वुडी पॉइन्टच्या शर्यतीत भाग घेत असे. बरेच दिवस ते निष्क्रियच होतं. टोबी आणि डेव्ह आपल्या 'लॉरेल मई' या बार्जवरून ते जहाज हळूच काळजीपूर्वक पाण्यात सोडणार होते. सारं काही योजनेप्रमाणे चालू होतं.

फक्त ते पाण्यात पडताना उलटं पडलं, बुडालं. ते जहाज इतक्या झपाट्यानं पाण्यात बुडालं की, बंदरावरच्या माणसांना ते सरळ करायला सवडच मिळाली नाही. ते सरळ समुद्राच्या तळालाच गेलं. या घटनेचा सर्वांना इतका धक्का बसला, की काही काळ सारे नुसते पाहातच राहिले. मग, एकदम प्रचंड गोंधळच उडाला. केननं धावत जाऊन वेटसूट घातला. आधीच वेटसूट घातलेल्या माणसाबरोबर त्यानं खोल बुडी मारली. काही वेळानं श्वास घ्यायला ते पाण्यावर आले. काय करता येईल, यावर त्यांनी चर्चा केली. पुन्हा पाण्यात बुडी मारली. एक निश्चित योजना बनेपर्यंत हे असंच चाललं होतं. अखेर, शेवटी बोट पाण्यातनं बाहेर काढून सरळ करण्यात आली. तिचं काहीही नुकसान झालं नव्हतं.

हा प्रसंग पाहून टोनीची हसूनहसून मुरकुंडी वळली होती. रेडिएशनमुळे त्याची छाती आणि घसा इतके सुजले होते की, त्यातून आवाज निघत नव्हता. पण, हसण्यामुळं त्याच्या डोळ्यांतून अक्षरश: घळघळा पाणी वाहत होतं.

"मी योग्य वेळी इथं राहायला आलोय. या वेळी हीच जागा माझ्यासाठी योग्य आहे." आपलं अनावर हसू आवरण्याच्या प्रयत्नात टोनी खदाखदा हलत होता. तसा तो आयुष्यभर नाटक आणि साहित्य क्षेत्रात मध्यस्थ असल्यानं पुढं म्हणाला, "यांना वन्समोअर दिला, तर ते आणखी काय काढून दाखवतील, असं तुला वाटतं?"

त्यानंतर दोन महिन्यानं तो इस्पितळातच मरण पावला. त्याचे अंत्यसंस्कार लिटील गैरी बीचवर करण्यात आले. त्याला निरोप द्यायला आम्ही सारे तिथं एकत्र जमलो होतो. त्या दिवशी स्वच्छ ऊन पडलं होतं. समुद्र काचेसारखा स्तब्ध, निश्चल होता. आम्ही समुद्रकिनाऱ्यावरच्या खडकांवर त्याच्या स्मृतींना अभिवादन करण्यासाठी एकत्र आलो होतो. त्या वेळी त्याच्या बहिणीनं हातातला रेड वाईनचा ग्लास बाजूला ठेवला आणि ती त्याच्याविषयी चार शब्द बोलली. अचानक, कुठून कुणास ठाऊक, एक लाट आली आणि तो रेड वाईनचा ग्लास आपल्याबरोबर ओढून नेत, गर्जना करत समुद्रात मिसळून गेली. हे वागणं इतकं टोनीच्या वागण्यासारखं होतं की, आम्ही चकितच झालो.

"तो मृत्यू पावला असेल." कुणीतरी म्हणालं. "पण, तो अजून आपल्यातनं गेलेला नाही."

इतरांची भाषणं संपेपर्यंत समुद्र तसाच निश्चल होता. 'सिल्फाईन' बुडण्याची घटना घडल्यानंतर आणि टोनीच्या मृत्यूनंतर काही दिवसातच बंदरावरची एक वगळता बाकी सगळी कामगार मंडळी दिसेनाशी झाली.

"कुठं गेलेत बाकीचे सारे?" मी केनला विचारलं.

"त्यांना दुसरं काम मिळालंय." त्यानं तुटकपणे सांगितलं.

कुतूहलानं मी वैटला, काय झालंय, म्हणून विचारलं.

आपलं हसू दाबत तो म्हणाला, ''बोटतपासनीसाबरोबर भांडण झालं, म्हणून त्याला बंदरावरून काढून टाकलं.''

''तो इतका लहरी असेलसं वाटलं नाही. कुणाबद्दल काही सांगता येत नाही. हेच खरं!''

''खरंय. तो बहुधा कोकरासारखा शांत असायचा.'' वैटनं सहमती दाखवली.

१८

एक दिवस अचानक ध्यानीमनी नसताना, बॉबनं फोन करून फिरायला येतेस का, असं विचारलं.

"कुठं जायचं?" मी विचारलं. तो मला असं का विचारत होता, हे माझ्या लक्षात येत नव्हतं.

"फ्लॅगस्टाफला जायचं?"

"कुठाय ते?"

"मी दाखवेन ना तुला."

उन्हं जरा वर आल्यावर आम्ही निघालो. शरीराचं संरक्षण होईल, असे कपडे बॉबनं घातले होते. लांब बाह्यांचा शर्ट, तुमान, डोक्यात हॅट आणि पायात बूट असा त्याचा पोशाख होता. मी मात्र आखूड बाह्यांचा टी-शर्ट आणि लांब तुमान घातली होती.

"मी तुला लांब बाह्यांचं घालायला सांगायला हवं होतं." बॉब म्हणाला. आम्ही खाडीच्या काठाकाठानं पश्चिमेकडे चालत होतो. "वाटेत बरीच काटेरी झुडपं आहेत."

मी खांदे उडवले. मला बरं वाटत होतं. अंगात ताकद होती. जोवर मी एखादं शारीरिक कष्टाचं काम करायला सुरुवात करत नसे, तोवर मला असंच वाटत असे. थकून गलितगात्र होईपर्यंत आपण आजारातून जेमतेम बरे होत आहोत, याची मला आठवणच येत नसे. याचाच अर्थ असा की, मी शेवटपर्यंत चालू शकेन की नाही, याबद्दल शंकाच होती.

"फ्लॅगस्टाफ म्हणजे नक्की काय आहे?"

"कळेलंच तुला."

शेवटचं घर ओलांडून नदीच्या मुखाजवळ पोहोचलं की, दाट काटेरी झुडपांचं रान लागतं. त्यातून जाताना काट्यांमुळे शरीरावर खोल ओरखडे उमटतात. त्या झुडपात निसर्गत:च निर्माण झालेल्या बोगद्यांमधून आम्ही जवळजवळ

रांगतच पुढं गेलो. जाताना काटे अंगाला लागू नयेत, याची शक्य तितकी खबरदारी घेतली. पण, ते अशक्य होतं. झुडपं जरा विरळ असलेल्या जागी आम्ही पोहोचलो, तेव्हा माझ्या दोन्ही हातांवर ठिकठिकाणी बारीक रक्तबिंदू तरारून आले होते.

"तुला नीट रस्ता माहीत आहे ना? मला तर इथं झुडपांच्या रानाशिवाय काहीच दिसत नाही." मी माझ्या ओरखड्यांवर थुंकी चोळत म्हणाले.

"ही पायवाट खूप जुनी आहे. एके काळी ती खूप प्रसिद्ध होती. इथं कुठंतरी रस्ताही आहे. आपल्याला तो शोधावा लागेल." बॉब म्हणाला.

मग, त्यानं स्पष्ट करून सांगितलं की, ही पायवाट १८५५ साली बांधण्यात आली होती. अमेरिकेतील यलोस्टोन नॅशनल पार्कच्या धर्तीवर, पिटवॉटरच्या या भागाचं भव्य राष्ट्रीय उद्यानात रूपांतर करण्याच्या योजनेचा हा एक भाग होता. त्या वेळी इथं चार फूट रुंदीचा दगडी रस्ता होता. तो फेरीव्हार्फपासून खाडीच्या काठाकाठानं जात होता. वाटेत विसाव्यासाठी एक झोपडी बांधली होती. तिच्याजवळ छपरावरचं पावसाचं पाणी गोळा करायला एक टाकीसुद्धा होती. लोकांचे गट इथं सहलीसाठी येत.

आम्ही नदीचं पात्र ओलांडून थोडं पुढं गेलो. बॉबनं थांबून तिथले काही जुने अवशेष दाखवले.

"त्या झोपडीचं एवढंच काय ते उरलंय आता." तो म्हणाला.

"सिडनीपासून बरंच दूर आहे की हे; लोक इथं यायचे कष्ट घेत, याचं नवलच वाटतं." मी पुटपुटले.

"अनेक जण इथल्या रानफुलांसाठी यायचे. वसंत ऋतूत सारं रान फुलून यायचं. खूप सुंदर दिसायचं."

"त्या लोकांनी इथली सगळी फुलं खुडून नेली असावीत, म्हणून तर आता इथं एकही फूल दिसत नाही."

"आहेत, अजून इथं फुलं आहेत. अर्थात, आता पूर्वीसारखी नाहीत. पूर्वी सारा प्रदेश फुलांनी आच्छादून जायचा. चंद्रकोरीसारखी कलेकलेनं फुलत जाणारी फुलं, लोकरीसारखी मऊसूत फुलं, बोरानियाच्या साऱ्या जातीची फुलं... गच्च भरून जायचा सारा प्रदेश. घरी गेल्यावर याविषयी बार्बराला विचार तू."

वसंत ऋतूत झालेल्या भरपूर पावसानं रानं हिरवीगार झाली होती. बाभळीचा झाडझाडोरा गच्च झाला होता. तो भीतिदायक वाटत होता. काट्यांनी माझ्या गालावर ओरखडे उठले होते. मी गवताची पाती घट्ट धरली, तर तळहात रक्ताळून गेले. मला या साऱ्यातून आनंद का मिळत होता, हे मी स्वतःला मनातल्या मनात विचारत होते. आणि मला ताडकन उत्तर मिळालं. 'मी रानात

होते. मला हे असं रानात असणं मनापासून आवडत होतं. ते मला मिळालेलं आव्हानही होतं.'

बॉब हळूहळू किनाऱ्याची चढण चढत होता. वाट अस्पष्ट होती. किंबहुना नव्हतीच. दोनेक वेळा तर आम्हाला परत यावं लागलं. कारण आम्ही जिला पायवाट समजत होतो, ती जुनी पायवाट नसून वॉलबीच्या येण्याजाण्याच्या खुणा होत्या.

"आपण कुठं जातोय, ते तुला कळतंय का?" मी विचारलं.

बॉबनं उत्तर दिलं नाही. आम्ही तसेच पुढं चालत राहिलो.

"हे बघ." बॉब म्हणाला.

खाली वाकून त्यानं जमिनीवरचा पालापाचोळा आणि घाण दूर केली. तिथं सँडस्टोनच्या तीन आखीव फरशा होत्या. त्या मनुष्यनिर्मित होत्या. काही पावलं चालल्यावर सुमारे बारातेरा तशाच फरशा त्यानं दाखवल्या.

"हाच तो जुना रस्ता. आपण योग्य मार्गानं चाललो आहोत."

बाभळीच्या भयंकर काटेरी झुडपांच्या मोठमोठ्या भूखंडांमधून आम्ही कसेबसे बाहेर पडलो. कधी वाटेत पडलेली झाडं ओलांडावी लागली, तर कधी डोक्याला लागू नये, म्हणून लोंबत्या फांद्या बाजूला कराव्या लागत होत्या. इथं गोचिडीही असू शकतील, असं माझ्या मनात आलं. तेव्हा मात्र या दुबळेपणाबद्दल मी माझीच कानउघाडणी केली. साप आणि कोळी यांच्यासारखीच गोचिडही पिटवॉटरमधल्या आयुष्यातली वस्तुस्थिती आहे. त्यामुळं, एकतर त्यांना तोंड द्यायला शिकावं लागतं, नाहीतर फिरणं सोडून द्यावं लागतं. माझ्याकडं कुठलाच पर्याय नव्हता. मी तशीच मुकाट्यानं पुढं चालत राहिले.

आम्ही घनदाट पर्जन्यवन ओलांडून किनाऱ्याच्या खडकाळ चढणींच्या भागात आलो. हिरवा स्कर्ट घातलेल्या लांब काट्यांच्या आणि पिवळ्या फुलांच्या गोखरुंचं रान आम्ही ओलांडलं. नाताळाची झाडं, ताऱ्यांसारखा आकार असलेल्या लाल-पिवळ्या नाजूक फुलांनी बहरू लागली होती. ग्रिव्हीलाच्या फिकट लालसर जांभळ्या फुलांचे पुंकेसर ताठ न राहता पुन्हा फुलावरच वळले होते. त्यामुळे परागीभवनाला मदत होते. हार्डनबर्जियाचा रंग गडद जांभळा होता आणि जमिनीलगत प्रसन्न निळ्या रंगाच्या ब्रॅचिकोम नावाचा शेवंतीचा गालिचा पसरला होता. लव्हेट बेच्या परिसरातल्या वनस्पतींशी बार्बरा माझी अत्यंत हुशारीनं आणि सहजपणानं ओळख करून देत होती, हे माझ्या लक्षात आलं. फारसा गाजावाजा न करता हळुवारपणे, वनस्पतींबद्दलच्या माझ्या जाणिवांत ती भर घालत होती. पण, माझ्याभोवती असलेल्या अनेक झाडांची नावंसुद्धा मला माहिती नव्हती. त्याची मला शरम वाटली. ही भूमी आता माझी परसू होती आणि तिच्याविषयी

मला कमी माहिती होती; असं अज्ञान असणं अयोग्य होतं.

शिखरावर हिरव्या वनस्पतींचं प्रमाण अगदीच कमी झालं होतं. शंकूच्या आकाराची पिवळी फुलं येणाऱ्या बँकसिआचे खुंट आणि इतर खुरटी वनस्पती इथं अस्ताव्यस्त पसरली होती. आणि जवळच एक मोठी अंधारी गुहा होती.

"आपल्याला इथंच यायचं होतं का?" मी बॉबला विचारलं. माझा चेहरा घामानं थबथबला होता. टीशर्ट ओला होऊन पाठीला घट्ट चिकटला होता. बॉबच्या चेहऱ्यावर मात्र दमल्याचं साधं चिन्हही नव्हतं.

"नाही. आपली जागा आणखी थोडी पुढं आहे. अगदी जवळच आहे."

माझं नाक खूप वाहू लागलं होतं. मी काही वेळ सूं सूं केल्यानंतर शेवटी माझा टीशर्ट ओढला आणि त्याच्या बाहीतच नाक शिंकरलं.

"सॉरी. तू फारसं लक्ष देऊ नकोस. सूं सूं करायचा कंटाळा आला होता." मी म्हणाले.

बॉबनं आपल्या खिशातून पांढुरका रुमाल काढून मला दिला. "हे घे. तू माझ्याकडे मागायला हवा होतास. बार्बरालाही असाच त्रास होतो. घरभर टिश्यूचे डबे कशासाठी ठेवलेत, असं तुला वाटतं?"

"बार्बराचंच बरोबर होतं. कधीपासून ती मला सांगत होती." मी पुन्हा माझं नाक स्वच्छ केलं. "हे रान तुला भारून टाकेल आणि पांढरे गुलाब आणि वर्षभराचं आयुष्य असणारी इंग्रजी रोपटी बागेत लावायचं विसरून जाशील, असं ती मला सारखं म्हणायची."

बॉब हसला. "आपल्या सगळ्यांपेक्षा तिला जास्तच माहिती असते, असं दिसतं."

"अजून किती दूर जायचंय?"

"फारसं नाही. दोनेक वळणं घेतली की आपण पोचू तिथं."

चढणीच्या टोकाजवळ झाडझाडोऱ्यांत नाट्यपूर्ण बदल झाला होता. जमीन रेताड आणि भुसभुशीत होती. बँकसिआचे जुनाट ओबडधोबड खुंट टेकडीच्या कड्यांना घट्ट धरून बसले होते. वाळवंटी झुडपांसारखी दाट आणि नारिंगी पिवळ्या रंगांची फुलं त्यावर फुलली होती. त्यामुळे, ती आगीच्या ज्वाळांसारखी दिसत होती. काही खडकांत लहानलहान पायऱ्या खोदलेल्या होत्या. मग, तो रस्ता डावीकडं वळला होता. तिथंच पुढं एक प्रशस्त गुहा होती. त्या गुहेत एक लाकडी टेबल आणि एक बेंच होतं. हवामानामुळं छताची झीज होऊन त्यावर देवीच्या व्रणासारखे डाग पडले होते. पण, गुहेत गारवा होता. सगळीकडं खूप वर्षांत न उघडलेल्या कपाटांना येतो; तसा कुबट, शिळा वास पसरलेला होता.

"गॉड! कधीपासून ही गुहा इथं आहे?"

प्रश्न मूर्खपणाचाच होता. ही इथं सहस्त्रावधी वर्षांपासून असेल कदाचित. पण, हे टेबल आणि ही बैठक? दहा वर्षांपासून की शंभर वर्षांपासून? त्या टेबलावर, विसाव्या दशकापासून ते नव्वदीच्या उत्तरार्धापर्यंत अनेक तारखा आणि नावं कोरलेली होती. मी त्यावर बोटं फिरवून वाचण्याचा प्रयत्न केला. (काही वर्षांनंतर या जागेला मी पुन्हा भेट दिली. त्या वेळी टेबल मोडून पडलं होतं. त्याच्याखाली डोनाल्ड आणि क्वार्टरमन ही दोन नावं व १.१२.१० ही तारीख कोरलेली होती. कदाचित ती दोन माणसं नसून एकच असेल, डोनाल्ड क्वार्टरमन आणि त्यानंच ते टेबल तयार केलं असेल.) गुहेच्या दर्शनी भागात दगडी चुलीवर एक हुक लटकत होता. कधी काळी त्या हुकवर, चहा करण्यासाठी, पाणी उकळायला, पत्र्याचा डबा लटकवला जात असे. खडकातून वाहणारं पाणी साठवायला तिथं एक टाकीसुद्धा होती, असं मला नंतरच्या काळात दिसून आलं होतं.

मला त्या गुहेत बसून तिथल्या वातावरणाचा अनुभव घ्यायचा होता. पण, बॉब अस्वस्थ होता. तो एका जागी स्वस्थ बसू शकत नव्हता. "चल, आपण वर शिखरावर जाऊ. फार दूर नाहीय ते. फक्त थोडं चालायचंय."

आम्ही बँकसिआ आणि इतर काटेरी झुडपातून चालत पुढं गेलो. एव्हाना, माझ्या दोन्ही हातांवर चांगलेच ओरखडे उमटून त्यातनं रक्त येऊ लागलं होतं. मला लिम्फोडेमाची आठवण झाली. हे रानावनात असं फिरणं सोडून द्यायचा विचारही मनात क्षणभर येऊन गेला. पण, असं जगण्यात अर्थ नव्हता. रानावनात जाताना प्रत्येक वेळी संसर्गबाधा न होऊ देणारं मलम सोबत आणायची आठवण ठेवली पाहिजे. काढता पाय घेण्यापेक्षा परिस्थितीशी जुळवून घेतलं पाहिजे.

आम्ही चढणीच्या शिखरावर पोहोचलो. तिथं जोराचं थंडगार वारं होतं. तिथनं सारा भूप्रदेश खाली घरंगळत गेल्यासारखा दिसत होता. कुठं सांडल्यासारखा किंवा वाहून गेलेला; कुठं आत घुसलेला, तर कुठं पुढं आलेला. पाण्यावरच्या बोटी प्रचंड सीगलसारख्या दिसत होत्या. किनाराभर पसरलेल्या जेट्टी वेड्यावाकड्या दातांसारख्या दिसत होत्या. स्कॉटलंड आयलंड एकटंच तरंगत होतं. लव्हेट बे आणि एल्विना बे यांच्या दरम्यान पायाच्या अंगठ्याच्या आकाराचा जमिनीचा पट्टा दिसत होता. दूरवर चिंचोळा मानेसारखा भूप्रदेश मोनाव्हेलला पॅसिफिक समुद्रापासून वेगळं करत होता. पॅसिफिकची फिकट निळी पट्टी दिसत होती. आम्ही उभे होतो, तिथे लोखंडी कठडा आणि बसायला लाकडी आसन होतं. तेही टेबलाएवढंच जुनं असावं. अखेर मी त्या आसनावर बसले आणि पॅसिफिक समुद्र न्याहाळू लागले. माझ्या अंगावर काळ्या मुंग्या चढू लागल्या, तरी मी हलले नाही.

बॉब अजूनही बेचैन असल्याचं माझ्या लक्षात आलं. "तू खाली बसणार आहेस की नाही?"

"बार्बराची तब्येत खूपच खालावत चालली आहे." तो म्हणाला.

"हे अटळच होतं बॉब. तू ते बदलवू शकत नाहीस. थांबवू शकत नाहीस. इथून पुढं चांगल्या दिवसांपेक्षा वाईट दिवसच जास्त येणार आहेत वाट्याला." तो वळला. त्याच्या डोळ्यांत अश्रू होते. त्याचं शरीर आक्रसून गेलं होतं. खांदे डोक्याभोवती आवळले होते. हात आखडल्यासारखे लोंबकळत होते आणि त्याच्या मुठी घट्ट आवळल्या होत्या.

"मग, मी करू तरी काय?" तो उद्गारला. "काय करू मी?"

आम्ही इतकं दूर, या उंच टेकडीवर का आलो, याचं कारण मला त्या क्षणी उमजलं. आम्ही बार्बराविषयी बोलायला आलो होतो. माझ्या भावाच्या आणि पतीच्या मृत्यूविषयी त्याला माहीत होतं. त्याच्या समोर काय वाढून ठेवलंय, हे मला समजू शकेल, असं त्याला वाटत होतं. उद्या काय घडणार आहे, त्यासाठी कसं सज्ज असायला हवं, हे त्याला माझ्याकडून जाणून घ्यायचं होतं. त्याचं बार्बरावर अतिशय प्रेम होतं. गेली पस्तीस वर्षं त्यांनी संसार केला होता. त्यांना चार मुलं झाली. ते निवृत्त झाले. आयुष्यातले चढउतार त्यांनी एकत्र भोगले होते. अशा पत्नीची काळजी कशी घ्यावी, हे त्याला माझ्याकडून हवं होतं.

"योग्य काय नि अयोग्य काय हे मला कळत नाही." मी त्याला म्हणाले. "जेव्हा मला संधी मिळाली होती, तेव्हा ती मला साधता आली नाही, एवढंच मला ठाऊक आहे. मी तुला एवढंच सांगू शकते की, अशा वेळी आपलं आयुष्य, आपलं काम आपल्याला बाजूला ठेवावं लागतं. आणि जे घडतंय, त्याचा अपरिहार्यपणे येणारा संताप बाजूला ठेवावा लागतो. अग्रक्रम बार्बरालाच. प्राधान्य फक्त तिच्याच सुखस्वास्थ्याला! आयुष्यात जास्तीत जास्त, जमतील तितके, आनंदाचे जादुई क्षण निर्माण करण्याला."

"पण, तिला घर रंगवायचं आहे." बॉब म्हणाला. त्याचं वैफल्य त्याच्या शब्दांशब्दांतून व्यक्त होत होतं. "तिच्या आजाराचं निदान झालं, तेव्हा घराला रंग काढायचं काम आम्ही बाजूला ठेवलं. आता तर तो वेडेपणाच वाटतोय. सगळं घर अस्ताव्यस्त होईल. रंगाच्या वासानं आणि वाफाऱ्यानं तिला फार त्रास होईल."

"घर रंगवायला घे. तेच तिला हवं आहे. रंगाचा वास जाईपर्यंत तुम्ही दोघंही माझ्याकडे राहा."

माझ्याकडे अविश्वासाने पाहत त्यानं विचारलं, "का करत आहेस तू हे सगळं?"

"तू आणि बार्बरा माझ्या कुत्र्याच्या पिल्लांची काळजी का घेता? मला रोज मदत का करता?"

शेवटी तो बैठकीवर बसला. मानसिक ताणाचा प्रवाह त्याच्या शरीरातनं बाहेर पडत होता. "बार्बराला इस्पितळात जायचं नाही. तिला त्याची घृणा वाटते. तिला घरीच राहायचं आहे."

"ती हिंडतीफिरती असेपर्यंत ते चांगलंच आहे की! पण, कधीतरी ती अंथरुणातनं हलू शकणार नाही आणि तिची योग्य काळजी घ्यायला तुला, कुणाचीतरी गरज पडेल."

"तशी सोय आहे माझ्याकडे." तो म्हणाला. "तशी वेळ आली, तर आमची मुलं येतील. त्यांच्यापैकी एक जण नर्स आहे."

"आपल्या आईची आणि बहिणीची काळजी घेताना सोफियानं भविष्यातल्या गरजा ओळखून काही गोष्टी आधीच आणून ठेवल्या होत्या. त्यामुळे, जेव्हा चिंताजनक परिस्थिती निर्माण झाली आणि वस्तूंची खरोखरच गरज निर्माण झाली, तेव्हा त्या साऱ्या हाताशी होत्या."

"वस्तू?"

"हो. व्हीलचेअर. बेडपॅन."

"हा. तशी अवस्था येतेच. नाही का?"

"होय. बहुधा येते."

आम्ही एका उंच खडकावर न बोलता तसेच बसून होतो. शंभर वर्षांपूर्वी या ठिकाणी काही विशेष दिवशी ध्वज फडकवला जात असे. त्याच्या खुणा आजही इथं अस्तित्वात होत्या. म्हणूनच या स्थळाला 'फ्लॅगस्टाफ' असं म्हटलं जायचं. इतक्या वर्षांपूर्वी स्वप्नांनं भारलेली इतकी तरुण मुलं – आज त्यातलं कुणीही जिवंत नाही... हे सगळं आहे तरी काय?

"हे सगळं काय आहे? कशासाठी आहे? तुला काय वाटतं?" मी बॉबला विचारलं.

"मला माहीत नाही." बॉब म्हणाला. मला काय म्हणायचं होतं, हे त्या क्षणीच त्याला उमगलं होतं." जेव्हा खूप ताण वाढतो, तेव्हा जगण्याचा, जिवंत राहाण्याचा प्रयत्न करत राहाणं, एवढंच फक्त आपण करू शकतो."

तो घरी परतायच्या तयारीनं उठला. "हा रस्ता फारसा कुणाच्या स्मरणात नाही." तो म्हणाला. मरणाचा विषय त्यानं बंद करून टाकला होता.

आम्ही वेगळ्या वाटेने घराकडे परत निघालो. ही वाट खूपच खडबडीत आणि त्रासदायक होती. या वाटेवर दोन धरणं होती. ही धरणं जवळजवळ शंभर वर्षांपूर्वी इथल्या शेतीला ओलिताखाली आणण्यासाठी बांधली गेली होती. त्या

वेळी, सिडनी नुकतंच वसत होतं आणि त्या वस्तीला इथल्या शेतीतून अन्नधान्याचा पुरवठा होत होता.

युरोपियन वसाहतींच्या किंवा या खंडाच्या इतिहासाकडं मी कधी फारसं लक्ष दिलं नव्हतं. माझ्या पिढीला शाळेत इंग्लिश इतिहास शिकवला जात असे. त्याखेरीज दुसऱ्या कुणाचा वा कशाचा इतिहास महत्त्वाचा नाही, असंच त्यामागचं धोरण होतं. या लहानशा देशाबद्दल पुढच्या पिढ्यांना आमच्यापेक्षा जास्त अभिमान वाटेल का?

प्रत्येक रोप नव्यानं कसं जन्म घेतं, हे त्यांना शिकवलं जातंय का? कधी वणव्यांतनं, कधी धुरातनं, कधी हिवाळ्यात पडलेल्या बीजातनं, तर कधी जमिनीत राहिलेल्या कंदातनं ही रोपं, नव्यानं, वेगवेगळ्या तऱ्हेनं उगवत राहतात. हे नव्या पिढीला शिकवलं जातंय का? की अज्ञानामुळं आणि लोभीपणानं आम्ही त्या वनस्पतींचा जसा विध्वंस केला, तसाच विध्वंस तेही करणार आहेत? खरं म्हणजे आम्ही आमच्या अज्ञानामुळंच जास्त हानी घडवून आणली आहे. ही भूमी इतरांपेक्षा वेगळी आहे आणि ही गोष्ट आता कुठं, एवढं वय झाल्यावर, मला समजायला सुरुवात झाली आहे.

घराला रंग काढायचं काम जोरात चाललं होतं. सगळीकडं प्लॅस्टिकची आवरणं आणि शिड्यांची गर्दी झाली होती. मळक्या, डागाळलेल्या कपड्यांतले रंगारी गाणी म्हणत होते.

"ते इटालियन आहेत." बॉबनं सांगितलं. जणू काही त्यानं, ते का गाताहेत, याचं स्पष्टीकरण मिळणार होतं.

बॉब आणि बार्बरा माझ्याकडे राहायला आले होते. माझ्या घराची दुरुस्ती अजून झालीच नव्हती. दोघं माझ्याकडे त्यांच्या शय्यागृहाचं काम होईपर्यंत थोडे दिवस राहणार होते. माझा वेळ मजेत जात होता. रात्री जेवायला सारेच असायचे. त्यामुळं मला महत्त्वाचं काम मिळाल्यासारखं झालं होतं. बार्बरा आराम करत होती. बॉब मात्र सकाळ झाली की, आपल्या वर्कशेडमध्ये अदृश्य व्हायचा. तो बरोबर बाराच्या ठोक्याला जेवायला अवतीर्ण व्हायचा. मग, पुन्हा पाच-सहा वाजेपर्यंत वर्कशेडमध्ये काम करत राहायचा. मला बाहेर जायचं असेल, तर बार्बरा एकटी असायची. त्या वेळी मात्र, त्यांच्या या दिनक्रमात खंड पडत असे. त्या वेळी, तो बार्बराच्या अंथरुणाजवळ सोफ्यात बसून राहायचा. तिचे श्वास ऐकता ऐकता आपल्या मनातल्या संकल्पनांची रेखाचित्रं काढत बसायचा.

बॉब अक्षरश: काहीही करू शकत असे. नळ दुरुस्त करणं, घरं बांधणं, बोटीचे आराखडे तयार करणं, इंजीन दुरुस्त करणं, यांसोबतच तो घरातली भांडीसुद्धा नीट करू शकत असे. तो इंजिनियर होता. त्याच्याकडे विजेची आणि पाण्याच्या नळाची कामं करण्याचा परवानाही होता. माझ्या न्हाणीघरातली, मला कधीही न कळलेली गळती त्यानं बंद करून दिली होती. चुलीवरची धूर आणि उष्णता बाहेर फेकणारी चिमणी दुरुस्त करून दिली. इतकं नव्हे, तर मी फेकून द्यायचं ठरवलेली इस्त्री त्यानं उघडली. त्यात नवीन सामान टाकलं, नी ती सुरू केली. बॉबला एखादा मोडका होसचा तुकडा दिला, तर त्यातनं तो पाण्याची एखादी नवीन यंत्रणा तयार करून देईल.

अशा या बॉबचं मन सारखं भिरभिरत राहायचं. अनेकदा तो गप्प बसत असे. त्याचं कारण म्हणजे त्याचे शब्द, त्याच्या विचारांच्या वेगाने धावू शकत नव्हते. हे माझ्या लक्षात आलं होतं. तो शांत बसला असला; तरी त्याचं निरीक्षण करणं, तुलनात्मक अभ्यास करणं, माहितीची वर्गवारी करणं, विचार करणं हे सारं सुरूच असायचं. तो कठोर निर्णय घ्यायला अजिबात भीत नसे. कारण आपण कनवाळू आहोत, याची त्याला जाणीव होती. महत्त्वाचं काय आहे, याबद्दल त्याच्या कल्पना सुस्पष्ट होत्या. आपलं मोठेपण वाढवायला त्याला कधी टाळ्यांची गरज भासली नाही. केलेलं काम आपण हातचं काहीही न राखता, आपल्या पूर्ण ताकतीनिशी केलेलं आहे, याची जाणीव त्याला पुरेशी असायची. माझ्या आयुष्यात, खऱ्या अर्थाने प्रौढ झालेल्या ज्या थोड्या व्यक्तींना मी भेटले, त्यातला तो एक आहे, असं मी समजते.

प्रकृती पूर्ववत व्हावी, म्हणून मी दिवसातला काही वेळतरी या ना त्या डॉक्टराला भेटण्यात खर्च करत होते. खरं म्हणजे, कॅन्सरची पुन्हा लागण झालेली नाही, याची मला खात्री करून घ्यायची असे. घरी परतायला साधारणत: दुपार व्हायची. मी दोनेक तास आडवी पडायची. मग, ते भयंकर चवीचे काढे उकळायची. त्यांचा खरंच मला काही फायदा होत होता का? मला माहीत नाही. आजारपणाचा – विशेषत: कॅन्सरवर मनाचा कितपत प्रभाव पडतो, असं एकदा मी सोफियाला विचारलं होतं.

"बौद्ध भिक्खूची मनं चांगली कणखर असतात. ते ध्यानधारणा करतात. शांत आयुष्य जगतात. त्यांचा आहार सात्त्विक असतो. ते धूम्रपान वा मद्यपान करत नाहीत. तरीही ते कॅन्सरने मृत्यू पावतात."

ठीक आहे. मी कणखर आहे. माझं शरीर बळकट आहे. का, शेवटी हे सारं दैवाधीनच आहे?

बॉब आणि बार्बरा राहायला आल्यानंतरच्या पहिल्या मंगळवारची गोष्ट. आधी ठरलेली एक भेटण्याची वेळ गाठायला मी सकाळी लवकरच बाहेर पडले होते. पण, मी अर्ध्या वाटेत असतानाच फोन वाजला.

"बार्बरा अंथरुणातनं उठू शकत नाहीय. मी काय करू?" बॉब विचारत होता.

काहीही न विचारता मी माझी मोटार वळवून घरी परत निघाले. तो अतिशय घाबरला असल्याचं त्याच्या शब्दांतून स्पष्ट होत होतं. त्यामुळं मला खूप काळजी वाटत होती. त्या वेळी जॉफ हा वॉटरटॅक्सीचा चालक होता. त्याला मी सारा प्रकार सांगितला.

"मी तुला हाक मारेन. तेव्हा तू ताबडतोब ये." मी त्याला बजावलं. "बार्बराची तब्येत बरी नाही." आम्ही सारे एका कुटुंबातले होतो. त्यामुळे, आणखी काही सांगायची गरज नव्हती. बार्बरा कॅन्सरनं आजारी असल्याचं साऱ्यांना कधीपासनं माहिती होतं.

मी केनच्या जेट्टीवर उतरून धावतच घराकडं निघाले. घरी बार्बरा मजेत हसत अंथरुणात लोळत पडली होती. बॉबला एवढं घाबरायला काय झालं होतं, हे मला कळत नव्हतं. ती नेहमीसारखीच फिकट पण शांत दिसत होती.

"एका मिनिटात मी उठते गं." ती म्हणाली.

बॉबनं माझं कोपर धरून मला बाहेर नेलं. "ती सकाळी आठ वाजल्यापासून असंच म्हणतेय. तिला उठता आलं असतं, तर एव्हाना ती उठली असती. आज तिला आणखी केमो द्यायचा आहे."

आपलं आयुष्य त्या विषाच्या घोटानं वाढतं आहे, असं तिला वाटत होतं. त्यामुळे तो उपचार करून घ्यायचं ती कधीच टाळत नसे.

तिच्या डॉक्टरांना बोलवायला बॉब टेकडीवरच्या त्यांच्या घरी गेला. तिथनं त्यानं मला फोन केला. त्याचं बोलणं बार्बराला कळू नये, म्हणून त्यानं हा मार्ग पत्करला होता.

"ॲम्ब्युलन्समधनं तिला इस्पितळात पोहोचवायला त्यांनी सांगितलंय."

"आपण हे कसं करायचं?"

"ते मी बघतो. तू बार्बराजवळ राहा."

जिथं फक्त जलमार्गानंच जा-ये करता येते, तिथं पोलिसच जल-रुग्णवाहिकेची व्यवस्था करतात. त्यांचं ठाणं मॅककार्स क्रीकला काही मिनिटांच्याच अंतरावर होतं. या पोलिसांना साऱ्या वस्तीची माहिती असते. खास करून कोण गर्भार

आहे, कोण आजारी आहे, कोणाची अवस्था गंभीर आहे, याची त्यांच्याजवळ यादीच असते. पोलीस रुग्णवाहिका कर्मचारी आणि पोलीस, पोलिसांच्या लाँचमधनं रुग्णाला घेऊन जाण्यासाठी येतात.

काही वेळातच गडद निळ्या गणवेषातले पोलीस रुग्णवाहिकेच्या कर्मचाऱ्यांसह घरी आले. त्यांच्याजवळ स्ट्रेचर, औषधं... अगदी प्राणवायूसुद्धा होता. आपली तब्येत बरी असून, आपण लवकरच उठतोय, असं बार्बरानं पुन्हा एकदा साऱ्यांना सांगितलं. अर्ध्या तासानंतर तिच्या अंथरुणाजवळ स्ट्रेचर आणून तिला अलगद त्यावर ठेवण्यात आलं.

"अहो, मी अंथरुणाला खिळून पडलेली नाहीय." तिनं ठासून सांगितलं. पण, तिचे डोळे पाण्यानं भरून आले होते. तिचा हात हातात घेऊन मान हलवण्याखेरीज आम्ही आणखी काहीही करू शकत नव्हतो.

काटक शरीराच्या आणि प्रसन्न मुद्रेच्या त्या तरुणांनी तिला पायऱ्यांवरून खाली नेऊन अलगदपणे बोटीत ठेवलं. हे त्यांनी इतक्या हळुवारपणे केलं की, बार्बराला अजिबात वेदना जाणवल्या नाहीत. आणि तितक्याच हळुवारपणे बोटही पाणी कापू लागली. बॉब बार्बरासोबत होता.

मी कुत्र्यांच्या पिल्लांना घेऊन आत आले. माझ्या भावाच्या आणि पतीच्या असंख्य स्मृती मनात दाटून आल्या. मेंदूवर शस्त्रक्रिया केल्यानंतर कवटीच्या हाडाला जंतूची लागण झाल्यानं इस्पितळात पुन्हा धाव घ्यावी लागली होती. त्या वेळची बेशुद्धावस्था, ट्यूमर वाढल्यानं पुन्हा करावी लागलेली शस्त्रक्रिया या साऱ्या आठवणींनी प्रचंड कलकलाट सुरू केला होता.

मला हे सारं विसरायचं होतं. या आठवणींपासून दूर पळून जायचं होतं. त्या साऱ्या यातनाचक्रातनं पुन्हा जायचं नव्हतं. आपल्या अगतिकतेची जाणीव, मृत्यूची वाट पाहाणं, मरणाच्या दारात पडलेल्या आप्तजनांना पाहून रात्रंदिवस भोगावे लागणारे दुःखाचे आवेग हे सारं आता पुन्हा नको होतं. हे दुःख आपल्या संवेदनाच बधीर करून टाकतं. आप्तांच्या मृत्यूनंतर काही काळ तरी सुटल्यासारखं वाटतं. पण, नंतर जेव्हा ही सुटकेची भावना विरून मृत्यूचं वास्तव आत आत झिरपत जातं, मुरत जातं; तेव्हा दुःखाच्या प्रचंड लाटा आपल्यावर कोसळतात. दुःख आणि फक्त दुःखच असलेल्या या लाटा! अशा वेळी आपण हतबल होऊन भोगत राहण्याशिवाय दुसरं काहीच करू शकत नाही.

मी बार्बराला इस्पितळात भेटायला गेले. जाताना माझ्या घरामागं असलेल्या

जुन्या बागेत उगवणाऱ्या हायड्राइनजाचा एक भलामोठा गुच्छ घेऊन गेले. पूर्वी ती बाग तिथं राहणाऱ्या एका डॉक्टरच्या मालकीची होती. मग, तिथं नवीन घर बांधलं गेलं. ते एकोणीसशे चौऱ्याण्णव साली वणव्यात जळालं. त्यानंतर मात्र तिथं काहीच बांधलं गेलं नाही. आता तिथं फक्त एक दगडी धुराडं, प्राचीन स्मारकासारखं उभं होतं. अर्थातच काही जुन्या पद्धतीची चिवट फुलझाडंही होती. कॅना लिली, विस्टेरिया, मॅग्नोलिया आणि वसंत ऋतूत डॅफोडिल आणि स्नोफ्लेक्सही तिथं अजून उगवत राहायचे.

मी नेलेल्या हायड्राइनजाच्या गुच्छामुळं इस्पितळातल्या खोलीला जरा जीव आली. एरवी ती एक उदास खोली होती. तरंगव्यातल्या भव्य आणि बाहेरच्या जगाचं जिवंत दृश्य जिथून दिसतं, अशा ओसरीच्या तुलनेत तर ही खोली अगदी नकोशी वाटत होती.

"मला घरी जायचंय." बार्बरा म्हणाली.

"मलाही तू घरातच हवी आहेस." मी तिचा हात हातात घेऊन म्हणाले.

त्या खोलीत आणखी तीन माणसं होती. त्यांच्या घशातली घरघर आणि खोकला यांनी खोली भरून गेली होती. प्लॅस्टिकच्या पिशव्यातला द्रव जेवढ्या वेगानं त्यांच्या शरीरात जात होता, तेवढ्याच वेगानं त्यांच्या शरीरातलं चैतन्य बाहेर सांडत होतं. रानाचं आणि पाण्याचं गाणं ऐकणं, यापेक्षा लाख पटीनं बरं होतं.

बार्बराच्या हाताला नळ्या लावलेल्या नव्हत्या. पण, तरीही हालचाल करणं तिला कठीण जात होतं. तिचं शरीर हळूहळू मिटत चाललं होतं.

"बार्बरा घरी आली, तर तुला सारं सांभाळता येईल ना?" त्या संध्याकाळी लव्हेट बेला परत आल्यावर मी बॉबला विचारलं. "हे काम खूप मोठं आणि कठीण आहे. एखादं लहान मूल सांभाळण्यासारखंच. ते मूल अहोरात्र आपल्यावरच अवलंबून असतं. फारच अवघड असतं ते."

"आपण सांभाळू सगळं!" बॉब म्हणाला. फ्लॅगस्टाफवर आमचं बोलणं झालं. त्याच्या कितीतरी आधीपासून त्याची, या प्रसंगाला तोंड द्यायची मानसिक तयारी झाली होती. त्यानं शांतपणे सारं स्पष्ट करून सांगितलं. प्रत्येक टप्प्यावर बार्बराची शुश्रूषा कशी करायची, याची योजना त्यानं काटेकोरपणे आखून ठेवली होती. ती जोवर स्वत:हून अंथरुणातून उठूबसू शकणार होती आणि वेदनाशामक औषधं गिळू शकणार होती, तोवर तो स्वत: तिची काळजीपूर्वक देखभाल करणार होता. त्यानंतर जेव्हा तिची प्रकृती अधिक गंभीर झाली असती, तेव्हा तो आपल्या मुलांना बोलावणार होता. त्यातही सर्वांत आधी केलीला बोलावणार होता. कारण केली अतिदक्षता विभागात काम केलेली अनुभवी नर्स होती.

बार्बराच्या सेवेला ही दोघं जेव्हा अपुरी पडली असती, तेव्हा इंजिनियर असलेली मेग येणार होती.

"तिघं मिळून आम्ही सारं नीट सांभाळू." बॉब म्हणाला.

"चौघं मिळून." मी म्हणाले. "मला शक्य होईल, ती मदत मलाही करू दे."

बार्बरा घरी आल्यानंतर सारे शेजारीपाजारी तिच्या साहाय्याला सहृदयतेनं पुढं सरसावले. फ्लॉग हॉलोला राहणारी डेबी गुरुवारी रात्री मिष्टान्न घेऊन येऊ लागली. लिटील लव्हेट बेची ॲन दर बुधवारी संध्याकाळी काही वाचून दाखवायला येत होती. कधीमधी बॉबला बाहेर जायचं असलं, तर दुपारीसुद्धा यायची. मी गप्पा मारायला येताना बरोबर खूपसे केक किंवा रस्सा किंवा मोठा फ्रिटाटा घेऊन यायची. बोटशेडमधला वैट जेवण वर न्यायला मदत करायचा आणि कधीमधी जेवायला थांबायचाही.

या साऱ्या घाईगर्दीत एकदा डॉल्सीनं अधाशीपणानं, शेंगदाण्याच्या लोण्यात उंदरांसाठी घालून ठेवलेलं विषच बकाबका खाल्लं. त्यामुळे, मी आणि बॉब तिला घेऊन पशुवैद्याकडे गेलो आणि त्यानं तिचं पोट धुवून सारं विष बाहेर काढलं. आम्ही पशुवैद्याकडून परत येईपर्यंत दोन तास बार्बरा व्हिटाला आपल्या अंथरुणात घेऊन कुरवाळत बसली होती.

आपण एक दिवस नक्की बरं होणार आहोत, अशा पद्धतीनंच बार्बरा बोलत होती. कदाचित एखादा चमत्कार घडेल, असं आम्हाला वाटावं, यासाठीच तिचे हे प्रयत्न चालू होते. दर आठवड्याला काहीतरी नवीन नाट्यपूर्ण घटना घडायची, अडचणी निर्माण व्हायच्या. पण, एकंदरीत बरी नसण्यापासून विकलांग होण्यापर्यंतचा तिचा प्रवास हळूहळू आणि प्रतिष्ठेला धक्का न लावता होत होता.

एक दिवस एक शेजारीण बार्बराला भेटायला आली आणि तिच्या गंभीर तब्येतीची चिंता न करता माझ्या कुत्र्यांच्या पिलांविषयी तक्रार करू लागली. त्या पिलांना हुसकावून लावण्यासाठी तिला बार्बराचा पाठिंबा हवा होता. त्या पिल्लांवर माझं अजून पूर्ण नियंत्रण नव्हतं.

"परमेश्वरानं निर्माण केलेल्या प्रत्येक जीवावर माझं प्रेम आहे." बार्बरानं तिला सांगितलं आणि ती चर्चाच संपवून टाकली.

"साले सामाजिक कार्यकर्ते!" बार्बरानं ही गोष्ट सांगितली. तेव्हा मला त्या शेजारणीचा भयंकर संताप आला. तिच्या स्वार्थीपणाचा मला राग आला. बार्बरा एवढी आजारी होती, याची तिला पर्वा नव्हती. पण, त्याचबरोबर मला भयही वाटलं. कारण ती पिल्लं माझा नांगर होती. त्यांनी मला आयुष्याशी बांधून ठेवलं

होतं. त्यांच्यामुळे मी उठत होते, बाहेर फिरायला जात होते. त्यांच्यामुळे खायची, प्यायची आठवण राहात असे. ती पिल्लं म्हणजे माझं कुटुंब होतं.

त्यानंतर काही दिवसांनी त्या पिल्लांनी एका वॉलबीला झुडपातनं हुसकून बाहेर काढलं. वॉलबी मरायला टेकलं होतं. ते झुडपातनं बाहेर येऊन वाळूवर कोसळलं. पिल्लं त्याच्याभोवती रिंगण घालत होती. वेड लागल्यासारखी भुंकत होती. वॉलबीच्या नरडीचा घोट घ्यायला धावत होती. टेकडीवरच्या ब्रिजिटनं हा सारा प्रकार दुर्बिणीतनं पाहिला. ब्रिजिट गर्भार होती. पिल्लं वेड्यासारखी भुंकत होती. ब्रिजिट त्याहून मोठ्यानं पिसाळल्यासारखी किंचाळत होती आणि तिची दोन लहान मुलं घाबरून गेली होती.

"जीजस! अरे हे सगळं काय चाललंय? कसला हा आरडाओरडा?" मी चौकशी केली. बाहेर काय घडतंय, याचा मला पत्ताच नव्हता.

त्या वेळी पिया माझ्याकडे काही काळासाठी राहायला आली होती. काय झालंय, ते पाहायला आम्ही दोघी डेकवर आलो.

"ओह शिट!" मी उद्‌गारले.

मी धावत जाऊन बोटशेडहून वैटला सोबत घेतलं. जाताजाता पियाला ब्रिजिटच्या घरी जाऊन तिला शांत करायला सांगितलं. "आधी ती साली दुर्बीण तिच्याकडून काढून घे. आणि त्या पोरांसाठी केकबिक घेऊन जा."

मी आणि वैट वॉलबीकडं धावत गेलो. त्या पिल्लांना पकडलं. एक पिल्लू मी पकडलं आणि दुसरं वैटनं.

"या पिल्लांना मी कोंडून ठेवते. तू थांब इथंच." मी वैटला सांगितलं.

दोन बगलेत दोन पिल्लांना घेऊन मी वाळू तुडवत निघाले. त्यांना न्हाणीघरात बंद करून टाकलं. तिथून पळणं त्यांना शक्य नव्हतं. संसर्गरोधक औषधं, कात्री आणि कापूस घेतला. वॉलबी जखमी झालं असलं, तर औषधं उपयोगी पडली असती. मी परत आले, तेव्हा वैट त्या प्राण्याजवळ बसून त्यांच्या खांद्यावर थोपटत होता.

"मरायलाच टेकलंय ते." वैट म्हणाला. "पण, कुत्र्याच्या पिल्लांमुळे नाही. मुळातच ते म्हातारं झालंय बघ. त्याच्या साऱ्या अंगभर किडे रेंगाळताहेत आणि व्रणही पडले आहेत."

पिल्लांनी त्या प्राण्याच्या कानाला जखम केली होती. तिला औषध लावल्यावर वैटनं वॉलबीला पालापाचोळ्याच्या अंथरुणावर उचलून झुडपात नेऊन ठेवलं. तिथं ते शांतपणे आपले अखेरचे श्वास घेत पडून राहिलं. आम्ही घरी पोहोचलो. मी वैटला कपडे काढून धुलाईच्या यंत्रात टाकायला सांगितले. त्याचे कपडे धुवून सुकेपर्यंत घालायला म्हणून त्याला मी माझे जुने ट्रेकिंगचे कपडे दिले. तो

कुत्र्यांची पिल्लं असलेल्या न्हाणीघरात गेला आणि चांगला अर्धा तास शॉवर घेऊन बाहेर आला. त्यानं पिलांना येणारा घाणेरडा वास आणि त्यांच्या अंगावरचे किडे चोळूनचोळून धुवून काढले होते. त्यांच्याही अंगाला आता साबणाचा वास येत होता.

"थँक्स, वैट." मी त्याला म्हटलं. "थँक्स."

त्यानं खांदे उडवले. कपभर चहा घ्यायला त्याची हरकत नाही, असं सांगितलं आणि वर म्हणाला," आणि तुझ्याकडं अजून ते लेमनकेक्स शिल्लक आहेत ना?"

मी हसले. "आहेत बाबा. आहेत."

पियाही एव्हाना परत आली. ती स्वत:वरच खूश असल्यासारखी दिसत होती. आपले हात झटकत तिनं सांगितलं, "आता तिकडं सारं काही शांत शांत आहे."

वैट गेल्यावर मी पिल्लांना पट्टे बांधले आणि पियाला घेऊन बार्बराला भेटायला तरंगव्यात गेले. घडलेल्या प्रकारानं मी अस्वस्थ झाले होते. काय करावं, हे मला कळत नव्हतं. बॉब आणि बार्बराच यावर काही उपाय सांगू शकतील, असं मला वाटलं. मी तिच्या अंथरुणाजवळ बसले आणि एक भयंकर घडलं. मी हमसाहमशी रडू लागले.

"मला वाईट वाटतं गं! खूप वाईट वाटतं. हे सगळंच भयंकर आहे." मी म्हणाले.

बार्बरानं स्मित केलं. माझ्या हातावर हळूहळू थोपटत तिनं विचारलं," काय झालं?"

मी भडाभडा सारं सांगून टाकलं. तिच्या कोमेजणाऱ्या आयुष्याच्या तुलनेत अगदी क्षुल्लक असणाऱ्या गोष्टीचा भार तिच्यावर टाकताना मला विलक्षण शरमल्यासारखं झालं होतं. पण, तरीही मी स्वत:ला आवर घालू शकत नव्हते.

"बॉबला सांग तू हे सगळं." तिनं सल्ला दिला. "तो सांगेल तुला काय करायचं ते."

"बार्बरा, माफ कर गं. अगदी वेड्यासारखी वागले मी. सॉरी."

"जाऊ दे गं. फारसं मनावर घेऊ नकोस. माझ्याशी कुणी असं सर्वसामान्यपणे वागलं, की बरं वाटतं."

आणि माझ्या एकदम लक्षात आलं की, मॉर्फिनच्या प्रचंड अमलाखाली असतानाही तिचं सगळीकडे लक्ष असतं. अगदी बारीकशी गोष्टही तिच्या नजरेतून सुटत नाही.

बॉब किचनमध्ये माझी वाट पाहात थांबला होता. एव्हाना, त्याला सगळी

घटना साऱ्या तपशिलासह कळली होती. एकतर आमचा परिवार लहानसा होता आणि पिया कोणतीही गोष्ट रंगवून सांगण्यात पटाईत होती. तिनं त्याला सारं सविस्तर सांगितलं होतं.

"मी काय करू? तुला काय वाटतं?" मी विचारलं.

तो काही न बोलता जमिनीकडं पाहात राहिला.

"तू काही सांगशील का?"

"एकच गोष्ट." तो म्हणाला. "पण, तुला ती आवडणार नाही."

"काय?" मी दबकतच विचारलं.

"एका पिल्लासाठी तू दुसरं घर शोध. दोन्ही पिल्लं एकत्र असली की, त्यांची टोळी होते. एकेकटे झाले की, ते पाळीव प्राणी होतील." त्यानं सांगितलं.

"शक्य नाही. अजिबात शक्य नाही."

मी रागातच बैठकीच्या खोलीत गेले आणि पिल्लांना घेऊन घरी जात असल्याचं पियाला सांगितलं. तिचे निळे डोळे विस्फारले. पण, ती काहीच बोलली नाही.

"चहा खूप छान झाला होता रॉबर्ट. थँक्स!" माझ्यासोबत यायला उठत ती बॉबला म्हणाली, "मग उद्या मासे पकडायला जायचं. हो ना?

बॉबनं मानेनंच होकार दिला. "भरती सुरू व्हायच्या वेळी जायचंय. मी तुला फोन करेनच."

घराबाहेर आल्याबरोबर मी कडाडले. "फिशिंग! अशा वेळी तू मासे पकडायचा विचार करूच कशी शकतेस?"

"जाऊ दे गं!" पिया समजुतीच्या स्वरात म्हणाली. "दोनेक दिवसांत सारं शांत होऊन जाईल. जाऊ या मासे पकडायला. निदान बोटीवर तरी ती पिल्लं खोड्या करू शकणार नाहीत."

अर्थात तिचं म्हणणं पार चुकीचं होतं. पहिली गोष्ट म्हणजे गळाला लावायचं आमिष त्यांनीच फस्त करून टाकलं. बॉबनं मोठी ऑक्टोपस पकडली होती. भयानं आणि रागानं लाल होऊन त्यांनी त्या ऑक्टोपसवर असा हल्ला चढवला की, ती बिचारी लोळागोळा होऊन पियाच्या पायावर चढू लागली. तिची अगदी त्रेधातिरपिट उडाली आणि हसू की किंचाळू, हेच तिला कळेनासं झालं. शेवटी, बॉबनं त्या ऑक्टोपसला तिचा एकएक टेंटॅकल सैल करत ओढून काढलं.

"हीच छान आमिष होईल गळाला लावायला." बॉब म्हणाला.

मला एकदम रडूच आलं. "तिला मारू नकोस रे! ऑक्टोपस एक चांगली महान आई असते. त्यांच्यात खूप मातृत्वाची भावना असते. तिला मुलं असतात.

ती बिचारी आई घरी येण्याची वाट पाहात असतील.''

बॉबला पेचात पडल्यासारखं झालं. तो ऑक्टोपसकडं पाहात होता. तिचा रंग क्षणाक्षणाला अधिकाधिक लाल होत होता. मग, त्यानं तिला धपकन पाण्यात टाकून दिलं. नेमक्या त्याचं क्षणी पियानं एक मासा पकडला.

''याचं डोकं खाली आपटू का?'' तिनं विचारलं. ती स्वतःवरच खूश होती.

त्यानं काही उत्तर द्यायच्या आधीच पिल्लांनी त्या वळवळणाऱ्या माशावर झडप घातली, ती नेमकी सामानाच्या पेटीत जाऊन पडली. पेटीतलं सारं सामान इतस्ततः पसरलं.

बॉबनं माशाच्या अंगातला हुक काढून माशाला पुन्हा पाण्यात फेकून दिलं. ''लेदर जॅकेट. खाण्यासाठी त्याच्या अंगावर फारसं मांस नसतं.''

त्यानं बोटीचं इंजीन सुरू केलं. ''आता पुरे करू या. करू या नं? वादळाचीही चिन्ह दिसताहेत.''

पिया आणि मी, आम्ही वर पाहिलं. आकाश अगदी निरभ्र होतं.

होड्यांच्या पुलावर पोहोचल्यानंतर आम्ही बॉबला ड्रिंक घ्यायला बोलावलं. पण, त्यानं डोकं हालवून नकार दिला. ''नको. मी घरी जातो. केली बार्बराजवळ थांबलीय. तिला मोकळं करतो.''

''आम्ही करण्यासारखं काही आहे?'' मी आणि पियानं जवळजवळ एका सुरात विचारलं.

''नाही. कुणी काही करण्यासारखं काहीच नाही.'' तो पायऱ्यांकडं वळला. त्याच्या हातात तीन गळ होते. बोटीच्या सामानाचा खोका होता. तो अगदी हारल्यासारखा दिसत होता.

''एकूण सगळ्या परिस्थितीत आणखी हे म्हणजे त्याच्या दृष्टीनं जरा जास्तच त्रासदायक झालं, असं मला वाटतं.'' मी म्हणाले.

पियानं माझ्याकडं रोखून पाहिलं आणि विचारलं,''ऑक्टोपस या महान माता असतात, हे तुला कुणी सांगितलं?''

''बार्बरानं.''

''ओह!''

मी नोकरी सोडल्यानंतर साधारणतः तीनेक महिन्यांनी मला वृत्तसंपादिकेचा फोन आला. घरबसल्या काही काम करायची माझी तयारी होती का, असं तिनं विचारलं. हे माझ्या दृष्टीनं खूपच सोयीचं होतं. लिहायचं, विश्रांती घ्यायची

पुनर्वाचन करायचं. मन पूर्वीपेक्षा दहापट एकाग्र करायचं. पण, काम संपेपर्यंत टेबलाजवळून हलायचं नाही. मी महिन्यातनं एकदोन लेख लिहायला सुरुवात केली. पुन्हा, थोडे पैसे घरात यायला सुरुवात झाली आणि हे करताना, बसल्या जागेवरून मी आकाश पाहू शकत होते. बदलते ऋतू अनुभवू शकत होते.

संधीप्रकाशात खेळायच्या वुडी पॉइन्ट शर्यती बुधवारी संध्याकाळी होत्या. बॉबनं त्याच्या 'लारिकिन' बोटीवरच्या खलाशांच्या चमूत सामील होण्यासाठी मला बोलावलं. मी अगदी एका पायावर तयार झाले. 'वुडी पॉइन्ट यॉट क्लब' ही स्थानिक संस्था होती. ती पंचवीस वर्षांपूर्वी स्थापन झाली होती. नौकानयनाच्या समस्या असणाऱ्या सामूहिक मद्यप्यांचा तो क्लब होता. त्यातल्या एकाही संस्थापक सदस्याकडं यॉट नव्हती. तो भपकेबाज क्लब नव्हता. तो नीट संघटितसुद्धा नव्हता. कुठलीही तरंगणारी गोष्ट घेऊन त्या शर्यतीत भाग घेता येत होता. शर्यतीत सहभागी होणाऱ्याच्या वर्तनाबद्दल तक्रार करायची असली, तर ती कोमोडोरकडं करावी लागायची. मात्र, त्या तक्रारीसोबत बिअरचा एक खोका असणं अत्यावश्यक होतं. खोका नसला, तर तक्रार नोंदवली जात नसे. मग, बिअरचा तो खोका संपेपर्यंत, मूळ तक्रार काय होती, हे कुणाच्याच लक्षात राहात नसे.

'लारिकिन' नांगरून ठेवली होती, तिथं जाताना बॉबनं बजावलं, "खूप काही सुखसोयी मिळतील, अशी अपेक्षा ठेवू नकोस."

"काय? सोफा नाही. फ्रीजसुद्धा नाही?"

मी चिडवते की काय, हे बघायला बॉबनं माझ्याकडं पाहिलं. मी माझा चेहरा निर्विकार ठेवला होता.

"काय आहे!... वजनाचा प्रश्न आहे. शर्यतीत भाग घेताना बोटीत वजन जितकं कमी असेल, तितकं बरं असतं. पण, आपल्याकडं संडास आहे. ही बाब तुझ्या दृष्टीनं सोयीची आहे."

"टॉयलेट असणं खूप महत्त्वाचं आहे ना? त्याचंही वजन असतंच ना?"

मी गंभीरपणे बोलतेय, असं त्याला वाटलं.

"अगं, पुरुषांचं बरं असतं. बोटीच्या काठावरून शू करता येते त्यांना. पण, मुलींना मात्र टॉयलेट हवं असतं. तुला ठाऊक नाही. पण, टॉयलेट असल्याशिवाय मी बार्बराला बोटीवर कधी नेत नसे."

लारिकिन ही शर्यतीची बोट होती. तिचा संबंध वेग, वारा आणि पौरुष यांच्याशीच होता. इथं कशातही नाजूकपणा नव्हता. स्त्रीत्वाचा अंश नव्हता. सगळीकडं रहाट, दोरखंड आणि इतर लोखंडी सामान पसरलेलं होतं. त्यामुळं, पाय कुठं ठेवावा, हेही कळत नव्हतं. एखाद्या उनाड आणि उर्मट माणसाला

ऑस्ट्रेलियात 'लारिकिन' असं म्हणतात. ही बोटही तिच्या नावासारखीच उद्धट होती. तिची मागची बाजू जवळजवळ अर्धी पाण्याच्या वर आली होती. जणू काही जराशा वाऱ्याच्या स्पर्शानंही उड्डाण भरायला ती सज्ज होती.

अगदी पहिल्यांदा मी लारिकिनमधून शर्यतीत भाग घेतला, त्या संध्याकाळी वातावरणात अतिशय उष्मा होता. समुद्रातनं निघणाऱ्या दाट वाफेनं बोट भरून गेली होती. आम्ही एकूण पाच जण बोटीवर होतो. त्यातल्या तिघांना बोट चालवण्याचं ज्ञान होतं. मी अननुभवी होते. माझ्यासोबत आलेल्या मैत्रिणीनं तर याआधी कधीच बोटीतून प्रवास केला नव्हता. सुरुवातीलाच असलेल्या तीसचाळीस बोटी अडकून पडल्या होत्या आणि त्यातच आमचीही बोट होती. हातरुमाल हलावा, एवढंही वारं नव्हतं. आणि आम्ही सारे, होड्या एकमेकींवर आपटू नयेत म्हणून, एकमेकांच्या होड्या पायाने ढकलत होतो. वारं नसताना यॉटची स्थिती ही मोकळ्या महामार्गावर पेट्रोल संपलेल्या मोटारीसारखी असते. आपण अशा वेळी काही करू शकत नाही. कुठं जाऊही शकत नाही. मग, कंटाळा घालवायला माणसं समुद्रात पोहायला उड्या मारतात. नाहीतर बिअर पितात किंवा दोन्हीही करतात.

सुमारे दहाएक माणसं आपापल्या बोटीजवळ पोहत होती. समुद्रात अचानक हलकीशी लहर उठली. चहाच्या कडकडीत गरम कपावर फुंकर मारल्यानं जसं होईल, तसं या लहरीचं स्वरूप होतं. बघताबघता हवेचं रूप बदललं. हा बदल आमच्या लक्षात येईपर्यंत सोसाट्याचा वारा सुटला आणि दक्षिणेकडच्या खाडीवर काळे ढग जमा झाले. लोकांनी धडाधड आपापल्या बोटीत उड्या मारल्या. शर्यत सुरू झाली. जी माणसं पोहतपोहत आपल्या बोटीपासून दूर गेली होती, त्यांना आपल्या बोटीपर्यंत पोहोचणं शक्य नव्हतं. त्या साऱ्यांना पर्सिव्हिअरन्स या बोटीवर उचलून घेण्यात आलं. अर्थातच ते शर्यतीच्या बाहेर फेकले गेले.

"जीजस! कुठून हे वारं आलं?" मी विचारलं.

"लक्ष दे. फक्त लक्ष दे." बॉबनं ओरडून सांगितलं.

बोटीला जोराचा धक्का बसला. आम्ही सारे इतस्तत: फेकले गेलो. बॉब सुकाणूच्या दांड्यावर ताबा ठेवण्याचा आटोकाट प्रयत्न करत होता. सगळीकडं प्रचंड आवाज घुमत होते. वाऱ्याचं घोंघावणं, शिडाचं चाबकासारखं फडफडणं, लाटांचं केबिनवर आदळणं! बॉब मोठ्यांदा ओरडून सूचना देत होता. निक, मी आणि कॉनरॅड शीड सांभाळण्याचा प्रयत्न करत होतो.

"तिथं जा." बोटीच्या मागच्या भागाकडं बोट दाखवत बॉबनं माझ्या मैत्रिणीला सांगितलं. "जा आणि तिथंच उभी राहा."

हाताला लागेल त्याचा आधार घेत, आपला तोल सांभाळत ती धडपडत

मागं गेली. आमची बोट पंचेचाळीस अंशाचा कोन करून पिटवॉटरच्या मध्याकडं वेगानं जात होती. स्ट्रोक्स पॉइन्टला आम्ही, जहाजांच्या मार्गदर्शनासाठी ठेवलेल्या खुणेच्या दिशेनं आमचा रोख ठेवला होता. त्याच वेळी वादळानं आम्हाला धडक दिली आणि आमचं मुख्य शीड डोलकाठीभोवती गुंडाळलं गेलं. बॉबचा चेहरा शिडासारखाच पांढरा फटफटीत पडला होता. कोनराड, माकडासारखा हातापायांवर पुढं सरकत, शीड सोडवण्याचा प्रयत्न करत होता. आम्ही खाडीकडं वेगानं जात होतो. खाडीत शेकडो बोटी नांगरून ठेवल्या होत्या. आमचा बोटीवर अजिबात ताबा राहिला नव्हता. नांगरलेल्या बोटींपासनं आम्ही साधारणत: तीस फुटांवर पोहोचलो. तेवढ्यात कोनराडला शीड सोडवण्यात यश आलं आणि बॉबनं बोटीवर पुन्हा ताबा मिळवला. पोर्तुगीज बीचकडे जाणाऱ्या सर्व काफिल्याला मागे टाकण्यासाठी आम्ही एकवटलो. ह्या रेसमध्ये एकदा भाग घेतला की, पुन्हा कधी नौकाविहार करू नये, असं वाटू शकतं, इतका हा सर्व भयंकर प्रकार आहे.

शेवटचा टप्पा अधिकच कठीण होता. दोरखंड ओढूनओढून आणि शीड गुंडाळून-गुंडाळून आमच्या हातांचे तुकडे पडायला आले होते. अर्ध्या वाटेवर असताना काळे ढग पांगून विजांच्या कडकडाटासह पाऊस पडू लागला. धुंवाधार पावसामुळं समोरचं काही दिसेनासं झालं. लाटांचा उडणारा फेस आणि पावसाच्या धारांनी सारं धुकाळ होऊन गेलं होतं.

शर्यतीच्या शेवटच्या स्थळापासून आम्ही दोनेकशे फूट अंतरावर असताना अचानक वारा सौम्य झाला. ढग पांगून सूर्याची भडक लाल किरणं दिसू लागली. आमच्या मागं दूर अंतरावर राहिलेल्या इतर बोटी, त्या फिकट गुलाबी प्रकाशात, भूतासारख्या गूढ दिसत होत्या. बोटीचा आवाज पुन्हा आधीसारखा सर्रसर्र होऊ लागला होता. अचानक पाण्यातून काळी डोकी वर आली.

"पेंग्विन्स!" माझी मैत्रिण ओरडली. "नशीबवान असतात ते नाही?"

ते पक्षी सूर मारत होते. क्वॅक्ऽक्वॅक्ऽ करत होते. ते ऐकून बाधा झाल्यासारखे आम्ही सारे हसू लागलो. मग, आम्ही मागं वळून पाहिलं. आम्ही शर्यत जिंकलो होतो.

"देवा! जिवंत असणं ही किती छान गोष्ट आहे." बॉब उद्गारला.

बोट नांगरून झाल्यावर आम्ही ती कशीबशी आवरली आणि डॉकवर जायला टिन्नीत उड्या मारल्या. जेट्टीकडं जात असताना माझी मैत्रिण माझ्याकडं वळली. तिच्या डोळ्यांत अजून उत्तेजना होती. ती उत्साहानं म्हणाली, "आयुष्यात इतकी मजा मी कधी अनुभवली नव्हती."

मी तिच्याकडे अविश्वासाने पाहिलं. पण, मग माझ्या लक्षात आलं. तिला हे नेहमीचंच नौकानयन वाटलं होतं. एवढा वेळ काय चाललं होतं, काय घडत

होतं, याची तिला कल्पनाच नव्हती.

"खरंच खूप गंमत होती." बॉब मनापासून म्हणाला. त्याचा चेहरा चमकत होता.

"माझ्या दृष्टीनं हे साहसच होतं." मी पुटपुटले.

"अधूनमधून अशी आव्हानं मिळायला हवीच असतात." बॉब म्हणाला. "हेच तर खरं नौकानयन आहे."

"आपल्यावर काय ओढवलं होतं, याची कल्पना आहे का तुला?" कोनराडला विचारलं.

"आपण जिंकलोत." बॉब म्हणाला. "जे झालं, त्यानं बार्बरा नाखूशच होणार आहे. त्यामुळे, आपल्या अडचणींत भर पडणार आहे."

आम्ही घरी जाऊन बार्बराला सगळी इत्थंभूत हकिगत सांगितली. तेव्हा ती म्हणाली, "या सर्वांत मीही सहभागी असल्यासारखं वाटतं मला."

"तुला खरंच गंमत वाटतेय की, तू आपली उगीच सभ्यपणाचा देखावा करतेस?" असं मी जेव्हा तिला विचारलं. ती म्हणाली, "मी तिथं समुद्रात तुमच्यासोबत होते, असंच मला वाटतंय."

नाताळचे दिवस होते, हवामान ढगाळ आणि वाफाळ होतं. इतकं गदगदत होतं की, त्या उष्म्यानं आक्रसून गेल्यासारखं मला वाटत होतं. कपाटाला बुरशी आली होती. जोड्यांवर पडलेल्या बुरशीच्या डागांना बाहेरच्या ठिपकेदार गमवरील डागांसारखाच संमिश्र असा, हिरवा रंग आला होता. ओलसर झालेल्या लाकडी सामानाचा कुबट वास घरभर पसरला होता. डेकवरच्या कठडा आणि खुर्च्या बुरशी येऊन हिरवट झाल्या होत्या. तिथलं गवत एका रात्रीत वाढलं होतं. सगळीकडं सुस्ती, आळशीपणा दाटून राहिला होता. अशा वेळी थोडंसं काम करायलाही खूप कष्ट घ्यावे लागतात आणि ते काम एवढं कष्ट घेण्याच्या लायकीचं नसतं. मी लव्हेट बेला येऊन जवळजवळ वर्ष झालं होतं आणि येता नाताळ हा माझा पिटवॉटरमधला दुसरा नाताळ होता, यावर विश्वासच बसत नव्हता. या काळात केवढा बदल घडून आला, केवढं कायकाय घडून गेलं. माझा जगाकडं पाहण्याचा दृष्टिकोनही पार बदलून गेला. तो आता कधीही पूर्वीसारखा होणार नव्हता.

नाताळचा दिवस यायच्या काही आठवडे आधीच मी पुडिंग करायला सुरुवात केली. त्यामुळं, ते मुरायला पुरेसा अवकाश मिळाला होता. ब्रँडीत

भिजत टाकलेल्या फळांचा मधुर आणि मादक गंध स्वयंपाकघरात पसरला होता. बोटशेडवर कुणी नवा माणूस दिसला रे दिसला की, मी बोलभर मिश्रण घेऊन धावत सुटायची आणि ते ढवळून मनातल्या मनात इच्छा व्यक्त करायला सांगायची.

बोटशेडवरची पोरं एव्हाना माझी कुटुंबीयच झाली होती. मी गेले, की प्रत्येक वेळी ते बोलमधल्या चमच्यावर झडप घालायचे.

"किती वर मागायचे, यावर काही मर्यादा आहे का?" वैटनी आपल्या लांब हातांनी ते मिश्रण सांभाळत काळजीपूर्वक ढवळत विचारलं, "की प्रत्येक वेळी पुडिंग ढवळतांना तीच तीच इच्छा व्यक्त करत राहायचं?"

त्याच्या प्रश्नानं मी क्षणभर चकितच झाले. 'इच्छा व्यक्त कर, एवढंच आपण प्रत्येक वेळी का म्हणतो? खूप इच्छा व्यक्त कर, असं का म्हणत नाही? आपल्याजवळ वेळ आहे, तर आपण हव्या तितक्या इच्छा का व्यक्त करू नये?'

"नाही. वर मागण्यावर काहीही मर्यादा नाही." मी त्याला सांगितलं. "हवे तितके वर माग."

दुसऱ्या सहस्त्रकाच्या त्या अखेरच्या दिवसांत आम्ही बारा जण एकत्र आलो होतो. पिया आणि तिचे वडील बिल, माझी आई, मार्टी आणि विच आणि आणखी इतर काही जण होते. बे च्या परिसरात राहाणाऱ्या कुटुंबांना, पुडिंगसाठी एकत्र आणण्याची परंपरा आम्ही सुरू केली होती. अगदी सुरुवातीपासून म्हणजे सामान आणण्यापासून पुडिंग करू शकणारी मीच एकटी होते. त्यामुळे, आम्ही सगळ्यांनी लव्हेट बेच्या टिनशेडमध्ये एकत्र जमायचं ठरवलं.

नाताळच्या दिवशी सकाळी सात वाजता उठून पियानं टर्की भाजण्यासाठी शेगडी पेटवली. पिया नेहमी स्वयंपाक सुरू करण्याआधी बार्बेक्यूचं पुस्तक पाहते. त्या सवयीनुसार दहा किलो टर्की भाजायला नेमकं किती हीटबीड टाकावे लागतील, हे तिनं पुस्तकांत पाहिलं आणि काळजीपूर्वक हीटबीड मोजायला सुरुवात केली. पुस्तकात लिहिल्याप्रमाणे हीटबीड मोजल्यानंतर फक्त चार शिल्लक उरले होते.

"तेपण टाकून दे ग!" मी सांगितलं.

"पुस्तकांत बेचाळीस बीडस टाकावेत, असं लिहिलंय. सेहेचाळीस नव्हे." पिया ठामपणे म्हणाली.

"चारानं काही फरक पडणार नाही."

"त्यात चार जास्तीचे बीडस आवश्यक असते, तर पुस्तकात तसं म्हटलं असतं."

तिचं म्हणणं खरं होतं. ती परिपूर्णतावादी होती. पण, आता उशीर झाला होता. जास्तीचे बीड मी आधीच टाकून दिले होते. शेगडी पेटलेली होती. पियानं हात झटकले आणि टर्कीच्या भविष्याच्या जबाबदारीतनं अंग काढून घेतलं.

मार्टी आणि विचनं कोलंबी आणली होती. आम्ही शँपेन उघडली. बागेच्या पायथ्याशी तराफ्यावर बसून ती फस्त केली. हवेत खूप उष्मा होता. दमटपणामुळे चिकचिक होत होतं. आम्ही गार वाटावं, म्हणून पाण्यात पाय सोडून बसलो होतो. मार्टी मात्र आमच्यात सामील झाला नव्हता. त्यानं आपले बूट काढलेच नव्हते.

"तिथं शार्क्स आहेत. ठाऊक आहे?" त्यानं विचारलं.

"होय. मार्टी, ठाऊक आहे. पण, ते येताना आपल्याला दिसतील ना. चल शूज काढ."

"ओह. नाही... नकोच."

"जीजस, मार्टी! अरे, मृत्यू तुझा कधीपासून पाठलाग करतोय. इतकंच नाही, तर क्षणाक्षणाला जवळजवळ येतोय. त्या मृत्यूनं तुझ्यावर झडप घालण्यासाठी थोडं धाडस करावं, असं नाही वाटत तुला?" मी असं म्हणाले आणि माझा मलाच धक्का बसला. मृत्यूविषयी विनोद करण्याइतकी मी खंबीर झाले होते.

मार्टीनं जरा विचार करायचं नाटक केलं. निरोगी असल्यानं त्याचे गाल गुलाबी होते.

"नशीबाला आव्हान देण्याची मला गरज वाटत नाही." तो उठून घराकडं जात म्हणाला," मी घरी जाऊन टर्कीवर लक्ष ठेवतो."

पण, तो घरी जाऊन ताणून देणार होता, हे आम्हा सगळ्यांना माहीत होतं.

बार्बेक्यूच्या पातेल्यातनं टर्की काढली. मस्त भाजली गेली होती. मांसल, सोनेरी पक्षी त्याला सुटलेल्या तेलानं चकाकत होता. कोवळ्या कोंबडीसारखा मऊशार झाला होता.

पियानं माझ्यावर नजर रोखली. जणू तिला म्हणायचं होतं की, 'बाई गं, टर्की ठीक झालेली दिसतेय. पण, आपण सूचनांचं काटेकोरपणे पालन केलेलं नाहीय!' तो पक्षी जळला असता, तर तिनं मला नक्कीच हालहाल करून ठार मारलं असतं.

टर्की आणि हॅमचे सारे सोपस्कार संपवायला आम्हाला चार वाजले. टावलर्स बेची तुकडीही येऊन पोहोचली होती. त्यांनी विक्षिप्तासारख्या पार्टीहॅटस घातल्या होत्या आणि त्यांच्या चेहऱ्यावरही तसलंच विक्षिप्त हसू होतं. आता आमची सदस्यसंख्या चोवीस झाली होती.

पुडिंग वाढलं गेलं. आम्ही सारे वेड्यासारखं अटीतटीनं त्यात तीन पेन्सची

आणि सहा पेन्सची नाणी शोधू लागलो. शेवटी, पार्टीत आम्ही फक्त आठ जणच उरलो. तेव्हा, मग आम्ही त्या अड्ड्यांऐशी पायऱ्या चढून वर गेलो, आणि बार्बराच्या खोलीत जाऊन आमचे घसे दुखेपर्यंत नाताळची गाणी म्हटली.

आम्हाला गाणं म्हणणं अशक्य झालं, तेव्हा मार्टी उठून उभा राहिला. त्याच्या मागं खिडकीची चौकट होती. त्या चौकटीतनं बाहेरची दगडी भिंत दिसत होती. ज्या वेळी, डोरोथी मॅककेलर एकटीच या घराच्या कॉरिडॉर्समधनं फेऱ्या मारत होती, त्या काळात ही भिंत बांधली गेली होती. मार्टीनं उभं राहून लाँगफेलोची 'हायवेमन' ही कविता म्हटली. सारे स्तब्ध बसून होते.

प्रशासकीय मंडळानं घराचे आराखडे नाताळच्या आधीच मंजूर केले होते. एप्रिलमध्ये बांधकामाला सुरुवात करायची, असंही ठरवलं होतं. पैसे नाहक खर्च होत असल्याच्या भावनेनं मी व्यथित झाले होते. म्हणून, मी मूर्खासारखं वागत होते का, असं बॉबला विचारलं. कारण, तो समजूतदार आणि स्थितप्रज्ञ होता.

"ही तुझी खूप चांगली आर्थिक गुंतवणूक आहे, असं मी म्हणणार नाही. पण, यात तुझं नुकसान होणार नाही." त्यानं सांगितलं.

मी हिंमत करून करारपत्रांवर सह्या केल्या. मनात नेहमीसारखंच होतं... खाईन तर तुपाशी नाहीतर उपाशी!

एके दिवशी मी बार्बरासाठी, सकाळच्या नाश्त्याला टूना घेऊन गेले होते. तिच्या नाजूक झालेल्या पोटाला तो चालेल, असं मला वाटलं होतं. तेव्हा, बोलताबोलता मी बिल्डरसोबत झालेल्या भेटीबद्दल तिला सांगितलं.

"मला वाटतं, तुमची बोलणी चालू असताना बॉब तिथं हजर असला पाहिजे." तिनं ठाम स्वरात सांगितलं.

"अजिबात नाही." मी म्हणाले. "तुमचंच तुम्हाला आधी खूप झालंय. प्लीज! त्याला तू हे सांगूसुद्धा नकोस."

"पुरुषांचा पुरुषांशी वाटघाटी करण्याकडं अधिक कल असतो. म्हणजे तू हे सारं प्रकरण हाताळू शकणार नाहीस, असं नाही. तू नक्कीच हाताळू शकतेस. पण, बॉब तिथं हजर असला, तर अधिक सोयीचं होईल. या साऱ्या प्रकरणात माझा तुला एक छोटासा सल्ला आहे. स्वत:ला तू कमी किंवा मूर्ख समजू नकोस. एखादी गोष्ट योग्य नाही, असं वाटलं, तर ताबडतोब विचार."

बिल्डर दोन वाजता आला. बॉब त्यानंतर पाच मिनिटांनी येऊन पोहोचला.

"घरी परत जा." मी त्याला दारातच सांगितलं.

"बार्बरानं आग्रह केला." त्यानं उत्तर दिलं. अजिबात न गोंधळता तो दार ढकलून आत आला. आत येऊन त्यानं स्वत:हूनच चहाचा कप उचलला.

मी हार मानली. आर्थिक व्यवहाराबद्दल आम्ही घासाघीस सुरू केली. बारीकसारीक गोष्टींचा कीस काढत बसून नकोस, असं मी स्वत:ला बजावत होते. पण, जेव्हा आपल्याला आपली सतत वाढत जाणारी ताकद जाणवू लागते आणि अजून आपलं पुरेसं आयुष्य शिल्लक आहे, असं वाटू लागतं, तेव्हा या बजावून सांगण्याला फारसा अर्थ राहात नाही. मी स्वत:ला मनातल्या मनात सांगितलं, 'लक्षात ठेव, जे महत्त्वाचं आहे, आवश्यक आहे ते विसरू नकोस. हा कॅन्सर मला आयुष्यभर माझ्याशी प्रामाणिक राहायला भाग पाडेल, अशी मला शंका आहे.

फिलचं 'हो-हो, नाही-नाही जमत'चं जोरदार प्रदर्शन हे सारं होऊन एकदाचं काम मार्गाला लागलं. पायाचे खांब उभारताना दिवस भर्रकन जात होते. आणि पाऊसही थांबला होता. पहिल्या दिवशी संध्याकाळपर्यंत समोरच्या अंगणाची वाट लागली होती. सगळीकडे चिखल झाला होता. गॉर्डननं काळजीपूर्वक लावलेली बाग पायाखाली तुडवली गेली होती. त्या बागेला युद्धाच्या मैदानाची अवकळा आली होती. मी जे सुरू केलं होतं, त्याचा शेवट काय होणार होता, कोणास ठाऊक!

रात्री मी आराखड्याचा काळजीपूर्वक अभ्यास केला. घर पूर्ण झाल्यावर कसं दिसेल, ते मनासमोर आणलं. आणि माझ्या पोटात भीतीचा गोळाच उभा राहिला. आपण जे काही बांधतो आहे, ते काहीतरी भयानक होईल आणि त्याचा शेवटपर्यंत आपल्याला पत्ता लागणार नाही, अशी शक्यता वाटू लागली. काम सुरू झाल्यावर तीन आठवड्यांनी वरच्या मजल्याच्या आराखड्यांत ठसठशीत सहा काळे ठिपके असल्याचं माझ्या पहिल्यांदा लक्षात आलं.

"हे काय आहे?" मी बिल्डरला विचारलं.

"ते मयालीला आधार देणारे खांब आहेत."

"पण, ते घराच्या आतच आहेत."

"मयालीला आधार द्यायला ते तिथंच असणं आवश्यक आहे." तो म्हणाला. मला फारसं काही कळत नाही, असाच त्याच्या बोलण्याचा रोख होता.

"पण, मला ते तिथं नको आहेत. मला ते सारं मोकळं, मुक्त हवं आहे."

"घर तोलून धरायलाच ते खांब आहेत, ते नसले, तर घर कोसळेल." त्याने पुन्हा-पुन्हा सांगितलं.

'आयला! मी काय मूर्ख आहे का? नाही. गेलं सारं उडत! मला ते नको आहेत. ते असले, तर मी तिथं राहू शकणार नाही, हे नक्की आहे.' "ते खांब

असलेच पाहिजेत, असं असेल, तर आत्ताच्या आत्ता काम थांबवायचं. ते साले सहा भलेमोठे खांब मला माझ्या घरात नको आहेत. काय चेष्टा चाललीय का? खांबाभोवती राहातील, अशीच टेबलं मी करू की काय?''

''पिटवॉटरमधल्या बहुतेक घरांना खांब आहेत.'' बिल्डरनं आपला मुद्दा मांडला.

''या घराला राहणार नाहीत.''

बिल्डर निघून गेला. कामगार माझी नजर चुकवू लागले. इथल्या लेमन केकची आणि चहाची त्यांना सवय झाली होती. सूपचं वाडगं आणि रात्रीच्या जेवणातलं उरलेलं सारं त्यांच्या वाट्याला येत होतं. मी नेहमीच तिथं असले, तरी सारे प्रश्न 'पुरुषापुरुषांत' बॉबबरोबर बोलून सोडवले जात.

अर्ध्या तासानं बिल्डरचा फोन आला. त्या खांबाच्या प्रश्नालाही उत्तर होतंच. मजबूत पोलादी तुळया! हे मान्य करणं बिल्डरला अवघड वाटत होतं. तीच तर वादातली खरी गोम होती.

''वा! हे छानच झालं.'' मी जरा जास्तीचाच सभ्यपणा दाखवत फोन खाली ठेवला.

माहिती असणं अतिशय महत्त्वाचं असतं. तुळयांत भरपूर जागा सोडलेल्या आणि कुठलाही अडथळा न येता मोकळं, मुक्त दृश्य दिसणाऱ्या घरांची छायाचित्रं मी नियतकालिकात पाहिली होती. असं करता येतं, हे मला माहिती होतं. पण, कसं करतात, याचं मात्र ज्ञान नव्हतं. या समस्येतली गुंतागुंत काही मला ठाऊक नव्हती. पण, एक मात्र खरं, मी ती चित्रं पाहिली नसती, तर बिल्डरच्या म्हणण्याला मान तुकवली असती.

फेब्रुवारी महिन्याच्या मध्यात बॉबची दुसरी मुलगी मेग रजा घेऊन आपल्या वडिलांच्या आणि केलीच्या मदतीला आली आणि बार्बराची काळजी घेऊ लागली. बार्बराकडे आता चोवीस तास लक्ष द्यावं लागत होतं. त्यामुळे, घराचा केंद्रबिंदू, स्वयंपाकघर आणि व्हरांड्यातनं बार्बराच्या शय्यागृहात हलला होता. कौटुंबिक जीवन, कौटुंबिक निर्णय आणि कौटुंबिक हास्यविनोदात बार्बराला जास्तीतजास्त भाग घेता यावा, असा त्यामागं बॉबचा हेतू होता.

मार्च महिन्याच्या शेवटीशेवटी एका शनिवारी प्रचंड उकाडा जाणवत होता. स्कॉटलंड आयलंडवर मायकेलच्या घरी पार्टी होती. ती आटोपून मी रात्री एक वाजण्याच्या सुमारास घरी परत आले. लख्ख चंद्रप्रकाश पडला होता. बोटीच्या

पुलावर बॉब माझी वाट पाहात उभा होता. काहीतरी वाईट घडलं होतं, हे त्याला पाहिल्याबरोबर माझ्या लक्षात आलं.

"काय झालं?" मी विचारलं.

"तू जरा वर टेकडीवर येतेस?" त्याचा स्वर शांत होता. "बार्बरा मरण पावली आहे."

तो पुढं चालत होता. टॉर्चची गरज भासू नये, इतकं टिपूर चांदणं पडलं होतं. पायऱ्यांची उंचच उंच वाट संपता संपत नव्हती. मध्येच अचानक दचकलेल्या कांगारूच्या हालचालीनं शांततेला तडा जात होता. एकदोनदा घुबडाचा अस्पष्टसा घुत्कारही ऐकू आला.

मेग आणि केली टेबलाजवळच्या वेताच्या आरामखुर्च्यांत बसल्या होत्या. बार्बराची धाकटी मुलगी निकोल, आपल्या दोन मुलांसह तिथंच त्यांच्याजवळ बसली होती. बार्बराची प्रकृती ढासळत असल्याविषयी बॉबनं तिला कळवल्यानंतर दोनेक दिवसांपूर्वीच ती इथं आली होती. त्यांचा एकुलता एक मुलगा स्कॉट युनायटेड स्टेटसवरून इकडं यायला निघाला होता. तो उद्या सकाळपर्यंत इथं पोहोचणार होता.

रात्रीच्या उजेडात त्यांचे चेहरे म्लान दिसत होते. पण, त्यांची बोलणी मात्र मोठ्या आवाजात चालली होती. सगळी लहान होऊन आपल्या 'आई' विषयी बोलत होती. त्यामुळं, हसण्याचेही आवाज येत होते. बडी मेला, त्या वेळची गोष्ट. मुलं शाळेत गेल्यावर त्याचं दफन करायचं, असं ठरवून तिनं त्याचं कलेवर फ्रीजमध्ये लपवून ठेवलं. ही गोष्ट ती विसरून गेली. नंतर केव्हातरी बर्फाचा खांब आहे, असं समजून मुलांपैकी कुणीतरी ओढून काढला होता आणि ती स्टेशनवॅगनचं मागचं दार धक्क्यानं उघडलं गेलं, त्या वेळची गंमत. गाडीतला पाळणा, त्यातल्या पिल्लासह बाहेर घरंगळला होता. त्या वेळी तिनं जीवाचा आटापिटा करून वाचवलेला काकाकुवाच तिच्या अंगावर संतापाने पुन्हापुन्हा धावून जात होता.

ती सगळी जुन्या आठवणींत रमली होती. त्यांना तिथं तसंच सोडून मी सरळ आत खोलीत गेले. बार्बराचा देह तिथं शांत पहुडला होता. तिच्या हातांची नीट घडी घातली होती. अंगावरची चादर नीट खोचलेली होती. मी तिच्या मैत्रीबद्दल कृतज्ञता व्यक्त केली. तिला शेवटचा निरोप दिला. 'ती गेली. मी का नाही?' असा प्रश्न मला पडला नाही. हे असे प्रश्न मी पुन्हा कधीच विचारणार नव्हते. जे आहे ते आहे.

पहाटे पाच वाजता दुःखाचा आवेग जरा ओसरला. मुलं झोपायला गेली आणि मी घरी परतले. अंत्यसंस्कार करणारी मंडळी सकाळी येऊन पोहोचली.

तो दिवस मी माझ्या आयुष्यात कधीच विसरणार नाही. रविवार. सकाळची वेळ. स्वच्छ उन्हं पडलेली. मी तरंगवाच्या लॉनवर उभी होते. बार्बरा आणि तिच्या कुटुंबीयांना घेऊन पोलीस लाँच चर्च पॉइन्टच्या दिशेने निघाली होती. मेग अजून तिच्या रात्रीच्याच पोशाखात होती. केली समुद्राकडे पाहात होती. निकोलनं वडिलांचा आधार घेतला होता. स्कॉटला बॉब आधीच विमानतळाहून घेऊन आला होता. तो आता स्ट्रेचरवर हात ठेवून उभा होता. बार्बरा नशीबवान होती. शेवटच्या क्षणापर्यंत तिला प्रेम मिळालं होतं. आणि तिला आत्मीयता वाटणाऱ्या घरात आणि वातावरणात तिला मृत्यू आला होता. आपण कुठे आणि कसं मरायचं, हे तिनं ठरवलं होतं आणि तिच्या कुटुंबीयांनी ते शक्य केलं होतं.

दुपारी खाडीत टिन्नींचा समूह उतरला. जणू काही आधीच ठरवल्याप्रमाणं त्या हळूहळू आवाज न करता आल्या. त्यांच्या पाठीमागं खाडीत फेसांच्या पिसासारख्या शुभ्र रेषा उमटत होत्या. सगळी मित्रमंडळी पायऱ्या चढून वर गेली. व्हरांड्यात उभं राहून त्यांनी बार्बराच्या आठवणींना उजाळा दिला. बराच वेळ थांबून ते आपापल्या घराकडं परतले. एखादा नाजूकसा समारंभ असल्यासारख्या त्यांच्या बोटी लव्हेट बेच्या खाडीतनं मंदपणे पुढेपुढे तरंगत जात होत्या.

अंत्यसंस्कार झाल्यावर आठवडाभरानं आम्हाला, आम्ही वुडी पॉइन्ट यॉट शर्यत जिंकल्याचं कळलं. मोसमाच्या शेवटली सर्वसाधारण सभा परंपरेनं लव्हेट बेच्या बोटशेडमध्ये झाली. त्या सभेत भाषण द्यायला बॉब उभा राहिला.

काही वेळ त्याच्या तोंडून शब्दच उमटत नव्हते. मग, त्यानं हातातलं जड लाकडी विजयचिन्ह उंच धरलं आणि तो म्हणाला," बार्बरासाठी!"

१९

बार्बराच्या मृत्यूनं आमच्या साऱ्या परिसराचं खूपच नुकसान झालं. ती हुशार आणि बुद्धिमान होती. ती अत्यंत सूक्ष्म रीतीनं आम्हाला प्रेरणा देत असे. आमचा आधार होत असे. "या पक्ष्याला काय म्हणतात?" असं विचारायला आता कुणीच उरलं नाही. 'हे रानटी झुडुप आहे की मौल्यवान दुर्मिळ वनस्पती आहे?' किंवा 'मी माझ्या घराजवळ कुठलं झाड लावू?' असल्या प्रश्नांची उत्तरं देणारं आता कोणी शिल्लक राहिलं नाही. चहाचा कप आणि केकचा तुकडा यांचा समाचार घेत तास-दोन तास विविध विषयांवर गप्पा मारणारं कोणी उरलं नाही. या गप्पा तसं पाहिलं तर फारशा महत्त्वाच्या वाटत नसत. पण, प्रत्येक दिवस कसा समृद्ध करत असत, याची आज जाणीव होते.

"झळझळीत काळे काकाकुवे परत आले आहेत." ती म्हणाली. "म्हणजे कॅज्युरिनाला फळं धरली असली पाहिजेत."

तिच्या शब्दांनी माझ्या रोजच्या फेरफटक्याला मोहिमेचं स्वरूप आलं. माझं सारं लक्ष शेपटीखाली भडक लाल रंगाचा ठिपका असलेला तो दिमाखदार मोठा पक्षी शोधण्याकडं लागलं असायचं. एका सुंदर सकाळी मला त्यांचं दर्शन झालं. फळं खाण्याच्या आणि माणसं बोलत असल्याचा आभास निर्माण करणाऱ्या आवाजानं माझं त्यांच्याकडे लक्ष वेधलं गेलं. बार्बरानं मला त्यांच्याविषयी जे सांगितलं होतं, ते आठवत मी त्यांच्याकडे पाहात राहिले.

"हे पक्षी बुजरे असतात." तिनं सांगितलं होतं. "ते आता दुर्मिळ झाले आहेत. त्यांच्या वस्त्यांवर अतिक्रमण होत असल्यानं त्याचं अस्तित्वच धोक्यांत आलं आहे."

मला या पक्ष्याचं दर्शन झालं होतं, हे सांगायला मी धावतच तिच्याकडे गेले. त्या वेळी तिनं मला सुटे कागद असलेली फाईल दिली. तिनं त्या पक्ष्यांविषयी गोळा केलेली माहिती त्या फाईलमध्ये होती. पक्ष्यांविषयी अधिक माहिती व्हावी, त्यांना चांगलं समजून घेता यावं, म्हणून मी ती फाईल वाचायला

घरी घेऊन आले.

असंच एकदा तिनं विचारलं, "त्या मोठ्या ठिपकेदार गमच्या जवळ असलेलं कवकाचं रान कसं आहे?"

मग, मी तिचे डोळे झाले. पाय झाले. कवकाचं रान शोधायला नेहमीची वाट सोडून कुठंकुठं भटकले. शेवटी एका दमट, अंधाऱ्या घळणीत मला ते आढळलं. त्यांच्या रांगाच्या रांगा पसरल्या होत्या. युद्धाच्या वेळी मारा करता यावा, म्हणून जुन्या किल्ल्यांच्या तटबंदीला लहानलहान झरोके ठेवले जात. भुईछत्र्यांमुळे सगळी घळण त्या किल्ल्यासारखी दिसत होती. ती घळण पाहिली, तेव्हा काहीतरी मोठा पराक्रम केल्यासारखंच मला वाटलं.

"भुईछत्रांचं रान समृद्ध होतंय." मी बार्बराला सांगितलं.

"छान! केवढ्या नाजूक असतात त्या."

आपल्या आगळ्यावेगळ्या पद्धतीनं बार्बरानं मला आवतीभोवती निरखून पाहण्याला, सारे तपशील समजावून घेण्याला भाग पाडलं. आधीच्या व्यवसायात माझं सारं काम वरवरचं असायचं. मी माझ्याच तोऱ्यात वावरत होते. पण, मी आता फक्त लव्हेट बेच्या परिसरातच आयुष्य व्यतीत करत असले, तरी ते संकुचित झाल्यासारखं वाटत नाही. उलट ते पूर्वीपेक्षा अधिकच समृद्ध झालं आहे, असं वाटतं.

एक दिवस मी तिला म्हटलं, "इथं वेगवेगळे ऋतू स्पष्टपणे जाणवत नाहीत, असं लोक म्हणतात, ते चुकीचं आहे."

जेव्हा साऱ्या ढलानी फिकट गुलाबी वॅक्स फ्लॉवर्स आणि गडद गुलाबी बोरोनियानं फुलून येतात, तेव्हा वसंत ऋतू आल्याचं मला कळतं. अँगोफोरसचा खसखस असा आवाज ऐकू आला की, ग्रीष्माची चाहूल लागते. ठिपकेदार गमची झाडं उघडीबोडकी होतात, कोट्यवधी वाळवी अंडी फोडून बाहेर येतात, तेव्हा ग्रीष्म सुरू झाला असतो. शरद ऋतू आला की, केमरु गायब होतात आणि शिखरे हेलिकॉप्टरसारखे वाटेत भिरभिरत राहातात. या काळात चिलटांच्या झुंडीही येतात. त्यामुळे, रस्त्यानं चालताना तोंड बंद ठेवणंच जास्त फायदेशीर ठरतं. हिवाळ्यात पश्चिमेकडून येणारं वारं गार होतं. गरमी कमी होते. वारं भाजून काढत नाही. ऋतूंच्या सीमारेखा निष्पर्ण झाडांनी किंवा जमिनीवरच्या बर्फानं आखायच्या नसतात. आपण नीट पाहिलं, तर आपल्याला ऋतूबदलाचे सहस्रावधी संकेत आवतीभोवती आढळून येतील.

मी हे सारं बार्बराला सांगितलं, तेव्हा तिनं स्मित केलं. हे स्मित अगदी हलकंसंच असलं, तरी ते संतुष्ट होतं. जणू काही तिनं जे उद्दिष्ट ठरवलं होतं, ते साध्य झालं होतं.

"खूप लोक चालताना आपले डोळे उघडे ठेवायला विसरतात." ती म्हणाली.

आणि माझे डोळे उघडल्याबद्दल मी आठवणीनं कृतज्ञता व्यक्त केली, याचं मला समाधान आहे.

बार्बराच्या मृत्यूनंतर काही आठवड्यात बॉबचा आणि माझा परिपाठ ठरून गेला. मी स्वयंपाक करायची. बॉब वाईन आणायचा. टेकडीवरचं घर खूपच एकाकी झालं होतं. बार्बराच्या अस्तित्वाच्या आठवणी साऱ्या घरभर पसरल्या होत्या आणि तिथं एकट्यानं संध्याकाळचा वेळ घालवणं फारच त्रासदायक होत होतं. बार्बरा असताना तो आणि ती मिळून रात्रीचा स्वयंपाक करायचे. जेवणापूर्वी एकत्र ड्रिंक्स घ्यायचे. त्या वेळी दिवसभरात काय घडलं, याविषयी बोलायचे. मुलांचं कसं चाललंय, याविषयी बोलायचे. उद्या काय करायचंय, ते ठरवायचे. आता सायंकाळच्या या घटका रिक्त झाल्या होत्या आणि त्या टाळण्यासाठी बॉब माझ्याकडे येत होता.

हिवाळा सुरू झाला होता. घराचं काम जोरात सुरू झालं होतं. पाडापाड करून वेगवेगळ्या टप्प्यांवर पुनरुज्जीवित होणाऱ्या घरात राहणं म्हणजे मोडकळीला आलेल्या जागेत राहण्यासारखं झालं होतं. घरात स्वच्छता आणि नीटनेटकेपणा ठेवणं मी कधीचच सोडून दिलं होतं. जूनच्या मध्यात समोरची भिंत पाडली गेली. डेकची पाडापाड केली गेली. फटी झाकण्यासाठी बिल्डर रोज रात्री ताडपत्री बांधायचा. पण, त्यातनंही थंडगार वारं आत शिरायचं. ते अगदी गोठवून टाकायचं. स्टुअर्ट आणि फ्लुरीनं टॉवलर्स बेमध्ये असलेल्या त्यांच्या घरात राहायला बोलावलं. त्यांचं हे निमंत्रण मी कृतज्ञतापूर्वक स्वीकारलं.

मी थोड्या दिवसांसाठी घर सोडून जातेय, हे मी बॉबला सांगितलं. तेव्हा तो म्हणाला, "हा वेडेपणा आहे. अगं, तरंगवात खूप जागा आहे."

"अरे, पण लोक काय म्हणतील?" मी म्हणाले.

"म्हणू देत. हा फक्त तुझ्या-माझ्यातला प्रश्न आहे आणि तसंही रोज रात्री बोट घेऊन टॉवलर्स बेला जेवण्यासाठी येणं मला जमणार नाही. लोक काय म्हणतील, याकडं लक्ष नको देऊस. त्यांनी आपल्याविषयी एव्हाना बोलायला सुरुवातही केली असेल." त्यानं हलकंसं स्मित केलं आणि म्हणाला, "या अशा लहानशा वस्तीत असं घडतच असतं."

तेव्हा पुढील काही आठवडे मी माझा मुक्काम तरंगवात ठोकला. पिल्लं अर्थातच माझ्यासोबत होती. तरंगवात जाणंयेणं नेहमीचंच असल्यामुळं त्या

दोघी तिथं चटकन स्थिरावल्या. बॉबनं तरंगवाचा एक भाग माझ्या स्वाधीन केला. एका शय्यागृहाचं माझ्या ऑफिसमध्ये रूपांतर केलं. त्यातल्या कपाटातलं सामान दुसऱ्या खोलीत हलवलं. पण, तरीही मला तिथं पूर्णपणे मोकळं वाटत नव्हतं. ती जागा, तो अवकाश माझा नव्हताच. मी माझ्या आईची 'भटकी' मुलगी होते. आता माझ्या मुक्कामाची जागा मला सापडली होती आणि हा मुक्काम मला तात्पुरता ठेवायचा नव्हता.

बॉब रोज संध्याकाळी मोठी शेकोटी पेटवायचा. तिच्याजवळ आम्ही कॉफी टेबलवर समोरासमोर बसत होतो. तो आपलं काम करायचा. आपल्या संकल्पनांचे आराखडे करायचा. मी वाचत बसायची मध्येच उष्णतेची लाट येऊन मला दरदरून घाम फुटला की, ताडकन उठून मी बाहेर कडाक्याच्या थंडीत धावत जायची. त्याला याची इतकी सवय झाली की, तो मान वर करायचीही तसदी घेत नसे. मी सढळ हातानं रांधत होते. माझ्या हाडांवर हळूहळू मांस चढायला सुरुवात झाली. माझी ताकदही थोडीफार वाढली. काम करणं सोपं होऊ लागलं.

मला येणारे भयाचे झटके नकळत नाहीसे झाले. मी रोज सकाळी नियमितपणे नॅशनल पार्कमध्ये फिरायला जाऊ लागले. पूर्वी फ्लुरीच्या वाढदिवसाच्या पार्टीसाठी मी अगदी पहिल्यांदा इथं आले होते, त्या वेळी मी अशीच फिरायला जात असे. या गोष्टीला आता कितीतरी वर्षं लोटून गेली होती, असं वाटतं.

फिरण्याच्या वाटेवर शेजाऱ्यांची नेहमीच भेटगाठ पडत होती. टॉवलर्स बेच्या मौरीनसोबत तिची कॉली नावाची कुत्री असायची. लिटील लव्हेटला राहणाऱ्या कॅरोलिनबरोबर फिगारो नावाचं तिचं धनगरी कुत्रं असायचं. टीम आणि लीसा त्यांच्या पाँझरला घेऊन येत. लॅब्राडोर जातीचा भटका कुत्रा ओबी, सारं जग आपल्याच मालकीचं असल्याच्या थाटात इकडंतिकडं फिरत असायचा. मला पाहून तो उत्साहानं आपली शेपटी हलवत राहायचा. खूप काळानंतर भेटलेल्या जिवलग मित्राला अगत्याचं अभिवादन करावं, तसं मला अभिवादन करायचा. कधीकधी तर डॉल्सी, व्हिटा आणि मी अशा आम्हा तिघींबरोबर यायचा. इतर वेळी मात्र तो भलामोठा शुभ्र कुत्रा मनास येईल तसा भटकत राहायचा.

या काळात, कधीतरी, कॅरोलिनला दोन प्रकारचा कॅन्सर होऊन गेल्याचं मला कळलं. पहिल्यांदा ती विशीत असताना झाला आणि दुसऱ्यांदा चाळीशीच्या सुरुवातीच्या काळात झाला. ''पहिल्या आजारातून मी वाचले. तेव्हा दुसऱ्या आजारातूनही मी सहीसलामत बाहेर पडणार, याविषयी माझ्या मनात तिळमात्र शंका नव्हती.'' आम्ही सोबतीनं फिरत असताना ती म्हणाली होती. ती उंच आणि सडसडीत होती. ती सुंदर हसायची. तिचं मन तल्लख होतं.

"मी मरेन, असंच मला वाटलं होतं." मी सांगितलं.

आम्हा दोघींनाही सारखाच संघर्ष करावा लागला होता. त्यामुळं, आमच्या संभाषणातल्या, बोललेल्या आणि न बोललेल्या बारीकसारीक गोष्टी आमच्या चटकन लक्षात येत.

आम्ही तिथल्या 'हार्टअटॅक हिल' वर भरभर चढण्याच्या प्रयत्नात असताना एका सकाळी मी म्हणाले," माझ्या गुडघ्यातल्या कळा येताहेत."

ती ताबडतोब थांबून माझ्याकडं वळली. मला नेमकं काय म्हणायचं होतं, हे तिच्या लक्षात आलं होतं. माझ्या गुडघ्यातील कळा या काळजी करावी, इतक्या गंभीर होत्या का, असं मला विचारायचं होतं. कुठल्याही हाडात होणारी वेदना म्हणजे कॅन्सर पुन्हा उद्‌भवल्याचं लक्षण असू शकतं. कॅन्सर हाडापर्यंत पोहोचला असल्याचा तो संकेत असू शकतो.

"कळा एकाच पायात येतात की दोन्ही?" तिनं विचारलं.

"दोन्हीत."

"संधिवात असणार."

आणि माझ्या मनात अकारण निर्माण झालेलं भय निघून गेलं.

कधीकधी बॉब माझ्यासोबत फिरायला येत असे. बार्बरानं अंथरुणात पडल्यापडल्याच माझे डोळे उघडले होते. तोवर आवतीभोवतीच्या अनेक गोष्टी मी पाहिल्या नव्हत्या किंवा मला जाणवल्या नव्हत्या. बॉब आला की, अशा गोष्टी तो माझ्या नजरेस आणून देत होता. टॉवलर्स बेतल्या ब्लूबेरीच्या झाडांवरची, व्हिक्टोरियन लॅंपशेडसारखी दिसणारी पांढरीशुभ्र नाजूक फुलं किंवा गीबंगच्या उमलू पाहणाऱ्या लवलवणाऱ्या पिवळ्या कळ्या, या आणि अशा गोष्टी तो आवर्जून मला दाखवायचा. 'गीबंग' हा शब्द मला इतका आवडला की, नूतनीकरण संपल्यानंतर माझ्या घराला 'गीबंग' हेच नाव द्यायचं, मनात घोळू लागलं होतं. गीबंग या नावात खेळकरपणा होता. तसंच आश्चर्याची गर्भित सूचनाही होती. तसंच त्यात काही महान किंवा प्राचीन असंही काही नव्हतं. ते एक सरळसाधं आणि सहजसुंदर असं नाव होतं.

कधीकधी मी आणि बॉब अगदी पहाटेपहाटेच फिरायला निघत असू. त्या वेळी जमीन दमट असायची. दवानं झाडं चमकत असायची आणि सूर्यप्रकाशामुळं रस्त्यावरची कोळ्यांची प्रचंड जाळी दिसून यायची. ती सहा-सहा फूट रुंद असायची. ती पुरेशी उंचीवर नसली की, त्याखालून वाकून जावं लागायचं. नाहीतर त्या चिकट आणि बारीक धाग्यांत गुरफटून पडावं लागलं असतं.

"हे सोनेरी रत्नजडित कोळी आहेत." बॉबनं स्पष्ट करून सांगितलं. त्यानं दाखवलेल्या कोळ्याच्या अंगावर सोनेरी केस होते. पायावर नारिंगी-पिवळे पट्टे

होते. "हा बघ, हा नर कोळी. पाहिलंस? मादीसमोर केवढा लहान दिसतो. तो तुझ्या करंगळीच्या नखापेक्षाही लहान आहे."

"ते चावतात?"

"नाही. अगदी कोंडीत सापडल्याशिवाय चावत नाहीत. पण, ते विषारी नसतात. ते घाबरले की, आपलं जाळं गदागदा हलवतात. आपल्याला घाबरवून सोडावं, असा यामागं त्यांचा हेतू असावा."

मला हे सारं दाखवायला म्हणून तो कोळ्याजवळ गेला आणि ते जाळं थरथरायला लागलं. सकाळच्या उन्हात ते एखाद्या सोन्याच्या दागिन्यासारखं दिसत होतं. बॉबनं आपलं बोट बाजूला केल्याबरोबर ते पुन्हा निश्चल झालं. शरद ऋतू येईस्तोवर सारा रस्ता जाळ्यांनी भरून गेला होता. त्यातनं फिरणं म्हणजे एखाद्या अपरिचित, क्षणभंगुर साम्राज्यातनं फिरण्यासारखं वाटत असे.

तो सारा दिवस अस्वस्थतेतच गेला होता. पण, दुपारी उशीरा सारं आकाश इंद्रधनुष्यांनी भरून गेलं. इतकी इंद्रधनुष्यं एकाच वेळी आकाशात असलेली मी कधीच पाहिली नव्हती. एक दुहेरी इंद्रधनुष्य एल्विना बेच्या ढलानीपासून सरळ लव्हेट बेच्या मध्यातच उतरलं होतं.

बॉब आणि मी, त्याच्या ओसरीतनं हे दृश्य पाहात होतो. मी बॉबला म्हटलं, "सोन्याच्या हंड्यासाठी नेमकं कुठं खणायचं, हे कळलंय मला."

त्यानं स्मित केलं. पण, त्याचे डोळे पाण्यानं भरून आले होते. त्याच्या मनात काय चाललं होतं, ते मला कळत होतं. हे दृश्य बार्बरानं आपल्या हृदयात जतन करून ठेवलं असतं, असं त्याला वाटत होतं.

मी हळूहळू नकळत बॉबचे कपडेही माझ्या कपड्यांबरोबर धुवू लागले आणि मी जेव्हा कधी माझ्या लेखासाठी सामग्री गोळा करायला बाहेर जायची, तेव्हा बॉब स्वयंपाक करू लागला. कधी कोकराचं मांस बार्बेक्यूमध्ये करायचा, कधी वेगवेगळ्या तीनचार भाज्या करायचा. एकदा तर त्यानं पोर्कही छान, कुरकुरीत भाजलं होतं. त्याचा चवदार तुकडानूतुकडा आम्ही आनंदानं फस्त केला. बैलाच्या शेपटीचा स्ट्यू हा त्याचा हातखंडा पदार्थ होता. पण, तो पुरुष असल्यानं स्वाभाविकपणे संतुलित होता. तो हा पदार्थ क्वचितच करायचा आणि त्यामुळं, हा पदार्थ करण्याचा दिवस आमच्यासाठी मेजवानीचा दिवस असायचा.

आम्ही नेहमी जेवणाच्या खोलीत टेबलावर जेवायला बसत होतो. शेजारी छान शेकोटी पेटलेली असायची. जसजसा आमचा संकोच कमी होत गेला, तसतसं आमचं गप्पा मारणं वाढू लागलं. कुणाच्या मृत्यूनंतर येणाऱ्या काळात मनात खूप साठलेलं असतं. बोलण्याने त्याचा निचरा होत जातो. एक त्वचा जाऊन त्याच्या जागी हळूहळू नवी त्वचा यावी, तसं होतं. साऱ्या आठवणींची

उजळणी होते. तसं झालं की, त्याची वस्ती तयार होऊन ती मनाच्या कोठारात मागं टाकली जाते आणि भविष्यातले अनुभव साठवून ठेवायला जागा मोकळी केली जाते.

रात्री गप्पांत व्यतीत होत होत्या. दिवस, घराचं बांधकाम पूर्ण होताना पाहण्यात, खर्च होत होता. रोज काही ना काही निर्णय घ्यावे लागत. ही जिन्यावरची खिडकी अधिक आत हवी का? पूर्वेकडच्या भिंतीत खिडकी काढायची का? घराच्या मध्यातलं छत पुरेसं उंच आहे का? स्वयंपाकघरातला ओटा लहान करायचा का? मध्यवर्ती खोलीत निष्कारण आलेला त्या ओट्याचा भाग कापायचा का? खालचा मजला नुसता बंद करून ठेवण्याऐवजी तिथं काही करावं का? माझ्याजवळ त्या जागेचे आराखडे तयार होते. पण, एवढ्या जागेची मला गरज नसल्यामुळे ती जागा बंद करून ठेवायला मी बिल्डरला सांगितलं होतं.

चर्चमध्ये असतात, तसल्या उंच खिडक्यांतनं घराच्या मागच्या भागात प्रकाश झिरपत होता आणि मध्ये भरपूर मोकळी जागा पसरली असल्यामुळं घर पाण्यावर लटकत असल्यासारखं दिसत होतं.

घराचं काम कधी पूर्ण होणार, याची चौकशी करायला मी सुरुवात केली. वसंत ऋतू येईपर्यंत काम संपणार की नाही? फर्निचर कुठं ठेवायचं, पेंटिंग्ज कुठं लावायची, या साऱ्या गोष्टी मी मनाशी योजून ठेवल्या होत्या. पण, फक्त जलमार्गानंच पोहोचता येईल, अशा जागी घर असलं की, आपण भरती-ओहोटी आणि हवामान याच्या मेहरबानीवर अवलंबून राहातो आणि मग काम संपवायच्या तारखा पुन्हापुन्हा ठरत राहातात. नूतनीकरणाचं काम वादळी वेगानं सुरू झालं होतं. पण, शेवटीशेवटी बारीकसारीक गोष्टींसाठी ते रेंगाळलं होतं. जसजसा विलंब होत होता, तसतशी मी खूप निराश होत होते. लाटांसारख्या आकाराच्या टिनांच्या बाबतीत विशेषज्ञ लोक कधी येतील आणि बाहेरच्या भिंतींना आवरण घालतील, याची मी वाट पाहात होते. जिन्याचं काम करणाऱ्याचं काम रखडलं होतं. फायरप्लेसचा आकार चुकला होता. असल्या चिल्लर गोष्टींकडे दुर्लक्ष करायचं मी ठरवलंय, या धोकादायक गोष्टी नसून लहानसहान क्षुल्लक समस्या आहेत, हे मी स्वतःला पुन्हापुन्हा बजावत होते. पण, मी अधीर झाले होते. मला माझं घर हवं होतं. शेवटी एकदाची घराला रंग देण्याची आणि जमीन साफ करण्याची वेळ आली. म्हणजे घराचं काम जवळपास संपलंच होतं.

एका रात्री, रेडवाईन पिताना बॉबनं मला कुत्र्यांच्या पिल्लांचा त्रास कमी

करण्याचा मार्ग पुन्हा एकदा सांगितला. जरा संधी मिळाली की, पिल्लं पळून जायची. कुठल्यातरी एका पिल्लाला दुसरीकडे कुठतरी ठेवणं, हा त्यावरचा उपाय होता.

"प्लीज, तू याचा गंभीरपणे विचार कर." तो म्हणाला. "तुझ्याजवळ दोन पिल्लं आहेत. त्यांचं इमान आधी परस्परांशी आहे. मग, तुझ्याशी आहे, तेही अधूनमधून. फक्त एकच पिल्लू राहिलं, तर सगळी प्रेरकस्थानंच बदलतील. तू झुंडीची प्रमुख होशील आणि त्यांच्यावर तुझा थोडाफार ताबा राहील."

त्याचं म्हणणं बरोबर होतं, हे मला कळत होतं. पण, त्या दोन पिल्लांतल्या कुणाला दूर करायचं, हे ठरवणं अवघड होतं. तो विचारही मला असह्य होता. मी निर्णय घ्यायचं कित्येक आठवडे टाळत गेले. पण, एक दिवस अंगणात भलीथोरली घूस मरून पडलेली दिसली. हे काम त्या पिल्लांचंच असलं पाहिजे, असा माझा अंदाज होता. एका पिल्लानं दुसरीकडे जायलाच हवं हे नक्की!

"पण, यांच्यातनं निवड कशी करायची?" मी बॉबला विचारलं. हे म्हणजे आपण आपल्या कोणत्या मुलावर जास्त प्रेम करतो, हे ठरवण्यासारखंच झालं.

मी निर्णय घ्यायचं, होता होईल, तितकं लांबणीवर टाकत गेले. पण, जेव्हा मला पिल्लू देण्यासाठी सुयोग्य घर मिळालं, तेव्हा निर्णय घेणं भाग होतं. शेवटी निर्णय घेणंही तसं सोपं गेलं. मी व्हिटाला दूर पाठवायचं ठरवलं. ती शिकारी होती आणि जत्थ्याची प्रमुखही होती. ती सुंदर होती. हट्टी होती. ती बेडवरच झोपायची. पण, थोडं अंतर राखूनच. तिची झोप अत्यंत सावध होती. तिला एखाद्या गोष्टीचा वास लागला की, त्यापासून विचलित करणं अशक्य होतं.

जेव्हा मी तिला, चर्च पॉइन्टला तिच्या नवीन मालकाच्या स्वाधीन केलं, तेव्हा मी खूपच शांत होते.

"तिला आणखी एक महिना दिवसातनं दोन वेळा जेवू घाला. मग, एक वेळ खायला दिलं तरी चालेल. तिला चीज आवडतं. बेकनवर ती तुटून पडते. पण, ती हावरट नाहीय. तिला हवं तितकंच ती खाते. बाकी तसंच टाकून देते."

"मजेत राहील ती." माझा मित्र म्हणाला. त्यानं व्हिटाला उचलून आपल्या चेहऱ्याजवळ धरलं. व्हिटा त्याचा चेहरा चाटू लागली. लपालपा जीभ आतबाहेर करू लागली.

व्हिटा जेव्हा भ्यायलेली असते किंवा तिच्यावर ताण येतो, तेव्हा ती असं करते, हे माझ्या मित्राला लवकरात लवकर कळेल का? तिचं पोट कुरवाळून तिचं भय घालवायला तो शिकेल का? असे विचार माझ्या मनात येऊ लागले होते. पण, मी तात्काळ स्वत:ला सावरलं. 'मी खंबीर आहे आणि माझं शरीर

आणि मन बळकट आहे.' याच मार्गानं ती दोन्ही पिल्लं जिवंत राहिली असती. ती इथं राहिली, तर एखाद्या दिवशी, नॅशनल पार्कमध्ये लावलेल्या एखाद्या फासात अडकून त्यांचा अंत झाला असता.

"तुमचं दोघांचं आपसात छान जमेल." मी त्याला सांगितलं आणि त्याचा निरोप घेऊन माझ्या बोटीचं तोंड लव्हेट बेकडं वळवलं.

बॉब डॉल्सीला घेऊन धक्क्यावर माझी वाट पाहात उभाच होता. मी पोहोचल्याबरोबर त्यानं डॉल्सीला माझ्या हाती सुपूर्त केलं.

"व्हिटा गेल्याचं तिच्या लक्षात आलंय, असं तुला वाटतं का?"

बॉबनं मान हलवली. म्हणाला, "तुला कदाचित हे आवडणार नाही. पण, आपण आता एकुलती एक राहिलोय, याचा तिला खूप आनंद झालेला दिसतोय."

"आज रात्रीच ते कळेल. व्हिटाशिवाय आजवर तिनं एक रात्रसुद्धा काढलेली नाही."

"शक्य आहे. पण, तिला व्हिटाची उणीव क्षणभरही भासणार नाही, असं मला वाटतं. आजवर व्हिटा झुंडीची प्रमुख होती. आता हीच सर्वेसर्वा आहे."

बॉबनं माझ्याकडे निरखून पाहत विचारलं," पण, तुझं काय?"

"ठीक आहे. एकदम मजेत."

त्या रात्री कपाटाच्या दारात माझं बोट चेंगरलं. तसं फारसं काही दुखलं नाही. तरी मी रडरड रडले. जुन्या साऱ्या व्यथावेदना उफाळून आल्या आणि माझं सारं जग कोसळून पडतंय, असं मला वाटलं.

बॉबनं मला कोन्याक दिली. मी ती एक घोटात पिऊन टाकली. त्यानं आणखी दिली.

"हे... हे सालं नुकसान होतंय... कंटाळा आलाय मला." हुंदके देतदेतच मी म्हणत होते. "ओ गॉड, सॉरी. बार्बराचं दुःख होतंय मला. ती... ती खरीखुरी हानी आहे. मला ते सगळं माहीत आहे. पण, जीजस? कधी... कधी संपणार आहे रे, हे सारं...."

"कधीच नाही." बॉब म्हणाला. "कारण, हेच जीवन आहे. हाच जीवनाचा मार्ग आहे."

पण, तरीही मी रडतच राहिले. केव्हातरी सोफ्यावरच मला झोप लागली. सकाळी मला जाग आली. बॉबनं माझ्या अंगावर पांघरूण टाकलं होतं आणि माझ्या पायांच्या बेचक्यात साऱ्या अंगाचं मुटकुळं करून डॉल्सी झोपली होती.

"ए चिटुकल्या पिल्ला! आता फक्त आपणच दोघं."

माझा चेहरा फुटबॉलसारखा झाला होता. डोळे चिकटले होते. डॉल्सी जरासुद्धा हलली नाही.

"अग, तुझ्या लहानशा बहिणीची तुला आठवण येत नाही का?"

तिनं डोळे उघडायचेही कष्ट घेतले नाही. मी जेव्हा तिच्या कानामागं कुरवाळलं, तेव्हा मात्र तिनं हातपाय लांबवून मस्त आळस दिला आणि मोठा आवाज करत उसासा सोडला. पण, अजूनही तिचे डोळे मिटलेलेच होते. ही काही दुःखी कुत्र्याची लक्षणं नव्हती. आपण लॉटरी जिंकली आहे, असं समजणारं हे कुत्रं होतं.

आणखी काही दिवस गेले. पण, तिच्यात खिन्नतेच्या काहीच खुणा दिसत नव्हत्या. तेव्हा मी तिचं नाव बदलायचं ठरवलं.

"डॉल्सीच्या मागून व्हिटा येत नसेल, तर अशा कुत्र्याला मी हाकच मारू शकत नाही." मी बॉबला स्पष्ट करून सांगितलं.

बॉबनं खांदे उडवले. काही आठवडे गेले. तिच्या गालांभोवती असलेल्या मऊ कल्ल्यांमुळे मी तिला पुष्कळदा 'चबी चॉप्स' अशी हाक मारत असे. शेवटी, सरमिसळ होऊन तिला 'चिप चॉप' हे नाव मिळालं. आणि बॉब म्हणत होता, त्याप्रमाणं सारं आयुष्य सरळसाधं झालं.

बॉबबरोबर राहायला मला आवडत होतं. बॉब प्रत्येक गोष्टीचा सर्व बाजूंनी विचार करायचा. दुसऱ्याच्या कारभारात तो कधीच दखल देत नसे. माझ्याही दैनंदिन बाबींत त्यानं कधी नाक खुपसलं नाही. मला घरी परतायची ओढ लागली होती. मोरीत भांड्यांचा ढिगारा करून ठेवायचा होता. रात्रभर संगीत ऐकत जागं राहायचं होतं. खरं म्हणजे मला माझ्या भूतकाळात गुरफटलेलं राहायचं होतं. त्यासाठी मला फार काही करावं लागत नव्हतं. समरकंदवरून आणलेल्या गालिच्याकडं पाहिलं की, मला माझा भाऊ आठवायचा. त्याची, डॉलीबरोबरच्या लग्नाच्या वेळची तरुण, उमदी मूर्ती डोळ्यांसमोर उभी राहायची.

त्यांच्या लग्नाची भेट म्हणून १९७० साली, मी हा गालिचा आणला होता. त्या काळात कामानिमित्त मला लंडनपासून काठमांडूपर्यंत भटकंती करणं भाग पडायचं. मी विक्रेत्याशी दोन दिवस घासाघीस करून शेवटी शंभर डॉलर्सना तो गालिचा विकत घेतला होता. त्या व्यापाऱ्यानं मला फसवल्याचं अगदी शेवटी शहर सोडता सोडता माझ्या लक्षात आलं. दुसऱ्या एका व्यापाऱ्याच्या म्हणण्यानुसार असले किलिम पंचवीस डॉलर्सना मिळतात. शंभर डॉलर्समध्ये मला एक रेशमी आणि लोकरीचा मऊ सुंदर गालिचा मिळू शकला असता,असंही त्यानं मला सांगितलं. मला त्या गालिचाचा खरबरीतपणा आवडला, असं मी त्याला सांगितलं.

तो आपलं डोकं हलवत बसला. या परदेशी माणसांना समजून घेणं अशक्य आहे, असंच बहुधा त्याला म्हणायचं असावं.

मी हा किलीम माझ्या भावाला दिला. त्या वेळी डॉलीला मी पहिल्यांदाच भेटत होते. पण, तिनं कसलाही मुलाहिजा न ठेवता स्पष्टपणे सांगून टाकलं. ''आम्हाला मऊ रेशमी गालिचेच आवडतात. थँक्यू...'' आज मी या गोष्टीकडे वळून पाहते, तेव्हा माझ्या लक्षात येतं की, माझा भाऊ अतिशय नीटनेटका राहायचा. त्याची अभिरूची उत्तम होती. तो रुबाबदार दिसायचा. तो परिपूर्णतावादी होता. मी मात्र गबाळी आणि अव्यवस्थित होते. दुपारी जेवणानंतर ऑफिसला परत जाताना नेहमी माझ्या पांढऱ्या शर्टवर स्पॅगेटी सांडलेली असायची. डॉलीने भेट नाकारल्यानंतर मी त्याच्यासाठी कल्पनातीत महागडा असलेला हस्तिदंती 'नेत्सुक' खरेदी करून दिला होता. 'नेत्सुक' हा बटणाच्या जागी लावायचा जपानी अलंकार असून, तो जुगार खेळणाऱ्यांसाठी शुभसंकेतचिन्ह असतो. माझा भाऊ पुढं जुगारात प्रचंड हरला. शेवटी त्यानं 'नेत्सुक' विकलं का गहाण ठेवलं असावं. माझ्या भावानं त्याबद्दल मला नक्की असं कधीच काही सांगितलं नाही.

मी माझा गालिचा ठेवून घेतला. आता त्याला भोकं पडली आहेत. कुत्र्याच्या पिल्लांनी चावूनचावून ही भोकं पाडली आहेत. त्या साऱ्या घटना, छायाचित्रं पाहून आठवणार नाहीत, इतक्या स्पष्टपणे मला हा गालिचा पाहून आठवतात. म्हणून, मी अद्याप तो जपून ठेवला आहे. तसंच एक भलंमोठं टेबलही मी ठेवून घेतलं आहे. सामानाची ने-आण करणारे सारे त्याला शिव्या घालत असतात. मी जेव्हा एकटी त्या टेबलावर जेवायला बसते, तेव्हा पूर्वीची अनेक दृश्यं नजरेसमोर उभी राहातात आणि मनाला उभारी येते. माझ्या भावानं दिलेले काही वाईन ग्लासेसही मी जपून ठेवले आहेत. खरं म्हणजे ते धुवून स्वच्छ करणं अत्यंत त्रासदायक आहे. नाजूक लिमोजेस डेझर्ट प्लेटींजवळ मी हे ग्लासेस ठेवले आहेत. या प्लेट्स आईनं पॅरिसहून आणल्या होत्या. नंतर मला दिल्या होत्या. त्या देताना ती मला म्हणाली होती, ''मी आता खूप मोठाल्या पार्ट्या देईन, असं काही मला वाटत नाही.'' त्याच वेळी, तिचं वय होत आल्याचं माझ्या लक्षात आलं आणि माझी भांडणाची खुमखुमी नाहीशी झाली (तिचीसुद्धा!). तेव्हापासून आमच्या नात्यात एक नाजूकपणा येऊ लागला.

अशा अनेक वस्तू आहेत. बटाट्याची सालं काढायचं सोलणं अजून उत्तम चाललंय. मी न्यूयॉर्कहून आणलेली पांढरीशुभ्र चादर आहे. अजून मी तिला इस्त्री करण्यापूर्वी तिच्यावर लव्हेंडर शिंपडत असते. त्यामुळं ती अजून नव्या चादरीसारखी सुगंधित आणि कुरकुरीत वाटते. बिडाचं मोठं पातेलं मी पॅरिसहून आणलं होतं.

बिल्डरला रंगाचं आणि जमीन पॉलिश करण्याचं काम नीट करता यावं, म्हणून मी सामानाची बांधाबांध करत होते. तेव्हा माझ्या लक्षात आलं की, माझ्याजवळ चौकटी घातलेली छायाचित्रं खूपच कमी आहेत. हे थोडं विचित्रच आहे, असं मला वाटलं. म्हणून मी छायाचित्रांची पाकिटं शोधून काढली आणि त्यातली चित्रं निवडू लागले. पण, पुन्हा ती सगळी चित्रं बाजूला ठेवून दिली. क्षणभर वाटलं, मी फोन उचलून योग्य नंबर फिरवला, तर माझा भाऊच त्याचं उत्तर देईल. पण, पुढच्याच क्षणी मी भानावर आले. मग मात्र, आयुष्यातल्या पराभवांविषयीचा जुनाच परिचित संताप वर उफाळून आला. 'नकोच ते सध्या! या फोटोंपासून चार हात दूर राहणं हेच योग्य आहे.'

रंगारी आणि पॉलिशवाल्यांसाठी जागा मोकळी करावी, म्हणून घरातल्या साऱ्या सामानसुमानाचा बाहेर अंगणात ढीग लावून ठेवला. त्याच्यावर ताडपत्री आणि प्लॅस्टिक झाकून ठेवलं. पाऊस आला की, अॅन्टीचिनसनं पाडलेल्या भोकामुळे आत पाणी झिरपणार तर नाही, याचं सारखं भय वाटायचं. उंदरासारख्या या प्राण्याला प्लॅस्टिक... विशेषत: पिवळं प्लॅस्टिक फार आवडतं. त्यामुळं, तो ऑलिव्ह ऑईलच्या बाटल्यांची झाकणं आणि मोहरीच्या बाटल्यांची झाकणं कुरतडून टाकतो. मी हा प्राणी पहिल्यांदा बॉबच्या घरात पाहिला. बॉबनं कोठीघरात सापळा लावून त्याला पकडलं होतं. कोठीतली सगळी पिवळी झाकणं कुरतडली गेली होती. बॉबची एक मुलगी, तो कोणता प्राणी होता, हे विचारायला सापळा घेऊन बार्बराच्या खोलीत गेली. या उंदराच्या अनेक जातीप्रजातींची रानात अधिसत्ता असल्याचं तिनं सांगितलं.

"एक वेळ उंदीर चालतील." बार्बरानं आम्हाला सांगितलं. "अॅन्टीचिनसही परवडले. पण, रॅट्टस, रॅट्टस अजिबात नकोत. त्यांच्या शेपटीवरून त्यांच्यातले फरक ओळखता येतात. रानउंदरांना त्यांच्या इतर शरीराएवढ्या लांबीची केसाळ शेपटी असते. अॅन्टीचिनसची शेपटी केसाळ असून आखूड असते. रॅट्टसची शेपटी मात्र लांब असून तिला अजिबात केस नसतात."

बार्बराला नीट बघता यावं, म्हणून बॉबच्या मुलीनं सापळ्यानं दार उघडलं, तेव्हा त्या प्राण्यानं बार्बराच्या बिछान्यावर टुणकन उडी मारली आणि अत्यंत उर्मटासारखा बार्बराच्या डोळ्याला डोळा भिडवून तिथंच थांबला. जणू काही तो बार्बराला, ती त्याच्या घरात काय करतेय, असा जाबच विचारत होता.

आम्ही सारे ओरडत होतो, किंचाळत होतो, उड्या मारत होतो. (आम्ही असं का वागलो बरं?) पण, बार्बरा शांत होती. ती एवढंच म्हणाली, " अँटीचिनस. जाऊ द्या याला. "आणि तो प्राणी घाईघाईनं पळून गेला.

छान असो की नसो; त्यांनी माझ्या फर्निचरवर झाकलेलं प्लॅस्टिक सुखरूप

ठेवावं, एवढंच मला हवं होतं.

रोज काम संपवून कामगार निघून गेल्यानंतर घरभर फिरायची माझी सवय होती. या घरात राहताना कसं वाटेल, याचा मला अंदाज घ्यायचा असे. एक दिवस दुपारी मी नेहमीपेक्षा लवकरच आले. एक वयस्क रंगारी न्हाणीघराच्या दारावर चकचकीत पांढऱ्या रंगाचा दुसरा हात फिरवत होता. हा रंगारी थोडा वयस्क आणि उद्धटच होता. गॉर्डन अँड्र्यूजचं लाल कोंबड्याचं देखणं पेंटिंग पार पुसून टाकलं गेलं होतं. दाराला हातसुद्धा लावू नका, असं मी त्यांना बजावून सांगितलं होतं. आता सारं पांढरं फटफटीत करून टाकलं गेलं होतं.

"ओह, सॉरी लव्ह!" जसं विशेष काही झालंच नाही, अशा स्वरांत तो म्हणाला, "हा पांढरा रंग काढून टाकू का? म्हणत असशील तर काढून बघतो. पण, आता जरा उशीरच झालाय. त्यामुळं, तसा काही फायदा होणार नाही. पण, म्हणशील तर करतो प्रयत्न."

कोंबड्याची पुन: प्रतिष्ठापना करण्याच्या प्रयत्नात आठवडाभराचा वेळ गेला असता. म्हणून मी खांदे उडवले आणि त्याला 'नाही' म्हणून सांगितलं. पण, मी खूप क्षुब्ध झाले होते. जागेवर माझा स्वत:चा छाप उमटवण्याच्या नादात गॉर्डनचा स्पर्श मी मोठ्या प्रमाणावर पुसून काढला होता. घरात बदल करताना मी सुंदर आणि व्यंग्यार्थी अशा कलाकृती नष्ट करत होते, याची मला खूप उशीरा जाणीव झाली. मी नेहमी दारावर धडका देणाऱ्या वळूप्रमाणं का वागते, कुणास ठाऊक! एखादी गोष्ट नष्ट करण्याआधी ती काय आहे, हे समजावून घेण्याचा प्रयत्न मी का करत नाही? माझ्या डोळ्यांसमोर काय आहे, हे मला इतक्या उशीरा का कळतं?

त्या क्षुब्ध आणि अस्वस्थ मन:स्थितीतच मी न्हाणीघरात शिरले. रंगाऱ्याला रंग द्यायला सोयीचं व्हावं, म्हणून तिथला बेसिनवरचा आरसा काढायचा होता. माझ्या मन:स्थितीमुळं, त्या आरशाच्या मागं काय होतं, हे कळायला मला काही सेकंद लागले. केवळ काही काळ्या रेषांच्या साहाय्याने गॉर्डननं तिथं स्वत:चं जिवंत वाटावं, असं खट्याळ व्यंगचित्र काढलं होतं.

मी त्या रंगाऱ्याकडे गर्रकन वळले आणि त्याला बजावलं, "तू या चित्राला हात लावलास, तर तुम्ही दोघंही जिवंत राहणार नाही."

ते आत्मचित्र अजूनही त्या आरशाच्या मागं सुरक्षित आहे. हे एक गुपित! गॉर्डनने केलेली एक लहानशी गंमत. त्यानं घर भलेही विकलं असेल, पण त्याचं इथलं अस्तित्व त्यानं कायम ठेवलं होतं.

मी हे घर विकत घ्यायचं ठरवल्यानंतर त्यानं त्याच्या कलेचा एकतरी नमुना इथं ठेवून जावं, असं मी त्याला सांगितलं होतं. त्यानंतर तर त्याने हे चित्र

काढलं नसेल?

"तू काय ठेवून जातोस, त्याची मला चिंता नाही." मी त्याला सांगितलं होतं. "एखादं जुनं कार्ड, जुनी निमंत्रणपत्रिका, एखादं पोस्टकार्ड... काहीही चालेल. तुझा एक अंश या घरात असला पाहिजे."

त्याची प्रतिक्रिया खूपच संयमित होती, हे आता लक्षात येतं. खरं तर ते घरच त्याच्या सर्जनशीलतेचं प्रतिबिंब होतं. कुठंही नजर टाकली, तरी त्याच्या प्रतिभेचे सूक्ष्म आविष्कार दिसून येत. मी मूर्ख होते. मला ते आविष्कार दिसतच नव्हते. पण, ते त्यानं कधीही बोलून दाखवलं नाही. हा त्याचा केवढा सभ्यपणा होता. असं वागणं त्याला खूप कठीण गेलं असावं. कारण, तो फार सभ्य असण्याबद्दल कधीच प्रसिद्ध नव्हता.

मी घरात राहायला गेले, तेव्हा त्यानं आमच्या कराराचं हे कलम पाळल्याचं मला दिसलं नाही. पोस्टकार्ड नव्हतं. अगदी 'स्वागत व शुभेच्छा' लिहिलेली चिठ्ठीसुद्धा नव्हती. हे न्हाणीघरातलं व्यंगचित्र म्हणजे सौद्यातल्या त्या कलमाची पूर्तता होती, अशी माझी खात्री आहे.

आता हे रंगारी कायम माझ्यासोबतच राहातील, असं मला वाटू लागलं होतं. पण, अंदाजे पाच आठवड्यांनी रंगाऱ्यांनी आपलं काम संपवून माझी रजा घेतली. मी बिलाची उरलेली सगळी रक्कम चुकती केली. घराचं नूतनीकरण संपलं होतं. घर पुन्हा माझ्या ताब्यात आलं होतं. नव्यानं पॉलिश केलेली जमीन सोनेरी सरोवरासारखी चकाकत होती आणि भिंती म्हणजे शुद्ध पांढऱ्या रंगाचा विस्तार झाला होता.

"या घरात फर्निचरची अजिबात गरज वाटत नाही." मी बॉबला म्हणाले. तो माझं शुभचिंतन करायला शँपेनची बाटली घेऊन आला होता. "समुद्र सरळ घरात शिरून त्याला चैतन्य देतोय आणि कलात्मकताही... आणि उबदारपणा... आणि... आणि... हे सगळं ग्रेटच, नाही?"

त्यानं फटकन आवाज करत बाटलीचं बूच उघडलं. दोन पेले भरले. आम्ही दोघंही नव्या डेकवर गेलो आणि कठड्यावर रेलून उभे राहिलो. या कठड्याला खोबण नव्हती किंवा कोपर टेकवायला आणि ग्लास ठेवायला सपाट जागाही नव्हती.

"गॉर्डनच्या व्यंगचित्रामुळे त्याच्यासंबंधीच्या एवढ्या आठवणी दाटून येतील, असं वाटलं नव्हतं." मी पुटपुटले.

"त्याचा खेद मानू नकोस." माझ्या ग्लासला स्पर्श करण्यासाठी आपला ग्लास वर करत तो म्हणाला," नूतनीकरणाच्या आधी हे निःसंशय गॉर्डनचंच घर होतं. त्याला हवं तसं, त्याच्या कल्पनेनुसार, त्याच्या जीवनपद्धतीला साजेल

असं. पण, आता मात्र त्याचं इथं काहीही अस्तित्व उरलं नाही. इथं तू राहातेस. हे घर आता तुझं आपलं घर झालंय आणि मस्त झालंय. तर तुझ्या तब्येतीसाठी, तुझ्या सुखासाठी!'' त्यानं ग्लासला ग्लास टेकवत शुभचिंतन केलं.

''हे असं नेमकं आणि योग्य बोलणं तुला नेहमी कसं जमतं रे?'' मी विचारलं.

बॉबनं स्मित केलं आणि पुन्हा ग्लास भरला.

''कसं जमतं, सांग नं?'' मी पुन्हा त्याला विचारलं.

''याचं उत्तर द्यावं, असं मला वाटत नाही. आपण पुढं जात असताना मागचं सोडून देणं चांगलं असतं.''

समोरचं दृश्य अद्‍भुत होतं. ते पाहात आम्ही खूप वेळ नि:शब्द बसून राहिलो.

अशा अवस्थेत बहुधा तासभर गेला असावा. बॉब म्हणाला, ''मी जेवण रांधून ठेवलंय. पण, ते इथं सहज आणता येण्यासारखं आहे. आणायचं का ते इथं?''

''खरंच, तू करशील तसं?''

''तुला इथून हलावसं वाटत नाही, असं मला वाटतं.''

''बरोबर आहे तुझं. सगळं स्पष्ट करून सांगणं अवघड आहे. मला माझी नाळ सापडलीय, असं मला वाटतं. हा अनुभव इतका सुंदर, इतका आश्वासक आहे की, त्यात विक्षेप नकोय मला.''

''मी जेवण घेऊन येतो. तू दोन खुर्च्या आणि टेबल लावून ठेव. मी पटकन जाऊन येतो.''

सगळं फर्निचर एका खोलीत एकावर एक रचून ठेवलं होतं. त्या ढिगाऱ्याभोवती एक-दोन मिनिटं फेऱ्या मारल्यावर मी तो नाद सोडून दिला. मी त्यातलं काहीही हलवलं, तर सारा ढिगाराच कोसळून पडला असता.

मी कपाटातनं काही उशा काढल्या. त्या जमिनीवरच रचून ठेवल्या आणि त्यांच्यामध्ये मेणबत्ती पेटवून ठेवली. आम्ही बॉबनं आणलेलं रस्सेदार कोकरू खाल्लं. शँपेन संपवली. भांडी घासायचं काम सकाळसाठी ठेवून दिलं. मी आणि चिपचॉपनं रात्र तरंगवात घालवली. तरंगवात घालवलेली ती आमची शेवटची रात्र होती. सकाळी उठून मी घराकडं पळ काढला. कारण, सारं घर लावायचं होतं.

मी मागचं दार उघडून समुद्राकडे आणि त्या प्राचीन घळणींकडे पाहिलं. माझ्या कष्टाच्या कमाईचा पैसा मी तिथं घालवला होता. त्यातली पै न पै सार्थकी लागली होती. माझं घर, पाणी, समुद्र, झाडं, आकाश आणि बाहेरचं सारं विस्तृत आणि भव्य अवकाश यांना कवेत घेत होतं. समोरचं अंगण थेट

बैठकीच्या खोलीपर्यंत येत होतं. परसू सरळ स्वयंपाकघरात शिरत होतं. सारं काही शांत, सुंदर आणि भव्य होतं. हे घर परिसराशी स्पर्धा करत नव्हतं. खरं तर इथलं कोणतंही घर, ते कितीही सुंदर असलं तरी, अशी स्पर्धा करू शकत नाही. अर्थात घराभोवती ओसाड जमीन होती. मातीचे ढीग होते. त्यात बॉबकॅटनं आपली घरं केली होती. सगळंच खडबडीत होतं. त्याला आकार देणं, त्यांची साफसफाई करणं फारच अवघड होतं. पण, त्याची मला पर्वा नव्हती. मला माझ्या घरामुळे अतोनात आनंद झाला होता. आजवर माझ्या मालकीच्या घरांपैकी हे सर्वांत सुंदर घर होतं, यांत शंकाच नव्हती. वेल!... खरं सांगायचं म्हणजे घर तसं सुंदर नव्हतं. ते एक सरळ साधं टिनाचं घर होतं. पण, ज्या तऱ्हेने त्याचा सभोवतालच्या वातावरणाशी समतोल साधला गेला होता, त्यामुळे ते सनसनाटी निर्माण करणारं झालं होतं.

खूप वर्षांपूर्वी मी न्यूयॉर्कमध्ये वार्ताहर म्हणून काम करत होते. तेव्हा ,मी तरुण होते आणि काडेपेटीसारख्या घरात राहात होते. रस्त्यापलीकडल्या घरातली बाई आपल्या स्वयंपाकघरात काय रांधते आहे, हे त्या घरातनं स्पष्ट दिसत होतं. ग्रामीण भागातनं आलेल्या माझ्यासारख्यांना न्यूयॉर्कमध्ये बंद जागेत असताना भय वाटावं, तसलं भय वाटत होतं. आवारात बाग आणि भरपूर मोकळी जागा असणारं घर मिळाल्याशिवाय मला या शहरी जीवनाशी जुळवून घेणं अशक्य होतं. मी दर आठवड्याला घरांच्या जाहिराती शोधत होते. शेवटी मला सोन्याची खाणच सापडली.

लाँग आयलंड शहरात क्वीन्समध्ये हे घर होतं. ते सबवेने मॅनहॅटनपासून एका थांब्याच्या आणि माझ्या ऑफिसपासून दोन थांब्यांच्या अंतरावर होतं. म्हणजे मी सध्या जिथं राहात होते, तिथल्यापेक्षा खूपच जवळ होतं. मी मोठ्या धैर्याने या अनोळखी उपनगराचा शोध घेतला. बहुतेक परिसर उदास आणि औद्योगिक वसाहतीचा होता. तो ५९-जी स्ट्रीट ब्रिजपासून जवळ होता. त्या रस्त्यांवर वेश्यांचे आणि त्यांच्या दलालांचे अड्डे होते. त्या कोंडाळ्यातच दगडांनी बांधलेल्या घरांची एक देखणी वसाहत होती.

अपार्टमेंट दुमजली होतं. प्रत्येक खोलीत शेकोटी होती. प्रत्येक खोलीतनं बागेचं दृश्य दिसत होतं. ती जागा भव्य आणि दिमाखदार होती. आत शिरल्यावर मोठा संगमरवरी दिवाणखाना लागत होता. छतावर गुलाबाच्या फुलांची नक्षी होती आणि छताचे कोनेही नक्षीकाम केलेले होते. घराचं भाडंही परवडणारं होतं. कारण, त्या काळांत मॅनहॅटनमध्ये राहाणं एवढं उच्चभ्रूपणाचं झालं नव्हतं.

मी त्या घरात माझा मुक्काम हलवला. एवढं देखणं घर उभ्या आयुष्यात आपल्याला पुन्हा राहायला मिळणार नाही, असं त्या वेळी मला वाटलं होतं.

त्याला आता तीस वर्षं झालीत. आज मला त्याहून छान घर मिळालंय. माझं हृदय पक्ष्यासारखं उंच तरंगत होतं. मनाच्या त्या अवस्थेतच मी घर लावायला सुरुवात केली. फर्निचर हलवायला बॉबनं मदत केली. बाहेरच्या खोलीत येणारा स्वयंपाकघरातला ओटा त्यानं कापून दिला. काम करता करता मध्येच थबकून मी माझं नवं जग पुन्हापुन्हा न्याहाळत होते. काळ पुढं सरकत होता. मी जगातली सर्वांत नशीबवान जिवंत स्त्री होते, असं मला वाटत होतं.

माझ्या घरी जवळजवळ रोजच रात्री जेवण्याचा आमचा परिपाठ पुन्हा सुरू झाला. तो संध्याकाळी ६ वाजता यायचा. हवेत गारठा असला की, तो शेकोटी पेटवायचा. माझा स्वयंपाक होईपर्यंत तो टेलिव्हिजनवर बातम्या पाहात बसायचा. मला रस वाटेल, अशी एखादी बातमी असेल, तर तो मला हाक मारायचा. बातम्या संपल्या की, तो टी.व्ही. बंद करून संगीत सुरू करायचा. हा वाईनची बाटली उघडण्याचा संकेत असायचा. ह्या दिनक्रमामुळं स्थैर्याचं समाधान लाभायचं. हे सारं नेहमीसारखं ओघात घडायचं. आमच्या दोघांसाठी परस्परांकडून काही अपेक्षा किंवा मागण्या नसायच्या. पण, त्याच्या आधारानं माझं आयुष्य अनेक अर्थांने सरळसोपं झालं.

मी घरी परतायची, तेव्हा तो, कसा कोण जाणे, पण नेमाने धक्क्यावर उभा असायचा. तो माझी बोट बांधायला आणि सामान घरात नेऊन ठेवायला मदत करायचा. बोटीत पेट्रोल कमी असल्याचं त्याच्या लक्षात यायचं आणि मी पेट्रोल भरायला बोट न्यायच्या आधीच तिची टाकी पूर्ण भरलेली असायची. मी एकदा माझं काम संपवून आले, तेव्हा तो हिवाळ्यासाठी बेगमी म्हणून लाकडं नीट रचून ठेवत होता. मी त्याचे आभार मानले. तेव्हा तो म्हणाला, "थोडाफार रिकामा वेळ होता. एवढंच!" म्हणजे त्यानं माझ्यासाठी काही फार मोठं काम केलं, असं नाही, असं त्याला म्हणायचं होतं. मग, मी त्याच्यासाठी केक तयार करून त्याला दिला. तो त्याला सकाळ-संध्याकाळ चहासोबत खायला झाला असता. तसंच रात्रीच्या जेवणानंतर उरलेलं अन्न मी नेहमीच त्याला बांधून देत असे. सकाळी तो तेच गरम करून जेवत असे.

मला स्वयंपाकापासून सुटी मिळावी, म्हणून अधूनमधून तो मला रात्री जेवायला बाहेर घेऊन जात होता. अर्थात, असं त्याचं म्हणणं होतं. पुढंपुढं मात्र त्यानं असं विचारायचं बंद केलं होतं. कारण, मला डेकवर बसून समुद्रावर अलगद पसरत जाणारी रात्र पहात जेवणं अधिक आवडत होतं, हे त्याच्या

लक्षात आलं. सायंकाळी सभोवताली अनेक आवाज असत. थकलेभागले पाणकावळे, संतापी काकाकुवे, गोंगाट करणारे पोपट, अधूनमधून दिसणारे व्हिपबर्डस... हे सारे आवाज तल्लीन होऊन ऐकत बसायला मला आवडत असे.

इथल्या तपकिरी दगडासारखाच रंग असलेली वॉलबी, आपल्या पोटाशी असलेल्या पिशवीत पिल्लू घेऊन समोरच्या अंगणात उड्या मारत यायची. आपण हालचाल केली किंवा आवाज केला की, ती जागच्याजागी उभी राहून मान वाकडी करायची. तिचे समोरचे पाय जरासे उचललेले असायचे. जणू काही आपण आता पुढं काय करायचं, हे ती ठरवत होती. तिचा काही निर्णय होत नव्हता. ती रानटी आणि सुंदर दिसायची आणि तिचं पिल्लू विस्फारलेल्या डोळ्यांनी आणि कुतूहलानं इकडंतिकडं पहात राहायचं.

एखाद्या सुंदर संध्याकाळी मासे पाण्यातनं उसळी घेत असले की, बॉब जुन्या वॉशिंग मशीनमधलं लोखंडी टब पाण्याजवळ आणून ठेवायचा आणि जाळ पेटवायचा. मग, टेबल, खुर्च्या, मासे पकडायचे गळ, कंदील, एकदोन विजेऱ्या असं सामान आम्ही डेकवर आणून ठेवायचो. मी माझ्या बिडाच्या पातेल्यात मटण आणि भाज्या भरून शिजवायला घेऊन यायची.

"मच्छीमार म्हणून तुझा माझ्यावर फारसा विश्वास दिसत नाही?" बॉब त्या पातेल्याकडे पाहात विचारायचा.

"मी आपली सर्व बाजूंनी खबरदारी घेतेय. एवढंच!"

जाळ पेटलेला पाहून शेजारीपाजारी येत.

बघताबघता पार्टी सुरू होई. पार्टी म्हणजे पार्टी नाही तर, भेटीगाठीचा समारंभ सुरू व्हायचा, असं म्हणता येईल. प्रत्येक जण वाईन, खाद्यपदार्थ, सरपण असं काहीतरी सोबत घेऊन येत असे. मासा गळाला लागला की, काही मिनिटांतच तो साफ करून आणि शिजवून आम्ही सारे मिळून फस्त करून टाकत होतो. विस्तवावर हातपाय शेकत आम्ही तिथं खूप वेळ बसून राहात होतो आणि ज्वालांच्या सावल्या आमच्या चेहऱ्यावर नाचत राहत होत्या.

"मला इथंच झोपावंसं वाटतं." मी बॉबला म्हटलं. "हे सारं संपूच नये, असं वाटतं."

"कॅंपिंग केलंय कधी?" त्यानं विचारलं.

खरं म्हणजे नाहीच. मी अगदी लहान असताना एकदा आम्ही कॅरव्हॅनमध्ये राहिलो होतो. तिथं डॅडींचं डोकं सारखं दारावर आपटत होतं. खरं म्हणजे, वाकून यायची आठवण करून द्यायला आम्ही दाराला रुमालही बांधला होता. शेवटी, डॅडचं डोकं आपटून रक्त आलं, म्हणून आम्ही दुसऱ्याच दिवशी घरी परतलो होतो.

“सुरुवात काही बरी झाली नाही.”

घरी परत येताना मोना वेल इथून मी बॉबला नेहमी फोन करून काही आणायचं आहे का, असं विचारत असे. आजवर त्यानं वर्तमानपत्राखेरीज काहीही आणायला सांगितलं नाही. क्वचित, एखाद वेळी दुधाची बाटली आणायला सांगायचा. एव्हाना आम्ही परस्परांना चांगलेच ओळखू लागलो होतो. मला येणाऱ्या उष्म्याच्या लाटांमुळे माझी मानसिक अवस्था खूप दोलायमान असायची. बॉब ती समजून घ्यायचा, सहनही करायचा. इस्पितळातून लवकर सुटका व्हावी म्हणून, त्याच्या कुल्यावर झालेल्या जखमेची मलमपट्टी करायचं मी मान्य केलं होतं. मलमपट्टी करताना त्या खोल जखमा खूप दुखत. त्या वेदनांमुळे मला मलमपट्टी करणं फार कठीण होत असे. म्हणून, त्याचा पार्श्वभाग म्हणजे कोकराची तंगडी असून, त्यात मी लसूण भरत आहे, अशी मी मलमपट्टी करताना कल्पना करत असे. मी हे जेव्हा त्याला सांगितलं, तेव्हा हसून हसून त्याच्या डोळ्यांत पाणी आलं.

“कोकराच्या तंगडीशीही तू इतक्या धसमुसळेपणानं वागत नसशील, होय ना?” त्यानं विचारलं.

उत्तर म्हणून मी त्याच्या कुल्यावर एक हलकीशी चापट मारली.

तो माझ्या लहरी वागण्यावर टीका करत नसे. पण, असं वागण्याआधी विचार करत जा, म्हणून वारंवार सांगत असे. माझ्या हातून होणाऱ्या काही मोठ्या चुका, त्याच्या या सावधगिरीमुळंच टळल्या होत्या. तो आपल्या आयुष्याविषयी, आपल्या मुलांविषयी, जलप्रवासाच्या आवडीविषयी बोलायचा. आव्हान मिळणं ही त्याची गरज असल्याचं सांगायचा. मी त्याला माझ्या प्रियकराविषयी सांगायची.

“या सगळ्यातनं तुला काय मिळालं?” त्यानं गोंधळून विचारलं.

“खूप मोठं असं काहीही नाही. सांगण्यासारखं असंही काही नाही. फक्त दु:खातून थोडा विरंगुळा मिळाला इतकंच. मग, पुन्हा त्याचं आपलं स्वत:चंच एक वेगळं दु:ख तयार झालं.”

“ते सारं संपलं, याचं बरं वाटतं तुला?”

“होय. तो एक प्रकारचा वेडाचार होता. हे सारं मी घडूच कसं दिलं, याचं मला आता नवल वाटतं.”

“जे घडलं ते घडून गेलं. माणसानं नेहमी भविष्यकाळावरच लक्ष केंद्रित करावं.” तो उद्‌गारला.

तरंगवापासून एक पायवाट माझ्या परसदारापर्यंत येते. बॉबनं एकदा ती

पायवाट पाहायला मला बोलवलं.

"एवढ्या मोठ्या पायऱ्या चढणं-उतरणं अगदी त्रासदायक व्हायला लागलंय." बॉबनं स्पष्ट केलं. त्यानं गॉगल घातला होता. अंगाचं संरक्षण होईल असे कपडे घातले होते. त्याच्या हातात धारदार यांत्रिक कात्री होती. मी त्याच्यामागोमाग टेकडी चढू लागले.

"तर आपल्यासाठी आता घराच्या मागूनही एक वाट झाली?"

"ही वाट नवीन नाही. कधी काळी ही लव्हर्स लेन म्हणून ओळखली जायची."

"अच्छा! म्हणजे ही बार्बराची लव्हर्स लेन. ती इथं होती होय?"

त्यानं वाटेतलं नेच्याचं झाड तोडलं. डोक्यावर येणाऱ्या फांद्या तर त्यानं इंग्लिश बागेतल्यासारख्या व्यवस्थित कापल्या होत्या.

"जुन्या कारभाऱ्याच्या घराचे अवशेषसुद्धा सापडले आहेत." बॉब म्हणाला. "चल, बघू या."

त्या वापरायोग्य केलेल्या वाटेनं त्या घराच्या दिशेनं निघालो. तिथं विटांचे आठ खांब आयताकृती करून उभे होते. घर तसं लहानसंच, एक किंवा दोन खोल्यांचं असावं.

"बार्बरानं केलेल्या संशोधनानुसार, घरात लागणाऱ्या भाज्यांचं शेत इथंच होतं." ही माहिती देऊन तो पुढं म्हणाला,"जरा काळजी घे. हे अवशेष कदाचित पाण्याच्या टाकीचेही असू शकतील. मला त्याविषयी निश्चित अशी माहिती नाही."

गेल्या चाळीस वर्षांत या जमिनीवर अनेक खुरटी झुडपं वेडीवाकडी पसरली होती. त्यांच्या छायेत नाजूक झाडांची पुरेशी वाढ होईपर्यंत ती सुरक्षित असायची. सगळी जमीन रेताड आणि दरिद्री दिसत होती. अगदी गाजराचं पीक घ्यायच्या लायकीचीही ती राहिली नव्हती.

कस नसलेली जमीन, भुकेले वॉलबी, लायर बर्ड, रानकोंबडे अशी परिस्थिती असताना, ती माणसं इथं काही कसं पिकवत असतील, याचंच नवल वाटतं.

"असं म्हटलं जातं की, पूर्वी 'रम' हेच या वस्तीचं मुख्य पीक होतं." बॉब म्हणाला. "पिटवॉटर ही लपून राहायला उत्तम जागा होती. इथं चोरटा व्यापार करणाऱ्यांना लपून राहण्यासाठी सोयीस्कर अशा अनेक जागा आहेत."

ही वाट बॉबच्या कामच्या ठिकाणापाशी संपत होती. आम्ही तिथवर चालत गेलो. वाट सरळ आणि सोपी होती. हृदयाचे ठोके वाढावेत, इतकी उंच आणि अवघड नव्हती.

"डोरीथी आणि डॉक्टर यांचं प्रेमप्रकरण नव्हतं, असं ॲड्रियान हॉवलेचं म्हणणं होतं. हे काही योग्य नव्हतं. त्यानं तिच्यापर्यंत पोहोचायला ही पायवाट

तयार केली, पण, तिला मात्र त्याच्याकडे लक्ष द्यायला वेळ नव्हता. वाईट वाटतं.''

''माझ्या मते डोरोथी एकाकी आयुष्य जगत होती.'' बॉब म्हणाला.

''तू एकाकी आहेस का बॉब?'' मी विचारलं. दुसऱ्याच क्षणी त्यातला वेडेपणा माझ्या लक्षात आला. ''सॉरी. वेड्यासारखं विचारलं मी तुला. तू एकाकी आहेसच.''

''आणि तू?''

''होय. मलाही खूप वेळा एकटंएकटं वाटतं. पण, आपल्या मैत्रीचं मला अप्रूप आहे. सध्या तरी ती माझ्या आयुष्यातली सर्वोत्तम गोष्ट आहे.''

बॉबनं पटकन डोळ्यांवर गॉगल चढवला. मी त्याच्या हातातल्या यंत्रावर हात ठेवून त्याला म्हटलं,'' पुरे आता. त्या यंत्राला जरा विश्रांती दे. आपण आता चहा घेऊ या.''

तो डोकं हलवत म्हणाला, '' नको. थँक्स. पण, आज हे काम संपवायलाच हवं. हे संपलं की, येईन मी. रात्री जेवायला काय करतेस? मी रेड वाईन आणू की व्हाईट वाईन?''

चिपचॉप आपला वेळ दोन्ही घरांत घालवत असली तरी बॉबच्या व्हरांड्यात ठेवलेल्या बग्गीतली आपली जागा सोडायला ती फारशी राजी नसते. तिथनं तिला येणाऱ्याजाणाऱ्यांवर लक्ष ठेवता येतं. तिथं बसल्यावर, आपणच साऱ्या खाडीची राणी आहोत, असं तिला वाटत असतं. माझ्याकडं आली की, सिन्नी आपले दात दाखवत आणि गुरगुरत तिला तिथून पिटाळून लावते. सिन्नी ही केन आणि जानची मोठी जर्मन शिकारी कुत्री आहे. ती आपल्या प्रदेशाच्या सरहद्दीबाबत फारच आग्रही आणि आक्रमक आहे. चिपचॉप बोटशेडजवळ आली की, सिन्नी तिच्या मागं लागते. म्हणून, तरंगव्याचा तिला खूप आधार वाटतो. ती जागा तिचं चांगलं आश्रयस्थान आहे.

सिन्नी आपलं अधिकारक्षेत्र वाढवायला पायऱ्या चढायला लागली की, बॉब संरक्षक होतो. ''जा. घरी जा. जा घरी.'' असं ओरडत तो सिन्नीचा पाठलाग करून तिला हाकलून लावतो. त्याच्या या वागण्यातून जी आस्था व्यक्त होते, ती मला अतिशय आवडते.

उन्हाळा सुरू झाला होता. वुडी पॉइन्टच्या शर्यतीसाठी मी पुन्हा एकदा बॉबच्या 'लारिकीन'च्या चमूत सामील झाले होते. दर बुधवारी संध्याकाळी साडेपाच वाजता आमचा चमू वादळवारा असला, तरी बॉबच्या गोदीवर एकत्र जमत होता.

निक आणि ॲन त्यांची मुलं लहान असतानाच इंग्लंडवरून इथं लिटील लव्हेट बेमध्ये राहायला आले होते. ती दोघंही अनुभवी होती. बार्बराच्या आजारपणात ॲन दर बुधवारी तिला काही वाचून दाखवायला येत होती. आत ती माझ्याबरोबर बोटीच्या मागच्या भागात बसत होती. शिडाला धावदोरा मारणं, शीड वर घेणं, त्यांत वारा भरावा म्हणून हात रक्ताळेपर्यंत धडपडणं... हे सारं मुलं करत असताना आम्ही दोघी गप्पा मारत होतो.

आमच्या गप्पा नेहमीच्या बायकी गप्पा असत. बाजारात आलेली उत्तम फळं, नुकतंच वाचलेलं एखादं पुस्तक, मुलांचं कसं चाललंय, या आणि अशा प्रकारच्या विषयांवर बोलणं मी नव्यानंच शिकत होते. वर्षानुवर्षं व्यावहारिक चर्चा करणाऱ्या मला, हे असं बोलताना अतिशय मोकळं वाटत होतं. हे असं बोलायला मला कधी वेळच मिळाला नाही. इतकंच नव्हे, तर तरुणपणी अशा बोलण्याचा मला संकोच वाटत होता. आता मात्र 'हे मुलांचं काम आहे, हे मुलीचं काम आहे,' असं मोठ्यानं म्हणताना मला अजिबात लाज वाटत नाही. माझ्या मनाला पटेल, तसं मी हल्ली वागत असते. कॅन्सरनं मला दिलेला हा नजराणा होता का? की मी आता ऑफिसात जात नव्हते आणि माझ्याजवळ गमावण्यासारखं काही नव्हतं, म्हणून मी अशी वागत होते? कसाही विचार केला, तरी तो माझा विशेषाधिकार होता.

या वर्षी कित्येक आठवड्यांपासून दर बुधवारी संध्याकाळी हवामान घाबरवून सोडणारं होतं. जोराचं वारं, पाऊस, गडगडणारं वादळ यांच्याबरोबरच खाडीतसुद्धा खूप फेसाळ लाटा उसळत होत्या. या हवामानात चिपचॉपला बोटीवर आणणं शक्य नव्हतं. आठवडेच्या आठवडे ती मोठमोठ्यानं रडत बोटीबरोबर किनाऱ्यावर धावत होती. एका बुधवारी निकला ते असह्य झालं. त्यानं टिन्नीत उडी मारली. किनाऱ्यावर जाऊन चिपचॉपला उचललं आणि बोटीवर घेऊन आला.

ते पिल्लू आपल्या बायकोच्या मांडीवर धपकन टाकत तो म्हणाला, "ॲन? सांभाळ तिला." खरं म्हणजे निक अतिशय बुजरा, अदबशीर आणि संयमी होता. तो धोक्याची सूचना द्यायलासुद्धा कधी ओरडून बोलत नसे. आपला हळुवारपणा लपवायला तो असा विक्षिप्तासारखा वागला होता.

"येस डियर." ॲन म्हणाली. असं म्हणताना तिनं माझ्याकडं पाहून डोळे मिचकावले.

पण, ती वादळी वाऱ्यातली खडतर शर्यत होती. बोट त्रासदायक पद्धतीनं हेलकावत होती. त्यामुळे, कुत्री घाबरून ॲनला चिकटून बसली होती. शर्यत संपवून आम्ही किनाऱ्यावर परतलो, तेव्हा तिनं सर्वांत आधी टिन्नीतनं उडी मारली. तिनं परत यावं, म्हणून आम्ही तिला खूप हाका मारल्या. पण, 'मुळीच नाही' असं म्हणायला तिनं मान हलवली होती, हे मी शपथेवर सांगते. पुढचे दोन-तीन आठवडे आम्ही जलप्रवासाला निघायच्या आधी ती आमच्या आसपासही फिरकत नव्हती. केवढा हा चतुरपणा!

शर्यतीनंतर आमची रोजची रात्रीची जेवणं पूर्वीसारखी, या किंवा त्या घरात सुरू झाली. आम्ही अपरिहार्यपणे शर्यतीवरच बोलत होतो. कुणी कुणाला काट मारला, कोणी मर्यादा सोडली, कुणाला नियम ठाऊक नव्हते, जगात कुणालाच न आवडणारी बंदी वर्षभरासाठी कुणावर घालण्यात आली; या आणि अशा गोष्टी अटळपणे आमच्या बोलण्यात येत होत्या.

ओळीनं पाचवा बुधवार होता. त्या दिवशी संध्याकाळी हवा खूपच वाईट होती. आम्ही सारे जण आमची जाकिटं, टोप्या असा पावसाळी सरंजाम घालून बाहेर पडलो होतो. शर्यतीत आम्ही सारखे अडखळत पुढं जाण्याचा प्रयत्न करत होतो. वाऱ्याला भयानक जोर होता. बोटींवर त्याचे जोराचे झपाटे बसत होते. वेड लागल्यासारखं वारं वाहत होतं. मुख्य शिडावर नियंत्रण ठेवणारा दोर अडकत होता. मी तो सुटा करेपर्यंत बोट एका बाजूला कललेल्या अवस्थेत राहणार, असा याचा अर्थ होता. ओल्या डेकवर आम्ही घसरून पडत होतो. घरंगळत होतो. एक क्षुल्लकशी चूक झाली असती, तरी आम्ही बोटीतनं खाली पाण्यात पडलो असतो. पाणी कॉकपिटमध्ये शिरलं होतं. ते आमच्या पायाभोवती वेटोळं घालत होतं. आमचे कुले ओले होऊन गारठले होते. बोटं गारठून आखडली होती. बोट इतकी असुरक्षित कधीच वाटली नव्हती. गोंगाट पराकोटीला पोहोचला होता. शर्यत संपली, तेव्हा एक-दोन बोटी कलंडल्या होत्या. अनेक बोटी कशाबशा शेवटाला पोहोचल्या होत्या. शिडं फाटून त्यांचे हातरुमाल झाले होते.

"मी जे म्हणणार आहे, त्यावर माझाच विश्वास बसत नाहीय." मी बॉबला सांगितलं. "पण, ही सगळी एक भयंकर यातनादायक गंमत होती."

तो हसला. "संध्याकाळी वारा खात बसून राहण्यापेक्षा नौकानयनाचं आव्हान तुला आवडू लागेल, असं मी म्हटलंच होतं."

"मला अजून निवांतपणे बसायला आवडतं. पण, आता मला नौकानयनाविषयीही थोडीफार माहिती मिळाली आहे. मला आता आत्मविश्वास वाटू लागलाय. दिवसेंदिवस मी अधिकाधिक कार्यक्षम होतेय."

त्यानं मला खांद्यावर थोपटलं आणि बोटीवरचं सामान आवरायला सुरुवात केली.

त्या दिवशी टॉवलर्स बेला स्टुअर्टकडे डीनर होतं. बॉब आणि मी बॉबच्या बोटीतून लव्हेट बेवरून स्टुअर्टकडे जायला निघालो. त्या वेळी धो-धो पाऊस कोसळत होता. खाडीच्या पाण्यात, कधी नव्हेत, अशा लाटा उसळत होत्या. खाडीतलं पाणी इतकं धसमुसळं झालेलं मी कधी पाहिलं नव्हतं. त्यामुळं, आम्ही बोट अगदी हळूहळू चालवत होतो. बोट लाटेबरोबर उंच जायची. मग, एकदम धपकन खाली यायची. भरतीच्या लाटा आणि वाऱ्याच्या हाणामारीत ती भेलकांडत होती. बोटीच्या नाळीवर लाटा आदळत होत्या आणि चारही बाजूंनी पाणी अंगावर येत होतं. आमच्या मानेवरून ओघळत होतं. आमचे कपडे भिजवत होतं. कपड्यांमधून अगदी पायापर्यंत पाणी ओघळत होतं.

आम्ही स्टुअर्टकडे पोहोचलो, तेव्हा ओलेचिंब झालो होतो. थंडीनं गारठलो होतो. एखादी अवघड गोष्ट यशस्वी रीतीने पार पाडल्यानंतर लहान मुलं जसं उत्तेजित होतात, तसं उत्तेजित झालो होतो. आम्ही धावतच पायऱ्या चढून घरात गेलो. आत शेकोटी पेटली होती. आम्ही आमच्यासोबत ॲपल केक, वाईनच्या दोन बाटल्या आणि कस्टर्डचा जग आणला होता. आत गेल्याबरोबर आम्ही आमचे ओले कपडे बदलले आणि वाईनचे ग्लास भरले. घरात रांधलेल्या अन्नाचा सुखद वास पसरलेला होता.

"ही ॲन आणि हा जॉन." स्टुअर्टनं आमची एका जोडप्याशी ओळख करून दिली. त्यांना आम्ही याआधी कधीच भेटलो नव्हतो. "ही दोघं नुकतीच न्यू कॅसलहून बोटीनं इथं आली आहेत. ती इथं थोड्या दिवसांसाठी आली आहेत. इथनं ती टास्मानियाला जाणार आहेत. त्यांची बोट इथंच टॉवलर्स बेमध्ये नांगरली आहे."

"तुम्ही न्यू कॅसलचे आहात?" मी विचारलं.

"अरे देवा! नाही बाई! मी स्वीडनची. हा जॉन इंग्लंडचा. आम्ही दोघंही सेवानिवृत्त झालो आहोत. आता जलप्रवास करत जगाला प्रदक्षिणा घालतो आहोत."

ॲन खूप उंच आणि सडसडीत होती. तिच्या बोलण्यात स्कँडीनेव्हियन लहेजा होता. गप्पांच्या ओघात ती डॉक्टर असल्याचं आणि जॉन जाहिरातगुरू असल्याचं कळलं. तिनं साधेच पण सुंदर कपडे घातले होते. तिच्या कॉलरला आणि बाहीला अतिशय सुंदर अशी लेस लावली होती. ती अतिशय देखणी होती, असं तिला सांगितल्यावाचून मला राहवलं नाही.

"मी स्वत:च हा पोशाख शिवलाय." तिनं सांगितलं. "मी बोटीत शिवणाचं

यंत्र ठेवलंय आणि ही क्रोशाची लेसही मीच विणली आहे. वारा पडला की, बोटीवर फारसं काही करता येत नाही. भर समुद्रात तुम्ही चारदोन दिवसांसाठी अडकून पडता.''

''स्टुअर्टला कधीपासनं ओळखता तुम्ही?''

''ओह! फार तर एखादा तास झाला असेल. आमच्या बोटीजवळून जाताजाता त्यानं करी खायला येता का, म्हणून विचारलं. आम्हालाही ही कल्पना आवडली. बोटीवर खूपच दयनीय अवस्था होती. तुमचं ते सुप्रसिद्ध उष्ण, कोरडं ऑस्ट्रेलियन हवामान गेलंय तरी कुठं?''

''अहो, अधूनमधून पाऊसही पडायला हवाच ना?''

स्टुअर्टनं आम्हाला टेबलवर बोलावलं. तिथं डझनभर माणसं बसली होती. पिटवॉटरमध्ये डीनरपार्टीला साधारणतः एवढी माणसं असतात.

''तुम्ही एवढा प्रवास करता. या प्रवासात तुम्हाला इतक्या सहजपणे, इतक्या अनौपचारिकपणे जेवायचं आमंत्रण नेहमीच मिळतं का?'' आम्ही सारे टेबलावर बसल्यावर मी विचारलं.

''खूपदा मिळतं. पाणी आणि बोट लोकांना एकत्र आणतात. मग, ते कुठलीही भाषा बोलत असू देत. आपण निसर्गावर कधीच विसंबून राहू शकत नाही, या जाणिवेतनं कदाचित हे घडत असावं. कुठल्याही दिवशी मदतीची गरज पडू शकते. यामुळंच सेलर्समध्ये बंध निर्माण होत असावेत.''

स्टुअर्टनं करीच्या दोन मोठाल्या पातेल्यांत दोनेक पळ्या ठेवल्या. आम्ही आमचं वाढून घेतलं. जेवण चटपटीत,गरम आणि चवदार होतं.

''मार्करला तुझा धक्का लागला, असं मला वाटलं. पण, तू त्याला चुकवल्याचं माझ्या लक्षातच आलं नाही.'' स्टुअर्टनं जॉनला डिवचलं.

''स्टुअर्ट, अरे या वातावरणात आम्हाला तो मार्कर दिसला, हे आमचं नशीब. पण, त्याला आमचा धक्का मात्र लागला नाही.''

साऱ्या मंडळींनी मग तासभर शर्यतीच्या आठवणी काढल्या आणि डेझर्ट वाढायच्या वेळेपर्यंत हवामान शांत झालं होतं. चंद्र उगवला होता. टॉवलर्स बेवर सोनेरी चांदणं पसरलं होतं. सारं काही एका शांत, अचल रात्रीत रूपांतरित झालं होतं.

बॉब आणि मी घराकडं परतलो, तेव्हा अंमळ झिंगलेलेच होतो. आमच्या बोटीमागं हिमशुभ्र फेसाळ पट्टा तयार होऊन पाण्यात विरघळून जात होता.

''आपण नशीबवान आहोत, नाही? हे सारं सौंदर्य...'' भोवतालच्या शांततेला बाधा येऊ नये, याची काळजी घेत मी कुजबुजत म्हणाले.

बॉबनं फक्त मान हलवली. बोट हळूहळू पुढं सरकत होती. इतकी हळूहळू,

की तिच्या बाजूनं पोहणं शक्य होतं.

वुडी पॉइन्टला ठिपकेवाल्या गमवृक्षांनी व्यापलेली जमिनीची एक चिंचोळी पट्टी आहे. त्या पट्टीनं लव्हेट बेला, लिटील लव्हेट बेपासून वेगळं केलं आहे. तिथं गेल्यावर बॉबनं बोटीचा वेग कमी करून इंजीन बंद केलं. त्यानं हे असं का केलं, हे न कळल्यानं मी त्याच्याकडे पाहिलं. तर तो हळूच माझ्याकडे झुकला आणि त्यानं माझं चुंबन घेतलं.

माझ्या मनात कमालीचा हळवेपणा दाटून आला. माझ्या मनात त्याच्याविषयी प्रेम होतं, आदर होता. हे दोन शब्द क्वचितच एकत्र येतात. आणि जेव्हा ते येतात, तेव्हा चिरंतन भावबंध निर्माण होण्याची खूप शक्यता असते. त्यांच्यातल्या आकर्षणाचा, कसल्याही विचारांच्या पलीकडे जाऊन अतार्किक विस्फोट होण्याआधीच त्याच्यात परस्पर विश्वासाचं आणि ज्ञानाचं नातं निर्माण झालेलं असतं.

''माझा काही फारसा फायदा होणार नाही तुला.'' त्या रात्री बोटीत असताना मी त्याला सांगितलं.

''मला वाटतं, होईल.''

''मला एकच स्तन आहे.''

''तेवढा पुरेसा आहे.''

''मी किती दिवस जगेन, सांगता येत नाही. काही महिने... काही वर्षं....''

''उद्या मीही बसखाली येऊ शकतो.''

''माझी जोखीम उचलावी लागेल तुला.''

''नाही. मला तू जोखीम वाटत नाही.''

बॉबबरोबरचे संबंध हळूहळू आणि समतोलपणे उलगडत गेले. त्यात काही गैरसमज किंवा नाटकं नव्हती. अर्थात असं बहुधा घडत असे. पण, अधूनमधून लहानसहान नाटकं झालीच, तर त्यानं कुणाचं नुकसान होत नाही आणि होत नसेही.

परस्परांपासून आपल्याला काय हवंय, हे कळण्याइतके आम्ही प्रौढ होतो. जे हवंय, ते स्पष्टपणे व्यक्त करू शकत होतो. हवंय ते लपवून चिघळवत ठेवत नव्हतो. तरुणपणी असणारा अभिमान किंवा अहंकारही आमच्यात नव्हता. त्यामुळं, परस्परांशी स्पर्धा करण्याऐवजी आम्ही परस्परांना पूरक ठरायचा प्रयत्न करत होतो. सारं आनंदानं काठोकाठ भरलं होतं.

काही काळानंतर माझ्या छातीवरचा व्रण लपवण्याऐवजी मी पलंगाजवळचा दिवा लावला आणि त्याला तो नीट निरखून पाहायला सांगितलं.

''केवढा विद्रूप आहे तो.'' मी त्याच्या फाटे फुटलेल्या टोकाकडे निर्देश करत म्हटलं.

"हो, आहे ना. पण, तो तुझाच एक भाग आहे. आणि म्हणून तो सुंदर आहे."

"तू माझ्यावर प्रेम का करतोस?" मी त्याला पुन्हापुन्हा विचारत होते. कारण, मला दिलासा हवा होता. तो इतर कुणाचीही निवड करू शकला असता. पण, त्यानं माझी निवड केली, हे मला खरंच वाटत नव्हतं. त्याला देण्यासारखं काय होतं माझ्यापाशी? तारुण्य नव्हतं. लब्धप्रतिष्ठित नोकरी नव्हती. माझ्याजवळ फक्त एक स्तन होता आणि अनिश्चित भवितव्य होतं.

त्यानं कधीच माझ्या प्रश्नांची उत्तरं दिली नाहीत. त्याचं गप्प राहाणं बोचू लागेपर्यंत मीही काही बोलले नाही. मग, माझ्या गरजेची त्याला जाणीव व्हावी, म्हणून मुद्दाम त्याच्या पत्नीचा उल्लेख करत म्हणाले," मी बार्बराची जागा कधीच घेऊ शकणार नाही. मी तिच्यासारखी नाहीय."

तो माझ्याकडे वळला. "कुणाची जागा घेणं, हे भयंकर शब्द आहेत. कुणीच कुणाची जागा घेऊ शकत नाही. तू अशी बदली म्हणून मला नकोय. तू 'तू' आहेस, म्हणून मी तुझ्यावर प्रेम करतो. फक्त तुझ्यावर."

मी याच शब्दांना घट्ट पकडलं. कुठल्याही नवीन नातेसंबंधात आपल्याला असुरक्षित वाटू शकतं. तसं मलाही वाटू लागलं की, तेच शब्द आठवत असे.

"तर ही मी कोण आहे? म्हणजे तू प्रेम करतोस ती मी कोण आहे?"

तो हसला. मी टाकलेला पेच त्याच्या लक्षात आला होता. "तू... तूच आहेस."

मला राग आला रागाच्या भरात मी आग्रह धरला. "तू स्पष्ट करून सांग. मला सगळं-सगळं शब्दांत ऐकायचं आहे."

"मला शब्दांतनं सारं नीटसं सांगता येत नाही. शब्दांतून सांगणं मला कठीण जातं. मी तुझ्यासाठी रोज जे करतो, त्यातनंच माझं तुझ्यावरचं प्रेम व्यक्त होत नाही का?"

शेवटी, त्यानं मला गप्प बसवलं होतं.

शब्दातनं हवा तो परिणाम साधण्यासाठी मी आयुष्यभर शब्दांचा उपयोग केला. त्यामुळं, शब्द किती पोकळ असतात, हे मला कळायला हवं होतं. कृती ही शब्दांपेक्षा अधिक मोठ्यानं बोलते, असं नेहमीच म्हटलं जातं. हेच बॉबचंही नीतिवचन होतं. पण, मग बॉब ज्या पद्धतीनं शब्दांचा वापर करतो, तिचाही विचार माझ्या मनात आला. कधी तो अडखळतो. संकोचत बोलतो. कधी भराभर वेगानं बोलतो.

पण, नेहमीच तो तोलूनमापून बोलतो. तो अतिशय नीटपणे शब्दांतून सारं मांडू शकतो. कारण, तो प्रभाव टाकण्यासाठी बोलत नसतो. तर त्याला जे

म्हणायचं आहे, ते नेमकं सांगण्यासाठी बोलत असतो.

शेवटी, एकदाचा मी 'पूल मिक' हा पदार्थ केला. बाजारात कोलचं कोंबड्यांचं दुकान होतं. तो अतिशय खपून काळजीपूर्वक कोंबड्या सोलून देत असे. पण, बॉब त्याच्या दुकानात माल आणायला गेला की, कोल छातीशी हात बांधून मागंपुढं डोलत उभा राहात असे. त्याची नाराजी तो स्पष्टपणे व्यक्त करत असे.

"मेट," कोल म्हणायचा, "मेट, माझ्यावर एक उपकार करशील? करशील ना?"

"नक्की. पण, काय करायचंय?" बॉब विचारायचा.

"या पदार्थाची रेसिपी लिहिलेलं पुस्तक जाळून टाक. टाकशील ना?"

एकदा शुक्रवारी रात्री उशीरा कोलनं स्पॅचकॉकचं पुडकं घरी आणून दिलं. मी आणि बॉब बाथरूममध्ये होतो. या बाथरूमला जमिनीपासून छतापर्यंत खिडकी होती. कोलला आम्ही वर दिसलो नाही. तेव्हा तो शोधत शोधत खालच्या मजल्यावर डेकवर आला. त्याला आम्ही न्हाणीघरात असलेले दिसलो.

"छान दिसतंय, ग्रेट!" खिडकीला टेकून उभा राहत तो म्हणाला. मस्त गप्पा मारत उभं राहायचा विचार असावा.

बॉब मोठ्यानं हसू लागला. मी घाईगडबडीत माझं अंग झाकायची धडपड करू लागले. त्यामुळे, बॉबला आणखीच हसू येत होतं.

"काय? मजा चाललीय नं?"

"धमाल!" बॉब म्हणाला.

"ते दिसतंच आहे. मलाही सामील करून घेता का?"

"घेतो की!" बॉब म्हणाला. "काढ कपडे नि ये आत."

"कदाचित करेनसुद्धाच. पाणी कसं छान आणि गरम दिसतंय."

शेवटी माझ्या घशातून आवाज फुटला. "वर जा आणि ठेव ते स्पॅचकॉक. फ्रीजमध्ये बिअर आहे. आम्ही येतोच एक मिनिटांत."

"ठीकाय. माझ्यासाठी पाणी शिल्लक राहू द्या. द्याल ना? मला खूप आवडतं अंघोळ करायला."

तो दृष्टीआड झाला, बॉब आणि मी हसूनहसून बेजार झालो.

"जगात दुसरीकडं कुठंही मला राहावंसं वाटत नाही. तुला वाटेल?" मी विचारलं. त्याचं उत्तर काय असेल, याची मला खात्री होती.

बॉबनं भिवया वर केल्या, याचाच अर्थ तो गंभीरपणे विचार करत होता.

"जाऊ आपण दुसरीकडं राहायला." बॉब म्हणाला. माझा चेहरा खर्रकन उतरला असावा. "पण, जर आपल्याला याहून चांगली जागा मिळाली तरच."

"हरामी!" माझा जीव कंठाशी आला होता.

"वा! मजा आला."

लवकरच बॉब राहायलाच आला. आधी त्याची हत्यारं त्यानं आणली. मग, कपडेही आणलेत. तो आला नि त्याच्याबरोबर काकाकुवेही आलेत. त्यांची नजर माझ्या कोवळ्या लिंबावर आहे. हे घर घेतलं, तेव्हाच मी अंगणात लिंबाचं झाड लावलं होतं. त्या काळात मी अमाप गोंधळलेली होते. काळजीत होते. माझ्या वडिलांचे उद्गार मला सतत आठवत होते. लिंबाचं झाड असल्याशिवाय इमारतीला घरपण येत नाही, असं ते नेहमी म्हणत. म्हणून, मी एकाऐवजी दोन झाडं लावली होती. एक तरी जगलं असतं ना. टोनी गेल्यावर मी त्यात मोसंबीच्या झाडाची भर घातली होती. त्या झाडाजवळून जाताना नेहमी टोनीची आठवण यायची. तो नेहमी म्हणायचा," जिन अँड टॉनिक, प्लीज आणि त्यात मोसंबीचा रस! आलं, लिंबू नको."

केनच्या परसूतही लिंबाचं झाड होतं. माझ्या झाडाला फळं येणार नाहीत, असं त्यानं सांगितलं होतं. कारण, जमीन अगदीच हलक्या प्रतीची होती. पण, मी जमिनीला चॉकलेटसारखा रंग येईस्तोवर खत घातलं. आता केन येता-जाता माझ्या झाडावरच्या स्वादिष्ट फळांकडे पाहतो आणि डोकं खाजवत राहातो.

कधीकधी सारं झाड काकाकुव्यानं पांढरं होऊन जातं. त्यांच्या भारानं लहान फांद्या तुटू लागतात. अशा वेळी मग, मी बाहेर जाऊन त्यांना हाकलून लावते. पण, एक दिवस सकाळी मी अंघोळ केली अन् सहज बाहेर नजर टाकली, तर जमिनीवर लिंबांचा खच पडलेला मला दिसला. झाड काकाकुव्यानं लहडून गेलं होतं. ते पक्षी लिंबाला टोची मारून खाली टाकत होते. मग, दुसऱ्या लिंबाचीही तीच अवस्था करत होते.

"चला, पळा हरामजाद्यांनो!" मी ओरडले आणि होते तशीच नागवी अंगणात धावले. जाताना पक्षी हाकलायला टेबलवरचा टॉवेल तेवढा उचलला होता." "हाट्! हाट्!"

रागानं मी खाली पडलेलं फळ उचललं आणि त्यांना फेकून मारलं. पक्षी आता मी परत आत जायची वाट पाहत जवळच्या गमवृक्षावर बसून होते.

जॅक तिथून जाताना म्हणाला," गुडमॉर्निंग! हलकट आहेत हे पक्षी. नाही?"

"काय करू मी त्यांचं?" मी रडक्या सुरात म्हणाले.

"फारसं काहीही नाही."

त्या क्षणी माझ्या लक्षात आलं की, माझ्या अंगावर एक चिंधीसुद्धा नव्हती आणि तशाच अवस्थेत मी अंगणात उभी होते. "ओह जीजस!" मी खाली पाहत उद्गारले.

"काय झालं?" जॅकनं गोंधळून विचारलं.

"काही नाही."

आणि मी घरात पळाले.

हिवाळा आला. दिवस लहान झाले. सूर्य उत्तरेकडे वळल्यामुळं घरावर पडणाऱ्या प्रकाशाचं नक्षीकाम बदललं. बॉब काही व्यावसायिक कारणांसाठी मेलबर्नला गेला होता. तो तिथं पाच दिवस राहाणार होता. मी त्याच्यासाठी ताज्या सुक्यामेव्यांची पाकिटं तयार केली. थर्मासमध्ये कॉफी भरली आणि त्या लांबच्या प्रवासात खाण्यासाठी सँडविचेस बांधून दिली. मला सारखं भय वाटत होतं. त्याला काहीतरी होईल, तो आपल्याला पुन्हा कधी दिसणार नाही, माझ्या पतीसारखा आणि भावासारखा हाही माझ्यापासून हिरावून घेतला जाईल, अशी अकारण आणि निरर्थक भीती मला वाटत होती.

"मला फोन करत जा रे." मी त्याला विनवलं. "तू कुशल आहेस, हे मला सतत कळायला हवं."

"ठीकाय. पण, तू आता काळजी करायचं थांबव. मी अशा फेऱ्या शेकडो वेळा केल्या आहेत."

"होय रे. पण, तरीसुद्धा मला फोन कर."

सकाळी जरा उशिरानं फोन वाजला. बॉब ठाम स्वरात म्हणाला," पुढच्या वेळी एवढ्या मनुका बांधून देऊ नकोस."

त्याच रात्री त्यानं त्याच्या धाकट्या मुलीच्या घरून फोन केला. आम्ही झोप येईस्तोवर बोलत होतो. आपण कितीही मोठे झालो, तरी प्रेम काही फारसं बदलत नाही.

त्याच्या गैरहजेरीत, मी माझी तुंबून राहिलेली कामं संपवण्याच्या मागं लागले. इस्त्रीच्या कपड्यांचा ढीग पडला होता. फ्रीज साफ करायचा होता. खिडक्या धुवायच्या होत्या. पण, एवढी ढीगभर कामं करूनही रात्रंदिवस रितेपणाच भरून राहात होता.

तो परत यायच्या दिवशी, त्याच्यासाठी खास डीनर बनवायचं मी ठरवलं. मोना वेलमधून सारं वाणसामान आणलं. फळबाजारात मी फुलं घ्यायचा विचार करत होते. तेव्हा अचानक माझ्या कमरेभोवती एक हात लपेटला गेला. त्याच्या वासावरून तो हात कुणाचा होता, हे मला त्या क्षणीच कळलं. खाऱ्या पाण्यात पोहून उन्हात भाजलेल्या शरीराचा तो तीव्र गंध होता. बॉब दरवळत राहाणारे सुगंध कधीच वापरत नव्हता. कधीकधी तो त्याच्या डेस्कवर काम करत असताना,

मी तिथून जाताजाता सहज वाकून त्याच्या मानेचं चुंबन घेत असे. तेव्हा तो वास मला ग्रीष्माच्या गंधासारखा वाटत असे.

मी 'हॅलो' म्हणत त्याचं चुंबन घेतलं. त्याला भेटून मला वेडपटासारखा आनंद झाला होता. मी माझा आनंद लपवायला उगाचंच फुलांचे दोनेक गुच्छ उचलून घेतले.

"चांगली नाहीत ती फुलं." बॉब म्हणाला. "ठेवून दे ती."

"चांगली आहेत रे!" मी ती फुलं ट्रॉलीत ठेवत म्हणाले.

त्यानं ती ट्रॉलीतनं काढून परत बादलीत टाकली. "नाही. मला खरंच आवडली नाहीत ती फुलं."

त्याचं हे वागणं त्याला अजिबात शोभणारं नव्हतं. मी खांदे उडवून तिकडं दुर्लक्ष केलं. आम्ही आपापल्या गाड्यांत बसून घराकडं यायला निघालो.

प्रवासी धक्क्यावर आम्ही एकाच वेळी पोहोचलो. तेव्हा त्यानं आपल्या गाडीतनं ताडकन उडी मारली. तो घाईघाईनं डिकीकडे गेला. ती उघडून त्यानं एक भलामोठा, गब्दुल आणि अतिशय सुंदर असा पांढऱ्या लिलीचा गुच्छ काढला. त्याचा नेहमी गंभीर असणारा चेहरा त्या वेळी आत्मसंतुष्टतेच्या भावनेनं उजळून निघाला होता.

"ही बघ चांगली फुलं." तो म्हणाला.

त्या रात्री बेबी रोस्ट लँब आणि लेमन पॅनकेकचं जेवण झाल्यावर आम्ही सोफ्यावर एकमेकांना बिलगून बसलो. आपल्या प्रवासाची हकिगत त्यानं मला सांगितली. शेकोटी छान ऊब देत होती. घर पुन्हा भरलं होतं आणि सगळीकडं समाधानासारखं, तृप्तीसारखं काहीतरी पाझरत होतं.

बॉब आपल्या हातातल्या पेल्यातली वाईन गोलगोल फिरवत होता. तिकडं एकटक पाहात तो पुटपुटला, "माझ्याशी लग्न करशील का, असं जर मी तुला विचारलं, तर तू काय उत्तर देशील?"

"विचार आणि बघ. मूर्ख कुठला!"

त्यानं माझ्याकडं क्षणभर पाहिलं आणि पटकन नजर वळवली. "तर... तू करशील का?"

"मी? काय करायचं मी?"

"माझ्याशी लग्न करशील?"

"कधी करायचं?"

आणि आम्ही दोघंही हसत सुटलो.

मग, मी गंभीरपणानं म्हणाले, "बॉब, तुझ्या मुलांना आपली ही कल्पना आवडली नाही, तर आपण लग्न नाही करायचं. कळलं? आपल्याला लग्नाच्या

औपचारिकतेची तशी गरजही नाही. समस्या निर्माण होणार असतील, तर लग्न नको.''

बॉबनं आपल्या मुलांना फोन केला. त्यांनी खूप समंजसपणा दाखवला. आम्हाला शुभेच्छा दिल्या आणि ही खूपच आनंदाची बातमी होती, असंही सांगितलं. खरं म्हणजे असं वागताना त्यांना जरा अवघडच गेलं असावं. मग, बॉबनं बार्बराच्या आईला फोन केला. ती मेलबर्नला राहात होती.

''हो, हो.'' ती शांतपणे म्हणाली. ''बार्बरा मला म्हणालीच होती, असं काहीतरी घडण्याची शक्यता आहे म्हणून.'' बार्बराच्या हृदयाची उदारता अविश्वसनीय होती. तसंच तिचं बॉबवरचं प्रेमही उदार होतं. आपल्या मृत्यूनंतरही त्यानं सुखी व्हावं, असं तिला वाटत होतं. अशी बाई लाखात एखादीच!

त्या संध्याकाळी मला काय वाटत होतं, हे मी कसं सांगू? अर्थातच मी आनंदात होते. कुणीतरी माझी प्रेमानं काळजी घेत होतं आणि हे माझ्यासाठी खूप महत्त्वाचं होतं. माझ्या मनाला आणि आत्म्याला शांती मिळाली होती. आता आणखी कसला शोध घ्यायची आवश्यकता नव्हती. आता असमाधानाला, अस्वस्थतेला वाव नव्हता. आता मुळं रुजवायला जागा शोधायची गरज नव्हती. आता मी पन्नास वर्षांची होते आणि भविष्याची दारं बंद होण्याऐवजी सताड उघडली जात होती.

''आणखी एक गोष्ट.'' मी बॉबला सांगितलं.

''काय?''

''मला माझं घर सोडायचं नाहीय. तू तरंगव्याऐवजी इथं या घरात राहाशील?''

''मला वाटतं, मी तुझ्याबरोबर कुठंही राहू शकेन.''

''खरं म्हणजे आणखी एक गोष्ट आहे.''

''सांग.'' बॉबनं माझ्याकडं जरा घाबरतच नजर टाकली.

''एक मोडून पडलेलं जहाज खाडीत नांगरलेलं आहे. मागचा शेपटीचा भाग वर आलेलं ते बार्न रेड....''

''हं.''

''ते दुरुस्त करता येईल? त्याला त्याचं भव्य स्वरूप पुन्हा मिळावं, असं वाटतं.''

''नाही.''

तो नकार त्यानं इतक्या ठामपणे दिला की, पुढं काय बोलावं, हेच मला सुचलं नाही.

''सुखासमाधानात जगणाऱ्या जोडप्याचा घटस्फोट घडवून आणणारा असा तो प्रकल्प आहे.'' बॉबनं सांगितलं.

"इतक्यात घटस्फोट, म्हणजे फारच घाई होईल. अजून आपलं लग्नही झालं नाही. तेव्हा, मला वाटतं, ही कल्पना सोडून दिलेलीच बरी."

"उत्तम!"

माझं बॉबबरोबरचं नातं मी कसं स्पष्ट करून सांगू? आता हे लिहित असताना वाटतं की, आम्ही २००५ सालापर्यंतची चार वर्षं नव्हे, तर गेल्या चाळीस वर्षांपासून एकत्र राहातोय. बॉब माझा मित्र आहे. आमची मैत्री अगदी घट्ट आहे. ती ज्या कालखंडाच्या भट्टीतून निघालीय, त्या काळाचं स्मरणदेखील आम्हाला नकोय. पण, तो काळ आम्ही कधीच विसरणार नाही. पूर्वी मी माझं वय वाढल्याचं दाखवणारे सारे पुरावे लपवून ठेवत असे. पण, आता माझी दुखणी आणि वेदना यांच्याविषयी आरामात खुलेआम कुरकुर करत असते. तंग कपडे आणि सेक्सी शूज वापरायचं मी सोडलं आहे. मी जीन्स आणि जाड तळाचे शूज वापरले, तर त्याला आवडेल का, असं मी त्याला एकदा विचारलं होतं. तेव्हा, कपड्याच्या आत जे आहे ते मला आवडतं, असं उत्तर त्यानं दिलं होतं. मी आता जरा जाड झालेय. मला असं बरं वाटतं. कारण, मी आता धडधाकट आणि निरोगी आहे. आणि शेवटी तेच महत्त्वाचं असतं.

माझी प्रत्येक सकाळ बॉबला बघत उजाडते. मी सुखात राहावं, म्हणून हा माणूस अतिशय काळजी घेतो. त्यासाठी जे जे करणं आवश्यक आहे, ते ते करत असतो. परस्परसंबंधाच्या संदर्भात, काही जण माळी असतात तर काही बाग असतात, असं म्हटलं जातं. बॉब, अर्थातच माळी आहे. तो एखाद्या गोष्टींची ज्या तऱ्हेनं दखल घेतो, ती मला फार आवडते. म्हणजे समजा, एखाद्या लांबच्या प्रवासात मी दमले तर, दुसऱ्या तशाच प्रवासाच्या वेळी वाटेत विश्रांती मिळावी, म्हणून थांबण्यासाठी तो काहीतरी निमित्त शोधून काढतो. माझं ओझं होतंय किंवा माझा त्रास होतोय, असं तो चुकूनदेखील दाखवत नाही. आपण विविक्षित ठिकाणी अमुक वाजता भेटू, असं त्यानं सांगितलं तर तो ती भेटीची वेळ अत्यंत कटाक्षानं पाळतो. ऑफिसात उशीर झाला, खूप वर्षानं मित्र अचानक भेटल्यामुळे पबमध्ये जावं लागलं, ही आणि अशी कारणं तो कधीही देत नाही.

हा माणूस माझ्यासाठी जीवावर उदार होऊन चिडलेल्या गव्यासमोर उभा राहातो. (यलोस्टोन नॅशनल पार्कच्या सहलीत त्यानं हे धाडस केलं होतं.) केवळ मी सांगितलं, म्हणून दोनशे माणसांसाठी ओव्याची पानं चिरून देतो. माझ्यावर

शस्त्रक्रिया झाल्यानंतर मला घ्यायला येताना हा माणूस, केवळ मला आनंद होतो, म्हणून कुत्र्याला घेऊन येतो. खरं म्हणजे कम्प्यूटर डॉकला येताना कुत्र्याला कुशीत सांभाळत, तीन-तीन वेळा त्याला बोटींवर उड्या मारत यावं लागतं. हे तो केवळ माझ्यासाठी, माझ्या आनंदासाठी करतो.

हा माणूस माणसांचा अभ्यास करतो. त्यांची स्वप्नं साकार व्हावी, म्हणून संधी निर्माण करून देतो. हा माणूस कठोर आहे. पण, प्रसंगी हळवं व्हायला तो घाबरत नाही. याला चांगलं आणि वाईट यातला फरक चटकन कळतो. कुणालाही कसलाही त्रास होऊ नये, याची हा काळजी घेतो आणि त्यासाठी पडेल ती किंमत द्यायची त्याची तयारी असते.

सर्वांत मोठी गोष्ट म्हणजे, तो नेहमी खरं बोलतो किंवा तो बोलतो, ते खरंच असतं. मग, ते मला कितीही अप्रिय असू दे. याचाच अर्थ असा की, आमचा परस्परांवर पूर्ण विश्वास आहे आणि ते आम्हाला मिळालेलं सर्वांत मोठं वरदान आहे.

२०

आम्ही लव्हेट बेच्या मध्य भागात पर्सीच्या देखण्या 'पर्सिव्हिअरन्स' या बोटीवर लग्न केलं. पर्सीनं या जुन्या बोटीचं पुनरुज्जीवन केलं होतं. शिवाय, ही वुडी पॉइन्ट शर्यतीतली मानाची बोट होती. ऐन हिवाळ्यातला दिवस होता. स्वच्छ सूर्यप्रकाश पसरला होता. त्या मोसमातला तो अपवादात्मकरीत्या उबदार दिवस होता. इतका उबदार की, त्या दिवशी जॅकेटचीही गरज भासत नव्हती. एरवी अशा मोसमात झोंबरं वारं वेगानं वाहत असतं. टेकडीवरच्या शेजाऱ्यांनी फेरी व्हार्फ नेच्याच्या पानांनी सजवून ठेवलं होतं. त्यामुळे, लग्न लावायला आलेल्या धर्मगुरूला भेटायला जाताना आम्ही लताकुंजातनं जात होतो, असं वाटत होतं. आमच्यासोबत चिपचॉप होती. माझ्या सावत्र मुलीची कुत्री बेला होती आणि अर्थातच ओबी हा भटका कुत्राही होता. या ओबीला, कुठंही पार्टी असली, तरी तिचा आधीच वास लागत असे.

आम्ही लव्हेट बेच्या मध्यात बोट नांगरली. संकोचानं आणि लाजेनं आमचे चेहरे किंचितसे आरक्त झाले होते. शँपेनचे दोन पेले पोटात गेल्यानंतर आम्ही लग्न लावणाऱ्या धर्मगुरूसमोर जाऊन उभे राहिलो. त्यानं विचारलेल्या प्रश्नांची उत्तरं दिली. त्यानंतर आम्ही पतिपत्नी झाल्याचं जाहीर करण्यात आले. माझी आई लग्नाला नखशिखान्त नटूनसजून आली होती. तिच्या हाताच्या दाही बोटांत तिनं अंगठ्या घातल्या होत्या. तिच्या वृद्ध डोळ्यांत अश्रू तरळत असावेत, अशी मला शंका आली. आधी तिनं माझ्या व्हेलवेट टॉपची बटणं लावायचा हट्ट धरला होता. वधूच्या आईसारखं हे वागणं होतं, असं तिचं म्हणणं होतं. मी पॉलशी लग्न केलं ते रजिस्ट्रारच्या ऑफिसमध्ये सगळ्यांना गुंगारा देऊन, त्यामुळे, त्या वेळी ही भूमिका तिला निभावता आली नव्हती.

आम्ही दोनेक तास बोटीतनं फिरत होतो. सारं पिटवॉटर आनंदी झालं होतं. आपली पांढरी शिडं फडकवत देखण्या यॉटस् आमच्याजवळून जात होत्या. लोक हात हलवून अभिनंदन करत होते आणि शुभेच्छा देत होते. आम्ही शँपेन

चाखत होतो. क्वचित एखादा सागरी गरुडपक्षी आकाशातनं उडत जाताना दिसत होता. दस्तऐवजावर सह्या केल्यानंतर टेकडीच्या तळाशी असलेल्या 'टिनशेड' या घरी आलो. तिथंच आम्ही राहात होतो. तिथं मेजवानीची जय्यत तयारी करून सोफिया वाट पाहत होती. टेबलवर चांदीचे काटेचमचे वगैरे कटलरी ठेवली होती. मी क्रिस्टल ग्लासेस बाहेर काढले. सारीकडं फुलंच फुलं होती. स्टॅकीनं एक भला थोरला गुच्छ आधीच पाठवला होता.

"साऱ्या बेमध्ये एकसुद्धा स्ट्रेलिट्झिया शिल्लक उरला नाहीय." तो मोठ्या अभिमानानं म्हणाला."सारेच्या सारे घेऊन आलोय. जन्मभर सुखी राहा; तुम्ही दोघंही!"

माझी आई मेजवानीचं टेबल सजवण्यात खूपच पटाईत होती. तिनंसुद्धा कौतुक केलं. मेजवानीत भाजलेले स्पॅचकॉक आणि सागरी सामिष भोजनाचा समावेश होता. भोजनानंतरचं मिष्टान्न म्हणून चॉकलेटचे आणि अंड्याच्या बलकाचे थरावर थर असलेला केक होता. सर्व पाहुणे निघून गेल्यावर मी आणि बॉब शेकोटीतल्या ज्वालांकडं पाहत हातात हात गुंफून खूप वेळ बसलो होतो. चिपचॉप आम्हा दोघांच्यामध्ये शांत झोपली होती. प्रदीर्घ काळ कवटाळून बसावं, असा हा दिवस होता.

"खूश?" बॉबनं विचारलं.

"आयुष्यात मी एवढी खूश कधीच नव्हते."

आपण एखादं सत्कार्य पार पाडल्यासारखा दीर्घ निःश्वास बॉबनं सोडला.

दुसऱ्या रात्री आम्ही कागदी पिशव्यात मेणबत्या लावून फेरी व्हार्फपासून घरापर्यंतचा मार्ग सजवला आणि पिशव्या जळू नयेत, म्हणून त्यांच्या तळाशी आम्ही वाळू भरली. त्यांच्या ज्योतींनी महोत्सवाचंच वातावरण निर्माण झालं. रंगीबेरंगी दिव्यांच्या माळेनं डेक उजळून टाकणाऱ्या कार्निव्हलकडं जाणाऱ्या अद्‌भुत जादुई रस्त्यावरून आपण चालतो आहोत, असं वाटत होतं. जुन्या वॉशिंगमशीन्समध्ये पेटवलेल्या शेगड्यांमुळं हिरवळीवर उबदार वातावरण निर्माण झालं होतं. गॉर्डनच्या जुन्या मचव्यात मद्य आणि बर्फाचा साठा करून ठेवला होता. एल्विना बेची लिझा आता आमची चांगली मैत्रिण झाली होती. तिनं इतकं जेवण रांधलं होतं की, सतत अपुरेपणाच्या भावनेनं पछाडलेल्या मलाही मागं टाकलं होतं. आमच्या या आनंदोत्सवात सहभागी व्हायला आम्ही साऱ्या पिटवॉटरला आमंत्रण दिलं होतं. त्या रात्री मी अनवाणी इतकी नाचले, इतकी नाचले की माझे पाय रक्तबंबाळ होऊन गेले.

२१

बॉबच्या दहा वर्षं जुन्या बेस्सीमधनं आम्ही मधुचंद्रासाठी सिडनीहून निघालो. ही बर्गंडीसारख्या गडद लाल रंगाची गाडी ठिकठिकाणी चेपलेली होती. (याचं श्रेय अर्थातच माझं होतं.) वाटेत जागोजागी तंबू ठोकून मजल दरमजल करत केप यॉर्कला पोहोचायचं, असं ठरवलं होतं.

प्रवासात वापरायचे घडीचे पलंग, पांढरे अभ्रे घातलेल्या उशा, पांढऱ्याशुभ्र चादरी, खूपसे वाईन ग्लासेस (प्लॅस्टिकचे? कदापि शक्य नाही.), टेबलावर अंथरायचे पांढरे रुमाल, मेणबत्त्या आणि असंच इतर सामान मी हट्टानं सोबत बांधून घेतलं होतं. चार कँपओव्हनसुद्धा बरोबर घेतले होते. रात्री उशीरा मेणबत्तीच्या प्रकाशातलं जेवण, मावळतीतलं मद्यपान या आणि अशाच स्वप्निल कल्पना माझ्या मनात भरल्या होत्या. खरं म्हणजे अशा छावणी टाकत केलेल्या प्रवासाची मला सुतराम कल्पना नव्हती. सारं सामान पाहून बॉब हताश झाला होता. पण, काहीही न बोलता त्यानं ते बेस्सीत कोंबलं. बॉबचं सारं आयुष्य अशा प्रकारच्या तळछावण्यांच्या प्रवासात गेलं होतं. सुट्यात आपल्या कुटुंबीयांसह सहलीला जाण्याचा एवढा एकच मार्ग त्याला परवडत होता. त्यामुळे, त्याला त्याची सवय झाली होती. प्रवास सुरू झाल्यावर लवकरच माझ्या साऱ्या स्वैर कल्पनाविलासाला आळा बसला. रात्री मुक्काम पडला की, घर मांडायचं आणि सकाळी ते मोडायचं, हा सारा प्रकार विलक्षण दमवून टाकणारा होता. स्वयंपाकघर लावायचं आणि मोडायचं, सामान काढायचं आणि पुन्हा बांधायचं... कोणत्या वस्तू कुठं ठेवल्या होत्या, हे मला कधी आठवतच नव्हतं.

उत्तर क्वीन्सलँडमध्ये जार्डीन नदीच्या तीरावर जेव्हा आमचा पडाव पडला, तेव्हा मात्र माझी सगळी सहनशक्ती संपुष्टात आली होती. सगळा रस्ता उंचसखल आणि खडबडीत होता. लाल धुळीनं माखला होता. मध्येच खाडीतनं प्रवास करावा लागला. वाटेत झाड कोसळून पडलं होतं. ते बाजूला करून रस्ता मोकळा करावा लागला होता. रेताड रस्त्यावर गाडीची चाकं घासत होती, घसरत

होती, वेडीवाकडी होत होती. अनेकदा तर झाडावर आदळता आदळता वाचली होती. सारा दिवस मनात भय दाटून येत होतं. मी आग्रहानं बरोबर घेतलेले घडीचे पलंग लावताना माझं बोट चेंगरलं गेलं. माझ्या शरीराच्या ज्या बाजूला संसर्गाची जास्तीतजास्त शक्यता होती, त्या बाजूचंच बोट होतं ते! मी धुळीनी माखले होते. मला किडेकिटक चावले होते. मी अत्यंत अस्वच्छ होते. शरीर भगभगत होतं. खाऱ्या पाण्यातल्या मगरी इतस्ततः भटकताना तंबूतनं दिसत होत्या. त्याच्या भयानं मी घाबरून गेले होते. कल्पनेपलीकडं थकून गेले होते. मला एकदम रडूच फुटलं. मग, मी खूप वेळ रडत बसले.

"हे काही तुला झेपत नाही. होय ना?" माझ्या जखमी बोटाला जंतुनाशक औषध लावत बॉब म्हणाला. मी माझ्या घाणेरड्या पायांकडं पाहिलं. सांगता येणार नाहीत, इतके ते गलिच्छ झाले होते. जुन्या शेकोट्यांच्या राखेतून चालूनचालून ते काळे पडले होते. मी बॉबच्या प्रश्नाचं उत्तर देऊ शकले नाही. मग, बॉबच म्हणाला, " केप यॉर्कवरून तू विमानानं परत जा. उद्याच निघू या आपण."

माझ्या शरीरातला कण न कण विमानात बसायला आतुरला होता. पण, मग बॉबला एकटंच घरी परत यावं लागलं असतं. चार हजार किलोमीटर हाडं खिळखिळी करणारा आणि धोकादायक रस्ता त्याला एकट्यालाच पार करावा लागला असता. दोघांनी मिळून तो पार करणं कठीण होतं. पण, एकट्यानं प्रवास करायचा, म्हणजे पोटात खड्डाच पडायची पाळी. हा माझ्या आयुष्यातला, अनेक अर्थांनी बदलाचा क्षण होता. मी त्याला एकट्याला हा प्रवास करू देणं शक्यच नव्हतं. आम्ही सहभागी होतो; चांगल्यात आणि वाईटातही. माझ्या मनाचा एकदा निर्णय झाल्यावर; मग धोका, घाण, गरमी आणि गैरसोय यांचं काहीच विशेष वाटेनासं झालं. या गोष्टींची भीती मी मनातनं काढून टाकली. बॉब सुखरूप असणं हे सर्वांत महत्त्वाचं होतं. माझी त्याच्याशी असलेली बांधिलकी आता स्वप्नाळू राहिली नव्हती. ती आता अधिक खंबीर आणि ठाम झाली होती.

या छावण्या टाकत केलेल्या प्रवासातनं खूप काही मिळवता येतं, असं आता माझ्या लक्षात आलं आहे. यात रोज नवीनवी आव्हानं समोर उभी ठाकतात. त्यांना सामोरं जाताना मन, शरीर आणि भावनांचा कस लागतो. घरातला रोजचा जीवनक्रम ठरलेला, सुरक्षित आणि सुखसोयी मिळाव्यात, अशा रीतीने आखलेला असतो. घरी आल्यावर दिवा, नळ, स्टोव्ह, आराम करायला सोफा या सर्व सोयीसवलती असतात. छावणीत प्रत्येक मुक्कामावर सारं घर शून्यातनं उभं करावं लागतं. तिथं 'खूप दमलेय', असं म्हणायची सोयच नसते.

दिवसभर रंगीबेरंगी धुळीतून प्रवास करून आल्यानंतर जर आपल्यात पडाव टाकायचंही त्राण नसेल, तर रात्री झोपायला जागा राहात नाही. जेवायला मिळत नाही. शारीरिक शक्ती टोकापर्यंत ताणवाव्या लागतात. त्यामुळे, सुरुवातीला जरी दमल्यासारखं वाटलं, तरी नंतर दिवसेंदिवस धडधाकटपणा वाढत जातो. सवय नसलेल्या श्रमांनी आणि हालचालींनी होणारा ठणका व वेदना हळूहळू नाहीशा होतात. हाताचे स्नायू बळकट होतात. माझं पोट तर या प्रवासानं एकदम पातळ होऊन गेलंय.

जसा माझा शरीरात बदल झाला, तसा दैनंदिन जीवनक्रमातही झाला. रात्री मी लवकर झोपू लागले. रात्रीबेरात्रीचं वाचन आणि टी.व्ही. यांचं आमच्या आयुष्यावरचं आक्रमण संपुष्टात आलं. रामप्रहरीच्या अंधूक प्रकाशात पक्ष्यांच्या आवाजानं जाग येऊ लागली. आधी ज्या गोष्टी त्रासदायक वाटत होत्या, त्या आता आनंददायी वाटू लागल्या. प्रत्येक सूर्योदयातून नवीननवीन उन्मेष व्यक्त होत होते. वाटेवरच्या प्रत्येक मुक्कामात वेगळंच दृश्य समोर येत होतं. सामन माशाच्या रंगाच्या टेकड्या, गेरुच्या रंगापासून काळपट रंगापर्यंत तऱ्हेतऱ्हेच्या रंगाची जमीन असणारं वाळवंट, आकाशी रंगाचा समुद्र, सोन्याच्या रंगाची खाडी... प्रत्येक दृश्य वेगळं, कायमचं लक्षात राहणारं!

काही दिवसांनी आमच्या वागण्याबोलण्यात काही लकबी निर्माण झाल्यात. बॉब रोज केस विंचरू लागला. मोटारीच्या उघड्या खिडकीतून त्याचे ते विंचरलेले केस विस्कटून जात होते. पायात घातल्याबरोबर धुळीच्या थरानं मळून जात असले, तरी मी रोज नियमानं बुटांना पॉलिश करू लागले होते.

अशा प्रकारचे प्रवास केवळ चौकटीत फुल्या मारण्यासाठी म्हणजे अमुक ठिकाणी गेलो; तिथं तमुक गोष्टी केल्या, असलं काही सांगण्यालिहिण्यासाठी करायचे नसतात. अशा प्रवासात आपल्याला येणारं आत्मभान महत्त्वाचं असतं. आपल्या जीवनभराच्या सहचराला ओळखणं महत्त्वाचं असतं. तेच आपल्याला मिळणारं पारितोषिक असतं. प्रवासानंतर अनेक आठवड्यांनी आपण जेव्हा अगदी पहिल्यांदा आपल्याला आरशात पाहतो, तेव्हा बसणारा धक्का अक्षरश: अलौकिक असतो. आपल्याकडे रोखून पाहणारी प्रौढा कोण असावी बरं? कारण, अर्थातच आपल्याला पुन्हा तरुण झाल्यासारखं वाटत असतं. अधिकच धाडसी, मनाने आणि शरीराने अधिकच सक्षम झाल्यासारखं वाटत असतं. काळाच्या घड्याळाची टकटक अस्तित्वहीन होते. आणि आपल्याला जे वाटतं, जे जाणवतं, तेच आपल्या वयाचं खरंखुरं द्योतक ठरतं.

आमचे सारे पडाव रानातच पडत होते. याचाच अर्थ नळ, पाणी, शॉवर, वीज, स्वच्छतागृह अशा कोणत्याही सुखसोयी तिथं उपलब्ध नव्हत्या. पण,

बहुतेक वेळी जवळपास काही मीटर अंतरावर नदी असायची. तिचं पाणी इतकं निर्मळ असायचं की, तळाशी काहीतरी खात असलेले कॅटफिशसुद्धा स्पष्ट दिसायचे. रात्री पाण्यावर, पांढऱ्या भुतासारख्या दिसणाऱ्या गमची सावली दिसायची. सकाळच्या उन्हात आणि रात्रीही ते गम इतके झळाळत असतं की, त्यांच्या तुलनेत शहरातले सारे दिवे मंद आणि निस्तेज वाटायचे. या काळात मी हवं तेव्हा आणि हवं तिथं शू, शू करायचं अनिर्बंध आणि गैरकायदेशीर स्वैर स्वातंत्र्य उपभोगलं. अशा लांबच्या सफरीत, रस्ते रिकामे असताना योग्य अशा स्वच्छतागृहाची वाट पाहात कुणीही थांबत नाही. (कारण, असं स्वच्छतागृह मिळायला कधी काही दिवससुद्धा लागू शकतात.) आपण थांबायचं. गाडीच्या चाकाजवळ उकिडवं बसायचं (हवंच तर भर रस्त्यातसुद्धा हरकत नाही.) आणि शू करायची. अशा अवेळी चुकून एखादं वाहन आलं, तरी संकोच करायचा नाही. कारण, कुणी अशा गोष्टींची दखलसुद्धा घेत नसतं.

एका मुक्कामात मी शेकोटीपासून, शू, शू करायला म्हणून जरा दूर गेले. हातातल्या टॉर्चच्या प्रकाशात मी योग्य जागा शोधत होते. अचानक जमिनीवर प्रकाशाचे कण चमकू लागले. कोळ्यांचे सहस्रावधी डोळे लखलखीत हिऱ्यांच्या नदीसारखे चमकत होते. एरवी, अशा वेळी मी जोरात किंचाळले असते. पण, या वेळी मी शांतपणे तिथून बाजूला झाले. आकाशात कॉंकॉर्ड विमानासारख्या उंच उडणाऱ्या बगळ्यांचा खेळ, प्रणयाराधन करणाऱ्यांच्या समूहनृत्यासारखा वाटून तो बघण्यात आमचे तासचे तास निघून जात. एका सकाळी सहा काकाकुवे आमच्यावरून उडत गेले. आकाशसंकेतासारखी त्यांची रक्तपुच्छं लुकलुकत होती. संध्याकाळी हवेतला उष्मा वाढल्यामुळे शेकडो घारी उंच आकाशात घिरट्या घालताना आम्ही पाहिल्या. मावळत्या प्रकाशाच्या पार्श्वभूमीवर त्यांचे आकार काळे दिसत होते. कधीकधी आम्ही शेकोटी पेटवून खूप रात्रीपर्यंत पाण्यात उसळ्या मारणाऱ्या माशांचे आवाज ऐकत जागत बसत होतो. अशा वेळी कधीकधी घुबडांचे घुत्कारही कानावर पडत.

एकदा बॉब, भरती असताना, मासे पकडायला गेला. त्यानं जिवंत आमिषं त्या दिवशी आधीच पकडून ठेवली होती. मी माझी 'क्रॉक स्टिक' घेऊन बाजूलाच उभी होते. (मगरीनं हल्ला केला, तर या स्टिकचा काहीही उपयोग होत नाही, हे मला ठाऊक आहे. पण, तरीही तिचा मला आधार वाटतो.) खाणकामगार वापरतात, तसा टॉर्च मी बांधला होता आणि नको असलेले प्राणी कुठे दिसतात का, ते शोधत होते. जवळच अठरा फूट लांबीचं जनावर राहतं. ते लोकांशी जरुरीपेक्षा जास्त जवळीक करतं, असं आम्हाला सांगण्यात आलं होतं. त्याची ओळख करून घ्यायची आमची इच्छा नव्हती. गळाला मासा लागल्यानं बॉब

आनंदानं चित्कारला. त्याच वेळी, पलीकडे रेतीवर दिसणारे दोन लाल दिवे कसले होते, असे मी त्याला विचारलं.

"मला वाटतं, ती झवाड मगर असावी." हातातला गळ खाली टाकत बॉब म्हणाला आणि दुसऱ्याच क्षणी आम्ही तिथनं पळ काढला. आम्ही बचावलो होतो. जिवंत असण्याचा आनंद उपभोगत आम्ही वाईनचे पेले भरले.

गरमी भाजून काढत होती. कीटकांपासून प्राणभय होतं. त्यामुळं आमच्या नित्यकर्मांत काटछाट होऊन ती कमीतकमी झाली होती. नेहमीच्या बाबी अगदी सोप्या करून टाकल्या होत्या. त्या इतक्या सहजसोप्या करणं, घरात असताना अशक्यच होतं. असं वागणं सुरुवातीला रानवट वाटलं, तरी पुढं लवकरच ते स्वातंत्र्यदायक वाटू लागलं. आम्ही बादलीत पाणी घेऊन दिवसातनं एकदाच अंघोळ करत होतो. एखाद्या आडबाजूला नागव्यानं न्हाताना एकमेकांची पाठ घासून देत होतो. धूळमाखल्या पायानं झोपत होतो. याला मी 'स्वच्छ' मळकेपण म्हणते. हे मळकेपण धुळीनं आलेलं असतं; तेलकटपणा आणि काजळीनं नव्हे!

जेवायला आम्हाला एक थाळी पुरे होत होती. त्या थाळीतनं पोटभर जेवता येत होतं. घरात मी जी भांडीकुंडी गोळा करून ठेवली होती, ती सगळी निरर्थकच होती, असं मला वाटायला लागलं होतं. मी खूप वेळा बॉबला विचारायची, "हे किती छान आहे नं?" तो किंचित हसायचा. शेकोटीकडं पाहत मान हलवायचा. मी सोबत चमचमीत मसाले आणले होते. ते आता नकोसे वाटू लागले, म्हणून वाटेत इतर प्रवाशांना वाटून टाकले. जरासा लसूण, थोडा कांदा, चिमूटभर तिखट किंवा मिरी आणि मीठ असलं की, जेवण चवदार आणि चांगलं वाटतं. एखाद्या जागी पडाव पडला की, आम्ही बॉबनं पकडलेली तऱ्हेतऱ्हेची ताजी मासळी खात होतो. एरवी हवीहवीशी वाटणारी बॅरामंडी मासळी जर लहान असेल, तर बॉब ती परत पाण्यात फेकत होता. वाटेत जे ताजं मिळायचं, ते खाण्यावर आमचा भर होता. अगदीच नाइलाज झाला, तर मात्र बोर्लोटी बीन्स किंवा बीटरुट किंवा मक्याचे हवाबंद डबे उघडत होतो.

सकाळी बहुधा शेकोटी गरमच असायची. तिच्यावर वाळली पानं आणि काटक्या टाकल्या की, त्या पटकन पेटत. त्यावर जुना काळपट डबा पाणी तापवायला ठेवला जाई. लाकडं जळतानाचा वास हवेत पसरायचा. इनामलच्या मगमध्ये गरमगरम चहा पिण्याचा आनंद शहरी उपाहारगृहातल्या 'फाईव्ह कोर्स डीनर' च्या आनंदापेक्षा कितीतरी पटीनं अधिक असायचा. एकदा एका खडबडीत, निर्मनुष्य रस्त्यावर जेवणासाठी आम्ही गाडी थांबवली. जेवण साधंच होतं. कुरकुरीत बिस्किटं, त्यावर सलामी सोबत काकडी, टोमॅटो आणि चीज. आम्ही गाडीचं मागचं दार धाडकन बंद केलं. त्या धक्क्यानं बेस्सीचा एक चक्का खाली

बसला.

"अर्ररर... !" जागच्याजागी गरगरा फिरत बॉब ओरडला. या प्रवासात हे असं तिसऱ्यांदा घडत होतं. लाल मातीच्या, पायवरच्या पापुद्र्यासारख्या भुसभुशीत जमिनीवर गोखरू आणि स्पिनिफेक्सची काटेरी झुडपं पसरलेली होती. त्यामुळे, हे अर्ररर...', खूप वेळ चालू होतं.

आठवडेच्या आठवडे, आठवड्यातले सारे दिवस, दिवसातले सारेच्या सारे चोवीस तास आपण जेव्हा आपल्या सहचराबरोबर राहातो; त्या वेळी काहीही लपून ठेवता येत नाही. गुप्त राहात नाही. कुठल्याही स्वरूपाची बाह्य करमणूक राहात नाही. कसलीही मोकळीक राहत नाही. अशा काळात घट्ट बांधिलकी असलेले संबंधच फक्त टिकून राहातात, असं मला वाटतं. अनेक प्रसंगी परस्परांच्या व्यक्तिमत्त्वातलं दुबळेपण उघडं पडत असतं. ते लपवता येत नाही. प्रवासात कुठंतरी आम्हाला एक जोडपं भेटलं होतं. ते बहुधा सत्तरीत असावं. दोघांनीही गादीची दोन टोकं धरली होती. ती गादी नीट बांधता यावी, म्हणून तिच्यातली हवा शक्य तितकी काढून टाकायची त्यांची धडपड चालू होती. गादीतली हवा काढून दोन्ही टोकांकडून गुंडाळत ते जेव्हा मध्यावर आले, तेव्हा त्यातल्या वृद्ध स्त्रीनं गादीवरली पकड सोडून आपल्या सहचराचा चेहरा ओंजळीत घेतला आणि त्याचं हळुवारपणे चुंबन घेतलं. तो हसला. त्यानं जोरात आवाज करत तिचं चुंबन परत केलं. ते दृश्य माझ्या मनावर कायमचं कोरलं गेलंय. पुढच्या दोन दशकातल्या आमच्या प्रवासात माझ्या आणि बॉबच्या संबंधात अशीच निष्ठा कायम राहील, अशी मला आशा वाटते.

या प्रवासात एकदाच आम्ही आमचे लाड करून घेतले होते. रिट्झी मोटेलमधल्या स्नानगृहाचा आणि वाहतं पाणी असलेल्या स्वच्छतागृहाचा वापर केला होता. रानवटपणा सोडून या जुन्या शिस्तबद्ध आखीव दिनक्रमानं सुरुवातीला आनंद झाला. पण, रात्री खोलीचे पडदे ओढल्यावर मात्र गुदमरायला झालं. खोली लहान वाटायला लागली. तिथं कैदेत असल्यासारखं वाटायला लागलं. सूर्योदयापूर्वीच मला झोपेतनं जाग आली. पण, सभोवताली काळोखाव्यतिरिक्त काहीही नव्हतं.

"मला तारे दिसले नाहीत." मी सकाळी बॉबला सांगितलं. दुसऱ्या रात्री मी अंथरुणाला पाठ टेकल्यावर विचारलं," चंद्र कुठाय रे?" माझ्या कपात उरलेला चहाचा गाळ, मी उघड्यावर पडाव पडला असताना जसा निष्काळजीपणे फेकून द्यायची, तसाच आताही फेकून दिला आणि तो बाल्कनीखालून जाणाऱ्या जोडप्यावर पडला. तेव्हा बॉबच्या चेहऱ्यावर हसू उमटलं.

"आपण इथून पुढच्या प्रवासाला निघू या." बॉबनं सुचवलं.

प्रवासातल्या शेवटच्या रात्री पडाव टाकताना आम्ही फक्त पाच मिनिटांत आमचा तंबू उभा केला. त्या रात्री आम्ही पहिल्यांदा अन्न गरम न करता तसंच जेवलो. कॅसलरचे जाड काप, सलाड आणि बीटरुट हे आमचं जेवण होतं. (संध्याकाळी लाकडं शोधत जाण्याइतकं त्राण आमच्यात उरलं नव्हतं.) त्या रात्री लाल धुळीनं माखलेल्या अंथरुणातच आम्ही झोपलो.

"मला वाटतं, मी आज आयुष्यात सर्वोत्तम असं काही केलंय." मी गाढ झोपण्यापूर्वी बॉबला म्हटलं.

"हूं!" खोटीखोटी उत्सुकता दाखवत बॉबनं प्रतिसाद दिला.

"मी गेले आठ दिवस एकच शॉर्टस् वापरतेय."

पण, हे ऐकण्यापूर्वीच तो झोपी गेला होता.

उपसंहार

मी हे पुस्तक लिहायला 'टिनशेड' मध्येच सुरुवात केली. (या घराला 'गीबंग' हे नाव द्यायचं राहून गेलं, ते राहूनच गेलं.) मधुचंद्रावरून परत आल्यापासून मी आणि बॉब इथंच राहात होतो. आता, या पुस्तकाचा उपसंहार लिहिताना, डोरोथी मॅककेलरच्या फिकट पिवळ्या घरातल्या शय्यागृहात बसले आहे. हे घर उंच टेकडीवर आहे आणि इथून उंच आकाशगामी ठिपकेदार गम वृक्षांच्या अरण्यातून, पिटवॉटरपासून तो स्कॉटलंड आयलंडपर्यंतचा भूप्रदेश मी न्याहाळते आहे. आम्ही या घरात राहायला आलो. कारण, बॉबला 'टिनशेड' मधून छोट्यामोठ्या हत्यारासाठी वारंवार टेकडी चढून त्याच्या शेडमध्ये जावं लागत होतं. मला ते पाहावलं नाही. बॉबला त्याची शेड वापरता यावी, हेच आम्ही घर बदलण्याचं एकमेव कारण आहे, असं मला वाटतं.

माझा संसार पुन्हा नव्यानं दुसऱ्या जागी हलवणं, हे अत्यंत त्रासदायक होईल, असं मला वाटलं. पण, ते फारसं कठीण गेलं नाही. जिथं बॉब आहे आणि चिपचॉप आहे, तेच माझं घर आहे.

मागच्या वाटेनं – म्हणजे लव्हर्स लेननं आम्ही सामान वर न्यायला सुरुवात केली, त्याला आता दोन वर्षं होऊन गेली आहेत. बार्बरा या वाटेला 'लव्हर्स लेन' का म्हणायची, ते मला आता कळलं आहे. मी आता संयम राखून मद्यपान करते. एखादी गोष्ट साजरी करायला शँपेनचा पेला किंवा हिवाळ्यातल्या रात्री रेडवाईनचा पेला!

पिया – न्यू साऊथ वेल्सच्या उत्तरेकडे समुद्रकिनाऱ्यावरच्या गावात राहायला गेली आहे. ती तिथं स्थानिक रहिवाशांसाठी आणि गरिबांच्या मदतीसाठी अपार कष्ट घेतेय. तिनं स्वत:साठी एक भव्य आणि देखणं घर बांधलं आहे. ती एक उत्तम स्वयंपाकीही झाली आहे. पदार्थांच्या पुस्तकातल्या रेसिपींच्या बाहेर जाऊन रांधायलाही ती शिकली आहे. अर्थात, हे बाहेर जाणं किंचितसंच असतं.

लुलूला प्रेमळ, सहृदय आणि गमत्या सहचर मिळाला आहे. ती दोघं गेल्या

काही वर्षांपासून एकत्र राहाताहेत. तिची कुत्री बेला अजूनही काड्या-डहाळ्या मांडीवर आणून टाकतेय. पण, आता तिचा नाकाजवळचा भाग करडा झालाय. आणि पाठीवरची काळी लव विटकरी रंगाची होऊ लागलीय. पण, मनातल्या मनात ती स्वत:ला अजून लहानगं पिल्लूच समजतेय आणि आमची हरकत नसली, तर कुत्र्यांच्या शर्यतीत भाग घ्यायला अजूनही एका पायावर तयार आहे. पण, आम्हीच तिला जाऊ देत नाही. कारण, तिचं वय झालं आहे. ओबीनं आता नवा घरोबा जोडला आहे. त्याचं भटकणं खूप कमी झालं आहे. तो आता बराचसा स्थिरावला आहे.

माझ्या सावत्र मुलीला – सूझीला बाळ झालंय. त्याचे डोळे टपोरे आणि निळे आहेत. तो हसतमुख आहे. त्याला ऑलिव्ह खूप आवडतात. तिनं मला, या मुलाची गॉडमदर व्हायची विनंती केली होती. हे काम मी खूप आवडीनं स्वीकारलं. आता ती आणि तिचा सहचर सिडनीतच राहायला आले आहेत. त्यामुळे, आम्ही परस्परांना वारंवार भेटत असतो. ती दोघंही मुलाचा उत्तम रीतीनं सांभाळ करतात.

मी इथं राहायला आल्यापासून या वस्तीत आता खूप बदल झाले आहेत. केन आणि जाननं आपली बोटशेड मिशेल व मेरीबेथ यांना विकलेय. हे नवं जोडपं उदार हृदयाचं आहे. ते शिस्तबद्ध रीतीनं कठोर परिश्रम करतात. या परिसरात त्यांचा चांगला नावलौकिक आहे. रिक आणि रॉबिन यांनी टिनशेडच्या शेजारी घर घेतलंय. त्यांची आमची छान मैत्री झालीय.

'टिनशेड' मध्ये राहाणारे जॉन आणि तेरेसी अत्यंत उत्साही आहेत. ते सतत उत्साहाने सळसळत असल्यामुळे त्यांचा सहवास नेहमी आनंददायी वाटतो. 'टिनशेड' च्या मागच्या टेकडीवर राहणाऱ्या जॅक आणि ब्रिजिटला आता तीन मुलं आहेत. घडणारे बदल कुणीही थांबवू शकत नाही, असं बौद्धांचं वचन आहे.

आम्ही तरंगव्यांत राहायला सुरुवात केली, तेव्हा तिथं स्थानिक वनस्पतींची मोठी बाग करून इतर झाडोरा कमी करायचं माझ्या मनात होतं. पण, प्रत्येक वेळी कुंपणासाठी आणलेली रोपं मला आकर्षक वाटत नव्हती. आपण निसर्गात काही सुधारणा घडवून आणू शकत नाही, असं एक दिवस माझ्या लक्षात आलं. तेव्हा ॲकॅसिया, बॅकसिया, कॅज्युरिना इत्यादी मंडळींना हवी तिथं आपली मुळं रुजवू द्यावी, असं मी ठरवलं. इथल्या खडबडीत प्रदेशात मी कुठूनतरी आणलेल्या इतर झाडांपेक्षा हीच झाडं जास्त योग्य वाटतात आणि शोभून दिसतात. ते काहीही असो. पण, वॉलबीच्या आवडीनिवडीत मात्र नक्की बदल झाला होता. सुरुवातीला मी उत्साहाच्या भरात लावलेली रोपं त्यांनी फस्त करून टाकली.

त्यामुळं, सध्या मला लिंबं आणि मोसंबीची झाडं आणि परसदारची तुरळक मॅग्नोलिया यांच्यावरच समाधान मानून घ्यावं लागतंय. ह्या सर्व गोष्टींमुळे बार्बरा खूश होईल, असं मला वाटतं. इथं राहायला आल्यानंतर पहिल्या ईस्टरला आम्ही, पिटवॉटरच्या दृश्यांचे लायनोकटस आणि बोटशेडची केटी क्लेमसननं काढलेली अर्कचित्रं यांचं प्रदर्शन भरवलं होतं. या प्रदर्शनाच्या उद्घाटनाला आम्ही ऑस्ट्रेलियान लेखिका डाय मॉरीस हिला बोलावलं होतं. तिच्या उद्‌बोधक भाषणांत तिनं, डोरोथी मॅककेलरबरोबर झालेल्या तिच्या भेटीसंबंधी सांगितलं. डाय तेव्हा नऊ वर्षांची होती. एकाकी होती. ती इथं पिटवॉटरला राहायची. त्या काळात इथं फारच थोडी माणसं आठवड्याच्या अखेरीस सुट्या घालवायला येत. कायम वस्तीला तर त्याहूनही कितीतरी कमी लोक होते.

'डोरोथी किंवा मिस् मॅककेलर... ती नेहमीच मिस मॅककेलर म्हणून ओळखली जायची... तिनं मला मी काय करतेय, असं विचारलं.' डाय सांगत होती. "त्या वेळी मी बैठकीच्या मोठ्या खोलीत उभी होते. मी हलक्या गुलाबी रंगाचा सूट घातला होता. माझे पिंगट केस मी वर बांधले होते. त्या वेळी, 'मी पऱ्या शोधतेय,' असं सांगितलं होतं."

"मग, सापडल्यात का? मी मदत करू शोधायला?" डोरोथीनं डायला विचारलं होतं.

"आणि मग आम्ही दोघी पऱ्या शोधायला निघालो." डाय पुढं सांगत होती. "आम्हाला पऱ्या शोधण्यात काही यश आलं नाही. आम्ही घरी परत आलो. तेव्हा मोठेपणी काय व्हायचं ठरवलंय, असं डोरोथीनं मला विचारलं."

"मला लेखिका व्हायचंय." डोळे विस्फारून मी तिला सांगितलं. ती तशी सुप्रसिद्ध आहे, याची मला जाणीवच नव्हती.

"खरंच?" ती म्हणाली. "म्हणजे तसं मीही लिहिते थोडंसं. माझी एखादी कविता ऐकवू तुला?"

"हो. ऐकवा नं. प्लीज." मी म्हणाले.

'डोरोथीनं आपल्या गोड मधाळ आवाजात कविता ऐकवायला सुरुवात केली. 'द लव्ह ऑफ फिल्ड अँड कॉपिस...' त्या 'माय कंट्री' या विख्यात कवितेची सगळी कडवी तिनं मला म्हणून दाखवली. तिच्या उच्चारांत स्कॉटिश छटा होती.

कविता ऐकवून संपल्यावर ती माझ्याकडं पाहून हसली. मी गंभीरपणं तिच्याकडं पाहत म्हणाले. "ती कविता खरंच चांगली आहे." माझ्या स्वरांत काहीसं आश्चर्य होतं.'

डायचं प्रदर्शनाचं भाषण संपलं.

डोरोथी मॅककेलरला तुम्ही भेटलात, त्या दिवशी तिनं कुठला पोशाख घातला होता, असं मी तिला भाषण संपल्यावर विचारलं.

"मला वाटतं, तिनं लांब पायघोळ, गडद रंगाचा झगा घातला होता. डोक्यावर हॅट होती. होय... नक्की. गडद निळ्या किंवा काळ्या रंगाचे कपडे तिनं घातले होते. कापड जाडंभरडं होतं. हॅट खूप मोठी होती. बहुधा स्ट्रॉची असावी, असं वाटतं."

काळा पोशाख आणि हॅट घातलेल्या स्त्रीची जी गूढ आकृती बार्बरानं पाहिली होती, तिचा अशा रीतीनं उलगडा झाला होता. डायचं बोलणं ऐकायला बार्बरा हवी होती, असं मला मनापासनं वाटलं.

आमचं इथलं जीवन सर्वार्थानं समृद्ध आहे. प्रेम, कुटुंब, मित्र, परिवार अशी चहुबाजूंनी ही समृद्धी मिळते आहे. कारण, आम्ही एका चैतन्यमय आणि सुगम अशा भौतिक जगात राहातो आहोत. आज मी मागं वळून पाहाते, तेव्हा लक्षात येतं की, अनेकदा मनात निराशा दाटून यायची. आपण कधीच बरं होणार नाही, असं वाटायचं. अशा वेळी मी कठोरपणे विचार करायची. आपण कणखर आणि खंबीर व्हायलाच हवं, असं स्वतःला बजावून सांगायची. हेच विचार मला अंततः आनंदाच्या दिशेनं घेऊन गेले. इतका आनंद अस्तित्वात असेल, असं त्याआधी मला कधीच वाटलं नव्हतं. या सगळ्यापेक्षा आणखी महत्त्वाची असलेली गोष्ट मी शिकले. ती अशी की, आपण आयुष्यात कधीही हताश व्हायचं नाही. हातपाय गाळून बसायचं नाही. घडणाऱ्या बदलांचा, संकटापासून पळण्यासाठी वापर करण्याऐवजी, स्वीकार करायचा.

मला स्तनांचा कर्करोग झाल्याचं निदान केलं गेलं, त्याला आता सहा वर्षं झाली आहेत. निदान झाल्यावेळी आणि त्यानंतर केमोच्या उपचारांच्या काळात मनात दाटून आलेलं भय आता कमी झालं आहे. मी आता कॅन्सरचा फारसा विचार करत नाही. पण, तरीही ती भीती कुठल्या तरी स्वरूपात अस्तित्वात राहणारच आहे. मी जर लहानसहान गोष्टींची चिंता करत बसले, तरच जीवन क्षणभंगुर असल्याची स्वतःला आठवण करून द्यायला फक्त ती आठवण काढते.

मी आता हे लिहित असताना बाहेर पाऊस पडतोय. ते वरदानच ठरतंय. कारण, गेल्या चार वर्षांपासून दुष्काळ पडलाय आणि झाडं वाळून कोळ झालीत. पाणी नसल्यानं आपलं खाद्य शोधायला लाजाळू लिरबर्ड चक्क अंगणातल्या बागेत येऊ लागले आहेत. वॉलबी, स्किटीश आणि एरवी नजरेस न पडणारे प्राणी परसदारी घुटमळू लागले आहेत. भुकेनं व्याकूळ झालेले ते प्राणी खायला काही मिळेल, या आशेनं तिथं येत असतात. त्यांनी माझ्या लेमनचा मोठ्या प्रमाणावर नाश केला किंवा रोपांची मुळं उपटली जाईपर्यंत त्यांनी आवतीभोवतीची

वनस्पती खाऊन फस्त केली, तरी मला त्यांचा राग येत नाही.

दुष्काळाच्या भीषणतेमुळं कुकाबुराचं हसणंसुद्धा कमी ऐकू येत. एरवी माणसं पाहताच कलकलाट करणारे टर्की आता फक्त निमूटपणे उडून झाडांवर जाऊन बसतात. माणसं घरात जाईपर्यंत तिथंच ओठंगून राहतात. मग, ते पुन्हा जीवावर उदार होऊन चोऱ्या करतात. आपलं अस्तित्व टिकवण्याची इच्छाच आपल्यातील बहुतेकांना धाडसी बनवत असावी, असे मला त्यांच्याकडं पाहताना वाटतं.

मी हे लिहित असताना लव्हेट बे ही आकाशासारखंच करडं झालंय. आकाशात मेघ दाटून आले की, बहुधा मला झाडांपलीकडलं काही दिसत नाही. अशा वेळी वाटतं की, जगाहून उंच अशा माझ्या स्वर्गात मी बसले आहे. चिपचॉप माझ्या पायाजवळ टेबलाखाली निमूटपणे पहुडलेली असते. दुपारच्या फिरण्यासाठी कधी बाहेर जायचं, याची ती आतुरतेने वाट पाहात असते. या वेळी रानात जाग असते. मला अजूनही तिच्याविषयी खात्री वाटत नाही, म्हणून मी तिला पट्टा बांधून ठेवते. त्याची तिला आता सवय झाली आहे.

इथं रोजच काहीतरी नवल घडत असतं. कधी घोरपड हिरवळीवर येऊन बसते. कधी ती पक्ष्यांच्या घरट्यातल्या अंड्यांवर धाड घालते. कधी अजगर हॉलमध्ये वळवळताना दिसतो, तर कधी उर्मट अँटीचिनस पियानोतच आपलं घरटं बांधतो. इथं एक क्षणसुद्धा रिकामा किंवा आळसावलेला नसतो. जिवंत असल्याबद्दल मी मनातल्या मनात कृतज्ञता व्यक्त करत नाही, असा एकही दिवस जात नाही.

आणि अर्थातच सोबतीला बॉब आहेच.